மொசாட்

மொசாட்

இஸ்ரேலிய இரகசியப் புலனாய்வு அமைப்பின் வீரதீர சாகசங்கள்

மைக்கேல் பார்-ஜோகர்
& நிசிம் மிஷால்

தமிழாக்கம்:
PSV குமாரசாமி

MANJUL
மஞ்சுள் பப்ளிஷிங் ஹவுஸ்

First published in India by

MANJUL

Manjul Publishing House
Corporate and Editorial Office
•2nd Floor, Usha Preet Complex, 42 Malviya Nagar, Bhopal 462 003 - India
Sales and Marketing Office
•C-16, Sector 3, Noida, Uttar Pradesh 201301 – India
Website: www.manjulindia.com
Distribution Centres
Ahmedabad, Bengaluru, Bhopal, Kolkata, Chennai,
Hyderabad, Mumbai, New Delhi, Pune

Tamil translation of *Mossad* by *Michael Bar-Zohar* and *Nissim Mishal*

This Tamil edition first published in 2023 by
Manjul Publishing House Pvt. Ltd.

ISBN 978-93-5543-281-0

Translated by: PSV Kumarasamy
Edited by: Nagalakshmi Shanmugam

Printed and bound in India by Manipal Technologies Limited

சமர்ப்பணம்

கொண்டாடப்பட்டிராத வீரர்கள்,
எழுதப்பட்டிராத நூல்கள்,
வெளியே சொல்லப்பட்டிராத போர்கள்,
பூட்டி வைக்கப்பட்டுள்ள இரகசியங்கள்,
ஒருபோதும் கைவிடப்பட்டிராத மற்றும்
மறக்கப்பட்டிராத அமைதி குறித்த ஒரு கனவு
ஆகியவற்றுக்கு இந்நூலை நான் அர்ப்பணிக்கிறேன்.

- மைக்கேல் பார்-ஜோகர்

தன்னுடைய அறிவுரைகளை எனக்குக் கொடுத்து, எனக்கு
உத்வேகமூட்டி, எனக்கு ஓர் ஆதரவுத் தூணாக இருந்து
வருகின்ற ஏமி கோர்மனுக்கு இந்நூலை
நான் காணிக்கையாக்குகிறேன்.

- நிசிம் மிஷால்

உள்ளடக்கம்

முன்னுரை: தன்னந்தனியாகச் சிங்கத்தின் குகைக்குள் 9

1 நிழலுலக இராஜா 15

2 ஈரானில் ஈமச்சடங்குகள் 27

3 ஈராக்கில் ஒரு தூக்குத் தண்டனை 53

4 ஒரு சோவியத் ஒற்றனும் நடுக்கடல் பிணமும் 73

5 குருசேவின் சொற்பொழிவு 91

6 "அடால்ஃப் ஐக்மேனை உயிருடனோ அல்லது பிணமாகவோ கொண்டுவாருங்கள்!" 105

7 ஒரு சிறுவனின் கடத்தலும் அசாத்தியமான மீட்பும் 149

8 மொசாடின் சேவையில் ஒரு நாஜி கதாநாயகன் 187

9 சிரியாவில் 'நம் ஆள்' 217

10 "ஒரு மிக்-21 போர் விமானத்தை என் முன் கொண்டுவந்து நிறுத்துங்கள்!" 255

11 "இப்படிக்கு: ஒருபோதும் மறக்கப்பட முடியாதவர்கள்!" 277

12 சிவப்பு இளவரசன் வேட்டையாடப்படுதல் 299

13 சிரிய நாட்டுக் கன்னியர் 341

14 "போர் இன்றே வெடிக்கும்!" 353

15 'தேன்-பொறியில்' சிக்கிய அணு உலை இரகசியத் திருடன் 375

16 சதாம் உசேனின் மகாபீரங்கிக் கனவு 397

17 ஜோர்டனில் ஒரு குளறுபடி 415

18 பிரியங்களுடன்: வட கொரியா 433

19 காதலனாய் வந்தவனைக் கவ்விச் சென்ற காலன் 449

20 கேமரா ஓடத் தொடங்கிவிட்டது! 465

21 ஷீபா இராணியின் பூமியிலிருந்து 483

முடிவுரை: ஈரானுடன் போரா? 507

நன்றியுரை 517

மொழிபெயர்ப்பாளரைப் பற்றி 519

முன்னுரை

தன்னந்தனியாகச் சிங்கத்தின் குகைக்குள்

2011 நவம்பர் 12 அன்று, ஈரானின் தலைநகரான டெஹ்ரானை ஒட்டி இருந்த இரகசிய ஏவுகணைத் தளம் ஒன்றில் நிகழ்ந்த ஒரு பெரிய குண்டுவெடிப்பில், ஈரானின் இஸ்லாமியப் புரட்சிகரக் காவல்படையைச் சேர்ந்த 17 பேர் கொல்லப்பட்டனர்; டஜன் கணக்கான ஏவுகணைகள் அதில் எரிந்து நாசமாயின. ஷெகாப் தொலைதூர ஏவுகணைகளின் 'தந்தை' என்று அழைக்கப்பட்ட ஜெனரல் ஹசன் டெஹ்ரானி மொகத்தமும், ஈரானின் ஏவுகணைத் திட்டத்தின் பொறுப்பாளரும் அந்தக் குண்டுவெடிப்பில் கொல்லப்பட்டனர். ஆனால், அந்தக் குண்டுவீச்சின் இலக்கு மொகத்தம் அல்லர். திட எரிபொருள் ராக்கெட் எஞ்சின்தான் அதன் உண்மையான இலக்கு. அந்த ராக்கெட் எஞ்சின் பொருத்தப்பட்ட அணுகுண்டு ஏவுகணைகளால் சுமார் ஆறாயிரம் மைல்கள் பறக்க முடியும். அதாவது, ஈரானின் நிலத்தடி ஏவுகணைத் தளத்திலிருந்து அமெரிக்காவுக்கு அவற்றால் பறக்க முடியும்.

ஈரானியத் தலைவர்கள் அந்த ஏவுகணைகளை உருவாக்கி, அமெரிக்காவை மண்டியிட வைக்கவும், உலகின் வல்லரசுப் பட்டியலில் தங்கள் நாட்டை இடம் பெற வைக்கவும் திட்டமிட்டிருந்தனர். நவம்பரில் நடைபெற்ற அந்தக் குண்டுவெடிப்பு அத்திட்டத்தைப் பல மாதங்களுக்குத் தள்ளிப்போட்டது.

அந்தத் தொலைதூர ஏவுகணைகளின் இலக்கு அமெரிக்காவாக இருந்தாலும், அவற்றைத் தாக்கி அழித்தது இஸ்ரேலிய இரகசியப்

புலனாய்வு அமைப்பான மொசாடாக இருக்கக்கூடும் என்று கருதப்படுகிறது. கடந்த அறுபது ஆண்டுகளுக்கும் மேலாக, மொசாட் அமைப்பு, இஸ்ரேலையும் மேற்கத்திய நாடுகளையும் அச்சுறுத்திக் கொண்டிருக்கும் ஆபத்துகளுக்கு எதிராகத் துணிச்சலாகவும் இரகசியமாகவும் செயல்பட்டு வந்துள்ளது. முன்னெப்போதைவிடவும் இப்போது, மொசாட், அமெரிக்காவின் உள்நாட்டு மற்றும் வெளிநாட்டுப் பாதுகாப்பு அச்சுறுத்தல் தொடர்பான தகவல்களை அதிகமாகச் சேகரித்து வருகிறது.

"இஸ்ரேலை உலக வரைபடத்திலிருந்தே நீக்கிவிடுவோம்," என்று வெளிப்படையாகவே முழங்கிக் கொண்டிருக்கின்ற ஈரானின் தலைமைத்துவத்தை எதிர்த்து மொசாட் இப்போது செயல்பட்டுக் கொண்டிருக்கிறது. ஈரானின் அணுசக்திக்கூடங்களை அழித்தல், அவற்றில் வேலை செய்கின்ற அறிவியலறிஞர்களைக் கொலை செய்தல், போலி நிறுவனங்கள் வழியாக, ஈரானிய அணுவாயுத உற்பத்தி நிறுவனங்களுக்கு, ஒழுங்காக இயங்காத உபகரணங்கள் மற்றும் மோசமான கச்சாப் பொருட்களை வழங்குதல், உயர் இராணுவ அதிகாரிகளும் அணுசக்தி ஆய்வில் ஈடுபட்டிருக்கின்ற முக்கியப் புள்ளிகளும் ஈரானைவிட்டு வெளியேறி வேறு நாடுகளில் குடியேற உதவுதல், ஈரானின் கணினி அமைப்பை வைரஸ்கள் மூலம் தாக்கி அழித்தல் போன்றவற்றின் மூலம், ஈரான் ஓர் அணுவாயுத நாடாக உருவெடுப்பதற்கு எதிராக மொசாட் தீவிரமாக இயங்கிக் கொண்டிருக்கிறது. இது ஈரானின் அணுவாயுத உற்பத்தியைப் பல ஆண்டுகளுக்குத் தள்ளிப்போட்டுள்ளது.

தீவிரவாதத்திற்கு எதிரான தன்னுடைய போராட்டத்தின் ஒரு பகுதியாக, மொசாட் அமைப்பு, 1970களிலிருந்தே, தீவிரவாதிகளின் கோட்டையாக விளங்கி வருகின்ற பெய்ரூட், டமாஸ்கஸ், பாக்தாத், டுனிஸ் போன்ற நகரங்களிலும், பயங்கரவாதிகள் முகாமிட்டுள்ள பாரிஸ், ரோம், ஏதென்ஸ், சைப்ரஸ் போன்ற இடங்களிலும் எண்ணற்றத் தீவிரவாதிகளைச் சிறைபிடித்தும் அழித்தும் வந்துள்ளது. 2008 பிப்ரவரி 12 அன்று, மொசாட் வீரர்கள், ஹெஸ்புல்லா அமைப்பின் இராணுவத் தலைவரான இமாத் முக்னியேவை டமாஸ்கஸில் மறைந்திருந்து தாக்கிக் கொன்றதாக மேற்கத்திய ஊடகங்கள் தெரிவிக்கின்றன. இமாத், அமெரிக்கப் புலனாய்வு அமைப்பான 'எஃப்பிஐ'யால் தீவிரமாகத் தேடப்பட்டு வந்த நபர்களின் பட்டியலிலும் இடம் பெற்றிருந்தார். அவர் பெய்ரூட்டிலிருந்த 241 அமெரிக்கக் கடற்படை வீரர்களைத் தாக்கிக் கொன்றிருந்தார். அமெரிக்கா, பிரான்ஸ், இஸ்ரேல், அர்ஜென்டினா ஆகிய நாடுகளைச் சேர்ந்த நூற்றுக்கணக்கான நபர்களின் கொலைகளுக்கும் அவர் காரணமாக இருந்தார். தற்போது, மத்திய கிழக்கு நாடுகள் அனைத்திலும், இஸ்லாமிய

ஜிகாதிகளின் தலைவர்களும் அல் கொய்தா தலைவர்களும் மொசாட் வீரர்களால் வேட்டையாடப்பட்டு வருகின்றனர்.

ஆனாலும், அரபு நாடுகளில் நடைபெற்ற, 'அரேபிய வசந்தம்' என்று அழைக்கப்பட்ட மக்கள் எழுச்சி, 'அரேபியக் குளிர்காலமாக' மாறும் என்று மேற்கத்திய நாடுகளை மொசாட் எச்சரித்தபோது, அதற்கு எவரும் செவி சாய்க்கவில்லை. மத்திய கிழக்கில், ஜனநாயகம், சுதந்திரம், மற்றும் மனித உரிமைகளுக்கான புதிய சகாப்தம் மலர்ந்திருந்ததாக 2011 ஆம் ஆண்டு முழுவதும் மேற்கத்திய நாடுகள் கொண்டாடின. இந்த அரபு எழுச்சிக்கு எகிப்திய மக்களின் ஆதரவைப் பெறுவதற்காக, மேற்கத்திய நாடுகள், அரபு உலகில் தங்களின் மிக நெருங்கிய தோழனாக விளங்கிய எகிப்திய அதிபர் முபாரக்கைப் பதவி விலகுமாறு அழுத்தம் கொடுத்தன. அவர் தன் பதவியைவிட்டு இறங்கியவுடன், அந்நாட்டின் தலைநகரான கெய்ரோவின் முக்கிய வீதிகளில் திரண்ட மக்கள் முதலில் செய்த காரியம் அமெரிக்க நாட்டுக் கொடிகளைக் கொளுத்தியதுதான். அதற்கடுத்து, அக்கூட்டம் நேராக இஸ்ரேலியத் தூதரகத்திற்குள் அத்துமீறி நுழைந்து, இஸ்ரேலுடனான அமைதி ஒப்பந்தத்தை முடிவுக்குக் கொண்டு வரக் கோரின. பின், எகிப்திலிருந்த அமெரிக்கத் தொண்டு நிறுவன ஆர்வலர்களை அக்கூட்டம் சுற்றி வளைத்தது. அதைத் தொடர்ந்து நடைபெற்றச் சுதந்திரமான தேர்தலில், 'இஸ்லாமிய சகோதரத்துவச் சமூகம்' என்ற அமைப்பு பதவிக்கு வந்தது. இன்று, எகிப்தில் சட்டம் ஒழுங்கு கடுமையாகச் சீர்குலைந்து, அந்நாடு மிகக் கடுமையான பொருளாதார நெருக்கடியில் மூழ்கியுள்ளது. துனிசியாவில் இஸ்லாமிய மத அடிப்படைவாத அமைப்பு வேரூன்றத் தொடங்கியுள்ளது. லிபியா துனிசியாவைப் பின்பற்றுகின்ற ஆபத்து இருக்கிறது. ஏமன் நாடு கடும் கொந்தளிப்பில் இருக்கிறது. சிரியாவில், அதன் அதிபர் ஆசாத், தன் சொந்த மக்களையே கொன்று குவித்துக் கொண்டிருக்கிறார். மொராக்கோ, ஜோர்டன், சவுதி அரேபியா, ஐக்கிய அரபு அமீரகம் போன்ற மிதவாத நாடுகள், தங்களுடன் நட்பாக இருந்த மேற்கத்திய நாடுகள் தங்களுக்குத் துரோகம் இழைத்துவிட்டதாகக் குமுறிக் கொண்டிருக்கின்றன. அரபு வசந்தப் புரட்சியால் மலரும் என்று எதிர்பார்க்கப்பட்ட மனித உரிமைகள், பெண்களின் உரிமைகள், ஜனநாயக ஆட்சி முறை போன்றவை, மத அடிப்படைவாதக் கட்சிகளால் புறந்தள்ளப்பட்டுவிட்டன.

இந்த அரபுக் குளிர்காலம், மத்திய கிழக்கை, எந்நேரத்திலும் வெடிக்கக்கூடிய ஒரு வெடிகுண்டாக மாற்றி, இஸ்ரேலுக்கும் மேற்கத்திய நாடுகளுக்கும் ஒரு பெரும் அச்சுறுத்தலாக ஆக்கியுள்ளது. வரலாறு தன்னைத் திரைவிலக்கிக்

கொள்கின்றபோது மொசாடின் பணி மேலும் ஆபத்தானதாக ஆகின்ற அதே வேளையில், மேற்கத்திய நாடுகளுக்கு அது அதிக முக்கியத்துவம் வாய்ந்த ஒன்றாக உருவெடுக்கும். ஈரானிய அணுவாயுத அச்சுறுத்தல், தீவிரவாத ஆபத்துகள், மத்திய கிழக்குக் குளறுபடியிலிருந்து முளைக்கவிருக்கின்ற மற்ற விஷயங்கள் போன்றவற்றுக்கு எதிரான ஒரு நல்ல பாதுகாப்பாக மொசாட்தான் இருக்கும் என்பதுபோலத் தெரிகிறது. எல்லாவற்றையும்விட முக்கியமாக, ஒரு நேரடிப் போர் ஏற்படாமல் இருப்பதற்கான கடைசி அரணாக மொசாட்தான் இருக்கப் போகிறது.

மொசாடில் இருக்கின்ற, வெளியுலகின் பார்வைக்குப் புலப்படாதப் போராளிகள்தாம் அதன் உயிர்மூச்சாக உள்ளனர். அந்த அமைப்பிலுள்ள எண்ணற்ற ஆண்களும் பெண்களும் தங்களுடைய உயிர்களைப் பணயம் வைக்கின்றனர்; தங்களுடைய குடும்பத்தாரிடமிருந்து பிரிந்து, தொலைதூரப் பிரதேசங்களில் வாழ்கின்றனர்; போலி அடையாளங்களுடன் எதிரி நாடுகளில் துணிகரமான நடவடிக்கைகளில் ஈடுபடுகின்றனர். அவர்கள் தங்களுடைய பணியில் லேசாகச் சறுக்கினாலும்கூட அவர்கள் கைது செய்யப்படலாம், சிறையில் அடைக்கப்பட்டுச் சித்திரவதை செய்யப்படலாம், ஏன், கொல்லப்படவும்கூடும். அமெரிக்காவுக்கும் இரஷ்யாவுக்கும் இடையே பனிப்போர் நடைபெற்றுக் கொண்டிருந்த காலகட்டத்தில், ஏதாவது ஒரு இரகசிய உளவாளி பிடிபட்டுவிட்டால், சிறிது காலம் கழித்து, ஏதாவது ஒரு பனிமூட்ட இரவில் ஓர் இருண்ட பாலத்தின் அருகே, எதிரி நாட்டைச் சேர்ந்த மற்றோர் உளவாளிக்காக அவர் பண்டமாற்று செய்யப்பட்டு விடுவிக்கப்படுவார் என்பதைத் தாண்டி எந்தப் பெரிய ஆபத்தும் இருக்கவில்லை. அந்த உளவாளி எந்த நாட்டைச் சேர்ந்தவராக இருந்தாலும், தான் தனியாக இல்லை, தான் எப்படியாவது விடுவிக்கப்பட்டுவிடுவோம் என்பதை அவர் அறிந்திருந்தார். ஆனால், மொசாட் உளவாளிகளின் கதை அப்படியில்லை. பிடிபட்டுவிட்டால் மரணம் நிச்சயம். அவர்கள் தங்களுடைய அசாத்தியமான துணிச்சலுக்குக் கொடுக்கின்ற விலை அது.

இந்நூலில், மொசாடின் வீரதீர சாகசங்களையும், அவற்றில் பங்கேற்றிருந்த துணிச்சல்மிக்கக் கதாநாயகர்களையும் நாங்கள் வெளிச்சத்திற்கு கொண்டு வந்துள்ளோம். அத்துடன் நிறுத்திக் கொள்ளாமல், மொசாடின் தோல்விக் கதைகளையும் நாங்கள் சுட்டிக்காட்டியுள்ளோம்; அதன் அடித்தளத்தையே அசைத்துப் பார்த்தப் பெரும் தவறுகளையும் நாங்கள் சுட்டிக்காட்டியுள்ளோம். மொசாடின் இந்தத் துணிகர நடவடிக்கைகள் இஸ்ரேலின் தலைவிதியை மாற்றியமைத்ததோடு, பல விதங்களில் உலகின்

தலைவிதியின்மீதும் ஒரு பெரும் தாக்கம் ஏற்படுத்தியுள்ளன. ஆனாலும், தாய்நாட்டின்மீதான ஆழமான, இலட்சிய தாகத்துடன்கூடிய பற்று, அந்நாட்டைச் சூழ்ந்திருக்கின்ற எதிரிகளிடமிருந்து அதைக் காப்பதற்கான அர்ப்பணிப்பு, நாட்டிற்காகத் தங்கள் இன்னுயிரையும் தரத் தயங்காத துணிச்சல் ஆகியவை மொசாட் வீரர்கள் அனைவரிடமும் தவறாமல் காணப்படுகின்ற பொதுவான அம்சங்களாகும்.

அத்தியாயம் 1

நிழலுலக இராஜா

அது 1971 ஆம் ஆண்டு. கோடைக்காலம் முடிவுக்கு வந்து கொண்டிருந்தது. மத்திய தரைக்கடலை ஒட்டியிருக்கின்ற காசா பகுதியின் கடற்கரையில் உயரமான அலைகள் வந்து மோதிக் கொண்டிருந்தன. உள்ளூர் அரேபிய மீனவர்கள், புத்திசாலித்தனமாக, கடலுக்குள் பிரவேசிக்காமல் இருந்தனர்; கொந்தளித்துக் கொண்டிருந்த கடலோடு மல்லுக்கு நிற்பதற்கான நாளல்ல அது என்பதை அவர்கள் உணர்ந்திருந்தனர். அதனால், எந்நேரமும் நொறுங்கிவிடக்கூடிய நிலையிலிருந்த ஒரு படகு, ஆர்ப்பரித்துக் கொண்டிருந்த அந்த அலைகளைக் கிழித்துக் கொண்டு வேகமாக வந்து ஈர மணலில் தரைதட்டி நின்றபோது, அவர்கள் ஆச்சரியத்தால் வாய் பிளந்து நின்றனர். நனைந்தும் கசங்கியுமிருந்த ஆடைகளையும் கெஃபியே முண்டாசுகளையும் அணிந்திருந்த ஒரு சில பாலஸ்தீனியர்கள் அப்படகிலிருந்து குதித்து இறங்கிக் கரையை நோக்கி வந்தனர். சவரம் செய்யப்படாமலிருந்த அவர்களுடைய முகங்கள், ஒரு நீண்ட கடற்பயணத்தால் ஏற்பட்டிருந்த களைப்பை வெளிப்படுத்தின. ஆனால், ஓய்வெடுப்பதற்கு அவர்களுக்கு நேரம் இருக்கவில்லை. அவர்கள் தங்களுடைய உயிருக்குப் பயந்து ஓடிக் கொண்டிருந்தனர். அவர்களுக்குப் பின்னால், குமுறிக் கொண்டிருந்த அக்கடலுக்குள்ளிருந்து, இஸ்ரேலிய நீர்மூழ்கிக்குண்டுப் படகு ஒன்று படுவேகமாகக் கரையை வந்தடைந்தது. அதில் முழுமையான போர்ச்சீருடைகளோடு இருந்த வீரர்கள் நீருக்குள் குதித்து, ஓடிச் சென்று கொண்டிருந்த பாலஸ்தீனியர்களை நோக்கித் தங்களுடைய துப்பாக்கிகளால் சுட்டனர். கடற்கரையில் விளையாடிக் கொண்டிருந்த ஒரு சில

காசா இளைஞர்கள், ஓடிச் சென்று அந்தப் பாலஸ்தீனியர்களை அருகிலிருந்த ஒரு தோட்டத்திற்குள் பாதுகாப்பாக அழைத்துச் சென்றனர். துரத்தி வந்த இஸ்ரேலிய வீரர்களின் கண்களிலிருந்து அவர்கள் இப்போது தப்பிவிட்டிருந்தபோதிலும், அந்த வீரர்கள், கடற்கரையில் தொடர்ந்து தேடினர்.

அந்த விஷயத்தை ஆராய்வதற்காக, அன்று இரவு, பாலஸ்தீனிய இளைஞன் ஒருவன் தன் கையில் ஒரு கலாஷ்னிகோவ் துப்பாக்கியோடு அத்தோட்டத்திற்குள் புகுந்தான். ஓடி வந்திருந்த பாலஸ்தீனியர்கள் அத்தோட்டத்தின் ஒரு மூலையில் பதுங்கியிருந்ததை அவன் கண்டான். "சகோதரர்களே, நீங்கள் யார்?" என்று அவன் அவர்களிடம் கேட்டான்.

"நாங்கள் பாலஸ்தீன விடுதலைக்கான மக்கள் முன்னணி அமைப்பின் (பிஎஃப்எல்பி அமைப்பு) உறுப்பினர்கள். லெபனானிலுள்ள 'டயர்' அகதிகள் முகாமிலிருந்து நாங்கள் வந்துள்ளோம்," என்று அவர்களிடமிருந்து பதில் வந்தது.

"மர்ஹபா! உங்களை நாங்கள் வரவேற்கிறோம்," என்று அந்த இளைஞன் கூறினான்.

"எங்களுடைய கமான்டர் அபு–ஷெஃபை உங்களுக்குத் தெரியும்தானே? பெத் லாஹியாவிலுள்ள (காசா பகுதிக்குத் தெற்கே உள்ள தீவிரவாதிகளின் கோட்டை அது) எங்கள் இயக்கத்தின் கமான்டர்கள் சிலரைச் சந்திப்பதற்காக அவர் எங்களை அனுப்பி வைத்துள்ளார். எங்களிடம் பணமும் ஆயுதங்களும் இருக்கின்றன. நாங்கள் எங்களுடைய தாக்குதலை ஒருங்கிணைக்க விரும்புகிறோம்."

"நான் உங்களுக்கு உதவுகிறேன்," என்று அந்த இளைஞன் பதிலளித்தான்.

மறுநாள் காலையில், புதிதாக வந்திருந்தவர்களை, சில தீவிரவாதிகள், ஜபாலியா அகதிகள் முகாமுக்கு உள்ளே ஒதுக்குப்புறமாக இருந்த ஒரு வீட்டுக்கு அழைத்துச் சென்றனர். அந்த வீட்டிலிருந்த ஒரு பெரிய அறைக்குள் இருந்த ஒரு மேசையைச் சுற்றி அத்தீவிரவாதிகள் அவர்களை உட்கார வைத்தனர். விரைவில், அவர்கள் சந்திக்க விரும்பியிருந்த பிஎஃப்எல்பி கமான்டர்கள் அந்த அறைக்குள் நுழைந்தனர். அவர்கள் தங்களுடைய லெபனான் சகோதரர்களுக்கு வாழ்த்துகளைத் தெரிவித்துவிட்டு, அவர்களுக்கு எதிரே உட்கார்ந்தனர்.

அந்த லெபனான்காரர்களில் ஒருவர், "நாம் தொடங்கலாமா?" என்று கேட்டார். கட்டுமஸ்தான உடற்கட்டுடனும் வழுக்கைத் தலையுடனும் காணப்பட்ட அவர், தன்னுடைய தலையில் கெஃபியே முண்டாசு அணிந்திருந்தார். அவர்தான் அந்த லெபனான்காரர்களின் தலைவர் என்பது வெளிப்படையாகத்

தெரிந்தது. “எல்லோரும் வந்துவிட்டார்களா?” என்று அவர் கேட்டார்.

“ஆமாம். எல்லோரும் வந்துவிட்டனர்.”

அவர் தன் கையை உயர்த்தி, தன் கையில் கட்டியிருந்த கைக்கடிகாரத்தில் மணி பார்த்தார். அது அந்த லெபனான்காரர்களுக்கு இடையே முன்கூட்டியே ஒப்புக் கொள்ளப்பட்டிருந்த ஒரு சமிக்கை. உடனே, வந்திருந்த ‘லெபனான் பிரதிநிதிகள்’ தங்களுடைய துப்பாக்கிகளை உருவியெடுத்துச் சரமாரியாகச் சுட்டனர். ஒரு நிமிடத்திற்குள், அங்கிருந்த பெத் லாஹியா தீவிரவாதிகள் அனைவரும் கொல்லப்பட்டனர். அடுத்து, அந்த வீட்டிற்குள்ளேயிருந்து விரைவாக வெளியே வந்த அந்த ‘லெபனான்காரர்கள்’, ஜபாலியா முகாமின் குறுகிய சந்துகளின் வழியாகவும், காசா நகரின் மக்கள் நெருக்கமிக்கத் தெருக்களின் வழியாகவும் ஓடிச் சென்று, இஸ்ரேலின் பகுதிக்குள் புகுந்துவிட்டனர். அன்று மாலை, அந்தக் குழுவைத் தலைமையேற்று நடத்திய கேப்டன் மீர் டாகன், ஜெனரல் ஏரியல் ஷரோனிடம், ‘ஆபரேஷன் கெமிலியான்’ முழு வெற்றி அடைந்துவிட்டதாகத் தெரிவித்தார். டாகன், இஸ்ரேலிய இராணுவத்தின் ரிமோன் இரகசியக் கமான்டோ பிரிவின் தலைவராகப் பணியாற்றி வந்தார். பெத் லாஹியா முகாமிலிருந்த பிஎஃப்எல்பி தீவிரவாதிகள் அனைவரும் அத்தாக்குதலில் கொல்லப்பட்டிருந்தனர்.

டாகனுக்கு இருபத்தாறு வயதுதான் ஆகியிருந்தது. ஆனால் அதற்குள், ஒரு கடுமையான போராளி என்ற பெயரை அவர் பெற்றிருந்தார். அவர்தான் அந்தத் தாக்குதல் திட்டம் முழுவதையும் தீட்டியிருந்தார். மொசாட் வீரர்கள் லெபனான்காரர்களைப்போல வேடமிட்டிருந்தது, இஸ்ரேலியத் துறைமுக நகரமான ஆஷ்டோடிலிருந்து ஒரு பழைய படகில் பயணித்தது, அத்தோட்டத்தில் இரவு நேரம்வரை காத்திருந்தது, அந்தத் தீவிரவாதத் தலைவர்களைச் சந்தித்தது, அவர்களைத் தாக்கி அழித்தப் பிறகு தப்பித்தது போன்ற அனைத்தும் அத்திட்டத்தில் அடங்கும். தங்களைத் துரத்தி வருவதுபோலப் போலியாக ஒரு இஸ்ரேலியப் போர்ப்படகை ஏற்பாடு செய்திருந்தவரும் அவர்தான். டாகன் ஓர் உச்சகட்டக் கொரில்லா வீரர். அவர் துணிகரமானவர், வித்தியாசமாகச் சிந்திப்பவர், தாக்குதல் திட்ட விதிமுறைகளுக்குள் அடங்க மறுப்பவர். முன்னாள் இஸ்ரேலியப் பிரதமர் யிட்சாக் ரபின், ஒரு முறை, “மீர் டாகன் தனித்துவமான திறமை கொண்ட ஒருவர். தீவிரவாதிகளுக்கு எதிராக, திரைப்படங்களில் வருவதைப் போன்ற தாக்குதல்களை வடிவமைப்பதில் அவர் ஒரு கில்லாடி,” என்று கூறியிருந்தார்.

பின்னாளில் மொசாடின் தலைவராக உயர்ந்த டேனி யாட்டோம், டாகனைப் பற்றி இவ்வாறு நினைவுகூர்கிறார்: "இஸ்ரேலின் மிகவும் மதிப்பு வாய்ந்த கமான்டோ பிரிவான 'சாயரட் மட்கலில்' சேர டாகன் விண்ணப்பித்திருந்தார். தன்னுடைய கத்தி எறிகின்ற திறமையால் அவர் அனைவரையும் கவர்ந்தார். தான் தேர்ந்தெடுத்த எந்தவோர் இலக்கையும் துல்லியமாகக் குறி பார்த்துத் தன்னுடைய நீண்ட கமான்டோ கத்தியை அவரால் எறிய முடிந்தது." அவரிடம் அந்தத் திறமை இருந்தும்கூட, 'சாயரட் மட்கல்' சோதனையில் அவரால் தேற முடியவில்லை. அதனால் துவக்கத்தில் அவர் வேறொரு படைப்பிரிவில் சேர்ந்து கொண்டார்.

1970களின் துவக்கத்தில், டாகன், காசா பகுதிக்கு அனுப்பப்பட்டார். 1967 இல் நடைபெற்ற ஆறு–நாள் யுத்தத்தின்போது, காசா பகுதி இஸ்ரேலால் கைப்பற்றப்பட்டிருந்தது. அதற்குப் பிறகு அந்தப் பகுதி, தீவிரவாத நடவடிக்கைகளுக்குப் பெயர் போன ஓர் இடமாக மாறியது. காசா பகுதியில் வசித்து வந்த இஸ்ரேலியர்களைப் பாலஸ்தீனியத் தீவிரவாதிகள், குண்டுவெடிப்புகள், துப்பாக்கிச்சூடுகள் போன்றவற்றின் மூலம் தினமும் கொன்றனர். அங்கிருந்த அகதிகள் முகாம்களின்மீதான கட்டுப்பாட்டை இஸ்ரேலிய இராணுவம் கிட்டத்தட்ட முழுமையாக இழந்திருந்தது. 1971 ஜனவரி 2 அன்று, ஐந்து வயதுச் சிறுமி அவிகெயிலும் எட்டு வயதுச் சிறுவன் மார்க்கும் பயணித்த ஒரு காரில் ஓர் எறிகுண்டு வீசப்பட்டு அக்குழந்தைகள் கொல்லப்பட்டதைத் தொடர்ந்து, அந்த இரத்தக்களறிக்கு ஒரு முடிவு கட்டுவதென்று ஜெனரல் ஏரியல் ஷரோன் தீர்மானித்தார். தன்னுடன் சேர்ந்து போரிட்டிருந்த பழைய நண்பர்கள் மற்றும் இளைஞர்கள் சிலரை ஒன்றுசேர்த்து அவர் ஒரு புதிய குழுவை உருவாக்கினார். அவர்களில் டாகனும் ஒருவர். அதற்கு முன்பு நடைபெற்றிருந்த ஆறு–நாள் யுத்தத்தின்போது, ஒரு கண்ணிவெடி வெடிப்பில் டாகனின் காலில் காயம் ஏற்பட்டிருந்ததால், அவர் விந்தி விந்திதான் நடந்து கொண்டிருந்தார். அதற்காக அவர் மருத்துவமனையில் சிகிச்சை பெற்றுக் கொண்டிருந்தபோது, அங்கு வேலை செய்த செவிலியான பீனாவை அவர் காதலித்தார். பிறகு அவர் குணமடைந்ததும் பீனாவைத் திருமணம் செய்து கொண்டார்.

ஷரோனின் குழு அதிகாரபூர்வமானதல்ல. வழமையாகக் கடைபிடிக்கப்பட்ட முறைகளைக் கடைபிடிக்காமல், புதிய ஆபத்தான முறைகளைப் பின்பற்றி, காசா பகுதியில் இருந்த தீவிரவாதக் குழுக்களை அழித்தொழிப்பதுதான் அக்குழுவின் நோக்கமாக இருந்தது. டாகன், ஓர் ஊன்றுகோல், ஒரு நாய், மற்றும் பல துப்பாக்கிகள் சகிதமாக காசா பகுதியில் அலைந்து

திரிவதை வழக்கமாக்கிக் கொண்டிருந்தார். சில நேரங்களில் அவர் ஓர் அரேபியரைப்போல வேடமணிந்து, ஒரு கழுதை வண்டியில் சாவகாசமாக வலம் வந்தார். தன்னுடைய கால் ஊனம், ஆபத்தான நடவடிக்கைகளில் பங்கு கொள்வதற்குக் குறுக்கே வர அவர் ஒருபோதும் அனுமதிக்கவில்லை. அவர் சிக்கலற்ற ஒரு கண்ணோட்டத்தைக் கொண்டிருந்தார்: "நம்மைக் கொல்வதற்கு எதிரிகளும் மோசமான அரேபியர்களும் காத்துக் கொண்டிருக்கின்றனர்; அதனால், நாம் அவர்களை முதலில் கொன்றுவிட வேண்டும்."

அக்குழுவிற்குள், டாகன், இஸ்ரேலின் முதல் இரகசிய கமான்டோ பிரிவைத் தொடங்கினார். இப்பிரிவைச் சேர்ந்தவர்கள், எதிரி வலுவாக இருந்த பகுதிக்குள் அரேபியர்களைப்போல மாறுவேடமிட்டுச் சென்று, அங்குத் தங்கி இயங்கிக் கொண்டிருந்தனர். விரைவிலேயே, 'ஏரியலின் ஏவுப் படையினர்' என்ற பட்டப்பெயர் அவர்களோடு ஒட்டிக் கொண்டது. அவர்கள் சிறைபிடித்தத் தீவிரவாதிகள் அனைவரையும் அவர்கள் ஈவிரக்கமின்றிக் கொன்றனர் என்ற வதந்தி பரவலாக நிலவியது. சில நேரங்களில், அவர்கள் தீவிரவாதிகளை இருண்ட சந்துகளுக்குள் அழைத்துச் சென்று, அவர்களிடம், "உங்களுக்கு இரண்டு நிமிடங்கள் தருகிறோம். அதற்குள் தப்பித்துக் கொள்ளுங்கள்," என்று கூறுவார்களாம். பின்னர் அவர்கள் ஓடத் தொடங்கியதும் அவர்களைச் சுட்டுக் கொன்றுவிடுவார்களாம். சில நேரங்களில், தீவிரவாதிகளின் பார்வையில் படுவதுபோல வேண்டுமென்றே துப்பாக்கிகளையோ அல்லது கத்திகளையோ அந்த இஸ்ரேலிய வீரர்கள் விட்டுச் செல்வர். தீவிரவாதிகள் அந்த ஆயுதங்கள்மீது கை வைத்தவுடன், அந்த இஸ்ரேலியர்கள் அவர்களைச் சுட்டுக் கொன்றுவிடுவர். டாகன் தினமும் காலையில் ஒரு வயல்வெளிக்குச் சென்று ஒற்றைக் கையால் கோகோ கோலா டின்களைச் சுடுவார் என்று பத்திரிகையாளர்கள் எழுதினர். ஆனால் டாகன் அவற்றை மறுத்தார். "எங்கள் எல்லோரையும் சுற்றிப் பல கற்பனைக் கதைகள் புனையப்பட்டுள்ளன. அவற்றில் பல தவறானவை," என்று டாகன் கூறினார்.

அந்தச் சிறிய இஸ்ரேலியக் கமான்டோ பிரிவினர், தங்களுடைய உயிர்களைப் பணயம் வைத்து ஒரு கொடூரமான போரில் ஈடுபட்டிருந்தனர். டாகனும் அவருடைய குழுவினரும் தினந்தோறும் இரவில் பெண்களைப்போலவும் மீனவர்களைப்போலவும் மாறுவேடமிட்டு, தெரிந்த தீவிரவாதிகளைத் தேடி அலைந்து கொண்டிருந்தனர். 1971 ஆம் ஆண்டின் மத்தியில், அரேபியப் போராளிகள்போல மாறுவேடமிட்டுச் சென்ற அக்குழுவினர், காசா பகுதியின் வடக்குப் பகுதியிலிருந்த 'ஃபட்டா' தீவிரவாதக்

குழுவினரைக் கவர்ந்திழுத்து, அவர்களைச் சுட்டுக் கொன்றனர். 1971 ஜனவரி 29 அன்று, டாகனும் அவருடைய குழுவினரும் இரண்டு ஜீப்களில், இராணுவச் சீருடையில், பாலஸ்தீனிய அகதிகள் முகாமான ஜபாலியாவுக்குச் சென்றனர். வழியில், ஒரு வாடகைக் கார் அவர்களுடைய பாதையில் குறுக்கிட்டது. அதில் இருந்தவர் அபு நைமர் என்ற தீவிரவாதி என்பதை டாகன் உடனே கண்டுகொண்டார். தங்களுடைய ஜீப்பை உடனே நிறுத்தி அந்த வாடகைக் காரை அவர்கள் சூழ்ந்து கொண்டனர். அவர்கள் அந்தக் காரை நெருங்கியபோது, நைமர் தன் கையில் ஓர் எறிகுண்டோடு அக்காரிலிருந்து இறங்கினார். அவர் டாகனைப் பார்த்தபடி அந்த எறிகுண்டின் 'பின்'னை வெளியே எடுத்தார். அதைப் பார்த்த டாகன், தன் குழுவினரை எச்சரிப்பதற்காக, "எறிகுண்டு!" என்று கத்தினார். ஆனால், அதிலிருந்து தப்பிப்பதற்குப் பதிலாக, அவர் நைமரின் மேல் பாய்ந்து அவருடைய கையிலிருந்த எறிகுண்டைப் பிடுங்கினார். அந்த எறிகுண்டைத் தூர எறிந்துவிட்டு, டாகன் தன்னுடைய வெற்றுக் கைகளாலேயே நைமரின் கழுத்தை நெறித்துக் கொன்றுவிட்டார் என்று கூறப்படுகிறது. அந்த வீரச் செயலுக்காக, துணிச்சலுக்கு வழங்கப்படுகின்ற பதக்கம் அவருக்கு வழங்கப்பட்டது.

சில ஆண்டுகளுக்குப் பின், இஸ்ரேலியப் பத்திரிகையாளரான ரான் லெஷமிற்கு டாகன் அளித்த ஒரு பேட்டியில், "ரிமோன் இரகசியக் கமான்டோ பிரிவு, ஒரு கொலைத் தாக்குதல் குழு அல்ல. சட்டத்தைத் தங்கள் கைகளில் எடுத்துக் கொண்டு, பார்த்தவர்களையெல்லாம் சுடுவதற்கு வெறி பிடித்து அலைகின்ற ஒரு கும்பலும் அல்ல அது. நாங்கள் ஒருபோதும் பெண்களுக்கும் குழந்தைகளுக்கும் ஆபத்து விளைவித்ததில்லை. நாங்கள் கொலைகாரர்களைத்தான் குறி வைத்தோம். அவர்களைத் தாக்கினோம்; அதன் மூலம் பிறரைத் தடுத்தோம். தன்னுடைய குடிமக்களைப் பாதுகாப்பதற்கு, அரசு சில நேரங்களில் ஜனநாயகரீதியான நடத்தைக்குப் புறம்பான நடவடிக்கைகளை மேற்கொள்ள வேண்டி வரும். எங்களைப் போன்ற குழுக்களில் எங்களுடைய எல்லை என்ன என்பது குறித்துச் சில நேரங்களில் எங்களுக்குத் தடுமாற்றம் ஏற்படலாம் என்பது உண்மைதான். அதனால்தான், எங்கள் குழுவுக்கு ஆட்களைத் தேர்ந்தெடுக்கும்போது, மிகச் சிறப்பாக வடிகட்டித் தேர்ந்தெடுக்க வேண்டிய கட்டாயம் இருக்கிறது. ஏனெனில், மிகவும் மோசமான நடவடிக்கைகள், மிகவும் நேர்மையான மக்களைக் கொண்டு மேற்கொள்ளப்பட வேண்டியிருக்கிறது."

***

ஜனநாயகரீதியாகவோ அல்லது அதற்குப் புறம்பாகவோ, ஷரோன், டாகன் மற்றும் அவர்களுடைய குழுவினர், காசா பகுதியில் தீவிரவாதத்தை அடியோடு ஒழித்துக் கட்டினர். பல ஆண்டுகளுக்கு அந்த இடம் அமைதியாகவும் பிரச்சனைகள் இல்லாமலும் இருந்து வந்தது. ஷரோன் தன்னுடைய உதவியாளரைப் பற்றிப் பாதி நகைச்சுவையுடன் இவ்வாறு கூறியதாக ஒரு கதை உலா வந்து கொண்டிருக்கிறது: "அரேபியத் தீவிரவாதிகளின் தலைகளை அவர்களுடைய உடல்களிலிருந்து துண்டிப்பதுதான் டாகனின் தனித்துவம்."

எது எப்படியோ, நிஜ டாகனை அறிந்தவர்கள் மிகக் குறைவே. அவருடைய இயற்பெயர் மீர் ஹூபர்மேன். 1945 இல், அவருடைய குடும்பத்தார் சைபீரியாவிலிருந்து போலந்துக்குத் தப்பிச் சென்று கொண்டிருந்தபோது, உக்ரெயினில் ஒரு இரயிலில் அவர் பிறந்தார். அவருடைய குடும்பத்தினரில் பெரும்பாலானோர், நாஜிக்கள் மேற்கொண்ட யூத இன ஒழிப்புப் படுகொலையில் இறந்து போயினர். டாகனின் பெற்றோர் டாகனுடன் இஸ்ரேலுக்கு இடம் பெயர்ந்தனர். டெல் அவீவுக்குப் பதினைந்து மைல் தொலைவிலிருந்த லோட் என்ற பழைய அரேபிய நகரில், ஏழைகள் வசித்த ஒரு பகுதியில் டாகன் வளர்ந்தார். டாகன் ஒரு சிறந்த போராளி என்பதைப் பலரும் அறிந்திருந்தனர். ஆனால் அவர் ஒரு புத்தகப் பிரியர் என்பதையும், வரலாற்றுப் புத்தகங்கள்மீது தீரா காதல் கொண்டவர் என்பதையும், அவர் ஒரு சைவ உணவுக்காரர் என்பதையும், அவருக்குப் பாரம்பரிய இசை பிடிக்கும் என்பதையும், ஓவியம் வரைவதும் சிற்பம் வடிப்பதும் அவருடைய பொழுதுபோக்குகள் என்பதையும் வெகு சிலரே அறிவர்.

அவருடைய குடும்பத்தாரும் பிற யூதர்களும் அனுபவித்த மிக மோசமான கொடுமைகள், இளம் வயதிலிருந்தே அவரைத் துரத்திக் கொண்டிருந்தன. புதிதாகப் பிறந்திருந்த இஸ்ரேலிய நாட்டைக் காப்பாற்றுவதற்கு அவர் தன் வாழ்நாளை அர்ப்பணித்தார். இஸ்ரேலிய இராணுவத்தில் அவர் படிப்படியாக உயர்ந்து கொண்டிருந்தபோது, புதிய பதவிகளை ஏற்றுக் கொண்டவுடன் அவர் தவறாமல் செய்த முதல் காரியம், தான் பயன்படுத்தவிருந்த புதிய அலுவலக அறையின் சுவரில் ஒரு பழைய புகைப்படத்தை மாட்டுவதுதான். அப்புகைப்படத்தில், வயதான யூதர் ஒருவர், பிரார்த்தனையின்போது பயன்படுத்தப்படுகின்ற சால்வை ஒன்றைப் போர்த்தியபடி மண்டியிட்டு அமர்ந்திருப்பார். அவருக்கு இருபுறமும் இரண்டு நாஜி அதிகாரிகள் நின்று கொண்டிருப்பர். ஒருவர் கையில் துப்பாக்கி இருக்கும். மற்றொருவர் கையில் ஒரு விளையாட்டு மட்டை இருக்கும். தன் அறைக்கு

வந்தவர்களிடமெல்லாம், டாகன், "இது என்னுடைய தாத்தா. இந்தப் புகைப்படத்தைப் பார்க்கும்போதெல்லாம், நாம் இன்னும் நம்மை வலுப்படுத்திக் கொண்டு நம்மைக் காத்துக் கொள்ள வேண்டும், மீண்டும் ஒரு யூதப் படுகொலை நிகழாமல் பார்த்துக் கொள்ள வேண்டும் என்று நான் நினைத்துக் கொள்வேன்," என்று கூறினார்.

டாகனின் தாத்தாவின் பெயர் பெர் எர்லிச் சுலுஷ்னி. அப்புகைப்படம் எடுக்கப்பட்ட ஒரு சில நொடிகளில் அவர் படுகொலை செய்யப்பட்டார்.

1973 இல் நடைபெற்ற யோம் கிப்பூர் யுத்தத்தின்போது, சூயஸ் கால்வாயைக் கடந்து சென்று வேவு பார்க்கச் சென்ற முதல் குழுவில் டாகனும் இடம் பெற்றிருந்தார். 1982 இல் நடந்த லெபனான் போரின்போது, பெய்ரூட்டுக்குள் அணிவகுத்துச் சென்ற கவச வாகனங்களில் முதல் வாகனத்தில் அவர் இருந்தார். விரைவிலேயே, தெற்கு லெபனான் பாதுகாப்புப் பகுதியின் கமான்டராக அவர் உயர்ந்தார். ஆனால் அங்கும் அந்தக் கர்னலின் சீருடைக்குள் ஒளிந்திருந்த கொரில்லா போராளி வெளிப்பட்டார். அங்கு அவர் காசா பகுதியில் செயல்படுத்திய அதே இரகசியக் காப்பு, உருமறைப்பு, எதிரியைத் தந்திரமாக ஏமாற்றுதல் போன்றவற்றை நடைமுறைப்படுத்தினார். தங்களுடைய படைத் தளபதிக்குப் படைவீரர்கள் ஒரு புதிய பட்டப் பெயரைச் சூட்டினர். 'நிழலுலக இராஜா!' என்பதுதான் அது. இரகசியக் கூட்டாளிகள், நம்பிக்கைத் துரோகங்கள், கொடூரங்கள், திரைமறைவுப் போர்கள் ஆகியவற்றை உள்ளடக்கிய லெபனான் வாழ்க்கை டாகனுக்கு ஏற்றதாகத்தான் இருந்தது. லெபனான் போர் முடிந்த பிறகும் அவருடைய இரகசிய சாகசங்கள் நிற்கவில்லை. 1984 இல், பஹம்டூனிலிருந்த தீவிரவாதிகளின் தலைமை முகாம் இருந்த பகுதிகளில் அவர் ஓர் அரேபியரைப்போல வேடம் அணிந்து கொண்டு உலவிக் கொண்டிருந்தமைக்காக, இஸ்ரேலிய இராணுவத் தளபதி மோஷே லெவியால் அவர் கடிந்துரைக்கப்பட்டார்.

1987க்கும் 1993க்கும் இடையே நடைபெற்றப் பாலஸ்தீனக் கலகத்தின்போது, அவர் மேற்குக் கரைப் பகுதிக்கு மாற்றப்பட்டு, இராணுவத் தளபதி யுட் பராக்கின் ஆலோசகராக நியமிக்கப்பட்டார். அங்கும் அவர் தன்னுடைய பழைய போக்கைத் தொடர்ந்ததோடு, தன்னோடு இணைந்து கொள்வதற்குப் பராக்கையும் அவர் சம்மதிக்க வைத்தார். ஒரு முறை, அவர்கள் இருவரும் சாதாரணமான உடைகளை அணிந்து கொண்டு, உள்ளூர் கார் ஒன்றில் ஏறி, ஓர் ஆபத்தான பகுதிக்குச் சென்று வந்தனர். அவர்கள் இராணுவ முகாமுக்குத் திரும்பியபோது,

வாசலிலிருந்த காவலர், முன் இருக்கையில் அமர்ந்திருந்தவர் யார் என்று தெரிந்தபோது அரண்டு போனார்.

1995 இல் இராணுவ மேஜர் ஜெனரலாகப் பணி புரிந்து கொண்டிருந்த டாகன் தன் வேலையை இராஜினாமா செய்துவிட்டு, தன்னுடைய சகாவான யோஸி பென்–ஹனானுடன் சேர்ந்து ஆசியாவில் ஒரு பதினெட்டு மாதகால மோட்டார் சைக்கிள் பயணத்தைத் தொடங்கினார். ஆனால், யிட்சாக் ரபினின் படுகொலைச் செய்தியைக் கேள்விப்பட்டவுடன் அவர் தன்னுடைய பயணத்தைப் பாதியிலேயே நிறுத்திவிட்டு இஸ்ரேல் திரும்பினார். அங்கு, தீவிரவாத எதிர்ப்புப் பிரிவின் தலைவராக அவர் சிறிது காலம் பணியாற்றினார்; ஓர் அரைகுறை மனத்துடன் சில காலம் ஒரு தொழிலதிபராகச் செயல்பட்டார்; ஷரோனின் தேர்தல் பிரச்சாரத்தில் அவருக்கு உதவினார். பின்னர், 2002 இல், அவர் எல்லாவற்றிலிருந்தும் ஓய்வு பெற்று, தன் பதக்கங்கள், இசைத்தட்டுகள், ஓவியத் துணிகள், தூரிகைகள், மற்றும் சிற்ப உளிகளுடன் காலம் கழிப்பதற்காக, கலிலீயில் இருந்த தன்னுடைய பண்ணை வீட்டுக்குச் சென்றுவிட்டார்.

காசாவுக்கு முதன்முதலாகச் சென்றதற்கு முப்பது ஆண்டுகளுக்குப் பிறகு, ஓய்வு பெற்ற ஒரு ஜெனரலாக அவர் தன் குடும்பத்தாரிடம் திரும்பினார். அதைப் பற்றி அவர் இவ்வாறு குறிப்பிட்டார்: “எனக்குத் திடீரென்று தூக்கத்திலிருந்து விழித்தாற்போல இருந்தது. என் குழந்தைகள் அனைவரும் வளர்ந்து பெரியவர்களாக ஆகியிருந்தனர்.” ஆனால் அது நீடிக்கவில்லை. அவருடைய பழைய நண்பர் ஏரியல் ஷரோன் இப்போது இஸ்ரேலின் பிரதமராக ஆகியிருந்தார். ஒரு நாள், ஷரோனிடமிருந்து டாகனுக்கு ஒரு தொலைபேசி அழைப்பு வந்தது. தன்னுடைய முப்பத்தேழு ஆண்டுகால நண்பரிடம் ஷரோன் இவ்வாறு கூறினார்: “நீங்கள் வந்து மொசாடுக்குத் தலைமை ஏற்க வேண்டும். தன் பற்களுக்கு இடையே கத்தியைக் கவ்விப் பிடிக்கின்ற ஒரு மொசாட் தலைவர் எனக்கு இப்போது தேவை.”

அது 2002 ஆம் ஆண்டு. மொசாட் ஊக்கமிழந்து கொண்டிருந்தது. ஒரு சில ஆண்டுகளாக, அந்த அமைப்பு, தொடர்ந்து பல தோல்விகளைச் சந்தித்து வந்திருந்தது. அவை அதன் நற்பெயருக்குக் களங்கம் விளைவித்துக் கொண்டிருந்தன. அமான் நகரிலிருந்த ஹமாஸ் தலைவர் ஒருவரைத் தீர்த்துக்கட்ட மேற்கொள்ளப்பட்ட முயற்சியில் ஏற்பட்டத் தோல்வி, சுவிட்சர்லாந்து, சைப்ரஸ், நியூசிலாந்து ஆகிய நாடுகளில் இஸ்ரேலிய உளவாளிகள் பிடிபட்டது போன்ற நிகழ்வுகள் மொசாடின் பெயரை வெகுவாகக் கெடுத்திருந்தன. கடைசியாக

மொசாடின் தலைமைப் பொறுப்பை ஏற்றிருந்த எஃப்ரைம் ஹாலெவி, அதைத் திறம்பட நடத்த முடியாமல் தவித்தார். எஃப்ரைம் அதற்கு முன்னால் ஐரோப்பிய ஒன்றியத்திற்கான இஸ்ரேலியத் தூதராகத் திறம்படப் பணியாற்றியிருந்தார். அவர் ஒரு சிறந்த ராஜதந்திரி மற்றும் ஒரு சிறந்த ஆய்வாளர். ஆனால், அவர் ஒரு நல்ல தலைவரோ அல்லது போராளியோ அல்லர். இஸ்லாமியத் தீவிரவாதத்தையும் ஈரானின் அணுவாயுதத் தயாரிப்பு முயற்சிகளையும் திறம்படக் கையாள்வதற்கு மொசாடுக்கு ஒரு துணிச்சலான தலைவரை நியமிக்க ஷரோன் விரும்பினார்.

ஆனால், தன் பணிக்காலம் முழுவதையும் இராணுவத்தில் செலவழித்திருந்த டாகனுக்கு மொசாட் அமைப்பு போதுமான ஒத்துழைப்பைக் கொடுக்கவில்லை. அதே நேரத்தில், டாகனும் புலனாய்வுத் தகவல் சேகரிப்பு, இரகசியமான ராஜதந்திர ஒத்துழைப்பு போன்றவற்றின்மீது பெரிதாக அக்கறை காட்டவில்லை. அவருக்கு எதிர்ப்புத் தெரிவித்து மொசாடின் உயர் பதவிகளிலிருந்த பல அதிகாரிகள் தங்களுடைய வேலையை இராஜினாமா செய்தனர், ஆனால் டாகன் அதைப் பொருட்படுத்தவில்லை. அவர் களப்பணிப் பிரிவுகளை மீண்டும் கட்டியெழுப்பினார், தோழமை நாடுகளின் புலனாய்வு அமைப்புகளுடன் நல்லுறவை வளர்த்துக் கொண்டார், ஈரானின் அணுவாயுத முஸ்தீபுகளை முறியடிப்பதில் மும்முரமாக இறங்கினார். 2006 இல் இரண்டாவது லெபனான் போர் வெடித்தபோது, விமானப் படையைக் கொண்டு குண்டுவீசித் தாக்குவதை எதிர்த்த ஒரே இஸ்ரேலியத் தலைவராக அவர் இருந்தார். அவர் தரைப்போரில் அசாத்திய நம்பிக்கை வைத்திருந்தார். வான்வழித் தாக்குதல் மூலம் போரை வெல்ல முடியாது என்று அவர் நம்பினார்.

ஆனாலும், தனக்குக் கீழ் வேலை பார்த்தவர்களிடம் அவர் கறாராக நடந்து கொண்டமைக்காகப் பத்திரிகையாளர்கள் அவரைக் கடுமையாக விமர்சித்தனர். அவருடைய வருகையால் தங்களுடைய பதவிகளைத் துறந்த மொசாட் அதிகாரிகள், பத்திரிகையாளர்களிடம் சென்று டாகனுக்கு எதிராகக் குற்றப்பத்திரிகை வாசித்தனர்.

திடீரென்று ஒரு நாள் தலைப்புச் செய்திகள் மாறின. பத்திரிகைகள் தொடர்ந்து அவரை வானளாவப் புகழ்ந்து தள்ளின. "மொசாடின் மானம் காத்த வீரர்!" அது, இது என்று அவரைப் புகழுரைகளால் குளிப்பாட்டின.

டாகனின் தலைமையின் கீழ், மொசாட், அதற்கு முன்பு ஒருபோதும் இல்லாத விதத்தில் பெரும் சாதனைகளைப் படைத்தது: முன்பு படுகொலை முயற்சியில் தப்பித்திருந்த

ஹெஸ்புல்லாவின் தலைவர் இமாத் முக்னியே வெற்றிகரமாகப் படுகொலை செய்யப்பட்டார்; சிரியாவிலிருந்த அணு உலை தகர்த்தெறியப்பட்டது; லெபனான் மற்றும் சிரியாவிலிருந்த முக்கியமான தீவிரவாதத் தலைவர்கள் பலர் கொல்லப்பட்டனர். எல்லாவற்றையும்விட மிகவும் சிறப்பானது, ஈரானின் அணுவாயுதத் திட்டத்திற்கு எதிராக வெற்றிகரமாக மேற்கொள்ளப்பட்ட, இடைவிடாத, தயவு தாட்சண்யமற்ற நடவடிக்கைகள்தாம்.

அத்தியாயம் 2

ஈரானில் ஈமச்சடங்குகள்

2011 ஜூலை 23 அன்று மாலை 4.30 மணிக்கு, தெற்கு டெஹ்ரானிலுள்ள பானி ஹாஷெம் தெருவில், தன் வீட்டுக்குள் நுழையவிருந்த ஒரு நபரை, மோட்டார் சைக்கிளில் வந்த இரண்டு பேர் தங்களுடைய துப்பாக்கிகளால் சுட்டுக் கொன்றனர். காவல்துறையினர் அங்கு வந்து சேர்வதற்கு வெகு நேரத்திற்கு முன்பாகவே அவ்விருவரும் அங்கிருந்து மறைந்துவிட்டிருந்தனர். கொலையுண்டவரின் பெயர் தரியுஷ் ரெசாய் நஜாத். முப்பத்தைந்து வயதான இயற்பியல் பேராசிரியரான அவர், ஈரானின் இரகசிய அணுவாயுதத் தயாரிப்புத் திட்டத்தில் மிக முக்கியப் பங்காற்றி வந்தார். அணுவாயுதங்களை வெடிக்க வைப்பதற்குத் தேவைப்படுகின்ற மின் பொத்தானின் வடிவமைப்பு அவர் பொறுப்பில்தான் நடைபெற்று வந்தது.

ரெசாய் நஜாத், ஈரானில் படுகொலை செய்யப்பட்ட முதல் அறிவியலறிஞர் அல்லர். அணுசக்தியை அமைதி சார்ந்த நோக்கங்களுக்காகப் பயன்படுத்துவதற்காகத் தாங்கள் அது குறித்த ஆய்வுகளில் ஈடுபட்டு வந்ததாக ஈரான் அதிகாரபூர்வமாக அறிவித்திருந்தது. இரஷ்யாவின் உதவியுடன் கட்டப்பட்ட புஷர் அணு உலை ஈரானின் மின்சக்தியின் முக்கிய மூலாதாரமாக விளங்கி வருவதை அது தன்னுடைய நல்ல நோக்கத்திற்கான சான்றாகச் சுட்டிக்காட்டியது. ஆனால், புஷர் அணு உலையைத் தவிர, ஈரான் இரகசியமாகக் கட்டிக் கொண்டிருந்த பல அணுசக்தி நிலையங்கள் கண்டுபிடிக்கப்பட்டிருந்தன. இரகசியமான இடங்களில் நிறுவப்பட்டிருந்த அவை தீவிரமாகப் பாதுகாக்கப்பட்டு வந்தன. அவற்றை அணுகுவது என்பது கிட்டத்தட்ட இயலாத காரியம். காலப்போக்கில், இதுபோன்ற

மையங்கள் தன்னிடம் இருந்ததை ஒப்புக் கொண்டாக வேண்டிய கட்டாயத்திற்கு ஈரான் உள்ளானது என்றாலும், தான் அணுவாயுதங்களைத் தயாரித்துக் கொண்டிருக்கவில்லை என்று அது தொடர்ந்து மறுத்துக் கொண்டிருந்தது. ஆனால், மேற்கத்திய உளவு நிறுவனங்களும் உள்ளூர் தலைமறைவு இயக்கங்களும், ஈரானின் முதல் அணுகுண்டுத் தயாரிப்பில் உதவிக் கொண்டிருந்த பல்கலைக்கழகப் பேராசிரியர்கள் பலரை அம்பலப்படுத்தின.

2010 நவம்பர் 29 அன்று காலை 7.45 மணிக்கு, வடக்கு டெஹ்ரானில், ஈரானின் அணுசக்தித் திட்டத்தின் அறிவியல் துறைத் தலைவராகச் செயல்பட்டு வந்த மஜித் ஷாரியாரியின் காருக்குப் பின்னால் திடீரென்று ஒரு மோட்டார் சைக்கிள் வந்தது. அந்த மோட்டார் சைக்கிளில் பயணித்துக் கொண்டிருந்த, ஹெல்மெட் அணிந்திருந்த நபர், அந்தக் காரைக் கடந்து சென்றபோது, அக்காரின் பின் சன்னலில் ஒரு சிறிய உபகரணத்தை ஒட்டிவிட்டுச் சென்றார். ஒரு சில நொடிகளில் அது வெடித்தது. அதில் அந்த நாற்பது வயது அணுவியல் அறிவியலறிஞர் கொல்லப்பட்டார், அவருடைய மனைவி படுகாயம் அடைந்தார். அதே நேரத்தில், தெற்கு டெஹ்ரானிலுள்ள அடாஷி தெருவில், ஒரு மோட்டார் சைக்கிளில் வந்த வேறொரு நபர், மற்றோர் அணுவியல் அறிவியலறிஞர் ஃபெரிடவுன் அபாசி–தவானியின் காரை இதேபோலத் தாக்கினார். அதில் அந்த அறிவியலறிஞரும் அவருடைய மனைவியும் படுகாயம் அடைந்தனர்.

ஈரானிய அரசு உடனடியாக அதற்கு மொசாட்தான் காரணம் என்று கூச்சல் போட்டது. ஈரானின் அணுவாயுதத் தயாரிப்பில் அந்த இரண்டு அறிவியலறிஞர்கள் வகித்து வந்திருந்த பாத்திரம் இரகசியமாக வைக்கப்பட்டிருந்தது. ஆனால், ஈரானிய அணுசக்தி நிறுவனத்தின் தலைவரான அலி அக்பர் சலேஹி, ஷாரியாரி தன்னுடைய தாய்நாட்டுக்காக உயிர் நீத்தத் தியாகி என்றும், அவரை இழந்ததன் மூலம் தங்களுடைய குழு ஒரு முக்கியப் பங்களிப்பாளரை இழந்துவிட்டது என்றும் அறிவித்தார்.

அப்போது ஈரானின் அதிபராக இருந்த அஹ்மதிநெஜாத், அந்த இரண்டு அறிவியலறிஞர்களின் பங்களிப்பை ஒரு சாமர்த்தியமான முறையில் கௌரவித்தார். அபாசி–தவானி மருத்துவமனையிலிருந்து வீடு திரும்பியவுடன், அஹ்மதிநெஜாத் அவரை ஈரானின் துணை அதிபராக நியமித்தார்.

அந்த இரண்டு அறிவியலறிஞர்களையும் கொன்றவர்கள் கண்டுபிடிக்கப்படவேயில்லை.

2010 ஜனவரி 12 அன்று காலை 7.50 மணிக்கு, பேராசிரியர் மசூத் அலி முகமதி, ஷரீஃப் தொழில்நுட்பப் பல்கலைக்கழகத்திலிருந்த தன்னுடைய பரிசோதனைச்சாலைக்குச்

செல்வதற்காக வடக்கு டெஹ்ரானிலிருந்த தன் வீட்டைவிட்டு வெளியே வந்தார்.

அவர் தன் காரின் கதவைத் திறக்க முற்பட்டபோது, அந்தக் கார் வெடித்துச் சிதறி, அமைதியாக இருந்த அந்தப் பகுதியை அதிர வைத்தது. பாதுகாப்புப் படையினர் அந்த இடத்திற்கு வந்து சேர்ந்தபோது, குண்டுவெடிப்பில் அந்தக் கார் கடுமையாகச் சேதமடைந்திருந்ததையும், முகமதியின் உடல் பல துண்டுகளாகச் சிதறியிருந்ததையும் கண்டனர். அந்தக் காருக்கு அருகே நிறுத்தி வைக்கப்பட்டிருந்த ஒரு மோட்டார் சைக்கிளில் மறைத்து வைக்கப்பட்டிருந்த ஒரு குண்டு வெடித்ததால்தான் அவர் இறந்திருந்தார். அந்தத் தாக்குதலை நடத்தியது மொசாட்தான் என்று ஈரானியப் பத்திரிகைகள் வரிந்து கட்டிக் கொண்டு எழுதின. ஈரானிய அதிபர் அஹ்மதிநெஜாத், “இந்தப் படுகொலை சியோனிய வழிமுறைகளை நினைவுபடுத்துகிறது,” என்று குறிப்பிட்டார்.

ஐம்பது வயதான முகமதி, ஒரு குவாண்டம் இயற்பியல் வல்லுநர். அவர் ஈரானின் அணுவாயுதத் தயாரிப்புத் திட்டத்தின் ஆலோசகராகவும் செயல்பட்டு வந்தார். அவர் ஈரானின் இஸ்லாமியப் புரட்சிகரக் காவல்படையில் பணியாற்றியிருந்தார் என்று ஐரோப்பிய ஊடகங்கள் செய்தி வெளியிட்டிருந்தன. ஆனால், முகமதியின் வாழ்க்கை ஒரு மர்மப் போர்வையால் போர்த்தப்பட்டிருந்தது. அவருடைய நண்பர்களில் சிலர், அவர் வெறும் கோட்பாட்டுரீதியான ஆய்வுகளில் மட்டுமே ஈடுபட்டு வந்தார் என்றும், இராணுவத் திட்டங்களில் ஒருபோதும் பங்கேற்கவில்லை என்றும் கூறினர். வேறு சிலர், அவர் அரசு எதிர்ப்பு இயக்கங்களுக்கு ஆதரவளித்தார் என்றும், அரசு எதிர்ப்புப் போராட்டங்களில் பங்கேற்றார் என்றும் கூறினர்.

ஆனாலும் அவருடைய இறுதிச் சடங்கில் கலந்து கொள்ள வந்திருந்தவர்களில் பாதிக்கு மேற்பட்டோர் இஸ்லாமியப் புரட்சிகரக் காவல்படையைச் சேர்ந்தவர்களே. அவருடைய சவப்பெட்டியை இஸ்லாமியப் புரட்சிகரக் காவல்படையைச் சேர்ந்த அதிகாரிகள்தாம் தங்களுடைய தோள்கள்மீது தூக்கி வந்தனர். பின்னர் நடத்தப்பட்டப் பல விரிவான ஆய்வுகள், அவர் உண்மையில் ஈரானின் அணுவாயுதத் தயாரிப்பு முயற்சியில் தன்னைத் தீவிரமாக ஈடுபடுத்திக் கொண்டிருந்தார் என்பதை உறுதி செய்தன.

2007 ஜனவரியில், அர்தாஷிர் ஹொசைன்பூர், மொசாட் ஏஜென்டுகளால் கொல்லப்பட்டார் என்றும், அதற்கு அவர்கள் கதிரியக்க நச்சுப் பொருட்களைப் பயன்படுத்தினர் என்றும் கூறப்பட்டது. அவருடைய படுகொலை பற்றிய செய்தி

லண்டனிலுள்ள ‘சன்டே டைம்ஸ்’ பத்திரிகையில் வெளியானது. அமெரிக்காவிலுள்ள ‘ஸ்ட்ரேட்ஃபார்’ என்ற புலனாய்வுத் தகவல் சேகரிப்பு அமைப்பு கொடுத்தத் தகவல்களின் அடிப்படையில் அக்கட்டுரை வெளியாகியிருந்தது. ஆனால் ஈரானிய அதிகாரிகள் அதைக் கிண்டல் செய்தனர். மொசாடால் ஒருநாளும் ஈரானிய மண்ணில் இப்படிப்பட்ட ஒரு சவாலான செயலைச் செய்திருக்க முடியாது என்று அவர்கள் தெரிவித்தனர். பேராசிரியர் ஹொசைன்பூர், அவருடைய வீட்டில் தீப்பற்றியபோது, புகைக்குள் மாட்டிக் கொண்டு மூச்சுவிட முடியாமல் இறந்து போனார் என்று அவர்கள் தெரிவித்தனர். அதோடு, 44 வயதான அந்தப் பேராசிரியர் ஒரு மின்காந்தவியல் வல்லுநர் என்றும், அவருக்கும் ஈரானின் அணு ஆய்வுகளுக்கும் எந்தவிதமான தொடர்புகளும் கிடையாது என்றும் தெரிவிக்கப்பட்டது.

ஆனால், உண்மையில் அவர் இஸ்ஃபஹானில் இருந்த இரகசிய அணுவாயுத வளாகத்தில் வேலை செய்து வந்தார் என்பது பின்னர் கண்டுபிடிக்கப்பட்டது. அவ்விடத்தில் யுரேனியத் தாது, வாயு வடிவமாக மாற்றப்பட்டது. பின்னர் அந்த வாயு, தொலைதூரத்திலுள்ள நட்டான்ஸ் என்ற இடத்தில் அமைக்கப்பட்டிருந்த நிலத்தடி வளாகம் ஒன்றில், செறிவூட்டப்பட்ட யுரேனியமாக மாற்றப்பட்டது. 2006 இல், அறிவியல் தொழில்நுட்பத்திற்காக ஈரானில் வழங்கப்படுகின்ற விருதுகளிலேயே மிக உயரிய விருது ஹொசைன்பூருக்கு வழங்கப்பட்டிருந்தது. அதற்கு இரண்டு ஆண்டுகளுக்கு முன்பு, இராணுவ ஆய்வுக்காக நாட்டின் மிக உயர்ந்த விருது ஒன்றும் அவருக்குக் கொடுக்கப்பட்டிருந்தது.

ஈரானிய அணுசக்தி அறிவியலறிஞர்களின் படுகொலைகள் ஒரு பெரிய போரின் ஓர் அம்சம் மட்டுமே. இரட்டை உளவாளிகள், தொலைத்தாக்குதல் நடத்துகின்ற குழுக்கள், நாசக்காரர்கள், போலி நிறுவனங்கள் ஆகியவற்றின் மூலம், டாகனின் மொசாட், ஈரானின் அணுவாயுதத் தயாரிப்பு முயற்சிகளுக்கு எதிராகப் பல ஆண்டுகளாக இரகசியத் தாக்குதல்களை நடத்தி வந்திருந்ததாக, லண்டனிலிருந்து வெளிவருகின்ற ‘த டெய்லி டெலிகிராஃப்’ நாளிதழ் தெரிவித்தது.

‘ஸ்ட்ரேட்ஃபார்’ நிறுவனத்தின் ஆய்வு இயக்குநரான ரேவா பல்லா இவ்வாறு கூறியதாகச் செய்தி வெளியானது: “அமெரிக்க அரசின் ஆசியுடன், இஸ்ரேல், ஈரானுக்கு எதிராக இரண்டு விஷயங்களில் கவனம் செலுத்தியது. ஒன்று, இரகசியத் தாக்குதல்கள் மூலம், ஈரானிய அரசின் அணுவாயுதத் தயாரிப்பு முயற்சியில் ஈடுபட்டிருந்த அறிவியலறிஞர்களைத் தீர்த்துக்கட்டுதல்; மற்றொன்று, அணுவாயுதத் தயாரிப்புக்குத் தேவைப்படுகின்ற

கச்சாப் பொருட்கள் ஈரானுக்குக் கிடைக்கவிடாமல் செய்தல்." மொசாட் இதற்கு முன்பு ஈராக்கிலும் இதே உத்தியைப் பயன்படுத்தி, மூன்று ஈராக்கிய அணுசக்தி அறிவியலறிஞர்களைப் படுகொலை செய்தது. பாக்தாத்துக்கு அருகேயிருந்த ஓசிராக் அணு உலை கட்டி முடிக்கப்படுவதற்கு அது ஒரு பெரும் இடைஞ்சலை ஏற்படுத்தியது.

ஈரானின் அணுவாயுதத் திட்டத்திற்கு எதிரான தொடர் தாக்குதல்களின் மூலம், டாகனின் மொசாட், ஈரானின் அணுகுண்டுத் தயாரிப்பை முடிந்த அளவு தள்ளிப்போட்டது. அதன் மூலம், இஸ்ரேலின் இருத்தலுக்கு ஆபத்தானதாக உருவாகவிருந்த ஒன்றை அது வெற்றிகரமாக முறியடித்திருந்தது. ஏனெனில், ஈரானிய அதிபர் அஹ்மதிநெஜாத், இஸ்ரேல் என்ற ஒரு நாடு இருந்த சுவடே தெரியாமல் அது முற்றிலுமாக அழித்தொழிக்கப்பட வேண்டும் என்று அறைகூவல் விடுத்திருந்தார்.

ஆனாலும், இச்சிறு வெற்றிகளை, மொசாடின் வரலாற்றிலேயே மிக மோசமான தோல்வியாகக் கருதப்படுகின்ற, ஈரானின் அணுவாயுதத் திட்டத்தை முளையிலேயே உலகிற்கு அம்பலப்படுத்தத் தவறியதற்கான பரிகாரங்களாக எடுத்துக் கொள்ள முடியாது. பல ஆண்டுகளாக, ஈரான் தன்னுடைய அணுவாயுதத் திட்டத்தை இரகசியமாகச் செயல்படுத்தி வந்திருந்தபோதிலும், மொசாட் அது பற்றித் துளிகூட அறிந்திருக்கவில்லை. ஈரான் அதற்காகப் பெரும் பணத்தைக் கொட்டியிருந்தது, பல அறிவியலறிஞர்களை அதில் ஈடுபடுத்தியிருந்தது, இரகசிய வளாகங்களைக் கட்டியிருந்தது, அதிநவீனப் பரிசோதனைகளை நடத்தியிருந்தது; ஆனாலும் அது பற்றி இஸ்ரேலுக்கு எதுவும் தெரிந்திருக்கவில்லை. கொமேனியின் ஈரான், ஓர் அணுவாயுத நாடாக மாறத் தீர்மானித்தக் கணத்திலிருந்து அனைத்தையும் இரகசியமாகச் செய்து வந்தது. கபட நாடகங்கள், சூது நடவடிக்கைகள், மொசாட் உட்பட, மேற்கத்திய உளவு நிறுவனங்களை முட்டாள்களாக ஆக்குவதற்கு மேற்கொள்ளப்பட்டத் தந்திரோபாயங்கள் போன்றவை அவற்றில் அடங்கும்.

ஈரானின் ஷாவான ரேசா பஹ்லாவி, இராணுவப் பயன்பாடு, அமைதிப் பயன்பாடு ஆகிய இரண்டுக்கும் சேர்த்து இரண்டு அணு உலைகளைக் கட்டத் தொடங்கினார். 1970களில் ஷாவின் திட்டம் தொடங்கப்பட்டபோது, அது இஸ்ரேலில் எந்தப் பதற்றமும் ஏற்படுத்தவில்லை. ஏனெனில், அச்சமயத்தில், ஈரான் இஸ்ரேலின் நெருங்கிய நட்பு நாடாக இருந்தது. 1977 இல் இஸ்ரேலியப் பாதுகாப்பு அமைச்சராக இருந்த ஜெனரல் எசர்

வெயிஸ்மேன், ஈரானின் இராணுவத்தை நவீனப்படுத்துவதில் மும்முரமாக இருந்த ஜெனரல் ஹசன் டூஃபானியனை இஸ்ரேலின் தலைநகரான டெல் அவீவிற்கு வரவழைத்துப் பேச்சுவார்த்தை நடத்தினார். அதைத் தொடர்ந்து, இஸ்ரேல் ஈரானுக்கு நவீன இராணுவத் தளவாடங்களைக் கொடுத்தது. அவற்றில், தொலைதூரம் செல்லக்கூடிய நவீன ஏவுகணைகளும் அடங்கும். அவற்றை அணுவாயுதங்களை எடுத்துச் செல்லக்கூடிய விதத்தில் மாற்றி அமைத்துக் கொள்ளவும் முடியுமென்று, பாதுகாப்புத் துறை பொது இயக்குநர் பின்ஹாஸ் சுஸ்மேன், டூஃபானியனிடம் தெரிவித்தார். ஆனால், அத்திட்டத்தைச் செயல்படுத்துவதற்கு முன்பாக, ஈரானில் நடைபெற்றப் புரட்சி இஸ்ரேல்–ஈரான் உறவைத் தலைகீழாகப் புரட்டிப் போட்டுவிட்டது. ஈரானின் புதிய புரட்சிகர அரசு, ஷாவின் ஆதரவாளர்கள் அனைவரையும் படுகொலை செய்துவிட்டு இஸ்ரேலுக்கு எதிராகத் திரும்பியது. ஈரான், அயதுல்லா கொமேனி மற்றும் அவருடைய நம்பிக்கைக்குப் பாத்திரமாக இருந்த முல்லாக்களின் கரங்களில் வீழ்ந்தபோது, நோய்வாய்ப்பட்டிருந்த ஷா, ஈரானைவிட்டுத் தப்பி ஓடிவிட்டார்.

அணுசக்தி 'இஸ்லாமுக்கு எதிரானது' என்று கூறி, கொமேனி, ஈரானின் அணுசக்தித் திட்டங்களை உடனடியாக இழுத்து மூடிவிட்டார். அணு உலைகள் கட்டப்படுவது நிறுத்தப்பட்டது, அங்கிருந்த இயந்திரங்கள் அக்கு வேறு ஆணி வேறாகப் பிரிக்கப்பட்டன. 1980களில் ஈரானுக்கும் ஈராக்குக்கும் இடையே ஒரு கடும் போர் மூண்டது. சதாம் உசேன் ஈரானுக்கு எதிராக நச்சு வாயுவைப் பயன்படுத்தினார். ஈரானின் கொடூரமான எதிரி, வழமைக்கு மாறான ஆயுதங்களைப் பயன்படுத்திய செயல், தங்களுடைய கொள்கைகள் குறித்து மறுபரிசீலனை செய்ய அயதுல்லாக்களைத் தூண்டியது. கொமேனி இறப்பதற்கு முன்பாகவே, அவருக்கு அடுத்து அவருடைய சிம்மாசனத்தை அலங்கரிக்கவிருந்த அலி கமேனி, ஈரானுக்கு எதிராக ஈராக் கட்டவிழ்த்துவிட்டிருந்த, பெரும் எண்ணிக்கையில் உயிர்களைக் காவு வாங்கக்கூடிய ஆயுதப் பயன்பாட்டை முறியடிப்பதற்கு, உயிரியல்ரீதியான, வேதியல்ரீதியான, மற்றும் அணுசக்திரீதியான ஆயுதங்கள் உட்படப் புதிய ஆயுதங்களை உருவாக்குமாறு ஈரானிய இராணுவத்தைக் கேட்டுக் கொண்டார். அதைத் தொடர்ந்து, ஈரானிய மதத் தலைவர்கள், 'இஸ்லாமுக்கு எதிரான' ஆயுதங்களுக்கு விதிக்கப்பட்டிருந்த தடையை நீக்க வேண்டும் என்று பிரசங்கங்களில் ஈடுபடத் தொடங்கினர்.

இது தொடர்பான ஈரானின் முயற்சிகள் குறித்தச் செய்திகள், 1980களின் மத்தியில் அங்கொன்றும் இங்கொன்றுமாகப் பரவத் தொடங்கின. 1989 இல் சோவியத் ஒன்றியத்தின் வீழ்ச்சிக்குப்

பிறகு, ஈரான், முன்னாள் சோவியத் ஒன்றியத்தின் இராணுவத்தைச் சேர்ந்த அதிகாரிகள் மற்றும் அறிவியலறிஞர்களிடமிருந்து அணுகுண்டுகளையும், அவற்றை ஏவத் தேவைப்பட்ட ஏவுகணைகளையும் வாங்க முயற்சித்தது பற்றிய செய்திகள் ஐரோப்பாவை மூழ்கடித்தன. தங்களுடைய வீடுகளிலிருந்து மாயமாக மறைந்த இரஷ்ய அறிவியலறிஞர்களும் ஜெனரல்களும் ஈரானியர்களுக்காக வேலை பார்த்துக் கொண்டிருந்ததாக மேற்கத்திய ஊடகங்கள் கூவின. நல்ல வளமான கற்பனையுடன் இருந்த பத்திரிகையாளர்கள், மூடப்பட்ட எண்ணற்ற லாரிகள், நாட்டு எல்லைக் கட்டுப்பாடுகளை மீறி ஐரோப்பாவிலிருந்து மத்திய கிழக்கை நோக்கி விரைந்து கொண்டிருந்ததாக வரிந்து கட்டிக் கொண்டு எழுதினர். ஈரானிலுள்ள புஷேர் பகுதியில், இரஷ்யாவின் உதவியுடன் ஓர் அணு உலை கட்டப்படுவதற்கும், சீனாவின் உதவியுடன் மேலும் இரண்டு சிறிய அணு உலைகள் கட்டப்படுவதற்கும் ஒப்பந்தங்கள் கையெழுத்தானதாக, டெஹ்ரான், மாஸ்கோ மற்றும் பீஜிங்கிலிருந்து வந்த தகவல்கள் தெரிவித்தன.

இதனால் அதிர்ச்சியடைந்த அமெரிக்காவும் இஸ்ரேலும், ஈரானுக்கு விற்கப்பட்டக் குண்டுகளுக்கும் ஈரானில் பணியமர்த்தப்பட்ட அறிவியலறிஞர்களுக்குமான தேடுதல் வேட்டையை ஐரோப்பாவெங்கும் முடுக்கிவிட்டன. ஆனால் அவர்களால் எதையும் கண்டுபிடிக்க முடியவில்லை. ஈரானுடன் போடப்பட்ட ஒப்பந்தங்களைத் திரும்பப் பெற்றுக் கொள்வதற்கு, அமெரிக்கா, இரஷ்யாவுக்கும் சீனாவுக்கும் அழுத்தம் கொடுத்தது. அதையடுத்து, சீனா, ஈரானுக்குத் தான் கொடுத்திருந்த வாக்குறுதியிலிருந்து பின்வாங்கியது, ஒப்பந்தங்களை இரத்து செய்தது. இரஷ்யா தன் தீர்மானத்தில் மாற்றம் எதையும் செய்யவில்லை என்றாலும், தொடர்ந்து அதைத் தாமதித்துக் கொண்டிருந்தது. அதன் காரணமாக, அந்த அணு உலையைக் கட்டி முடிக்க இருபது ஆண்டுகள் ஆயின. அதோடு, அதன் பயன்பாடு, இரஷ்யா மற்றும் சர்வதேசக் கண்காணிப்புகளுக்கு உட்படுத்தப்பட்டது.

ஈரானுக்கு அனுப்பப்பட்ட ஆயுதங்கள் மற்றும் அங்குச் சென்று சேர்ந்ததாகக் கூறப்பட்ட அறிவியலறிஞர்கள் குறித்தத் தங்களுடைய தேடுதல் வேட்டை பலனளிக்காமல் போனபோது, இஸ்ரேலும் அமெரிக்காவும் தங்களுடைய தேடலை இன்னும் விஸ்தரித்திருக்க வேண்டும். இரஷ்யா மற்றும் சீனாவின் அணு உலை ஒப்பந்தங்கள், 'உலகிலேயே தலைசிறந்த உளவு நிறுவனங்களான' சிஐஏ மற்றும் மொசாடின் கவனத்தைத் திசைதிருப்புவதற்காக நடத்தப்பட்ட நாடகங்கள் என்பதை

அவற்றின் தலைவர்கள் புரிந்து கொள்ளத் தவறிவிட்டிருந்தனர். ஈரான் தன்னை ஓர் அணுசக்தி நாடாக வளர்த்தெடுத்துக் கொள்ள ஒரு பிரம்மாண்டமான திட்டத்தை இரகசியமாகத் தொடங்கியிருந்தது.

***

1987 ஆம் ஆண்டின் இலையுதிர்காலத்தின்போது, துபாயில் ஒரு இரகசியக் கூட்டம் கூட்டப்பட்டது. தூசு படிந்திருந்த அலுவலகம் ஒன்றில் எட்டுப் பேர் கூடினர்: அவர்களில் மூவர் ஈரானியர்கள், இருவர் பாகிஸ்தானியர்கள், மூவர் (அதில் இருவர் ஜெர்மானியர்கள்) ஈரானுக்காக வேலை பார்த்துக் கொண்டிருந்த ஐரோப்பியர்கள்.

ஈரான் மற்றும் பாகிஸ்தானியப் பிரதிநிதிகள் ஒரு இரகசிய ஒப்பந்தத்தில் கையெழுத்திட்டனர். பெரும் பணம் பாகிஸ்தானியர்களுக்கு அனுப்பப்பட்டது. துல்லியமாகக் கூற வேண்டுமென்றால், பாகிஸ்தானின் அதிகாரபூர்வமான அணுவாயுதத் திட்டத்தின் தலைவராக இருந்த அப்துல் காதர் கானுக்கு அப்பணம் அனுப்பப்பட்டது.

அதற்கு ஒரு சில ஆண்டுகளுக்கு முன்பு, பாகிஸ்தான், இந்தியாவுக்குச் சமமான இராணுவ பலத்தைப் பெறுவதற்காகத் தன்னுடைய சொந்த அணுவாயுதத் திட்டத்தைத் தொடங்கியிருந்தது. அணுகுண்டு தயாரிப்புக்குத் தேவையான கதிரியக்கக் கச்சாப் பொருட்கள் கானுக்கு அத்தியாவசியமாகத் தேவைப்பட்டன. ஆனாலும், பொதுவாக அணு உலைகளில் அறுவடை செய்யப்படுகின்ற புளூட்டோனியத்தைப் பயன்படுத்துவதற்குப் பதிலாக, செறிவூட்டப்பட்ட யுரேனியத்தைப் பயன்படுத்த அவர் முடிவு செய்தார். சுரங்கங்களிலிருந்து வெட்டியெடுக்கப்படுகின்ற யுரேனியத் தாதுக்களில், யுரேனியம்–235 ஒரு சதவீதமும், யுரேனியம்–238 சுமார் 99 சதவீதமும் இருக்கும். யுரேனியம்–238 ஆல் ஒரு பயனும் கிடையாது. யுரேனியம்–235தான் அணுவாயுதத் தயாரிப்புக்கு இன்றியமையாதது. இயற்கையாகக் கிடைக்கின்ற யுரேனியத்தை ஒரு வாயுவாக மாற்றுவதற்கும், 'மைய விலக்குச் சுழற்சி இயந்திரம்' ஒரு சிக்கலான முறையின் மூலம் அந்த வாயுவிலிருந்து அணுகுண்டு தயாரிப்பிற்குத் தேவையான செறிவூட்டப்பட்ட யுரேனியம்–235ஐப் பிரித்தெடுப்பதற்கும் கான் ஒரு வழியைக் கண்டுபிடித்திருந்தார்.

இதற்குத் தேவையான மைய விலக்குச் சுழற்சி இயந்திரம் தொடர்பான தொழில்நுட்ப வரைபடங்களை, 1970களின் துவக்கத்தில், கான், தான் வேலை பார்த்து வந்த யூரென்கோ

என்ற ஐரோப்பிய நிறுவனத்திடமிருந்து திருடியிருந்தார். அதை அடிப்படையாக வைத்து, செறிவூட்டப்பட்ட யுரேனியம்–235ஐப் பாகிஸ்தானில் அவர் தயாரிக்கத் தொடங்கினார். செறிவூட்டப்பட்ட யுரேனியம்–235ஐத் தயாரிக்கத் தான் உருவாக்கி வைத்திருந்த வழிமுறைகள், சூத்திரங்கள் மற்றும் இயந்திரங்களை விற்கத் தொடங்கியதன் மூலம், வெகு விரைவில் ஒரு 'மரண வியாபாரியாக' அவர் உருவெடுத்தார். ஈரான் அவருடைய முதன்மையான வாடிக்கையாளராக மாறியது. லிபியாவும் வட கொரியாவும் மற்ற இரண்டு முக்கியமான வாடிக்கையாளர்களாவர்.

ஈரானியர்கள் மைய விலக்குச் சுழற்சி இயந்திரத்தை வேறு இடங்களிலும் வாங்கினர். பின்னர் அவற்றை உள்நாட்டிலேயே சொந்தமாகத் தயாரிக்க அவர்கள் கற்றுக் கொண்டனர். யுரேனியம், இயந்திரங்கள், மின்னணு உபகரணங்கள், உதிரிப் பாகங்கள் போன்றவை அவ்வப்போது பெருமளவில் ஈரானில் வந்திறங்கின. அவற்றைப் பாதுகாப்பாகச் சேமித்து வைக்கவும் யுரேனியத்தைச் சுத்திகரிக்கவும் பெரிய வளாகங்கள் கட்டப்பட்டன. ஈரானிய அறிவியலறிஞர்கள் பாகிஸ்தானுக்குப் பல முறை சென்றனர், பாகிஸ்தானிய வல்லுநர்கள் ஈரானுக்குப் பல முறை வந்தனர். இதைப் பற்றி வேறு எவருக்கும் தெரிந்திருக்கவில்லை.

ஈரானியர்கள், அணுவாயுதத் தயாரிப்பிற்கான வளாகங்கள் அனைத்தையும் ஒரே இடத்தில் அமைக்காமல், புத்திசாலித்தனமாக அவற்றை வெவ்வேறு இடங்களில் பிரித்து அமைத்தனர். நாடு முழுவதிலும் பரவிக் கிடந்த இராணுவத் தளங்கள், வெளிப்பார்வைக்கு வேறு விதமாகத் தோற்றமளித்தப் பரிசோதனைச்சாலைகள், ஒதுக்குப்புறமாக இருந்த வளாகங்கள் போன்றவற்றை அவர்கள் இதற்காகப் பயன்படுத்திக் கொண்டனர். சில வளாகங்கள் பூமிக்கு அடியில் அமைக்கப்பட்டன. அவற்றைச் சுற்றி, தரையிலிருந்து விண்ணுக்கு ஏவப்படக்கூடிய ஏவுகணைகள் நிறுத்தி வைக்கப்பட்டன. ஒன்று இஸ்பஹானிலும், மற்றொன்று அராக்கிலும் அமைக்கப்பட்டன. முக்கியமான மைய விலக்குச் சுழற்சி இயந்திரம் நடான்ஸ் பகுதியில் அமைக்கப்பட்டது. நான்காவது வளாகம், கோம் என்ற புனித நகரில் உருவாக்கப்பட்டது. தாங்கள் உருவாக்கியிருந்த இடங்கள் பற்றிய தகவல் கசிந்துவிட்டதாகச் சிறு சந்தேகம் ஏற்பட்டாலும், ஈரானியர்கள் அவற்றை உடனடியாக வேறு இடங்களுக்கு மாற்றினர். ஏற்கனவே அமைக்கப்பட்டிருந்த ஓரிடத்திலுள்ள நிலம் கதிரியக்கப் பொருட்களால் மாசுபட்டிருக்கலாம் என்று அவர்கள் கருதினால், அந்த இடத்தின் மண்ணைக்கூட அவர்கள் அப்புறப்படுத்தினர். இதன் மூலம், சர்வதேச அணுசக்தி

நிறுவனத்திலிருந்து சோதனைகளுக்காகச் சென்றவர்களின் கண்களில் அவர்கள் சாதுரியமாக மண்ணைத் தூவினர். அப்போது சர்வதேச அணுசக்தி நிறுவனத்தின் தலைவராக இருந்த எகிப்தியரான முகமது எல்-பரடேய், ஈரானியர்கள் அளித்தப் போலி அறிக்கைகளை அப்படியே தான் நம்பியதுபோல நடந்து கொண்டார். ஈரானின் செயல்பாடுகள் திருப்திகரமாக இருந்ததாக அவர் வெளியிட்ட அறிக்கைகள், ஈரான் தன்னுடைய திட்டத்தைப் பயமின்றித் தொடரக் காரணமாக அமைந்தன.

ஈரானியர்கள் தங்களுடைய அணுவாயுதத் தயாரிப்புத் திட்டத்தில் எந்த அளவு முன்னேறியிருந்தனர் என்பதை 1998 ஜூன் 1 அன்றுதான் அமெரிக்க அதிகாரிகள் முதன்முறையாகக் கண்டறிந்தனர். திடீரென்று ஒரு நாள், தன் நாட்டிலிருந்து கள்ளத்தனமாக வெளியேறி அமெரிக்காவில் அரசியல் அடைக்கலம் தேடி ஒரு பாகிஸ்தானியர், நியூயார்க்கில் அமெரிக்க எஃப்பிஐயை அணுகினார். அவர் பெயர் இப்திகார் கான் சவுத்ரி. ஈரானுக்கும் பாகிஸ்தானுக்கும் இடையே உண்மையிலேயே எந்த அளவு இரகசியக் கூட்டுறவு இருந்து வந்திருந்தது என்பதை அவர்தான் வெளிப்படுத்தினார். அவர் கானை அம்பலப்படுத்தியதோடு, தான் கலந்து கொண்டிருந்த சந்திப்புக்கூட்டங்கள் பற்றியும் எடுத்துரைத்தார். அதோடு, ஈரானியத் திட்டத்தில் ஈடுபட்டிருந்த பாகிஸ்தானிய வல்லுநர்களின் பெயர்களையும் அவர் எஃப்பிஐயிடம் கூறினார்.

சவுத்ரி அளித்தத் தகவல்களையும் புள்ளிவிபரங்களையும் எஃப்பிஐ சோதித்தபோது, அவை அனைத்தும் துல்லியமாக இருந்தது கண்டுபிடிக்கப்பட்டது. சவுத்ரி அமெரிக்காவில் அடைக்கலம் பெற்று அங்கேயே நிரந்தரமாகத் தங்கிக் கொள்வதற்கும் எஃப்பிஐ பரிந்துரைத்தது. ஆனால், அவருடைய அசாதாரணமான வாக்குமூலத்தின் அடிப்படையில் எந்த நடவடிக்கைகளும் எடுக்கப்படவில்லை. அலட்சியம் காரணமாகவோ என்னவோ, சவுத்ரியின் வாக்குமூலங்கள் அப்படியே புதைக்கப்பட்டுவிட்டன. அவரைப் பற்றிய தகவல்கள் இஸ்ரேலுடன் பகிர்ந்து கொள்ளப்படவும் இல்லை. ஈரான் பற்றிய உண்மைகள் இஸ்ரேலின் கவனத்திற்கு வருவதற்கு மேலும் நான்கு ஆண்டுகள் ஆயின.

2002 ஆகஸ்டில், திடீரென்று, ஈரானிய அரசுக்கு எதிராகச் செயல்பட்டுக் கொண்டிருந்த தலைமறைவு இயக்கமான, 'எம்இகே' என்று சுருக்கமாக அழைக்கப்படுகின்ற முஜாஹிதீன் எல் கால்க் இயக்கம், ஈரானில் அராக், நடான்ஸ் ஆகிய இரு இடங்களில் இரகசிய அணுசக்தி வளாகங்கள் இயங்கிக் கொண்டிருந்ததை வெளியுலகிற்கு அம்பலப்படுத்தியது. அதற்குப் பிறகும் பல

ஆண்டுகளாக, எம்இகே, ஈரானிய அணுசக்தித் திட்டம் குறித்து மேலும் பல முக்கியமான தகவல்களைத் தொடர்ந்து வெளியிட்டுக் கொண்டே இருந்தது. அதனால், அதற்குக் கிடைத்துக் கொண்டிருந்த தகவல்கள் ஈரானுக்கு வெளியே இருந்து வந்து கொண்டிருக்கலாம் என்ற சந்தேகம் பரவலாக எழுந்தது. ஆனால், அமெரிக்க உளவு அமைப்பான சிஐஏவுக்கு இன்னும் இது குறித்து முழு நம்பிக்கை உண்டாகவில்லை. பிரிட்டனும் இஸ்ரேலும் அமெரிக்காவை ஆபத்தான நடவடிக்கைகளில் இழுத்துவிடப் பார்த்ததாகவே அது அனுமானித்தது. மொசாடும் பிரிட்டனின் உளவு அமைப்பான 'எம்ஐ6'ம், தங்களுக்குக் கிடைத்த உளவுச் செய்திகளை, அவற்றின்மீது நம்பிக்கை உண்டாக வேண்டுமென்பதற்காக ஈரானிய உள்நாட்டு எதிர்ப்பு அமைப்பான எம்இகே மூலம் வெளியிட்டதாக சிஐஏ நம்பியதுபோலத் தோன்றியது. ஆனால், உண்மையில் மிகவும் விழிப்புடன் இருந்த ஒரு மொசாட் அதிகாரிதான், நடான்ஸ் வளாகத்தில் பிரம்மாண்டமான மைய விலக்குச் சுழற்சி இயந்திரம் ஒன்று இருந்ததைக் கண்டுபிடித்தார். அதே ஆண்டில், அதாவது 2002 இல், ஈரானியத் தலைமறைவு இயக்கம் பல முக்கியமான ஆவணங்கள் அடங்கிய ஒரு மடிக்கணினியை சிஐஏவிடம் கொடுத்தது. ஆனால், அது தங்களுக்கு எப்படிக் கிடைத்தது என்பதை அந்த இயக்கம் கூற மறுத்துவிட்டது. தங்களுக்குக் கிடைத்த ஆவணங்களை மொசாட்தான் அந்தக் கணினிக்குள் பதிவு செய்து எம்இகேயிடம் கொடுத்திருந்ததாக அமெரிக்கா சந்தேகித்தது.

ஆனால், வேறு பல சான்றுகளும் அமெரிக்கர்கள் மற்றும் ஐரோப்பியர்களிடம் குவியத் தொடங்கின. இறுதியில் அவை ஒருவழியாக அவர்களின் கண்களைத் திறந்தன. கானின் வசீகரமான, ஆபத்தான வணிகம் உலகெங்கும் பரவிக் கொண்டிருந்ததாக வதந்திகள் வட்டமிடத் தொடங்கின. 2004 பிப்ரவரி 4 அன்று, கான் பாகிஸ்தான் தொலைக்காட்சியில் தோன்றி, லிபியா, வட கொரியா மற்றும் ஈரானுக்கு மைய விலக்குச் சுழற்சி இயந்திரங்களையும், அவை தொடர்பான தொழில்நுட்பத்தையும், வேறு பல தகவல்களையும் விற்றுத் தான் பெரும் பணம் சம்பாதித்திருந்ததாகக் கண்ணீர் மல்க ஒப்புக் கொண்டார். ஆனால், தங்களுடைய அணுவாயுதத் தயாரிப்பின் தந்தையாக விளங்கிய 'டாக்டர் மரணதேவனுக்கு' முழு மன்னிப்பு வழங்குவதாகப் பாகிஸ்தானிய அரசு அறிவித்தது.

இப்போது, ஈரான் குறித்தத் தகவல்களின் முக்கிய மூலாதாரமாக இஸ்ரேல் உருவெடுத்தது. டாகனின் மொசாட், கோம் நகரில் ஈரானியர்கள் கட்டியிருந்த இரகசிய வளாகம்

குறித்தப் புதிய தகவல்களை அமெரிக்கப் புலனாய்வு நிறுவனங்களுக்கு அளித்தது. ஈரானின் அணுசக்தித் திட்டத்தில் ஈடுபட்டிருந்த நபர்கள் மற்றும் ஈரானின் இஸ்லாமியப் புரட்சிகரக் காவல்படையைச் சேர்ந்த அதிகாரிகள் பலரும் ஈரானைவிட்டுத் திருட்டுத்தனமாக வெளியேறி வேறு நாடுகளில் குடிபுக மொசாட் உதவியிருந்தது. மொசாட் நம்பகமான தகவல்களைப் பல நாடுகளுக்கு அளித்தது. அத்தகவல்களின் அடிப்படையில், தங்களுடைய துறைமுகங்களிலிருந்து ஈரானுக்கு இரகசியமாகக் கடத்தப்படவிருந்த, அணுவாயுதத் தயாரிப்புக்கு உதவக்கூடிய பொருட்கள் இருந்த கப்பல்களை அந்நாடுகள் பறிமுதல் செய்தன.

ஆனால் வெறுமனே இப்படிப்பட்டத் தகவல்களைப் பெறுவது மட்டுமே இஸ்ரேலுக்குப் போதுமானதாக இருக்கவில்லை. தாங்கள் இஸ்ரேலை அழித்து நிர்மூலமாக்கவிருந்ததாக ஈரான் வெளிப்படையாகவே அச்சுறுத்தியபோதிலும், பிற நாடுகள் அது குறித்துத் தீவிரமான நடவடிக்கைகள் எதையும் எடுக்காமல் இருந்தன. அதனால், ஈரானிய அணுவாயுதத் தயாரிப்புத் திட்டத்திற்கு எதிராக முழு வீச்சில் இரகசியமான போர் ஒன்றை மேற்கொள்ள வேண்டிய நிலைக்கு இஸ்ரேல் தள்ளப்பட்டது.

மொசாடில் தனக்கு முன்பு பணியாற்றியவர்கள், ஈரானின் அணுவாயுதத் தயாரிப்பு குறித்துப் பதினாறு ஆண்டுகளாகப் பெரும் அறியாமையில் மூழ்கியிருந்ததை உணர்ந்து கொண்ட டாகன், தீவிர நடவடிக்கையில் குதிக்க முடிவு செய்தார்.

***

2006 ஜனவரியில் மத்திய ஈரானில் ஒரு விமானம் விபத்துக்குள்ளானது. அதில் பயணித்த அனைவரும் கொல்லப்பட்டனர். அதில் ஈரானின் இஸ்லாமியப் புரட்சிகரக் காவல்படை அதிகாரிகள் பலர் இருந்தனர். கொல்லப்பட்டவர்களில் அக்காவல்படையின் கமான்டர்களில் ஒருவரான அகமத் கசாமியும் ஒருவர். மோசமான வானிலை காரணமாக அந்த விபத்து நிகழ்ந்திருந்ததாக ஈரான் அறிவித்தது. ஆனால், அந்த விமான விபத்திற்கு மேற்கத்திய உளவு நிறுவனங்களின் நாச வேலை காரணமாக இருக்கலாம் என்று ஸ்ட்ரேட்ஃபார் சூசகமாகத் தெரிவித்தது.

அதற்கு ஒரு மாதத்திற்கு முன்புதான், இராணுவச் சரக்கு விமானம் ஒன்று, டெஹ்ரானில் இருந்த ஓர் அடுக்குமாடிக் குடியிருப்பின்மீது மோதியிருந்தது. அதில் பயணித்த 94 பேரும் இறந்து போயினர். அவர்களில் பலர் இஸ்லாமியப் புரட்சிகரக் காவல்படை அதிகாரிகள்; சிலர், அரசுக்கு ஆதரவாகச் செயல்பட்டுக் கொண்டிருந்த பத்திரிகையாளர்கள். 2006

நவம்பரில், டெஹ்ரான் விமான நிலையத்திலிருந்து கிளம்பிய இன்னொரு ஈரானிய இராணுவ விமானம் விபத்துக்குள்ளானது. அதில் பயணம் செய்த இஸ்லாமியப் புரட்சிகரக் காவல்படை அதிகாரிகள் முப்பத்தாறு பேரும் கொல்லப்பட்டனர். ஈரானிய தேசிய வானொலியில், அந்நாட்டின் பாதுகாப்புத் துறை அமைச்சர், "எங்களுக்குக் கிடைத்துள்ள தகவல்களின்படி, இந்த விமான விபத்துகளுக்கு அமெரிக்க, பிரித்தானிய மற்றும் இஸ்ரேலிய உளவு நிறுவனங்கள்தாம் காரணம்," என்று பகிரங்கமாகக் கூறினார்.

இதற்கிடையே, ஓசைபடாமல், ஈரான் குறித்த இஸ்ரேலின் கொள்கைகளை வகுப்பதற்கான முக்கியப் பொறுப்பாளராக டாகன் உருவானார். இறுதியில், ஈரான்மீது முழுமையான தாக்குதல் ஒன்றை நடத்துவதைத் தவிர இஸ்ரேலுக்கு வேறு வழி இருக்காது என்று டாகன் நம்பினார். ஆனால், அனைத்து முயற்சிகளும் பலனளிக்காமல் போகும்போது மட்டுமே அந்த வழி தேர்ந்தெடுக்கப்பட வேண்டும் என்பதிலும் அவர் உறுதியாக இருந்தார்.

ஈரான்மீதான இஸ்ரேலின் இரகசியத் தாக்குதல்கள் 2005 பிப்ரவரியில் தொடங்கின. அடையாளம் காணப்பட முடியாத ஒரு விமானத்திலிருந்து ஏவப்பட்ட ஓர் ஏவுகணையால், டயலெம் என்ற இடத்திலிருந்த அணுசக்தி வளாகம் தாக்கப்பட்டதாக சர்வதேச ஊடகங்கள் செய்தி வெளியிட்டன. அதே மாதத்தில், ஈரானிலுள்ள பஷேர் என்ற இடத்தில் இரஷ்யா கட்டிக் கொடுத்திருந்த அணு உலைக்கு எரிவாயுவைக் கொண்டு சென்ற ஒரு குழாயில் ஒரு குண்டு வெடித்தது.

தாக்குதலுக்கு உள்ளான மற்றோர் இடம், டெஹ்ரானுக்கு அருகேயிருந்த பார்ச்சின் சோதனை வளாகமாகும். அங்கு, ஈரானிய வல்லுநர்கள், அணு வெடிப்புக்கு மிகவும் இன்றியமையாததாக விளங்கிய ஒரு முக்கியப் பாகத்தை உருவாக்கிக் கொண்டிருந்தனர். அந்த வளாகத்தில் நிகழ்த்தப்பட்டக் குண்டுவெடிப்பு, அந்த இரகசியப் பரிசோதனைச்சாலைக்குப் பெரும் பாதிப்பை ஏற்படுத்தியதாக ஈரானியத் தலைமறைவு இயக்கங்கள் தெரிவித்தன.

2006 ஏப்ரலில், அணுசக்தி தொடர்பாக, மற்ற அனைத்தையும்விட முக்கியமான தளமாக விளங்கிய நடான்ஸ் வளாகம் விழாக்கோலம் பூண்டிருந்தது. அறிவியலறிஞர்கள், தொழில்நுட்ப வல்லுநர்கள் மற்றும் பல்வேறு அணுசக்தித் துறைத் தலைவர்கள் ஒரு பெரிய குழுவாக அங்குக் கூடியிருந்தனர். பல ஆயிரக்கணக்கான மைய விலக்குச் சுழற்சி இயந்திரங்கள் இரவுபகலாக இடைவிடாமல் அங்கு இயங்கிக் கொண்டிருந்தன. அது தொடர்பாக அங்கு ஒரு புதிய சோதனை நிகழ்த்தப்படவிருந்தது. அதைத் தொடங்கி

வைப்பதற்காக, அதன் முதன்மைப் பொறியாளர் அதன் சுவிட்சைப் போட்டார். உடனடியாக அந்தப் பெரிய அரங்கில் ஒரு மாபெரும் குண்டுவெடிப்பு நிகழ்ந்து அந்த ஒட்டுமொத்த இடத்தை உலுக்கியது. கடும் சத்தத்துடன் அங்கிருந்த குழாய்கள் வெடித்தன. அங்கிருந்த அனைத்து இயந்திரங்களும் சுக்குநூறாக நொறுங்கின.

அதைக் கண்டு கடும் ஆத்திரமடைந்த ஈரானிய அணுவாயுதத் திட்டத் தலைவர்கள், அது குறித்து ஒரு விரிவான விசாரணைக்கு உத்தரவிட்டனர். 'அடையாளம் தெரியாத' நபர்கள் அந்த இயந்திரத்தில் தவறான பாகங்களைப் பொருத்தியிருந்ததாக விசாரணை முடிவுகள் தெரிவித்தன. அமெரிக்கச் செய்தி நிறுவனமான சிபிஎஸ், நடான்ஸ் மைய விலக்குச் சுழற்சி இயந்திரங்கள் குண்டுவெடிப்பால் நாசம் செய்யப்பட்டன என்றும், அதை மேற்கொள்ள அமெரிக்க உளவு அமைப்பிற்கு இஸ்ரேலிய உளவுத்துறை உதவியிருந்தது என்றும் செய்தி வெளியிட்டது.

2007 ஜனவரியில், மைய விலக்குச் சுழற்சி இயந்திரங்கள் மீண்டும் ஒரு தாக்குதலுக்கு ஆளாயின. மைய விலக்குச் சுழற்சி இயந்திரங்களுக்குத் தேவையான உதிரிப் பாகங்களை வாங்குவதற்கு ஐக்கிய நாடுகள் சபை ஈரானுக்குத் தடை விதித்திருந்தது. அதனால், ஈரான் அவற்றைக் கிழக்கு ஐரோப்பிய நிறுவனங்களிடமிருந்து இரகசியமாக வாங்கிக் கொண்டிருந்தது. மேற்கத்திய உளவு அமைப்புகள், போலியான கிழக்கு ஐரோப்பிய நிறுவனங்கள் பலவற்றை உருவாக்கியிருந்தன. அந்த நிறுவனங்களை இரஷ்யர்களும் ஈரானிலிருந்து வெளியேறியவர்களும் நடத்திக் கொண்டிருந்தனர். ஆனால் அவர்கள் இரகசியமாக மேற்கத்திய உளவு நிறுவனங்களுக்காக வேலை செய்து கொண்டிருந்தனர். அந்த நிறுவனங்களிடமிருந்து தான் பெற்றிருந்த உதிரிப் பாகங்கள் குறைபாடு உடையவை என்பதை ஈரான் மிகவும் தாமதமாகத்தான் கண்டுபிடித்தது.

2007 மே மாதம், அமெரிக்க அதிபர் ஜார்ஜ் டபிள்யூ. புஷ், ஈரானின் அணுவாயுதத் தயாரிப்புத் திட்டங்களைத் தாமதப்படுத்துவதற்கான இரகசிய நடவடிக்கைகளை மேற்கொள்வதற்கு சிஐஏவுக்கு அதிகாரம் வழங்குகின்ற ஆணை ஒன்றில் கையெழுத்திட்டார். அதைத் தொடர்ந்து, ஈரானின் அணுவாயுதத் தயாரிப்புக்குத் தேவையான இயந்திரங்கள், உதிரிப் பாகங்கள், கச்சாப் பொருட்கள் போன்றவை ஈரானுக்குக் கிடைக்காதபடி செய்வதற்கு இரகசியத் தாக்குதல்களை மேற்கொள்வதென்று மேற்கத்திய உளவு நிறுவனங்கள் தீர்மானித்தன. அந்த ஆண்டு ஆகஸ்ட் மாதம், ஈரான் குறித்த உத்திகளைப் பற்றி விவாதிப்பதற்காக, டாகன், அமெரிக்க

உள்துறைத் துணைச் செயலாளரான நிக்கோலஸ் பர்ன்ஸை நேரில் சந்தித்தார்.

கடந்த பல ஆண்டுகளாக, ஈரான் நெடுகிலுமுள்ள அணுசக்தி வளாகங்களில் தொடர்ச்சியாக அசம்பாவிதங்கள், நாச வேலைகள், குண்டுவெடிப்புகள் ஆகியவை நடைபெற்று வந்துள்ளன. ஏதோ ஒரு மர்மமான இடையூறு, புஷேர் அணு உலையில் இருந்த குளிர்விப்பான்களில் பெரும் பிரச்சனைகளை ஏற்படுத்தியது. அதன் காரணமாக, அந்த உலை முற்றிலும் தயார் நிலைக்கு வருவது இரண்டு ஆண்டுகள் தள்ளிப் போயிற்று. 2008 மே மாதத்தில், அராக் அணுசக்தி வளாகத்திற்கு அருகே ஏற்பட்ட ஒரு வெடிவிபத்தின் காரணமாக அந்த வளாகம் பெரும் பாதிப்புக்குள்ளானது. மற்றொரு வெடிவிபத்து, இஸ்ஃபஹான் வளாகத்தில் உயர்ந்த பாதுகாப்புடன்கூடிய ஒரு கட்டடத்தில் ஏற்பட்டது.

சுவிட்சர்லாந்தைச் சேர்ந்த பொறியாளர் ஃபிரெடரிக் டின்னரும் அவருடைய மகன்கள் உர்ஸ் மற்றும் மார்கோவும், லிபியாவிலும் ஈரானிலும் மேற்கொள்ளப்பட்டு வந்த அணுவாயுதத் தயாரிப்புத் திட்டங்களை அம்பலப்படுத்துவதற்கு சிஐஏவுக்கு உதவினர் என்றும், அதற்காக அவர்களுக்குப் பத்து மில்லியன் டாலர்கள் பணம் அளிக்கப்பட்டிருந்தது என்றும் 2008 மற்றும் 2010 ஆம் ஆண்டுகளில் 'நியூயார்க் டைம்ஸ்' பத்திரிகை செய்தி வெளியிட்டிருந்தது. அதோடு, அம்மூவரையும் சுவிட்சர்லாந்து அரசு தண்டிக்காதபடி சிஐஏ பார்த்துக் கொண்டது. அவர்கள் சிஐஏவின் உதவியுடன் போலியான நிறுவனங்களை உருவாக்கி, குறைபாடுகளுடன்கூடிய உதிரிப் பாகங்களை ஈரானியர்களுக்கு அனுப்பி வைத்திருந்தனர். அவை, நடான்ஸ் வளாகத்திலிருந்த ஐம்பதுக்கும் மேற்பட்ட மைய விலக்குச் சுழற்சி இயந்திரங்களை நாசப்படுத்தின.

ஃபின்லாந்திலிருந்து அல்ஜீரியாவுக்குச் சென்று கொண்டிருந்த 'ஆர்க்டிக் ஸீ' என்ற கப்பலின் கடத்தலில் மொசாடின் பங்கு இருந்ததாக 'டைம்' பத்திரிகை ஒரு செய்தி வெளியிட்டது. அந்தக் கப்பலை ஒரு இரஷ்யக் குழு இயக்கியது. அதில் 'விறகுகள்' இருந்ததாக அக்கப்பலின் ஆவணங்கள் தெரிவித்தன. 2009 ஜூலை 24 அன்று, அது தன் கடற்பயணத்தை மேற்கொண்ட இரண்டாம் நாள், எட்டுக் கடத்தல்காரர்களால் கைப்பற்றப்பட்டது. ஒரு மாதத்திற்குப் பிறகுதான், தன்னுடைய கமான்டோ படையினர் அக்கப்பலைக் கைப்பற்றியிருந்ததாக இரஷ்யா செய்தி வெளியிட்டது. 'த லண்டன் டைம்ஸ்' பத்திரிகையும் 'த டெய்லி டெலிகிராஃப்' பத்திரிகையும், அதற்கு மொசாட்தான் துப்புக் கொடுத்தது என்று கூறின. ஒரு முன்னாள் இரஷ்ய அதிகாரி,

திருட்டுத்தனமாக, இரஷ்யாவுக்குச் சொந்தமான யுரேனியத்தை ஈரானுக்கு விற்றுவிட்டிருந்தார் என்ற செய்தியையும், அதுதான் அந்தக் கப்பலில் ஏற்றப்பட்டிருந்தது என்ற செய்தியையும் மொசாட்தான் இரஷ்யர்களுக்குத் தெரிவித்திருந்தது என்றும் அப்பத்திரிகைகள் கூறின.

ஆனால், தொடர்ச்சியாக இவ்வளவு தாக்குதல்கள் நிகழ்ந்து கொண்டிருந்தபோதிலும், ஈரானியர்கள் வெறுமனே தங்கள் கைகளைக் கட்டிக் கொண்டு உட்கார்ந்திருக்கவில்லை. 2005 ஆம் ஆண்டுக்கும் 2008 ஆம் ஆண்டுக்கும் இடையே, கோம் நகருக்கு அருகே ஒரு புதிய வளாகத்தை மிக இரகசியமாக அவர்கள் உருவாக்கிக் கொண்டிருந்தனர். அந்த வளாகத்தில் பூமிக்குக் கீழே அமைக்கப்பட்டிருந்த பாதாள அறைகளில், மூவாயிரம் மைய விலக்குச் சுழற்சி இயந்திரங்களை அமைக்க அவர்கள் திட்டமிட்டனர். ஆனால், 2009 ஆம் ஆண்டின் மத்தியில், அமெரிக்கா, பிரிட்டன் மற்றும் இஸ்ரேலின் உளவு நிறுவனங்கள் இதைப் பற்றி அறிந்து வைத்திருந்தன என்பதை ஈரான் தெரிந்து கொண்டது. அதனால், அவசர அவசரமாக, இப்படி ஓர் அணுசக்தி நிலையத்தைத் தான் உருவாக்கிக் கொண்டிருந்ததாக அது சர்வதேச அணுசக்தி நிறுவனத்திடம் கூறி உலகையே வியப்புக்குள்ளாக்கியது. ஈரானியர்கள், பிரிட்டிஷ் எம்ஐ6 உளவாளி ஒருவரைப் பிடித்திருக்க வேண்டும் என்றும், அவர் கோம் வளாகம் பற்றிய தகவலை முழுமையாக அறிந்திருந்ததை அவர்கள் தெரிந்து கொண்டிருக்க வேண்டும் என்றும், தங்கள் நாட்டுக்கு ஏற்படவிருந்த சங்கடத்தைக் குறைத்துக் கொள்வதற்காகத் தாங்களாகவே முன்வந்து அதைப் பற்றிய செய்தியை அவர்கள் வெளியிட்டிருக்க வேண்டும் என்றும் ஒரு கருத்து நிலவுகிறது.

அதற்கு ஒரு மாதத்திற்குப் பிறகு, சிஐஏவின் இயக்குநர் லியான் பனேட்டா, கோம் வளாகம் பற்றி மூன்று ஆண்டுகளுக்கு முன்பே தன்னுடைய அமைப்புக்கு தெரியும் என்றும், அதன் கண்டுபிடிப்புக்கு இஸ்ரேல் உதவியிருந்தது என்றும் 'டைம்' இதழுக்கு அளித்தப் பேட்டி ஒன்றில் கூறினார்.

கோம் கண்டுபிடிப்பு, ஈரானுக்கு எதிராகப் போராடிக் கொண்டிருந்த சிஐஏ, எம்ஐ6, மொசாட் ஆகிய மூன்று உளவு நிறுவனங்களுக்கு இடையே ஏற்பட்டிருந்த இரகசிய உடன்பாடு எப்படிப்பட்டதாக இருந்தது என்பதை லேசாகத் திரைவிலக்கிக் காட்டியது. பிரான்ஸ் கொடுத்தத் தகவலின்படி, இந்த மூன்று நிறுவனங்களும் ஈரானுக்கு எதிராக இணைந்து செயல்பட்டன. மொசாட் ஈரானுக்குள் நடவடிக்கைகளை மேற்கொண்டது. சிஐஏவும் எம்ஐ6ம் மொசாடுக்கு உதவின. 2010 ஆம் ஆண்டு

நடைபெற்றப் பல குண்டுவெடிப்புச் சம்பவங்களுக்கு மொசாட்தான் காரணம். 'ஷெஹாப்' ஏவுகணைப் பாகங்களைத் தொகுப்பதற்காக ஜாக்ரோஸ் மலைப்பகுதியில் நிறுவப்பட்டிருந்த ஒரு தொழிற்கூடத்தில் ஏற்பட்ட வெடிவிபத்தில் 18 ஈரானியத் தொழில்நுட்ப வல்லுநர்கள் கொல்லப்பட்டனர். சிஐஏ மற்றும் எம்ஐ6ன் உதவியுடன் மொசாட் ஐந்து அணுவியல் அறிவியலறிஞர்களைப் படுகொலை செய்தது.

டாகன் மேற்கொண்ட முயற்சிகளால்தான் இந்தக் கூட்டுறவு ஏற்பட்டது. மொசாடின் இயக்குநராக ஆனதிலிருந்தே, டாகன், அந்நிய நாட்டு உளவு நிறுவனங்களுடன் நெருக்கமாக இணைந்து பணியாற்றுமாறு தன்னுடைய ஏஜென்டுகளிடம் வலியுறுத்தி வந்தார். மொசாடின் இரகசியங்களை அந்நிய நாட்டு உளவு நிறுவனங்களுடன் பகிர்ந்து கொள்ள வேண்டாம் என்று டாகனுக்கு அவருடைய சகாக்கள் அறிவுறுத்தினர். ஆனால், டாகன் அவற்றைப் பொருட்படுத்தவில்லை. "இத்தகைய பிதற்றல்களை நிறுத்திவிட்டு, போய் அவர்களுடன் இணைந்து வேலை செய்யுங்கள்!" என்று அவர் அவர்களிடம் கூறினார்.

அமெரிக்கர்கள் மற்றும் பிரிட்டிஷாரிடமிருந்து தவிர, ஈரானுக்கு உள்ளேயிருந்து முக்கியமான அரிய தகவல்களைப் பெறுவதற்கு டாகனுக்கு வேறொரு மூலாதாரமும் இருந்தது. தலைமறைவாக இருந்து கொண்டு ஈரானுக்கு எதிராகப் போரிட்டுக் கொண்டிருந்த தலைவர்கள்தாம் அந்த மூலாதாரம். 'ஈரானிய தேசிய எதிர்ப்புக் கவுன்சில்' என்ற அமைப்பின் தலைவர்கள், ஈரானுக்கு வெளியே வழக்கத்திற்கு மாறாக நடத்திய பத்திரிகையாளர்கள் சந்திப்பு ஒன்றில், ஈரானிய அணுவாயுதத் தயாரிப்புத் திட்டத்தில் ஈடுபட்டிருந்த மிக முக்கியமான அறிவியலறிஞர் ஒருவரின் பெயரை வெளியிட்டனர். அதுவரை அவருடைய பெயர் பரம இரகசியமாக வைக்கப்பட்டிருந்தது. டெஹ்ரான் பல்கலைக்கழகத்தில் ஓர் இயற்பியல் பேராசிரியராகப் பணியாற்றிக் கொண்டிருந்த 49 வயதான மொஹ்சென் ஃபக்ரி ஜாதேதான் அவர். அவர் ஒரு மர்மமான, இரகசியச் செயல்பாட்டாளராக இருந்து வந்தார். ஈரானிய எதிர்ப்புத் தலைமறைவுக் குழுக்கள் அவரைப் பற்றிய பல தகவல்களைத் திரட்டின. தன்னுடைய 17–வது வயதிலேயே ஈரானின் இஸ்லாமியப் புரட்சிகரக் காவல்படையில் அவர் தன்னை இணைத்துக் கொண்டிருந்த செய்தி, அவருடைய வீட்டு முகவரி, அவருடைய பாஸ்போர்ட் விபரங்கள், அவருடைய தொலைபேசி எண் போன்ற முக்கியத் தகவல்கள் அவற்றில் அடங்கும். ஓர் அணுசக்தி உபகரணத்திற்குள் தொடர் விளைவுகளை உருவாக்கி, அதற்குள் ஒரு கதிரியக்க வெடிப்பை நிகழ்த்துவது தொடர்பான

சிக்கலான ஆய்வில் அவர் திறமை பெற்றிருந்தார். 'ஷெஹாப்' ஏவுகணைக்குள் பொருந்துகின்ற அளவு மிகச் சிறிய அளவிலான ஓர் அணுகுண்டைத் தயாரிப்பதில் அவரும் அவருடைய குழுவினரும் ஈடுபட்டிருந்தனர்.

அவரைப் பற்றிய விபரங்கள் அம்பலமானவுடன், அமெரிக்காவுக்குள்ளும் ஐரோப்பிய ஒன்றியத்திற்குள்ளும் நுழைவதற்கு அவருக்குத் தடை விதிக்கப்பட்டது. மேற்கத்திய நாடுகளிலிருந்த அவருடைய வங்கிக் கணக்குகள் முடக்கப்பட்டன. ஈரானிய எதிர்ப்பு இயக்கங்கள் அவருடைய வேலைப் பொறுப்புகளைப் பற்றியும், அவருடன் இணைந்து பணியாற்றிய நபர்களைப் பற்றியும், அவர் பணியாற்றிக் கொண்டிருந்த இரகசியப் பரிசோதனைச்சாலைகளைப் பற்றியும் பல்வேறு தகவல்களை வெளியிட்டன. ஆனால், அவரைப் பற்றி இப்படித் துல்லியமான, விரிவான தகவல்கள் சேகரிக்கப்பட்டதால், அதற்குப் பின்னால் ஈரானிய எதிர்ப்பு இயக்கத்திற்குப் பதிலாக ஓர் அந்நிய உளவு நிறுவனம் இருந்திருக்க வேண்டும் என்ற கருத்து பரவலாக நிலவியது. அந்நிறுவனம், மேற்கத்திய நாடுகளுக்குத் தகவல்களைக் கொடுப்பதற்கு ஈரானிய எதிர்ப்பு இயக்கங்களைப் பயன்படுத்திக் கொண்டதாக நம்பப்பட்டது. மொஹ்சென் அம்பலப்படுத்தப்பட்டது, அடுத்தக் குறி அவர்தான் என்ற எச்சரிக்கையை அவருக்குக் கொடுத்து, ஒன்று, அவர் தான் செய்து கொண்டிருந்த காரியங்களிலிருந்து விலகிக் கொள்ள வேண்டும் அல்லது ஈரானிலிருந்து திருட்டுத்தனமாக வெளியேறி மேற்கத்திய நாடுகளில் ஏதேனும் ஒன்றில் குடியேறிவிட வேண்டும் என்று இரண்டில் ஒன்றைத் தேர்ந்தெடுப்பதற்கு அவரை நிர்ப்பந்தித்தது.

முன்னாள் ஈரானியப் பாதுகாப்புத் துணை மந்திரியான ஜெனரல் அலி ரேசா அஸ்காரி, 2007 பிப்ரவரியில் இஸ்தான்புல்லுக்குப் பயணம் செய்து கொண்டிருந்தபோது மாயமாய் மறைந்துவிட்டார். அவர் ஈரானின் அணுவாயுதத் தயாரிப்புத் திட்டத்தில் தீவிரமாக ஈடுபட்டிருந்தார். ஈரானியர்கள் அவரை உலகம் முழுக்கச் சல்லடை போட்டுத் தேடியும் அவரைக் கண்டுபிடிக்க முடியவில்லை. கிட்டத்தட்ட நான்கு ஆண்டுகள் கழித்து, 2011 ஜனவரியில், ஈரானிய வெளியுறவுத் துறை அமைச்சரான அலி அக்பர் சலேஹி, மொசாட் அமைப்பு அஸ்காரியைக் கடத்திச் சென்று இஸ்ரேலில் சிறை வைத்திருந்ததாக ஐக்கிய நாடுகள் சபையின் பொதுச் செயலரிடம் முறையிட்டார்.

லண்டனிலிருந்து வெளிவருகின்ற 'சன்டே டைம்ஸ்' பத்திரிகை, அஸ்காரி மேற்கத்திய நாடு ஒன்றுக்குத் தப்பிச் சென்றுவிட்டதாக ஒரு செய்தியை வெளியிட்டிருந்தது. அதன்படி, அவர் தப்பிச் செல்வதற்கு உதவிய மொசாட், அவர் துருக்கியில்

பாதுகாப்புடன் இருப்பதற்கு ஏற்பாடு செய்து கொடுத்திருந்தது. ஈரானின் அணுவாயுதத் திட்டங்கள் பற்றி அவர் சிஐஏவுக்கு எண்ணற்ற முக்கியத் தகவல்களைத் தெரிவித்திருந்ததாக மற்றொரு தகவல் தெரிவித்தது.

அஸ்காரி காணாமல் போய் ஒரு மாதத்திற்குப் பிறகு, *2007* மார்ச் மாதத்தில், மற்றொரு மூத்த ஈரானிய அதிகாரி அதேபோல மாயமாய் மறைந்துவிட்டார். அவர் பெயர் அமிர் ஷிராசி. அவர் ஈரானின் இஸ்லாமியப் புரட்சிகரக் காவல்படையின் ‘அல் குட்ஸ்’ என்ற பிரிவில் பணியாற்றியிருந்தார். ஈரானுக்கு வெளியே இரகசிய நடவடிக்கைகளை மேற்கொண்ட ஒரு பிரிவு அது. இந்த இருவர் தவிர, மூன்றாவதாக மேலும் ஓர் உயரதிகாரி ஈரானிலிருந்து மாயமாக மறைந்துவிட்டதாக ‘லண்டன் டைம்ஸ்’ தெரிவித்தது. ஈரானின் இஸ்லாமியப் புரட்சிகரப் படையின் பாரசீக வளைகுடாவின் கமான்டராக இருந்த முகம்மது சோல்ட்டானிதான் அவர்.

2009 ஜூலையில், மேற்கத்திய நாடுகளுக்குத் தப்பிச் சென்றவர்களின் பட்டியலில் அணுவியல் அறிவியலறிஞரான ஷாராம் அமிரியும் தன்னை இணைத்துக் கொண்டார். கோம் வளாகத்தில் பணிபுரிந்து வந்த அவர், சவுதி அரேபியாவிலுள்ள மெக்காவுக்குப் புனிதப் பயணம் சென்றபோது மாயமாய் மறைந்துவிட்டார். அவருக்கு என்ன நிகழ்ந்தது என்பதைக் கண்டுபிடித்துக் கூறும்படி ஈரான் சவுதி அரேபியாவைக் கேட்டுக் கொண்டது. ஒரு சில மாதங்களுக்குப் பிறகு, அமிரி அமெரிக்காவில் தோன்றினார். அங்கு அவர் தனக்குத் தெரிந்த அனைத்து ஈரானிய இரகசியங்களையும் அமெரிக்க உளவு நிறுவனங்களிடம் விலாவாரியாக விளக்கிவிட்டு, அவர்கள் கொடுத்த ஐந்து மில்லியன் டாலர்கள் பணத்தையும் தனக்கான புது அடையாளத்தையும் பெற்றுக் கொண்டு, அமெரிக்காவிலுள்ள அரிசோனா மாநிலத்தில் வசதியாகத் தங்கிவிட்டார். அவர் பல ஆண்டுகளாக, மேற்கத்திய உளவு நிறுவனங்களுக்குச் சரியான, துல்லியமான தகவல்களை அனுப்பிக் கொண்டிருந்தார் என்று சிஐஏ தெரிவித்தது. அமிரி பணியாற்றிக் கொண்டிருந்த மாலேக்–அஷ்டார் தொழில்நுட்பப் பல்கலைக்கழகம், ஈரானின் தொலைதூர ஏவுகணைகளில் பொருத்தப்படக்கூடிய குண்டுகளை வடிவமைக்கின்ற ஆய்வுப் பணியில்தான் உண்மையில் ஈடுபட்டிருந்தது என்பதை அவர் வெளிப்படுத்தினார். மொஹ்சென் ஃபக்ரி ஜாதேதான் அப்பல்கலைக்கழகத்தின் தலைவராக இருந்தார்.

அமெரிக்காவில் ஓராண்டு தங்கிய பிறகு தன் மனத்தை மாற்றிக் கொண்ட அமிரி, ஈரானுக்குத் திரும்ப முடிவு செய்தார். அவருடைய புதிய வாழ்க்கை அவருக்கு உண்டாக்கிக்

கொண்டிருந்த மன அழுத்தத்தை அவரால் தாங்கிக் கொள்ள முடியவில்லை. அவர் சிஐஏவால் கடத்தப்பட்டதாகத் தெரிவித்த ஒரு வீடியோ இணையத்தில் வெளியானது. பின்னர் அதை மறுத்து இரண்டாவது வீடியோ ஒன்று வெளியானது. அதற்குப் பிறகு வெளியான மூன்றாவது வீடியோ, இரண்டாவது வீடியோவின் செய்தியை மறுத்தது. அமெரிக்காவில் ஈரானியர்களைப் பிரதிநுதப்படுத்துகின்ற வேலையைச் செய்து கொண்டிருந்த பாகிஸ்தானியத் தூதரகத்தை அவர் அணுகி, தன்னை ஈரானுக்குத் திருப்பி அனுப்பி வைக்கும்படி கேட்டுக் கொண்டார். பாகிஸ்தானியர்களும் அதற்கு உதவினர். 2010 ஜூலை மாதம் அவர் டெஹ்ரானில் வந்திறங்கினார். உடனே அவர் ஒரு பத்திரிகையாளர் கூட்டத்தை ஏற்பாடு செய்தார். அதில், தான் சிஐஏவால் கடத்தப்பட்டதாகவும், சிஐஏ தன்னை மோசமாக நடத்தியதாகவும் அவர் குற்றம் சாட்டினார். அதற்குப் பிறகு அவர் காணாமல் போய்விட்டார். அது சிஐஏவுக்கு ஏற்பட்டத் தோல்வி என்று கூறப்பட்டபோது, ஒரு சிஐஏ அதிகாரி அது பற்றி இவ்வாறு குறிப்பிட்டார்: "எங்களுக்கு அமிரியிடமிருந்து ஏராளமான முக்கியத் தகவல்கள் கிடைத்தன. ஈரானியர்களுக்கு அமிரி திரும்பவும் கிடைத்துவிட்டார். இதில் யாருக்கு அதிக ஆதாயம் என்று நீங்கள் நினைக்கிறீர்கள்?"

முடிந்தபோதெல்லாம், ஈரானும் மொசாடுக்குப் பதிலடி கொடுக்கத் தயங்கவில்லை. 2004 டிசம்பரில், அமெரிக்கா மற்றும் இஸ்ரேலுக்காக உளவு பார்த்ததாக சந்தேகத்தின் பெயரில் பத்துப் பேரை ஈரான் கைது செய்தது; அவர்களில் மூவர் ஈரானிய அணுசக்தி வளாகங்களில் வேலை பார்த்து வந்தனர். 2008 இல் ஈரானில் செயல்பட்டுக் கொண்டிருந்த மொசாடின் மற்றொரு இரகசிய உளவுக் குழுவைத் தாங்கள் கண்டுபிடித்திருந்ததாக ஈரான் அறிவித்தது. அக்குழுவில் இடம் பெற்றிருந்த மூன்று பேருமே ஈரானியர்கள். அவர்கள் நவீனத் தொலைத்தொடர்புகளை இயக்குவதற்கும், ஆயுதங்கள் மற்றும் வெடிகுண்டுகளைக் கையாள்வதற்கும் மொசாடால் பயிற்றுவிக்கப்பட்டிருந்தனர். 2008 நவம்பரில், இஸ்ரேலுக்காக உளவு பார்த்ததற்காக, நாற்பத்து மூன்று வயதான அலி அஸ்டாரியை ஈரான் தூக்கிலிட்டது. வழக்கு விசாரணையின்போது, தான் மூன்று மொசாட் ஏஜென்டுகளைச் சந்தித்திருந்ததாக அவர் ஒப்புக் கொண்டிருந்தார். மொசாட் ஏஜென்டுகள் அஸ்டாரிக்குப் பணமும் மின்னணுச் சாதனங்களும் கொடுத்திருந்தனர். "எனக்கு அளிக்கப்பட்ட மின்னணுச் சாதனங்களை ஈரானிய உளவு நிறுவனங்களுக்கு நான் விற்க வேண்டும் என்றும், ஒட்டுக்கேட்பதற்கான கருவிகளை நான் அவற்றில் பொருத்திக் கொடுக்க வேண்டும் என்றும் மொசாட்

எனக்குக் கட்டளையிட்டது," என்று அவர் கூறியிருந்தார்.

2010 டிசம்பர் 28 அன்று, டெஹ்ரானிலுள்ள எவின் சிறைச்சாலையில், மற்றொரு இஸ்ரேலிய உளவாளியான அலி அக்பர் சியாடட் தூக்கிலிடப்பட்டார். இஸ்லாமியப் புரட்சிகரக் காவல்படையினரின் மேற்பார்வையில் நடைபெற்று வந்த ஏவுகணைத் திட்டங்களைப் பற்றிய விபரங்களையும் ஈரானின் இராணுவ இரகசியங்களையும் அவர் மொசாடுக்குக் கொடுத்ததாக அவர்மீது குற்றம் சாட்டப்பட்டிருந்தது. அதற்கு முந்தைய ஆறு ஆண்டுகளில், இஸ்ரேலிய ஏஜென்டுகளை, துருக்கி, தாய்லாந்து, நெதர்லாந்து ஆகிய நாடுகளில் அவர் சந்தித்திருந்தார். ஒவ்வொரு சந்திப்பிற்கும் அவருக்கு 3,000 முதல் 7,000 டாலர்கள்வரை பணம் கொடுக்கப்பட்டிருந்தது. மேலும் பலர் கைது செய்யப்படுவார்கள் என்றும், பலர் தூக்கிலிடப்படுவார்கள் என்றும் ஈரானிய அரசு அதிகாரிகள் எச்சரித்தனர்.

ஆனால், 2010 ஆம் ஆண்டு, ஈரானிய அணுவாயுதத் தயாரிப்புத் திட்டத்திற்குப் பெரும் பின்னடைவை ஏற்படுத்தியிருந்த ஓர் ஆண்டாகும். இயந்திரங்களுக்குத் தரமான உதிரிப் பாகங்கள் கிடைக்காமல் இருந்தது, போலி நிறுவனங்கள் மூலமாகக் குறைபாடுடைய பாகங்களைப் பெற்றது, விமானங்கள் தாக்குதல்களுக்கு உள்ளானது, சோதனைச்சாலைகள் தீப்பற்றி எரிந்தது, ஏவுகணை மற்றும் அணுசக்தி வளாகங்களில் ஏற்பட்ட வெடிவிபத்துகள், மூத்த அதிகாரிகள் நாட்டைவிட்டு வெளியேறியது, உயர் பதவிகள் வகித்து வந்த அறிவியலறிஞர்கள் படுகொலை செய்யப்பட்டது, உள்ளூர் குழுக்களின் கலக மற்றும் புரட்சி நடவடிக்கைகள் போன்றவற்றுக்கு, சரியாகவோ அல்லது தவறாகவோ, டாகனின் மொசாடின்மீது பழி போடப்பட்டது.

அல்லது, ஐரோப்பிய ஊடகங்கள் குறிப்பிட்டபடி, 2010 இல் டாகன் நடத்திய ஒரு பெரும் நடவடிக்கைதான் மேற்குறிப்பிடப்பட்டச் சம்பவங்களுக்கு முக்கியக் காரணமா? 2010 ஆம் ஆண்டின் கோடைக்காலத்தில், ஈரானிய அணுசக்தி நிலையங்களைக் கட்டுப்படுத்துகின்ற ஆயிரக்கணக்கான கணினிகளை 'ஸ்டக்ஸ்நெட்' என்ற பயங்கரமான நவீன வைரஸ் தாக்கியது. அது நடான்ஸ் அணு வளாகத்திலிருந்த மைய விலக்குச் சுழற்சி இயந்திரங்களைத் தாக்கி அவற்றுக்குப் பெரும் சேதம் விளைவித்தது. பெரும் பணத்தையும் பெரும் எண்ணிக்கையில் வல்லுநர்களையும் வைத்திருந்தவர்களால்தான் அந்தச் சிக்கலான வைரஸைப் பரப்பியிருந்திருக்க முடியும் என்பதில் எவருக்கும் சந்தேகம் இருக்கவில்லை. துல்லியமாக ஒரு குறிப்பிட்டக் கணினி அமைப்பைத் தாக்கும்படி அந்த வைரஸை ஏவிவிட முடியும். அதோடு, அதனால் தாக்கப்பட்டக் கணினியில் அது

அமர்ந்திருப்பதைக் கண்டுபிடிப்பதும் எளிதல்ல. அது ஈரானியக் கணினிக்குள் புகுந்துவிட்டப் பிறகு, மைய விலக்குச் சுழற்றி இயந்திரங்களின் மைய விலக்கு விசையை அதனால் கட்டுப்படுத்த முடியும் என்பதால், எவராலும் கண்டறியப்படாமல் அந்த இயந்திரங்களுக்குப் பெரும் சேதத்தை ஏற்படுத்தி, அவற்றை முழுமையாக முடக்கிவிட முடியும். இதுபோன்ற சைபர் தாக்குதல்களை நடத்தக்கூடிய திறன் பெற்றிருந்த இரண்டு நாடுகள் அமெரிக்காவும் இஸ்ரேலும் என்று ஊடகங்கள் தெரிவித்தன.

ஈரானிய அதிபர் அஹ்மதிநெஜாத், இந்த சைபர் தாக்குதல்களின் விளைவுகளைப் பற்றி அடக்கி வாசித்தார். நிலைமை தங்களுடைய கட்டுக்குள் இருந்ததாக அவர் தெரிவித்தார். ஆனால், உண்மையில், 2011 ஆம் ஆண்டின் தொடக்கத்தில், ஈரானிலிருந்த மொத்த மைய விலக்குச் சுழற்சி இயந்திரங்களில் பாதிக்கு மேற்பட்டவை செயலற்றுப் போயிருந்தன.

டாகனின் ஆட்கள் பல ஆண்டுகளின் ஊடாகப் பல முனைகளில் இடைவிடாமல் மேற்கொண்ட தாக்குதல்களின் மூலம், ஈரானின் மொத்த அணுவாயுதத் தயாரிப்புத் திட்டத்தை அவர்கள் பல ஆண்டுகள் தாமதப்படுத்தியிருந்தனர். ஐக்கிய நாடுகள் பாதுகாப்புச் சபையால் போடப்படுகின்ற பொருளாதாரத் தடைகள், இராஜாங்கரீதியான அழுத்தங்கள், அணுகுண்டைத் தயாரிப்பதற்குத் தேவைப்படுகின்ற கச்சாப் பொருட்களை ஈரான் வாங்கவிடாமல் தடுத்தல், சர்வதேச வங்கிகள் ஈரானுடன் வணிகத் தொடர்புகள் கொள்வதைத் தடை செய்தல், ஈரானுக்குள் அரசியல் ஸ்திரத்தன்மை நிலவுவதற்கு எதிராக இயங்கிக் கொண்டிருந்த கிளர்ச்சியாளர்களைத் தூண்டிவிடுதல், அவர்களுக்கு ஆதரவளித்தல், ஈரானின் மக்கட்தொகையில் பாதிப் பங்கு வகித்தக் குர்துகள், அசெர்பைஜானியர்கள், பெலோஷியர்கள், அரேபியர்கள், துருக்மெனியர்கள் போன்ற பல்வேறு இனக்குழுவினருக்குள் நிலவுகின்ற பகைமையை மேலும் விசிறிவிடுதல் போன்றவை அவற்றில் அடங்கும்.

ஆனால், மொசாட் எவ்வளவுதான் திறமையாக இயங்கினாலும் சரி, அவர்களுக்கு எவ்வளவு ஒத்துழைப்பு கிடைத்துக் கொண்டிருந்தாலும் சரி, ஈரானின் அணுவாயுதத் தயாரிப்பை அவர்களால் நிரந்தரமாக நிறுத்த முடியாது. இஸ்ரேலில் மிக உயர்ந்த நிலையிலிருந்த ஓர் ஆய்வாளர், "டாகனை ஓர் உச்சகட்ட 'ஜேம்ஸ் பான்ட்' என்று வர்ணிப்பது பொருத்தமாக இருக்கும். ஆனால், இந்த விஷயத்தைப் பொறுத்தவரை, படத்திற்குப் படம் செய்வதுபோல, ஜேம்ஸ் பான்டால்கூட உலகத்தைக் காப்பாற்ற முடியாது. அதிகபட்சமாக அவரால் ஈரானியர்களைத் தாமதப்படுத்த முடியும், அவ்வளவுதான்.

ஈரான்மீது வெளியேயிருந்து நடத்தப்படுகின்ற ஒரு பெரும் தாக்குதல் அல்லது ஈரானிய அரசின் சொந்த முடிவு ஆகிய இரண்டில் ஒன்றால்தான் அதன் அணுவாயுதத் தயாரிப்புக் கனவுக்கு ஒரு முற்றுப்புள்ளி வைக்க முடியும்," என்று கூறினார்.

டாகன் மொசாடின் தலைவராக நியமிக்கப்பட்டக் காலகட்டத்தில், ஈரான் எப்படியும் 2005 ஆம் ஆண்டுக்குள் ஓர் ஆணுவாயுத நாடாக உருவாகிவிடும் என்று வல்லுநர்கள் கணித்திருந்தனர். பின்னர் அந்தக் கெடு, 2007, 2009, 2011 என்று தள்ளிப்போடப்பட்டுக் கொண்டே வந்தது. 2011 ஜனவரி 6 அன்று, மொசாடின் தலைவர் பதவியிலிருந்து டாகன் ஓய்வு பெற்றபோது, தன் நாட்டு மக்களுக்கு அவர் ஒரு செய்தியைக் கூறினார்: "ஈரானின் அணுவாயுதப் பணித்திட்டத்தை நாம் குறைந்தபட்சம் 2015 ஆம் ஆண்டுவரை தாமதப்படுத்தியுள்ளோம்." அதனால், கடந்த எட்டு ஆண்டுகளில் மிகச் சிறப்பாகச் செயல்பட்டு வந்திருந்த அதே நடவடிக்கைகள் தொடரப்பட வேண்டும் என்றும், நேரடியாக ஈரான்மீது இராணுவ நடவடிக்கை எடுப்பதைத் தொடர்ந்து முடக்கி வைத்திருக்க வேண்டும் என்றும் அவர் பரிந்துரைத்தார். கத்தி நம்முடைய சதையைக் கிழிக்கத் துவங்கும்போதுதான் நாம் அவர்களைத் தாக்க வேண்டும், ஆனால் அது இன்னும் நான்கு ஆண்டுகளுக்குச் சாத்தியமில்லை என்று அவர் தெரிவித்தார்.

டாகன் எட்டரை ஆண்டுகள் பதவியில் இருந்தார். அது, வேறு எந்த மொசாட் இயக்குநர்களையும்விட அதிகமான காலமாகும். அவருக்கு அடுத்துப் பதவிக்கு வந்தவரின் பெயர் தமீர் பார்டோ. அவர் மொசாடில் நீண்டகாலம் பணியாற்றியிருந்த ஓர் அதிகாரி. பிரபலமான 'என்டபி' தாக்குதலின்போது, அதைத் தலைமையேற்று நடத்திய யோனத்தன் நெதன்யாஹுவோடு தோளோடு தோள் நின்று போரிட்டவர் அவர். ஒரு துணிச்சலான ஏஜென்ட் என்று பெயரெடுத்திருந்த பார்டோ, புதிய தொழில்நுட்பங்களில் நன்கு தேர்ச்சி பெற்றிருந்தார்.

தலைமைப் பொறுப்பை பார்டோவுக்கு மாற்றியபோது, டாகன், எதிரி நாடுகளில் மொசாட் ஏஜென்டுகள் அனுபவித்து வந்த தனிமையைப் பற்றிப் பேசினார். அதோடு, தான் சந்தித்திருந்த தோல்விகளையும் அவர் வெளிப்படையாக ஒப்புக் கொண்டார். குறிப்பாக, ஐந்து ஆண்டுகளுக்கு முன்பாகக் கடத்தப்பட்டிருந்த இஸ்ரேலிய வீரர் ஜிலாட் ஷாலிட்டை ஹமாஸ் எங்கு மறைத்து வைத்திருந்தது என்பதைக் கண்டுபிடிக்கத் தான் தவறியிருந்ததைப் பற்றி அவர் குறிப்பிட்டார். (பின்னாளில், நூற்றுக்கணக்கான பாலஸ்தீனியத் தீவிரவாதிகளை ஹமாஸ் அமைப்பிடம் ஒப்படைத்துவிட்டு, அதற்குப் பதிலீடாக ஷாலிட் மீட்கப்பட்டார்.) இதுபோன்ற தோல்விகள் இருந்தும், மொசாட்

அமைப்புக்கு அதுவரை தலைமை ஏற்றவர்களிலேயே மிகச் சிறந்த தலைவர் என்று டாகன் போற்றப்பட்டார். இஸ்ரேலியப் பிரதமர் அவரைக் கட்டியணைத்து, 'இஸ்ரேலிய மக்களின் சார்பில்' அவருக்கு நன்றி தெரிவித்தார். அறுபத்தைந்து வயதான டாகன் பாராட்டப்பட்டபோது, அதுவரை ஒருபோதும் நடந்திராத விதத்தில், இஸ்ரேலிய அமைச்சர்கள் அனைவரும் தாங்களாகவே எழுந்து நின்று கைதட்டி அவருக்குத் தங்களுடைய வாழ்த்துகளைத் தெரிவித்தனர். அமெரிக்க அதிபர் ஜார்ஜ் டபிள்யூ. புஷ் தனிப்பட்ட முறையில் அவருக்கு ஒரு கடிதம் எழுதி அவருக்குத் தன் வீர வணக்கத்தைத் தெரிவித்திருந்தார்.

ஆனால், எல்லாவற்றையும்விட டாகனுக்குக் கிடைத்திருந்த மிகச் சிறந்த பாராட்டு, அவர் ஓய்வு பெறுவதற்கு ஓராண்டுக்கு முன்பு வந்திருந்தது. இஸ்ரேலை வன்மையாகவும் கடும் பகையுடனும் எப்போதும் எதிர்த்து வந்த எகிப்திய நாளிதழான அல்–அஹ்ரம், 2010 ஜனவரி 16 அன்று, 'டாகன் இல்லாமல்' என்ற தலைப்பில் ஒரு கட்டுரையை வெளியிட்டிருந்தது. அதை எழுதியிருந்தவர் அஸரப் அபு அல்–ஹால் என்ற பிரபலமான பத்திரிகையாளர். அக்கட்டுரையில் அவர் இவ்வாறு குறிப்பிட்டிருந்தார்: "ஈரானின் அணுவாயுதத் திட்டம் எப்போதோ நிறைவேறியிருந்திருக்கும். ஈரானின் அணுவியல் அறிவியலறிஞர் மசூத் அலி முகமதியின் படுகொலைக்கு யார் காரணம் என்பதை ஈரானியர்கள் நன்கு அறிவர். மூத்த ஈரானியத் தலைவர்கள் அனைவரும் 'டாகன்' என்ற பெயரின் முக்கியத்துவத்தை அறிவர்." மொசாடின் தலைவர் யார் என்பது வெகு சிலருக்கு மட்டுமே தெரியும். டாகன் இரகசியமாகவே வேலை பார்த்து வந்தார். அவர் ஊடகங்களின் கண்களில் படாமலேயே இருந்து வந்தார். ஆனால், கடந்த ஏழு ஆண்டுகளாக, அவர் ஈரானின் அணுவாயுதத் தயாரிப்புத் திட்டத்திற்கு வலிமிக்கக் குத்துகளை விட்டு, அதன் முன்னேற்றத்தை வெகுவாகத் தடுத்துக் கொண்டிருந்தார்.

அக்கட்டுரையில் அல்–ஹால் மேலும், "மத்திய கிழக்குப் பிரதேசத்தில் பல துணிச்சலான நடவடிக்கைகளை மொசாட் நடத்தியிருந்தது," என்று குறிப்பிட்டிருந்தார். சிரியா, ஹெஸ்புல்லா, ஹமாஸ், இஸ்லாமிக் ஜிகாத் ஆகியவற்றுக்கு எதிராக டாகன் மேற்கொண்ட நடவடிக்கைகளை அவர் பட்டியலிட்டிருந்தார். அதோடு, "இவை அனைத்தும் டாகனை இஸ்ரேலின் 'சூப்பர்மேனாக' மாற்றியுள்ளன," என்று அவர் அக்கட்டுரையை முடித்திருந்தார்.

***

1948 மே மாதம் மொசாட் பிறந்தபோது, அதன் தொட்டிலுக்கு அருகே எந்தவொரு சூப்பர்மேனும் நின்று கொண்டிருக்கவில்லை. 'ஷாய்' அமைப்பைச் சேர்ந்தவர்கள் வெகு சிலரே அதில் இணைந்திருந்தனர். இஸ்ரேலின் விடுதலைக்கு முன்பாக, பாலஸ்தீனத்தில் யூதர்களின் தலைமறைவு இராணுவ இயக்கமாகச் செயல்பட்டுக் கொண்டிருந்த 'ஹகானா' அமைப்பின் உளவுத் துறைப் பிரிவான ஷாய்க்காக உளவு பார்த்திருந்த அனுபவங்கள் அவர்களுக்கு நிறையவே இருந்தன. மொசாடின் முதல் ஆண்டின்போது, அர்ப்பணிப்புடன் செயல்பட்டுக் கொண்டிருந்த இந்தத் தலைமறைவுப் போராளிகள் தங்கள் அமைப்புக்குள் நடந்த உள்குத்துகள், வன்முறை, கொடூரம், படுகொலை போன்றவற்றைக் கண்டு நிலைகுலைந்து போயினர். அது பின்னர் 'பீரி விவகாரம்' என்று அழைக்கப்பட்டது.

அத்தியாயம் 3

ஈராக்கில் ஒரு தூக்குத் தண்டனை

இஸ்ஸர் பீரி, போலந்தில் பிறந்தவர். அவர் ஓர் உயரமான, ஒல்லியான உடல்வாகையும், நரைத்தத் தலைமுடியையும் கொண்டிருந்தார். அதனால், "பெரிய இஸ்ஸர்" என்ற பட்டப்பெயர் அவருக்கு இருந்தது. அவருடைய முகத்தில் எப்போதும் பிறரை எள்ளி நகையாடுகின்ற ஒரு புன்னகை தவழ்ந்து கொண்டிருக்கும். அவர் ஒரு துறவியின் மனப்போக்கைக் கொண்டிருந்தவர் என்றும், நேர்மையானவர் என்றும் பெயரெடுத்திருந்தார். ஆனால், அவருடைய எதிரிகள், அவர் ஓர் ஆணவக்காரர் என்றும், ஆபத்தானவர் என்றும் கருதினர். ஹகானா அமைப்பில் நீண்டகால உறுப்பினராக இருந்த பீரி, ஹய்ஃபா என்ற இடத்திலிருந்த தனியார் கட்டட உருவாக்க நிறுவனம் ஒன்றின் இயக்குநராக இருந்தார். அவர் எப்போதும் தனியராகவும், அமைதியானவராகவும், உள்ளூர் சமூகத்தோடு ஒட்டுறவு கொள்ளாதவராகவும் இருந்தார். பாட் காலிம் என்ற கடற்கரையோரக் கிராமத்தில் தானுண்டு தன் வேலையுண்டு என்று தன் மனைவியுடன் ஒரு சிறிய வீட்டில் அவர் வசித்து வந்தார்.

இஸ்ரேல் என்ற ஒரு நாடு உருவாக்கப்படுவதற்குச் சிறிது காலத்திற்கு முன்பு அவர் ஹகானாவின் உளவுப் பிரிவான ஷாயின் தலைவராக நியமிக்கப்பட்டார். 1948 மே 14 அன்று, இஸ்ரேல் ஒரு சுதந்திர நாடாகப் பிரகடனப்படுத்தப்பட்டவுடன், அதைச் சுற்றியிருந்த அனைத்து நாடுகளும் அதன்மீது தாக்குதல் மேற்கொண்டன. பீரி, புதிதாகத் துவக்கப்பட்ட இராணுவ

இரகசியப் புலனாய்வுப் பிரிவின் தலைவராக ஆனார். அவருக்குச் சிறப்பான அரசியல் தொடர்புகள் இருந்தன. இஸ்ரேலின் பாதுகாப்புக்காகத் தன்னை அர்ப்பணித்துக் கொண்டவர் என்று அவர் அவருடைய நண்பர்களாலும் சகாக்களாலும் பெரிதும் புகழப்பட்டார். இஸ்ரேலிய சுதந்திரப் போர் 1949 ஆம் ஆண்டு ஏப்ரல்வரை நீண்டது.

ஆனால், இஸ்ரேலிய இரகசியப் புலனாய்வு அமைப்பிற்குப் பீரி தலைமையேற்றவுடன், ஒன்றுக்கொன்று தொடர்பில்லாததுபோலப் பல விநோதமான சம்பவங்கள் நிகழத் தொடங்கின.

காரமெல் மலைப்பகுதியில் மலையேறுவதற்காகச் சென்றிருந்த இருவர், ஒரு பிணத்தைக் கண்டனர். அந்த உடல் துப்பாக்கிக் குண்டுகளால் துளைக்கப்பட்டிருந்ததோடு, பாதி எரிக்கப்பட்ட நிலையிலும் இருந்தது. பின்னர் அது அலி காஸெம் என்ற ஓர் அரேபிய உளவாளியின் உடல் என்பது கண்டறியப்பட்டது. அவருடைய கொலையாளிகள் அவரைச் சுட்டுக் கொன்றுவிட்டு, அவருடைய உடலை எரித்தும் விட்டிருந்தனர்.

சில வாரங்களுக்குப் பிறகு, பீரி, இஸ்ரேலியப் பிரதமர் பென் குரியனை இரகசியமாகச் சந்தித்தார். அப்போது அவர், பென் குரியனின் 'மப்பாய்' கட்சியைச் சேர்ந்த செல்வாக்குமிக்க நபரான அபா ஹுஷி ஒரு பிரிட்டிஷ் உளவாளி என்றும், அவர் ஒரு தேசத் துரோகி என்றும் குற்றம் சாட்டினார். அதைக் கேட்டுப் பென் குரியன் கடும் அதிர்ச்சியடைந்தார். இஸ்ரேல் பிறப்பதற்கு முன்பு அந்தப் பாலஸ்தீனப் பகுதியைப் பிரிட்டிஷார்தான் ஆண்டு வந்திருந்தனர். அப்போது ஹகானா அமைப்பினர், அங்கிருந்த யூதர்களுக்கு விதிக்கப்பட்டிருந்த கட்டுப்பாடுகளுக்கு எதிராகத் தலைமறைவாக இருந்து போராடிக் கொண்டிருந்தனர். பிரிட்டிஷ் உளவுத் துறை, யூதர்களின் தலைமைத்துவத்துக்குள் தங்களுடைய உளவாளிகளை நுழைக்கத் தொடர்ந்து முயற்சி செய்து வந்திருந்தது. ஆனால், அபா ஹுஷி, யூதச் சமூகத்தின் தூணாகவும், ஹய்ஃபா தொழிலாளர்களின் வசீகரமான தலைவராகவும் விளங்கி வந்தார். அவர் எப்படி ஒரு தேசத் துரோகியாக இருக்க முடியும்? சாத்தியமே இல்லை. ஹுஷிமீதான பீரியின் குற்றச்சாட்டுகளை இஸ்ரேலியத் தலைவர்கள் முதலில் கோபத்துடன் நிராகரித்துவிட்டனர். ஆனால், 1948 மே மாதத்தில், பிரிட்டிஷ் உளவுத் துறை இரகசியமாக அனுப்பியிருந்த இரண்டு தந்திகளை ஹய்ஃபா அஞ்சல் நிலையத்திலிருந்து பீரி கண்டுபிடித்திருந்தார். அவற்றை அவர் ஆணித்தரமான ஆதாரங்களாக பென் குரியனிடம் சமர்ப்பித்தார்.

அதே நேரத்தில், ஹுஷியின் தோழரான ஜூல்ஸ் ஆம்ஸ்டர்

என்பவரைக் கைது செய்யும்படி அவர் உத்தரவிட்டார். ஜூல்ஸ் எழுபத்தாறு நாட்கள் இரகசியமாக ஓரிடத்தில் அடைத்து வைக்கப்பட்டு, அடித்துச் சித்திரவதை செய்யப்பட்டு, ஹுஷி ஒரு தேசத் துரோகி என்று கூறுமாறு நிர்ப்பந்திக்கப்பட்டார். ஆனால், ஆம்ஸ்டர் இறுதிவரை அதற்கு இணங்கவில்லை. இறுதியில் ஒருவழியாக அவர் விடுவிக்கப்பட்டபோது, முற்றிலும் மனமுடைந்து போன நிலையில் அவர் இருந்தார். அவருடைய உடலில் பல எலும்புகள் உடைந்திருந்தன, எண்ணற்றக் காயங்கள் ஏற்பட்டிருந்தன. பல ஆண்டுகளுக்கு அவர் பயத்தால் பீடிக்கப்பட்டு வாழ்ந்து வந்தார்.

1948 ஜூன் 30 அன்று, இஸ்ரேலிய இராணுவக் கேப்டனாக இருந்த மீர் துபியன்ஸ்கி, டெல் அவீவ் சந்தைப்பகுதியில் ஏதோ சாமான்கள் வாங்கிக் கொண்டிருந்தபோது கைது செய்யப்பட்டு, சமீபத்தில் கைப்பற்றப்பட்டிருந்த பெத் கிஜ் என்ற அரபுக் கிராமத்திற்குக் கொண்டுவரப்பட்டார். துபியன்ஸ்கி ஜெருசலேம் நகரில் இருந்தபோது, நாட்டு இரகசியங்களை ஒரு பிரிட்டிஷ்காரருக்குக் கொடுத்துவிட்டிருந்ததாக இராணுவ உளவுத் துறை சந்தேகித்தது. அந்த பிரிட்டிஷ்காரர் அதை ஜோர்டனின் இராணுவத்திடம் கொடுத்துவிட்டிருந்தார். அந்தத் தகவலின் அடிப்படையில், ஜோர்டனின் இராணுவம் ஜெருசலேம் நெடுகிலும் பல முக்கியமான தளங்களைக் குண்டுவீசித் தாக்கியது. ஒரு மணிநேரம்கூட நீடிக்காத இராணுவ நீதிமன்ற விசாரணையின் முடிவில், துபியன்ஸ்கி ஓர் அரபு உளவாளி என்று குற்றம் சாட்டப்பட்டார்; அவருக்கு மரண தண்டனை விதிக்கப்பட்டது. பிறகு அவசர அவசரமாக அவருடைய தண்டனை நிறைவேற்றப்பட்டது. இஸ்ரேலின் வரலாற்றில் இருவருக்கு மட்டுமே மரண தண்டனை கொடுக்கப்பட்டிருந்தது. துபியன்ஸ்கி அவர்களில் ஒருவர். மற்றவர், பிரபலமான நாஜி கொலையாளியான அடால்ஃப் ஐக்மேன்.

இவை குறித்து மேற்கொள்ளப்பட்ட விசாரணைகளின் மூலம், இவற்றுக்குக் காரணகர்த்தா பீரி என்பது வெளிப்பட்டது.

அலி காஸெம் ஓர் இரட்டை உளவாளி என்று சந்தேகித்ததும், அவரைக் கொலை செய்ய உத்தரவிட்டதும் பீரிதான்.

அதோடு, அபா ஹுஷியையும் பீரிதான் மாட்டிவிட்டிருந்தார். ஹுஷியுடன் அவருக்குத் தனிப்பட்ட விரோதம் இருந்தது. பீரிக்கு இதில் உடந்தையாக இருந்த, போலி ஆவணத் தயாரிப்பாளர், குற்றவுணர்வால் உந்தப்பட்டு, பீரியின் நேரடி உத்தரவின்படி அபா ஹுஷிக்கு எதிராக முன்வைக்கப்பட்டிருந்த தந்திகளைத் தான் போலியாக உருவாக்கியிருந்ததாகத் தன் மேலதிகாரிகளிடம் ஒப்புக் கொண்டபோதுதான் பீரியின் குட்டு வெளிப்பட்டது.

துபியன்ஸ்கி, அவசரக் கோலத்தில் குற்றம் சாட்டப்பட்டு, விரைவாக விசாரிக்கப்பட்டு, அதைவிட விரைவாகக் கொல்லப்பட்டதற்கும் பீரிதான் காரணமாக இருந்தார்.

இவற்றைப் பற்றித் தெரிந்து கொண்டவுடன், பிரதமர் பென் குரியன் உடனடியாகக் காரியத்தில் இறங்கினார். பீரி முதலில் இராணுவ நீதிமன்றத்தால் விசாரிக்கப்பட்டார். பிறகு, பொதுமக்களுக்கான நீதிமன்றத்திலும் அவர் விசாரிக்கப்பட்டார். அவருடைய பதவி பறிக்கப்பட்டது. அவர் கௌரவமற்ற முறையில் இராணுவத்திலிருந்து வெளியேற்றப்பட்டார். அலி காஸெம் மற்றும் துபியன்ஸ்கியின் படுகொலைகளுக்கு அவர்தான் காரணமாக இருந்தார் என்பது சந்தேகத்திற்கு இடமின்றி நிரூபிக்கப்பட்டது.

இஸ்ரேலியத் தலைவர்கள் பேரதிர்ச்சி அடைந்தனர். இழிவான காரியங்களைச் செய்வதற்குத் தயங்காத அமைப்பு என்று பெயர் பெற்றிருந்த சோவியத் ஒன்றியத்தின் கேஜிபியின் வழிமுறைகளை பீரி அப்படியே பிரதியெடுத்திருந்தார். அவருடைய வஞ்சகமான ஆளுமை, போலி ஆவணத் தயாரிப்பு, சித்திரவதை, படுகொலை போன்றவை, எந்த அறநெறிக் கொள்கைகளின்மீது இஸ்ரேல் கட்டியெழுப்பப்பட்டதோ அவற்றுக்குப் பெரும் களங்கம் கற்பிப்பதாக அமைந்திருந்தன.

பீரி விவகாரம் இஸ்ரேலிய உளவு அமைப்பின்மீது ஒரு கொடூரமான வடுவை விட்டுச் சென்றது. அதோடு, அதன் பரிணாம வளர்ச்சியின்மீதும் அது அளப்பரிய தாக்கம் ஏற்படுத்தியது. இஸ்ரேலியத் தலைவர்கள் பீரிக்குக் கடுமையான கண்டனம் தெரிவிப்பதிலிருந்து பின்வாங்கியிருந்திருந்தால், மொசாட் வேறொரு விதமாகப் பரிணமித்திருக்கும். இருண்ட நடவடிக்கைகளை வழமையாகக் கொண்டிருந்த கேஜிபி போன்ற ஓர் அமைப்பாக அது உருவெடுத்திருக்கும். அதற்குப் பதிலாக, பீரி மேற்கொண்டது போன்ற நடவடிக்கைகள் மொசாடில் தடை செய்யப்பட்டன. அதன் அதிகாரம் கட்டுப்படுத்தப்பட்டது. அதன் விளைவாக, தனிமனிதர்களின் உரிமைகளுக்கு உத்தரவாதம் அளிக்கும் விதத்தில், அறநெறிக் கொள்கைகளின் அடிப்படையில் அமைந்த, சட்டத்திற்குக் கட்டுப்பட்டு இயங்கிய ஓர் அமைப்பாக மொசாட் உருவெடுத்தது.

பீரி அப்புறப்படுத்தப்பட்டவுடன் இஸ்ரேலின் உளவுத் துறையின் தலைவராக ருவன் ஷிலோவா என்பவர் நியமிக்கப்பட்டார். அவர் எல்லா விதங்களிலும் பீரிக்கு எதிர்ப்பதமாக இருந்தார்.

***

நாற்பது வயதான ருவன் ஷிலோவா மென்மையானவராகவும், அமுக்கமானவராகவும், மர்மமானவராகவும் விளங்கினார். அவருக்கு ஒரு செழிப்பான கலாச்சாரப் பின்புலம் இருந்தது. அவர் அனைத்து விஷயங்களையும் எளிதில் பகுத்தறிகின்ற, கூர்மையான ஒரு மனத்தைக் கொண்டிருந்தார். அரேபிய மத்திய கிழக்குப் பகுதியைப் பற்றியும், அதன் மரபுசார் பாரம்பரியங்களைப் பற்றியும், அங்கு ஆட்சி புரிந்து வந்த இனக்குழுக்களைப் பற்றியும், கண நேரத்தில் மாறக்கூடிய கூட்டணிகளைப் பற்றியும், அவற்றுக்கு இடையே நிலவிய தீரா பகைகளைப் பற்றியும் அவருக்கு ஓர் ஆழமான புரிதல் இருந்தது. பென் குரியனின் சதுரங்க ஆட்டத்தில் அவர் 'இராணி' காய் என்று கருதப்பட்டார். அவர் ஒரு தந்திரக்காரரர் என்று ஒரு சிலரால் வர்ணிக்கப்பட்டார். பிறரைத் தன்னுடைய கைப்பாவைகளாக மாற்றி, அவர்களை லாவகமாக ஆட்டுவித்த ஒரு சூத்திரதாரி அவர் என்றும், திரைமறைவில் எந்தக் காய்களை எப்படி நகர்த்த வேண்டும் என்பதை நன்றாக அறிந்து வைத்திருந்தவர் என்றும் வேறு சிலரால் கூறப்பட்டார். ஷிலோவா தன் ஆயுட்காலம் முழுவதும் இரகசிய நடவடிக்கைகளிலும் உளவு வேலைகளிலும் தொடர்ந்து ஈடுபட்டு வந்தார்.

ஒரு யூத மதகுருவின் மகனான ஷிலோவா, பழகுவதற்கு இனிமையானவராகவும் நாகரிகமானவராகவும் விளங்கினார். அவர் பழைய ஜெருசலேம் நகரில் பிறந்தார். எப்போதும் நயமாக உடையணிந்த ஷிலோவா, இஸ்ரேல் என்ற நாடு பிறப்பதற்கு நெடுங்காலத்திற்கு முன்பே ஒரு இரகசிய நடவடிக்கைக்காக பாக்தாத் சென்றார். ஓர் ஆசிரியர் மற்றும் பத்திரிகையாளர் என்ற போர்வையில், அங்கு அவர் மூன்றாண்டுகள் தங்கி, அந்நாட்டின் அரசியல் விவகாரங்களை நன்கு அறிந்து கொண்டார். இரண்டாம் உலகப் போரின்போது, அவர் பிரிட்டிஷாருடன் பேசி, ஐரோப்பாவில் நாஜிக்கள் ஆக்கிரமித்திருந்த இடங்களில் இரகசியத் தாக்குதல் நடவடிக்கைகளை மேற்கொள்வதற்காக யூதக் கமான்டோ பிரிவு ஒன்றை உருவாக்கினார். இரண்டு சிறப்புக் கமான்டோ குழுக்களை அவர் உருவாக்கினார். ஒன்று, ஜெர்மானிய பட்டாலியன். அக்குழுவினருக்கு ஜெர்மானிய ஆயுதங்களும் சீருடைகளும் கொடுக்கப்பட்டன. அக்குழுவினர், ஐரோப்பாவில் எதிரிகளின் பகுதிக்குள் துணிகர நடவடிக்கைகளை மேற்கொண்டனர். மற்றொன்று, அரேபிய பட்டாலியன். அவர்கள் அரேபியர்களைப்போல உடையணிந்தனர், உள்ளூர்க்காரர்களைப்போல அரபு மொழியில் சரளமாகப் பேசத் தெரிந்து வைத்திருந்தனர். அவர்கள் அரேபியப் பகுதியில் துணிகர நடவடிக்கைகளில் ஈடுபட்டனர். இவை தவிர,

பாலஸ்தீனத்திலிருந்த யூத இளைஞர்களை ஐரோப்பாவுக்குள் பாராசூட் மூலம் இறக்குவதற்கு ஷிலோவா பிரிட்டனை ஒப்புக் கொள்ள வைத்தார். அங்குத் தரையிறங்கிய யூத இளைஞர்கள், உள்ளூர் யூதர்களுடன் சேர்ந்து நாஜிக்களுக்கு எதிராகப் போரிட்டனர். பின்னர் சிஐஏ அமைப்பாக மாறிய 'ஓஎஸ்எஸ்' அமைப்புடன் முதன்முதலில் தொடர்புகளை ஏற்படுத்தியதும் அவர்தான். இஸ்ரேலின் சுதந்திரப் போர் துவங்குவதற்கு முன்பாக, அவர் இஸ்ரேலை ஒட்டியிருந்த அரபு நாடுகளுக்கு இரகசியமாகப் பயணித்து, விலை மதிப்பிடப்பட முடியாத பொக்கிஷங்களுடன் திரும்பி வந்தார். இஸ்ரேல்மீது படையெடுப்பதற்கு அரபு நாடுகள் தீட்டியிருந்த திட்டங்களின் பிரதிகள்தான் அவை.

ஷிலோவா அனைத்தையும் மிக இரகசியமாகச் செய்து வந்ததால், அவரைச் சுற்றி ஏகப்பட்டக் கற்பனைக் கதைகள் உருவாக்கப்பட்டிருந்தன. அவருடைய நண்பர்கள் அவரைப் பற்றி இப்படி ஒரு நகைச்சுவையை உருவாக்கியிருந்தனர்: அவர் ஒரு முறை ஒரு வாடகைக் காரில் ஏறி அமர்ந்தபோது, அதன் ஓட்டுநர், "எங்கே செல்ல வேண்டும்?" என்று கேட்டதற்கு, ஷிலோவா அவரிடம், "அது தேச இரகசியம்," என்று பதிலளித்தாராம்.

இஸ்ரேலின் சுதந்திரப் போரின்போது, ஷிலோவா, இஸ்ரேலிய அரசின் வெளியுறவு அரசியல் தகவல் துறையின் தலைவராக இருந்தார். இஸ்ரேல் பிறப்பதற்கு முன்பு உருவாக்கப்பட்டிருந்த பல இரகசியப் புலனாய்வு அமைப்புகளில் அதுவும் ஒன்று. ஆனால், இஸ்ரேல் உருவானவுடன், 1949 டிசம்பர் 13 அன்று, பென் குரியன், அனைத்து அரசுப் புலனாய்வு அமைப்புகளையும் ஒன்றிணைக்கின்ற ஒரு நிறுவனத்தை உருவாக்குவதற்கு (ஹீப்ருவில் மொசாட் என்று பெயர்) ஓர் அரசாணையைப் பிறப்பித்தார். ஷிலோவா அதன் தலைவராக நியமிக்கப்பட்டார்.

ஆனால், அதுவரை இருந்து வந்திருந்த பல துறைகளின் இழுபறி காரணமாக, மொசாட் அமைப்பு நடைமுறைக்கு வருவதற்கு இரண்டு ஆண்டுகள் தாமதமாயிற்று. அப்போது, வெளிநாடுகளில் இரகசியத் தகவல்களைச் சேகரித்து வந்த, 'அரசியல் துறை' என்று அழைக்கப்பட்டப் புலனாய்வுப் பிரிவு ஒன்றுக்கு அதுவரை பெரும் பணம் ஒதுக்கப்பட்டு வந்தது. அதன் உறுப்பினர்கள் அதன் உதவியுடன் ஒரு சொகுசான வாழ்க்கை நடத்திக் கொண்டிருந்தனர். அது கலைக்கப்பட்டு, மொசாட் என்ற புதிய அமைப்பின் ஒரு சிறு துறையாக மாற அவர்கள் கடும் எதிர்ப்புத் தெரிவித்தனர். அவர்களில் பெரும்பாலானோர் வேலையிலிருந்து தூக்கியெறியப்பட்டப் பிறகுதான், ஷிலோவாவால் மொசாடை உருவாக்க முடிந்தது.

இறுதியில் அதன் அதிகாரபூர்வமான முழுப் பெயர்,

'புலனாய்வு மற்றும் சிறப்பு நடவடிக்கைகளுக்கான நிறுவனம்' என்று மாற்றப்பட்டது. அதன் இலட்சிய வாசகம் பைபிளிலிருந்து எடுத்தாளப்பட்டது. அது இதுதான்: "தந்திரோபாயங்கள் இல்லாமல் இருந்தால், மக்கள் வீழ்ச்சியடைவர். பல ஆலோசகர்கள் இருப்பது பாதுகாப்பானது."

ஆனால், மொசாடின் புதிய பெயரோ அல்லது அதன் புதிய குறிக்கோள் வாசகமோ அதைத் தனித்துவமிக்கதாக ஆக்கவில்லை. ஷிலோவாவின் முன்னோக்குதான் மொசாடை ஒரு தனித்துவமான அமைப்பாக ஆக்கியது. மொசாட் இஸ்ரேலிய அரசின் நீண்ட கரமாக மட்டும் செயல்பட்டுக் கொண்டிருக்காமல், மொத்த யூதர்களின் பாதுகாப்புக் கரமாகவும் செயல்பட வேண்டும் என்பதில் ஷிலோவா உறுதியாக இருந்தார். மொசாட் அமைப்பிற்கு முதன்முதலாகப் பணியமர்த்தப்பட்ட ஏஜென்டுகளின் கூட்டத்தில் அவர் உரையாற்றியபோது, அவர் இவ்வாறு குறிப்பிட்டார்: "இரகசிய உளவுப் பணி தவிர, நமக்கு வேறு ஒரு முக்கியமான பணியும் உள்ளது. யூத மக்கள் எங்கிருந்தாலும் அவர்களைப் பாதுகாப்பதும், தேவையெனில் அவர்களைப் பாதுகாப்புடன் இஸ்ரேலுக்குக் கொண்டு வருவதும்தான் அது." அது உண்மையில் நடக்கவும் செய்தது. அதற்கு அடுத்தப் பல ஆண்டுகளில், எங்கெல்லாம் யூதர்கள் கடும் ஆபத்துகளைச் சந்திக்க நேர்ந்ததோ, அங்கெல்லாம் சுய பாதுகாப்புக் குழுக்களை மொசாட் உருவாக்கியது. கெய்ரோ, அலக்சான்ட்ரியா, டமாஸ்கஸ், பாக்தாத், மற்றும் சில லத்தீன் அமெரிக்க நகரங்கள் அவற்றில் அடங்கும். யூத இளைஞர்கள் இரகசியமாக இஸ்ரேலுக்குக் கொண்டுவரப்பட்டு, அவர்களுக்கு இராணுவமும் மொசாடும் ஆயுதப் பயிற்சி அளித்ததோடு, அவர்களைப் பல குழுக்களாக உருவாக்கின. தேவையான ஆயுதங்கள் கடத்திச் செல்லப்பட்டு, தேவையான இடங்களில் மறைத்து வைக்கப்பட்டன. யூதர்கள் உள்ளூர் ரவுடிக் கும்பல்களாலோ அல்லது அதிகாரபூர்வமற்றத் துணை இராணுவப் படையாலோ தாக்கப்பட்டபோது, இக்குழுக்கள் அவர்களைக் காப்பாற்றின. குறைந்தபட்சம், இஸ்ரேலிய அரசிடமிருந்தோ அல்லது சர்வதேச அமைப்புகளிடமிருந்தோ உதவிகள் கிடைக்கும்வரை அக்குழுக்கள் அவர்களுக்குப் பாதுகாப்பளித்தன.

1950களில், மத்திய கிழக்குப் பகுதியிலிருந்த அரபு நாடுகளிலிருந்தும் மொராக்கோவிலிருந்தும் ஆயிரக்கணக்கான யூதர்களை மொசாட் இஸ்ரேலுக்குக் கொண்டு வந்தது. 1980களில் மொமேனியின் ஈரானில் மாட்டிக் கொண்டிருந்த யூதர்களையும், எத்தியோப்பியாவில் மாட்டிக் கொண்டு தவித்த யூதர்களையும் மீட்டுக் கொண்டுவந்ததும் மொசாட்தான். ஆனால் ஈராக்கில்

அது மேற்கொண்ட முதல் இரகசிய நடவடிக்கையின்போது, பெரும் அழிவு ஏற்பட்டது.

***

பாக்தாத்திலிருந்த 'ஒரோஸ்டி பாக்' என்ற பெரிய பல்பொருள் அங்காடியின் ஆண்கள் ஆடைப் பிரிவின் கவுன்டர் ஒன்றை ஆசாத் என்ற இளைஞர் நிர்வகித்து வந்தார். அவர் ஒரு பாலஸ்தீனிய அகதி. அவர் வசித்து வந்த 'அக்ரே' என்ற நகரை இஸ்ரேலிய இராணுவம் பிடித்து, அதை இஸ்ரேலுடன் இணைத்துக் கொண்ட பிறகு, அவர் அங்கிருந்து வெளியேறினார். அங்கிருந்து வெளியேறுவதற்கு முன்பாக, திடீரென்று நோய்வாய்ப்பட்டிருந்த தன்னுடைய உறவினர் ஒருவருக்குப் பதிலாக, இராணுவ ஆளுநரின் வளாகத்திற்கு அருகேயிருந்த ஓர் உணவகத்தில் அவர் சிறிது காலம் வேலை பார்த்தார். சுமார் ஒரு வார காலத்திற்கு, ஆசாத், அந்த ஆளுநரின் கட்டடத்திலிருந்த இஸ்ரேலிய இராணுவ அதிகாரிகளுக்குக் காபி கொண்டு சென்றார். அப்போது, அங்கிருந்த இளம் இஸ்ரேலிய இராணுவ அதிகாரிகளின் முகங்களை அவர் தன் மனத்தில் ஆழமாகப் பதிய வைத்துக் கொண்டார்.

1951 மே 22 அன்று, ஆசாத் தன் கடைக்குள் வந்திருந்த வாடிக்கையாளர்களை அவதானித்துக் கொண்டிருந்தபோது, ஒரு நபரைப் பார்த்தபோது அவருக்கு அந்த முகம் பரிச்சயமானதாகத் தோன்றியது. முதலில் அவரால் நம்ப முடியவில்லை. அது சாத்தியமே இல்லை என்று அவர் நினைத்தார். ஆனால் இன்று அந்த நபர் பழுப்பு நிறச் சீருடை அணிந்திராமல், சாதாரணமான உடையை அணிந்திருந்தார் என்றாலும் அவருக்கு அந்த நபரை நன்றாக நினைவிருந்தது. அதனால், ஆசாத் உடனடியாகக் காவல்துறையைத் தொடர்பு கொண்டு, "இங்கு என் முன் ஓர் இஸ்ரேலிய இராணுவ அதிகாரி நின்று கொண்டிருக்கிறார்," என்று அவர்களை எச்சரித்தார்.

காவல்துறையினர் உடனடியாக, தோற்றத்தில் ஓர் ஐரோப்பியரைப்போல இருந்த அந்த நபரைக் கைது செய்தனர். அவருடன் ஈராக்கிய யூதர் ஒருவர் இருந்தார். அந்த நபரின் பெயர் நிசிம் மோஷே. அவர் காவல்துறை அதிகாரிகளிடம், "நான் ஒரு சாதாரணமான பொதுத் துறை ஊழியன். இங்குள்ள யூதச் சமூகக் கூடத்தில் நான் வேலை பார்த்து வருகிறேன். நான் இந்தச் சுற்றுலாப் பயணியை, ஓர் இசை நிகழ்ச்சியில் நேற்றுப் பார்த்தேன். இந்த அங்காடியைச் சுற்றிக் காட்டுமாறு அவர் என்னிடம் கேட்டுக் கொண்டார்," என்று தெரிவித்தார். காவல் நிலையத்தின் தலைமையகத்தை அவர்கள் அடைந்தபோது,

அவர்கள் இருவரும் தனித்தனியாகப் பிரிக்கப்பட்டனர். ஈராக்கிய அதிகாரிகள் மோஷேயைக் கொடூரமாகத் தாக்கி, இஸ்ரேலியர் என்று அடையாளம் காட்டப்பட்ட அந்த நபர் உண்மையில் யார் என்று கேட்டுத் துளைத்தெடுத்தனர். ஆனால், மோஷே, தான் முதலில் கூறிய கதையை அப்படியே உடும்புப்பிடியாகப் பிடித்துக் கொண்டிருந்தார். காவல்துறையினர் அவரைத் தலைகீழாகக் கட்டித் தொங்கவிட்டுக் கடுமையாகத் தாக்கினர், அவரைக் கொன்றுவிடப் போவதாகவும் மிரட்டினர். ஆனால், எதற்கும் அவர் அசைந்து கொடுக்க மறுத்ததால், அவருக்கு உண்மையிலேயே எதுவும் தெரிந்திருக்காதுபோலும் என்ற முடிவுக்கு அந்த ஈராக்கிய அதிகாரிகள் வந்தனர். ஒரு வார காலம் அவரைக் கடுமையாகச் சித்திரவதை செய்த பிறகு, அவர் உண்மையிலேயே ஓர் அப்பாவி என்று கருதி மோஷேயை அவர்கள் விடுவித்தனர்.

அந்த மற்றொரு நபர், தான் ஓர் ஈரானியர் என்றும், தன் பெயர் இஸ்மாயில் சல்ஹூன் என்றும் சத்தியம் செய்தார், தன்னுடைய ஈரானியப் பாஸ்போர்ட்டையும் காட்டினார். ஆனாலும் ஈராக்கிய அதிகாரிகள் ஒரு வார காலம் அவரைத் தொடர்ந்து சித்திரவதை செய்தனர். ஆனால் அந்த நபர் பார்ப்பதற்கு ஓர் ஈரானியரைப்போல இருக்கவில்லை, அவருக்குப் பாரசீக மொழியும் தெரிந்திருக்கவில்லை. இறுதியில், ஈராக்கிய அதிகாரிகள், அவரையும் அவரை அடையாளம் காட்டிய ஆசாதையும் நேருக்கு நேர் சந்திக்க வைத்தனர். “நான் ஆசாதைப் பார்த்தவுடன் என் இரத்தம் உறைந்துவிட்டது,” என்று அந்தக் கைதி பின்னர் கூறினார். அக்கைதி உடைந்து போய் உண்மைகளைக் கக்கத் தொடங்கினார். அவர் பெயர் யெஹுதா தாகர். இஸ்ரேலிய இராணுவத்தில் கேப்டன் பதவி வகித்துக் கொண்டிருந்தவர். ஈரானிய அதிகாரிகள், தாகரை, பாக்தாத்தில் அவர் தங்கியிருந்த இடத்திற்கு இழுத்துச் சென்றனர்; அங்கிருந்த அனைத்து அறைகலன்களையும் உடைத்தனர்; சுவர்களுக்குப் பின்னால் தேடினர். இறுதியில், மேசைக்கு அடியில் ஒட்டி வைக்கப்பட்டிருந்த ஏராளமான ஆவணங்களை அவர்கள் கைப்பற்றினர்.

அப்போதிருந்து, தாகருக்கு மட்டுமல்லாமல், பாக்தாத்தில் இருந்த மொத்த யூதச் சமூகத்தினருக்கும் பெரும் பிரச்சனை தோன்றியது.

சட்டத்திற்குப் புறம்பாக ஈராக்கிலிருந்து இஸ்ரேலுக்குக் குடிபெயர விரும்பிய யூதர்களுக்கு உதவுவதற்கான குழு, சுய பாதுகாப்புக் குழு, யூத இளைஞர் குழுக்கள் உள்ளிட்டப் பல யூதமத மற்றும் இஸ்ரேலிய அமைப்புகள் பாக்தாத்தில் இயங்கி

வந்தன. அவற்றில் பல, இஸ்ரேலிய நாடு உதயமாவதற்கு முன்பே உருவாக்கப்பட்டிருந்தன. அந்தக் குழுக்கள் சுற்றி வளைக்கப்பட்டன. வண்டி வண்டியாய் ஆயுதங்களும் மூட்டைக் கணக்கில் ஆவணங்களும் பாக்தாத் நகரின் பல பகுதிகளில் பதுக்கி வைக்கப்பட்டிருந்தன. அந்த இடங்களில், மசுடா ஷெம்டோவ் யூத ஜெப ஆலயமும் ஒன்று. ஏற்கனவே இருந்து வந்த குழுக்களோடு, சமீபத்தில் சில உளவுக் குழுக்களும் அவசர அவசரமாக அதில் சேர்க்கப்பட்டிருந்தன. அவர்கள் தனித்தனியாக இயங்காமல் சேர்ந்து இயங்கினர். எனவே, ஒரு குழுவினர் மாட்டிக் கொண்டால் எல்லோரும் மாட்டிக் கொள்வர் என்ற நிலை நிலவியது. எந்நேரமும் வெடிக்கக்கூடிய ஒரு வெடிகுண்டின்மீது அவர்கள் அமர்ந்திருந்தனர். புதிதாகப் பிறந்திருந்த இஸ்ரேலின் மிக ஆபத்தான எதிரியாக ஈராக் அப்போது விளங்கி வந்தது. ஈராக் மட்டுமே இஸ்ரேலுடன் போர் நிறுத்த உடன்படிக்கையைச் செய்து கொள்ள மறுத்து வந்தது. தாங்கள் மாட்டிக் கொண்டால், ஈராக்கியர்கள் தங்கள்மீது துளிகூட இரக்கம் காட்ட மாட்டார்கள் என்பதை இரகசியமாகச் செயல்பட்டுக் கொண்டிருந்த யூதர்கள் அனைவரும் அறிந்திருந்தனர். அவர்களுடைய உயிர் ஒரு மெல்லிய கயிற்றில் ஊசலாடிக் கொண்டிருந்தது.

அங்கிருந்த உளவுக் குழுக்களை மற்றக் குழுக்களிடமிருந்து பிரிப்பதற்காகத்தான் தாகர் அங்கு அனுப்பி வைக்கப்பட்டிருந்தார். 27 வயதான தாகர், ஹகானா அமைப்பில் ஓர் அதிகாரியாகப் பணியாற்றியவர். அவருடைய முதல் வெளிநாட்டுப் பணி அதுதான். பிடிபடுவதற்கு முன்பாக அவர் சில குழுக்களை வெற்றிகரமாகத் தனிமைப்படுத்தியிருந்தார். ஆனால், அவருடைய குழுவிலிருந்த வேறு சிலர் அப்போதும் இரகசிய நடவடிக்கைகளில் ஈடுபட்டுக் கொண்டிருந்தனர். இன்னொரு குழுவைத் தனியாக நடத்திக் கொண்டிருந்த பீட்டர் யானிவ், தாகருடன் தொடர்பில் இருந்து வந்தார். அவர் ஓர் உண்மையான பிரிட்டிஷ் பாஸ்போர்ட் வைத்திருந்தார்.

தாகர் டெல் அவீவிற்கு அனுப்பிய அனைத்துத் தகவல்களும், பாக்தாத்திலிருந்த குழுக்கள் அனைத்தின் தலைவராகச் செயல்பட்டு வந்த ஒரு கமான்டரின் மூலமாக அனுப்பப்பட்டுக் கொண்டிருந்தன. அவர் மிகவும் இரகசியமாகச் செயல்பட்டுக் கொண்டிருந்தார். அவரைப் பற்றி வெகு சிலருக்கே தெரியும். அவருடைய உண்மையான பெயர் மொர்டெசாய் பென்–போரட். அவர் ஈராக்கில் பிறந்திருந்த ஒரு யூதர். அவர் பாக்தாத்தில் சாகி ஹவிவ் என்ற பெயரில் இயங்கிக் கொண்டிருந்தார். அவர் இஸ்ரேலியச் சுதந்திரப் போரின்போது இஸ்ரேலிய இராணுவத்தில்

ஓர் அதிகாரியாகப் பணியாற்றியிருந்தார். இஸ்ரேல் உருவான பிறகு, ஈராக்கிற்குத் திரும்பிச் செல்ல அவருக்குத் துளிகூட விருப்பம் இருக்கவில்லை. அவர் இராணுவத்தில் இருந்தபோது ஒரு பெண்ணைக் காதலித்திருந்தார். அவரைத் திருமணம் செய்யும் தருவாயில் இருந்தார். ஆனால் இறுதியில், உளவுச் சமூகத்தின் கடும் அழுத்தத்தின் காரணமாக இந்த ஆபத்தான காரியத்தில் இறங்குவதற்கு அவர் ஒப்புக் கொண்டார்.

தாகர் பிடிபட்டுச் சில நாட்களுக்கு உள்ளாகவே, பாக்தாத்திலிருந்த இஸ்ரேலிய உளவு அமைப்பு அப்படியே உடைந்து நொறுங்கியது. ஈராக்கியக் காவல்துறையின் சிறப்புக் குழுக்கள், கூட்டம் கூட்டமாக யூதர்களைக் கைது செய்தன. அவர்களில் சிலரால் ஈராக்கியச் சித்திரவதைகளைத் தாங்கிக் கொள்ள முடியாததால், அவர்கள் மேலும் சிலரைக் காட்டிக் கொடுத்தனர். வேறு சில இடங்களில் அவர்களுக்குக் கிடைத்த ஆவணங்களை வைத்து ஈராக்கியர்கள் மேலும் சிலரைக் கைது செய்தனர். பாக்தாத்தில் இருந்த யூத ஜெப ஆலயத்தின் கொடிமரத்தின் கீழ் ஏகப்பட்ட ஆயுதங்கள் பதுக்கி வைக்கப்பட்டிருந்ததும் கண்டுபிடிக்கப்பட்டது. அவை பல ஆண்டுகளாக அங்குச் சேமிக்கப்பட்டு வந்திருந்தன. அந்த இடத்தில் 1941 இல் யூதர்கள்மீது ஓர் இனவெறித் தாக்குதல் கட்டவிழ்த்துவிடப்பட்டது. அதில் 179 யூதர்கள் கொல்லப்பட்டனர், 2,118 பேர் படுகாயம் அடைந்தனர், நூற்றுக்கணக்கான பெண்கள் பாலியல் வன்கொடுமைக்கு ஆளாயினர். அங்குக் கண்டுபிடிக்கப்பட்ட ஆயுதங்களின் எண்ணிக்கை ஈராக்கியர்களையே வியப்பில் ஆழ்த்தியது: 436 கையெறி குண்டுகள், 33 இயந்திரத் துப்பாக்கிகள், 186 துப்பாக்கிகள், 186 கைத்துப்பாக்கிகள், 32 கமான்டோ கத்திகள், மற்றும் 25,000 துப்பாக்கிக் குண்டுகள்!

ஈராக்கியர்கள் யூதர்களைச் சித்திரவதை செய்து கொண்டிருந்தபோது, ஒரு பெயர் மீண்டும் மீண்டும் தலைதூக்கியது. சாகி ஹவிவ். தலைமறைவாகச் செயல்பட்டுக் கொண்டிருந்த யூதர்களில் முக்கியமானவர் அவர் என்பது ஈராக்கியர்களுக்குப் புரிந்தது. ஆனால் அவர் யார்? அவர் எங்கிருந்தார்? இறுதியில், ஒரு புத்திசாலி ஈராக்கியக் காவல்துறை அதிகாரி, இரு வெவ்வேறு விஷயங்களைத் தொடர்புபடுத்தி உண்மையைக் கண்டறிந்தார். நிசிம் மோஷேதான் சாகி ஹவிவாக இருக்க வேண்டும் என்ற கண்டுபிடிப்புதான் அது. தாகருடன் சேர்த்துக் கைது செய்யப்பட்டு ஒரு வாரத்தில் விடுவிக்கப்பட்டிருந்த நபர்தான் அவர். பல ஏஜென்டுகள் மோஷேயின் வீட்டிற்குள் அதிரடியாகப் புகுந்து தேடினர். ஆனால், அங்கு எவரும் இருக்கவில்லை. பாக்தாத் முழுவதும் ஒரு பிரம்மாண்டமான தேடுதல் வேட்டை

தொடங்கியது. ஆனால் ஹவிவ் மாயமாக மறைந்துவிட்டிருந்தார்.

ஆனால், காவல்துறையினர் கனவிலும் நினைத்துப் பார்த்திராத ஓரிடத்தில் அவர் இருந்தார். அப்போது அவர் பாக்தாத் சிறைச்சாலை ஒன்றில் அடைக்கப்பட்டிருந்தார்.

சிறையிலிருந்து விடுவிக்கப்பட்டதற்கு இரண்டு நாட்களுக்குப் பிறகு, பென்–போரட் தன் வீட்டில் தூங்கிக் கொண்டிருந்தபோது, அவருடைய வீட்டுக் கதவு பலமாகத் தட்டப்பட்டது. “கதவைத் திறவுங்கள்! போலீஸ்!” என்று வெளியிலிருந்து குரல் கேட்டது. தன்னுடைய கதை இத்தோடு முடிந்தது என்று பென்–போர்ட் நினைத்துக் கொண்டார். அந்த வீட்டிற்குப் பின்வாசல் எதுவும் இருக்கவில்லை. அவரைக் காப்பாற்றக்கூடிய நிலையில் இருந்தவர்கள் எவரும் அப்போது பாக்தாத்தில் இருக்கவில்லை. தன்னுடைய நிலையில் இருந்தவர்களுக்கு ஈராக்கிய நீதிமன்றம் என்ன தண்டனை வழங்கும் என்பதை அவர் நன்கு அறிந்திருந்தார்: மரண தண்டனைதான் அது. தன் தலைவிதியை நொந்து கொண்டே அவர் தன் வீட்டின் வாசற்கதவைத் திறந்தார். வெளியே நின்று கொண்டிருந்த இரண்டு காவல்துறை அதிகாரிகள், “உங்களைக் கைது செய்கிறோம்,” என்று அவரிடம் கூறினர்.

பென்–கோரட் தன் முகத்தில் ஒரு போலியான வியப்பை வரவழைத்துக் கொண்டு, “நான் என்ன தவறு செய்தேன்?” என்று அவர்களிடம் கேட்டார்.

“பெரிதாக ஒன்றுமில்லை. ஓர் கார் விபத்துத் தொடர்பாக நாங்கள் உங்களைக் கைது செய்கிறோம். உடையணிந்து கொண்டு கிளம்புங்கள்,” என்று ஒரு காவல்துறை அதிகாரி கூறினார்.

பென்–போரட்டுக்குத் தன் அதிர்ஷ்டத்தை நம்ப முடியவில்லை. ஒரு சில மாதங்களுக்கு முன்பு நடந்திருந்த அந்த விபத்தை அவர் சுத்தமாக மறந்து போயிருந்தார். ஈராக்கிய நீதிமன்றம் அவருக்கு அனுப்பியிருந்த அழைப்பாணைகளை அவர் கண்டுகொள்ளாமல் விட்டிருந்தார். இப்போது அவர் நீதிமன்றத்தின் கோபத்தை எதிர்கொள்ளவிருந்தார். விசாரணை ஒரு மணி நேரம்கூட நீடிக்கவில்லை. நீதிபதி அவருக்கு இரண்டு வாரகாலச் சிறைத்தண்டனை அளித்தார். அதனால், ஒரு பெரிய ஈராக்கியப் படை அவரைக் கண்டுபிடிக்க மொத்தப் பாக்தாத் நகரையே சல்லடை போட்டுத் தேடிக் கொண்டிருந்தபோது, ஈராக்கிய அரசு அவரைப் பாதுகாப்பாகச் சிறையில் வைத்திருந்தது.

சிறையிலிருந்து விடுவிக்கப்படுவதற்கு முன்பாக, அவருடைய புகைப்படத்தையும் கைரேகைகளையும் எடுப்பதற்காக அவர் காவல்துறையின் தலைமை அலுவலகத்திற்கு அழைத்துச் செல்லப்பட்டுக் கொண்டிருந்தார். ஆனால், அது மட்டும்

நிகழ்ந்தால் தன் குட்டு வெளிப்பட்டுவிடும் என்பதையும், இம்முறை தன்னால் வெறும் இரண்டு வாரச் சிறைத் தண்டனையோடு தப்பிவிட முடியாது என்பதையும் அவர் உணர்ந்தார். நெரிசல்மிக்க ஒரு சந்தையின் ஊடாக அவர்கள் செல்ல வேண்டியிருந்தது. அந்தச் சந்தையில் ஏராளமான சிறு சிறு இருண்ட கடைகள் இருந்தன; அந்த வணிகர்கள் சத்தமாகக் கூவிக் கூவித் தங்களுடைய பொருட்களை விற்றுக் கொண்டிருந்தனர்; அக்கடைகளுக்கு இடையே பல குறுகிய சந்துகளும் இருந்தன. ஒரு சரியான தருணத்தில், தன்னுடன் வந்திருந்த காவல்துறை அதிகாரிகளை உதறித் தள்ளிவிட்டு, பென்-கோரட் அக்கூட்டத்திற்குள் ஓடி மறைந்துவிட்டார். ஒரு மணி நேரத்திற்குள் எப்படியும் விடுதலையாகப் போகின்ற நபர் என்பதால், எதற்காக அலட்டிக் கொள்ள வேண்டும் என்று கருதிய அந்த அதிகாரிகள் அவரைத் துரத்த முயற்சிக்கக்கூட இல்லை.

ஆனால், அவர்கள் தலைமையகத்தில் அச்செய்தியைப் பற்றிக் கூறியபோது, அங்கு மாபெரும் களேபரம் உருவானது. ஈராக்கிலேயே அதிகமாகத் தேடப்பட்டு வந்த ஒரு நபரை அவர்கள் தப்பிக்கவிட்டிருந்தனர்! இதை எப்படியோ மோப்பம் பிடித்துவிட்டிருந்த எதிர்க்கட்சிகள், அரசை வறுத்தெடுத்தன, அவர்களின் கையாலாகாத்தனத்தைக் கடுமையாக விமர்சித்தன. பத்திரிகைகளுக்கு இவை நல்ல அவலாகின. "எங்கே போனார் ஹவிவ்?" என்று கொட்டை எழுத்துகளில் முதற்பக்கத்தில் கேள்வி கேட்டு, அதற்கான பதிலையும் அவை பிரசுரித்தன: "இப்போது அவர் டெல் அவீவில் இருக்கிறார்!"

பென்-கோரட் பாக்தாத்திலிருந்தபோது, ஈராக்கிலிருந்து அவர் தப்பி வெளியேறுவதற்கு அவருடைய மூத்த அதிகாரிகள் துல்லியமாகத் திட்டமிட்டு அதைத் தயார் நிலையில் வைத்திருந்தனர். அவர் ஒரு நண்பரின் வீட்டில் ஒளிந்து கொண்டிருந்தபோது அத்திட்டம் செயல்படுத்தப்பட்டது. அக்கட்டத்தில், ஈராக்கிலிருந்த அனைத்து யூதர்களையும் சைப்ரஸ் வழியாக இஸ்ரேலுக்குக் கொண்டு வருவதற்கான ஒரு பிரம்மாண்டமான திட்டம் அமலில் இருந்தது. சுமார் 1 இலட்சம் யூதர்கள் ஈராக்கைவிட்டு வெளியேற விரும்பினர். அதனால், ஒவ்வோர் இரவும் அவர்களை ஏற்றிக் கொண்டு ஈராக்கிலிருந்து விமானங்கள் கிளம்பிக் கொண்டிருந்தன.

ஜூன் 12 அன்று இரவு, பென்-கோரட், நேர்த்தியாக உடையணிந்து கொண்டு ஒரு வாடகைக் காரில் கிளம்பினார். அவருடைய நண்பர்கள் அவரை உள்ளூர் சாராயத்தால் நன்றாகக் குளிப்பாட்டியிருந்தனர். வாடகைக் காரில் ஏறியவுடனேயே,

குடிபோதையில் சாய்வதுபோல அவர் பின்னிருக்கையில் சரிந்து, தூங்குவதுபோலப் பாசாங்கு செய்தார். விமான நிலையத்திற்கு அருகேயிருந்த ஒரு தெருவில், அந்தக் காரின் ஓட்டுநரே அவரைக் கைத்தாங்கலாக இறக்கிவிட்டுவிட்டுப் போய்விட்டார். அவர் அங்கிருந்து கிளம்பிய உடனேயே, பென்–கோரட், வேகமாக விமான நிலையத்தை நோக்கி விரைந்தார். விமான நிலையத்தின் வேலியில் துல்லியமாக எந்த இடத்தில் அதன் கம்பி வலைகள் அறுத்து வைக்கப்பட்டிருக்கும் என்பது அவருக்குத் தெரியப்படுத்தப்பட்டிருந்ததால், அவர் அந்த விமானத் தளத்திற்குள் யாரும் அறியாமல் நுழைந்துவிட்டார். விமான ஓடுபாதையில், அப்போதுதான் ஈராக்கிய யூதர்களை ஏற்றிக் கொண்டு ஒரு விமானம் புறப்பட்டுக் கொண்டிருந்தது. திடீரென்று, அந்த விமானி, தன்னுடைய விமானத்தின் விளக்குகளைக் கட்டுப்பாட்டு அறையை நோக்கித் திருப்பினார். சில கணங்களுக்கு அந்தக் கட்டுப்பாட்டு அறைகளில் இருந்தவர்களால் அந்த விமானத்தைப் பார்க்க முடியாமல் போனது. விமானம் மெதுவாக வேகமெடுத்தது; அதன் பின்பக்கக் கதவுகள் மெதுவாகத் திறந்தன. அதிலிருந்து ஒரு கயிறு வெளியே வீசப்பட்டது. வேலிப் பக்கமிருந்து ஓடி வந்து கொண்டிருந்த பென்–கோரட் வேகமாக வந்து அந்தக் கயிற்றைத் தாவிப் பிடித்துக் கொண்டார். உடனடியாக அவர் விமானத்திற்குள் இழுத்துக் கொள்ளப்பட்டார். விமானம் உடனடியாக அங்கிருந்து பறந்து சென்றுவிட்டது. விமானத் தளத்தில் இருந்தவர்களோ அல்லது விமானத்தில் பயணித்துக் கொண்டிருந்தவர்களோ அதைக் கவனிக்கவில்லை. ஒட்டுமொத்தத்தில், அக்காட்சி, ஏதோ ஓர் அதிரடி ஹாலிவுட் திரைப்படத்தில் வருவதுபோல இருந்தது.

அந்த விமானம் பாக்தாத்திற்கு மேலே பறந்தபோது, அதன் விளக்குகள் மூன்று முறை அணைந்து அணைந்து எரிந்தன. ஒரு வீட்டின் மொட்டை மாடியில் நின்று கொண்டிருந்த ஒரு சிறு குழுவினர் அதைப் பார்த்தவுடன், “கடவுளுக்கு நன்றி!” என்று முணுமுணுத்தனர். தங்களுடைய நண்பர் பாதுகாப்பாக விமானத்தில் ஏறிவிட்டார் என்பதை அறிந்து அவர்கள் நிம்மதிப் பெருமூச்சுவிட்டனர்.

ஒரு சில மணி நேரத்திற்குப் பின்னர், பென்–கோரட் உண்மையிலேயே டெல் அவீவில் இருந்தார்.

அவர் தான் காதலித்தப் பெண்ணைத் திருமணமும் செய்து கொண்டார். அதற்குப் பல ஆண்டுகளுக்குப் பின்பு அவர் அரசியலுக்குள் நுழைந்தார். முதலில் ஒரு நாடாளுமன்ற உறுப்பினராக இருந்த அவர், பின்னர் ஓர் அமைச்சராக ஆனார்.

இன்று அவர் இஸ்ரேலில் ஈராக்கிய யூதர்களின் ஏகோபித்தத் தலைவராக இருந்து வருகிறார்.

***

ஆனால், ஈராக்கில் விட்டுவிடப்பட்டவர்களுக்கு இந்த அதிர்ஷ்டம் வாய்க்கவில்லை. எண்ணற்ற யூதர்கள் கைது செய்யப்பட்டனர், அடித்து உதைத்துச் சித்திரவதை செய்யப்பட்டனர். தாகரும் இன்னும் 21 பேரும், அரசுக்கு எதிராகச் செயல்பட்டதாகக் குற்றம் சாட்டப்பட்டனர். ஈராக்கிலிருந்த முக்கியமான யூதர்களான சலாச், ஜோசப் பாட்ஸ்ரி ஆகிய இருவர்மீதும், வெடிகுண்டுகள் மற்றும் ஆயுதங்களைப் பதுக்கி வைத்திருந்ததாகக் குற்றம் சாட்டப்பட்டு, அவர்களுக்கு மரண தண்டனை விதிக்கப்பட்டது.

வழக்கு விசாரணை தொடங்குவதற்குச் சில நாட்களுக்கு முன்பு ஒரு நள்ளிரவில், தாகர் தன் சிறையறையில் தூங்கிக் கொண்டிருந்தபோது உதைத்து எழுப்பப்பட்டார். அவரைச் சுற்றிப் பல சிறைக்காவல் அதிகாரிகள் நின்று கொண்டிருந்தனர். முதன்மை விசாரணை அதிகாரி, தாகரிடம், “இன்று இரவே நாங்கள் உங்களைத் தூக்கிலிடப் போகிறோம்,” என்று அறிவித்தார்.

“விசாரணையே இல்லாமல் உங்களால் எப்படி ஒருவரைத் தூக்கில் போட முடியும்?” என்று தாகர் வாதிட்டார்.

“ஏன் முடியாது? எங்களுக்கு உங்களைப் பற்றி அனைத்தும் தெரியும். நீங்கள் ஓர் இஸ்ரேலிய உளவாளி. அதற்கு மேல் எங்களுக்கு என்ன தேவை?”

உடனே, ஒரு யூத மதகுரு உள்ளே நுழைந்து, தாகருக்கு அருகே அமர்ந்து, புனித நூலிலிருந்து சில வசனங்களைப் படித்தார். அதிகாலை மூன்றரை மணிக்கு, சிறை அதிகாரிகள், தூக்கிலிடப்படுகின்ற அறைக்குத் தாகரை அழைத்துச் சென்றனர். நிகழ்ந்து கொண்டிருந்தவற்றை நம்ப முடியாமல் தாகர் அவர்களுக்கு இடையே நடந்து கொண்டிருந்தார். ஒரு சில வாரங்களுக்கு முன்புதான் அவர் தன்னுடைய குடும்பத்தாரை ஜெருசலேமில் பார்த்துவிட்டு வரும் வழியில் பாரிஸ் மற்றும் ரோமில் உல்லாசமாக இருந்துவிட்டு வந்திருந்தார். இப்போது அவர் ஒரு கயிற்றில் தொங்கவிருந்தார்.

ஈராக்கிய அதிகாரிகள் அவரிடம் பல ஆவணங்களில் கையெழுத்து வாங்கினர். அப்போதுகூட நிர்வாக நடைமுறைதான் கோலோச்சிக் கொண்டிருந்ததுபோலத் தோன்றியது! பின் அவருடைய மோதிரத்தையும் கைக்கடிகாரத்தையும், தூக்கிலிடுபவர் பெற்றுக் கொண்டார். தன்னுடைய உடலை இஸ்ரேலுக்கு அனுப்பி வைக்குமாறு தாகர் அவர்களிடம் கேட்டுக் கொண்டார். தூக்கிலிடுபவர், தரையில் பதிக்கப்பட்டிருந்த

ஒரு தள்ளுக்கதவுக்கு மேல் நிற்குமாறு தாகரிடம் கூறினார். அவருடைய கால்களில் மணல் மூட்டைகள் பிணைக்கப்பட்டன. தூக்கிலிடுபவருக்குத் தன் முதுகைக் காட்டுகின்ற விதத்தில் நின்று கொள்ளுமாறு தாகர் கேட்டுக் கொள்ளப்பட்டார். அவருடைய கழுத்தில் ஒரு சுருக்குக் கயிறு மாட்டப்பட்டது. அவருடைய கால்களுக்குக் கீழேயிருந்த தள்ளுக்கதவைத் திறப்பதற்கான இழுவையை, தூக்கிலிடுபவர் இழுக்கத் தயாரானார். தாகரின் முகத்தில் ஒரு கறுப்பு முக்காடு போடப்பட இருந்தபோது, அது வேண்டாம் என்று அவர் மறுத்துவிட்டார். இப்போது, தூக்கிலிடுபவர் தன்னுடைய மேலதிகாரியைப் பார்த்தார். அவர் வேறு சில அதிகாரிகளுடன் தாகருக்கு முன்னால் நின்று கொண்டிருந்தார். தாகர் தன்னுடைய குடும்பத்தாரைப் பற்றியும், ஜெருசலேம் நகரைப் பற்றியும், தான் வாழ்வதற்குக் கனவு கண்டு கொண்டிருந்த வாழ்க்கையைப் பற்றியும் நினைத்துக் கொண்டார். தன் கழுத்து உடைந்துவிடுமோ என்று அவர் யோசித்தார். பெரும்பயம் அப்படியே அவரைப் போர்த்திக் கொண்டது.

ஆனால், திடீரென்று அனைத்து அதிகாரிகளும் அங்கிருந்து சென்றுவிட்டனர். தாகர், அந்தத் தள்ளுக்கதவிலிருந்து நகர்த்தப்பட்டார். தூக்கிலிடுபவர், கோபத்துடனும் எரிச்சலுடனும், தாகரின் கால்களிலிருந்து மணல் மூட்டைகளையும், கழுத்திலிருந்து சுருக்குக் கயிற்றையும் அவிழ்த்தார். அன்று தனக்குக் கிடைக்கவிருந்த பணம் தாகரால் கிடைக்காமல் போய்விட்டது என்று அவர் முணுமுணுத்துக் கொண்டிருந்தார். தான் சாகப் போவதில்லை என்பதைத் தாகர் அறிந்து கொண்டபோது, பெரும் வியப்பு அவரை ஆட்கொண்டது. அங்கு அரங்கேற்றப்பட்டச் சிறு சிறு அசைவுகள் உட்பட அனைத்தும் ஒரு நாடகம் என்பது அவருக்குப் புரிந்தது. அவர் மனமுடைந்து, தன் கூட்டாளிகள் பற்றிய தகவல்களைப் பகிர்ந்து கொள்வார் என்று அவர்கள் நம்பியிருந்தனர். இப்போது அவர் மீண்டும் அவருடைய சிறையறைக்கு அழைத்துச் செல்லப்பட்டபோது, தான் ஈராக்கியச் சிறையில் சாக மாட்டோம், தன்னுடைய நண்பர்கள் எப்படியும் தன்னைக் காப்பாற்றிவிடுவார்கள் என்ற நம்பிக்கை அவரிடம் துளிர்விட்டது.

விசாரணையின் முடிவில் அவருக்கு மரண தண்டனை விதிக்கப்பட்டது. ஆனால், அது உடனடியாக ஆயுள் தண்டனையாகக் குறைக்கப்பட்டது. சலாச்சும் பாட்ஸ்ரியும் தூக்கிலிடப்பட்டனர். அவர்கள் இருவருடனும் கடைசி நாளைக் கழித்தத் தாகர் அவர்களைத் தன்னால் முடிந்த மட்டும் உற்சாகப்படுத்த முயன்றார்.

தான் எப்படியாவது சிறையிலிருந்து உயிருடன் மீண்டுவிடுவோம் என்று தாகர் உறுதியாக நம்பினார். ஈராக்கியச்

சிறை, கொலைகாரர்களாலும், அரசியல் கைதிகள், பிறர் துன்பத்தில் இன்பம் கண்ட சிறையதிகாரிகள் போன்றோராலும் நிரம்பி வழிந்தபோதும், தான் சிறையில் செத்துவிட மாட்டோம், ஒரு நாள் சுதந்திர மனிதனாகிவிடுவோம் என்ற அசாத்தியமான நம்பிக்கை தாகருக்கு இருந்தது.

அது உண்மையில் நடந்தேறவும் செய்தது. ஆனால், அதற்காக அவர் ஒன்பது ஆண்டுகள் பல இன்னல்களைத் தாங்கிக் கொள்ள வேண்டியிருந்தது. 1958 ஆம் ஆண்டு, ஜெனரல் அப்துல் கரீம் காஸெம், ஒரு இராணுவப் புரட்சியை மேற்கொண்டு பிரதமரையும் அரச குடும்பத்தாரையும் கொன்றுவிட்டு ஈராக்கில் ஆட்சியைப் பிடித்தார். அதற்கு இரண்டு ஆண்டுகள் கழித்து அவருடைய நெருங்கிய சகாக்கள் அவரைக் கொலை செய்யத் திட்டமிட்டனர். ஆனால், அது தோல்வியில் முடிந்தது (சில ஆண்டுகள் கழித்து அவர்கள் மேற்கொண்ட மற்றொரு முயற்சியில் அவர்கள் வெற்றி பெற்றனர்). இந்தச் சதித் திட்டத்தைப் பற்றி மொசாட் அறிந்தவுடன், மொசாடின் தலைவர், உடனடியாக காஸெமின் நம்பிக்கைக்குப் பாத்திரமாக இருந்தவர்களைத் தொடர்பு கொண்டு அவர்களுடன் இரகசிய ஒப்பந்தம் ஒன்றை ஏற்படுத்திக் கொணடார்: காஸெமைக் கொலை செய்யத் திட்டமிட்டிருந்தவர்களின் பெயர்களை மொசாடின் தலைவர் அவர்களுக்குக் கொடுப்பதாகவும், அதற்குப் பதிலாக அவர்கள் யெஹுதா தாகரை விடுவிப்பதாகவும் அந்த ஒப்பந்தம் அமைந்திருந்தது.

அதையடுத்து ஒரு நாள், தாகர் தன் சிறையறையில் இருந்தபோது, அவரை அணுகிய சிறையதிகாரிகள் அவரிடம் ஒரு மாற்று ஆடையைக் கொடுத்து, "இதை அணிந்து கொள்ளுங்கள். நாங்கள் இப்போது உங்களை பாக்தாத்திற்கு அழைத்துச் செல்லப் போகிறோம்," என்று கூறினர்.

வியப்பில் மூழ்கிய தாகரை அவர்கள் நேராக பாக்தாத் அரண்மனைக்குக் கூட்டிச் சென்றனர். அங்குத் தயாராகக் காத்திருந்த இராணுவ வீரர்கள் புடைசூழ, தாகர் ஒரு பெரிய அலுவலக அறைக்கு அழைத்துச் செல்லப்பட்டார். அந்த அறையில் பெரும் வேலைப்பாடுகளுடன் இருந்த ஒரு மேசைக்குப் பின்னால், பரிச்சயமான ஒரு நபர் வீற்றிருந்தார். ஈராக்கின் அதிபரான காஸெம்தான் அவர்! திடீரென்று தாகருக்கு விஷயம் விளங்கியது. தான் விடுதலை செய்யப்படவிருந்தோம் என்பது அவருக்குப் புரிந்தது. தன் முன்னால் நின்று கொண்டிருந்த இஸ்ரேலியரின் முகத்தைக் காஸெம் வெகுநேரம் உற்றுப் பார்த்துக் கொண்டிருந்தார். இறுதியில், அவர் தாகரிடம், "ஈராக்குக்கும் இஸ்ரேலுக்கும் இடையே போர் மூண்டால், நீங்கள் எங்களுக்கு

எதிராகப் போராடுவீர்களா?" என்று கேட்டார்.

அதற்குத் தாகர், "நான் என்னுடைய நாட்டுக்குத் திரும்பிச் சென்ற பிறகு, இஸ்ரேலுக்கும் அரபு நாடுகளுக்கும் இடையே அமைதியையும் புரிதலையும் உருவாக்க என்னால் ஆன அனைத்து முயற்சிகளையும் மேற்கொள்வேன். ஆனால், போர் மூண்டால், நீங்கள் எப்படி உங்களுடைய நாட்டுக்காகப் பல முறை போரிட்டுள்ளீர்களோ, அதேபோல நானும் இஸ்ரேலுக்காகப் போரிடுவேன்," என்று பதிலளித்தார்.

காஸெமுக்குத் தாகரின் பதில் பிடித்துப் போயிருக்க வேண்டும்போலும். காஸெம் தன் இருக்கையைவிட்டு எழுந்தார். தாகரிடம், "நீங்கள் நாடு திரும்பியவுடன், ஈராக் இப்போது ஒரு சுதந்திர நாடு என்றும், அது இனியும் ஏகாதிபத்தியத்திற்கு வால் பிடித்துக் கொண்டிருக்கின்ற ஒரு நாடு அல்ல என்றும் உங்கள் மக்களிடம் கூறுங்கள்," என்று கூறினார்.

அரண்மனையிலிருந்து ஒரு கார் அவரை விமான நிலையத்திற்கு அழைத்துச் சென்றது. அப்போதும், நிகழ்ந்து கொண்டிருந்த எதையும் தாகரால் நம்ப முடியவில்லை. ஒரு விமானத்தின் மூலம் அவர் பெய்ரூட்டுக்கு அனுப்பி வைக்கப்பட்டார். பின்னர் அவர் சைப்ரஸ் வழியாக இஸ்ரேல் சென்றடைந்தார். இஸ்ரேலிய விமான நிலையத்தில் அவருடைய நண்பர்களும் சகாக்களும் அவருக்காகக் காத்துக் கொண்டிருந்தனர். பெரிதும் மனமுடைந்து போய், பார்க்கவே சகிக்க முடியாத நிலையில் இருந்த ஒரு மனிதரை அவர்கள் எதிர்பார்த்திருந்தனர். ஆனால், விமானத்திலிருந்து இறங்கிய நபர், ஒன்பது ஆண்டுகளுக்கு முன்பு அவர்கள் பார்த்திருந்த அதே துடிப்பான, உற்சாகமான, கலகலப்பான, எப்போதும் புன்னகையை முகத்தில் தவழவிட்டிருந்த தாகராகவே இருந்தார். "எப்படி உன்னால் தாக்குப்பிடிக்க முடிந்தது? எப்படி உன்னால் நன்னம்பிக்கையுடன் இருக்க முடிந்தது? பைத்தியம் பிடிக்காமல் எப்படி இருந்தாய்?" என்று அவர்கள் அவரைத் துளைத்தெடுத்தனர். "நீங்கள் என்னை எப்படியும் அங்கிருந்து மீட்டுவிடுவீர்கள் என்பதை நான் அறிந்திருந்ததுதான் அதற்குக் காரணம்," என்று தாகர் அவர்களுக்குப் பதிலளித்தார்.

தாகரைப் பத்திரமாகத் தாய்நாட்டுக்கு அழைத்து வந்ததன் மூலம், மொசாடின் தலைவர், அதன் தொடக்கக் காலத்திலேயே அதன் ஓர் அங்கமாக ஆகிவிட்டிருந்த மற்றொரு கொள்கையைத் தூக்கிப் பிடித்திருந்தார்: "யூத மக்களை மீண்டும் இஸ்ரேலுக்குக் கொண்டுவருவதற்குத் தேவையான அனைத்து முயற்சிகளையும் மேற்கொள்ள வேண்டும், எல்லா வழிமுறைகளையும் பயன்படுத்த வேண்டும், எத்தகைய தியாகத்தைச் செய்வதற்கும் தயங்காமல் இருக்க வேண்டும்!"

இஸ்ரேலுக்குத் திரும்பிய தாகர் விரைவில் திருமணம் செய்து கொண்டார். அயலுறவுத் துறையில் சேர்ந்து பல நாடுகளில் மிகச் சிறப்பாகப் பணியாற்றிய பிறகு, அவர் ஒரு கல்லூரிப் பேராசிரியராக ஆனார்.

***

பாக்தாத்தில் நடந்த துரதிர்ஷ்டவசமான சம்பவத்திற்கும் ருவன் ஷிலோவாவுக்கும் எந்தத் தொடர்பும் கிடையாது என்றபோதிலும், 1952 ஆம் ஆண்டு இறுதியில் அவர் பதவி விலகினார். அவருடைய இடத்திற்கு வந்த நபர், இஸ்ரேலிய இரகசியப் புலனாய்வு உலகின் ஒரு புதிய நம்பிக்கை நட்சத்திரமாக உதயமாகிக் கொண்டிருந்த ஒருவராவார்.

அவர் பெயர் “குட்டி இஸ்ஸர்.”

அத்தியாயம் 4

ஒரு சோவியத் ஒற்றனும் நடுக்கடல் பிணமும்

தான் ஒரு மொசாட் ஏஜென்டாக ஆக வேண்டுமென்று ஜீவ் அவ்னி எப்போதுமே கனவு கண்டு வந்திருந்தார். 1956 ஆம் ஆண்டு ஒரு மழை நாளில் அவர் மொசாட் தலைமையகத்திற்கு வந்து சேர்ந்தபோது, தான் இந்த அமைப்பிற்குள் சேர்த்துக் கொள்ளப்பட வேண்டும் என்று அவர் இதயபூர்வமாக விரும்பினார். ஒரு சில ஆண்டுகளாக அவர் அதற்காக முயற்சித்து வந்திருந்தார். அது அவருடைய வாழ்க்கையின் மிக முக்கிய இலக்காக இருந்தது.

அவருடைய இயற்பெயர் உல்ஃப் கோல்ட்ஸ்டைன். லாட்வியாவின் தலைநகரான ரீகாவில் பிறந்த அவர், சுவிட்சர்லாந்தில் வளர்ந்தார். இரண்டாம் உலகப் போரின்போது, அவர் சுவிட்சர்லாந்து இராணுவத்தில் பணியாற்றியிருந்தார். 1948 இல் இஸ்ரேலுக்குக் குடிபெயர்ந்த அவர், தன்னுடைய பெயரை ஜீவ் அவ்னி என்று மாற்றிக் கொண்டார். அவர் ஹஸோரியா கிப்புட்ஸ் என்ற இடத்தில் இரண்டு ஆண்டுகள் வாழ்ந்துவிட்டு இஸ்ரேலின் வெளியுறவுத் துறையில் சேர்ந்தார். பெல்ஜியத்திலிருந்த இஸ்ரேலியத் தூதரகத்தில் அவருக்கு வேலை வழங்கப்பட்டது. பழகுவதற்கு இனிமையானவராகவும், பரவலாகப் படித்தவராகவும், பல மொழிகளைப் பேசுபவராகவும் இருந்த அவ்னி, தன்னுடைய நடத்தையாலும் வசீகரத்தாலும் தன்னுடைய மேலதிகாரிகளைக் கவர்ந்தார். எந்த வேலையாக இருந்தாலும் அதைச் செய்வதற்கு அவர் தானாகவே முன்வந்தார். குறிப்பாக, மொசாட் தொடர்பான விஷயங்களில் அவர் அப்படி நடந்து கொண்டார். இரகசியமாக எதையாவது யாரிடமாவது கொண்டு

சேர்க்க வேண்டியிருந்தாலோ, அவசரமாக வேறொரு நகரத்திற்குச் செல்ல வேண்டியிருந்தாலோ, அல்லது, ஐரோப்பாவிலிருந்த மொசாட் ஏஜென்டுகளுக்கு இரகசியமாக ஆவணங்களை நேரில் சென்று கொடுக்க வேண்டியிருந்தாலோ, மற்றவர்களுக்கு முன்பாக அவர்தான் அதைச் செய்ய முன்வந்தார். இவ்வாறு அவர் அடிக்கடி மொசாடோடு உறவாடியதால், ஐரோப்பாவில் இருந்த மொசாட் ஏஜென்டுகள் அவரைத் தங்களில் ஒருவராகக் கருதத் தொடங்கினர். யூகோஸ்லாவியாவின் தலைநகரான பெல்கிரேடில் இருந்த இஸ்ரேலியத் தூதரகத்திற்கு அவர் மாற்றப்பட்டபோது, அவருக்கும் மொசாடுக்கும் இடையேயிருந்த உறவு இன்னும் அதிகத் தீவிரமடைந்தது. பெல்கிரேடில் ஒரு மொசாட் பிரிவைத் துவக்குமாறு, அப்போது மொசாடின் தலைவராக இருந்த இஸ்ஸர் ஹாரலுக்கு அவ்னி அவ்வப்போது கடிதம் எழுதினார். யூகோஸ்லாவியாவில் மொசாடின் ஒரு பிரிவை உருவாக்க வேண்டிய தேவையில்லை என்று கூறி ஹாரல் அதை மறுத்து வந்தார். ஆனாலும் அவ்னி தன் முயற்சியை ஒருபோதும் கைவிடவில்லை. 1956 இல் அவர் தன் சொந்த வேலையாக இஸ்ரேலுக்கு வந்தபோது, மொசாடின் தலைவரைச் சந்திக்க அவர் அனுமதி கேட்டிருந்தார். அவருக்கு அனுமதி கொடுக்கப்பட்டது. மொசாடின் தலைவரை அதுவரை வெறும் கடிதங்கள் மூலம் மட்டுமே தொடர்பு கொண்டு வந்திருந்த அவ்னி, முதன்முறையாக அவரை நேரில் சந்திக்கவிருந்தார்.

ஹாரலின் அலுவலகத்திற்குள் நுழைந்தபோது, அவ்னி பதற்றமாகவும் இறுக்கமாகவும் இருந்தார். ஹாரல் மொசாடின் தலைமைப் பதவிக்கு வந்து நான்கு ஆண்டுகள் மட்டுமே ஆகியிருந்தபோதிலும், அவர் ஒரு கதாநாயகன் அந்தஸ்தில் இருந்தார். இந்தக் குள்ளமான, புதிரான நபரை மக்கள் ஒரு புறம் போற்றினர், மறுபுறம் அவரைக் கண்டு பயந்தனர். மொசாட் வளாகத்தின் ஊடாக அவரைப் பற்றிய எண்ணற்ற உண்மைக் கதைகளும் இட்டுக்கட்டப்பட்டக் கதைகளும் உலவின. 'குட்டி இஸ்ஸர்' என்று அழைக்கப்பட்ட அவரைப் பற்றி அவ்னி அங்கொன்றும் இங்கொன்றுமாகக் கேள்விப்பட்டிருந்தார். அதனால் அவ்னி இச்சந்திப்பு குறித்துக் கொஞ்சம் பயந்து போய்தான் இருந்தார்.

ஆனால், ஹாரலை அவர் சந்தித்தபோது, ஹாரல் அவரிடம் மென்மையாகவும் கனிவாகவும் பேசினார். அவ்னியின் நடத்தையும் அரசியல் சாதுரியமும் தன்னை மிகவும் கவர்ந்திருந்ததாக ஹாரல் அவரிடம் தெரிவித்தார். "நீங்கள் எதற்காக இஸ்ரேல் வந்துள்ளீர்கள்?" என்று ஹாரல் அவ்னியிடம் கேட்டார். "என்னுடைய மகள் என்னைப் பார்க்க விரும்பியதாகத்

தெரிவித்ததால் நான் இஸ்ரேல் வந்துள்ளேன்," என்று அவ்னி கூறினார்.

"உங்களுடைய மகளுக்கு என்ன வயது?" என்று ஹாரல் கேட்டார்.

"எட்டு."

"என்ன? எட்டு வயதுதானா?" என்று ஹாரல் வியப்புடன் கேட்டார். எட்டு வயது மகளைப் பார்க்க வெளிநாட்டிலிருந்து அவர் இஸ்ரேலுக்கு வந்திருந்தது அவருக்கு விநோதமாகத் தோன்றியது. அதைப் பற்றி அவ்னி மேலும் விளக்கினார். அவர் தன்னுடைய மகளைப் பற்றியும், முதல் மனைவியைப் பற்றியும், தன்னுடைய இரண்டாவது மனைவியைப் பற்றியும், அவர்களுக்கு இடையே நிலவிய சிக்கலான உறவுகளைப் பற்றியும் விரிவாகக் கூறத் தொடங்கினார். இதனால் ஹாரல் பொறுமையிழந்தார். அவர் அவ்னியின் பேச்சில் பாதியில் குறுக்கிட்டு, யூகோஸ்லாவியாவில் மொசாட் பிரிவு எதையும் தொடங்கும் எண்ணம் தனக்கு இல்லை என்று தெரிவித்தார். பின்னர் அவர் அவ்னியிடம், "உங்களுடைய யூகோஸ்லாவியப் பணி முடிந்த பிறகு உங்களுடைய வருங்காலத்தைப் பற்றிப் பார்த்துக் கொள்ளலாம்," என்று கூறினார். இதனால் அவ்னி மனமுடைந்து போனார்.

ஆனால், அவ்னி விடைபெறுவதற்கு முன்பாக, ஹாரல் அவரிடம், "இன்னும் சில நாட்கள் கழித்து நான் உங்களை மீண்டும் சந்திக்கிறேன். ஆனால் அச்சந்திப்பு என்னுடைய இரகசிய அலுவலகம் ஒன்றில் நடைபெறும். என்னுடைய ஓட்டுநர் உங்களை அங்கு அழைத்து வருவார்," என்று தெரிவித்தார்.

அப்படியானால் இன்னும் நம்பிக்கை இருந்ததென்று அவ்னி நினைத்துக் கொண்டார். இல்லையெனில், ஹாரல் தன்னை எதற்காக மீண்டும் சந்திக்க வேண்டும்?

ஒரு சில நாட்கள் கழித்து, அவ்னி, மத்திய டெல் அவீவ் பகுதியிலிருந்த ஒரு கட்டடத்திற்குள் நுழைந்தார். அவருக்கு இப்போது ஹாரல் குறித்து பயமேதும் இருக்கவில்லை. முதல் சந்திப்பின்போது அவர் நட்புறவுடன்தானே பழகியிருந்தார்?

அங்கு அவருக்காகக் காத்துக் கொண்டிருந்த ஹாரல், அவரை ஒரு பெரிய அறைக்கு அழைத்துச் சென்றார். அந்த அறையின் சுவர்களில் எதுவும் மாட்டப்பட்டிருக்கவில்லை. அங்கிருந்த சன்னல்கள் அனைத்தும் மூடப்பட்டிருந்தன. அங்கு ஒரு மேசையும் இரண்டு நாற்காலிகளும் இருந்தன. அவ்னி அவற்றில் ஒரு நாற்காலியில் அமர்ந்தார். ஆனால், திடீரென்று, சீறி வருகின்ற ஒரு காளையைப்போல ஹாரல் மாறினார். அவருடைய முகம் இறுக்கமடைந்தது. அங்கிருந்த மேசைமீது அவர் ஓங்கிக்

குத்தினார். "நீ ஒரு சோவித் ஏஜென்ட்! அதை ஒப்புக் கொள்!" என்று அவர் மீண்டும் மீண்டும் கர்ஜித்தபடி மேசைமீது குத்திக் கொண்டே இருந்தார். "சோவியத் ஒன்றியம்தான் உன்னை இங்கு அனுப்பி வைத்துள்ளது என்பது எனக்குத் தெரியும். நீ ஓர் உளவாளி. ஒப்புக் கொள்!" என்று ஹாரல் மீண்டும் கத்தினார்.

அவ்னி பயத்தில் உறைந்து போனார். அவருக்குப் பேச்சே வரவில்லை.

"ஒழுங்காக உண்மையை ஒப்புக் கொள். என்னிடம் உண்மையை ஒப்புக் கொண்டால், நான் உனக்கு உதவுகிறேன். இல்லையெனில்..."

அவ்னியின் இதயம் படபடவெனத் துடித்தது. அவருக்கு உடலெல்லாம் வியர்த்துக் கொட்டியது. நாக்கு மேலண்ணத்தோடு ஒட்டிக் கொண்டது. இதுதான் தன் வாழ்வின் கடைசிக் கணம் என்று அவர் நினைத்துக் கொண்டார். ஹாரல் தன்னைக் கண்டிப்பாகக் கொன்றுவிடப் போகிறார் என்று அவர் நம்பினார்.

இறுதியில், தட்டுத் தடுமாறி அவர் ஒரு சில வார்த்தைகளை உதிர்த்தார்.

"நான் ஒப்புக் கொள்கிறேன். நான் சோவிய ஒன்றியத்திற்காக உளவு பார்த்துக் கொண்டிருக்கிறேன்," என்று அவ்னி முணுமுணுத்தார்.

ஹாரல் அந்த அறையிலிருந்த ஒரு இரகசியக் கதவைத் திறந்தார். அதன் வழியாக இரண்டு மொசாட் ஏஜென்டுகளும் ஒரு காவல்துறை அதிகாரியும் அந்த அறைக்குள் வந்தனர். அந்தக் காவல்துறை அதிகாரி அவ்னியைக் கைது செய்து ஒரு விசாரணைக்கூடத்திற்கு அழைத்துச் சென்றார். பின்னர், தான் யார் என்பதையும் தன்னுடைய உண்மையான நோக்கம் என்ன என்பதையும் அவ்னி படிப்படியாக வெளிப்படுத்தினார். இளம் வயதிலிருந்தே அவர் ஒரு தீவிரமான கம்யூனிஸ்டாக இருந்தார். அவர் சுவிட்சர்லாந்தில் இருந்தபோதே, சோவியத் ஒன்றியத்தின் இராணுவ உளவுப் பிரிவான ஜிஆர்யூவினால் வேலைக்கு எடுத்துக் கொள்ளப்பட்டார். இரண்டாம் உலகப் போரின்போது அவர் சோவியத் ஒன்றியத்திற்காக உளவு பார்த்தார். அதற்குப் பிறகு, இஸ்ரேலுக்குக் குடிபெயர்ந்து அங்குக் காத்திருக்குமாறு அவர் பணிக்கப்பட்டார். சோவியத் ஒன்றியத்திலிருந்து தகவல் வரும் என்று அவ்னி நீண்டகாலம் காத்திருந்தார். ஆனால், அவர் பெல்ஜியத் தூதரகத்திற்கு மாற்றப்பட்டவுடன்தான் சோவியத் ஒன்றிய அதிகாரிகள் அவ்னியைத் தொடர்பு கொண்டனர். அங்கிருந்தபோது, பெல்ஜியத்திலிருந்த எஃப்.என். ஆயுதத் தயாரிப்பு நிறுவனத்துடன் இஸ்ரேல் போட்டிருந்த ஒப்பந்தங்கள் குறித்த முக்கியமான தகவல்களை அவர் சோவியத்

ஒன்றியத்திடம் கொடுத்தார். எகிப்தில் தற்போது இஸ்ரேலுக்காகப் பணியாற்றிக் கொண்டிருந்த இரண்டு முன்னாள் நாஜிக்களின் அடையாளங்களையும் அவர் சோவியத் அதிகாரிகளிடம் கொடுத்தார். அந்த இரண்டு நாஜிக்களும் உடனடியாக எகிப்திலிருந்து தூக்கியெறியப்பட்டனர். அவ்னி மொசாடுக்குள் ஊடுருவ வேண்டும் என்று சோவியத் அதிகாரிகள் விரும்பினர். அதற்குத்தான் அவ்னியும் தீவிரமாக முயன்று கொண்டிருந்தார். ஹாரலின் "ஒப்புக் கொள்!" என்ற கர்ஜனை அதை முடிவுக்குக் கொண்டு வந்திருந்தது.

தான் ஏன் குற்றத்தை ஒப்புக் கொண்டோம் என்று அவ்னி தன்னைத் தானே கேட்டுக் கொண்டார். ஹாரல் விரித்திருந்த வலையில் மாட்டாமல் அவரால் எளிதாகத் தப்பியிருந்திருக்க முடியும். ஹாரலுக்குத் தன்னைப் பற்றி வெறும் சந்தேகம்தான் இருந்தது என்பதையும், ஓர் உளவாளி என்று தன்மீது குற்றம் சாட்டுவதற்குத் தேவையான ஆதாரம் எதுவும் அவரிடம் இருக்கவில்லை என்பதையும் அவ்னி அறிந்திருந்தார். நீண்டகாலத்திற்கு முன்பு தான் கிப்புட்ஸில் இருந்தபோது, தான் கம்யூனிசச் சிந்தனை கொண்டவன் என்ற தகவல் ஹாரலை எட்டியிருந்திருக்கும் என்பது உண்மைதான் என்றாலும், தான் ஒரு சோவியத் ஒன்றிய உளவாளி என்பதை அவர் அறிந்திருக்க வாய்ப்பில்லை என்ற ரீதியில் அவ்னியின் சிந்தனை ஓடியது.

அவ்னியின் விஷயத்தில் ஹாரல் வெறும் உள்ளுணர்வின் அடிப்படையில் மட்டுமே இயங்கியிருந்தார். மொசாடில் சேர்வதற்கு அவ்னி தொடர்ந்து முயற்சி செய்து வந்தது; தன்னுடைய எட்டு வயது மகளைப் பார்ப்பதற்காக இஸ்ரேலுக்குத் திரும்பியது; யூகோஸ்லாவியாவில் ஒரு மொசாட் பிரிவைத் தொடங்குவதற்கு ஹாரலைத் தொடர்ந்து தொந்தரவு செய்தது; இச்சிறு விஷயங்கள் அனைத்தும் சேர்ந்து ஹாரலின் மனத்தில் ஒரு சந்தேகத்தைத் தோற்றுவித்து, இஸ்ரேலின் உளவுக் கருவறைக்குள் ஓர் உளவாளி நுழைய எத்தனித்துவிட்டான் என்ற முடிவுக்கு அவரை இட்டுச் சென்றன.

விசாரணையின்போது, அவ்னி தன் முழுக் குற்றத்தையும் ஒப்புக் கொண்டார். அவருக்குப் பதினான்கு ஆண்டுகள் சிறைத்தண்டனை வழங்கப்பட்டது. ஒன்பது ஆண்டுகள் கழித்து, நன்னடத்தை காரணமாக அவர் விடுதலை செய்யப்பட்டார். அதற்குப் பிறகு அவர் ஒரு 'முன்மாதிரி' குடிமகனாக நடந்து கொண்டார். பின்னர் அவர் ஓர் உளவியலாளராகவும் ஆனார். ஹாரல் தன்னுடைய சுயசரிதையை எழுதிக் கொண்டிருந்த நபரிடம், "இஸ்ரேலில் பிடிபட்டிருந்த உளவாளிகளிலேயே மிகவும் ஆபத்தான உளவாளி அவ்னிதான். அதே சமயத்தில், மிகவும்

வசீகரமான ஓர் உளவாளியாகவும் அவர் இருந்தார். அவரை ஒரு 'கண்ணியமான உளவாளி' என்று அழைக்கலாம்," என்று கூறினார்.

உயர் காவல்துறை அதிகாரிகள் பலரும், 'ஷபக்' (அமெரிக்க எஃப்பிஐக்கு ஒப்பான ஓர் இஸ்ரேலிய அமைப்பு) விசாரணை அதிகாரிகளும் தனக்கு நண்பர்களாக இருந்திருந்ததாக அவ்னியே எங்களிடம் கூறினார்.

அவ்னி விவகாரம் 'ஆபரேஷன் பிக்மேலியன்' என்று அழைக்கப்பட்டது. பல ஆண்டுகளுக்கு, மொசாடின் இரகசியமாகப் பாதுகாக்கப்பட்டு வந்த ஒரு திட்டமாக அது இருந்து வந்தது. அதைப் பற்றி மிகவும் குறைவானவர்களே அறிந்திருந்தனர். குட்டி இஸ்ஸரான ஹாரலின் உள்ளுணர்வினுடைய ஆற்றலின் மிகச் சிறந்த நிரூபணமாக அது விளங்கியது.

சரி, யார் இந்தக் குட்டி இஸ்ஸர்? அதிகம் பேசாத, கூச்ச சுபாவமுடைய, அதே நேரத்தில், உறுதியான நபராக இருந்தவர் அவர். பழைய இரஷ்யாவிலிருந்த டிவின்ஸ்க் என்ற நகரில் பிறந்த அவர், தன்னுடைய பதினெட்டாவது வயதில் இஸ்ரேலுக்குக் குடிபெயர்ந்தார். அவர் இஸ்ரேலுக்கு வந்தபோது, முதுகில் சுமக்கின்ற ஒரு பையையும், ஒரு ரொட்டியையும், ஒரு கைத்துப்பாக்கியையும் கொண்டு வந்திருந்தார். அவர் முதலில் ஷெஃபாயிம் கிப்புட்ஸில் வசித்தார். அங்கிருந்தபோது, ரிவ்கா என்ற பெண்மணியை அவர் திருமணம் செய்து கொண்டார். ஆனால், பின்னர் என்ன காரணத்தினாலோ, உடுத்தியிருந்த உடையோடு தன் மனைவியுடன் அவர் அங்கிருந்து கிளம்பிவிட்டார். இரண்டாம் உலகப் போரின்போது, அவர் ஹகானா அமைப்பில் சேர்ந்தார். பின்னர், அவர் அதன் உளவுத் துறைப் பிரிவான 'ஷாயில்' சேர்ந்து, தேசத் துரோகிகளையும் 'கலகக்காரர்களையும்' கண்காணிக்கின்ற துறையின் தலைவரானார். இங்குக் குறிப்பிடப்பட்டுள்ள 'கலகக்காரர்கள்' டேவிட் பென் குரியனின் அதிகாரத்தையும் அமைப்புரீதியாக இயங்கிக் கொண்டிருந்த யூதச் சமுதாயத்தையும் எதிர்த்துக் கொண்டிருந்த 'இர்கன்', 'ஸ்டென்' ஆகிய இரண்டு வலதுசாரி தலைமறைவு இயக்கங்களின் உறுப்பினர்களாவர். 'பெரிய இஸ்ஸரின்' மறைவுக்குப் பிறகு, 'குட்டி இஸ்ஸர்' ஹாரல் 'ஷபக்கின்' தலைவரானார்.

மொசாட் தொடங்கப்பட்டு ஒரு சில ஆண்டுகளுக்குள்ளாகவே, அதிர்ச்சியளிக்கும் விதத்தில், அதன் தலைவராக இருந்த ருவன் ஷிலோவாவின் இராஜினாமாவைப் பிரதமர் பென் குரியன் ஏற்றுக் கொண்டார். பிறகு அவர் ஹாரலை மொசாடின் தலைவராக நியமித்தார். ஷிலோவா ஒரு விபத்தில் மாட்டிக் கொண்டு இயங்க முடியாமல் போனதால் தன் பதவியை இராஜினாமா செய்தார்

என்று கூறப்பட்டாலும், அவர் ஒரு நல்ல மனிதர் என்றாலும், மொசாடுக்குத் தேவையான உறுதியான தலைமைத்துவமும் இரகசிய நடவடிக்கைகளை எடுக்கின்ற திறமையும் அவரிடமில்லை என்று பென் குரியனிடம் கூறி ஹாரல்தான் ஷிலோவாவை வெளியேற்றிவிட்டார் என்று மொசாட் வட்டாரத்தில் வதந்திகள் உலா வந்தன.

ஹாரலின் தலைமைத்துவத்தின் கீழ், மொசாட், திட்டவட்டமான அமைப்புடன்கூடிய மிகச் சிறப்பான ஓர் உளவு அமைப்பாக உருவானது. மொசாட், ஷபக், இராணுவப் புலனாய்வு அமைப்பான அமன், காவல்துறையின் சிறப்புப் பிரிவு, வெளியுறவு அமைச்சகத்தின் ஆய்வுத் துறை ஆகிய ஐந்து முக்கியப் பிரிவுகளை இஸ்ரேலியப் புலனாய்வுச் சமூகம் கொண்டிருந்தது. இவற்றில் மொசாட், ஷபக், இராணுவப் புலனாய்வு அமைப்பு ஆகிய மூன்று அமைப்புகள் மட்டுமே முக்கியமானவை. மற்ற இரண்டும் பெரிதாக மதிக்கப்படவில்லை. இந்த ஐந்து அமைப்புகளின் இயக்குநர்கள் மற்றும் துணை இயக்குநர்கள் அடங்கிய ஒரு குழு உருவாக்கப்பட்டது. அதன் தலைவராக ஹாரல் நியமிக்கப்பட்டார். பென் குரியன் அவருக்கு 'மெமுன்னே' என்ற சிறப்புப் பெயரையும் வழங்கினார். புலனாய்வு அமைப்புகளின் 'முதன்மைப் பொறுப்பு நிர்வாகி' என்று அதற்கு அர்த்தம். புதிதாக உருவாக்கப்பட்டிருந்த இந்தப் பதவியில் 'குட்டி இஸ்ஸரை' அமர வைத்தபோது, பென் குரியன் அவரிடம், "மொசாட் பொறுப்புப் போக, நீங்கள் தொடர்ந்து ஷபக்கையும் வழிநடத்துவீர்கள்," என்று கூறினார். ஷபக் அமைப்பிற்கு ஹாரல் ஒரு புதிய இயக்குநரை நியமித்தபோதிலும், மொசாட், ஷபக் ஆகிய இரண்டும் அவருடைய கட்டுப்பாட்டில்தாம் இருந்தன.

இப்படியாக, குட்டி இஸ்ஸர், இஸ்ரேலியப் புலனாய்வு உலகின் 'ஜார் மன்னராக' ஆனார்.

இஸ்ரேல் உதயமாகி முதல் ஒரு சில ஆண்டுகளில் ஹாரல் மேற்கொண்ட முக்கியமான நடவடிக்கைகளில் 'ஆபரேஷன் பிக்மேலியனும்' ஒன்று. அவர் மேற்கொண்ட திட்டங்கள் பெருமளவு சோவியத் ஒன்றியத்தின் உளவாளிகளுக்கு எதிராக மேற்கொள்ளப்பட்டவையாகும். அப்போது ஏராளமான சோவியத் ஒன்றிய உளவாளிகள் கைது செய்யப்பட்டுச் சிறையில் அடைக்கப்பட்டனர் அல்லது நாட்டைவிட்டுத் துரத்தப்பட்டனர்.

அனைத்து உளவாளிகளும் சோவியத் ஒன்றியத்திற்காக வேலை செய்து கொண்டிருக்கவில்லை. அதேபோல, எல்லா உளவாளிகளின் கதைகளும் ஒரு மகிழ்ச்சியான முடிவைக் கொண்டிருக்கவில்லை.

***

1954 டிசம்பர் மாதத் துவக்கத்தில் ஒரு மாலைப்பொழுது அது. ஒரு சரக்கு விமானம், கிழக்கு மத்திய தரைக்கடல் பகுதிக்கு மேலே வட்டமடித்துக் கொண்டிருந்தது. அப்பகுதியில் எந்தப் படகோ அல்லது கப்பலோ போய்க் கொண்டிருக்கவில்லை என்பதை அதன் விமானிகள் உறுதி செய்த பிறகு, அதன் கதவுகளில் ஒன்று திறந்தது. அதிலிருந்து ஒரு பெரிய பொட்டலம் கீழே போடப்பட்டது. அது ஒரு பிணம்.

பின்னர் அந்த விமானம் அங்கிருந்து திரும்பிச் சென்று, ஒரு மணி நேரத்தில் இஸ்ரேலில் தரையிறங்கியது. அது 'ஆபரேஷன் எஞ்சினியர்' என்ற திட்டத்தை நிறைவுக்குக் கொண்டு வந்தது. அந்தத் திட்டம் கிட்டத்தட்ட ஐம்பது ஆண்டுகளாகப் பரம இரகசியமாக வைக்கப்பட்டிருந்தது.

1949 ஆம் ஆண்டு மூன்று பல்கேரிய யூதச் சகோதரர்கள், இஸ்ரேலிலுள்ள ஹய்ஃபா என்ற நகரை வந்தடைந்தனர். அவர்களில் மூத்தவரான அலெக்சான்டர் இஸ்ரேல், அப்போதுதான் சோஃபியாவில் பொறியியல் பட்டப்படிப்பை முடித்திருந்தார். அவர் இஸ்ரேலிய இராணுவத்தில் சேர்த்துக் கொள்ளப்பட்டார். அவருக்குக் கேப்டன் பதவி கொடுக்கப்பட்டு, கடற்படையில் பணிபுரிவதற்கு அனுப்பப்பட்டார். கேப்டன் இஸ்ரேல் மிகவும் வசீகரமான ஓர் இளைஞர். அவரை அவருடைய மேலதிகாரிகள் மதித்ததால், மிகவும் இரகசியமாக மேற்கொள்ளப்பட்டு வந்த ஓர் ஆய்வில் அவர் சேர்த்துக் கொள்ளப்பட்டார். மின்னணுப் போர் மற்றும் அது தொடர்பான ஆயுதங்களை உருவாக்குவதற்கான ஒரு திட்டம் அது. அவருக்கு உயர்ந்த பாதுகாப்பு அனுமதி வழங்கப்பட்டிருந்ததால், மிகவும் இரகசியமான ஆவணங்களையும் தகவல்களையும் அணுகும் உரிமை அவருக்குக் கொடுக்கப்பட்டிருந்தது. அவர் தன் பெயரை ஹீப்ரு மொழிக்கேற்ப அவ்நெர் என்று மாற்றிக் கொண்டார். பின்னர் 1953 இல், துருக்கியைப் பூர்விகமாகக் கொண்டிருந்த மட்டில்டா அர்டிடி என்பவரை அவர் திருமணம் செய்து கொண்டார். மட்டில்டா தன் கணவரை மிகவும் நேசித்தார். ஆனால், அவருடைய ஆளுமையின் மற்றொரு மோசமான பக்கத்தை மட்டில்டா அறியாமல் இருந்தார்.

அவ்நெர் பல குற்றங்களில் ஈடுபட்டிருந்தார். தன்னுடைய வீட்டை ஒரே நேரத்தில் பலருக்கு வாடகைக்கு விட்டிருந்தது, ரெஃபிரிஜிரேட்டர் நிறுவனத்தின் பிரதிநிதிபோல நடித்துப் பலரிடம் முன்பணம் பெற்றிருந்தது போன்றவை அவற்றில் ஒரு சில. அவற்றில் ஒரு வழக்கிற்காக, 1954 நவம்பர் 8 அன்று அவர் நீதிமன்றத்தில் ஆஜராக வேண்டியிருந்தது.

மட்டில்டா அப்போது நிறைமாத கர்ப்பிணியாக இருந்தார்.

தான் செய்த குற்றங்கள் போதாது என்பதுபோல, அவ்நெர், ஹய்ஃபாவிலுள்ள இத்தாலியத் தூதரகத்தில் வேலை செய்து கொண்டிருந்த ஓர் அழகான பெண்ணுடன் ஒரு கள்ளத் தொடர்பும் வைத்திருந்தார். அவ்நெர் கத்தோலிக்க மதத்திற்கு மாறினால் அவரைத் திருமணம் செய்து கொள்வதற்கு அப்பெண் தயாராக இருந்தாள்.

அவ்நெர் இதை ஒரு பெரிய பிரச்சனையாகவே கருதவில்லை. அவர் இதற்கு முன்பு பல்கேரியாவில் இருந்தபோது, ஒரு கிறித்தவப் பெண்ணைத் தன் வலையில் சிக்க வைத்தபோது ஒரு முறை மதம் மாறியிருந்தார். அப்பெண்ணின் குடும்பம், மதம் மாறுமாறு அவரைத் துப்பாக்கி முனையில் மிரட்டியிருந்தது. திருமணம் முடிந்த கையோடு, அவர் சோஃபியாவிலிருந்து தப்பி ஓடிவிட்டார். அவருடைய இளம் மனைவி தற்கொலை செய்து கொண்டார். பின்னர் அவர் அந்த நகருக்குத் திரும்பி வந்ததோடு, தன்னுடைய மதத்திற்கும் திரும்பினார். இப்போது அவர் தன் கள்ளக் காதலியுடன் ஜெருசலேமுக்குச் சென்று, அங்குள்ள டெர்ரா சான்டா கான்வென்டில் கத்தோலிக்க மதத்திற்கு மாறி, தன் பெயரை அலெக்சான்டர் ஐவர் என்று மாற்றிக் கொண்டார். அந்தத் தேவாலயம் கொடுத்திருந்த ஆவணங்களின் அடிப்படையில், அவர் தன்னுடைய புதிய பெயரில் ஒரு பாஸ்போர்ட்டும் எடுத்து வைத்துக் கொண்டார்.

அவர்கள் இருவரும் 1954 நவம்பர் 7 அன்று திருமணம் செய்து கொள்ளத் தீர்மானித்திருந்தனர். அதற்கு அடுத்த நாள், நவம்பர் 8 அன்று அவர் நீதிமன்றத்தில் ஆஜராக வேண்டியிருந்தது. இந்த இரண்டையுமே புறக்கணிக்க அவர் முடிவு செய்தார். மீண்டும் தப்பித்துச் செல்வதற்கான நேரம் வந்துவிட்டிருந்தது.

அக்டோபர் இறுதியில், கேப்டன் அவ்நெர், வேலையிலிருந்து இரண்டு வார விடுப்பு எடுத்துக் கொண்டார். இஸ்ரேலைவிட்டு வெளியேறுவதற்கான விசா அவருக்கு இருக்கவில்லை, ஆனால் அலெக்சான்டர் ஐவருக்கு இருந்தது. அவரிடம் பல ஆவணங்கள் இருந்தன. அவற்றில் சில உண்மையானவை, பல போலியானவை. அவர் ரோமுக்கு ஒரு விமானப் பயணச்சீட்டு வாங்கிக் கொண்டு, நவம்பர் 4 அன்று இஸ்ரேலைவிட்டு வெளியேறிவிட்டார். அவருடைய மனைவிக்கும், அவருடைய 'வருங்கால மனைவிக்கும்' இது பற்றி எதுவும் தெரிந்திருக்கவில்லை. திருமண நாள் நெருங்கியிருந்ததால், அந்த இத்தாலியப் பெண் அவரை எல்லா இடங்களிலும் தேடினாள். இறுதியில், அவள் ஹய்ஃபா காவல் நிலையத்திற்குச் சென்றாள். அவ்நெரின் முகவரியை அவர்களிடமிருந்து அவள் பெற்றுக் கொண்டாள். ஆனால் அவள் அவ்நெரின் வீட்டிற்குச் சென்றபோது, அவளுக்கு

அதிர்ச்சியும் ஆச்சரியமும் காத்துக் கொண்டிருந்தன. நிறைமாத கர்ப்பிணியும் சக்களத்தியுமான மட்டில்டா இஸ்ரேல் அங்கு அவரை வரவேற்றார்.

ரோமில் வந்திறங்கிய அவ்நெர், சில காலம் தலைமறைவாக இருந்தார். அங்கிருந்த மொசாட் ஏஜென்டுக்கு இத்தாலியிலிருந்த அரேபியத் தூதரகச் சமூகத்தோடு நல்ல உறவு இருந்தது. நவம்பர் 17 அன்று, டெல் அவீவிலிருந்த மொசாட் தலைமையகத்திற்கு ஓர் அவசரத் தந்தி வந்தது: "அலெக்சான்டர் ஐவர் அல்லது ஐவன் அல்லது ஐவி என்று தன்னை அறிமுகப்படுத்திக் கொள்கின்ற இஸ்ரேலிய அதிகாரி ஒருவர், சில இராணுவத் தகவல்களை ஓர் எகிப்திய இராணுவ அதிகாரிக்கு விற்க முயன்று கொண்டிருக்கிறார்," என்ற வாசகம் அதில் இடம் பெற்றிருந்தது.

மொசாடின் தலைவரும், ஷபக்கின் புதிய தலைவர் அமோஸ் மனோரும் அந்த நபர் யாரென்று கண்டுபிடிப்பதற்கான முயற்சியில் இறங்கினர். ஒரு சில நாட்களில் அவர்கள் அதில் வெற்றியும் பெற்றனர். அந்நபர் ஒரு கடற்படை அதிகாரி என்பதை அறிந்து அவர்கள் பெரும் அதிர்ச்சியடைந்தனர். முதல் தந்தியைத் தொடர்ந்து வந்த இரண்டாவது தந்தி மேலும் அதிகக் கலக்கமளித்தது. இஸ்ரேலின் பெரிய இராணுவத் தளம் ஒன்றின் விலாவாரியான வரைபடம் ஒன்றை, அலெக்சான்டர், 1,500 டாலர்களுக்கு எகிப்தியர்களிடம் விற்று, அந்தப் பணத்தை ரோமிலிருந்த ஒரு வங்கியில் போட்டு வைத்திருந்தார் என்பதுதான் அச்செய்தி. மேலும், தன்னிடம் இன்னும் பல தகவல்கள் இருந்ததாகவும், எகிப்திற்கு வந்து தானே அவற்றை நேரில் தருவதாகவும் அலெக்சான்டர் அந்த எகிப்திய அதிகாரிகளிடம் ஒப்புக் கொண்டிருந்ததாகவும் அந்த மொசாட் ஏஜென்ட் அச்செய்தியில் தெரிவித்திருந்தார்.

மேலும் சில நாட்கள் கழித்து வந்த மற்றொரு தந்தியில் இவ்வாறு எழுதப்பட்டிருந்தது: "நவம்பர் மாத இறுதியில் கெய்ரோவுக்குப் பயணிப்பதற்கான இரண்டு விமானச் சீட்டுகளை ரோமிலுள்ள எகிப்தியத் தூதரகம் வாங்கி வைத்துள்ளது. அவற்றில் ஒன்று, ஓர் எகிப்திய இராணுவ அதிகாரிக்கும், மற்றொன்று ஓர் இஸ்ரேலிய அதிகாரிக்கும் என்பது வெளிப்படை."

மொசாட் தலைமையகத்தில் அபாய எச்சரிக்கை மணிகள் ஒலிக்கத் தொடங்கின. ஹாரலைப் பொறுத்தவரை, ஒரு நாட்டிலிருந்து தப்பியோடிய ஒரு நபர், வேறொரு நாட்டின் தூதரகத்திலுள்ள ஓர் அதிகாரியிடம் இராணுவ இரகசியங்களைப் பேசுவதற்கும், அதே நபர் அந்நாட்டிற்குள் கொண்டு செல்லப்பட்டு அங்குள்ள வல்லுநர்களால் குடைந்தெடுக்கப்படுவதற்கும் மிகுந்த வேறுபாடு இருந்தது. அவ்நெர் எகிப்துக்குக் கொண்டு

செல்லப்பட்டால், அவரிடமிருந்து ஆபத்தான பல தகவல்களை எகிப்தியர்கள் கறந்துவிடுவர் என்பதை ஹாரல் அறிந்திருந்தார். அதனால், அவ்நெர் எகிப்தை அடைவதை எப்பாடுபட்டாவது தடுப்பது என்று அவர் முடிவு செய்தார். அதற்கு என்ன விலை வேண்டுமானாலும் கொடுக்க அவர் தயாராக இருந்தார்.

இரகசிய ஏஜென்டுகளை ரோமுக்கு அனுப்ப அவர் தீர்மானித்தார். அக்காலகட்டத்தில், மொசாடுக்கென்று தனியாக இரகசிய நடவடிக்கைகளில் ஈடுபடக்கூடிய ஏஜென்டுகள் இருக்கவில்லை என்பதால், அவர் ஷபக்கிலிருந்து ஒரு குழுவைக் கடன் வாங்கினார். அக்குழுவிற்குத் தலைமை தாங்குவதற்குத் தேர்ந்தெடுக்கப்பட்டவர் இஸ்ரேலில் இருந்த மிகச் சிறந்த எஜென்டுகளில் ஒருவர். அவர் பெயர் ரஃபி ஈத்தன். அவருடைய வீரர்களுக்கு அவர் ஒரு பெரிய கதாநாயகனாகத் திகழ்ந்தார். இஸ்ரேலிய கிப்புட்ஸ் ஒன்றில் பிறந்த அவர், குள்ளமான, கண்ணாடி அணிந்திருந்த, ஜாலியான ஒரு பேர்வழி. அதே நேரத்தில், அவர் துணிகரமானவராகவும், எதிரிகளிடம் தயவு தாட்சண்யம் காட்டாதவராகவும் விளங்கினார். இஸ்ரேலின் சுதந்திரத்திற்கு முன்பு, ஹகானாவின் இரகசியப் படைப் பிரிவு ஒன்றில் அவர் பணியாற்றியிருந்தார். இஸ்ரேல் உருவாக்கப்படுவதற்கு முன்பு, பிரிட்டன் விதித்திருந்த தடையையும் மீறி, இரகசியமாக யூதர்களைப் பாலஸ்தீனத்திற்குக் கொண்டுவருவதில் ஈடுபட்டிருந்த அலியா பெத் என்ற இரகசிய அமைப்பில் அவர் தீவிரப் பங்காற்றியிருந்தார். அப்போது அவர்கள், ஐரோப்பாவிலிருந்த யூதர்களை ஓட்டை உடைசலான படகுகளில் ஏற்றி, பாலஸ்தீனக் கடற்கரைகளையொட்டி ரோந்து சுற்றிக் கொண்டிருந்த நவீன பிரிட்டிஷ் போர்க் கப்பல்களின் கண்களில் மண்ணைத் தூவிவிட்டு, ஆளரவமற்றக் கடற்கரைகளில் அவர்களை இறக்கி, அவர்கள் உள்ளூரில் இருந்த யூதர்களோடு கலந்துவிடுமாறு செய்ய வேண்டியிருந்தது. ரஃபி பல சாகசங்களைச் செய்திருந்தார். அலியா பெத் படகுகளைக் கண்காணிப்பதற்காக, ஹய்ஃபாவிலிருந்த காரமல் மலைமீது அமைக்கப்பட்டிருந்த ரேடார் நிலையத்தை ரஃபி தகர்த்தெறிந்தது அவருடைய சாதனைகளில் குறிப்பிடத்தக்கது. அதற்காக அவர் கழிவுநீர்க் குழாய்களின் வழியாக ஊர்ந்து சென்றதால், "நாற்றக்காரன் ரஃபி" என்ற பட்டப்பெயரைச் சம்பாதித்திருந்தார்! இஸ்ரேலியச் சுதந்திரப் போரின்போது அவர் மேற்கொண்ட நடவடிக்கைகள் அவருடைய துணிச்சலையும் அவருடைய புத்திசாலித்தனத்தையும் பறைசாற்றின. ஹாரல் தன் குழுவைத் தேர்ந்தெடுத்தபோது, பலதரப்பட்டத் திறமைகளையும் பின்னணிகளையும் கொண்டிருந்தவர்களை அவர் அதில்

பிணைத்தார். நாஜிக்களின் யூத இன ஒழிப்புப் படுகொலைத் திட்டத்திலிருந்து தப்பிப் பிழைத்தவர்கள், ஹகானாவில் சிறந்து விளங்கியவர்கள், அவர் வேட்டையாடியிருந்த தீவிர வலதுசாரி அமைப்புகளான இர்கன் மற்றும் ஸ்டெர்னின் முன்னாள் உறுப்பினர்கள் போன்றவர்கள் அதில் இடம் பெற்றிருந்தனர். அவர்களில் ஒருவர், ஸ்டெர்ன் குழுவின் முன்னாள் தலைவரும் இஸ்ரேலின் வருங்காலப் பிரதமருமான யிட்சாக் ஷமீர்.

ரஃபி அக்குழுவின் தலைவராக நியமிக்கப்பட்டார். அவர் ரபேல் மேடன், இம்மானுவேல் டால்மோர் ஆகிய இரண்டு ஏஜென்டுகளுடன் முதலில் ரோமுக்குச் சென்றார். மற்றவர்கள் விரைவில் அவருடன் சேர்ந்து கொண்டனர். அவர்கள் அங்குச் சென்று சேர்ந்த உடனேயே, ரோமின் ஃபியுமிசினோ விமான நிலையத்தில் அவ்நெரைப் பொறி வைத்துப் பிடிப்பதற்கான ஏற்பாடுகளை அவர்கள் மேற்கொண்டனர். அக்குழுவினர் புறப்படுவதற்கு முன்பாக, ஹாரல் அவர்களிடம் பிறப்பித்திருந்த உத்தரவு இதுதான்: "அவ்நெர் ஒருக்காலும் அந்த விமானத்தில் ஏறிவிடக்கூடாது. அவரிடம் வம்புச் சண்டை இழுத்து, அவரைக் குண்டுக்கட்டாகத் தூக்குங்கள். தேவையெனில், அவரைக் காயப்படுத்தத் தயங்காதீர்கள். எதுவுமே பலனளிக்கவில்லை என்றால், அவரைச் சுட்டுக் கொன்றுவிடுங்கள்!"

சுட்டுக் கொல்வதற்கான ஆணை இஸ்ரேல் ஏஜென்டுகளுக்குப் பிறப்பிக்கப்பட்டது அதுதான் முதல் முறை.

ஆனால், விமான நிலையத் தாக்குதல் நடைபெறவே இல்லை. அவ்நெரின் எகிப்தியப் பயணம் குறித்தத் தகவல் தவறானதாக இருந்தது. அவ்நெர் மேலும் சில நாட்கள் ரோமில் தங்கியிருந்தார். திடீரென்று அவர் ரோமைவிட்டுக் கிளம்பி, ஐரோப்பா முழுவதும் சுற்றத் தொடங்கினார். ரஃபியின் குழுவினர் எல்லா இடங்களுக்கும் அவரைப் பின்தொடர்ந்து சென்றனர். தன்னைப் பின்தொடர்ந்தவர்களிடமிருந்து தப்பிப்பதற்காக அவர் மேற்கொண்ட நடவடிக்கையைப்போல அது இருந்தது. ஜூரிச், ஜெனிவா, ஜெனோவா, பாரிஸ், வியன்னா என்று பல நகரங்களுக்கு அவர் சென்றார்.

பின்னர் திடீரென்று கேப்டன் அவ்நெர் மாயமாக மறைந்துவிட்டார். மொசாடின் ஏஜென்டுகள் எங்குத் தேடியும் அவர் கிடைக்கவில்லை. ஆனால் ரஃபியின் வழக்கமான அதிர்ஷ்டம் அவருடைய உதவிக்கு வந்தது. வியன்னாவில், நாட்டிவ் என்ற ஓர் இஸ்ரேலிய இரகசிய அமைப்பின் தூதுவர் ஒருவர் இருந்தார். இரஷ்யா மற்றும் கிழக்கு ஐரோப்பிய நாடுகளில் இருந்த யூதர்களைக் காப்பாற்றி அவர்களை விரைவாக இஸ்ரேலுக்கு அழைத்து வர வேண்டியது அந்த அமைப்பினுடைய

பணியாகும். நாட்டிவ் அமைப்பின் தலைவர் மொசாடோடு நெருங்கிய தொடர்பில் இருந்தார். டிசம்பர் மாதத்தில் ஒரு நாள் அவருடைய பல்கேரிய மனைவி ஓர் ஆச்சரியமான விஷயத்தை அவருடன் பகிர்ந்து கொண்டார்.

அப்பெண்மணி தன் கணவரிடம், "இதைக் கேட்டால் நீங்கள் நம்ப மாட்டீர்கள். நான் சோஃபியாவில் இருந்தபோது எனக்குப் பரிச்சயமாகியிருந்த என்னுடைய பழைய நண்பர் ஒருவரை இன்று நான் எதேச்சையாக ஒரு தெருவில் சந்தித்தேன். அவரை நான் பல ஆண்டுகளாகப் பார்த்திருக்கவில்லை. நாங்கள் பள்ளியில் ஒரே வகுப்பில் படித்தோம். எப்படிப்பட்ட ஒரு எதேச்சையான நிகழ்வு! நீங்கள் என்ன சொல்கிறீர்கள்?" என்று கேட்டார்.

"ஓ, அப்படியா? அவருடைய பெயர் என்ன?" என்று அக்கணவர் கேட்டார்.

"அலெக்சான்டர் இஸ்ரேல். நாளை மதியம் நாங்கள் இருவரும் சேர்ந்து உணவருந்த உத்தேசித்துள்ளோம்!"

ரஃபி ஒரு நபரைத் தேடிக் கொண்டிருந்ததை அவர் அறிந்திருந்தார். அவர் தேடிக் கொண்டிருந்த நபருக்கும் தன் மனைவி குறிப்பிட்டிருந்த நபருக்கும் ஏதோ ஒற்றுமை இருந்ததைக் கண்ட அவர், உடனடியாக ரஃபிக்குத் தகவல் தெரிவித்தார். அடுத்த நாள் மதியம் இரண்டு மொசாட் ஏஜென்டுகள் அதே உணவகத்திற்குச் சென்றனர். அங்கு அவ்நெரும் அவருடைய பள்ளித் தோழியும் பழைய நினைவுகளை அசைபோட்டுக் கொண்டிருந்தபோது, அவர்கள் அமர்ந்திருந்த இடத்திற்கு வெகு அருகே அந்த ஏஜென்டுகள் அமர்ந்தனர். அவ்நெர் அங்கிருந்து கிளம்பியதும் அவரை அவர்கள் நிழல்போலத் தொடர்ந்தனர்.

ஒரு சில நாட்களுக்குப் பின்னர், 'அலெக்சான்டர் ஐவர்', பாரிஸுக்குச் செல்வதற்கான ஆஸ்திரிய விமானம் ஒன்றில் ஏறினார். அவருக்கு அடுத்த இருக்கையில் ஓர் அழகான பெண் அமர்ந்திருந்தார். தன் வாழ்க்கை முழுவதும் ஒரு பெண்பித்தனாக இருந்து வந்த அவ்நெர், அப்பெண்ணுடன் பேச்சுக் கொடுத்தார். அதற்கு அப்பெண்ணும் இனிமையாகப் பதிலளித்தார். மறுநாள் இரவைப் பாரிஸில் ஒன்றாகச் சேர்ந்து கழிக்க அவர்கள் இருவரும் ஏற்பாடு செய்து கொண்டனர். அவர்கள் இறங்குவதற்குச் சற்று முன்பாக, அப்பெண் அவ்நெரிடம், "என்னை வரவேற்க என் நண்பர்கள் சிலர் வருகிறார்கள். எங்கள் காரில் உங்களுக்கும் இடமிருக்கும் என்று நான் நினைக்கிறேன். நீங்கள் எங்களுடன் சேர்ந்து கொள்கிறீர்களா?" என்று கேட்டார்.

அதைக் கேட்டு அவ்நெர் மகிழ்ச்சியடைந்தார். பாரிஸ் விமான நிலையத்தில் அப்பெண்மணிக்காக, நேர்த்தியாக உடையணிந்திருந்த இருவர் காத்துக் கொண்டிருந்தனர். நால்வரும்

ஒரு காரில் ஏறி பாரிஸை நோக்கிப் பயணித்தனர். அவ்நெர் முன்னிருக்கையில் ஓட்டுநர் அருகில் அமர்ந்திருந்தார். அப்போது இருள் கவிழ்ந்திருந்தது. அப்போது தெருவோரமாக, அரைகுறை வெளிச்சத்தில் நின்று கொண்டு ஒரு மனிதர் கையசைத்துக் கொண்டிருந்தார். அதைக் கண்ட அந்த ஓட்டுநர், “அவரையும் நாம் ஏற்றிக் கொள்ளலாம்,” என்று கூறிவிட்டு வண்டியை நிறுத்தினார். திடீரென்று, அங்கு நின்று கொண்டிருந்த நபருடன் இன்னும் சிலரும் சேர்ந்து கொண்டனர். அவர்கள் எல்லோரும் அந்தக் காரைச் சுற்றி வளைத்தனர். இதற்குள் மற்றொரு கார் பின்னால் வந்து நின்றது.

“நாம் கடத்தப்படுகிறோம்!” என்று அவ்நெர் கத்தினார். திடீரென்று, அவருக்குப் பின்னால் அமர்ந்திருந்த நபர் அவருடைய தொண்டையை இறுகப் பிடித்துக் கொண்டார். அவரிடமிருந்து தப்பிப்பதற்காக அவ்நெர் திமிறினார். அப்போது காரின் கதவு திறந்தது. வெளியே இருந்த நபர் அவ்நெர்மீது பாய்ந்து அவரை இறுக்கிப் பிடித்தார். அவர் ஒரு துப்பாக்கியை உருவி, ஹீப்ரு மொழியில், “அசைந்தால் நீ காலி! சுட்டுவிடுவேன்!” என்று கத்தினார்.

அவ்நெர் பயத்தால் உறைந்து போனார். தாராளமாக மயக்க மருந்து தெளிக்கப்பட்டிருந்த ஒரு துணி அவருடைய முகத்தின்மீது வைத்து அழுத்தப்பட்டது. அவ்நெர் ஓர் ஆழமான தூக்கத்திற்குள் மூழ்கினார்.

பாரிஸில் மொசாடுக்குச் சொந்தமாக இருந்த ஒரு வீட்டிற்கு அவ்நெர் இரகசியமாகக் கொண்டுவரப்பட்டார். அங்கு ரஃபியும் அவருடைய குழுவினரும் அவ்நெரை விசாரித்தனர். எகிப்தியர்களிடம் தான் இராணுவ இரகசியங்களை விற்றுவிட்டிருந்ததை அவ்நெர் ஒப்புக் கொண்டார். அதை அவர் பணத்திற்காகச் செய்திருந்தார். அவரை உயிரோடு இஸ்ரேலுக்குக் கொண்டுவரும்படி ஹாரல் ஆணை பிறப்பித்தார். ஓர் இழிவான காரியத்தில் ஈடுபட்டிருந்த உளவாளியாக இருந்தால்கூட, அவர் முறைப்படி விசாரிக்கப்பட வேண்டும் என்றும், அவருடைய சட்டபூர்வமான உரிமைகள் மதிக்கப்பட வேண்டும் என்றும் ஹாரல் நம்பினார். ரஃபியும் அவருடைய குழுவினரும் அவ்நெருக்கு மயக்க மருந்து கொடுத்து, ஒரு பெரிய மரப்பெட்டியில் அவரை அடைத்து, வாரத்திற்கு ஒரு முறை பாரிஸிலிருந்து டெல் அவீவுக்குச் சென்ற, இஸ்ரேலிய விமானப் படைக்குச் சொந்தமான சரக்கு விமானம் ஒன்றில் அப்பெட்டியை ஏற்றினர்.

அது ஒரு நீண்ட பயணம். அந்த விமானம் எரிபொருள் நிரப்புவதற்காக ரோமிலும் ஏதென்ஸிலும் தரையிறங்கியது. மிகப்

பிரபலமான டாக்டர் யோனா இலியன் என்ற மயக்க மருந்து நிபுணர் அவர்களுடன் பயணம் செய்தார். விமானம் ஒவ்வோர் இடத்திலும் இறங்குவதற்கு முன்பும், அங்கிருந்து கிளம்புவதற்கு முன்பும் அவர் அவ்நெருக்கு மயக்க மருந்தைச் செலுத்திக் கொண்டிருந்தார். ஆனால், ஏதென்ஸிலிருந்து கிளம்பியபோது பெரும் பிரச்சனை ஒன்று உருவானது. பிரக்ஞையற்ற நிலையிலிருந்த அவ்நெருக்குத் திடீரென்று சுவாசப் பிரச்சனை ஏற்பட்டது. அவருடைய நாடித்துடிப்பு வேகமாக அதிகரித்தது. அவருடைய இதயம் தாறுமாறாகத் துடிக்கத் தொடங்கியது. அவருடைய நிலைமையைச் சரிசெய்வதற்கு, டாக்டர் இலியன் தீவிரமாகப் போராடினார். செயற்கை முறையில் சுவாசம் அளிப்பது உட்பட அனைத்தையும் அவர் முயன்றும் எதுவும் பலனளிக்கவில்லை. விமானம் இஸ்ரேலில் இறங்குவதற்கு வெகு நேரத்திற்கு முன்பே அவ்நெர் இறந்து போயிருந்தார்.

விமானம் தரையிறங்கிய உடனேயே மொசாட் ஏஜென்டுகள் ஹாரலைத் தொடர்பு கொண்டு நடந்ததைத் தெரிவித்தனர். அவ்நெரின் உடலை அந்த விமானத்திலேயே விட்டுவிட்டு அங்கிருந்து புறப்பட்டு வரும்படி ஹாரல் அவர்களுக்கு உத்தரவிட்டார். பிறகு, இஸ்ரேலியக் கடற்கரையிலிருந்து வெகுதொலைவு பயணித்து, அவ்நெரின் உடலை விமானத்திலிருந்து கடலுக்குள் போட்டுவிடும்படி ஹாரல் அந்த விமானிக்கு உத்தரவிட்டார்.

***

முற்றிலும் எதிர்பாராத இந்தத் திருப்பம் மொசாட் தலைமையகத்தில் ஒரு பெரும் சலசலப்பை ஏற்படுத்தியது. ஹாரல் உடனடியாகப் பிரதமர் மோஷே ஷாரெட்டின் அலுவலகத்திற்கு விரைந்தார். அவ்நெரின் இறப்பு குறித்து ஒரு விசாரணைக் குழுவை நியமிக்குமாறு அவர் கேட்டுக் கொண்டார். பிரதமரும் உடனடியாக இருவர் அடங்கிய விசாரணைக் குழு ஒன்றை அமைத்தார். தீர விசாரித்த அக்குழு, மொசாட் ஏஜென்டுகள்மீது எந்தத் தவறும் இல்லை என்று அறிவித்தது. மொசாட் ஏஜென்டுகள் செய்ததெல்லாம், குற்றம் சாட்டப்பட்டிருந்த ஒரு நபரைச் சட்டப்படி விசாரிப்பதற்காகக் கூட்டிக் கொண்டு வந்திருந்தனர், அவ்வளவுதான். அவர்களை அவ்நெரின் மரணத்திற்குப் பொறுப்பாக்க முடியாது. குழுவினருடன் பயணித்திருந்த மருத்துவர் அளவுக்கதிகமான மயக்க மருந்தைச் செலுத்தியிருந்ததுதான் அவ்நெரின் இறப்புக்குக் காரணம் என்பது வெளிப்படை என்று அந்தக் குழு முடிவுக்கு வந்தது. பல ஆண்டுகளுக்குப் பின்னர், அந்த மருத்துவரிடம் அது குறித்துக் கேட்கப்பட்டபோது, விமானத்திற்குள் திடீரென்று ஏற்பட்ட வாயு

அழுத்த மாறுபாடுதான் அவ்நெரின் மரணத்திற்குக் காரணம் என்று அவர் கூறினார். (1960 ஆம் ஆண்டில், அர்ஜென்டினாவில் அடால்ஃப் ஐக்மேனைப் பிடிப்பதற்கு மேற்கொள்ளப்பட்ட நடவடிக்கையின்போதும், மயக்க மருந்து அளிக்கின்ற வல்லுநர் என்ற முறையில் அவர் பங்கேற்றிருந்தார்.)

ஹாரலின் ஏஜென்டுகள் அவ்நெரின் ஆவணங்களைப் பரிசோதித்தபோது, ஜெருசலேமில் இருந்த கத்தோலிக்கத் தேவாலயம் வழங்கியிருந்த ஆவணங்களையும் பரிந்துரைக் கடிதங்களையும் அவர்கள் கண்டறிந்தனர். இஸ்ரேலின் இராணுவ இரகசியங்களை எகிப்தியர்களுக்கு விற்றப் பிறகு தென்னமெரிக்காவுக்குத் தப்பிச் சென்றுவிட அவ்நெர் முடிவு செய்திருந்தார். பிரேசிலுக்கு ஒரு கப்பலில் செல்வதற்கான ஒரு பயணச்சீட்டு அவருடைய பையில் இருந்ததை மொசாட் ஏஜென்டுகள் கண்டுபிடித்தனர்.

அதையடுத்து, ஹாரலின் முன் இருந்த சவால், அவ்நெரின் குடும்பத்தை எப்படி எதிர்கொள்வது என்பதுதான். அவர் மட்டில்டாவைத் தன் அலுவலகத்திற்கு வரவழைத்து முழு உண்மையையும் அவரிடம் கூறியிருந்திருக்க வேண்டும். ஆனால், அக்கதையின் எதிர்பாராத முடிவால் மிகவும் சங்கடத்திற்கு உள்ளாகியிருந்த மொசாட் அதிகாரிகள், பிரதமரின் முழு ஆசியுடன், அக்கதையைப் புதைத்துவிட முடிவு செய்தனர். அவ்நெர் குறித்த இட்டுக்கட்டப்பட்ட ஒரு கதையை மொசாட் பத்திரிகைகளுக்குக் கசியவிட்டது. அவர் தனிப்பட்டக் கடன் மற்றும் காதல் லீலைகளிலிருந்து தப்பிப்பதற்காக இஸ்ரேலைவிட்டு ஓடிவிட்டார் என்ற ஒரு கதை பரப்பப்பட்டது. இது பரபரப்பான செய்தியாக இருந்ததால், பத்திரிகைகள் இதை வரிந்து கட்டிக் கொண்டு எழுதின.

அவ்நெருக்கு உண்மையில் என்ன நிகழ்ந்தது என்பதை மட்டில்டாவும், அவ்நெரின் சகோதரர்களும், அவருடைய மகன் மோஷேயும் பல ஆண்டுகளாக அறியவில்லை. அவ்நெர் தென்னமெரிக்காவில் எங்கோ வாழ்ந்து கொண்டிருந்ததாகவே அவர்கள் அனைவரும் நம்பிக் கொண்டிருந்தனர். அது எந்தவிதத்திலும் மன்னிக்கப்பட முடியாத ஒரு பொய்.

இத்திட்டத்தின் முதல் தோல்வி, அவ்நெர் ஒரு தேசத் துரோகியாக இருந்தபோதிலும், அவர்கள் அவ்நெரைக் கையாண்ட விதம்; இரண்டாவது, மௌனம் காப்பதற்கு அவர்கள் மேற்கொண்ட சதி, அவ்நெரின் பெயரை இஸ்ரேலிய இராணுவ ஆவணங்களிலிருந்து நீக்கிய செயல் மற்றும் அவ்நெரின் மனைவி மற்றும் சகோதரர்களைத் தவறாக வழிநடத்தியது. அவ்நெரின் உடலைக் கடலில் எறியவும், அவருடைய மனைவியை ஏமாற்றவும்

மொசாடின் தலைவர் மேற்கொண்ட தீர்மானத்தை ரஃபியும் வேறு சில மொசாட் அதிகாரிகளும் கடுமையாக ஆட்சேபித்தனர். ஆனால், அவர்களுடைய கைகள் கட்டப்பட்டிருந்தன. "அக்காலகட்டத்தில், 'குட்டி இஸ்ஸர் என்றால் இஸ்ரேலின் பாதுகாப்பு என்று அர்த்தம்' என்ற நிலை நிலவியது," என்று ரஃபி எங்களிடம் கூறினார். "அவர் இஸ்ரேலியப் புலனாய்வு அமைப்புகளைத் தன்னுடைய முழுமையான ஆதிக்கத்தின் கீழ் வைத்திருந்தார். புலனாய்வு அமைப்புகள் ஒருபோதும் அவருடைய தீர்மானங்களைக் கேள்வி கேட்டதில்லை."

பல ஆண்டுகளுக்குப் பின்னர் இக்கதை பிரசுரமானபோது, ஒரு நபரின் இருத்தலை அழித்தல் என்பது எவ்வளவு கடினமான காரியம் என்பதற்கான நிரூபணமாக அது விளங்கியது. இறந்த பிறகும்கூட, சில நேரங்களில் அவர்கள் தங்களுடைய கல்லறைகளிலிருந்து நம்மோடு பேசுகின்றனர்.

அத்தியாயம் 5

குருசேவின் சொற்பொழிவு

எல்லாமே ஒரு காதல் விவகாரத்திலிருந்து தொடங்கியது.

1956 ஆம் ஆண்டு வசந்தகாலத்தின்போது, லூசியா பாரனாவ்ஸ்கி, வசீகரமான பிரபல பத்திரிகையாளரான விக்டர் கிரேயெவ்ஸ்கிமீது மிகுந்த காதல் கொண்டார். லூசியா ஏற்கனவே திருமணமானவர். அவருடைய கணவர் போலந்தின் துணைப் பிரதமர். ஆனால், அவர்களுடைய திருமணம் தடுமாறிக் கொண்டிருந்தது; அவர்கள் ஒருவருக்கொருவர் பேசிக் கொள்வதுகூடக் கிடையாது. லூசியா, போலந்து கம்யூனிஸ்ட் கட்சியின் பொதுச் செயலாளர் எட்வர்டு ஓஹாபின் தனிப்பட்டச் செயலாளராகப் பணிபுரிந்து வந்தார். விக்டர் தன்னுடைய காதலியைப் பார்ப்பதற்காக அங்கு அடிக்கடி வருவது எட்வர்டின் அலுவலகத்தில் இருந்தவர்களுக்குப் பழகிப் போயிருந்தது. கவர்ச்சிகரமாக விளங்கிய அந்தப் பத்திரிகையாளர்மீது லூசியா கொண்டிருந்த காதல் இரகசியமானதாக இருக்கவில்லை.

போலிஷ் நியூஸ் ஏஜென்சியில் விக்டர் ஒரு மூத்தப் பத்திரிகையாளராகப் பணியாற்றி வந்தார். சோவியத் மற்றும் கிழக்கு ஐரோப்பிய விவகாரங்கள் பிரிவின் தலைவராக அவர் செயல்பட்டுக் கொண்டிருந்தார். அவர் உண்மையில் ஒரு யூதர். அவருடைய உண்மையான பெயர் விக்டர் ஷ்பில்மேன். பல ஆண்டுகளுக்கு முன் அவர் போலந்து கம்யூனிஸ்ட் கட்சியில் சேர்ந்தபோது, அவருடைய பெயருக்குப் பின்னால் ஷ்பில்மேன் என்ற யூதப் பெயர் இருந்தால் அவரால் அக்கட்சியில் அதிக உயரங்களை எட்ட முடியாது என்று அவருடைய நண்பர்கள் அவருக்கு அறிவுரை கூறினர். அதனால் அவர் தன் பெயரைக் கிரேயெவ்ஸ்கி என்று மாற்றிக் கொண்டார்.

இரண்டாம் உலகப் போரில் ஜெர்மனி போலந்தை ஆக்கிரமித்தபோது, விக்டர் ஒரு சிறுவனாக இருந்தார். அவருடைய குடும்பம் நாஜிக்களால் நடத்தப்பட்ட யூத இன ஒழிப்புப் படுகொலைத் திட்டத்திலிருந்து மயிரிழையில் தப்பித்து இரஷ்யாவுக்கு ஓடியது. இரண்டாம் உலகப் போர் முடிந்தவுடன் அவர்கள் போலந்திற்குத் திரும்பினர். 1949 இல் விக்டரின் பெற்றோரும் அவருடைய தங்கையும் இஸ்ரேலுக்குக் குடிபெயர்ந்தனர். ஆனால், தீவிரமான கம்யூனிஸ்டாக இருந்த விக்டர் போலந்திலேயே இருந்துவிட்டார். ஸ்டாலினின் அபிமானியான அவர், தொழிலாளர்களின் சொர்க்க பூமி ஒன்றின் உருவாக்கத்திற்குத் தன் பங்களிப்பை வழங்க விரும்பினார். ஆனால், அந்த இளம் கம்யூனிஸ்டின் இதயத்தைக் கம்யூனிசம் குறித்த ஏமாற்றம் மெதுவாக அரிக்கத் தொடங்கியிருந்ததை அவருடைய நண்பர்களோ, சகாக்களோ, அல்லது காதலியோ அறிந்திருக்கவில்லை. 1955 இல் அவர் தன் குடும்பத்தைப் பார்ப்பதற்காக இஸ்ரேல் சென்றபோது, முற்றிலும் புதியதோர் உலகைத் தரிசித்தார். சுதந்திரமான, முற்போக்கான, ஜனநாயகமான, யூத நாடு ஒன்று அங்கு உருவாகியிருந்ததை அவர் நேரில் கண்டார். அது அவருக்கு ஒரு கனவுலகம்போல இருந்தது. அவருக்கு நன்றாகப் பரிச்சயமாகியிருந்த கம்யூனிசப் பிரச்சாரத்திலிருந்து அது முற்றிலும் மாறுபட்டிருந்தது. முப்பது வயது நிரம்பியிருந்த விக்டர், தான் இஸ்ரேலுக்குக் குடிபெயர்ந்துவிடலாமா என்று தீவிரமாக யோசிக்கத் தொடங்கியிருந்தார்.

அந்த 1956 ஏப்ரல் மாதக் காலை நேரம், விக்டர் வழக்கம்போலத் தன்னுடைய இதயநாயகியைப் பார்ப்பதற்காக அவருடைய அலுவலகத்திற்கு வந்தார். ஒரு சிவப்புக் காகிதத்தால் சுற்றப்பட்டிருந்த சிறு பிரசுரம் ஒன்று லூசியாவின் மேசையின் ஒரு மூலையில் இருந்ததை விக்டர் கண்டார். அதன் மேற்புறத்தில் 'உச்சகட்ட இரகசியம்' என்று முத்திரை குத்தப்பட்டிருந்தது; அதோடு, அதில் ஓர் எண்ணும் பெரிதாகப் பொறிக்கப்பட்டிருந்தது.

"அது என்ன?" என்று விக்டர் லூசியாவிடம் கேட்டார்.

"ஓ, அதுவா? அது குருசேவின் உரை," என்று எதார்த்தமாக அவர் கூறினார்.

விக்டர் உறைந்து நின்றுவிட்டார். அவர் குருசேவின் உரையைப் பற்றிக் கேள்விப்பட்டிருந்தார். ஆனால் அதைக் கேட்டிருந்த நபரையோ அல்லது அதைப் படித்திருந்த நபரையோ விக்டர் அதுவரை சந்தித்திருக்கவில்லை. கம்யூனிச உலகின் பரம இரகசியமாக அது பாதுகாக்கப்பட்டு வந்தது.

சோவியத் கம்யூனிஸ்ட் கட்சியின் பொதுச் செயலாளரும் வானளாவிய அதிகாரத்தைக் கொண்டிருந்தவருமான

நிகிதா குருசேவ், பிப்ரவரி மாதம் கிரெம்ளின் மாளிகையில் கட்சியின் இருபதாவது பொதுக்குழுக் கூட்டத்தில் ஓர் உரை நிகழ்த்தியிருந்தார் என்பதை விக்டர் அறிந்திருந்தார். பிப்ரவரி 25 அன்று நள்ளிரவுக்குச் சற்று முன்பாக, அந்நிய நாட்டுத் தலைவர்களும் அந்நிய நாட்டுக் கம்யூனிஸ்ட் கட்சித் தலைவர்களும், அக்கூட்டம் நடைபெற்றுக் கொண்டிருந்த அரங்கைவிட்டு வெளியேறுமாறு கேட்டுக் கொள்ளப்பட்டனர். பன்னிரண்டு மணிக்கு, குருசேவ் மேடைக்குச் சென்று, அங்குக் கூடியிருந்த 1,400 சோவியத் பிரதிநிதிகளிடம் ஓர் உரை நிகழ்த்தினார். அங்கிருந்த அனைவருக்கும் அவருடைய பேச்சு ஆச்சரியமூட்டுவதாகவும் அதிர்ச்சிகரமானதாகவும் இருந்ததாகத் தகவல் வெளியானது.

ஆனால், குருசேவ் அங்கு என்ன பேசினார்? மேற்கத்திய உலகிற்கு முதலில் இது பற்றிய செய்தியை அனுப்பிய ஓர் அமெரிக்கப் பத்திரிகையாளர், அந்தச் சொற்பொழிவு நான்கு மணி நேரம் நீடித்ததாகவும், உலகெங்கும் கோடிக்கணக்கான கம்யூனிஸ்டுகளின் இதய தெய்வமாக விளங்கி வந்த ஸ்டாலின் இழைத்தக் கொடுமைகளை குருசேவ் அந்த உரையில் விலாவாரியாகக் குறிப்பிட்டதாகவும் தெரிவித்திருந்தார். அந்த உரையில், ஸ்டாலின் இலட்சக்கணக்கானோரைக் கொன்று குவித்திருந்ததாக குருசேவ் குற்றம் சாட்டியிருந்தார் என்று வதந்திகள் உலா வந்தன. அந்த உரையைக் கேட்டுக் கொண்டிருந்தவர்களில் பலர் தேம்பித் தேம்பி அழுததாகவும், பலர் தங்களுடைய தலைமுடியைப் பிய்த்துக் கொண்டதாகவும், ஒரு சிலர் மயங்கி விழுந்துவிட்டதாகவும், சிலருக்கு மாரடைப்பு ஏற்பட்டதாகவும், அந்த இரவில் குறைந்தபட்சம் இருவராவது தற்கொலை செய்து கொண்டதாகவும் கிசுகிசுக்கப்பட்டது.

ஆனால், குருசேவின் உரையைப் பற்றிய எந்தச் செய்தியும் சோவியத் ஊடகங்கள் எதிலும் வெளியாகவில்லை. அதைப் பற்றிய வதந்திகள்தாம் மாஸ்கோவெங்கும் வலம் வந்து கொண்டிருந்தன. இரகசியமாகக் கூட்டப்பட்டக் கட்சியின் உயர் மட்டங்களில் அந்த உரையின் சில பகுதிகள் விவாதிக்கப்பட்டதாகக் கூறப்பட்டது. ஆனால், அந்த உரை, ஏதோ தேச இரகசியம்போலப் பாதுகாக்கப்பட்டது. அந்த உரையின் எழுத்து வடிவத்தைப் பெறுவதற்கு மேற்கத்தியப் புலனாய்வு அமைப்புகள் பிரம்மப் பிரயத்தனம் செய்து கொண்டிருந்ததாக அந்நிய நாட்டுப் பத்திரிகையாளர்கள் விக்டரிடம் தெரிவித்திருந்தனர். அதைக் கொண்டு வந்து கொடுப்பவர்களுக்கு ஒரு மில்லியன் டாலர் வெகுமதி அளிப்பதாக சிஐஏ அறிவித்திருந்தது. மேற்கத்திய நாடுகளுக்கும் சோவியத் ஒன்றியத்திற்கும் இடையே நடைபெற்று வந்த பனிப்போர் உச்சகட்டத்தில் இருந்து வந்த அச்சமயத்தில்,

குருசேவின் உரை பொதுவெளியில் வெளியிடப்பட்டால், அது கம்யூனிச நாடுகளிடையே ஒரு பெரும் கொந்தளிப்பை உருவாக்கி, அவற்றுக்கிடையே ஒரு கடும் நெருக்கடியைத் தூண்டிவிடும் என்று கணிக்கப்பட்டது. இரஷ்யாவுக்கு உள்ளேயும் சரி, வெளியேயும் சரி, கோடிக்கணக்கான மக்கள் ஸ்டாலினைக் கண்மூடித்தனமாக ஆராதித்துக் கொண்டிருந்தனர். அதனால், அவருடைய பஞ்சமாபாதகங்கள் வெளியுலகிற்குத் தெரிய வந்தால், அவர்களுடைய நம்பிக்கை அடியோடு சரியும்; சோவியத் ஒன்றியமே உருக்குலைந்து போகவும்கூடும்.

ஆனால், அந்த உரையைப் பெறுவதற்கான அனைத்து முயற்சிகளும் தோல்வியடைந்தன. அது எட்டா கனியாகவே இருந்து வந்தது.

சமீபத்தில், குருசேவ் தன் உரை அடங்கிய பிரசுரம் ஒன்றை, தேர்ந்தெடுக்கப்பட்ட ஒரு சில கிழக்கு ஐரோப்பிய கம்யூனிஸ்டுத் தலைவர்களுக்கு அனுப்பி வைக்கத் தீர்மானித்திருந்ததாக விக்டர் கேள்விப்பட்டிருந்தார். அப்படி அனுப்பி வைக்கப்பட்டிருந்த ஒரு பிரசுரம்தான் லூசியாவின் மேசைமீது உட்கார்ந்திருந்தது.

***

அந்தப் பிரசுரத்தைப் பார்த்தவுடன் விக்டருக்கு ஓர் இடக்கு மடக்கான யோசனை தோன்றியது. அவர் லூசியாவிடம், அந்தப் பிரசுரத்தைத் தன்னிடம் கொடுக்குமாறும், தான் தன் வீட்டுக்கு எடுத்துச் சென்று அதைப் படித்துவிட்டு, இரண்டு மணி நேரத்திற்குள் திருப்பிக் கொண்டு வந்து கொடுத்துவிடுவதாகவும் கேட்டார். லூசியா அதற்கு உடனே ஒப்புக் கொண்டது அவரை ஆச்சரியப்படுத்தியது. அவரைத் திருப்திப்படுத்த லூசியா மிகவும் ஆர்வமாக இருந்தார். “இதை நீங்கள் எடுத்துச் செல்வதில் எனக்கு ஆட்சேபனை இல்லை. ஆனால், மாலை நான்கு மணிக்குள் இதைத் திருப்பிக் கொண்டுவந்து கொடுத்துவிட வேண்டும். ஏனெனில், அந்த நேரத்தில் இதை நான் பாதுகாப்புப் பெட்டகத்தில் வைத்துப் பூட்ட வேண்டும்,” என்று அவர் கூறினார்.

வீட்டுக்கு எடுத்துச் சென்ற அந்தப் பிரசுரத்தை விக்டர் முழுமையாகப் படித்தார். அது நிஜமாகவே பிரமிக்க வைப்பதாகத்தான் இருந்தது. குருசேவ் துணிச்சலாகவும் இரக்கமற்ற முறையிலும் ஸ்டாலின் என்ற பிம்பத்தைச் சுக்குநூறாக உடைத்துவிட்டிருந்தார். ஸ்டாலின் அதிகாரத்தில் இருந்தபோது கொடூரமான குற்றங்களைச் செய்திருந்தார் என்றும், இலட்சக்கணக்கானவர்கள் கொலை செய்யப்படுவதற்கு உத்தரவுகளைப் பிறப்பித்திருந்தார் என்றும் குருசேவ் அதில்

குற்றம் சாட்டியிருந்தார். போல்ஷ்விக் கட்சியின் தந்தையான லெனின், ஸ்டாலினைப் பற்றிக் கட்சியிடம் எச்சரித்திருந்தார் என்பதையும் குருசேவ் தன் பேச்சில் சுட்டிக்காட்டியிருந்தார். 'தேசங்களின் உதய சூரியன்' என்று பிரகடனம் செய்யப்பட்ட ஒரு மனிதரைச் சுற்றிப் பின்னப்பட்டிருந்த வழிபாட்டுக் கும்பல் மரபைக் குருசேவ் கடுமையாகச் சாடியிருந்தார். பல இனக்குழுக்கள் ஒட்டுமொத்தமாக வலுக்கட்டாயமாக வேறு இடங்களில் குடியமர்த்தப்பட்டதைப் பற்றி அவர் கூறினார். அதில் எண்ணற்றோர் இறந்தனர். 1936–37 இல் நடைபெற்ற 'மாபெரும் களையெடுப்புப்' பற்றியும் அவர் பேசினார். அப்போது 15 இலட்சம் கம்யூனிஸ்டுகள் கைது செய்யப்பட்டனர். அவர்களில் 6,80,000 பேர் கொல்லப்பட்டனர். கட்சியின் பதினேழாவது பொதுக் குழுவில் பங்கேற்றிருந்த 1,966 பிரதிநிதிகளில் 848 பேரைக் கொல்ல ஸ்டாலின் உத்தரவிட்டிருந்தார். கம்யூனிஸ்ட் கட்சியின் மத்திய குழுவிலிருந்த 138 பேரில் 98 பேர் கொல்லப்பட்டனர். ஸ்டாலினையும் வேறு சில சோவியத் தலைவர்களையும் கொலை செய்யச் சதித் திட்டம் தீட்டியிருந்ததாகப் பல யூத மருத்துவர்கள்மீது ஒரு பொய்க் குற்றம் சாட்டப்பட்டிருந்தது. கம்யூனிசக் கொள்கைகளுக்கு விசுவாசமாக இருந்தவர்கள் உட்பட, இலட்சக்கணக்கான இரஷ்யர்கள் மற்றும் பிற நாட்டவரை ஈவு இரக்கமின்றிக் கொன்று குவித்த ஒரு வெகுஜனக் கொலைகாரனாக ஸ்டாலினைக் குருசேவின் வார்த்தைகள் வர்ணித்தன. வெறும் நான்கே மணி நேரத்தில் ஒரு தேவ தூதர் ஒரு இராட்சசனாக உருமாற்றப்பட்டிருந்தார்.

கம்யூனிசம் குறித்து விக்டர் கொண்டிருந்த எச்சசொச்சக் கடைசி நம்பிக்கையையும் குருசேவின் பேச்சு முழுமையாகத் தகர்த்துவிட்டிருந்தது. சோவியத் கூடாரத்தையே ஒட்டுமொத்தமாகக் காலி செய்துவிடக்கூடிய அபாயகரமான வெடிகுண்டு ஒன்று தன் கையில் இருந்ததை விக்டர் உணர்ந்தார். ஆனாலும், அந்தப் பிரசுரத்தை லூசியாவிடம் திருப்பிக் கொடுத்துவிட அவர் முடிவு செய்தார். ஆனால், லூசியாவின் அலுவலகத்திற்குச் செல்கின்ற வழியில், திடீரென்று அவரிடம் மனமாற்றம் ஏற்பட்டது. அவருடைய கால்கள் வேறு ஓர் இடத்திற்கு அவரை இட்டுச் சென்றன. இஸ்ரேலியத் தூதரகம்தான் அது. அவர் துணிச்சலுடன் இஸ்ரேலியத் தூதரகத்திற்குள் நுழைந்தார். அதற்கு வெளியே இருந்த போலந்து நாட்டுக் காவல்துறையினரும் இரகசியப் புலனாய்வு அதிகாரிகளும் அவருக்கு வழிவிட்டு ஒதுங்கினர். ஒரு சில நிமிடங்கள் கழித்து அவர் யாக்கோவ் பார்மர் என்ற இஸ்ரேலிய அதிகாரியின் அலுவலகத்தில் இருந்தார். பார்மர், அதிகாரபூர்வமாக அத்தூதரகத்தின் முதல்

செயலாளராக இருந்தார், ஆனால் உண்மையில், அவர் ஷபக்கின் பிரதிநிதியாவார்.

விக்டர் தான் வைத்திருந்த பிரசுரத்தை அவருடைய கைகளில் கொடுத்தார். அதை வாங்கிப் புரட்டிப் பார்த்தவுடன் அந்த அதிகாரி வாயைப் பிளந்தார். "இங்குக் காத்திருங்கள். நான் வந்துவிடுகிறேன்!" என்று கூறிவிட்டு, அவர் அந்தப் பிரசுரத்தை எடுத்துக் கொண்டு அந்த அறையைவிட்டு அகன்றார். அவர் திரும்பி வருவதற்கு ஒரு மணி நேரம் ஆனது. தான் கொடுத்திருந்த பிரசுரத்தைப் பார்மர் நகலெடுத்திருந்ததை விக்டர் புரிந்து கொண்டார். ஆனால், விக்டர் அவரிடம் எதுவும் கேட்கவில்லை. தன்னிடம் திரும்பிக் கொடுக்கப்பட்டப் பிரசுரத்தை வாங்கித் தன்னுடைய சட்டைப் பையில் பத்திரமாக வைத்துக் கொண்டு விக்டர் அங்கிருந்து கிளம்பினார். அவர் சரியான நேரத்திற்குள் லூசியாவின் அலுவலகத்தை அடைந்தார். லூசியாவும் அதைப் பாதுகாப்புப் பெட்டகத்தில் பத்திரமாக வைத்துப் பூட்டினார். விக்டர் ஏன் திடீரென்று இஸ்ரேலியத் தூதரகத்திற்குச் சென்றார் என்று எவரும் அவரிடம் கேட்கவில்லை.

***

1956 ஏப்ரல் 13, வெள்ளிக்கிழமையன்று மதியம், ஜெலிக் காட்ஸ், ஷபக் இயக்குநர் அமோஸ் மனோரின் அலுவலகத்திற்குள் நுழைந்தார். காட்ஸ், மனோரின் தனிப்பட்ட உதவியாளர். ஷபக்கின் தலைமையகம் ஜாஃபா நகரில் ஒரு பழைய அரேபியக் கட்டடத்தில் இயங்கிக் கொண்டிருந்தது. மனோர் தன் உதவியாளரிடம் வெள்ளிக்கிழமைதோறும் வழக்கமாகக் கேட்ட அதே கேள்வியைக் கேட்டார்: "கிழக்கு ஐரோப்பாவிலிருந்து ஏதாவது ஆவணங்கள் வந்துள்ளனவா?" வெள்ளிக்கிழமைதோறும், சோவியத் ஒன்றியத்தின் இரும்புத் திரைக்குப் பின்னாலிருந்த கிழக்கு ஐரோப்பிய நாட்டுத் தூதரகங்களிலிருந்து ஷபக் ஏஜென்டுகள் அனுப்பி வைத்த அறிக்கைகள் அவரிடம் வந்து சேரும்.

மனோரின் உதவியாளர், "பொதுக் குழுவில் குருசேவ் நிகழ்த்தியிருந்த ஏதோ ஓர் உரை போலந்திலிருந்து சில நிமிடங்களுக்கு முன்புதான் வந்தது," என்று விட்டேத்தியாகக் கூறினார். அதைக் கேட்டவுடன் மனோர் தன் நாற்காலியிலிருந்து துள்ளி எழுந்து, "உடனே, அதைக் கொண்டுவாருங்கள்!" என்று கூறினார்.

மனோர் ஒரு சில ஆண்டுகளுக்கு முன்புதான் இஸ்ரேலுக்குக் குடிபெயர்ந்திருந்தார். அவர் ருமேனியாவில் ஒரு செல்வச்செழிப்பான குடும்பத்தில் பிறந்தவர். அவருடைய

இயற்பெயர் ஆர்தர் மெண்டலோவிச். அவருடைய குடும்பம் ஆஷ்விட்ஸ் நாஜி வதை முகாமுக்கு அனுப்பி வைக்கப்பட்டது. அங்கு அவருடைய அப்பா, அம்மா, ஒரு சகோதரி, இரண்டு சகோதரர்கள் அடங்கிய மொத்தக் குடும்பமும் கொல்லப்பட்டது. அவர் எப்படியோ தப்பிப் பிழைத்தார். இரண்டாம் உலகப் போரின் முடிவில் அந்த முகாம் விடுவிக்கப்பட்டபோது, அவர் ஓர் எலும்புக்கூடுபோல இருந்தார். ருமேனியாவின் தலைநகரான புகாரெஸ்ட்டுக்குத் திரும்பிய அவர், அலியா பெத் அமைப்பிற்காக வேலை செய்யத் தொடங்கினார். யூத அகதிகளை, அப்போது பிரிட்டிஷாரின் கட்டுப்பாட்டிலிருந்த பாலஸ்தீனத்திற்குத் திருட்டுத்தனமாகக் கொண்டு செல்வதற்கு அவர் உதவிக் கொண்டிருந்தார். அப்போது, அமோஸ் என்ற பெயர் உட்பட, பல பெயர்களில் அவர் இயங்கிக் கொண்டிருந்தார். 1949 இல் இஸ்ரேலுக்குச் செல்வதற்கான அவருடைய முறை வந்தபோது, அவரை அனுப்ப ருமேனிய அரசு மறுத்துவிட்டது. ஆனாலும், ஒட்டோ ஸ்டாநெக் என்ற பெயரில் போலியாகத் தயாரிக்கப்பட்டிருந்த ஒரு செக்கோஸ்லோவாக்கியப் பாஸ்போர்ட்டைப் பயன்படுத்தி அவர் ருமேனியாவிலிருந்து தப்பிச் சென்றுவிட்டார். அவருடைய நண்பர்கள் அவரை "ஆயிரம் பெயருடையான்!" என்று கிண்டலாக அழைத்தனர். இஸ்ரேலுக்குப் போய்ச் சேர்ந்தவுடன், அமோஸ் மனோர் என்ற பெயரை அவர் தனக்குச் சூட்டிக் கொண்டார்.

இஸ்ரேலியப் புலனாய்வு அமைப்பில் அவர் மளமளவென்று உயர்ந்தார். இஸ்ஸர் ஹாரலுக்கு அவரை வெகுவாகப் பிடித்திருந்தது. மனோரும் அவரும் நேரெதிரானவர்களாக இருந்தனர். ஹாரல், உருவத்தில் சிறியவராக இருந்தார். மனோர் ஒரு பெரிய உருவத்தைக் கொண்டிருந்தார். ஹாரல் உரம் வாய்ந்தவராகவும் முரட்டுத்தனமானவராகவும் இருந்தார். மனோர் மென்மையானவராகவும் நாகரிகமானவராகவும் இருந்தார். ஹாரல் விளையாட்டுகள் எதிலும் ஆர்வம் கொண்டிருக்கவில்லை. மனோர் ஒரு நீச்சல் வீரராக இருந்தார். கால்பந்து, டென்னிஸ், கைப்பந்து ஆகிய விளையாட்டுகளில் அவர் ஈடுபட்டார். ஹாரல் இரஷ்ய மொழியையும் யிட்டிஷ் மொழியையும் அறிந்திருந்தார். மனோருக்கு ஏழு மொழிகள் தெரியும். ஹாரல் தொழிலாளர் கட்சியின் விசுவாசி. மனோர் அரசியல் குறித்து அலட்டிக் கொள்ளாதவர். ஹாரல் சாதாரணமாக உடையணிந்தார். மனோர் ஐரோப்பியத்தனத்துடன்கூடிய நவநாகரிக உடைகளை அணிந்தார். எல்லாவற்றையும்விட மேலாக, மனோர் கூர்மதியும் சமயோசிதப் புத்தியும் உடையவர். ஹாரல் 1949 இல் அவரை ஷபக் அமைப்பில் சேர்த்துக் கொண்டார். வெறும் நான்கு

ஆண்டுகளுக்குள், ஹாரலின் பரிந்துரையின் பேரில், பிரதமர் பென் குரியன், மனோரை ஷபக்கின் இயக்குநராக ஆக்கினார். அதோடு, அமெரிக்க சிஐஏவுடன் இஸ்ரேலியப் புலனாய்வு அமைப்புகள் கொண்டிருந்த இரகசிய உறவுகளின் பொறுப்பாளராகவும் அவர் நியமிக்கப்பட்டார்.

***

மழை பெய்து கொண்டிருந்த அந்த வெள்ளிக்கிழமை மதியம், மனோர், போட்டோக்காப்பி காகிதங்களுக்குள் தன்னைப் புதைத்துக் கொண்டார். அதில் இருந்தவற்றைப் புரிந்து கொள்வதில் அவருக்கு எந்தப் பிரச்சனையும் இருக்கவில்லை. ஏனெனில், அவர் கற்றறிந்திருந்த ஏழு மொழிகளில் இரஷ்ய மொழியும் அடக்கம். அவற்றைப் படித்ததும், குருசேவின் உரையின் பெரும் முக்கியத்துவத்தை அவர் உணர்ந்து கொண்டார். அவர் உடனே தன் காரில் ஏறி, பிரதமர் பென் குரியனைப் பார்க்க அவருடைய வீட்டுக்கு விரைந்தார்.

அங்குச் சென்றதும் அவர் பென் குரியனிடம், "இதை நீங்கள் உடனே படித்தாக வேண்டும்!" என்று கூறினார். பென் குரியனுக்கும் இரஷ்ய மொழி தெரியும் என்பதால், அவர் அதை உடனே படித்தார். அடுத்த நாள் காலை, அது வாராந்திர விடுமுறையாக இருந்தபோதிலும், பென் குரியன் மனோரைத் தன் அலுவலகத்திற்கு வரவழைத்தார். அவர் மனோரிடம், "வரலாற்று முக்கியத்துவம் வாய்ந்த ஓர் ஆவணம் இது. வருங்காலத்தில் இரஷ்யா ஒரு ஜனநாயக நாடாக ஆகும் என்பதைத்தான் இது எடுத்துரைக்கிறது," என்று கூறினார்.

அது ஹாரலின் கைக்கு ஏப்ரல் 15 அன்று கிடைத்தது. அதைப் படித்த உடனேயே, அது இஸ்ரேலுக்குக் கிடைத்த ஒரு வரப்பிரசாதம் என்பதை அவர் கண்டுகொண்டார். சிஐஏவுடனான உறவை வலுப்படுத்திக் கொள்ள அதை ஒரு சாதனமாகப் பயன்படுத்திக் கொள்ளலாம் என்று அவர் கணக்குப் போட்டார். இஸ்ரேல் சிஐஏவுடன் 1947 இல் உறவைத் தொடங்கியிருந்தது. 1951 ஆம் ஆண்டு பென் குரியன் அமெரிக்காவுக்கு விஜயம் மேற்கொண்டபோது, அமெரிக்க ஜெனரல் வால்ட்டர் பெடெல் ஸ்மித்தை அங்கு அவர் சந்தித்தார். அவர்கள் இருவரும் ஏற்கனவே இரண்டாம் உலகப் போரின் முடிவையொட்டி ஐரோப்பாவில் சந்தித்திருந்தனர். அப்போது பெடெல்தான் சிஐஏவின் இயக்குநராக இருந்தார். (வெகு விரைவில், சிஐஏவுக்கு முன்னோடியாக விளங்கிய ஓஎஸ்எஸ் அமைப்பில் வெகுகாலம் பணியாற்றியிருந்த ஆலன் டல்லஸ், சிஐஏவின் இயக்குநராக நியமிக்கப்பட்டார்.) அச்சந்திப்பின்போது, சிஐஏவுக்கும் மொசாடுக்கும் இடையே ஒரு

சிறிய அளவிலான ஒத்துழைப்பை ஏற்படுத்திக் கொள்ள பிடெல் சிறிது தயக்கத்துடன் ஒத்துக் கொண்டார். அவற்றில் தலையாயது, சோவியத் ஒன்றியம் மற்றும் அதன் பிடியிலிருந்த கிழக்கு ஐரோப்பிய நாடுகளிலிருந்து இஸ்ரேலுக்குக் குடிபெயர்ந்திருந்த யூதர்கள் கொடுத்தப் பொன்னான தகவல்களாகும். இஸ்ரேலுக்கு வந்து சேர்ந்தவர்களில் எண்ணற்றப் பொறியாளர்கள், தொழில்நுட்ப வல்லுநர்கள், இராணுவ அதிகாரிகள் ஆகியோர் இருந்தனர். அவர்கள் சோவியத் ஒன்றியம் மற்றும் பிற கம்யூனிச நாடுகளில் நிறுவப்பட்டிருந்த இராணுவத் தளங்களில் வேலை பார்த்தவர்கள். கம்யூனிச நாடுகளின் இராணுவ வலிமை குறித்து அவர்கள் அளித்த விரிவான தகவல்களை மொசாட் சிஐஏவுடன் பகிர்ந்து கொண்டது. அத்தகவல்களால் அமெரிக்கா பெரிதும் கவரப்பட்டது. அதனால் இஸ்ரேலுடன் தொடர்பு கொண்டு இயங்குவதற்கு, மிகப் பிரபலமான ஒரு நபராக விளங்கிய ஜேம்ஸ் ஜீசஸ் ஆங்கிள்டன் நியமிக்கப்பட்டார். சிஐஏவில், அவர் எதிரிகளின் புலனாய்வு முயற்சிகளை முறியடிக்கின்ற 'எதிர்ப் புலனாய்வுப்' பிரிவின் தலைவராக இருந்தார். ஆங்கிள்டன் அடிக்கடி இஸ்ரேலுக்கு வருகை புரிந்ததால், இஸ்ரேலியப் புலனாய்வு அமைப்புகளின் தலைவர்களை அவர் நன்கு அறிந்து வைத்திருந்தார். அவர் மனோருடன் ஒரு நல்ல நட்புறவை வளர்த்துக் கொண்டிருந்தார். சில சமயம், அவர் மனோரின் எளிய வீட்டுக்குச் சென்று அவருடன் மதுபானங்களை அருந்திக் களித்திருந்தார்.

ஆனால் இம்முறை, ஹாரலும் மனோரும் ஆங்கிள்டனுக்குப் பெரிய திமிங்கலம் ஒன்றைப் பரிசளிக்கவிருந்தனர். அவர்கள் இருவரும் குருசேவின் உரையை அமெரிக்கர்களிடம் கொடுத்துவிட முடிவு செய்தனர். ஆனால், டெல் அவீவில் இருந்த சிஐஏ தொடர்பாளர் மூலமாக அதைச் செய்யாமல், நேரடியாக வாஷிங்டனுக்கு அனுப்பி வைக்க அவர்கள் தீர்மானித்தனர். மனோர், குருசேவ் பேச்சின் பிரதி ஒன்றை, அமெரிக்காவிலிருந்த மொசாட் பிரதிநிதி இஸ்ஸி டோரட்டிற்கு நேரடியாக அனுப்பி வைத்தார். இஸ்ஸி அதைப் பெற்றுக் கொண்டவுடன் நேராக வாஷிங்டனுக்குச் சென்று, ஆங்கிள்டனிடம் அதை நேரில் கொடுத்தார். ஏப்ரல் 17 அன்று, சிஐஏ இயக்குநர் ஆலன் டல்லாஸிடம் ஆங்கிள்டன் அதைக் கொடுத்தார். அதே நாளில், அமெரிக்க அதிபர் ஐசன்ஹோவரின் கரங்களை அது சென்றடைந்தது.

அமெரிக்கப் புலனாய்வு வல்லுநர்கள் வியப்பால் உறைந்து போயினர். அமெரிக்கா, பிரிட்டன், பிரான்ஸ் போன்ற, உலகின் மிகப் பெரிய, அதிநவீனப் புலனாய்வு அமைப்புகளால் சாதிக்க

முடியாததை, இஸ்ரேலின் மிகச் சிறிய புலனாய்வு அமைப்புகள் சாதித்திருந்தன. முதலில் அதைச் சந்தேகக் கண் கொண்டு பார்த்த சிஐஏ உயரதிகாரிகள், அவற்றைச் சோதிக்குமாறு பல வல்லுநர்களிடம் கேட்டுக் கொண்டனர். அது நிஜமான ஆவணம்தான் என்று அவர்கள் அனைவரும் ஏகோபித்தக் குரலில் கூறிவிட்டனர். அதன் அடிப்படையில், சிஐஏ அந்த ஆவணத்தை 'நியூயார்க் டைம்ஸ்' பத்திரிகைக்குக் கசியவிட்டது. 1956 ஜூன் 5 அன்று, 'நியூயார்க் டைம்ஸ்' பத்திரிகை அதை முன்பக்கச் செய்தியாக வெளியிட்டது. அப்பிரசுரிப்பு, கம்யூனிச உலகில் பெரும் நிலநடுக்கத்தையே உண்டு பண்ணியது. அதன் காரணமாக, கோடிக்கணக்கான மக்கள் சோவியத் ஒன்றியத்திற்கு எதிராகத் திரும்பினர். 1856 ஆம் ஆண்டின் பிற்பகுதியில் போலந்திலும் ஹங்கேரியிலும் சோவியத் ஒன்றியத்திற்கு எதிராக மக்களிடையே தானாகத் தோன்றிய எழுச்சிக்கு, குருசேவின் உரை முக்கியக் காரணமாக அமைந்திருந்தது என்று பல வரலாற்றியலாளர்கள் கருதினர்.

இஸ்ரேலின் இந்த மாபெரும் சாதனை சிஐஏவுக்கும் மொசாடுக்கும் இடையே இருந்த உறவில் ஒரு சிறப்பான திருப்புமுனை உருவாகக் காரணமாக அமைந்தது. லூசியா எதேச்சையாகத் தன் காதலனிடம் காட்டிய ஒரு பிரசுரம், இஸ்ரேலுக்கு உலகப் புலனாய்வு அரங்கில் ஒரு மணிமகுடத்தைப் பெற்றுக் கொடுத்திருந்தது.

***

போலந்தின் தலைநகரான வார்சாவில், குருசேவின் உரையை அமெரிக்காவுக்கு விக்டர்தான் கடத்தியிருந்தார் என்று அவரை எவரும் சந்தேகிக்கவில்லை. 1957 ஜனவரியில் விக்டர் இஸ்ரேலுக்குக் குடிபெயர்ந்தார். நன்றியுணர்வுடன் இருந்த மனோர், வெளியுறவுத் துறையின் கிழக்கு ஐரோப்பியப் பிரிவில் விக்டருக்கு ஒரு வேலையைப் பெற்றுக் கொடுத்தார். அந்த வேலையோடு சேர்த்து, இஸ்ரேலிய அரசுக்குச் சொந்தமான 'கோல் இஸ்ரேல்' வானொலி நிலையத்தின் போலந்துப் பிரிவின் எடிட்டர் மற்றும் நிருபர் வேலையும் அவருக்குக் கிடைத்தது.

விரைவில் விக்டருக்கு ஒரு மூன்றாவது வேலையும் கிடைத்தது. அவர் இஸ்ரேலுக்குக் குடிபெயர்ந்த சிறிது காலத்திற்குப் பிறகு, வெளிநாட்டிலிருந்து இஸ்ரேலுக்குக் குடிபெயர்ந்திருந்தவர்களுக்கும் வெளிநாட்டுக்காரர்களுக்கும் ஹீப்ரு மொழியைக் கற்றுக் கொடுத்தச் சிறப்புப் பள்ளி ஒன்றில், சோவியத் தூதரக அதிகாரிகள் சிலரை விக்டர் சந்தித்தார். அந்தத் தூதரக அதிகாரிகளில் ஒருவர், ஒரு நாள் தற்செயலாக விக்டரை

வெளியுறவுத் துறை அலுவலகத் தாழ்வாரத்தில் சந்தித்தார். இஸ்ரேலுக்குப் புதிதாகக் குடிபெயர்ந்திருந்த விக்டர் அத்துறையில் ஒரு முக்கியமான பொறுப்பில் இருந்தது அவரைக் கவர்ந்திருந்தது. சில நாட்களில், விக்டர் டெல் அவீவ் தெருவொன்றில் நடந்து சென்று கொண்டிருந்தபோது, கேஜிபி எஜென்ட் ஒருவர் அவரைச் சந்தித்தார். அவர் விக்டருடன் பேச்சுக் கொடுத்தார். விக்டர் போலந்தில் இருந்தபோது நாஜிக்களுக்கு எதிராக மேற்கொண்ட நடவடிக்கைகளைப் பற்றியும், ஒரு கம்யூனிஸ்டாக இருந்ததைப் பற்றியும் அந்த ஏஜென்ட் அவருக்கு நினைவூட்டினார். பின்னர் விக்டருக்கு அவர் ஒரு வேலை வழங்க முன்வந்தார்: கேஜிபிக்காக இஸ்ரேலில் உளவு பார்க்கின்ற வேலைதான் அது. அது பற்றித் தான் யோசித்துச் சொல்வதாக அவரிடம் கூறிவிட்டு, விக்டர் தன் தலைதெறிக்க நேராக மொசாட் தலைமையகத்தை நோக்கி ஓடினார். அங்குச் சென்றவுடன், “இப்போது நான் என்ன செய்ய வேண்டும்?” என்று விக்டர் அவர்களிடம் கேட்டார்.

மொசாட் தலைவர்கள் அது குறித்து மகிழ்ந்தனர். அவர்கள் விக்டரிடம், “இது ஓர் அற்புதமான வாய்ப்பு. அதை ஏற்றுக் கொள்ளுங்கள்!” என்று கூறினர். மொசாட் விக்டரை ஓர் இரட்டை உளவாளியாக மாற்றியது. அவர் மூலமாக இரஷ்யர்களுக்குத் தவறான தகவல்கள் அனுப்பப்பட்டன.

இப்படியாக, நீண்டகாலம் நிலைத்திருந்த ஒரு புதிய வேலை விக்டருக்குக் கிடைத்தது. பல ஆண்டுகளாக, மொசாடால் ‘மெருகேற்றப்பட்டத்’ தகவல்களை அவர் இரஷ்யர்களுக்குக் கொடுத்து வந்தார். அவரைக் கையாண்டு கொண்டிருந்த கேஜிபி ஏஜென்டுகள், ஜெருசலேம் மற்றும் ரம்லே காட்டுப் பகுதிகளிலும், ஜாஃபா, ஜெருசலேம், டைபீரியஸ் ஆகிய நகரங்களிலிருந்த இரஷ்யத் தேவாலயங்கள் மற்றும் மடங்களிலும், கூட்டமாக இருந்த உணவகங்கள், தூதரகங்கள் வழங்கிய கேளிக்கை விருந்துகள் போன்ற இடங்களிலும் விக்டரைச் சந்தித்தனர். அவர் பதினான்கு ஆண்டுகள் இப்படி ஓர் இரட்டை உளவாளியாக இருந்து வந்திருந்தார். ஆனால், தாங்கள் இஸ்ரேலியர்களால் பயன்படுத்தப்பட்டுக் கொண்டிருந்தோம் என்று இரஷ்யர்கள் ஒரு முறைகூடச் சந்தேகிக்கவில்லை. அவர்கள் மீண்டும் மீண்டும் அவர் அளித்திருந்த சிறப்பான தகவல்கள் குறித்து அவரைப் பாராட்டிக் கொண்டுதான் இருந்தனர். இஸ்ரேலிய அரசின் உள்வட்டத்திற்குள் ஒரு சோவியத் உளவாளி பொதிந்து வைக்கப்பட்டிருந்தார் என்ற வதந்தி மாஸ்கோவில் வட்டமடித்துக் கொண்டிருந்தது.

அத்தனை ஆண்டுகளும், இரஷ்யர்கள் விக்டரை முழுமையாக நம்பினர். அவருடைய நம்பகத்தன்மையை அவர்கள் ஒருபோதும்

சந்தேகிக்கவில்லை. இதற்கு ஒரே ஒரு விதிவிலக்கு மட்டும் இருந்தது. 1967 ஆம் ஆண்டில் அவர் கொடுத்திருந்த தகவல்களை அவர்கள் புறக்கணிக்க முடிவு செய்தனர். இது ஒரு நகைமுரணான விஷயம். ஏனெனில், அந்த ஒரு முறை மட்டுமே, பெருமளவுக்கு நிஜத்தோடு ஒத்துப் போயிருந்த தகவல்களை விக்டர் அவர்களுக்கு அளித்திருந்தார். 1967 ஆம் ஆண்டு, ஆறு–நாள் யுத்தத்திற்குச் சற்று முன்பாக, எகிப்திய அதிபர் கமால் அப்தல் நாசர், மே மாதம் இஸ்ரேல் சிரியாவைத் தாக்கவிருந்ததாகத் தவறுதலாக நம்பிக் கொண்டிருந்தார். அதனால், அவர் தன் இராணுவத்தின் பெரும் பகுதியை 'சினாய்' பகுதியில் குவித்திருந்தார்; ஐக்கிய நாடுகள் சபையின் அமைதிப் படையினரை நாட்டைவிட்டு வெளியேற்றினார்; செங்கடல் பகுதிக்குள் இஸ்ரேலியக் கப்பல்கள் நுழைவதைத் தடை செய்தார்; இஸ்ரேலை நிர்மூலமாக்கிவிடுவதாக அவர் முழங்கினார். போர்த் தாக்குதல் நடத்தும் யோசனை இஸ்ரேலுக்குத் துளிகூட இருக்கவில்லை. இன்னும் சொல்லப் போனால், எகிப்துடன் ஒரு போர் மூளாமல் தடுப்பதில் அதிக ஆர்வம் காட்டிய இஸ்ரேலியப் பிரதமர் இஷ்கோல், எகிப்து தன்னுடைய போர் முன்னெடுப்புகளை நிறுத்திக் கொள்ளாவிட்டால், போருக்குச் செல்வதைத் தவிர இஸ்ரேலுக்கு வேறு வழி இருக்காது என்ற செய்தியை விக்டர் மூலமாக சோவியத் ஒன்றியத்திடம் சேர்ப்பிக்குமாறு மொசாடைக் கேட்டுக் கொண்டார். எகிப்தின்மீது பெரும் செல்வாக்குச் செலுத்திக் கொண்டிருந்த இரஷ்யா, அத்தகவலின் அடிப்படையில் நாசரைத் தடுத்துவிடும் என்று இஷ்கோல் நம்பினார். ஆனால், சோவியத் ஒன்றியம் அச்சூழ்நிலையைத் தவறாக எடைபோட்டுவிட்டது. அதனால், அது விக்டரின் தகவலைப் புறக்கணித்துவிட்டு நாசருக்குக் கொம்பு சீவிவிட்டது.

அதன் விளைவாக, எகிப்து முதலில் போரைத் துவக்குவதற்காகக் காத்துக் கொண்டிருக்காமல், இஸ்ரேல் முன்னேறித் தாக்கி, எகிப்து, சிரியா மற்றும் ஜோர்டனின் இராணுவங்களை அழித்தொழித்து, அந்நாடுகளின் பெரும்பகுதிகளைக் கைப்பற்றியது. இதில் சோவியத் ஒன்றியத்திற்கும் பெரும் பாதிப்பு ஏற்பட்டது. அதனுடைய இராணுவத் தளவாடங்கள் தரம் குறைந்தவை என்பது வெட்ட வெளிச்சமாயிற்று. இஸ்ரேலால் அடித்துத் துவம்சம் செய்யப்பட்டத் தன்னுடைய தோழமை நாடுகளுக்கு உதவுவதாகத் தான் கொடுத்திருந்த வாக்குறுதிகளிலிருந்து இரஷ்யா பின்வாங்கிக் கொள்ளவும் செய்தது.

எது எப்படியோ, விக்டருக்கும் சோவியத் ஒன்றியத்திற்கும் இடையே நிலவி வந்த நீண்டகால உறவு உச்சத்தைத் தொட்டிருந்தது. ஒரு நாள், ஒரு சந்திப்பிற்காக, மத்திய

இஸ்ரேலிலிருந்த ஒரு காட்டுப் பகுதிக்கு வருமாறு, விக்டரைக் கையாண்டு கொண்டிருந்த சோவியத் ஏஜென்ட் அவருக்கு அழைப்பு விடுத்தார். விக்டர் அங்குச் சென்றபோது, அந்தக் கேஜிபி ஏஜென்ட், சோவியத் ஒன்றியத்திற்கு விக்டர் செய்திருந்த அர்ப்பணிப்பான சேவைக்கு நன்றி தெரிவிக்கும் விதமாக அந்நாட்டின் மிக உயரிய விருதான 'லெனின் பதக்கத்தை' அவருக்கு வழங்க அந்நாட்டு அரசு தீர்மானித்திருந்த செய்தியை விக்டரிடம் தெரிவித்தார்.

அந்தக் கேஜிபி ஏஜென்ட், தன்னால் அந்தப் பதக்கத்தை விக்டருக்கு இஸ்ரேலில் வைத்து வழங்க முடியாததற்காக அவரிடம் மன்னிப்புக் கேட்டுக் கொண்டார். ஆனால், அந்தப் பதக்கம் மாஸ்கோவில் அவருக்காகக் காத்துக் கொண்டிருக்கும் என்றும், எப்போது அவர் மாஸ்கோ வந்தாலும் அது அங்கு அவருக்கு அளிக்கப்படும் என்றும் உறுதியளித்தார். ஆனால், விக்டருக்கு மாஸ்கோ பக்கம் தலைவைத்துப் படுக்கின்ற யோசனைகூட இருக்கவில்லை.

1971 ஆம் ஆண்டு, அவர் உளவு சாகச விளையாட்டிலிருந்து ஓய்வு பெற்றார்.

ஆனால், அதற்காக அவர் மறக்கப்பட்டுவிடவில்லை. 2007 ஆம் ஆண்டு, ஷபக் அமைப்பின் தலைமையகத்திற்கு வரும்படி விக்டர் அழைக்கப்பட்டார். அங்கு, ஷபக் மற்றும் மொசாடின் தற்போதைய மற்றும் பழைய இயக்குநர்கள், அவருடைய நண்பர்கள், சகாக்கள், மற்றும் சில உறவினர்கள் குழுமியிருந்தனர். அப்போது ஷபக்கின் இயக்குநராக இருந்த யுவால் டிஸ்கின், இஸ்ரேலுக்கு விக்டர் ஆற்றியிருந்த தன்னலமற்றச் சேவையைப் பாராட்டி அவருக்கு மதிப்புமிக்க விருது ஒன்றை வழங்கினார். விக்டர்தான் இரண்டு முக்கியமான விருதுகளைப் பெற்றிருந்த ஒரே மொசாட் ஏஜென்ட். ஒன்று, அவர் தன் வாழ்நாள் முழுவதும் அர்ப்பணிப்புடன் சேவை புரிந்த அவருடைய தாய்நாடு அவருக்கு அளித்திருந்த விருது. மற்றொன்று, பெரும் ஆபத்துகள் இருந்தும், துணிச்சலுடன் அவர் ஏமாற்றியிருந்த, தவறாக வழிநடத்தியிருந்த எதிரி நாடு வழங்கியிருந்த விருது!

ஒரு பத்திரிகையாளர் விக்டரை, "சோவியத் பேரரசின் வீழ்ச்சியைத் தொடங்கி வைத்தப் புண்ணியவான்!" என்று குறிப்பிட்டார். ஆனால், விக்டர் தன்னைப் பற்றி அப்படி எண்ணவில்லை. அவர், "நான் ஒரு பெரிய கதாநாயகன் அல்லன், நான் எந்த வரலாற்றையும் படைக்கவில்லை. வரலாற்றைப் படைத்தது உண்மையில் குருசேவ்தான். நான் ஒரு சில மணி நேரம் வரலாற்றுடன் கைகுலுக்கினேன், அவ்வளவுதான். பின்னர் நாங்கள் பிரிந்துவிட்டோம்," என்று அடக்கமாகக் கூறினார்.

அவர் தன்னுடைய 81-வது வயதில் மரணமடைந்தார். கிரெம்ளின் மாளிகையில் எங்கோ ஓரிடத்தில், ஒரு சிவப்பு வெல்வெட் துணியில் பொதிந்து வைக்கப்பட்டுள்ள ஒரு சிறிய பெட்டிக்குள், லெனின் படம் பொறிக்கப்பட்ட அவருடைய பதக்கம் அவருக்காக என்றென்றைக்கும் காத்துக் கொண்டிருக்கக்கூடும்.

அத்தியாயம் 6

"அடால்ஃப் ஐக்மேனை உயிருடனோ அல்லது பிணமாகவோ கொண்டுவாருங்கள்!"

"உங்கள் பெயர் என்ன?" என்று அந்த இளம்பெண் கேட்டாள்.

"நிக்கோலஸ்," என்று புன்னகையுடன் பதிலளித்தான் அந்த இளைஞன். "என் நண்பர்கள் என்னை நிக் என்று கூப்பிடுவர். நிக் ஐக்மேன்."

பார்வையற்ற யூதரின் மகள்

1957 ஆம் ஆண்டின் இலையுதிர்காலத்தின் முடிவில் ஒரு நாள், இஸ்ஸர் ஹாரலுக்கு, ஜெர்மனியிலுள்ள ஃபிராங்க்ஃபர்ட் நகரிலிருந்து ஒரு விநோதமான தகவல் வந்தது. "ஹெஸ்ஸே மாநிலத்தின் அட்டர்னி ஜெனரலான டாக்டர் ஃபிரிட்ஸ் பாயர், மொசாடிடம் ஒரு இரகசியத் தகவலைப் பகிர்ந்து கொள்ள விரும்புகிறார்."

ஹாரலுக்குப் பாயரை ஏற்கனவே தெரியும். பாயர், ஜெர்மனியில் பெரிதும் மதிக்கப்பட்ட ஒரு நபர். நாஜி குற்றவாளிகளைத் தேடிக் கண்டுபிடிப்பதில் அவர் தீவிரமாக ஈடுபட்டிருந்தார். அவர் உயரமாகவும், ஒரு வசீகரமான தோற்றம் கொண்டவராகவும் இருந்தார். சிங்கத்தின் பிடரி மயிர்போலச்

சிலுப்பிக் கொண்டிருந்த அவருடைய அடர்த்தியான வெள்ளை நிறத் தலைமுடி, ஒரு சாயலில் பென் குரியனை நினைவுபடுத்தியது. பாயரும் ஒரு யூதர். பிறவிப் போராளி. 1933 இல் ஹிட்லர் அதிகார பீடத்திற்கு வந்தபோது, பாயர், யூத வதைமுகாமில் அடைக்கப்பட்டார். ஆனால், அந்த அனுபவம் அவரை மனமொடிந்து போக வைக்கவில்லை. அவர் முதலில் டென்மார்க்குக்கும், பின்னர் சுவீடனுக்கும் தப்பியோடினார். இரண்டாம் உலகப் போரின் முடிவில் அவர் நாஜி குற்றவாளிகளைக் கண்டுபிடித்து, குற்றவாளிக் கூண்டில் ஏற்றி அவர்களுக்குத் தண்டனை வாங்கிக் கொடுப்பதற்காகத் தன் வாழ்நாளை அர்ப்பணித்தார். நாஜிக்களை முற்றிலுமாகக் களையெடுப்பதற்கு மேற்கு ஜெர்மானிய அரசு தன்னுடைய சுண்டுவிரலைக்கூட அசைக்காமல் இருந்தது குறித்தத் தன் விரக்தி குறித்து பாயர் வெளிப்படையாகவே பேசினார்.

1957 நவம்பரில், பாயரைச் சந்திப்பதற்காக ஷால் தரோம் என்ற இஸ்ரேலியப் புலனாய்வு அதிகாரியை ஹாரல் அனுப்பி வைத்தார். தரோம் ஜெர்மனிக்குச் சென்று பாயரைச் சந்தித்து அவரோடு நீண்ட நேரம் உரையாடினார். ஒரு சில நாட்கள் கழித்துத் தாயகம் திரும்பிய தரோம், நேராக ஹாரலைச் சந்திக்கச் சென்றார். "ஐக்மேன் உயிருடன் இருப்பதாகவும், அவர் அர்ஜென்டினாவில் ஒளிந்து கொண்டிருப்பதாகவும் பாயர் என்னிடம் தெரிவித்தார்," என்று அவர் ஹாரலிடம் கூறினார்.

ஜெர்மானிய எஸ்எஸ் கர்னலான அடால்ஃப் ஐக்மேன் நாஜி கோர தாண்டவத்தின் மொத்த உருவமாக விளங்கினார் என்பதை உலகம் நெடுகிலும் இலட்சக்கணக்கான யூதர்கள் அறிந்து வைத்திருந்ததைப்போல, ஹாரலும் அறிந்து வைத்திருந்தார். ஐரோப்பிய யூதர்களைத் திட்டமிட்ட முறையில் முற்றிலுமாக நிர்மூலமாக்குவதற்காகத் தீட்டப்பட்ட 'இறுதித் தீர்வு' என்ற திட்டத்தை ஐக்மேன் தனிப்பட்ட முறையில் முன்னின்று செயல்படுத்தினார். சுமார் அறுபது இலட்சம் யூதர்களைக் கச்சிதமாகக் கொன்று குவிப்பதற்காக அவர் தன் வாழ்நாளை அர்ப்பணித்துக் கொண்டிருந்தார். இரண்டாம் உலகப் போர் முடிந்தவுடன் அவர் மாயமாக மறைந்துவிட்டார். அவர் எங்கு வாழ்ந்து கொண்டிருந்தார் என்பதை எவராலும் கண்டுபிடிக்க முடியவில்லை. அவர் சிரியாவில் இருந்ததாக, எகிப்தில் இருந்ததாக, குவைத்தில் இருந்ததாக, தென்னமெரிக்காவில் இருந்ததாக அவ்வப்போது வதந்திகள் உலா வந்து கொண்டிருந்தன.

பாயருடன் தான் நடத்தியிருந்த உரையாடலின் முழு விபரத்தையும் தரோம் ஹாரலுடன் பகிர்ந்து கொண்டார். ஒரு சில மாதங்களுக்கு முன்பாக பாயருக்கு அர்ஜென்டினாவிலிருந்து ஒரு

கடிதம் வந்திருந்தது. அதை அனுப்பியிருந்தவர் அர்ஜென்டினாவில் குடியேறியிருந்த ஒரு ஜெர்மானியர். அவர் ஒரு பாதி யூதர். நாஜி ஆட்சியின்போது அவர் கடும் துன்பத்தை அனுபவித்திருந்தார். பாயர் மேற்கொண்டிருந்த நாஜி கொலையாளிகள் வேட்டையைப் பற்றியும், அந்தப் பட்டியலில் ஐக்மேன் பெயர்தான் முதலில் இருந்தது என்பதையும், பத்திரிகைச் செய்திகள் மூலமாக அவர் அறிந்து வைத்திருந்தார். அவருடைய மகள் சில்வியா, நிக் ஐக்மேன் என்ற இளைஞனைத் தான் காதலித்துக் கொண்டிருந்ததாகச் சொன்னபோது அவர் பெரும் அதிர்ச்சியடைந்தார். அந்த இளைஞன், மாயமாக மறைந்து போன நாஜி கொலையாளியின் உறவினராக இருக்க வேண்டும் என்று அவர் அனுமானித்தார். பாயர் தன் ஆட்களை அனுப்பி வைத்தால், தன்னால் ஐக்மேன் மறைந்திருந்த இடத்தை அவர்களிடம் காட்ட முடியும் என்று பாயருக்கு எழுதியிருந்த கடிதத்தில் அவர் குறிப்பிட்டிருந்தார். ஐக்மேன் தற்போது ஒரு போலிப் பெயரில் அர்ஜென்டினாவின் தலைநகரான புவனெஸ் ஐரிஸில் வசித்து வந்ததாக நம்பப்பட்டது.

இரண்டாம் உலகப் போர் முடிவடைந்த பிறகு ஐக்மேன் ஜெர்மனியிலிருந்து தப்பிச் சென்றுவிட்டதை பாயர் ஏற்கனவே அறிந்திருந்தார். ஐக்மேனின் மனைவி வேராவும் அவருடைய மூன்று மகன்களும் முதலில் ஆஸ்திரியாவில் வசித்தனர். ஒரு சில ஆண்டுகளுக்குப் பிறகு அவர்களும் மாயமாக மறைந்துவிட்டனர். அவர்கள் அர்ஜென்டினாவுக்குக் குடிபெயர்ந்திருந்ததை பாயர் அறிந்தார். அங்குச் சென்ற பிறகு, வேரா வேறொருவரைத் திருமணம் செய்து கொண்டிருந்ததாகக் கருதப்பட்டது. ஆனால், வேரா ஐக்மேனுடன் வாழ்ந்து கொண்டிருந்தார் என்றும், அவருடைய மறுமணச் செய்தி ஒரு கட்டுக்கதை என்றும் பாயர் உறுதியாக நம்பினார். அவருடைய ‘இரண்டாவது கணவர்’ ஐக்மேனாகத்தான் இருக்க வேண்டும் என்று அவர் சந்தேகித்தார்.

ஐக்மேனை அர்ஜென்டினாவிலிருந்து ஜெர்மனிக்கு வலுக்கட்டாயமாகக் கொண்டுவருமாறு ஜெர்மானிய அரசைத் தான் கேட்டால், ஐக்மேனைத் தான் இழக்க நேரிடும் என்று பாயர் பயப்பட்டார். இப்போதும் நாஜிக்களால் நிரம்பி வழிந்த ஜெர்மானியச் சட்டத்துறைமீது பாயருக்குத் துளிகூட நம்பிக்கை இருக்கவில்லை. அர்ஜென்டினாவிலிருந்த ஜெர்மானியத் தூதரகத்திலிருந்த சில நபர்கள்மீதும் பாயர் சந்தேகம் கொண்டிருந்தார். அப்படியே ஜெர்மானிய அராசங்கம் ஐக்மேனைத் தங்கள் நாட்டுக்கு அனுப்பி வைக்குமாறு அர்ஜென்டீனிய அரசிடம் கேட்டுக் கொண்டால்கூட, அக்கோரிக்கை அதிகாரபூர்வமாக அர்ஜென்டீனிய அரசிடம் போய்ச் சேர்வதற்கு முன்பாகவே, ஜெர்மானியத் தூதரகத்தில்

இருந்தவர்களோ அல்லது ஜெர்மனியில் இருந்தவர்களோ ஐக்மேனை எச்சரித்துவிடுவர் என்றும், அதனால் ஐக்மேன் மீண்டும் மாயமாகிவிடுவார் என்றும் பாயர் பயந்தார்.

அதனால், பாயர் தரோமிடம் ஒளிவுமறைவின்றிப் பேசினார். அர்ஜென்டினாவில் இருந்த நபர் உண்மையிலேயே ஐக்மேன்தானா என்று கண்டுபிடிக்குமாறு அவர் மொசாடைக் கேட்டுக் கொண்டார். அது உண்மையாக இருந்தால், அவரைத் தங்கள் நாட்டுக்கு அனுப்பி வைக்கும்படி, இஸ்ரேல், முறைப்படி அர்ஜென்டீனிய அரசாங்கத்தைக் கேட்டுக் கொள்ள வேண்டும் அல்லது அவரைச் சட்டத்திற்குப் புறம்பாக இஸ்ரேலுக்குக் கடத்திக் கொண்டு வந்துவிட வேண்டும் என்று அவர் யோசனை கூறினார்.

"இது குறித்து இரவுபகலாகப் பல நாட்கள் ஆழமாகச் சிந்தித்துத்தான் நான் இந்த முடிவுக்கு வந்துள்ளேன். இந்தத் தகவலை உங்களிடம் கொடுப்பது குறித்து நான் எடுத்துள்ள இம்முடிவை நான் ஒரே ஒரு நபருடன்தான் பகிர்ந்து கொண்டுள்ளேன். ஹெஸ்ஸே மாநிலத்தின் தலைவரும் அமைச்சருமான ஜார்ஜ் ஆகஸ்ட் ஜின்தான் அவர் (பின்னாளில் அவர் ஜெர்மானிய நாடாளுமன்ற உறுப்பினராகவும் ஆனார்)," என்று பாயர் தெரிவித்தார்.

தரோம், ஹாரலின் மேசைமீது ஓர் ஒற்றைக் காகிதத்தை வைத்தார். அதில் ஐக்மேனின் மறைவிடம் குறிப்பிடப்பட்டிருந்தது. "4261, சாகாபுகோ தெரு, ஓலிவோஸ், புவெனஸ் ஐரிஸ்," என்ற அந்த வரியின்மீது ஹாரல் தன் கவனத்தைக் குவித்தார்.

1958 ஜனவரியின் துவக்கத்தில், புவனெஸ் ஐரிஸிலிருந்த சாகாபுகோ தெருவில் ஒருவர் நடந்து சென்று கொண்டிருந்தார். அவருடைய பெயர் இம்மானுவேல் தல்மோர். மொசாட் சிறப்புக் குழுவின் ஓர் உறுப்பினர் அவர். ஐக்மேன் குறித்துப் பாயர் குறிப்பிட்டிருந்த தகவல் உண்மைதானா என்பதைக் கண்டறிவதற்காக ஹாரல் அவரை அங்கு அனுப்பி வைத்திருந்தார். அங்கு அவர் கண்ட காட்சி அவருக்குச் சரியாகப் படவில்லை. புவெனஸ் ஐரிஸிலிருந்த ஓலிவோஸ் என்ற அப்பகுதி, ஏழை மக்கள் வசித்து வந்த ஒரு பகுதியாக இருந்தது. அவர் நடந்து சென்று கொண்டிருந்த சாகாபுகோ தெரு ஒரு கட்டாந்தரையாக இருந்தது. அதன் இரு புறமும் இருந்த வீடுகள் சிதிலமடைந்த நிலையில் இருந்தன. அவற்றில், 4261 என்ற எண்ணைக் கொண்டிருந்த வீடும் அடக்கம். அந்த வீட்டின் முற்றத்தில், பருமனான உடல்வாகைக் கொண்ட ஒரு பெண்மணி நின்று கொண்டிருந்தாள்.

ஒரு சில நாட்களுக்குப் பின்னர் இஸ்ரேலுக்குத் திரும்பிய தல்மோர், ஹாரலிடம் இவ்வாறு தெரிவித்தார்: "அந்த முகவரி

ஐக்மேனின் வீடாக இருக்க வாய்ப்பில்லை. ஏனெனில், ஐக்மேனும் மற்றக் கொழுத்த நாஜி தலைவர்களைப்போலவே மில்லியன்கணக்கான டாலர்களை அர்ஜென்டினாவுக்கு எடுத்துச் சென்றிருப்பார் என்பதில் சந்தேகமில்லை. நாஜி தலைவர்கள் பலர், ஜெர்மனி வீழ்வதற்கு முன்பாகவே, அப்படி ஒரு சூழல் ஏற்பட்டால் என்ன செய்ய வேண்டும் என்பது குறித்து முன்பே முடிவு செய்து அதற்குத் தங்களைத் தயார்படுத்திக் கொண்டிருந்தனர் என்பதுதான் உங்களுக்குத் தெரியுமே! அதனால், ஐக்மேன் அந்த மோசமான பகுதியில் வசித்துக் கொண்டிருப்பார் என்று நான் நம்பவில்லை. அந்த வீட்டின் முற்றத்தில் நான் பார்த்தப் பெண்மணியும் வேராவாக இருக்க முடியாது."

தல்மோரின் அவதானிப்பு முடிவுகள்மீது ஹாரலுக்கு முழு திருப்தி இருக்கவில்லை. தன் விசாரணையைத் தொடர ஹாரல் விரும்பினார். அதற்கு அவர், பாயருக்குத் தகவல் அனுப்பியவரைத் தொடர்பு கொள்ள விரும்பினார். ஹாரல் அது விஷயமாக பாயரைத் தொடர்பு கொண்டபோது, பாயர் உடனடியாக, தனக்குத் தகவல் அனுப்பி வைத்தவரின் பெயரையும் அவருடைய அர்ஜென்டீனிய முகவரியையும் ஹாரலுடன் பகிர்ந்து கொண்டார். அந்நபரின் பெயர் லோதர் ஹெர்மன். ஹெர்மன் அதற்குள், புவெனஸ் ஐரிஸிலிருந்து முந்நூறு மைல் தொலைவிலிருந்த கோரோனெல் சௌரேஸ் என்ற நகருக்குக் குடிபெயர்ந்திருந்தார். "இக்கடிதத்தைக் கொண்டுவருகின்ற நபருக்கு உங்களால் இயன்ற அனைத்து ஒத்துழைப்பையும் கொடுங்கள்," என்ற வாசகத்துடன்கூடிய அறிமுகக் கடிதம் ஒன்றை ஹெர்மனின் பெயருக்கு எழுதி, பாயர் அதை ஹாரலுக்கு அனுப்பி வைத்தார்.

1958 பிப்ரவரியில் கோரோனெல் சௌரேஸுக்கு ஓர் அந்நிய நாட்டவர் வந்தார். அவர் பெயர் எஃப்ரைம் ஹாஃப்ஸ்டெட்டர். அவர் டெல் அவீவ் காவல்துறையின் விசாரணைப் பிரிவின் தலைவராக இருந்தார். அவர் ஒரு சர்வதேசக் கருத்தரங்கிற்காக அர்ஜென்டினாவுக்கு வந்தபோது, ஹாரலுக்கு உதவ ஒப்புக் கொண்டிருந்தார். ஆனாலும், எச்சரிக்கையுணர்வு காரணமாக, அவர் ஹெர்மனின் வீட்டுக் கதவைத் தட்டியபோது, தன்னுடைய பெயர் கார்ல் ஹப்பர்ட் என்றும், தான் ஒரு ஜெர்மானியர் என்றும் அவர் தன்னை அறிமுகப்படுத்திக் கொண்டார். பார்வையற்ற ஒருவர் அவ்வீட்டின் வரவேற்பறையில் அமர்ந்திருந்தார். அந்த மனிதரின் அருகில் ஹாஃப்ஸ்டெட்டர் சென்றபோது, காலடிச் சத்தம் கேட்டு அவருடன் கைகுலுக்குவதற்காக அந்நபர் தன் கையை நீட்டினார். அது ஹெர்மன்தான்.

"நான் ஃபிரிட்ஸ் பாயரின் நண்பர்," என்று ஹாஃப்ஸ்டெட்டர்

தன்னை அறிமுகப்படுத்திக் கொண்டார். தான் ஜெர்மனியின் இரகசியப் புலனாய்வுத் துறையோடு தொடர்புடையவன் என்ற தகவலை மறைமுகமாக அவர் வெளிப்படுத்தினார்.

தான் ஒரு யூதர் என்றும், நாஜிக்கள் ஆட்சிக்கு வரும்வரை தான் காவல்துறையில் பணியாற்றி வந்திருந்ததாகவும் ஹெர்மன் குறிப்பிட்டார். நாஜிக்களால் அவருடைய பெற்றோர் கொலை செய்யப்பட்டனர். ஹெர்மன், டச்சாவ் வதைமுகாமுக்கு அனுப்பி வைக்கப்பட்டார். அங்கிருந்தபோது அவர் தன் பார்வையை இழந்தார். இரண்டாம் உலகப் போர் முடிவடைந்த பிறகு, அவர் தன்னுடைய ஜெர்மானிய மனைவியுடன் அர்ஜென்டினாவில் குடியேறினார். ஐக்மேன் என்ற பெயரைக் கேள்விப்பட்டதும் உஷாரான அவர், பாயரைத் தொடர்பு கொண்டார். தன்னுடைய குடும்பத்தாரைக் கொலை செய்த குற்றவாளிகளுக்குத் தண்டனை பெற்றுத் தருவதுதான் தன் நோக்கம் என்று அவர் தெரிவித்தார்.

அப்போது அந்த அறைக்குள் அவருடைய மகள் சில்வியா வந்தாள். ஹெர்மன் அவளுடைய கையைப் பிடித்தவாறு, ஹாஃப்ஸ்டெட்டரிடம், "இவள்தான் உங்களுக்கு ஐக்மேனைக் கண்டுபிடித்துக் கொடுத்துள்ளாள்," என்று அவளை அறிமுகப்படுத்தினார்.

அதைக் கேட்டு வெட்கப்பட்டுச் சிரித்த சில்வியா, தயக்கத்துடன் ஹாஃப்ஸ்டெட்டரிடம் தன் கதையைக் கூறினாள்.

ஒன்றரை ஆண்டுகளுக்கு முன்புவரை தன் குடும்பம் புவெனஸ் ஐரிஸிலுள்ள ஓலிவோஸ் பகுதியில் வசித்து வந்ததாக அவள் குறிப்பிட்டாள். அங்கேதான் அவள் நிக் ஐக்மேனைச் சந்தித்திருந்தாள். நல்லவிதமாகப் பழகிய அந்த இளைஞனுடன் அவள் ஒரு சில முறை வெளியே சென்றிருந்தாள். ஆனால், தான் ஒரு யூதப் பெண் என்பதை அவள் நிக்கிடம் கூறவில்லை. ஹெர்மன் என்பது அடிப்படையில் ஒரு ஜெர்மானியப் பெயர். எனவே, நிக் தன் சொந்தக் கருத்துகளை அவளிடம் வெளிப்படையாகப் பகிர்ந்து கொண்டான். ஒரு முறை, அவன் சில்வியாவிடம், "யூதர்களைக் கொல்லத் தொடங்கிய ஜெர்மானியர்கள் அவர்களை முற்றிலுமாக அழித்திருக்க வேண்டும்; அவர்கள் தவறிழைத்துவிட்டனர்," என்று கூறியிருந்தான். மற்றொரு சந்தர்ப்பத்தில், அவன் சில்வியாவிடம், தன் தந்தை ஜெர்மானிய இராணுவத்தில் பணியாற்றியிருந்ததாகவும், 'தந்தை நாட்டுக்குச்' செய்ய வேண்டிய கடமையை அவர் செவ்வனே செய்திருந்ததாகவும் குறிப்பிட்டிருந்தான்.

நிக் தன்னுடைய கருத்துகளை சில்வியாவிடம் ஒளிவுமறைவின்றிப் பகிர்ந்து கொண்டிருந்தபோதிலும், அவளைத் தன் வீட்டுக்கு ஒரு முறைகூட அவன் அழைத்திருக்கவில்லை.

சில்வியா புவெனஸ் ஐரிஸிலிருந்து இந்த ஊருக்கு வந்த பிறகும் அவர்கள் கடிதம் மூலம் தொடர்பில் இருந்தனர். ஆனால் நிக் அவளிடம் தன் வீட்டு முகவரியைக் கொடுக்கவில்லை. கடிதங்களைத் தன் நண்பனின் முகவரிக்கு அனுப்பி வைக்குமாறு அவன் அவளைக் கேட்டுக் கொண்டிருந்தான்.

நிக்கின் இந்த விநோதமான நடத்தை, அவன் அடால்ஃப் ஐக்மேனின் மகனாக இருக்கக்கூடும் என்ற சந்தேகத்தை ஹெர்மனிடம் தோற்றுவித்திருந்தது. அவர் தன் மகளுடன் ஒரு பேருந்தில் புவெனஸ் ஐரிஸுக்குச் சென்று, தன் நண்பர்கள் சிலரின் உதவியுடன் நிக் ஐக்மேனின் உண்மையான முகவரியைக் கண்டுபிடித்துவிட்டார். சாகாபுகோவிலிருந்த அந்த வீட்டுக்குள்ளும் அவர் நுழைந்துவிட்டார். ஆனால், அப்போது நிக் அங்கு இருக்கவில்லை. அங்கு, வழுக்கைத் தலையுடனும், மெல்லிய மீசையுடனும், கண்களில் கண்ணாடியுடனும் இருந்த ஒரு நபரை அவர்கள் சந்தித்தனர். தான் நிக்கின் தந்தை என்று அவர் தன்னை அவர்களிடம் அறிமுகம் செய்து கொண்டார்.

இந்த விசாரணையை அடுத்தக் கட்டத்திற்கு எடுத்துச் செல்வதற்குத் தான் மீண்டும் புவெனஸ் ஐரிஸுக்குச் செல்லத் தயாராக இருந்ததாகவும், ஆனால் பார்வையற்றத் தனக்கு சில்வியாவின் துணை தேவைப்படும் என்றும் ஹாஃப்ஸ்டெட்டரிடம் ஹெர்மன் கூறினார். அந்த நபர் உண்மையிலேயே ஐக்மேன்தானா என்பதை உறுதிப்படுத்திக் கொள்வதற்குத் தனக்குச் சில கூடுதல் விபரங்கள் தேவை என்று கூறிய ஹாஃப்ஸ்டெட்டர், ஹெர்மனிடம் ஒரு பட்டியலைக் கொடுத்தார்: ஐக்மேனின் புகைப்படம், அவருடைய தற்போதைய பெயர், அவருடைய அலுவலக முகவரி, அவருடைய பெயரில் இருந்த அதிகாரபூர்வமான ஆவணங்கள் மற்றும் அவருடைய கைரேகை. ஹாஃப்ஸ்டெட்டர் அங்கிருந்து விடைபெறுவதற்கு முன்பாக, பாதுகாப்புடன் தகவல்களைப் பரிமாறிக் கொள்வதற்கு அவர்கள் இருவரும் சில வழிகளை ஏற்பாடு செய்து கொண்டனர். செலவுகளுக்கென்று சிறிது பணத்தையும் ஹாஃப்ஸ்டெட்டர் ஹெர்மனிடம் கொடுத்தார். இறுதியாக, அவர் தன் சட்டைப் பையிலிருந்து ஓர் அஞ்சலட்டையை எடுத்து, அதை இரண்டாகக் கிழித்து அதன் ஒரு பகுதியை ஹெர்மனிடம் கொடுத்துவிட்டு, "என்னிடமுள்ள இந்தப் பாதியை யாராவது உங்களிடம் காட்டினால், அந்த நபரிடம் நீங்கள் எல்லாவற்றையும் கூறலாம். அவர் நம்மில் ஒருவராக இருப்பார்," என்று கூறினார்.

பின்னர் ஹாஃப்ஸ்டெட்டர் அங்கிருந்து புறப்பட்டு இஸ்ரேலுக்கு வந்து சேர்ந்தவுடன், நேராக ஹாரலிடம் சென்று, நடந்தவற்றை எடுத்துரைத்தார்.

ஒரு சில மாதங்களுக்குப் பிறகு, ஹெர்மனின் அறிக்கை மொசாடின் தலைமையகத்தை அடைந்தது. ஐக்மேனைப் பற்றிய அனைத்துத் தகவல்களையும் தான் கண்டுபிடித்துவிட்டிருந்ததாக அதில் அவர் உற்சாகமாகத் தெரிவித்திருந்தார். சாகாபுகோ தெருவிலிருந்த வீடு, பத்து ஆண்டுகளுக்கு முன்பு பிரான்சிஸ்கோ ஷுமிட் என்ற ஓர் ஆஸ்திரியரால் கட்டப்பட்டிருந்தது. அதை, டகுடோ, கிளெமன்ட் ஆகிய இரண்டு குடும்பத்தாருக்கு அவர் வாடகைக்கு விட்டிருந்தார். ஷுமிட்தான் ஐக்மேன் என்று ஹெர்மன் ஆணித்தரமாக நம்பினார். ஐக்மேன் தன்னுடைய உண்மையான அடையாளத்தை மறைப்பதற்காக டகுடோவையும் கிளெமன்டையும் பயன்படுத்திக் கொண்டிருக்க வேண்டும் என்று ஹெர்மன் கருதினார்.

ஹெர்மன் அனுப்பி வைத்திருந்த விபரங்களைச் சரிபார்க்குமாறு அர்ஜென்டினாவிலிருந்த தன்னுடைய எஜென்டுக்கு ஹாரல் உத்தரவிட்டார். அந்த ஏஜென்ட் விசாரித்து ஒரு தந்தி மூலம் ஹாரலுக்கு பதிலனுப்பினார்: “பிரான்சிஸ்கோ ஷுமிட்டும் அடால்ஃப் ஐக்மேனும் ஒரே நபர் அல்லர். சாகாபுகோ தெருவிலுள்ள வீட்டில் அவர் இப்போது வசிக்கவில்லை; அவர் அங்கே ஒருபோதும் வசித்திருக்கவுமில்லை.”

ஹெர்மன் அளித்திருந்த தகவல் தவறானதாக இருக்க வேண்டும் என்று கருதிய ஹாரல், அந்த விசாரணைக்கு முற்றுப்புள்ளி வைக்கத் தீர்மானித்தார்.

பெருந்தவறு

ஹாரலின் தீர்மானம் ஒரு மாபெரும் தவறு. ஐக்மேனைப் பிடிப்பதற்குக் கிடைத்திருந்த ஒரு மாபெரும் வாய்ப்பை இஸ்ரேல் இழந்திருக்கக்கூடும். அந்த விசாரணையின் துவக்கக் கட்டங்களில் நிலவிய குளறுபடிகள் குறித்து ஒருவரால் வியக்காமல் இருக்க முடியாது. அந்த விசாரணை புத்திசாலித்தனமாக நடத்தப்பட்டிருக்கவில்லை. அது தொடர்பாகப் பல கேள்விகள் எழுகின்றன. மிகவும் இரகசியமாகவும் எச்சரிக்கையுடனும் மேற்கொள்ளப்பட வேண்டிய ஒரு சிக்கலான விசாரணை, வயதான, பார்வையற்ற, இதுபோன்ற விஷயங்களில் பயிற்சி பெற்றிராத ஒரு நபரிடம் எப்படி ஒப்படைக்கப்பட்டது? சில்வியா தன் காதலன் நிக்கின் வீட்டிற்குச் சென்று அவனுடைய அப்பாவைச் சந்தித்திருந்தாள் என்ற தகவலை ஹாரல் எப்படி அலட்சியம் செய்தார்? அந்தக் குறிப்பிட்ட வீட்டின் உண்மையான சொந்தக்காரர் மற்றும் அந்த வீட்டில் வாடகைக்குக் குடியிருந்தவர்களின் உண்மையான அடையாளங்களைத் தெரிந்து

கொள்வதற்கு ஒரு தொழில்முறை விசாரிப்பாளரை அனுப்பி வைப்பதற்குப் பதிலாக, ஹாரல் ஏன் அந்த விசாரணையைக் கைவிட முடிவு செய்தார்? படுமோசமான இந்தக் கடைசித் தவறு, ஹாரலின் இயல்புக்கு முற்றிலும் முரணானதாக இருந்தது.

அதற்கு ஒன்றரை ஆண்டுகளுக்குப் பிறகு, பாயர் இஸ்ரேலுக்கே வந்துவிட்டார். ஆனால், அவர் இஸ்ஸர் ஹாரலைச் சந்திக்க விரும்பவில்லை. ஏனெனில், ஐக்மேனைப் பிடிக்கத் தவறிவிட்டிருந்ததாக அவர் ஹாரலின்மீது கோபமாக இருந்தார். அவர் நேராக, ஜெருசலேமில் இருந்த, இஸ்ரேலின் அரசாங்கத் தலைமை வழக்கறிஞர் ஹைம் கோஹனிடம் சென்றார். பாயர் ஹைமைச் சந்தித்தபோது, ஐக்மேன் பற்றிய விசாரணையை மொசாட் மிக மட்டமாகக் கையாண்டது குறித்து வெளிப்படையாகவே குமுறினார்.

ஹாரலையும், ஷபக்கின் முதன்மை விசாரணையாளராக இருந்த ஸுவி அஹரோனியையும் ஹைம் கோஹன் ஜெருசலேமிற்கு வரவழைத்தார். ஹைமின் அலுவலகத்தில் அவர்களுக்காகக் காத்துக் கொண்டிருந்த பாயர், ஐக்மேனின் விசாரணையைச் சீரழித்துவிட்டதாக ஹாரல்மீது குற்றம் சாட்டினார். அதை முறைப்படி விசாரிக்க மொசாடுக்குத் துப்பில்லை என்றால், இது தொடர்பாக, தான் ஜெர்மானிய அதிகாரிகளை அணுகவிருந்ததாக அவர் அவர்களை மிரட்டினார். ஹாரல் அந்த விசாரணையை மீண்டும் துவக்க ஒப்புக் கொண்டார். ஆனால், பாயரின் மிரட்டல் அதற்குக் காரணமல்ல. பாயர் தன்னுடன் கொண்டுவந்திருந்த ஒரு புதிய தகவல்தான் அதற்குக் காரணம். பாயர் குறிப்பிட்ட அந்த இரண்டு வார்த்தைகள் ஐக்மேன் குறித்த மர்மத்தை விடுவிக்க ஹாரலுக்குப் போதுமானவையாக இருந்தன. அர்ஜென்டினாவில் ஐக்மேன் தனக்குச் சூட்டிக் கொண்டிருந்த புதிய பெயர் ரிக்கார்டோ கிளெமன்ட் என்று பாயர் தெரிவித்தார்.

அதைக் கேட்ட உடனேயே, தான் எங்குச் சறுக்கினோம், தன்னுடைய ஆட்கள் எங்குத் தவறு செய்திருந்தனர் என்பதை ஹாரல் கண்டுகொண்டார். ஐக்மேன் அந்த வீட்டின் சொந்தக்காரரான ஷுமிட் அல்லர், அதில் வாடகைக்கு இருந்த இருவரில் ஒருவரான கிளெமன்ட்தான் என்பது அவருக்குப் புரிந்தது.

ஹெர்மனின் மகள் உண்மையிலேயே ஐக்மேனின் மகனோடுதான் பழகியிருந்தாள். ஐக்மேனின் குடும்பம் உண்மையிலேயே சாகாபுகோ தெருவில்தான் வசித்து வந்தது. ஆனால், ஐக்மேன் தன் பெயரைக் கிளெமன்ட் என்று மாற்றிக் கொண்டிருந்ததை ஹெர்மன் அறியவில்லை. அதனால்தான், அவர் தவறுதலாக, ஷுமிட்தான் ஐக்மேன் என்று கைகாட்டிவிட்டார். ஐக்மேன் குறித்து ஹெர்மன் கூறியிருந்த கதையைத் தீர

விசாரிப்பதற்கு ஒரு திறமையான விசாரணையாளரை ஹாரல் அனுப்பி வைத்திருந்திருந்தால், ஐக்மேனின் உண்மையான அடையாளத்தை அவரால் எப்போதோ கண்டுபிடித்திருக்க முடியும்.

இந்த விசாரணையை ஸுவி அஹரோனியிடம் ஒப்படைத்துவிடுமாறு ஹைமிடமும் பாயரிடமும் ஹாரல் கேட்டுக் கொண்டார். அஹரோனி கூர்மதி படைத்தவர். அவரும் ஒரு ஜெர்மானிய யூதர். அவர் ஹாரலிடம் இருந்ததைவிட ஹைமிடம் அதிக நெருக்கமாக இருந்தார். அஹரோனி வேறொரு விசாரணை தொடர்பாக 1958 இல் புவெனஸ் ஐரிஸுக்குச் சென்றிருந்தபோது, ஹாரல் தன்னிடம் ஹெர்மனின் கூற்றைச் சரிபார்க்கும்படி கூறாமல் இருந்ததற்காக ஹாரல்மீது அவர் இன்னும் கடுங்கோபத்தில் இருந்தார். ஆனால், அது முடிந்து போன கதை. இப்போது ஹாரலுக்கு அஹரோனியின் நிபுணத்துவம் தேவைப்பட்டது.

அதனால், அஹரோனி, 1960 பிப்ரவரியில் புவெனஸ் ஐரிஸுக்குச் சென்றார். அவர் அங்கிருந்த உள்ளூர் யூதர் ஒருவரிடம், சாகாபுகோ தெருவிலிருந்த வீட்டை நோட்டம் விடும்படி கூறினார். அங்குச் சென்றுவிட்டுத் திரும்பி வந்த அந்நபர், அந்த வீடு தற்போது காலியாக இருந்ததாக அஹரோனியிடம் தெரிவித்தார். அங்கிருந்த இரண்டு வீடுகளில் ஒன்று புதுப்பிக்கப்பட்டுக் கொண்டிருந்ததாகவும் அவர் தெரிவித்தார். அது கிளெமன்ட் என்ற பெயரில் ஐக்மேன் வசித்து வந்த வீடுதான். ஆனால் கிளெமன்ட் குடும்பத்தார் அப்போது அங்கு இருக்கவில்லை. அவர்கள் எங்குச் சென்றார்கள் என்று எவருக்கும் தெரிந்திருக்கவில்லை. ஐக்மேன் எங்குச் சென்றார் என்பதைக் கண்டுபிடிப்பதற்கு, அவருக்குத் துளிகூட சந்தேகம் வராதபடியான ஒரு திட்டத்தை அஹரோனி வகுக்க வேண்டியிருந்தது.

அந்த ஆண்டின் மார்ச் மாதத் தொடக்கத்தில், ஒரு பெல்பாயின் சீருடையை அணிந்திருந்த அர்ஜென்டீனிய இளைஞன் ஒருவன், சாகாபுகோ தெருவிலிருந்த அந்த வீட்டுக்கு வந்தான். அவனுடைய கையில் ஒரு பரிசுப் பொருள் இருந்தது. அதன் முகவரியில் நிக்கோலஸ் கிளெமன்ட் என்ற பெயர் எழுதப்பட்டிருந்தது. அதில் ஒரு விலையுயர்ந்த சிகரெட் லைட்டரும், ஏதோ வாசனைத் திரவியம் தடவப்பட்ட ஒரு வாழ்த்து அட்டையும் இருந்தன. அந்த அட்டையில், "பிரியமுள்ள நிக், உன் பிறந்தநாளுக்கு என் வாழ்த்துகள்!" என்று எழுதப்பட்டிருந்தது. அதை அனுப்பியிருந்தவரின் பெயர் அதில் இடம் பெற்றிருக்கவில்லை. தன்னுடைய பெயரை வெளியிட விரும்பாத ஒரு பெண்ணிடமிருந்து அது வந்திருந்ததுபோல இருந்தது.

அந்தப் பரிசுப் பொருளைக் கொண்டு வந்திருந்த இளைஞன் அந்த வீட்டுக்குள் நுழைந்தான். அங்கு ஒரு சில பெயின்டர்கள் வேலை பார்த்துக் கொண்டிருந்தனர். கிளெமன்ட் குடும்பத்தாரைப் பற்றி அவன் அவர்களிடம் கேட்டான். அவர்களில் பெரும்பாலானோருக்கு, கிளெமன்ட் யார் என்பதுகூடத் தெரிந்திருக்கவில்லை. ஆனால், அவர்களில் ஒருவன், கிளெமன்ட் குடும்பத்தார் புவெனஸ் ஐரிஸின் மறுபக்கத்திலிருந்த சான் ஃபெர்னான்டோ பகுதிக்கு இடம் மாறியிருந்ததாகத் தெரிவித்தான். பின் அந்த வேலையாள், அந்த இளைஞனை அருகேயிருந்த ஒரு பட்டறைக்கு அழைத்துச் சென்றான். அங்கேதான் நிக்கின் சகோதரன் வேலை செய்து வந்தான். அச்சகோதரனின் பெயர் டயட்டர். அவன் இனிமையாகப் பேசினாலும், தங்களுடைய புதிய முகவரியைக் கொடுக்க அவன் மறுத்துவிட்டான். ஆனால் அவன் அரட்டையடிப்பதில் ஆர்வமாக இருந்ததால், தன் அப்பா, தொலைதூரத்தில் இருந்த டுக்குமான் என்ற இடத்தில் தற்காலிகமாக வேலை செய்து கொண்டிருந்ததாக உளறிவிட்டான்.

மீண்டும் சாகாபுகோ தெருவிலிருந்த வீட்டை அடைந்த அந்த 'பெல்பாய்' இளைஞன், அங்கிருந்தவர்களைக் கேள்விக் கணைகளால் துளைத்தெடுக்கத் தொடங்கினான். இறுதியில், அங்கிருந்தவர்களில் ஒருவன், கிளெமன்ட்டின் புதிய முகவரியைக் குத்துமதிப்பாகக் கூறினான். "முதலில் ஒரு இரயிலைப் பிடித்துச் சான் ஃபெர்னான்டோ நிலையத்திற்குச் செல்ல வேண்டும். அங்கிருந்து 203 எண் பேருந்தில் ஏறி, அவிஜென்டா பேருந்து நிறுத்தத்தில் இறங்க வேண்டும். அந்தப் பேருந்து நிறுத்தத்திற்கு எதிரே ஒரு பெட்டிக்கடை இருக்கும். அதற்கு அருகே சற்றுத் தள்ளி, மற்ற வீடுகளிலிருந்து விலகி ஒரு சிறிய செங்கல் வீடு இருக்கும். அதுதான் கிளெமன்ட் குடும்பத்தாரின் வீடு."

இதனால் மகிழ்ச்சியடைந்த அந்த இளைஞன் நேராக அஹரோனியிடம் சென்று விஷயத்தைக் கூறினான். மறுநாள், அந்தப் பெயின்டர் கொடுத்திருந்த அறிவுறுத்தல்களின்படி அங்குச் சென்ற அஹரோனி, அந்த வீட்டை எளிதாகக் கண்டுபிடித்துவிட்டார். அந்தத் தெருவின் பெயர் என்ன என்று அவர் அந்தப் பெட்டிக்கடைக்காரரிடம் கேட்டபோது, "இதற்குக் கரிபால்டி தெரு என்று பெயர்," என்று பதில் வந்தது.

ஐக்மேன் விசாரணை மீண்டும் சூடு பிடித்தது.

கரிபால்டி தெரு

மார்ச் மாதத்தின் மத்தியில் ஒரு நாள், அஹரோனி, நேர்த்தியான கோட் ஒன்றை அணிந்து கொண்டு கரிபால்டி தெருவுக்குள்

நுழைந்தார். அத்தெருவில் கிளெமன்ட் வீட்டுக்கு நேர் எதிரே இருந்த வீட்டின் கதவை அவர் தட்டினார். அக்கதவைத் திறந்த பெண்மணியிடம், "நான் ஓர் அமெரிக்க நிறுவனத்தின் பிரதிநிதி. நாங்கள் தையல் இயந்திரங்களை உற்பத்தி செய்கிறோம். இந்தப் பகுதியில் அதற்காக ஒரு தொழிற்சாலையை நிறுவ நாங்கள் உத்தேசித்துள்ளோம். அதற்காக நாங்கள் உங்களுடைய வீட்டை வாங்கிக் கொள்ள விரும்புகிறோம்," என்று கூறிய அஹரோனி, எதிரிலிருந்த கிளெமன்டின் வீட்டைச் சுட்டிக்காட்டி, "அதையும் சேர்த்து வாங்கிக் கொள்ள நாங்கள் ஆசைப்படுகிறோம். நீங்கள் உங்களுடைய வீட்டை விற்கத் தயாரா?"என்று கேட்டார்.

அஹரோனி அந்தப் பெண்ணிடம் பேசிக் கொண்டிருந்தபோது, தன் கையில் வைத்திருந்த சிறிய பெட்டியின் கைப்பிடியை அவர் மீண்டும் மீண்டும் அழுத்திக் கொண்டிருந்தார். அப்பெட்டிக்குள் இரகசியமாக மறைத்து வைக்கப்பட்டிருந்த ஒரு கேமரா, கிளெமன்ட்டின் வீட்டைப் பல்வேறு கோணங்களில் படம் பிடித்தது.

மறுநாள், அஹரோனி அந்நகரின் ஆவணக் காப்பகத்திற்குச் சென்று பரிசோதித்தபோது, கிளெமன்ட் இப்போது புதிதாகக் குடியேறியிருந்த வீடு, வேரா லைபெல் டி ஐக்மேன் என்ற பெயரில் இருந்ததைக் கண்டுபிடித்தார். வேரா வேறு எவரையும் திருமணம் செய்து கொள்ளவில்லை என்பது அதன் மூலம் உறுதியானது. அர்ஜென்டீனிய வழக்கப்படி அவர் அந்த வீட்டைத் தன்னுடைய குடும்பப் பெயரையும் தன்னுடைய கணவர் பெயரையும் இணைத்துப் பதிவு செய்திருந்தார். அதிகாரபூர்வமான ஆவணங்களில் தன் பெயர் இடம் பெறுவதை ரிக்கார்டோ கிளெமன்ட் விரும்பவில்லை என்பது தெளிவாயிற்று.

அஹரோனி கரிபால்டி தெருவுக்குப் பல முறை வந்தார். சில நேரங்களில் நடந்தும், சில நேரங்களில் காரிலும், சில நேரங்களில் வேனிலும் அவர் வந்தார். அப்போது, அந்த வீட்டையும், வேராவையும், அவ்வீட்டின் முற்றத்தில் விளையாடிக் கொண்டிருந்த ஒரு சிறுவனையும் அவர் புகைப்படம் எடுத்துக் கொண்டார். அதுவரை அவரால் கிளெமன்டைப் பார்க்க முடியவில்லை. ஆனால், அஹரோனி ஒரு விஷேச நாளுக்காகக் காத்துக் கொண்டிருந்தார். மார்ச் 21தான் அந்நாள். அன்று ஐக்மேனின் இருபத்தைந்தாவது ஆண்டு மணநாள். அன்றைய தினத்தை ஐக்மேன் தன் மனைவியுடன் சேர்ந்து கொண்டாடுவதற்காக அங்குக் கண்டிப்பாக வருவார் என்று அஹரோனி பெரிதும் எதிர்பார்த்தார்.

மார்ச் 21 அன்று தன் கேமராவுடன் மீண்டும் கரிபால்டி தெருவுக்கு அஹரோனி வந்தார். கிளெமன்ட்டின் வீட்டின்

முற்றத்தில் நின்று கொண்டிருந்த மனிதர் ஒல்லியாகவும், வழுக்கைத் தலையுடனும், சராசரி உயரத்துடனும் இருந்தார். அவருடைய வாய் சிறியதாகவும் மூக்கு பெரிதாகவும் இருந்தன. அவர் மீசை வளர்த்திருந்தார். கண்களில் கண்ணாடி அணிந்திருந்தார். இவை அனைத்தும் ஐக்மேன் குறித்து மொசாட் சேகரித்து வைத்திருந்த கோப்பில் இடம் பெற்றிருந்த அம்சங்களோடு கச்சிதமாகப் பொருந்தின.

அது ஐக்மேன்தான் என்பது உறுதியானது.

இஸ்ரேலில், ஹாரல், பென் குரியனின் வீட்டுக்குச் சென்று, அவரிடம், "ஐக்மேன் அர்ஜென்டினாவில் இருப்பது உறுதிப்படுத்தப்பட்டுள்ளது. எங்களால் அவரைச் சிறைபிடித்து இஸ்ரேலுக்குக் கொண்டுவர முடியும்," என்று கூறினார்.

பென் குரியன் உடனடியாக, "அவரை உயிருடனோ அல்லது பிணமாகவோ இங்குக் கொண்டுவாருங்கள்!" என்று உத்தரவிட்டார். பின் ஒரு கண நேரம் இடைவெளி விட்டுவிட்டு, "முடிந்த அளவு அவரை உயிரோடு கொண்டுவர முயற்சி செய்யுங்கள். இது நம்முடைய இளைஞர்களுக்கு ஒரு முக்கியமான விஷயமாக விளங்கும்," என்று அவர் கூறினார்.

முன்னோடிக் குழுவின் வருகை

ஹாரல் அத்திட்டத்தைச் செயல்படுத்துவதற்காக ஒரு குழுவை உருவாக்கினார். அதில் இடம் பெற்றிருந்த பன்னிரண்டு பேரும் தாங்களாகவே அதற்கு முன்வந்தவர்கள். சிலர் நாஜி வதை முகாம்களிலிருந்து தப்பிப் பிழைத்தவர்கள்; அவர்களின் கைகளில் வதை முகாம்களில் பச்சை குத்தப்பட்டிருந்த எண்கள் இன்னும் அழியாமல் இருந்தன. அக்குழுவின் முக்கிய உறுப்பினர்கள் இஸ்ரேலியப் புலனாய்வு அமைப்புகளைச் சேர்ந்தவர்கள். அதன் முன்னணியில் இரண்டு ஷபக் உறுப்பினர்கள் இருந்தனர். ரஃபி ஈத்தன் அதன் கமான்டராக நியமிக்கப்பட்டார். அவருக்கு உதவியாக ஸுவி மால்கின் தேர்ந்தெடுக்கப்பட்டார். உளவாளிகளைப் பிடிப்பதில் ஷபக் அமைப்பில் தலைசிறந்து விளங்கியவர் அவர். மால்கின் ஒருபோதும் துப்பாக்கி வைத்துக் கொண்டதில்லை. அவர் பல உயர்நிலை சோவியத் உளவாளிகளை வெளிச்சத்திற்குக் கொண்டுவந்திருந்தார். தன்னுடைய குழந்தைப்பருவத்தின் சில காலத்தைப் போலந்தில் கழித்திருந்த அவர், அவருடைய கிராமத்தில் திட்டமிட்டு மேற்கொள்ளப்பட்டப் படுகொலையிலிருந்து தப்பித்துத் தன்னுடைய குடும்பத்தோடு இஸ்ரேலில் குடியேறியிருந்தார். அவருடைய சகோதரி ஃப்ரூமா மட்டும் தன் குடும்பத்தோடு

போலந்திலேயே தங்கிவிடத் தீர்மானித்தார். ஆனால், யூத இன ஒழிப்புப் படுகொலையில் அவரும் அவருடைய குடும்பத்தாரும், மால்கினின் மற்ற உறவினர்கள் அனைவரும் ஒட்டுமொத்தமாகச் சாகடிக்கப்பட்டனர். ஹய்ஃபாவில் வளர்ந்த மால்கின், இஸ்ரேலின் சுதந்திரப் போரில் பங்கேற்றிருந்தார். அவரிடம் பல திறமைகள் இருந்தன. அவருக்கு நன்றாக எழுதவும் ஓவியம் வரையவும் நடிக்கவும் வரும்.

அக்குழுவில் இடம் பெற்றிருந்த மற்றொரு நபர் அவ்ரஹம் ஷலோம். அவர் அதிகம் பேசாதவர். பின்னாளில் அவர் ஷபக்கின் இயக்குநராக உயர்ந்தார். அக்குழுவில் இடம் பெற்றிருந்த மற்றவர்கள்: பாரிஸை மையமாகக் கொண்டு இயங்கிக் கொண்டிருந்த ஏஜென்டான யாகோவ் காட்; முன்பு பிரிட்டிஷ் இராணுவத்தில் பணியாற்றி, அதற்குப் பின்னர் இரண்டாம் உலகப் போரின் முடிவில் நாஜிக்களை வேட்டையாடிய 'அவெஞ்சர்ஸ்' குழுவில் சேர்ந்து ஆக்ரோஷமாகப் பல நாஜிக்களைத் தன் கைகளால் சுட்டுக் கொன்ற மோஷே டாவோர்; போலி ஆவணங்களை உருவாக்குவதில் கில்லாடியாகத் திகழ்ந்த ஷலோம் டேனி; வதை முகாமைவிட்டு வெளியேறுவதை அனுமதிக்கின்ற ஒரு போலி ஆவணத்தை டாய்லெட் பேப்பரில் உருவாக்கி அங்கிருந்து தப்பித்தவர் என்று அவரைப் பற்றிய கதை ஒன்று உலா வந்து கொண்டிருந்தது!

இவர்களில் பெரும்பாலானோருக்குத் திருமணம் ஆகியிருந்தது. பலருக்குக் குழந்தைகளும் இருந்தனர்.

அக்குழு, தொழில்முறையாகச் சமச்சீர் நிலையில் உருவாக்கப்பட்டிருந்தது. எடுத்துக்காட்டாக, எஃப்ரைம் இலானி அர்ஜென்டினாவை நன்கு அறிந்தவர். புவெனஸ் ஐரிஸின் தெருக்கள் அவருக்கு மிகவும் பரிச்சயமானவை. பூட்டுகளைத் திறப்பதில் வல்லவரான அவர், ஒரு பலசாலியும்கூட. மொசாடின் பெண் ஏஜென்டுகளில் தலைசிறந்தவராகத் திகழ்ந்த யெஹுதித் நிஸ்ஸியாஹுவும் இதில் பணியாற்றத் தானாகவே முன்வந்தார். அவர் பார்ப்பதற்கு மிகவும் சாதாரணமாக இருந்தார்.

மொசாடின் திட்டங்கள் பலவற்றில் பங்கேற்றிருந்த டாக்டர் யோனா இலியனும் அக்குழுவில் இடம் பெற்றிருந்தார். அஹரோனியும் அதில் இடம் பெற்றிருந்தார். ஆனால், அதில் பங்கேற்க முதன்முதலாக முன்வந்த நபர் இஸ்ஸர் ஹாரல்தான். வெளிநாடுகளில் மேற்கொள்ளப்பட்ட ஆபத்தான நடவடிக்கைகளில் தன் குழுவினருக்குத் தலைமை தாங்கி அவர்களை வழிநடத்திச் செல்வது அவருக்குப் பிடித்தமான ஒன்று. இம்முறை, அந்தத் திட்டம் செயல்படுத்தப்பட்டுக் கொண்டிருக்கின்றபோது மிக உயர்ந்த நிலையில் சில உடனடித்

தீர்மானங்கள் எடுக்கப்பட வேண்டியிருக்கும் என்பதை அவர் அறிந்திருந்தார். அதோடு, அத்தீர்மானங்கள் பெரும் அரசியல் பின்விளைவுகளை உருவாக்குகின்ற அளவு சக்தி படைத்தவையாக இருக்கும் என்பதும் அவருக்குத் தெரிந்திருந்தது. அதனால், தேவையெனில், அரசியல்ரீதியான தீர்மானங்களை மேற்கொள்ளக்கூடிய ஒருவர் அக்குழுவிற்குத் தலைமை தாங்க வேண்டியிருந்தது. அதனால், அக்குழுவைத் தானே தலைமை தாங்கி அழைத்துச் செல்வதென்று ஹாரல் தீர்மானித்தார்.

ஏப்ரல் மாதக் கடைசியில், நான்கு ஏஜென்டுகள் அடங்கிய குழு ஒன்று வெவ்வேறு திசைகளிலிருந்து அர்ஜென்டினாவுக்குள் நுழைந்தது. அவர்கள் தேவையான பல சாதனங்களை அந்நாட்டுக்குள் கடத்திச் சென்றனர். வாக்கி–டாக்கிகள், மின்னணுக் கருவிகள் மற்றும் உபகரணங்கள், மருத்துவப் பொருட்கள் போன்றவை அவற்றில் அடங்கும். பாஸ்போர்ட்டுகள், பத்திரப் பிரமாணங்கள் மற்றும் பிற போலி ஆவணங்களைத் தயாரிப்பதற்குத் தேவையான பொருட்கள் அடங்கிய ஒரு நடமாடும் சோதனைக்கூடத்தை ஷலோம் டேனி தன்னுடன் எடுத்துச் சென்றார்.

அங்குச் சென்றவுடன், அந்நால்வரும், புவெனஸ் ஐரிஸில் பலர் சேர்ந்து வசிப்பதற்கும் வேலை செய்வதற்கும் ஏற்ற ஒரு வீட்டை வாடகைக்கு எடுத்தனர். தங்களுக்குள் இரகசியமாக அழைத்துக் கொள்வதற்காக அவர்கள் அதற்குக் 'கோட்டை' என்று பெயரிட்டனர். அதில் தேவையான அளவு உணவுப் பொருட்களை வாங்கி நிரப்பினர். மறுநாள், அவர்கள் ஒரு காரை வாடகைக்கு எடுத்து, சான் ஃபெர்னான்டோவுக்கு அதில் பயணித்தனர். அவர்கள் அந்த இடத்தை அடைந்தபோது இரவு 7.40 மணி.

அப்போது ஏற்கனவே இருள் கவிழ்ந்திருந்தது. அங்கு அவர்களுக்கு ஓர் ஆச்சரியம் காத்திருந்தது. அவர்கள் அத்தெருவில் காரில் மெதுவாக ஊர்ந்து சென்று கொண்டிருந்தபோது, அவர்களுக்கு நேர் எதிரே கிளெமன்ட் வந்து கொண்டிருந்தார். அவர் அவர்களைச் சிறிதும் கண்டுகொள்ளாமல், திரும்பித் தன்னுடைய வீட்டுக்குள் நுழைந்தார்.

கிளெமன்ட் தினமும் ஏறக்குறைய அந்த நேரத்தில்தான் தன் வீட்டை அடைவார் என்ற முடிவுக்கு அந்த ஏஜென்டுகள் வந்தனர். பேருந்து நிறுத்தத்திற்கும் அவருடைய வீட்டுக்கும் இடையே, இருளாகவும் ஆள் அரவமற்றும் இருந்த அப்பகுதியில் அவர் நடந்து வந்து கொண்டிருக்கும்போது அவரைக் குண்டுக்கட்டாகத் தூக்கிவிடலாம் என்று அவர்கள் திட்டம் போட்டனர்.

அன்றிரவு, இஸ்ரேலுக்குச் சங்கேத மொழியில் அவர்கள் ஒரு

தந்தி அனுப்பினர். அதில் இடம்பெற்றிருந்த வாசகம்: திட்டம் சாத்தியமானதுதான்!

அபா இபானுக்கான ஒரு விமானம்

அதிர்ஷ்டம் தன் வசம் இருந்ததாக ஹாரல் நினைத்தார். மே 20 அன்று, அர்ஜென்டினா தன்னுடைய 150–வது சுதந்திர தினத்தைக் கொண்டாடவிருந்தது. அந்தக் கொண்டாட்டத்தில் பங்கேற்க உலகெங்குமிருந்து பலவிதமான குழுக்கள் அங்கு வரவிருந்தன. இஸ்ரேலியக் கல்வித் துறை அமைச்சர் அபா இபானின் தலைமையில் ஒரு குழுவும் அங்குச் செல்ல ஏற்பாடு செய்யப்பட்டது. அக்குழுவிற்காக, 'எல் அல்' ஏர்லைன்ஸின் தனி விமானம் ஒன்று அமர்த்தப்பட்டிருந்து குறித்து அவர் பெரிதும் மகிழ்ச்சி அடைந்திருந்தார். எல் அல் ஏர்லைன்ஸின் தாராளத்திற்குக் காரணம் 'ஆபரேஷன் ஐக்மேன்'தான் என்று எவரும் அவரிடம் கூறியிருக்கவில்லை!

புவெனஸ் ஐரிஸுக்கான ஃபிளைட் 601, மே 11 அன்று புறப்படுவதற்கு ஏற்பாடு செய்யப்பட்டிருந்தது. அதன் விமானப் பணியாளர்கள் குழு கவனமாகத் தேர்ந்தெடுக்கப்பட்டிருந்தது. அதன் உண்மையான நோக்கத்தை, மொர்டெசாய் பென்–அரி, எஃப்ரைம் பென்–ஆர்ட்ஸி ஆகிய இரண்டு எல் அல் ஏர்லைன்ஸ் உயரதிகாரிகளிடம் மட்டுமே ஹாரல் பகிர்ந்து கொண்டிருந்தார். அதன் விமானி ஸுவி தோஹர், தேர்ச்சி பெற்ற மெக்கானிக் ஒருவரை உடனழைத்துச் செல்லும்படி கேட்டுக்கொள்ளப்பட்டார். அர்ஜென்டீனிய விமான நிலையத்தில், அங்கிருந்த விமானத் தள ஊழியர்களின் துணையின்றி விமானம் திடீரென்று கிளம்ப வேண்டியிருந்தால், அதற்கு ஒரு மெக்கானிக்கின் உதவி தேவைப்படலாம் என்பதால் இந்த ஏற்பாடு செய்யப்பட்டது.

மே 1 அன்று அதிகாலையில், புவெனஸ் ஐரிஸ் விமான நிலையத்தில், ஓர் ஐரோப்பியப் பாஸ்போர்ட்டுடன் ஹாரல் வந்திறங்கினார். விமான நிலையத்தின் ஓடுபாதையில், இரத்தத்தை உறைய வைக்கின்ற குளிர்காற்று பலமாக வீசிக் கொண்டிருந்தது. அர்ஜென்டினாவில் அது கிட்டத்தட்டக் குளிர்காலம். எட்டு நாட்கள் கழித்து, மே 9 அன்று மாலையில், பல இஸ்ரேலியர்கள், புதிதாக வாடகைக்கு எடுக்கப்பட்டிருந்த வேறொரு வீட்டிற்குள் யாரும் பார்க்காத வண்ணம் நுழைந்தனர். இதற்கு 'ஹைட்ஸ்' என்ற சங்கேதப் பெயர் சூட்டப்பட்டது. திட்டத்தில் பங்கேற்கவிருந்த 12 பேரும் அங்கு வந்து சேர்ந்திருந்தனர். அதற்கு முன்பு அவர்கள் அனைவரும் வெவ்வேறு ஓட்டல்களில் தனித்தனியாகத் தங்கியிருந்தனர். கடைசியாக ஹாரலும் அங்கு வந்து சேர்ந்தார்.

அர்ஜென்டினாவுக்குள் நுழைந்த பிறகு, தன்னுடைய குழுவினர் தங்களுக்குள் தகவல் பரிமாற்றங்களை மேற்கொள்வதற்குப் புத்திசாலித்தனமான வழி ஒன்றை ஹாரல் உருவாக்கியிருந்தார். புவெனஸ் ஐரிஸில் இருந்த 300 சிற்றுண்டியகங்களின் பட்டியல் ஒன்றை அவர் தன் பாக்கெட்டில் வைத்திருந்தார். அதில் அந்த உணவகங்களின் முகவரியும் அவை இயங்கிய நேரங்களும் குறிப்பிடப்பட்டிருந்தன. ஹாரல் காலையில் தன் இடத்திலிருந்து புறப்பட்டு, நடந்தே ஒவ்வோர் உணவகமாகச் சென்று கொண்டிருப்பார். அவர் எந்த இடத்தில் எந்த நேரத்தில் இருப்பார் என்பதை அவர் ஏற்கனவே தன் குழுவினருக்குத் தெரிவித்திருந்தார். இந்த வழிமுறையின் மூலம் அவர் எந்தவொரு குறிப்பிட்ட நேரத்திலும் எந்த இடத்தில் இருப்பார் என்பதை அவருடைய குழுவினர் துல்லியமாக அறிந்திருந்தனர். இதில் ஒரே ஓர் அசௌகரியம்தான் இருந்தது. ஹாரல் தினமும் வலுவான அர்ஜென்டீனியக் காபியை லிட்டர் கணக்கில் குடித்துத் தள்ள வேண்டியிருந்தது! ஐக்மேனைக் கடத்துவதற்கான தயாரிப்பு வேலைகளை ஹாரல் இந்தச் சிற்றுண்டியகங்களிலிருந்துதான் நிர்வகித்துக் கொண்டிருந்தார்.

அந்த நாட்களில் பரபரப்புக்குப் பஞ்சமிருக்கவில்லை. கடும் வேகத்தில் காரியங்கள் நடந்து கொண்டிருந்தன. ஒரு கைதியைப் பாதுகாப்பாக வைத்திருப்பதற்கான சாதனங்களைக் கொண்டுவந்து அவற்றைத் தயார் நிலையில் வைத்திருத்தல்; கண்காணிப்புப் பணிகளுக்கும் சிறைபிடித்தலுக்கும் தேவையான கார்களை வாடகைக்கு எடுப்பதற்கான ஏற்பாடுகளை மேற்கொள்ளுதல்; கூடுதல் வீடுகளை வாடகைக்கு எடுத்தல்; ஐக்மேனைப் பிடித்து வைத்திருப்பதற்கு, நகருக்கு ஒதுக்குப்புறமாக மாளிகை போன்ற வீடுகளை வாடகைக்கு எடுத்தல் போன்றவை அவற்றில் அடங்கும். மாளிகை வீடுகளில் மிக முக்கியமானது விமான நிலையத்திற்கு அருகில் இருந்தது. அது சங்கேத மொழியில் 'பாசறை' என்று அழைக்கப்பட்டது. அந்த வீட்டை, யாக்கோவ் மெய்டாடும் யெஹூதித் நிஸ்ஸியாஹூவும், ஜோடியாக வந்திருந்த சுற்றுலாப் பயணிகள்போல நடித்து வாடகைக்கு எடுத்திருந்தனர். மொசாட் ஏஜென்டுகள் அந்தப் பெரிய வீட்டுக்குள் ஐக்மேனை ஒளித்து வைப்பதற்கு ஒரு மறைவிடத்தை அமைத்தனர். அவரைக் காவல் புரிபவர் அதிலேயே தங்கிக் கொள்கின்ற வசதியையும் அவர்கள் அதற்குள் ஏற்படுத்தினர். திடீரென்று உள்ளூர் காவல்துறையினர் சோதனைக்கு வந்தால் அவர்கள் மாட்டிக் கொள்ளாமல் இருப்பதற்காக இப்படி ஏற்பாடு செய்யப்பட்டிருந்தது. அதோடு, ஒரு மாற்று வீடும் தயார் நிலையில் வைக்கப்பட்டிருந்தது.

மே 10 அன்று ஐக்மேனைச் சிறைபிடிப்பது என்றும், மே

11 அன்று விமானம் வந்து சேரும் என்றும், மே 12 அன்று இஸ்ரேலுக்குப் புறப்பட்டுச் செல்வது என்றும் திட்டம் தீட்டப்பட்டது.

ஆனால், ஒரு கடைசி நேர மாற்றத்தினால் அத்திட்டம் நாசமானது. அர்ஜென்டினாவின் 150–வது சுதந்திர தின விழாக் கொண்டாட்டத்திற்கு ஏகப்பட்டக் குழுக்கள் வருகை புரிந்ததால், அர்ஜென்டினாவின் வெளியுறவுத் துறை, இஸ்ரேலியக் குழுவினரின் வருகைத் தேதியை மே 19க்கு மாற்றியது. இப்போது ஹாரல் தேர்ந்தெடுப்பதற்கு இரண்டு வழிகள் இருந்தன. ஒன்று, ஐக்மேனைச் சிறைபிடிப்பதை மே 19 வரை தள்ளிப்போடுவது; இரண்டாவது, திட்டமிட்டபடி மே 10 அன்று ஐக்மேனைக் கடத்தி, ஒன்பது அல்லது பத்து நாட்கள் யார் கண்களிலும் படாமல் அவரை ஒளித்து வைத்திருப்பது. இரண்டாவது வழிமுறை ஆபத்தானதாக இருந்தது. குறிப்பாக, ஐக்மேனின் குடும்பத்தினர் அரசின் உதவியுடன் தீவிரமான தேடுதல் வேட்டையில் இறங்கிவிட்டால், அது பிரச்சனையாகிவிடும், காவல்துறையினரால் அவர்கள் கண்டுபிடிக்கப்படக்கூடும்.

இவ்வளவு ஆபத்துகள் இருந்தும், முதலில் திட்டமிட்டிருந்தபடியே ஐக்மேனைச் சிறைபிடிப்பதென்று ஹாரல் தீர்மானித்தார். அவருடைய குழுவினர் மிகவும் களைப்புற்றிருந்ததால், அத்திட்டத்தை அவர் ஒரு நாளைக்குத் தள்ளிப்போட்டார். ஐக்மேனைக் கடத்துவதற்கு முகூர்த்த நேரம் குறிக்கப்பட்டது. நாள்: மே 11; நேரம்: மாலை 7.40.

திட்டம் துல்லியமாகத் தீட்டப்பட்டது. அதன் ஒவ்வொரு நுண்ணிய பகுதியும் விபரமாகத் தயாரிக்கப்பட்டது. ஐக்மேன் தினமும் மாலை 7.40 மணிக்கு 203–ஆம் எண்ணில் பேருந்தில் வேலையிலிருந்து வீடு திரும்பினார். அவர் அப்பேருந்து நிலையத்திலிருந்து கரிபால்டி தெரு வழியாக நடந்து தன் வீட்டை அடைந்தார். அத்தெரு இருட்டாக இருந்தது. ஆள் நடமாட்டமும் அரிதாகவே இருந்தது. அத்திட்டத்திற்கு இரண்டு கார்கள் பயன்படுத்தப்படுமென்று தீர்மானிக்கப்பட்டிருந்தது. அவற்றில் ஒரு காரில் வரும் ஏஜென்டுகள் ஐக்மேனைக் கடத்துவர். மற்றொரு காரில் வருபவர்கள் முதல் குழுவினருக்குப் பாதுகாப்பு அளிப்பர். முதல் கார் சாலையோரமாக நிறுத்தப்பட்டிருக்கும், அதன் பானட் திறந்து வைக்கப்பட்டிருக்கும். அதில் வந்திருக்கின்ற ஏஜென்டுகள் அதைப் பழுது பார்ப்பதுபோல நடித்துக் கொண்டிருப்பர். ஐக்மேன் அவர்களைக் கடந்து செல்கின்றபோது, அவர்கள் அவர் முன்னால் துள்ளிக் குதித்து பாய்ந்து அவரைப் பிடிப்பர். அவரைத் தங்களுடைய காருக்குள் தூக்கிப் போட்டுவிட்டு, காரைக் கிளப்பி வேகமாக அந்த இடத்தைவிட்டு அகல்வர். பின்னால் இருக்கின்ற

கார் அவர்களைத் தொடர்ந்து செல்லும். மருத்துவர் இரண்டாவது காரில் செல்வார். சிறைபிடிக்கப்பட்டவருக்கு மயக்க மருந்து கொடுக்கப்பட வேண்டிய தேவை இருக்கும்பட்சத்தில் அவர் அருகில் இருப்பது பயனுள்ளதாக இருக்கும்.

ஹாரல் தன் ஏஜெண்டுகளுக்குத் திட்டவட்டமான அறிவுறுத்தல்களைக் கொடுத்தார். "ஐக்மேனைப் பிடித்தப் பிறகு, நீங்கள் எந்தப் பிரச்சனையை எதிர்கொண்டாலும் சரி, நீங்கள் தடுத்து நிறுத்தப்பட்டால்கூட, எக்காரணம் கொண்டும் அவரைத் தப்பவிட்டுவிடாதீர்கள். நீங்கள் அர்ஜென்டீனியக் காவல்துறையால் கைது செய்யப்பட்டால், நீங்கள் இஸ்ரேலியர்கள் என்றும், தனிப்பட்ட முறையில் இந்த முயற்சியில் ஈடுபட்டிருப்பதாகவும், ஒரு நாஜி குற்றவாளிக்குத் தண்டனை பெற்றுக் கொடுப்பதற்காக இச்செயலில் ஈடுபட்டுள்ளீர்கள் என்றும் அவர்களிடம் தெரிவியுங்கள். கைது செய்யப்படாமல் தப்பித்துவிடுகின்ற அனைவரும் ஏற்கனவே நாம் திட்டமிட்டுள்ளபடி இந்த நாட்டைவிட்டு வெளியேறிவிடுங்கள்."

யாக்கோவ் மெய்டாடும் யெஹுதித் நிஸ்ஸியாஹுவும் அவர்கள் வாடகைக்கு எடுத்திருந்த மாளிகை வீட்டுக்கு உடனடியாகச் செல்லும்படி உத்தரவிடப்பட்டார்கள். அவர்களிடம் ஹாரல் இவ்வாறு கூறினார்: "உண்மையான சுற்றுலாப் பயணிகளைப்போல நடந்து கொள்ளுங்கள். அந்த வீட்டில் அவ்வப்போது வெளியே வந்து தோட்டத்தில் சௌகரியமாக அமர்ந்து சாப்பிடுங்கள், பானங்களை அருந்துங்கள், செய்தித்தாள் படியுங்கள்."

மற்ற அனைத்து ஏஜென்டுகளும், தாங்கள் தங்கியிருந்த ஓட்டல்களைக் காலி செய்துவிட்டு அவரவருக்கு ஒதுக்கப்பட்டிருந்த வீடுகளுக்குச் செல்லுமாறு கேட்டுக் கொள்ளப்பட்டனர்.

முகூர்த்த நேரம்

மே 11 காலை.

செயல்நடவடிக்கையில் இறங்க வேண்டிய குழுக்கள் தங்களுடைய முன்தயாரிப்புகள் அனைத்தையும் செய்து முடித்திருந்தன. கெடு நேரம் துவங்குவதற்கு முன்பாகவே அனைத்துத் தடயங்களையும் அழிக்கின்ற பணி நடைபெறத் தொடங்கியது. வாடகைக்கு எடுக்கப்பட்டிருந்த வாகனங்களில் பெரும்பாலானவை திருப்பிக் கொடுக்கப்பட்டுவிட்டன. அனைத்து உறுப்பினர்களும் தங்களுடைய மாறுவேடங்களுக்கு மாறினர். மேக்கப் போடுதல், போலி மீசைகளையும் தாடிகளையும் ஒட்டுதல், விக் வைத்துக் கொள்ளுதல் போன்றவை அதற்குப் பயன்படுத்தப்பட்டன. ஒரு சில நாட்களுக்கு முன்பாக

அந்நாட்டுக்கு வந்து புவெனஸ் ஐரிஸ் நகரத் தெருக்களில் அலைந்து கொண்டிருந்த, வாடகைக்குக் கார்களை எடுத்திருந்த, ஓட்டல்களில் தங்கியிருந்த, கரிபால்டி தெருக்களில் அலைந்து கொண்டிருந்த பன்னிரண்டு நபர்கள் மாயமாய் மறைந்துவிட்டனர். அவர்களுடைய இடத்தை, முற்றிலும் வேறுபட்டுத் தோற்றமளித்த, புதிய பெயர்களில் புதிய ஆவணங்களைத் தங்களுடன் வைத்திருந்த நபர்கள் எடுத்துக் கொண்டனர்.

ஹாரலும் தன் ஓட்டலைக் காலி செய்துவிட்டு, தன் பயணப் பெட்டியை இரயில் நிலையத்திலுள்ள ஒரு லாக்கரில் வைத்துவிட்டு மீண்டும் நகருக்குள் வந்து சேர்ந்தார். இன்றும் மற்ற நாட்களைப்போலவே அவர் ஒவ்வொரு சிற்றுண்டியகமாக நடந்து சென்று கொண்டிருப்பார். இன்று அவர் வணிகம் மற்றும் பொழுதுபோக்கு அம்சங்கள் நிறைந்திருந்த பகுதிகளைத் தேர்ந்தெடுத்திருந்ததால், அந்தச் சிற்றுண்டியகங்கள், ஐந்து நிமிடங்களில் சென்றடையப்படக்கூடிய தூரத்திலேயே இருந்தன.

மதியம் 1.00 மணி: ஹாரல், ரஃபி மற்றும் ஒரு சில முக்கிய உறுப்பினர்கள் நகரத்தின் மையத்திலிருந்த ஓரளவு பெரிய உணவகம் ஒன்றில் கடைசி நேரச் சரிபார்த்தல்களுக்காகச் சந்தித்தனர். அவர்களைச் சுற்றியிருந்த அர்ஜென்டீனியர்கள் அனைவரும் குடித்துக் கொண்டும் கும்மாளமிட்டுக் கொண்டும் தங்களுடைய உணவைச் சுவைத்துக் கொண்டிருந்தனர். சரியாக 2.00 மணிக்கு அக்குழு அங்கிருந்து கலைந்தது.

மதியம் 2.30 மணி: நகரத்தின் வேறொரு பகுதியிலிருந்த பெரிய கார் நிறுத்துமிடத்தில் ஒரு சில நாட்களாக நிறுத்தி வைக்கப்பட்டிருந்த ஒரு காரை சில எஜென்டுகள் கிளப்பி, அதில் 'பாசறை'க்குப் போய்ச் சேர்ந்தனர். இரண்டாவது கார் வேறொரு கார் நிறுத்துமிடத்திலிருந்து கிளம்பியது.

மாலை 3.30 மணி: இரண்டு கார்களும் புறப்படத் தயார் நிலையில் 'பாசறையில்' நிறுத்தி வைக்கப்பட்டன.

மாலை 4.30 மணி: 'பாசறையில்' இறுதி அறிவுறுத்தல்கள் வழங்கப்பட்டன. செயல்திட்ட உறுப்பினர்கள் தங்களுடைய உடைகளை மாற்றிக் கொண்டு, தங்களுடைய ஆவணங்களை எடுத்துக் கொண்டு, அங்கிருந்து புறப்படத் தயாராயினர்.

மாலை 6.30 மணி: இரண்டு கார்களும் கிளம்பிச் சென்றன. சிறைபிடிப்பதற்காக ஒதுக்கப்பட்டிருந்த முதல் காரில் நான்கு பேர் இருந்தனர். அஹரோனிதான் காரை ஓட்டினார். அவரோடு, ரஃபி, டாவோர், மால்கின் ஆகியோரும் இருந்தனர். இரண்டாவது காரில் அவ்ரஹம், காட், டாக்டர் இலியன் ஆகிய மூன்று ஏஜென்டுகள் இருந்தனர். டாக்டர் இலியன், மருந்துகள், உபகரணங்கள், மயக்க மருந்து ஆகியவை அடங்கிய ஒரு

மருத்துவப் பெட்டியை எடுத்துக் கொண்டார்.

இரண்டு கார்களும் தனித்தனியாக வந்து கரிபால்டி தெருவும் வேறொரு தெருவும் சந்தித்த முனையில் நின்று கொண்டன. அப்பகுதியில், காவல்துறைச் சோதனைச் சாவடிகளோ, ரோந்துப் படையோ இல்லை என்பதை மொசாட் ஏஜென்டுகள் உறுதி செய்து கொண்டனர்.

இரவு 7.35 மணி: இரண்டு கார்களும் கரிபால்டி தெருவில் ஒன்றன் பின் ஒன்றாக நிறுத்தப்பட்டன. ஏற்கனவே அந்தப் பகுதி கும்மிருட்டாக இருந்தது. முதல் காரை அவர்கள் நடைபாதையில் ஏற்றி, கிளெமன்ட்டின் வீட்டை நோக்கி இருக்குமாறு நிறுத்தி வைத்தனர். இரண்டு ஏஜென்டுகள் அதன் பானட்டைத் திறந்து வைத்தனர். அஹரோனி ஓட்டுநர் இருக்கையிலேயே அமர்ந்திருந்தார். நான்காவது ஏஜென்ட் காருக்கு உள்ளாகவே குனிந்து உட்கார்ந்து கொண்டு, ஐக்மேன் வழக்கமாக வந்த பாதையை உற்றுப் பார்த்துக் கொண்டிருந்தார். வெளியே நின்று கொண்டிருந்த ஏஜென்டுகளில் ஒருவர், தான் ஒருவேளை ஐக்மேனைத் தொட வேண்டியிருக்கலாம் என்ற காரணத்தால் கையுறைகளை மாட்டிக் கொண்டார். அவரைத் தான் தொட வேண்டியிருக்கும் என்ற நினைப்பே அவருக்கு அருவருப்பைக் கொடுத்தது. தெருவில் எதிர்த்தாற்போல இரண்டாவது கார் நின்று கொண்டிருந்தது. அதிலிருந்த இரண்டு ஏஜென்டுகள் வெளியே இறங்கி நின்று கொண்டனர். அதன் ஓட்டுநர் காரிலேயே அமர்ந்திருந்தார். அந்த இடத்தில் ஐக்மேன் தோன்றியவுடன், திடீரென்று அவருடைய கண்களைக் கூச வைக்கின்ற நோக்கத்துடன் காரின் முன்விளக்குகளை ஒளிர வைப்பதற்கு அவர் தயாராகக் காத்திருந்தார். பொறி தயார் நிலையில் இருந்தது.

ஆனால், கிளெமன்ட் இன்னும் தலைகாட்டவில்லை.

இரவு 7.40 மணி: 203-ஆம் எண் பேருந்து வந்து தெருமுனையில் நின்றது. ஆனால் எவரும் அதிலிருந்து இறங்கவில்லை.

இரவு 7.50 மணி: மேலும் இரண்டு பேருந்துகள் வந்து போயின. அந்த இரண்டிலுமே கிளெமன்ட் இருக்கவில்லை. ஏஜென்டுகளைப் பதற்றம் பற்றிக் கொள்ளத் தொடங்கியது. என்னவாயிற்று? கிளெமன்ட் தன் வழக்கத்தை மாற்றிக் கொண்டாரா? இல்லை தனக்கு வரவிருந்த ஆபத்தை மோப்பம் பிடித்து அவர் தப்பி ஓடிவிட்டாரா?

இரவு 8.00 மணி: கிளெமன்ட் 8.00 மணிக்குள் வராவிட்டால் திட்டத்தைக் கைவிட்டுவிட்டு அங்கிருந்து கிளம்பிவிடும்படி ஹாரல் ஏற்கனவே தன்னுடைய ஏஜென்டுகளுக்கு அறிவுறுத்தியிருந்தார்.

ஆனால், 8.30 மணிவரை காத்திருக்க ரஃபி முடிவு செய்தார்.

இரவு 8.05 மணி: மற்றொரு பேருந்து தெருமுனையில் வந்து நின்றது. முதலில் இஸ்ரேலியர்களின் கண்களில் எதுவும் படவில்லை. ஆனால் இரண்டாவது குழுவிலிருந்த அவ்ரஹம், கரிபால்டி தெருவில் ஓர் உருவம் வந்து கொண்டிருந்ததைப் பார்த்தார். அது கிளெமன்ட்தான். அவ்ரஹம் உடனே தன் காரின் முன்விளக்குகளைப் போட்டார்.

ரிக்கார்டோ கிளெமன்ட் தன் வீட்டை நோக்கி நடந்து வந்து கொண்டிருந்தார். திடீரென்று அவருடைய முகத்தின்மீது பட்ட வெளிச்சம் அவருடைய கண்களைக் கூசச் செய்தது. அவர் தன் கண்களைத் தாழ்த்திக் கொண்டு தொடர்ந்து நடந்தார். சாலையோரம் ஒரு கார் நின்று கொண்டிருந்ததையும், அதன் அருகே சிலர் நின்று கொண்டிருந்ததையும் அவர் பார்த்தார். ஆனால், காரில் ஏதோ கோளாறுபோல என்று அவர் நினைத்துக் கொண்டார். அக்கணத்தில், அந்தக் காரின் அருகே நின்று கொண்டிருந்தவர்களில் ஒருவர், "சார்! ஒரு நிமிடம்!" என்று ஸ்பானிஷ் மொழியில் அவரைக் கூப்பிட்டார். அது மால்கின்தான். அவருக்கு தெரிந்திருந்த இரண்டே இரண்டு ஸ்பானிஷ் வார்த்தைகள் அவை மட்டும்தாம்!

கிளெமன்ட் தன் பாக்கெட்டில் வைத்திருந்த டார்ச் லைட்டை வெளியே எடுத்தார். சில நேரங்களில் அவர் தன் இருண்ட தெருவில் அதைப் பயன்படுத்துவதுண்டு. பின் அனைத்தும் மின்னல் வேகத்தில் நடைபெற்றன. கிளெமன்ட் தன் பாக்கெட்டிலிருந்து துப்பாக்கியைத்தான் வெளியே எடுத்ததாக மால்கின் நினைத்துவிட்டார். அதனால் அவர் உடனே கிளெமன்ட்மீது பாய்ந்து அவரைத் தெருவோரம் மண்ணில் உருட்டினார். கிளெமன்ட் உரக்க ஒரு கூச்சல் போட்டார். காரிலிருந்து மற்றொரு நபர் வெளியே குதித்துக் கிளெமன்ட்மீது பாய்ந்தார். அவருடைய வலுவான கைகள் கிளெமன்ட்டின் வாயைப் பொத்தின. அவர்கள் அவரை அந்தக் காரின் பின் இருக்கைக்குக் கீழே தரையில் சாய்த்தனர். கிளெமன்ட் அதிர்ச்சியிலும் பயத்திலும் உறைந்து போயிருந்தார். ஓட்டுநர் காரைக் கிளப்பினார். அது வேகமாகச் செல்லத் தொடங்கியது. கிளெமன்ட் அந்த இடத்தில் தோன்றியதற்கும் அந்தக் கார் அங்கிருந்து கிளம்பியதற்கும் இடையே ஒரு நிமிட நேரம்கூட இருந்திருக்காது. அடுத்தச் சில கணங்களில், இரண்டாவது காரும் புறப்பட்டு, முன் சென்ற காரைப் பின்தொடர்ந்தது.

கிளெமன்டின் கைகளும் கால்களும் மிக வேகமாகக் கட்டப்பட்டன. யாரோ அவருடைய வாயில் ஒரு துணியை வைத்து அடைத்தனர். அவருடைய மூக்குக்கண்ணாடி

அவரிடமிருந்து அப்புறப்படுத்தப்பட்டது. அதற்குப் பதிலாக, ஒளி புக முடியாத கருப்புக் கண்ணாடி ஒன்று அவருக்கு அணிவிக்கப்பட்டது. அவருடைய காதுக்கு அருகே ஒரு குரல் ஜெர்மானிய மொழியில் கர்ஜித்தது: "லேசாக அசைந்தாலும் உன்னைக் கொன்றுவிடுவோம்!" அவர் அதற்குக் கீழ்ப்படிந்தார். மொத்தப் பயணத்தின்போதும் அவர் லேசாகக்கூட நகரவில்லை. இதற்கிடையே, இரண்டு கைகள் அவருடைய ஆடைக்குள் நுழைந்து அவருடைய தோலைத் தொட்டன. அது ரஃபியின் கைகள். அவர் கிளெமன்டின் உடலில் இரண்டு காயங்களைத் தேடிக் கொண்டிருந்தார். ஒன்று, இடது கக்கத்திற்குக் கீழே இருந்தது. மற்றொன்று, அவருடைய வயிற்றின் வலது புறம் இருந்தது. அவற்றை உறுதி செய்து கொண்ட ரஃபி, மால்கினைப் பார்த்துத் தலையசைத்தார். அவர்கள் இருவரும் ஒருவரோடொருவர் கை குலுக்கிக் கொண்டனர். ஐக்மேன் இப்போது அவர்கள் பிடியில் இருந்தார்.

தான் தன்னுடைய உணர்ச்சிகளைத் தன்னுடைய கட்டுப்பாட்டில் வைத்திருந்ததாக ரஃபி நினைத்துக் கொண்டிருந்தார். ஆனால் திடீரென்றுதான், தான் ஒரு யூதப் பாடலை 'ஹம்' செய்து கொண்டிருந்தோம் என்ற பிரக்ஞை அவருக்கு ஏற்பட்டது. இரண்டாம் உலகப் போரின்போது யூதர்கள் நாஜிகளுக்கு எதிராகப் பாடிய பாடல் அது!

வேகமாகச் சென்று கொண்டிருந்த கார் திடீரென்று நின்றுவிட்டது. ஆனால் எஞ்சின் ஓடிக் கொண்டிருந்தது. அது ஒரு இரயில்வே கேட் என்பதைக் கிளெமன்ட் அறியவில்லை. மிக நீண்ட சரக்கு இரயில் ஒன்று கடந்து செல்வதற்காக அந்த கேட் மூடப்பட்டிருந்தது. அந்த இரண்டு கார்களும் அங்கு ஒரு சில நிமிடங்கள் காத்திருக்க வேண்டியதாயிற்று. மொத்தத் திட்டத்திலும் இதுதான் ஒரு முக்கியமான கட்டம் என்பது போன்ற உணர்வு மொசாட் ஏஜென்டுகளுக்கு ஏற்பட்டது. ஏனெனில், அவர்களுடைய காருக்கு முன்னும் பின்னும் ஏராளமான கார்கள் நின்று கொண்டிருந்தன. அந்த இரயில்வே கேட் மேலே உயர்த்தப்படுவதற்காக அவை காத்துக் கொண்டிருந்தன. வெளியே குரல்கள் கேட்டன. ஆனால், கிளெமன்ட் அசைவதற்குக்கூடப் பயந்தார். அருகேயிருந்த அர்ஜென்டீனியர்களுக்கு அந்தக் காரில் எதுவும் விநோதமாக இருந்ததாகத் தெரியவில்லை. ஒரு சில நிமிடங்களில் கேட் உயர்த்தப்பட்டது. அனைத்துக் கார்களும் அங்கிருந்து நகர்ந்தன.

இரவு *8.55* மணி: இரண்டு கார்களும் 'பாசறையை' வந்தடைந்தன. தன்னைச் சிறைபிடித்திருந்தவர்களுக்கு மத்தியில் பார்வையற்ற ஒரு நபரைப்போலத் தடுமாற்றத்துடன் நடந்து

கொண்டிருந்த கிளெமன்ட், அந்த வீட்டுக்குள் இழுத்துச் செல்லப்பட்டார். உள்ளே சென்ற பிறகு, அவரைப் பிடித்துக் கொண்டிருந்த நபர்கள் அவருடைய ஆடையைக் களைந்தபோது, அதற்கு அவர் மறுப்புத் தெரிவிக்கவில்லை. அவருடைய வாயைத் திறக்குமாறு அவர்கள் ஜெர்மானிய மொழியில் உத்தரவிட்டனர். அதற்கும் அவர் கீழ்ப்படிந்தார். அவர்கள் அவருடைய வாயைச் சோதனை செய்தனர். அவர் தன் பற்களுக்கு இடையே சிறிய நச்சுக் குப்பி எதையாவது மறைத்து வைத்திருந்தாரா என்று அவர்கள் சோதித்தனர். அவர் இப்போதும் அந்தக் கருப்புக் கண்ணாடியை அணிந்திருந்ததால் அவரால் எதையும் பார்க்க முடியவில்லை. ஆனால், யாருடைய கைகளோ தன்னுடைய உடலைச் சோதித்ததையும், தன்னுடைய தழும்புகளைத் தொட்டதையும் அவரால் உணர முடிந்தது. இடது கக்கத்திற்குக் கீழே பச்சை குத்தப்பட்டிருந்ததை எடுத்துவிட அவர் சில ஆண்டுகளுக்கு முன்பு முயன்றார். ஆனால் அது வெற்றி பெறவில்லை. இப்போதும் அது அப்படியே இருந்தது. ஜெர்மானிய இராணுவத்தில் பணியாற்றிய எஸ்எஸ் அதிகாரிகளின் இரத்தப் பிரிவு, அவர்களுடைய உடலில் இதுபோலப் பச்சை குத்தப்படுவது வழக்கமாக இருந்தது.

திடீரென்று சத்தமாக ஒரு குரல் ஜெர்மானிய மொழியில் முழங்கியது.

"உன்னுடைய தொப்பி மற்றும் காலணிகளின் அளவு, நீ பிறந்த தேதி, உன் பெற்றோரின் பெயர்கள் ஆகியவற்றைச் சொல்!"

அதற்கு அவர் ஜெர்மானிய மொழியில் ஒரு ரோபாட்டைப்போலப் பதிலளித்தார். "உன்னுடைய நாஜி கட்சி உறுப்பினர் எண் என்ன? உன்னுடைய எஸ்எஸ் எண் என்ன?" என்று கேட்கப்பட்டபோதுகூட அவர் அமைதியாக இருக்கவில்லை.

"முதல் எண் 45326. இரண்டாவது 63752."

"உன் பெயர்?"

"ரிக்கார்டோ கிளெமன்ட்."

"உன் பெயர்?" அக்குரல் மீண்டும் வினவியது.

கிளெமன்ட்டின் உடல் நடுங்கியது. "ஓட்டோ ஹெனிங்கர்."

"உன் பெயர்?"

"அடால்ஃப் ஐக்மேன்."

அதைத் தொடர்ந்து அவரைச் சுற்றி ஓர் அமைதி படர்ந்தது. அதை ஐக்மேனே உடைத்தார். "என் பெயர் அடால்ஃப் ஐக்மேன்," என்று அவர் மீண்டும் கூறினார். "நான் இஸ்ரேலியர்களின் பிடியில் இருக்கிறேன் என்பதை நான் அறிவேன். எனக்கு ஓரளவு ஹீப்ரு மொழி தெரியும். நான் வார்சாவில் ஒரு யூத மதகுருவோடு சேர்ந்து படித்தேன்."

அவர் பைபிளிலிருந்து சில வசனங்களை நினைவுகூர்ந்து அவற்றை ஹீப்ரு மொழியில் ஒப்பித்தார். சரியான உச்சரிப்புடன் அவற்றைக் கூற அவர் முயற்சித்தார்.

வேறு எவரும் பேசவில்லை.

அவரைச் சுற்றி நின்று கொண்டிருந்த இஸ்ரேலியர்கள் வாயடைத்துப் போய் அவரை வெறித்துக் கொண்டிருந்தனர்.

ஸ்டே போக்கரிடம் விரைந்த ஒரு தூதர்

ஹாரல் ஒரு சிற்றுண்டியகத்திலிருந்து மற்றொரு சிற்றுண்டியகம் என்று சென்று கொண்டே இருந்தார். அப்படி அவர் ஒரு சிற்றுண்டியகத்திற்குள் நுழைந்தபோது, இரவு வெகுநேரமாகியிருந்தது. அங்கிருந்த ஒரு நாற்காலியில் அவர் சாய்ந்து அமர்ந்து கொண்டு, அந்த உணவகத்தின் வாசலையே பார்த்துக் கொண்டிருந்தார். திடீரென்று அங்கு அவருடைய ஆட்களில் இருவர் தோன்றினர். அவர் தன் இருக்கையிலிருந்து துள்ளி எழுந்தார். அஹரோனி, வாயெல்லாம் பல்லாக, "நாங்கள் அவரைப் பிடித்துவிட்டோம்," என்று கூறினார். "அவருடைய உண்மையான அடையாளம் உறுதிப்படுத்தப்பட்டுவிட்டது. தான் ஐக்மேன் என்று அவரே ஒப்புதல் வாக்குமூலம் கொடுத்துவிட்டார்."

ஹாரல் அவர்கள் இருவரின் கைகளையும் குலுக்கினார். அவர்கள் உடனே அங்கிருந்து கிளம்பிவிட்டனர். இப்போது அவர் இரயில் நிலையத்திற்குச் சென்று தன்னுடைய பயணப் பெட்டியை எடுத்துக் கொண்டு, ஒரு புதிய பெயரில் ஒரு புதிய ஓட்டலில், தான் அப்போதுதான் புவெனஸ் ஐரிஸுக்கு வந்திருந்ததுபோல ஓர் அறை எடுத்துத் தங்க வேண்டும். இரவு நேரக் காற்று இதமாக இருந்ததால், அவர் இரயில் நிலையத்திற்கு நடந்தே செல்ல முடிவு செய்தார். அன்றைய தினம் அவருக்கு ஜலதோஷம் காரணமாக லேசான காய்ச்சல் இருந்தது. ஆனால், இப்போது அவர் சிறப்பாக உணர்ந்தார். அவர் அந்த இருட்டில் தன்னந்தனியாக, அந்த இதமான காற்றை அனுபவித்துக் கொண்டே நடந்தார். அவருடைய மனம் சிறகடித்துப் பறந்து கொண்டிருந்தது. அவரால் ஒருபோதும் மறக்க முடியாத ஓர் ஊக்கவுணர்வு அது.

அதற்கு மறுநாள், ஸ்டே போக்கர் கிப்புட்ஸிலிருந்த மரத்தாலான ஒரு குடிலுக்கு முன்னால் ஒரு கார் வந்து நின்றது. அதிலிருந்து ஒல்லியான, கண்ணாடி அணிந்திருந்த ஒரு நபர் இறங்கி, அங்கு நின்று கொண்டிருந்த காவலாளிகளிடம் தன்னுடைய அடையாள அட்டையைக் காட்டிவிட்டு, பென்

குரியனின் படிப்பறைக்குள் நுழைந்தார். அவர் பெயர் யாக்கோவ் கோரோஸ். அவர் ஹாரலுக்கு நெருக்கமாக விளங்கிய சகா.

“ஹாரல் என்னை அனுப்பினார். அவரிடமிருந்து ஒரு தந்தி வந்துள்ளது. ஐக்மேன் இப்போது நம் வசம் இருக்கிறார்,” என்று அவர் பென் குரியனிடம் கூறினார்.

பென் குரியன் சிறிது நேரம் மௌனமாக இருந்தார். பின் அவரிடம், “ஹாரல் எப்போது திரும்பி வருகிறார்? எனக்கு அவர் இங்குத் தேவை,” என்று கூறினார்.

***

தன் ஆட்களின் தொங்கிப் போயிருந்த முகங்களைப் பார்த்தவுடனேயே, அவர்களுக்கு மத்தியில் ஐக்மேன் வெறுமனே இருந்ததே அவர்களுக்கு எந்த அளவு மனச்சோர்வு அளித்திருந்தது என்பதை ஹாரல் புரிந்து கொண்டார். இப்போது அந்த ஜெர்மானிய அரக்கன், அவர்கள் இருந்த அறைக்குப் பக்கத்து அறையில் இருந்தான். அந்த நெருக்கமே, மிகவும் உறுதியான அந்நபர்களுக்கு வெறுப்பும் அருவருப்பும் ஊட்டி அவர்களை நிலைகுலையச் செய்திருந்தது. அவர்களுடைய பார்வையில் கொடூரத்தின் குறியீடாக விளங்கிய ஒருவனைக் கவனித்துக் கொள்வதற்குத் தங்களை பழக்கிக் கொள்ள முடியாமல் அவர்கள் தவித்தனர். அவர்களைப் பொறுத்தவரை, அவர்களில் பலருடைய அப்பா, அம்மா, வாழ்க்கைத்துணைவர், குழந்தைகள், உறவினர்கள், நண்பர்கள் போன்றோரின் கொடூரமான சாவுக்கு நேரடிப் பொறுப்பாளி ஐக்மேன். ஐக்மேன் அவர்களிடம் ஒரு சிறைவாசியாக இருந்தபோதிலும், அவரை உயிரோடு வைத்திருப்பது என்பது இருபத்து நான்கு மணி நேரமும் அவருடைய தேவைகளைக் கவனித்துக் கொள்வதாகும். ஐக்மேனை நம்பி ரேசரைக் கொடுக்க முடியாது என்பதால், மொசாட் ஏஜென்டுகள்தாம் அவருக்கு முகச் சவரம் செய்துவிட வேண்டியிருந்தது. அவர் தற்கொலை செய்து கொள்ளக்கூடும் என்பதால் அவரை ஒரு நிமிடம்கூடத் தனியாக விட்டுவைக்க முடியாது. அதனால், அவர் கழிவறைக்குச் சென்றபோதுகூட அவர்கள் அவருடன் சென்றாக வேண்டியிருந்தது. நிஸ்ஸியாஹு அவருக்குச் சமைத்துக் கொடுக்க ஒப்புக் கொண்டபோதிலும், அவர் சாப்பிட்டத் தட்டுகளைக் கழுவி வைக்க மறுத்துவிட்டார். ஐக்மேன்மீது அவருக்கு இருந்த வெறுப்பு அவரைத் திணறடித்திருந்தது. மால்கின் அங்கிருந்த ஒரு புத்தகத்தின்மீது ஐக்மேனின் படங்களை வரைந்து தள்ளியதன் மூலம், அவர்மீது இருந்த வெறுப்பில் தான் மூழ்கிவிடாமல் இருப்பதற்குக் கடுமையாகப் போராடிக் கொண்டிருந்தார். ஐக்மேனைக் காவல்

காத்துக் கொண்டிருந்த மொசாட் ஏஜென்டுகள் இருபத்து நான்கு மணி நேரத்திற்கு ஒரு முறை மாற்றப்பட்டனர். காவல் பணியின்போது அவர்கள் பதற்றமாகவே இருந்தனர். அவர்கள் அனைவருக்கும் ஒரு நாள் ஓய்வு தேவை என்பதை ஹாரல் உணர்ந்தார். அவர்கள் 'பாசறையின்' மூச்சுத் திணற வைத்துக் கொண்டிருந்த எதார்த்தத்திலிருந்து வெளியேறி, ஒரு சில மணி நேரம், புவெனஸ் ஐரிஸ் நகரத் தெருக்களில் காலார நடந்து சுற்றித் திரிந்துவிட்டு வரட்டும் என்று அவர் நினைத்தார்.

அந்தப் பத்து நாட்கள்தான் அவர்களுடைய வாழ்நாளில் மிக நீண்ட நாட்களாக இருந்தன. அவர்கள் அந்தப் பத்து நாட்களையும் ஓர் அந்நிய நாட்டில் பதுங்கியிருந்து கொண்டு, தாங்கள் ஒரு சிறு தவறு செய்தாலும் அது உள்ளூர் காவல்துறையிடம் தாங்கள் மாட்டிக் கொள்வதற்கு வழிவகுத்து, சர்வதேச அளவில் இஸ்ரேலுக்குப் பெரும் அவதூறை ஏற்படுத்தவிடக்கூடும் என்ற நிரந்தர பயத்திலேயே அவர்கள் செலவிட்டனர்.

தப்பித்தலுக்கான திட்டம்

சன்னல்களற்ற ஓர் அறையில் ஐக்மேன் உட்கார்ந்திருந்தார். அந்த அறையில் இரவும் பகலும் ஒரே ஒரு பல்ப் மட்டுமே எரிந்து கொண்டிருந்தது. ஐக்மேன் தன்னைப் பிடித்து வைத்திருந்தவர்களின் கட்டளைகளுக்கு எந்த எதிர்ப்பும் காட்டாமல் அவர்கள் சொற்படி நடந்து கொண்டார். இதுதான் தன் தலைவிதி என்று அவர் அதனிடம் சரணடைந்துவிட்டதுபோல இருந்தது அவருடைய நடத்தை. அவரிடம் பேசிக் கொண்டிருந்த ஒரே நபர் அஹரோனி மட்டுமே. இவர்களிடம் மாட்டிக் கொள்வதற்கு முன்பாக, அர்ஜென்டினாவில் அவர் என்ன செய்து கொண்டிருந்தார் என்று அஹரோனி அவரிடம் குறுக்கு விசாரணை செய்து கொண்டிருந்தார். அஹரோனி கேட்ட அனைத்துக் கேள்விகளுக்கும் ஐக்மேன் பதிலளித்தார். 1945 மே மாதம், இரண்டாம் உலகப் போரில் ஜெர்மனி தோல்வியடைந்தவுடன், முதலில் அவர் ஜெர்மனியின் விமானப்படையைச் சேர்ந்த ஓர் அடிமட்டப் படைவீரனாகத் தன் அடையாளத்தை மாற்றிக் கொண்டு, அடால்ஃப் கார்ல் பார்த் என்ற பெயரைத் தனக்குச் சூட்டிக் கொண்டார். அதையடுத்து, ஜெர்மனியின் குதிரைப் படையைச் சேர்ந்த ஒரு லெப்டினென்டாகத் தன் அடையாளத்தை மாற்றிக் கொண்டு, ஓட்டோ எக்மேன் என்ற பெயரை அவர் வரித்துக் கொண்டார். அந்த அடையாளத்தோடு இருந்தபோது, அவர் ஒரு போர்க் கைதியாகச் சிறையில் அடைக்கப்பட்டார். அந்த ஆண்டின் இறுதியில், உயர்மட்ட நாஜிக்களின் போர்க்

குற்றங்கள், அரசியல் கொலைகள், இராணுவ அத்துமீறல்கள் போன்றவற்றை விசாரிப்பதற்காக நியமிக்கப்பட்டப் பன்னாட்டு இராணுவ நடுவர் மன்றத்தின் ஒரு பகுதியான நியூரெம்பெர்க் தீர்ப்பாய விசாரணையில் தன்னுடைய பெயரும் இடம் பெற்றிருந்ததை அறிந்ததும், போர்க் கைதிகளின் சிறையிலிருந்து ஐக்மேன் தப்பிச் சென்றுவிட்டார். பின் 1950 ஆம் ஆண்டுவரை, ஓட்டோ எக்மேன் என்ற பெயரில் ஜெர்மனியிலுள்ள செல்லே என்ற நகரில் அவர் பதுங்கியிருந்தார். பின்னர் அதே ஆண்டில், பல நாஜி குற்றவாளிகளைப்போல, அவர் இத்தாலி வழியாக அர்ஜென்டினாவுக்குத் தப்பிச் சென்றார்.

அவர் அர்ஜென்டினாவுக்குக் குடிபெயர்ந்து ஒன்பது ஆண்டுகள் ஓடிவிட்டிருந்தன. அர்ஜென்டினா வந்திறங்கியதும் முதல் நான்கு மாதங்கள் அவர் தன் நண்பர்களுடன் புவெனஸ் ஐரிஸின் புறநகர்ப் பகுதி ஒன்றில் இருந்தார். அதற்குப் பிறகு, ரிப்ளர் என்று அழைக்கப்பட்ட ஒரு ஜெர்மானியருடன் அவர் நான்கு மாதங்கள் தங்கியிருந்தார். அதற்குப் பிறகுதான், அவர் தனியாக வெளியே வரத் துணிந்தார். புவெனஸ் ஐரிஸிலிருந்து அறுநூறு மைல்கள் தள்ளியிருந்த டுக்குமான் என்ற சிறிய நகருக்கு அவர் இடம் பெயர்ந்தார். அங்கு, அதிகம் அறியப்பட்டிராத 'காப்ரி' என்ற கட்டட நிறுவனத்தில் அவர் வேலை பார்த்து வந்தார். தப்பியோடி வந்த நாஜிக்களுக்கு வேலை வழங்குவதற்காகத் துவக்கப்பட்ட ஒரு போலி நிறுவனம் அது.

1952 ஏப்ரல் 4 அன்று, ரிக்கார்டோ கிளெமன்ட் என்ற பெயரில் அர்ஜென்டீனிய அடையாள அட்டையை அவர் பெற்றார். அதன்படி, அவர் இத்தாலியிலுள்ள போல்ஸனா என்ற பகுதியில் பிறந்த, திருமணமாகாத ஒரு மெக்கானிக் ஆவார்.

அதற்கு ஓராண்டுக்கு முன்பு, 1951 ஆம் ஆண்டின் துவக்கத்தில், ஐக்மேன் ஒரு புனைபெயரில், ஆஸ்திரியாவிலிருந்த தன்னுடைய மனைவிக்கு ஒரு கடிதம் எழுதினார். அதில், "நீ இறந்துவிட்டதாகக் கருதிக் கொண்டிருக்கின்ற உன்னுடைய குழந்தைகளின் மாமா உண்மையில் உயிருடன் இருக்கிறார். அவர் நலமாக இருக்கிறார்," என்று அவர் குறிப்பிட்டிருந்தார். வேரா அவருடைய கையெழுத்தை உடனடியாக அடையாளம் கண்டுகொண்டார். வேரா தன் குழந்தைகளிடம், "இறந்துவிட்ட உங்களுடைய அப்பாவின் நெருங்கிய உறவினரான ரிக்கார்டோ, அர்ஜென்டினாவில் வசித்து வருகிறார். தன்னுடன் வந்து வசிக்குமாறு அவர் நம்மைக் கூப்பிட்டுள்ளார்," என்று தெரிவித்தார்.

வேரா தனக்கும் தன் குழந்தைகளுக்கும் அதிகாரபூர்வமான பாஸ்போர்ட்டுகளைப் பெற்றார். இன்னும் இயங்கிக்

கொண்டிருந்த நாஜிக்களின் இரகசிய அமைப்புகள் மிகவும் திறமையாகச் செயல்பட்டு, வேராவின் கடந்தகாலத்தை வெற்றிகரமாக அழித்துவிட்டன. வேரா இருந்த இடத்தை மொசாட் ஒருவழியாக மோப்பம் பிடித்து ஆஸ்திரிய ஆவணக் காப்பகத்தை அணுகியபோது, அங்கு 'வேரா லைபெல்' பெயரில் இருந்த கோப்பில் எந்தக் காகிதமும் இருக்கவில்லை, அது காலியாக இருந்தது.

1952 ஜூன் மாதம், வேராவும் அவருடைய மூன்று மகன்களான ஹோர்ஸ்ட், டயட்டர் மற்றும் நிக்கோலஸும் ஆஸ்திரியாவில் தாங்கள் வசித்து வந்திருந்த வீட்டிலிருந்து மாயமாக மறைந்து போயினர். ஜூலை மாதத் துவக்கத்தில், அவர்கள் இத்தாலியிலுள்ள ஜெனோவா நகரில் சில காலம் தென்பட்டனர். ஜூலை *28* அன்று அவர்கள் புவெனஸ் ஐரிஸுக்கு வந்து சேர்ந்தனர். ஆகஸ்ட் *15* அன்று அவர்கள் ஒரு இரயிலைப் பிடித்து டுக்குமானில் வந்திறங்கினர்.

மோஷே பேர்ல்மன் என்ற இஸ்ரேலிய எழுத்தாளர் எழுதியிருந்த ஒரு புத்தகத்தில், அவர் வேராவைப் பற்றி இவ்வாறு குறிப்பிட்டிருந்தார்: "வேரா ஐக்மேன் அர்ஜென்டினாவில் வந்திறங்கியபோது, நேர்த்தியான உடையுடனும், பளிச்சூட்டப்பட்டக் காலணிகளுடனும், வசீகரமான தோற்றத்துடனும் இருந்த நாஜி அதிகாரியின் உருவம்தான் அவருடைய மனத்தில் இருந்தது. அவர் தன் கணவரைப் பற்றி அப்படித்தான் இன்னும் நினைத்திருந்தார். ஆனால் டுக்குமான் இரயில் நிலையத்தின் பிளாட்பாரத்தில், நடுவயதைக் கடந்திருந்த, சாதாரணமாக உடையணிந்திருந்த, வெளுத்தும் சுருக்கங்கள் நிறைந்தும் போயிருந்த முகத்தைக் கொண்டிருந்த, கடுமையான மனச்சோர்வு அடைந்திருந்த, தொங்கிப் போயிருந்த நடையுடன் இருந்த ஒரு நபர்தான் அவருக்காகக் காத்துக் கொண்டிருந்தார்."

கொலைபாதகனான ஐக்மேன், அடையாளம் தெரியாத அளவு மாறிப் போயிருந்தார். அவர் மிகவும் மெலிந்து போயிருந்தார். அவருடைய தலையில் வழுக்கை விழுந்திருந்தது. அவருடைய கன்னங்கள் ஒட்டிப் போயிருந்தன. முன்பு அவருடைய முகத்தில் எப்போதும் தெறித்த ஆணவம் இப்போது முற்றிலுமாக வடிந்து போயிருந்தது. அவர் சுயகழிவிரக்கத்திலும் கவலையிலும் மூழ்கியிருந்தார். அவருடைய மெல்லிய உதடுகள் மட்டுமே இன்னும் குரூரத்தையும் கெடுநோக்கையும் வெளிப்படுத்திக் கொண்டிருந்தன.

1953 இல் காப்ரி நிறுவனம் திவாலாகியது. அதனால் ஐக்மேன் வேறு வேலை தேட வேண்டியதாயிற்று. முதலில் அவர் வேறு இரண்டு நாஜிக்களுடன் சேர்ந்து ஒரு சலவைக்

கடையைத் திறக்க முயற்சித்தார். பின்னர், அவர் ஒரு முயல் பண்ணையில் வேலை பார்த்தார். அதற்குப் பிறகு, பழச்சாறுத் தொழிற்சாலை ஒன்றில் அவர் வேலை பார்த்தார். இறுதியாக, மற்றொரு இரகசிய நாஜி அமைப்பின் உதவியால், சுரெஸ் என்ற இடத்திலிருந்த மெர்சிடிஸ் பென்ஸ் கார் தயாரிப்பு நிலையத்தில் அவருக்கு ஃபோர்மன் வேலை கிடைத்தது. அதன் பின், இனி தன் வாழ்க்கை அமைதியாக ஓடிவிடும் என்று அவர் நம்பினார். ஆனால் அது 1960 ஆம் ஆண்டு மே 11 வரைதான் நீடித்தது.

இதற்கிடையே, மருத்துவமனைகள், பிணவறைகள், காவல் நிலையங்கள் போன்ற இடங்களில் ஐக்மேனின் மகன்கள் அவரைத் தேடினர். அதில் வெற்றி கிட்டாததால், டகுவாரா பாசிஸ்ட்–பெரோனிஸ்ட் இளைஞர் அமைப்பை அவர்கள் அணுகினர். அவர்களும் தேடுதலில் சேர்ந்து கொண்டனர். ஆனால் விரைவிலேயே, இஸ்ரேலியர்கள்தாம் தங்களுடைய தந்தையைச் சிறைபிடித்திருக்க வேண்டும் என்ற முடிவுக்கு அவர்கள் வந்தனர். அர்ஜென்டினாவில் இருந்த இஸ்ரேலியத் தூதுவரைக் கடத்தி, ஐக்மேனை விடுவித்தால்தான் அவரை விடுவிப்போம் என்று மிரட்டும்படி, நாஜிக்களுக்கு ஆதரவாகச் செயல்பட்டுக் கொண்டிருந்த அமைப்புகளிடம் அவர்கள் கேட்டுப் பார்த்தனர். ஆனால், அர்ஜென்டீனியர்கள் அந்த யோசனையை மறுத்துவிட்டனர்.

***

ஐக்மேன் மறைத்து வைக்கப்பட்டிருந்த இடத்தைக் காவல்துறையினர் கண்டுபிடித்துவிட்டால் அங்கிருந்த ஏஜென்டுகள் என்ன செய்ய வேண்டும் என்பதை அவர்களுக்கு ஹாரல் ஏற்கனவே அறிவுறுத்தியிருந்தார். அதன்படி, காவல்துறையினர் ‘பாசறையைச்’ சூழ்ந்து கொண்டால், அந்த வீட்டில் தயார் செய்யப்பட்டிருந்த இரகசிய அறைக்கு அவர்கள் ஐக்மேனை அழைத்துச் சென்றுவிட வேண்டும். காவல்துறையினர் அந்த வீடு முழுவதையும் தீவிரமாகச் சோதனையிடத் தொடங்கினால், அது போன்ற அவசரக் காலங்களில் பயன்படுத்துவதற்காகத் தயார் செய்து வைக்கப்பட்டிருந்த ‘பக்கவழியாக’ அவரை அழைத்துச் சென்று விட வேண்டும். முடிந்த அளவு ஏஜென்டுகள் அவரோடு செல்ல வேண்டும். மீதிப் பேர், அதில் ஆபத்து இருந்தாலும், காவல்துறையினரை முடிந்த அளவு தாமதப்படுத்துவதில் இறங்க வேண்டும்.

பின்வரும் அறிவுறுத்தல்களையும் ஹாரல் பிறப்பித்திருந்தார்: “அந்த வீட்டுக்குள் நீங்கள் ஐக்மேனை இரகசியமாக ஒளித்து வைத்திருக்கின்ற அறையைக் காவல்துறையினர்

கண்டுபிடித்து, தங்களுடைய பலத்தைப் பிரயோகித்து அதற்குள் நுழைந்துவிட்டால், உங்களில் யார் அப்போது ஐக்மேனோடு இருக்கிறீர்களோ, அவர் தன்னை ஐக்மேனோடு இணைத்துக் கைவிலங்கு ஒன்றைப் போட்டுக் கொண்டு, அதன் சாவியைத் தூர எறிந்துவிட வேண்டும். அப்படிச் செய்தால், காவலர்களால் உடனடியாக ஐக்மேனை உங்களிடமிருந்து அப்புறப்படுத்த முடியாமல் போய்விடும். அப்போது, நீங்கள் ஓர் இஸ்ரேலியர் என்றும், உலகிலேயே மிகவும் வெறுக்கப்படுகின்ற கொடூரமான குற்றவாளியான அடால்ஃப் ஐக்மேனை நீதிமன்றக் கூண்டில் நிறுத்துவதற்காக நீங்கள் உங்களுடைய நண்பர்களுடன் சேர்ந்து அவரைப் பிடித்து வைத்திருக்கிறீர்கள் என்றும் நீங்கள் அவர்களிடம் கூற வேண்டும். அதற்குப் பிறகு, என்னுடைய உண்மையான பெயரையும், நான் பயன்படுத்திக் கொண்டிருக்கின்ற போலிப் பெயரையும், நான் தங்கியிருக்கின்ற ஓட்டலின் பெயரையும் அவர்களிடம் நீங்கள் தெரிவித்துவிட வேண்டும். அவர்கள் உங்களையும் ஐக்மேனையும் பிடிக்கின்ற பட்சத்தில், நானும் கைது செய்யப்பட வேண்டும்."

ஒரு சில நாட்களுக்குப் பிறகு, தன்னை இஸ்ரேலுக்குக் கொண்டு சென்று விசாரணைக்கு உட்படுத்தத் தான் முழு மனத்துடன் சம்மதித்ததாகக் கூறிய ஐக்மேன், அதற்கான ஆவணத்தில் கையெழுத்திட ஒப்புக் கொண்டார். அதில் இவ்வாறு எழுதப்பட்டிருந்தது:

> *அடால்ஃப் ஐக்மேனாகிய நான் என்னுடைய சொந்த விருப்பத்தின் பேரில் இந்தப் பிரமாணத்தை அளிக்கிறேன்: இப்போது என்னுடைய உண்மையான அடையாளம் வெளியே தெரிந்துவிட்டதால், நீதி விசாரணையிலிருந்து இனியும் தப்பிக்க முனைவதில் எந்த அர்த்தமும் இல்லை. என்னை இஸ்ரேலுக்கு அழைத்துச் செல்வதற்கும், தகுதி வாய்ந்த ஒரு விசாரணைக் குழுவின் முன் அங்கு நான் விசாரிக்கப்படுவதற்கும் நான் ஒப்புக் கொள்கிறேன். என் சார்பாக வாதிடுவதற்கு எனக்கு ஒரு வழக்கறிஞர் நியமிக்கப்படுவார் என்பதும், ஜெர்மனியில் என் பதவிக் காலத்தின் கடைசி சில ஆண்டுகளில் நான் மேற்கொண்ட காரியங்கள் குறித்தத் தகவல்களை எந்த விதத்திலும் திரிக்காமல் வெளிப்படையாகத் தெரிவிக்க எனக்கு வாய்ப்பு வழங்கப்படும் என்பதும் இதன் மூலம் ஒப்புக் கொள்ளப்படுகிறது. அப்போது நடந்த நிகழ்வுகளின் உண்மையான விபரங்கள் வருங்காலத் தலைமுறையினருக்குக் கடத்தப்படுவதற்கு இது வழிவகுக்கும். நான் இந்தப் பிரமாணத்தை என்னுடைய சொந்த விருப்பத்தின் பெயரிலேயே அளிக்கிறேன். இதற்குப் பிரதியுபகாரமாக எனக்கு எந்த வாக்குறுதியும் வழங்கப்படவில்லை. இதற்காக நான்*

> எந்த விதத்திலும் அச்சுறுத்தப்படவும் இல்லை. இதன் மூலம் மனநிம்மதியைப் பெறுவது ஒன்றே என் விருப்பமாகும்.
>
> என்னால் எல்லா விஷயங்களையும் நினைவுபடுத்திப் பார்க்க முடியாது என்பதாலும், தகவல்களை வழங்குவதில் குழப்பம் உண்டாகக்கூடும் என்பதாலும், உண்மைகளைச் சரியாக எடுத்துக் கூறுவதற்கு உதவியாக, பொருத்தமான ஆவணங்களும் சான்றுகளும் எனக்கு வழங்கப்பட வேண்டும் என்று நான் கேட்டுக் கொள்கிறேன்.
>
> *அடால்ஃப் ஐக்மேன், புவெனஸ் ஐரிஸ், மே, 1960.*

ஆனால் இந்தப் பிரகடனம் சட்டப்படி செல்லுபடியாகக்கூடிய ஒன்றல்ல.

விமானத்தின் வருகை

1960 மே 18, காலை 11.00 மணி.

டெல் அவீவ் சர்வதேச விமான நிலையத்தில் ஒரு விழா ஏற்பாடு செய்யப்பட்டிருந்தது. அர்ஜென்டினாவின் 150–வது சுதந்திர தினக் கொண்டாட்டத்தில் கலந்து கொள்வதற்காக அர்ஜென்டினாவுக்குச் செல்லவிருந்த இஸ்ரேலியக் குழுவினரை வழியனுப்பி வைப்பதற்காக இஸ்ரேலின் இராணுவத் தளபதியான ஜெனரல் லஸ்கோவ், இஸ்ரேலிய வெளியுறவு அமைச்சகத்தின் பொது இயக்குநர், இஸ்ரேலுக்கான அர்ஜென்டீனியத் தூதர் உட்பட, செல்வாக்குமிக்க நபர்கள் பலர் அங்குக் குழுமியிருந்தனர். விழா நிறைவடைந்ததும், அந்த 'எல் அல்' ஏர்லைன்ஸ் விமானம் புறப்பட்டுச் சென்றது. அதில் அந்த விழாக் குழுவினரோடு, சாதாரணமான பயணிகள் ஒரு சிலரும் இருந்தனர். போகும் வழியில் அந்த விமானம் நிற்கும் இடங்களில் அவர்கள் இறங்கிக் கொள்வதாக ஏற்பாடு செய்யப்பட்டிருந்தது. அந்த விமானம் ரோமில் தரையிறங்கிவிட்டு மீண்டும் புறப்பட்டபோது, மூன்று பயணிகள் அதில் ஏறியிருந்ததை ஒரு சிலர் மட்டுமே கவனித்தனர். ஒரு சில மணி நேரங்களுக்குப் பிறகு, அந்த மூன்று பேரும் எல் அல் விமான ஊழியர்களின் சீருடைக்கு மாறி விமானத்திற்குள் வலம் வந்து கொண்டிருந்தனர். அவர்கள் உண்மையில் மொசாட் ஏஜென்டுகள். புவெனஸ் ஐரிஸில் இருந்த தங்களுடைய குழுவினருக்கு உதவுவதற்காக அவர்கள் சென்று கொண்டிருந்தனர். அவர்களில் ஒருவர் பெயர் யெஹுடா கார்மல். அவர் வழுக்கைத் தலையுடனும், ஒரு பெரிய மூக்குடனும், ஒரு மெல்லிய மீசையுடனும் இருந்தார். ஆனால் அவருக்கு இந்தப் பயணத்தில்

விருப்பம் இருக்கவில்லை. தன்னுடைய திறமைக்காகத் தான் இதில் தேர்ந்தெடுக்கப்பட்டிருக்கவில்லை, மாறாக, தன்னுடைய தோற்றத்திற்காகவே தான் தேர்ந்தெடுக்கப்பட்டிருந்தோம் என்பதை அவர் அறிந்திருந்ததுதான் அதற்குக் காரணம். ஒரு சில நாட்களுக்கு முன்பு, அவருடைய மேலதிகாரி அவரைத் தன் அறைக்கு அழைத்திருந்தார். கார்மல் அங்குச் சென்றபோது, அவருடைய மேலதிகாரியின் மேசைமீது இரண்டு புகைப்படங்கள் இருந்தன. அவற்றில் ஒன்று, கார்மலின் புகைப்படம். மற்றொன்று, வேறு யாரோ ஒரு நபருடையது. அந்த மற்றொரு நபர் அடால்ஃப் ஐக்மேன் என்று அவரிடம் கூறப்பட்டபோது, கார்மலுக்குத் தூக்கிவாரிப் போட்டது. அவர் ஐக்மேனின் மாற்று நபராக நடிப்பதற்காகத்தான் அப்பயணத்திற்குத் தேர்ந்தெடுக்கப்பட்டிருந்தார் என்று அவரிடம் கூறப்பட்டபோது, அவருடைய அதிர்ச்சி பன்மடங்கு அதிகரித்தது. கார்மலை எல் அல் ஏர்லைன்ஸ் ஊழியரைப்போல அர்ஜென்டினாவுக்குள் கொண்டுவந்து விட்டுவிட்டு அந்த விமானம் இஸ்ரேலுக்குத் திரும்பிச் செல்லும்போது, கார்மலின் பெயரையும் விமானச் சீருடையையும் ஆவணங்களையும் பயன்படுத்தி, மயக்க மருந்து செலுத்தப்பட்டிருக்கும் ஐக்மேனை அவருக்குப் பதிலாக விமானத்திற்குள் ஏற்றுவது ஹாரலின் திட்டமாக இருந்தது. கார்மல், ஜீவ் ஜிக்ரோனி என்ற பெயரில் ஓர் இஸ்ரேலியப் பாஸ்போர்ட்டில் பயணித்துக் கொண்டிருந்தார்.

இது தவிர, இரண்டாவது திட்டம் ஒன்றையும் ஹாரல் தயாரித்து வைத்திருந்தார். புவெனஸ் ஐரிஸுக்குத் தன்னுடைய உறவினர்களைப் பார்ப்பதற்காக வந்திருந்த, ஒரு கிப்புட்ஸில் வசித்து வந்த மீர் பார் ஹான் என்ற இஸ்ரேலியரை, தனக்குத் தெரிந்த ஒரு நபரின் மூலமாகத் தன்னைப் பார்க்க ஹாரல் வரவழைத்திருந்தார். அவர்கள் ஒரு மதுவிடுதியில் சந்தித்தனர். அப்போது ஹாரலுடன் டாக்டர் இலியனும் இருந்தார். பின்வரும் அறிவுறுத்தல்களை மீருக்கு ஹாரல் வழங்கினார்: "நீங்கள் உங்களுடைய உறவினரின் வீட்டுக்குத் திரும்பியவுடன், ஒரு மருத்துவரை அழைத்து, நீங்கள் ஒரு கார் விபத்தில் மாட்டிக் கொண்டதாகவும், உங்களுக்குத் தலைசுற்றலும் வாந்தி உணர்வும் இருப்பதாகவும், நீங்கள் பலவீனமாக உணர்வதாகவும் அவரிடம் கூறுங்கள். விபத்தின்போது உங்களுக்கு மூளையில் அதிர்ச்சி ஏற்பட்டிருக்கலாம் என்ற முடிவுக்கு வந்து, அம்மருத்துவர் உங்களை ஒரு மருத்துவமனையில் அனுமதிக்கக்கூடும். மே மாதம் 18 ஆம் தேதிவரை மருத்துவமனையிலேயே தங்கியிருங்கள். மே 19 அன்று காலையில் நீங்கள் நலமாக இருப்பதுபோல உணர்வதாக மருத்துவர்களிடம் கூறினால், அவர்கள் மருத்துவமனையிலிருந்து

உங்களை விடுவித்து வீட்டுக்கு அனுப்பி வைப்பர். அதோடு, உங்களுக்கு மூளையில் அதிர்ச்சி ஏற்பட்டிருந்ததை எடுத்துரைக்கின்ற மருத்துவச் சான்றிதழ் ஒன்றையும் அவர்கள் உங்களிடம் கொடுப்பர்."

அதைத் தொடர்ந்து, மீர் அந்த மருத்துவரிடம் பேசுகின்றபோது குறிப்பாக எந்த மாதிரியான உபாதைகள் தனக்கு இருந்ததாகத் தெரிவிக்க வேண்டும் என்பதை டாக்டர் இலியன் அவரிடம் விளக்கினார்.

மீர் அங்கிருந்து கிளம்பித் தன் உறவினரின் வீட்டை அடைந்தபோது, ஹாரலும் இலியனும் கூறியபடி நடந்துகொண்டார். புவெனஸ் ஐரிஸில் இருந்த ஒரு பெரிய மருத்துவமனையில் ஒரு கட்டிலில் மூன்று நாட்கள் முனகியவாறே அவர் படுத்துக் கிடந்தார். மே 19 அன்று அவர் மருத்துவமனையிலிருந்து விடுவிக்கப்பட்டார். ஒரு மணி நேரத்திற்குப் பிறகு, மீர் ஒரு கார் விபத்தில் மாட்டிக் காயமடைந்து, மருத்துவச் சிகிச்சைக்குப் பிறகு விடுவிக்கப்பட்டார் என்ற விபரங்கள் அடங்கிய அதிகாரபூர்வமான மருத்துவமனைச் சான்றிதழ் ஹாரலின் கைகளில் இருந்தது.

எல் அல் ஏர்லைன்ஸ் விமான ஊழியராக ஐக்மேனை விமானத்திற்குள் அழைத்துப் போக முடியாவிட்டால், ஒரு விபத்தில் காயமடைந்திருந்த மீர் என்ற நபராக, ஒரு ஸ்ட்ரெச்சரில் ஐக்மேனைப் படுக்க வைத்து அவரை விமானத்திற்குள் ஏற்றுவதுதான் அந்த மாற்றுத் திட்டம்.

மே 19.

அன்று மதியம் எல் அல் ஏர்லைன்ஸ் விமானம் புவெனஸ் ஐரிஸ் விமான நிலையத்தை அடைந்தது. அந்த விமானத்தில் வந்திருந்த குழுவினரை வரவேற்பதற்காக விரிக்கப்பட்டிருந்த சிவப்புக் கம்பளத்தின் இருபுறமும் அர்ஜென்டினாவின் வெளியுறவு அமைச்சக அதிகாரிகளும், உள்ளூர் யூதக் குடிமக்களும், கைகளில் இஸ்ரேலியக் கொடிகளுடன் குழந்தைகளும் நின்று கொண்டு உற்சாகக் குரலெழுப்பினர்.

இரண்டு மணி நேரம் கழித்து, ஹாரல், எல் அல் விமானி தோஹரிடமும் இன்னொரு எல் அல் ஏர்லைன்ஸ் உயரதிகாரியிடமும் கலந்தாலோசித்து, மே 20 அன்று நள்ளிரவு அங்கிருந்து விமானத்தைக் கிளப்புவதற்கு நேரம் குறித்தார்.

ஹாரல் அவர்களிடம் தன்னுடைய இரண்டு திட்டங்களையும் கூறினார். ஒரு சிறு உரையாடலுக்குப் பிறகு, அவர்கள் மூவரும் முதல் திட்டத்தை அமல்படுத்த முடிவு செய்தனர். உடல்நிலை சரியாக இல்லாமல் போன எல் அல் ஏர்லைன்ஸ்

ஊழியராக ஐக்மேனை விமானத்திற்குள் கொண்டுவருவதென்று முடிவாகியது. ஐக்மேனுக்கு மாற்றாகப் பயணம் செய்திருந்த கார்மல் ஏற்கனவே தன்னுடைய சீருடையையும், ஜீவ் ஜிக்ரோனி என்ற பெயரில் தயாரிக்கப்பட்டிருந்த ஆவணங்களையும் மொசாட் ஏஜென்டுகளிடம் திருப்பிக் கொடுத்துவிட்டிருந்தார். ஆவணங்களைத் திருத்துவதில் புலியாக விளங்கிய டேனி, அந்த ஆவணங்களை, ஐக்மேனுக்குக் கச்சிதமாகப் பொருந்துகின்ற விதத்தில் மாற்றிவிட்டார். கார்மலுக்குப் புதிய ஆவணங்கள் கொடுக்கப்பட்டன. அவர் விரைவில் அர்ஜென்டினாவிலிருந்து புறப்பட வேண்டியிருக்கும் என்று அவரிடம் கூறப்பட்டது.

அன்று மாலை, 'பாசறை' பல்வேறு நடவடிக்கைகளால் குலுங்கியது. ஒரு வார காலம் நீடித்த இறுக்கமான காத்திருப்புக்குப் பிறகு, மொசாட் ஏஜென்டுகள் மீண்டும் துடிப்புடன் செயல்படத் தொடங்கினர். ஐக்மேனுக்கு மயக்க மருந்து கொடுக்கப்பட்டுத் தூங்க வைக்கப்பட்டார். ஏஜென்டுகள் சீரிய ஒழுங்குடன் அந்த இடத்தைச் சுத்தம் செய்தனர். அவர்கள் பயன்படுத்தியிருந்த அனைத்து உபகரணங்களும் சிறு சிறு பாகங்களாகக் கழற்றப்பட்டன. அவர்கள் எடுத்துச் செல்ல வேண்டிய பொருட்கள் பயணப் பெட்டிகளில் எடுத்து வைக்கப்பட்டன. அந்த வீடு அவர்கள் வாடகைக்கு எடுத்தபோது எப்படி இருந்ததோ அதே நிலைக்கு மீண்டும் கொண்டு வரப்பட்டது. விடியத் தொடங்கியபோது, கடந்த எட்டு நாட்களாக நடந்த நாடகத்தில் அந்த வீடு பங்கேற்றிருந்ததற்கான ஒரு சிறு சுவடுகூட அங்கிருக்கவில்லை.

மே 20.

ஹாரல் தான் தங்கியிருந்த ஓட்டலைக் காலி செய்துவிட்டு, ஒரு வாடகைக் காரில் இரயில் நிலையத்திற்குச் சென்று, அங்கிருந்த ஒரு லாக்கரில் தன் பயணப் பெட்டியை வைத்தார். பிறகு, அதற்கு முந்தைய நாட்களில் செய்து கொண்டிருந்ததைப்போலவே, சிற்றுண்டியக நடைபயணத்தைத் மீண்டும் ஆரம்பித்தார். அவரை முதலில் சந்தித்தது எல் அல் ஏர்லைன்ஸ் குழுவினர்தாம். அவர் அவர்களுடன் கலந்தாலோசித்து, விபரமான கால அட்டவணை ஒன்றை உருவாக்கினார்.

அன்று மதியம் கடைசி நடவடிக்கை தொடங்கியது. ஹாரல் கடைசியாகச் சென்ற சிற்றுண்டியகத்திலிருந்து புறப்பட்டு இரயில் நிலையத்திற்குச் சென்று தன்னுடைய பயணப் பெட்டியை எடுத்துக் கொண்டு, விஷயங்களை நேரடியாக மேற்பார்வையிடுவதற்காக விமான நிலையத்திற்குச் சென்றார்.

அவர் அந்த விமான நிலையத்திற்குள் உலாவி, எந்த இடத்தில் தன்னுடைய 'தற்காலிகப் பாசறையை' அமைக்கலாம் என்று ஆராய்ந்தார். எல்லா இடங்களிலும் சுற்றித் திரிந்து, இறுதியில், விமான நிலைய ஊழியர்களுக்கான சிற்றுண்டியகத்தை அவர் தேர்ந்தெடுத்தார். வெளியே மிகவும் குளிராக இருந்ததால், விமான ஓடுதள ஊழியர்கள், எழுத்தர்கள், விமானப் பணியாளர்கள் போன்றோரால் அந்தச் சிற்றுண்டியகம் நிரம்பி வழிந்தது. ஏராளமானோர் சூடான பானங்களை அருந்துவதற்கும் நொறுக்குத் தீனி சாப்பிடுவதற்கும் அங்கு வந்திருந்தனர். ஹாரலுக்கு அந்த இடம் பிடித்துப் போயிற்று. தன்னுடைய பணிக்கு அது மிகவும் பொருத்தமாக இருக்கும் என்று அவருக்குத் தோன்றியது. தான் அங்கு இருந்ததை எவரும் கண்டுகொள்ள மாட்டார்கள் என்பதையும், தான் தன்னுடைய குழுவினருடன் ஒரு கிசுகிசுப்பான குரலில் விவாதங்கள் நடத்தினாலும் அதை எவரும் பொருட்படுத்த மாட்டார்கள் என்பதையும் ஹாரல் கண்டுகொண்டார். சிறிது நேரத்தில் அங்கு ஒரு நாற்காலி காலியானது. அவர் போய் அதில் அமர்ந்து கொண்டார். அர்ஜென்டீனிய மண்ணில் நிகழ்ந்து கொண்டிருந்த நாடகத்தின் கடைசிக் காட்சியை இயக்குவதற்கு அவர் தயாரானார்.

ஹாய், எல் அல்!

இரவு 9.00 மணி: 'பாசறையில்' அனைத்தும் தயார் நிலையில் இருந்தன. ஐக்மேன் குளிப்பாட்டப்பட்டு, சவரம் செய்யப்பட்டு, எல் அல் ஏர்லைன்ஸ் விமான ஊழியரின் சீருடை அணிவிக்கப்பட்டிருந்தார். அவருடைய பையில், ஜீவ் ஜிக்ரோனி என்ற பெயரில் தயாரிக்கப்பட்டிருந்த அடையாள அட்டை இருந்தது. அவருடைய முகம் மிக நேர்த்தியாக ஒப்பனை செய்யப்பட்டிருந்தது. இந்த நிலையில் அவரைப் பார்த்தால், அவருடைய மகன்கள்கூட அவரை அடையாளம் கண்டு கொண்டிருந்திருக்க மாட்டார்கள். மருத்துவரும் இன்னும் இரண்டு ஏஜென்டுகளும் எல் அல் ஏர்லைன்ஸ் விமான ஊழியர்களின் சீருடையில் இருந்தனர். மருத்துவர், ஐக்மேனின் உடலில் ஊசி மூலம் ஒரு மருந்தைச் செலுத்தினார். அது அவரை மயக்கமடையச் செய்யவில்லை. ஆனால் அவருடைய உணர்வுகளை மரத்துப் போகச் செய்திருந்தது. இப்போது அவரால் பார்க்க முடியும், பிறர் கூறுவதைக் கேட்க முடியும், ஏன், நடக்கக்கூட முடியும். ஆனால் அவரால் பேச மட்டும் முடியாது. அவரைச் சுற்றி நடந்து கொண்டிருந்த விஷயங்களை அவரால் சரியாகப் புரிந்து கொள்ள முடியாது.

எல் அல் ஏர்லைன்ஸ் விமான ஊழியரின் சீருடையில் இருந்த அஹரோனி, காரின் ஓட்டுநர் இருக்கையில் அமர்ந்திருந்தார். அவருக்கு அருகே ஒரு மொசாட் ஏஜென்ட் அமர்ந்திருந்தார். பின்னிருக்கையின் நடுவில் ஐக்மேன் உட்கார வைக்கப்பட்டிருந்தார். அவருக்கு ஒரு பக்கம் மருத்துவரும், மறுபக்கம் ஒரு மொசாட் ஏஜென்டும் அமர்ந்திருந்தனர். கார் கிளம்பியது.

அதே நேரத்தில், அந்நகரின் மையத்திலிருந்த பிரபல ஓட்டல் ஒன்றிலிருந்து இரண்டு கார்கள் கிளம்பின. அந்தக் கார்களில் உண்மையான எல் அல் ஏர்லைன்ஸ் ஊழியர்கள் இருந்தனர். விமான நிலையத்தை நோக்கிய அவர்களுடைய பயணம் மொசாட் வாகனங்களின் பயணத்தோடு கச்சிதமாக ஒத்திசைவாக இருக்கின்ற விதத்தில் ஏற்பாடு செய்யப்பட்டிருந்தது.

தனது 'தற்காலிகப் பாசறையில்' அமர்ந்திருந்த ஹாரலுக்கு நிமிடத்திற்கு நிமிடம் தகவல் வந்த வண்ணம் இருந்தது. அவருடைய ஆட்கள் அனைவரும் தங்களுடைய பயணப் பெட்டிகளை விமான நிலையத்திற்கு எடுத்து வரும்படி அவர் உத்தரவிட்டிருந்தார். அவர்கள் அனைவரும் தனித்தனியாக அர்ஜென்டினாவைவிட்டுத் தப்பி வெளியேறுவதற்கு ஹாரல் ஏற்கனவே ஏற்பாடு செய்திருந்தார். ஆனால், அவருடைய முக்கியத் திட்டம் சுமூகமாகச் சென்றால், தன்னுடைய ஏஜென்டுகள் அனைவரையும் அந்த எல் அல் ஏர்லைன்ஸ் விமானத்திலேயே ஏற்றி விட்டுவிட்டுத் தானும் அவர்களுடனேயே பயணிக்க அவர் ஒரு மாற்றுத் திட்டமும் வைத்திருந்தார். அந்தச் சிற்றுண்டியகத்தில் அவருக்குச் சிறிது தொலைவில், கையில் ஒரு கப் சூடான காபியுடன் டேனி அமர்ந்திருந்தார். தன்னுடைய சகாக்கள் சுலபமாக எல் அல் விமானத்தில் பயணிப்பதற்கு வசதியாக, அவர் அவர்களுடைய பாஸ்போர்ட்டுகளில் மாற்றங்கள் செய்து கொண்டிருந்தார். அவற்றில் இடம் பெற வேண்டியிருந்த பொருத்தமான முத்திரைகளையும் அவர் குத்திக் கொண்டிருந்தார். ஒரு பொது இடத்தில் அவ்வளவு துணிச்சலாகப் பாஸ்போர்ட்டுகளில் தில்லுமுல்லு செய்து கொண்டிருந்த அவரை அந்தக் கூட்டத்தில் எவரும் கண்டுகொள்ளக்கூட இல்லை.

இரவு *11.00 மணி:* ஒரு மொசாட் ஏஜென்ட் ஹாரல் அருகே தோன்றினார். மொசாட் ஏஜென்டுகள், எல் அல் ஏர்லைன்ஸ் ஊழியர்கள் ஆகிய இரண்டு குழுவினரின் கார்களும் விமான நிலையத்திற்கு வந்து சேர்ந்துவிட்டதாக அந்த ஏஜென்ட் ஹாரலிடம் கிசுகிசுத்தார். ஹாரல் உடனடியாக விமான நிலையத்தின் கார்கள் நிறுத்துமிடத்திற்கு விரைந்தார். முதலில் எல் அல் ஊழியர்களின் கார்களை அவர் சோதனையிட்டார். அவர்கள் வழக்கத்திற்கு

மாறான அமைதியுடன் இருந்தனர். தங்களைச் சுற்றி ஏதோ அசாதாரணமான விஷயம் நடந்து கொண்டிருந்தது என்பதையும், அதில் தாங்களும் பங்கேற்றுக் கொண்டிருந்தோம் என்பதையும் அவர்களால் உணர்ந்து கொள்ள முடிந்தபோதிலும், அது என்ன என்பது அவர்களுக்குத் தெரிந்திருக்கவில்லை. ஹாரல் தங்களுக்கு அளித்த அறிவுறுத்தல்களை அவர்கள் கவனமாகக் கேட்டுக் கொண்டனர், ஆனால் அவர்கள் அவரிடம் எந்தக் கேள்வியும் கேட்கவில்லை. பின்னர், மூன்றாவதாக இருந்த காரை நோக்கி ஹாரல் வந்தார். அக்காரின் பின்னிருக்கையில் இருந்த இருவருக்கு நடுவே ஐக்மேன் ஓர் அரைத் தூக்கத்தில் இருந்தார். ஹாரல் அவர்களிடம், "சரி, புறப்படுங்கள்!" என்று கூறிவிட்டு அங்கிருந்து போய்விட்டார்.

அந்த மூன்று கார்களும் அங்கிருந்து கிளம்பின. ஹாரல் மீண்டும் தன்னுடைய 'தற்காலிகப் பாசறை'க்குத் திரும்பினார். அந்த மூன்று கார்களின் அணிவகுப்பு, எல் அல் ஏர்லைன்ஸ் விமானம் நிறுத்தப்பட்டிருந்த இடத்தை நோக்கிச் சென்று, ஒரு தடுப்புக்கு அருகே வந்து நின்றது. மொசாட் ஏஜென்டுகளில் ஒருவர் அந்த விமானத்தைப் பார்த்து, "ஹாய், எல் அல்!" என்று உற்சாகமாகக் கத்தினார். அங்குக் காவலுக்கு நின்று கொண்டிருந்த காவலாளிகள் அவரை உடனே அடையாளம் கண்டுகொண்டனர். அதோடு, அன்று முழுவதும் எல் அல் ஊழியர்கள் அங்கு வருவதும் போவதுமாக இருந்தது அவர்களுக்குப் பழக்கமாகியிருந்தது. களைத்துப் போயிருந்த அக்காவலர்கள், அந்த மூன்று கார்களிலும் இருந்தவர்களைப் பார்த்தனர். அவர்கள் அனைவரும் எல் அல் சீருடையில் இருந்தனர். முதல் இரண்டு கார்களில் இருந்தவர்கள் கூத்தும் கும்மாளமுமாக இருந்தனர். அவர்கள் பாடிக் கொண்டும், சிரித்துக் கொண்டும், சத்தமாக அரட்டையடித்துக் கொண்டும் இருந்தனர். மூன்றாவதாக இருந்த காரில் இருந்தவர்கள் தூங்கி வழிந்து கொண்டிருந்தனர்.

தடுப்பு விலக்கப்பட்டது. அந்த மூன்று கார்களும் விமானத்திற்கு அருகே சென்றன. அவற்றின் கதவுகள் திறந்தன. அவற்றிலிருந்து இறங்கியவர்கள் கூட்டமாகத் தங்கள் விமானத்தை நோக்கிச் செல்லத் தொடங்கினர். அக்கூட்டத்தினரின் மத்தியில் ஐக்மேன் தள்ளாடியபடி நடந்து சென்றார். அவரைச் சுற்றியிருந்தவர்கள் அவரை மறைத்தபடியே சென்றனர். விமானத்தின் படியில் ஏறுவதற்கு ஐக்மேனுக்கு இரண்டு பேர் உதவினர். அவர்கள் அவரை முதல் வகுப்பிற்குக் கூட்டிச் சென்று, அங்கிருந்த சன்னலோர இருக்கையில் அமர வைத்தனர். மருத்துவரும் மொசாட் ஏஜென்டுகள் சிலரும் அவரைச் சுற்றியிருந்த

இருக்கைகளில் அமர்ந்து கொண்டு, தூங்குவதுபோல நடிக்கத் தொடங்கினர். அர்ஜென்டீனியக் குடியேற்றப் பிரிவு அதிகாரிகள் விமானத்திற்குள் ஏறிப் பரிசோதித்தால், இக்குழுவினர் தங்களுக்கு இரண்டாவது ஷிப்ட் ஒதுக்கப்பட்டிருந்ததாகவும், தாங்கள் அதுவரை ஓய்வு எடுக்கவிருந்ததாகவும் கூறுமாறு அவர்களுக்கு அறிவுறுத்தப்பட்டிருந்தது.

இரவு *11.15* மணி: சிற்றுண்டியகத்தில் அமர்ந்திருந்த ஹாரலுக்கு, எல் அல் விமானத்தின் எஞ்சின் ஸ்டார்ட் செய்யப்பட்டச் சத்தம் கேட்டது. அந்த விமானம் மெதுவாக ஊர்ந்து சென்று, புறப்பாட்டு வாசலுக்கு அருகே வந்து நின்றது. ஹாரல் வேகமாக நடந்து சென்று, புறப்பாட்டுக் கூடத்தை அடைந்து, சுற்றிலும் நோட்டம் விட்டார். அவருடைய ஆட்கள் அந்தக் கூடத்தின் வெவ்வேறு மூலைகளில் தங்களுடைய பயணப் பெட்டிகளுடன் நின்று கொண்டிருந்தனர். அவர் அவர்களை நோக்கி நடந்து சென்றார். அவர் ஒவ்வொருவரையும் கடந்து சென்றபோதும், "விமானத்தில் ஏறுங்கள்!" என்று ஒரு மெல்லிய குரலில் கிசுகிசுத்தார். அவர்கள் சாவகாசமாக நடந்து சென்று, பாஸ்போர்ட் சோதனைக் கவுன்டர் அருகே இருந்த வரிசையில் தங்களை இணைத்துக் கொண்டனர். அவர்கள் அனைவரின் கைகளிலும் தத்தம் பாஸ்போர்ட்டுகள் தயாராக இருந்தன. டேனி தன்னுடைய வேலையைச் செவ்வனே நிறைவேற்றியிருந்தார்.

இரவு *11.45* மணி: ஹாரலின் குழுவினர் அனைவரும் ஆவணச் சோதனை மற்றும் பாதுகாப்புச் சோதனைகளை வெற்றிகரமாக கடந்து, புறப்பாட்டு நுழைவாயில் வழியாகச் சென்று, விமானத்தை நோக்கி நடக்கத் தொடங்கினர். ஹாரல்தான் கடைசியாகச் சென்று கொண்டிருந்தார். அவர் விமானத்தில் ஏறியதும், விமானம் கிட்டத்தட்ட உடனடியாக விமான ஓடுதளத்தை நோக்கிப் புறப்பட்டது.

நள்ளிரவு *0.00* மணி: மே *20*க்கும் மே *21*க்கும் இடைப்பட்ட நள்ளிரவு நேரம் அது. விமானம் நிறுத்தப்பட்டது. அந்த உத்தரவை இட்டது கட்டுப்பாட்டு அறை. மொசாட் ஏஜென்டுகள் அனைவரும் பதற்றத்துடன் இறுகிப் போய் அமர்ந்திருந்தனர். ஏதாவது அசம்பாவிதம் நடந்துவிட்டதா? அவர்கள் மீண்டும் திரும்பி வருமாறு அழைக்கப்படுவார்களா? ஆனால், ஒரு சில பதற்றமான கணங்களுக்குப் பிறகு, விண்ணில் பறப்பதற்குக் கட்டுப்பாட்டு அறை அனுமதித்தது. அந்தப் பெரிய விமானம் மெதுவாக விண்ணில் உயர்ந்து பறக்கத் தொடங்கியது. ஹாரல் நிம்மதிப் பெருமூச்சுவிட்டார்.

'கெனெசெட்' அவைக்கு நான் தகவல் தெரிவித்தாக வேண்டும்!

அந்த விமானம், மே 22 ஆம் தேதி காலையில் டெல் அவீவ் விமான நிலையத்தில் தரையிறங்கியது.

காலை 9.50 மணி: விமானத்திலிருந்து இறங்கியவுடன் ஹாரல் நேராக ஜெருசலேம் சென்றார். பிரதமர் பென் குரியனின் செயலாளர், ஹாரலை உடனடியாக அவருடைய அறைக்கு அழைத்துச் சென்றார்.

பென் குரியன் அவரைப் பார்த்து வியப்படைந்தார். "நீங்கள் எப்போது திரும்பி வந்தீர்கள்?"

"இரண்டு மணி நேரத்திற்கு முன்பு வந்தேன். அடால்ஃப் ஐக்மேனை உயிரோடு பிடித்துவிட்டோம்."

"இப்போது அவர் எங்கிருக்கிறார்?"

"இஸ்ரேலிய மண்ணில். நீங்கள் ஒப்புக் கொண்டால், ஐக்மேனை உடனடியாக இஸ்ரேலியக் காவல்துறையினர் வசம் ஒப்படைக்கிறேன்."

பென் குரியன் மௌனமானார். பின்னர் சில பத்திரிகையாளர்கள் எழுதியிருந்ததைப்போல அவர் கண்ணீர் விடவுமில்லை, வேறு சிலர் குறிப்பிட்டிருந்ததைப்போல ஒரு வெற்றிச் சிரிப்பை உதிர்க்கவுமில்லை. அவர் ஹாரலைக் கட்டிப் பிடிக்கவும் இல்லை. மொத்தத்தில், அவர் தன்னுடைய உணர்ச்சிகள் எதையும் வெளிக்காட்டிக் கொள்ளவில்லை.

"அது உண்மையிலேயே ஐக்மேன்தான் என்பது உங்களுக்குத் தெரியுமா? அதை எப்படி நீங்கள் உறுதிப்படுத்தினீர்கள்?" என்று பென் குரியன் கேட்டார்.

அதைக் கேட்டு ஹாரல் வியப்படைந்தார். அது உண்மையிலேயே ஐக்மேன்தான் என்று கூறினார். எந்தெந்த வழிமுறைகளில் அவர் உண்மையிலேயே ஐக்மேன்தான் என்பது உறுதிப்படுத்தப்பட்டது என்ற தகவலை ஹாரல் விபரமாக பென் குரியனுக்கு எடுத்துரைத்தார். சிறைபிடித்துக் கொண்டுவரப்பட்ட நபரே தான் ஐக்மேன்தான் என்பதை ஒப்புக் கொண்டுவிட்டார் என்பதையும் அவர் கூறினார். ஆனால், பென் குரியனுக்குத் திருப்தி ஏற்படவில்லை. அவை போதாது என்று அவர் கூறினார். ஐக்மேனை நன்றாகத் தெரிந்த ஓரிருவர் அவரை நேரில் பார்த்து, அவர் உண்மையிலேயே ஐக்மேன்தான் என்பதை உறுதி செய்ய வேண்டும் என்று பென் குரியன் விரும்பினார். அந்நபர் உண்மையில் ஐக்மேன்தான் என்பது நூறு சதவீதம் உறுதி செய்யப்பட வேண்டும் என்றும், அதுவரை தான் தன்

அரசாங்கத்திடம் அதைப் பற்றி வாயைத் திறக்கப் போவதில்லை என்றும் பென் குரியன் திட்டவட்டமாகக் கூறிவிட்டார்.

ஹாரல் தன் அலுவலகத்தை அழைத்து, ஐக்மேனைத் தனிப்பட்ட முறையில் நன்றாகத் தெரிந்து வைத்திருந்த நபர்களைக் கண்டுபிடிக்குமாறு கேட்டுக் கொண்டார். வெகு விரைவில், அவருடைய அதிகாரிகள், ஐக்மேனைக் கடந்தகாலத்தில் நேரில் சந்தித்திருந்த இரண்டு இஸ்ரேலியர்களைக் கண்டுபிடித்துவிட்டனர். ஐக்மேன் அடைத்து வைக்கப்பட்டிருந்த சிறை அறைக்கு அவர்கள் அழைத்து வரப்பட்டனர். அவர்கள் இருவரும் ஐக்மேனுடன் பேசி, அவர் உண்மையிலேயே ஐக்மேன்தான் என்பதை உறுதி செய்தனர்.

நண்பகல்: அதே நாளின் மதியம், ஜெர்மனியில் ஃப்பிராங்ஃப்பர்ட் நகரிலிருந்த ஓர் உணவகத்திற்குள் ஓர் இஸ்ரேலியத் தூதுவர் தடாலடியாக நுழைந்தார். அவர் நேராக ஒரு குறிப்பிட்ட மேசைக்கு அருகே சென்றார். நரைத்தத் தலைமுடியுடன் இருந்த ஒரு நபர் அங்குத் தனியாக அமர்ந்திருந்தார். அவர் பதற்றமாக இருந்தது வெளிப்படையாகத் தெரிந்தது. அந்த இஸ்ரேலியத் தூதர் அந்நபரிடம், “பாயர் அவர்களே, அடால்ஃப் ஐக்மேன் இப்போது எங்கள் வசம் இருக்கிறார். எங்களுடைய ஆட்கள் அவரைச் சிறைபிடித்து இஸ்ரேலுக்குக் கொண்டு வந்துவிட்டனர். எந்த நேரத்திலும் எங்களுடைய பிரதமர், கெனெசெட் அவையில் இந்த அறிவிப்பை வெளியிடலாம்,” என்று கூறினார்.

அந்தச் செய்தியைக் கேட்டதும் பாயரின் முகம் வெளுத்துப் போய்விட்டது. அவர் உணர்ச்சிப் பெருக்கால் திண்டாடினார். பின் அவர் தன் இருக்கையைவிட்டு எழுந்தார். அவருடைய கைகள் நடுங்கிக் கொண்டிருந்தன. பாயரால் அதற்கு மேலும் தன்னைக் கட்டுப்படுத்திக் கொள்ள முடியவில்லை. அவருடைய கண்களில் கண்ணீர் பெருகியது. பாயர் அந்த இஸ்ரேலியரின் தோள்களை இறுக்கமாகப் பிடித்து, அவரைக் கட்டியணைத்து, அவருடைய கன்னதில் முத்தமிட்டார்.

மாலை *4.00* மணி: இஸ்ரேலிய கெனெசெட் முழுமையாகக் கூடியிருந்தது. பேச்சாளர் மேடைக்கு பென் குரியன் வந்தார். ஏற்கனவே தயாரித்து வைக்கப்பட்டிருந்த ஒரு சிறிய அறிக்கையை அவர் ஓர் உறுதியான, தெளிவான குரலில் படித்தார்: “மிகப் பெரிய நாஜி குற்றவாளியும், ‘இறுதித் தீர்வு’ என்று ஜெர்மானியர்களால் அழைக்கப்பட்ட, அறுபது இலட்சம் யூதர்களின் படுகொலைக்குக் காரணமாக இருந்த நாஜி தலைவர்களில் ஒருவருமான அடால்ஃப் ஐக்மேனை இஸ்ரேலின் பாதுகாப்பு அமைப்பு உறுப்பினர்கள் மிகச் சமீபத்தில் சிறைபிடித்துள்ளனர் என்பதை நான் இந்த கெனெசெட் அவைக்குத் தெரிவித்துக் கொள்ளக்

கடமைப்பட்டுள்ளேன். தற்போது, ஐக்மேன் இங்கு ஒரு கைதியாக அடைத்து வைக்கப்பட்டுள்ளார். நாஜிக்களும் அவர்களுக்கு உடந்தையாக இருந்தவர்களும் இழைத்தக் கொடுங்குற்றங்களை விசாரிக்கின்ற நீதி விசாரணைக்கு ஐக்மேன் உட்படுத்தப்படுவார்."

பென் குரியனின் வார்த்தைகள் அவையோரிடம் வியப்பையும் அதிர்ச்சியையும் ஒருங்கே ஏற்படுத்தின. அவர்களை அறியாமலேயே எல்லோரும் ஒன்றாகச் சேர்ந்து கைதட்டி ஆர்ப்பரித்தனர். ஆச்சரியமும் பாராட்டும் கெனெசெட் அவையிலும் உலகெங்கும் பரவியது. அந்தக் கூட்டம் நிறைவடைந்தபோது, அந்த அவையிலிருந்த அரசாங்க பெஞ்சு ஒன்றில் அமர்ந்திருந்த ஒரு நபர் எழுந்து வெளியேறினார். வெகு சிலரே அவர் யார் என்பதையும் அவருடைய பெயரையும் அறிந்திருந்தனர். அவர் இஸ்ஸர் ஹாரல்தான்.

***

1961 ஏப்ரல் 11 அன்று, ஜெருசலேமில் அடால்ஃப் ஐக்மேன் விசாரணை தொடங்கியது. யூத இன ஒழிப்புப் படுகொலைத் திட்டத்திலிருந்து தப்பிப் பிழைத்திருந்த 110 பேர், அரசு தரப்புச் சாட்சிகளாக ஆஜர்படுத்தப்பட்டனர். அவர்களில் பலர், அதற்கு முன்பு தங்களுடைய கடந்தகாலத்தைப் பற்றி ஒருபோதும் எவரிடமும் பேசியிருக்கவில்லை. இப்போது முதன்முறையாக அவர்கள் பொதுவெளியில் தங்களுடைய பயங்கரமான கதைகளைக் கூறினர். மொத்த இஸ்ரேலும் அந்த வழக்கு விசாரணையைக் கேட்பதற்காக வானொலி முன் பழியாய்க் கிடந்து, அதில் சாட்சிகளாக ஆஜர்படுத்தப்பட்டவர்கள் கூறிய, கேட்பதற்கே குலைநடுங்க வைக்கின்ற கதைகளின் பயங்கரத்தையும் வலியையும் உள்வாங்கிக் கொண்டிருந்தது. படுகொலை செய்யப்பட்டிருந்த அறுபது இலட்சம் யூதர்களின் பிரதிநிதியாகச் செயல்பட்டு அந்த நாஜி குற்றவாளியை விசாரித்துக் கொண்டிருந்த அரசு வழக்கறிஞர் கிடியோன் ஹவுஸ்னரோடு இஸ்ரேலியக் குடிமக்கள் அனைவரும் தங்களை அடையாளப்படுத்திக் கொண்டனர்.

1961 டிசம்பர் 15 அன்று, ஐக்மேனுக்கு மரண தண்டனை விதிக்கப்பட்டது. அதை எதிர்த்து அவர் செய்த மேல் முறையீட்டை இஸ்ரேலிய உச்ச நீதிமன்றம் தள்ளுபடி செய்தது. இஸ்ரேலியக் குடியரசுத் தலைவரான யிட்சாக் பென்–ஸுவி அவருக்கு மன்னிப்பு வழங்க மறுத்துவிட்டார். 1962 மே 31 அன்று, ஐக்மேனின் முடிவு நெருங்கிவிட்டதாக அவரிடம் தெரிவிக்கப்பட்டது. தன்னுடைய சிறை அறையிலிருந்து ஐக்மேன் தன் குடும்பத்தாருக்குச் சில கடிதங்களை எழுதினார். பிறகு அவர் ஓர் அரை பாட்டில் ஒயினைக் குடித்தார். நள்ளிரவு நெருங்கிக்

கொண்டிருந்தபோது, கிறித்தவப் பாதிரியாரான ஹல், ஐக்மேனின் சிறை அறைக்கு வந்தார். அவர் அதற்கு முன்பு பல முறை அங்குச் சென்றிருந்தார். ஆனால் அன்று, ஐக்மேன் அவரிடம், "இன்று நான் உங்களுடன் பைபிளைப் பற்றிப் பேசி, எனக்கு இருக்கின்ற கொஞ்ச நஞ்ச நேரத்தை வீணாக்கப் போவதில்லை," என்று தெரிவித்துவிட்டார்.

அதைக் கேட்ட அந்தப் பாதிரியார் ஒன்றும் பேசாமல் வெளியேறிவிட்டார். சிறிது நேரத்தில், ஐக்மேன் சிறிதும் எதிர்பார்த்திராத ஒரு நபர் அவருடைய அறைக்குள் நுழைந்தார். அது ரஃபி ஈத்தன்.

ஒரு கைதிக்கான சீருடை அணிந்து நின்ற ஐக்மேனுக்கு எதிரே, அவரைக் கடத்தியவர் நின்று கொண்டிருந்தார். ரஃபி எதுவும் கூறவில்லை. ஐக்மேன் அவரை ஏறிட்டுப் பார்த்து, ஜெர்மானிய மொழியில், "எனக்குப் பிறகு உங்களுடைய முறை வரும் என்று நான் நம்புகிறேன்," என்று கூறினார்.

அதற்குப் பின்னர், காவலாளிகள் ஐக்மேனை ஒரு சிறிய அறைக்கு அழைத்துச் சென்றனர். அங்கு, ஐக்மேனுக்கான தூக்குக் கயிறு தயார் நிலையில் இருந்தது. ஐக்மேன், தரையில் பதிக்கப்பட்டிருந்த ஒரு தள்ளுக்கதவுக்கு மேல் நிற்க வைக்கப்பட்டார். அவருடைய கழுத்தில் அந்தத் தூக்குக் கயிறு மாட்டப்பட்டது. அவருடைய தூக்குத் தண்டனை நிறைவேற்றப்படுகின்றபோது, சிறை அதிகாரிகள், பத்திரிகையாளர்கள், ஒரு மருத்துவர் ஆகியோர் அடங்கிய ஒரு சிறு குழு அங்கு இருப்பதற்கு அனுமதிக்கப்பட்டது. ஐக்மேன், நாஜிக்களின் பாரம்பரியப்படி கூறிய இறுதி வார்த்தைகள் இவைதாம்: "நாம் மீண்டும் சந்திப்போம். கடவுள் நம்பிக்கையோடு நான் வாழ்ந்து வந்திருந்தேன். நான் போர் விதிகளுக்குக் கட்டுப்பட்டு இயங்கினேன், என் தேசியக் கொடிக்கு நாணயமாக இருந்தேன்."

திரைக்குப் பின்னால் இருந்த இரண்டு அதிகாரிகள், தரையில் பதிக்கப்பட்டிருந்த தள்ளுக்கதவைத் திறப்பதற்கான பொத்தானை ஒரே நேரத்தில் அழுத்தினர். அதில் யார் அழுத்திய பொத்தானின் காரணமாக அக்கதவு திறந்தது என்பது அவர்கள் இருவருக்குமே தெரியாததால், ஐக்மேனைத் தூக்கிலிட்டவரின் பெயர் வெளியே தெரியாமலேயே இருந்துவிட்டது. ஐக்மேன் தூக்கிலிடப்பட்டதை ரஃபி நேரில் காணவில்லை. ஆனால், அந்தத் தள்ளுக்கதவு திறக்கப்பட்ட ஓசை மட்டும் அவருடைய காதுகளில் விழுந்தது.

ஐக்மேனின் உடல், சிறைச்சாலைக்கு உள்ளேயே ஓர் அலுமினிய அடுப்பில் எரித்துச் சாம்பலாக்கப்பட்டது. அது குறித்து ஓர் அமெரிக்கப் பத்திரிகையாளர் இவ்வாறு எழுதினார்:

"வானை நோக்கிக் கரும்புகை கிளம்பியது. எவரும் ஒரு வார்த்தைகூடப் பேசவில்லை. ஆனால், ஆஷ்விட்ஸ் வதை முகாமிலிருந்த, பிணங்கள் எரிக்கப்பட்ட இடத்திலிருந்து கிளம்பிய புகையை நினைவுகூராமல் இருப்பது சாத்தியமற்றதாக இருந்தது."

1962 ஜூன் 1 அன்று, விடிவதற்குச் சற்று முன்பாக, இஸ்ரேலியக் கடற்கரை ரோந்துப் படையினரின் விரைவுப் படகு ஒன்று, இஸ்ரேலியக் கடற்பகுதியைத் தாண்டிச் சென்றது. அதன் எஞ்சின் அணைக்கப்பட்டது. அப்படகு அமைதியாக மிதந்து கொண்டிருந்தபோது, ஒரு காவல் அதிகாரி, ஐக்மேனின் சாம்பலை எடுத்து மத்திய தரைக்கடலில் கொட்டினார்.

"அறுபது இலட்சம் யூதர்களைக் கொன்றழித்த மகிழ்ச்சியுடன் நான் சிரித்துக் கொண்டே என்னுடைய கல்லறைக்குள் குதிப்பேன்," என்று இருபது ஆண்டுகளுக்கு முன் கொக்கரித்த அந்த மனிதனின் சாம்பலை, காற்றும் கடலலைகளும் காணாமல் போகச் செய்தன.

தன் தாயின் மரணப் படுக்கைக்கு அருகே அமர்ந்திருந்த ஸுவி மால்கின், யூத இனப் படுகொலையின்போது கொல்லப்பட்டத் தன் உறவினர்கள், தன் சகோதரி ஃப்ரூமா மற்றும் அவளுடைய சிறு குழந்தைகளை நினைத்துக் கொண்டார். அவர் தன் தாயின் அருகே குனிந்து, "அம்மா, நாங்கள் ஐக்மேனைத் தீர்த்துக்கட்டிவிட்டோம். ஃப்ரூமாவின் சாவுக்கு நான் பழிவாங்கிவிட்டேன்," என்று மென்மையாகக் கூறினார்.

இறந்து கொண்டிருந்த அந்தப் பெண்மணி, "நீ உன் சகோதரியை மறக்க மாட்டாய் என்பதை நான் அறிவேன்," என்று முணுமுணுத்தார்.

அத்தியாயம் 7

ஒரு சிறுவனின் கடத்தலும் அசாத்தியமான மீட்பும்

கடத்தப்பட்டிருந்த ஐக்மேனை இஸ்ரேலுக்குக் கொண்டு செல்வதற்காக மொசாட் ஏஜெண்டுகள் புவெனஸ் ஐரிஸில் காத்துக் கொண்டிருந்தபோது, அதை வழிநடத்திக் கொண்டிருந்த ஹாரல், அதே நேரத்தில் மற்றொரு திட்டத்திலும் ஈடுபட்டிருந்தார். அதே நகரத்தில் மற்றொரு நாஜி குற்றவாளியும் பதுங்கியிருந்ததாக அந்த ஊரில் அரசல் புரசலாக உலவிக் கொண்டிருந்த தகவல்களைச் சரிபார்ப்பதென்று ஹாரல் தீர்மானித்தார். அந்த நபரின் பெயர் டாக்டர் ஜோசஃப் மெங்கலே. அவருக்கு 'மரண தேவன்' என்றொரு பட்டப்பெயர் இருந்தது. அந்த அரக்கத்தனமான மருத்துவர், ஆஷ்விட்ஸ் வதை முகாமின் பொறுப்பாளராக இருந்தார். யூத இன ஒழிப்புப் படுகொலைத் திட்டம் உச்சகட்டத்தில் இருந்தபோது, கால்நடைகளை ஏற்றிச் செல்வதற்காகப் பயன்படுத்தப்பட்டு வந்த சரக்கு இரயில்கள் மூலம், ஐரோப்பாவின் பல பகுதிகளிலிருந்தும் ஆயிரக்கணக்கான யூதர்கள் தினமும் ஆஷ்விட்ஸ் வதை முகாமுக்கு அனுப்பி வைக்கப்பட்டனர். அந்தக் கொலைபாதக டாக்டர் மெங்கலே, அந்த ஊரின் இரயில்வே பிளாட்பாரத்தில் நின்று கொண்டு, ஆரோக்கியமாகத் தோற்றமளித்த யூதர்களை ஆஷ்விட்ஸ் முகாமுக்கும், பலவீனமான ஆண்கள், பெண்கள் மற்றும் குழந்தைகளை நேராக நச்சு வாயுக் கூடங்களுக்கும் அலட்சியமாக அனுப்பி வைப்பதை வழக்கமாகக் கொண்டிருந்தார். ஹிட்லரின் ஜெர்மனியின் குரூரத்திற்கும் பைத்திரக்காரத்தனமான நடத்தைக்குமான குறியீடாக மெங்கலே இருந்தார். இரண்டாம் உலகப் போர் முடிவடைந்தபோது, அவர்

மாயமாக மறைந்துவிட்டிருந்தார். அவர் அர்ஜென்டினாவுக்குச் சென்றிருக்கலாம் என்று சந்தேகிக்கப்பட்டது.

மெங்கலே ஒரு செல்வச்செழிப்பான குடும்பத்தில் பிறந்தவர். அவர் தலைமறைவாக இருந்தபோது, அவருடைய குடும்பத்தார் தொடர்ந்து அவருக்குப் பெரும் பணம் கொடுத்து ஆதரவளித்து வந்தனர். அக்குடும்பத்தின் பணம் சென்ற பாதையை மோப்பம் பிடித்த மொசாட் ஏஜென்டுகள், அது புவெனஸ் ஐரிஸில் முடிவடைந்ததைக் கண்டுபிடித்தனர். ஆனாலும், அவரைக் கண்டுபிடிக்கும் முயற்சிகள் அதுவரை தோல்வியைத்தான் தழுவியிருந்தன.

ஆனால் இம்முறை மொசாட் ஏஜென்டுகளுக்கு வெற்றி கிட்டியிருந்தது. 1960 மே மாதம், ஐக்மேனைக் கடத்திச் செல்வதற்காக வந்திருந்த விமானம் புவெனஸ் ஐரிஸில் தரையிறங்குவதற்கு முன்பாகவே மொசாடின் ஏஜென்டுகள் மெங்கலேயின் முகவரியைக் கண்டுபிடித்திருந்தனர். அந்தப் பாதகன் தன் சொந்தப் பெயரில் புவெனஸ் ஐரிஸில் வசித்து வந்திருந்தார்! தான் வலுவாகப் பாதுகாக்கப்பட்டுக் கொண்டிருந்தோம் என்று மெங்கலே உறுதியாக நம்பினார். ஹாரல் தன்னுடைய தலைசிறந்த விசாரணையாளரான அஹரோனியை, அந்த முகவரிக்குச் சென்று விசாரித்து வரும்படி அனுப்பினார். ஆனால் மெங்கலே அங்கு இருக்கவில்லை. அஹரோனி விசாரித்தபோது, மெங்கலேயின் வீட்டுக்கு அருகே வசித்துக் கொண்டிருந்தவர்கள், மெங்கலேயும் அவருடைய மனைவியும் வெளியூர் சென்றிருந்ததாகவும், ஒரு சில நாட்களில் அவர்கள் திரும்பி வந்துவிடுவார்கள் என்றும் அவரிடம் தெரிவித்தனர். இத்தகவலால் உற்சாகமடைந்த ஹாரல், ரஃபி ஈத்தனை அழைத்து, அவரிடம், "நாம் மெங்கலேயின் வீட்டை உளவு பார்க்கலாம். அவர் திரும்பி வந்தவுடன், ஐக்மேனுடன் மெங்கலேவையும் சேர்த்துக் கடத்திவிடலாம்," என்று கூறினார்.

ஆனால் ரஃபி ஈத்தன் அதை மறுத்துவிட்டார். அவர் ஹாரலிடம், "ஐக்மேனைச் சிறைபிடித்து நம் நாட்டுக்குக் கொண்டு செல்கின்ற திட்டமே மிகவும் சிக்கலான ஒன்று. ஒருவர் மட்டும் என்றால் அவரை வெற்றிகரமாகக் கடத்தி இஸ்ரேலுக்குக் கொண்டு சென்றுவிடலாம். ஆனால் இன்னொரு நபரையும் இப்போதே பிடிக்க வேண்டும் என்பது ஆபத்தானது. அது சரிப்பட்டு வராது," என்று கூறிவிட்டார்.

ஹாரல் அதை ஏற்றுக் கொண்டு தன் முடிவிலிருந்து பின்வாங்கிவிட்டார். பின் ரஃபி ஒரு மாற்றுத் திட்டத்தை முன்மொழிந்தார். "நாம் ஐக்மேனை இஸ்ரேலுக்குக் கடத்திச் சென்ற பிறகு, ஒரு வாரத்திற்கு அவருடைய சிறைபிடிப்பைப் பற்றிய செய்தி வெளிவராமல் பார்த்துக் கொண்டால், நான்

மெங்கலேவை உங்கள் முன் கொண்டுவந்து நிறுத்துகிறேன்," என்று அவர் கூறினார்.

"அதை எப்படி உங்களால் செய்ய முடியும்?" என்று ஹாரல் கேட்டார்.

அதற்கு ரஃபி, "ஐக்மேன் கடத்தல் திட்டத்திற்காக நாம் வாடகைக்கு எடுத்து வைத்துள்ள வீடுகளை மேலும் சில காலம் அப்படியே வைத்துக் கொள்ளலாம். அந்த வீடுகளைப் பற்றி எவருக்கும் தெரியாது. நீங்கள் ஐக்மேனுடன் இஸ்ரேலுக்குச் சென்றுவிடுங்கள். நான் மால்கினையும் அவ்ரஹாம் ஷலோமையும் அழைத்துக் கொண்டு அர்ஜென்டினாவின் அண்டை நாடுகளில் ஏதேனும் ஒன்றுக்குச் சென்றுவிடுகிறேன். நீங்கள் ஐக்மேனை இஸ்ரேலுக்குக் கொண்டு சேர்த்தப் பிறகு, அவ்விஷயத்தை ஒரு வார காலம் இரகசியமாக வைத்துக் கொள்ளுங்கள். நாம்தான் அதைச் செய்தோம் என்று எவருக்கும் தெரியாது. அதனால், எவரும் நம்மைத் தேடிக் கொண்டிருக்க மாட்டார்கள். நாங்கள் மறுபடியும் அர்ஜென்டினாவுக்கு வந்து மெங்கலேவைச் சிறைபிடிக்கிறோம். ஓரிரு நாட்களில் நாங்கள் அவரை இஸ்ரேலுக்குக் கொண்டுவந்து சேர்க்கிறோம்," என்று பதிலளித்தார்.

அதற்கு ஹாரலும் ஒத்துக் கொண்டார். ஹாரல் ஐக்மேனுடன் இஸ்ரேல் நோக்கிப் பறந்து கொண்டிருந்தபோது, ரஃபி, மால்கின், அவ்ரஹாம் ஆகிய மூவரும் ஒரு விமானத்தின் மூலம் சிலி நாட்டின் தலைநகரான சான்டியாகோவிற்குச் சென்றனர். ஐக்மேனின் சிறைபிடிப்பு இரகசியமாக வைக்கப்படும் பட்சத்தில், ஓரிரு நாட்களில் அவர்கள் மீண்டும் புவெனஸ் ஐரிஸுக்குத் திரும்பிச் சென்று 'ஆபரேஷன் மெங்கலேவைச்' செயல்படுத்தத் திட்டமிட்டிருந்தனர்.

ஆனால், மறுநாள் காலையில், ஐக்மேன் அர்ஜென்டினாவில் இஸ்ரேலியர்களால் சிறைபிடிக்கப்பட்டச் செய்தி உலகெங்கும் தலைப்புச் செய்தியாக வெளியானது. அதனால், உடனடியாக சில மொசாட் ஏஜென்டுகள் மீண்டும் அர்ஜென்டினாவுக்குள் நுழைந்து மற்றொரு கடத்தலை நடத்துவது என்ற பேச்சுக்கே இடமில்லாமல் போனது. அதனால், ரஃபியும் பிற ஏஜென்டுகளும் தங்களுடைய திட்டத்தைக் கைவிட்டுவிட்டு இஸ்ரேல் திரும்ப வேண்டியதாயிற்று.

பின்னர் ஹாரல் ரஃபியிடம், ஐக்மேனின் சிறைபிடிப்பு விஷயத்தை ஒரு வார காலத்திற்கு வெளிவிடாமல் வைக்குமாறு தான் பென் குரியனிடம் கேட்டுக் கொண்டபோது பென் குரியன் அதை மறுத்துவிட்டதாகக் கூறினார். பென் குரியன் ஹாரலிடம், "ஐக்மேன் நம் வசம் இருக்கிறார் என்பது ஏற்கனவே அதிகமான நபர்களுக்குத் தெரிந்துவிட்டது. நம்மால் அதை

இனியும் இரகசியமாக வைத்துக் கொள்ள முடியாது. நான் இன்று மதியம், ஐக்மேன் பிடிபட்டதை கெனெசெட் அவையில் அறிவிக்கப் போகிறேன்," என்று உறுதியாகக் கூறிவிட்டார்.

ஐக்மேன் பிடிபட்டுவிட்டதை உலகிற்கு உடனடியாக அறிவித்ததன் மூலம், மனிதகுல வரலாற்றிலேயே மிகக் கொடூரமாகவும் வக்கிரமாகவும் செயல்பட்டிருந்த ஒரு மாபெரும் குற்றவாளியை நீதியின் முன் கொண்டுவந்து நிறுத்துவதற்குக் கிடைத்திருந்த ஓர் அரிய வாய்ப்பை இஸ்ரேல் தவறவிட்டுவிட்டது.

ஐக்மேன் பிடிபட்டவுடன், தன்னைச் சுற்றியும் ஒரு சுருக்குக் கயிறு இறுகத் தொடங்கியிருந்ததை உணர்ந்து கொண்ட மெங்கலே, உஷாராகிப் பராகுவே நாட்டிற்குப் பறந்துவிட்டார். இருபது ஆண்டுகளுக்குப் பிறகு, 1979 பிப்ரவரியில் மாரடைப்பால் இறக்கும்வரை, அவர் எங்கு இருந்தார் என்பதை எவராலும் கண்டுபிடிக்க முடியவில்லை.

***

1962 மார்ச் மாதத் துவக்கத்தில், பென் குரியன், ஹாரலைக் கூப்பிட்டனுப்பினார். பென் குரியன் அவரைக் கனிவுடன் வரவேற்று, சிறிது நேரம் பல விஷயங்களைப் பற்றிப் பேசிக் கொண்டிருந்தார். பென் குரியனுக்கு என்ன வேண்டும் என்று ஹாரல் யோசித்துக் கொண்டிருந்தார். ஏனெனில், பென் குரியனை அவருக்கு நன்றாகவே தெரியும். அவர் அரட்டையடிப்பதற்காகத் தன்னை நிச்சயமாகக் கூப்பிட்டிருக்க மாட்டார் என்பதை ஹாரல் அறிவார். அவர்கள் இருவருக்கும் பரஸ்பரம் ஒருவரையொருவர் பிடிக்கும். பல விதங்களில் அவர்கள் ஒரே மாதிரியாகத்தான் இருந்தனர். அவர்கள் இருவருமே குள்ளமானவர்கள், உறுதியானவர்கள், தீர்க்கமான முடிவுகளை எடுப்பதில் வல்லவர்கள், பிறவித் தலைவர்கள், இஸ்ரேலின் பாதுகாப்பிற்காகத் தங்களை அர்ப்பணித்துக் கொண்டவர்கள். நேரத்தையும் வார்த்தைகளையும் வீணாக்குவது அவர்கள் இருவருக்குமே பிடிக்காது. ஐக்மேனின் சிறைபிடித்தலுக்குப் பிறகு அவர்களுடைய நெருக்கம் இன்னும் அதிகரித்திருந்தது.

அவர்களுடைய உரையாடலின் நடுவே, திடீரென்று, பென் குரியன் ஹாரலைப் பார்த்து, "உங்களால் அந்தக் குழந்தையைக் கண்டுபிடிக்க முடியுமா?" என்று கேட்டார்.

அவர் எந்தக் குழந்தையைப் பற்றிப் பேசினார் என்று வெளிப்படையாகக் கூறவில்லை. ஆனால், ஹாரலுக்கு அது உடனடியாகப் புரிந்துவிட்டது. கடந்த இரண்டு ஆண்டுகளாக, இஸ்ரேல் முழுவதும் ஒரு கேள்வி அவ்வப்போது தலைதூக்கிக் கொண்டே இருந்தது. பத்திரிகைகள் அக்கேள்வியைக் கேட்டுத்

துளைத்தன; கெனெசெட் அவை உறுப்பினர்கள், சமயம் கிடைத்தபோதெல்லாம் அவையில் அக்கேள்வியை எழுப்பிக் கொண்டே இருந்தனர்; மதச்சார்பற்ற இஸ்ரேலிய இளைய சமுதாயத்தினர், அதிதீவிர யூத மதப்பற்றாளர்களின் முகத்திற்கு எதிரே அக்கேள்வியை வீசினர். "யோசெல் எங்கே?" என்பதுதான் எல்லோரும் கேட்டுக் கொண்டிருந்த கேள்வி.

அச்சிறுவனின் முழுப் பெயர் யோசெல் ஷுமாக்கர். அவனுக்கு எட்டு வயது. ஹோலோன் என்ற நகரத்தைச் சேர்ந்த அச்சிறுவன் அதிதீவிர யூத மதப்பற்றாளர்கள் சிலரால் கடத்தப்பட்டிருந்தான். அச்சிறுவனின் தாத்தாவே அந்தக் கடத்தலை முன்னின்று நடத்தியிருந்தார். அச்சிறுவனின் தாத்தா தன் பேரனை அதிதீவிர யூத மதப் பாரம்பரிய முறைப்படி வளர்க்க விரும்பியதால், அவனை அவனுடைய பெற்றோரிடமிருந்து கடத்தியிருந்தார். அதற்குப் பிறகு அச்சிறுவன் மாயமாக மறைந்துவிட்டான். அவன் கண்டுபிடிக்கப்படாமல் இருந்த நாட்கள் அதிகரிக்க அதிகரிக்க, அச்சிறுவன் குறித்தச் சர்ச்சை, ஒரு குடும்பத் தகராறிலிருந்து மாறி, ஒரு தேசிய விவாதப் பொருளாக ஆனது; மதச் சார்பற்றச் சக்திகளுக்கும் அதிதீவிர மதப்பற்றாளர்களுக்கும் இடையேயான வன்முறையுடன்கூடிய மோதலாக அது உருவாகிக் கொண்டிருந்தது. இதன் பொருட்டு ஓர் உள்நாட்டுப் போர் வெடித்து ஒட்டுமொத்த தேசமே சிதறுண்டு போகலாம் என்று பலர் அஞ்சினர். அப்பிரச்சனையில் ஓர் இழுபறி நீடித்துக் கொண்டிருந்ததால், பென் குரியன் வேறு வழியின்றி ஹாரலின் உதவியை நாடினார்.

"அதுதான் உங்களுடைய விருப்பம் என்றால், நான் அதற்கு முயற்சிக்கிறேன்," என்று ஹாரல் பதிலளித்தார். அவர் தன் அலுவலகத்திற்குத் திரும்பியவுடன் அத்திட்டத்தையும் தன் பணியில் சேர்த்துக் கொண்டார். 'புலிக்குட்டித் திட்டம்' என்று பொருள்படுகின்ற, 'ஆபரேஷன் டைகர் கப்' என்று அவர் அதற்குப் பெயர் சூட்டினார்.

***

யோசெல் ஒரு துடிப்பான சிறுவன். பார்ப்பதற்கு அவன் மிகவும் வசீகரமாக இருப்பான். அவனுடைய ஒரே தவறு, அவன் தவறான பெற்றோர்களைத் தேர்ந்தெடுத்திருந்ததுதான் என்பது அவனுடைய தாத்தா நஹ்மான் ஷார்கெஸின் அபிப்பிராயம். ஒல்லியாகவும் தாடியுடனும் இருந்த ஷார்கெஸ், மூர்க்கமானவராகவும் பிடிவாதக்காரராகவும் இருந்தார். ஹசிடிசம் என்று அழைக்கப்படுகின்ற அதிதீவிர யூத மதப்பற்று கொண்ட ஒரு யூதப் பிரிவின் கண்மூடித்தனமான ஆதரவாளர்

அவர். அவருடைய உறுதியைக் குலைக்க, இரஷ்ய உளவு நிறுவனமான கேஜிபியாலும் முடியவில்லை, உறைநிலையில் இருந்த சைபீரிய சோவியத் சிறை முகாம்களாலும் முடியவில்லை. அச்சிறைகளில்தான் ஷார்கெஸ், இரண்டாம் உலகப் போரின்போது சில ஆண்டுகளைக் கழித்திருந்தார். அங்கு நிலவிய கடுங்குளிர் அவருடைய ஒரு கண்ணையும், மூன்று கால் விரல்களையும் காவு வாங்கியிருந்தபோதிலும், அவருடைய உறுதி மட்டும் உருக்குலையாமல் அப்படியே இருந்தது. சோவியத்மீது அவர் கொண்டிருந்த கடும் வெறுப்புக்கு இவை காரணமாக அமைந்தன. 1951 இல் சில கைக்கூலிகளால் அவருடைய மகன் கத்தியால் குத்தப்பட்டுக் கொலை செய்யப்பட்டது அவருடைய சோவியத் வெறுப்பை மேலும் விசிறிவிட்டது. ஷலோம், ஒவாடியா ஆகிய இரண்டு மகன்களும், ஐடா என்ற இன்னொரு மகளும் அவருக்கு இருந்ததால், அவர் அந்த இழப்பிலிருந்து எப்படியோ தன்னைத் தேற்றிக் கொண்டார். ஐடா, ஆல்டர் ஷுமாக்கர் என்ற ஒரு தையற்காரரைத் திருமணம் செய்திருந்தார்.

ஷார்கெஸ் தன் குடும்பத்தோடு, இரஷ்யா, போலந்து என்று பல இடங்களில் அலைந்து திரிந்துவிட்டு, இறுதியாக, போலந்தில் உள்ள லிவீவ் என்ற நகரில் வசிக்கத் தொடங்கினார். சிறிது காலத்திற்கு ஐடாவும் ஷுமாக்கரும் அங்கு ஷார்கெஸோடு தங்கியிருந்தனர். அவர்கள் அங்குத் தங்கியிருந்தபோது, 1953 இல் அவர்களுக்கு இரண்டாவது மகன் பிறந்தான். அவனுக்கு அவர்கள் யோசெல் என்று பெயரிட்டனர்.

யோசெல்லுக்கு நான்கு வயதாக இருந்தபோது, ஐடாவும் ஷுமாக்கரும் இஸ்ரேலுக்குக் குடிபெயர்ந்தனர். அதற்குச் சில மாதங்களுக்கு முன்பே, ஐடாவின் சகோதரன் ஷலோமும் அவர்களுடைய பெற்றோரும் இஸ்ரேலுக்குக் குடிபெயர்ந்திருந்தனர். ஒவாடியா லண்டனுக்குக் குடிபெயர்ந்தான். ஹாசிடிசத்தின் ஒரு பிரிவான பிரெஸ்லாவ் ஹாசிடிமைச் சேர்ந்த ஷார்கெஸ், ஜெருசலேமில் அதிதீவிர யூத மதப்பற்றாளர்கள் அதிகமாக வசித்த மீ ஷியரிம் என்ற இடத்தில் குடிபுகுந்தார். அது முற்றிலும் புதியதோர் உலகமாக இருந்தது. அங்கிருந்த ஆண்கள், நீளமான கருப்புக் கோட்டுகளையும் கருப்புத் தொப்பிகளையும் அணிந்திருந்தனர், அடர்த்தியான தாடிகளை வளர்த்திருந்தனர், நீண்ட தலைமுடியைக் கொண்டிருந்தனர். பெண்கள், நீளமான பாரம்பரிய ஆடைகளை அணிந்தனர், தலைகளில் பொய்முடி வைத்துக் கொண்டனர் அல்லது முக்காடு போட்டுக் கொண்டனர்; யூதத் தொழுகைக்கூடங்கள், யூதப் பள்ளிகள், யூத மதகுருமார்களின் அவைகள் போன்றவையும் அங்கிருந்தன. ஷலோம் ஒரு யூதப் பள்ளியில் சேர்ந்து கொண்டான்.

ஐடாவும் ஷுமாக்கரும் ஹோலோன் நகரில் குடிபுகுந்தனர். சிறிது காலத்திற்குப் பின்னர், டெல் அவீவில் இருந்த ஒரு தொழிற்சாலையில் ஷுமாக்கருக்கு ஒரு வேலை கிடைத்தது. ஐடா ஒரு புகைப்படக்காரரின் உதவியாளராகச் சேர்ந்தாள். ஐடாவும் ஷுமாக்கரும் ஒரு சிறிய வீட்டை விலைக்கு வாங்கினர். ஆனால், அவர்கள் சிரமப்பட்டுத்தான் குடும்பம் நடத்திக் கொண்டிருந்தனர். அவர்களுக்குக் கடன் சுமை அதிகரித்ததால், தங்களுடைய மூத்த மகள் ஜீனாவை, கஃபர் ஹாபாத் என்ற இடத்தில் இருந்த ஒரு யூதக் கல்வி நிறுவனத்தில் சேர்த்தனர். யோசெல்லை, அவனுடைய தாத்தா மற்றும் பாட்டியிடம் அவர்கள் ஒப்படைத்தனர்.

இஸ்ரேலில் வாழ்க்கை மிகவும் கடினமாக இருந்ததால், ஐடாவும் ஷுமாக்கரும், தாங்கள் இஸ்ரேலுக்கு வந்திருக்கவே கூடாது என்று தங்களுடைய இரஷ்ய நண்பர்களுக்குக் கடிதங்கள் எழுதினர். அதற்கு அவர்களிடமிருந்து வந்த பதில் கடிதங்களில் ஒரு சில கடிதங்கள் ஷார்கெஸின் கைகளில் சிக்கின. அவற்றைப் படித்த அவர், தன் மகளும் அவளுடைய கணவரும் குழந்தைகளும் இரஷ்யாவுக்குத் திரும்பிச் செல்லத் தீர்மானித்திருந்தனர் என்ற முடிவுக்கு வந்தார். அதனால் கடும் சீற்றமடைந்த அவர், யோசெல்லை அவனுடைய பெற்றோரிடம் அனுப்பாமல் தன்னிடமே வைத்துக் கொள்ளத் தீர்மானித்தார்.

ஆனால், *1959* ஆம் ஆண்டின் இறுதியில், ஷுமாக்கர் தம்பதியரின் பொருளாதார நிலை மேம்பட்டது. அவர்கள் அப்போது நல்ல நிலையில் இருந்ததால், தங்களுடைய குழந்தைகளை மீண்டும் தங்களுடன் வைத்துக் கொள்ளத் தீர்மானித்தனர். அந்த ஆண்டு டிசம்பர் மாதம், யோசெல்லைக் கூட்டிச் செல்வதற்காக ஐடா ஜெருசலேம் சென்றபோது, அங்கு யோசெல்லும் இருக்கவில்லை, அவளுடைய அப்பாவும் இருக்கவில்லை. வீட்டிலிருந்த அவளுடைய அம்மா, அவளிடம், "நாளை ஷலோம் உன் மகனைக் கூட்டிக் கொண்டு வருவான். இப்போது அவர்கள் யூதத் தொழுகைக்கூடம் ஒன்றில் இருக்கின்றனர். அவர்களை நீ தொந்தரவு செய்யக்கூடாது," என்று கூறினார்.

ஆனால் மறுநாள், ஷலோம் மட்டுமே ஐடாவின் வீட்டுக்கு வந்தான். ஷார்கெஸ் யோசெல்லை அவளிடம் திருப்பி அனுப்ப மறுத்துவிட்டதாக அவன் ஐடாவிடம் கூறினான். இதனால் அதிர்ச்சியடைந்த ஐடாவும் ஷுமாக்கரும் மறுநாளே ஜெருசலேமுக்கு விரைந்தனர். அவர்கள் இருவரும் அந்த வார இறுதியை ஷார்கெஸின் வீட்டில் கழித்தனர். அப்போது யோசெல் அங்குதான் இருந்தான். சனிக்கிழமை மாலை,

அவர்கள் யோசெல்லை அழைத்துக் கொண்டு கிளம்பியபோது, அதற்கு ஐடாவின் அம்மா ஆட்சேபனை தெரிவித்தார். “வெளியே மிகவும் குளிராக இருக்கிறது. யோசெல் இன்று இரவு இங்கேயே இருக்கட்டும். நாளை காலையில் நானே அவனை உன் வீட்டுக்கு அழைத்து வருகிறேன்,” என்று அவர் கூறினார். அதை அவர்கள் ஏற்றுக் கொண்டனர். ஐடா தன் மகனுக்கு ஒரு முத்தம் கொடுத்துவிட்டுத் தன் கணவருடன் அங்கிருந்து கிளம்பினாள். தன்னுடைய மகனை மறுபடியும் பார்ப்பதற்குத் தான் பல ஆண்டுகள் காத்திருக்க வேண்டும் என்பதை அப்போது அவள் அறிந்திருக்கவில்லை.

அதற்கு அடுத்த நாள், யோசெல்லோ அல்லது ஐடாவின் அம்மாவோ வரவில்லை. உடனே ஐடாவும் அவளுடைய கணவரும் அலறியடித்துக் கொண்டு ஜெருசலேமை நோக்கி ஓடினர். அங்கு யோசெல் இருக்கவில்லை. ஐடா கண்ணீர்விட்டுக் கதறிய பிறகும், அவளுடைய அப்பா யோசெல்லை அவளிடம் திருப்பிக் கொடுக்க மறுத்துவிட்டார்.

அதற்குப் பிறகும் ஐடாவும் ஷுமாக்கரும் சில முறை அங்குச் சென்றனர். இறுதியில், தன் மகனைத் தன் தந்தை தன்னிடம் திருப்பி அனுப்ப மாட்டார் என்பதும், அவன் இருக்குமிடத்தைச் சொல்லவும் மாட்டார் என்பதும் ஐடாவுக்குத் தெளிவாயிற்று. 1960 ஜனவரி மாதம், நீதிமன்றத்தை நாட அவர்கள் முடிவு செய்தனர். டெல் அவீவில் இருந்த யூத மத விவகார நீதிமன்றத்தில் ஷார்கெஸ்மீது அவர்கள் ஒரு வழக்குப் பதிவு செய்தனர். நீதிமன்றத்திற்குப் பதிலளிக்க ஷார்கெஸ் மறுத்துவிட்டார். அதைத் தொடர்ந்து அவர்களுடைய கெட்டக் கனவு தொடங்கியது.

ஜனவரி 15: இஸ்ரேலின் உச்ச நீதிமன்றம் ஷார்கெஸை நேரில் ஆஜராகுமாறும், யோசெல்லை 30 நாட்களுக்குள் அவனுடைய பெற்றோரிடம் ஒப்படைக்குமாறும் ஆணையிட்டது. இரண்டு நாள் கழித்து, ஷார்கெஸ், “என் மோசமான உடல்நிலை காரணமாக என்னால் நேரில் அங்கு வர முடியாது,” என்று நீதிமன்றத்திற்குப் பதிலனுப்பினார்.

பிப்ரவரி 17: ஷார்கெஸைக் கைது செய்து, அவர் தங்களுடைய குழந்தையைத் திருப்பிக் கொடுக்கும்வரை அவரைச் சிறையில் அடைக்குமாறு ஷுமாக்கர் தம்பதியர் காவல்துறையில் ஒரு புகார் அளித்தனர். குழந்தையைக் கண்டுபிடித்துக் கொடுக்குமாறு உச்ச நீதிமன்றம் காவல்துறைக்கு உத்தரவிட்டது. பத்து நாட்கள் கழித்துக் காவல்துறை யோசெல்லைத் தேடத் தொடங்கியது.

ஏப்ரல் 7: யோசெல் இருந்த இடத்தைக் காவல்துறையினரால் கண்டுபிடிக்க முடியவில்லை. அதனால், காவல்துறை உச்ச நீதிமன்றத்தை அணுகி, தேடல் பணியிலிருந்து தங்களை

விடுவிக்குமாறு கேட்டுக் கொண்டது.

மே *12:* அதைக் கேட்டு வெகுண்டெழுந்த உச்ச நீதிமன்றம், தேடலைத் தொடருமாறு காவல்துறையினருக்கு உத்தரவிட்டது. இறுதியில், ஷார்கெஸைக் கைது செய்யுமாறு அது ஆணையிட்டது. மறுநாளே அவர் கைது செய்யப்பட்டுச் சிறையில் அடைக்கப்பட்டார்.

சிறைவாசம் அந்த வயதான மனிதரின் உறுதியைக் குலைக்கும் என்று யாராவது எதிர்பார்த்திருந்தார்கள் எனில், அவர்களுக்கு ஏமாற்றமே மிஞ்சியிருந்திருக்கும். ஷார்கெஸ் வாயே திறக்கவில்லை.

அதைத் தொடர்ந்து, ஷார்கெஸ் தனியாக அக்குழந்தையை ஒளித்து வைத்திருக்கவில்லை என்பதும், அதற்குப் பின்னால் அதிதீவிர யூத மதப்பற்றாளர்களின் அமைப்புகள் இருந்தன என்பதும் வெட்ட வெளிச்சமானது. அவர்கள்தாம் காவல்துறையினரை ஏமாற்றியிருந்தனர். அக்குழந்தையை இரஷ்யாவுக்குக் கொண்டு சென்று அவனைக் கிறித்தவ மதத்திற்கு மாற்றுவதற்குப் போடப்பட்டிருந்த திட்டத்தை முறியடிக்க வேண்டிய புனிதக் கடமை தங்களுக்கு இருந்ததாக அவர்கள் நம்பினர்; அல்லது அப்படி அவர்களை ஷார்கெஸ் நம்ப வைத்திருந்தார். ஜெருசலேமிலிருந்த மூத்த யூத மதகுருவான ஃபிராங்க், ஷார்கெஸுக்கு ஆதரவளித்து, அதிதீவிர யூத மதப்பற்றாளர் சமூகம் தங்களால் இயன்ற அனைத்து வழிகளிலும் அவருக்கு உதவ வேண்டும் என்று ஓர் எழுத்துபூர்வமான உத்தரவைப் பிறப்பித்தார்.

***

1960 மே மாதம், கெனெசெட் அவையின் விவாதப் பொருட்களில் அது இடம் பெற்றது பத்திரிகைகளுக்குப் பெரும் தீனி போட்டதுபோல ஆனது. ஒரு பெரும் தாக்கம் விளைவிப்பதற்கான சாத்தியக்கூறு அதில் ஒளிந்திருந்ததை முதன்முதலாகக் கண்டுகொண்டது மதவாதக் கட்சிகளின் பிரதிநிதிகள்தாம். இந்தக் குழந்தைக் கடத்தல் சர்ச்சை இஸ்ரேலில் ஒரு மதரீதியான மோதலைத் தூண்டிவிடக்கூடும் என்று கெனெசெட்டின் உறுப்பினரான ஷ்லோமோ லோரென்ஸ் உணர்ந்தார். அதனால், ஷுமாக்கர் தம்பதியருக்கும் ஷார்கெஸுக்கும் இடையே ஒரு பாலமாகச் செயல்பட அவர் முன்வந்தார். அப்போது சிறையில் அடைக்கப்பட்டிருந்த ஷார்கெஸை அவர் நேரில் சென்று சந்தித்தார். போகும்போது, ஷுமாக்கர் தம்பதியர் யோசெல்லுக்கு யூத வைதிகப் பாரம்பரியக் கல்வியை அளிக்க ஒப்புக் கொண்டிருந்த ஒப்பந்தம் ஒன்றையும் அவர் தன்னுடன் எடுத்துச்

சென்றார். அந்த ஒப்பந்தத்தில் கையெழுத்திட ஷார்கெஸ் ஒப்புக் கொண்டார். ஆனால் அதற்கு அவர் ஒரு நிபந்தனை விதித்தார். அதில் தான் கையெழுத்திட வேண்டும் என்று, ஜெருசலேமிலிருந்த அதிதீவிர யூத மதப் பிரிவுகளின் மதகுருக்களிலேயே மிகத் தீவிரமான மதகுருவான மெய்சிஷ் உத்தரவிட வேண்டும் என்று அவர் கூறினார்.

லோரென்ஸ் உடனடியாக ஜெருசலேம் சென்று அந்த யூத மதகுருவைச் சந்தித்தார். மெய்சிஷ் அதற்கு உடன்பட்டார். ஆனால் அவரும் ஒரு நிபந்தனை விதித்தார்: யோசெல்லைக் கடத்திச் சென்றவர்கள்மீது வழக்குகள் எதுவும் பதியப்படக்கூடாது.

இப்போது, லோரென்ஸ், காவல்துறையின் தலைவராக இருந்த ஜோசப் நஹ்மியாஸைச் சந்தித்தார். அந்த அதிகாரி, "இதற்கு நான் சம்மதிக்கிறேன். என் காரை எடுத்துச் சென்று அந்தச் சிறுவனை அழைத்து வாருங்கள். என் கார் என்பதால் எவரும் அதைப் பின்தொடர மாட்டார்கள். மேலும், நான் உங்களுக்கு அதிகாரபூர்வமான சட்ட விலக்கும் அளிக்கிறேன். அதனால் இதில் சம்பந்தப்பட்டவர்களின் பெயர்கள் வெளியே வராது," என்று கூறினார்.

இதனால் மிகவும் உற்சாகமடைந்த லோரென்ஸ், மீண்டும் மதகுரு மெய்சிஷைச் சந்திக்கச் சென்றார். ஆனால், அதற்குள் அந்த யூத மதகுரு தன் மனத்தை மாற்றிக் கொண்டிருந்தார். இப்போது லோரென்ஸ் தான் புறப்பட்ட இடத்திற்கே மீண்டும் வந்து நின்றார். அச்சிறுவன், அதிதீவிர யூத மதப்பற்றாளர்களின் சமூகத்தில் அல்லது யூத மத வைதிகக் கிராமத்தில் அல்லது மதப் பள்ளியில் மறைத்து வைக்கப்பட்டிருக்கக்கூடும் என்று லோரென்ஸ் நம்பினார். அதற்கு மேல் அவரால் எதுவும் செய்ய முடியவில்லை.

1961 ஏப்ரல் 12 அன்று, ஷார்கெஸ், அச்சிறுவனைக் கண்டுபிடிக்கத் தான் முயற்சிப்பதாகக் கொடுத்த வாக்கின் அடிப்படையில், 'மோசமான உடல்நிலை' காரணமாகச் சிறையிலிருந்து விடுவிக்கப்பட்டார். ஆனால், தான் கொடுத்த வாக்கை அவர் காப்பாற்றவில்லை. அதனால், உச்ச நீதிமன்றம், "அது ஓர் அதிர்ச்சியளிக்கின்ற இழிவான குற்றம்" என்று கூறி, ஷார்கெஸை மீண்டும் கைது செய்ய உத்தரவிட்டது. 1961 ஆம் ஆண்டு, யோசெல்லை மீட்டெடுப்பதற்கான தேசியக் குழு ஒன்று உருவாக்கப்பட்டது. அக்குழு, அச்சிறுவன் பற்றிய தகவல்கள் அடங்கிய சிறு பிரசுரங்களைப் பொதுமக்களுக்கு விநியோகித்தது, பொதுக்கூட்டங்கள் நடத்தியது, ஊடகங்களின் உதவியையும் நாடியது. யோசெல்லை விடுவிக்கக் கோரி அக்குழு தயாரித்திருந்த மனுவில் ஆயிரக்கணக்கான மக்கள் கையெழுத்திட்டனர்.

பெரும் கலாச்சார மோதல் ஒன்று வெடிப்பதற்கான அனைத்து அறிகுறிகளும் தொடுவானில் தோன்றின.

1961 ஆகஸ்ட்டில், இஸ்ரேலியக் காவல்துறையினர் எந்த முன்னறிவிப்புமின்றி, கோமியட் என்ற ஹாசிடிச கிராமத்திற்குள் புகுந்து சோதனையிட்டனர். ஆனால், அதற்குள், கூட்டிலிருந்து பறவை தப்பிவிட்டது. 1959 டிசம்பரில், யோசெல்லின் மாமா ஷலோம், அந்தக் கிராமத்தில் வசித்து வந்த சல்மான் கோட் என்பவரின் வீட்டில் யோசெல்லைக் கொண்டுபோய் விட்டதிலிருந்து, ஒன்றரை ஆண்டுகளுக்கும் மேலாக அவன் அங்கேதான் ஒளித்து வைக்கப்பட்டிருந்தான். அங்கு அவனுக்கு 'இஸ்ரேல் ஹசாக்' என்று பெயர் சூட்டப்பட்டது.

இதற்கிடையே, ஷலோம், யோசெல்லைக் கூட்டிக் கொண்டு நாட்டைவிட்டு வெளியேறி, லண்டனில் இருந்த ஒரு ஹாசிடிசச் சமூகத்தில் வசிக்கத் தொடங்கினார். இத்தகவல் கிடைத்தவுடன், இஸ்ரேலியக் காவல்துறையின் வேண்டுகோளின் பேரில், ஷலோம், பிரிட்டிஷ் காவல்துறையால் கைது செய்யப்பட்டுச் சிறையில் அடைக்கப்பட்டார். ஷலோமுக்குக் குழந்தை பிறந்தபோது, அக்குழந்தை சிறைச்சாலைக்குக் கொண்டு வரப்பட்டு, அங்கு வைத்தே அக்குழந்தைக்கு சுன்னத் சடங்கு மேற்கொள்ளப்பட்டது.

ஆனால், யோசெல் மாயமாய் மறைந்துவிட்டான். அவன் வேறு நாட்டுக்குக் கடத்தப்பட்டுவிட்டான் என்று சிலரும், அவன் நோய்வாய்ப்பட்டு இறந்துவிட்டான் என்று சிலரும் நம்பினர். இஸ்ரேலியக் காவல்துறை ஒரு கேலிப் பொருளாயிற்று. மதச்சார்பற்ற யூதர்களுக்கும் அதிதீவிர யூத மதப்பற்றாளர்களுக்கும் இடையே வன்முறையுடன்கூடிய ஒரு மோதல் வெடித்தது. யூத மதச் சார்புடன்கூடிய பாரம்பரியக் கல்வி கற்றுக் கொண்டிருந்த மாணவர்களை, தெருவில் சென்று கொண்டிருந்தவர்கள் பிடித்துத் துவைத்தெடுத்தனர். அதிதீவிர யூத மதப்பற்றுடைய இளைஞர்களைப் பார்த்தபோதெல்லாம், மதச்சார்பற்ற இஸ்ரேலிய இளைஞர்கள், "யோசெல் எங்கே?" என்று அவர்களிடம் கேட்டுக் கிண்டலடித்தனர்.

இஸ்ரேலிய மக்களின் கோபம் கொதிநிலையை அடைந்திருந்தது. அனல் தெறித்த விவாதங்களால் கெனெசெட் அதிர்ந்து கொண்டிருந்தது.

அச்சமயத்தில்தான் பென் குரியன் ஹாரலைக் கூப்பிட்டனுப்பியிருந்தார்.

***

யோசெல்லைத் தேடுவதற்கு ஹாரல் பென் குரியனிடம் ஒப்புக் கொண்டபோது, தன்னுடைய தொழில்வாழ்க்கையிலேயே மிகவும்

சிக்கலான, மிகவும் கடினமான ஒரு வேலையைத் தான் ஒப்புக் கொண்டிருந்ததை அவர் அறியவில்லை. ஹாரல் ஒருபோதும் தன்னுடைய தொழில்வாழ்க்கையைப் பற்றித் தன்னுடைய மனைவி ரிவ்காவிடம் விவாதித்ததில்லை. ஆனால், இம்முறை அவர் தன் மனைவியிடம், "யோசெல் பிரச்சனை காரணமாக அரசின் அதிகாரமே ஆட்டம் கண்டுகொண்டிருக்கிறது," என்று கூறினார். அவருடைய ஏஜென்டுகளில் சிறந்தவர்களில் ஒருவரான அவ்ரஹம் இது குறித்து வேறு விதமான அபிப்பிராயத்தைக் கொண்டிருந்தார்: "இஸ்ரேலியக் காவல்துறை தோற்றிருந்த ஒரு விஷயத்தில் தன்னால் வெற்றியடைய முடியும் என்று ஹாரல் நிரூபித்துக் காட்ட விரும்புகிறார்."

தாங்கள் ஒருபோதும் விரும்பியிருக்காத ஒரு விஷயத்திலிருந்து கழன்று கொள்ளத் தங்களுக்குக் ஒரு வாய்ப்புக் கிடைத்திருந்தது குறித்து இஸ்ரேலியக் காவல்துறை மகிழ்ச்சியடைந்தது. அதன் தலைவர் ஜோசப் நஹ்மியாஸ், ஹாரலிடம், "உண்மையிலேயே உங்களால் இச்சிறுவனைக் கண்டுபிடிக்க முடியும் என்று நீங்கள் நினைக்கிறீர்களா?" என்று கேட்டார். ஷபக்கின் தலைவரும், ஹாரலின் நெருங்கிய கூட்டாளியுமான அமோஸ் மனோர், முதலிலிருந்தே இதற்கு எதிர்ப்புத் தெரிவித்தார். மொசாட் மற்றும் ஷபக் உயரதிகாரிகள் பலர் அக்கருத்தோடு ஒத்துப் போயினர். இது தங்களுடைய கடமைப் பொறுப்புக்கு வெளியே உள்ள ஒன்று என்று அவர்கள் அனைவரும் கருதினர். அவர்கள் இஸ்ரேலின் பாதுகாப்பிற்காக வேலை செய்யக் கடமைப்பட்டவர்கள், ஹாசிடிசப் பள்ளிகளில் ஒரு சிறுவனைத் துரத்திக் கொண்டிருப்பது தங்களுடைய வேலை அல்ல என்று அவர்கள் எண்ணினர். யூத அரசின் நற்பெயரைப் பாதுகாப்பதும் இரகசியப் புலனாய்வு அமைப்புகளின் கடமை என்று ஹாரல் நம்பிக் கொண்டிருந்ததைப்போல அவர்கள் நம்பிக் கொண்டிருக்கவில்லை. ஆனால், அத்திட்டத்தைக் கையில் எடுத்துக் கொள்வது என்று ஹாரல் முடிவு செய்த பிறகு, அவர்கள் அதை எதிர்க்கவில்லை. அவருடைய அதிகாரம் முழுமையானது.

ஹாரலும் அவருடைய உதவியாளர்களும், நாற்பது ஏஜென்டுகள் அடங்கிய சிறப்புப் படை ஒன்றை உருவாக்கினர். மிகச் சிறந்த ஷபக் விசாரணையாளர்கள், ஏஜென்டுகள், மதவாதிகள், தாங்களாகவே முன்வந்த பொதுமக்கள் போன்றோர் அக்குழுவில் இடம் பெற்றிருந்தனர். அப்பொதுமக்களில் பெரும்பாலானோர், வைதிக யூத மதப் பிரிவைச் சேர்ந்தவர்கள். யோசெல்லின் கடத்தல் இஸ்ரேலுக்கு எத்தகைய அச்சுறுத்தலை உருவாக்கியிருந்தது என்பதை அவர்கள் உணர்ந்திருந்தனர். ஆனால் அவர்களுடைய முதல் முயற்சி பெரும் தோல்வியைச்

சந்தித்தது. அவர்கள் ஒழுங்காகத் திட்டமிடாமல் அதிதீவிர யூத மதப்பற்றாளர்களின் குழுக்களுக்குள் ஊடுருவ முயன்றனர். ஆனால், அவர்கள் உடனடியாக அடையாளம் காணப்பட்டு, எள்ளி நகையாடப்பட்டு, வெளியே தூக்கியெறியப்பட்டனர். ஹாரலின் ஏஜென்டுகளில் ஒருவர் அது குறித்து இவ்வாறு குறிப்பிட்டார்: "நாங்கள் அங்குச் சென்றது, திடீரென்று செவ்வாய்க்கிரகத்தில் போய் இறங்கியதுபோல இருந்தது. அங்கிருந்த பச்சை நிற மனிதர்களால் அவதானிக்கப்படாமல், அவர்களுள் ஒருவராக நாங்கள் ஒன்றுகலக்க வேண்டியிருந்தது."

ஹாரல் யோசெல்லின் கோப்பைப் பொறுமையாக ஆராய்ந்தார். அதிலிருந்த ஆவணங்களை அவர் மீண்டும் மீண்டும் படித்தார். யோசெல் இஸ்ரேலில் இருந்ததற்கான எந்தச் சுவடும் அவற்றில் இருக்கவில்லை. அதனால், ஹாரல் ஒரு முடிவுக்கு வந்தார். அச்சிறுவன் ஒரு வெளிநாட்டுக்குக் கடத்திச் செல்லப்பட்டிருக்க வேண்டும் என்று அவர் உறுதியாக நம்பினார்.

வெளிநாடு என்றால் எந்த நாடு? ஒரு விநோதமான தகவல் அவருடைய கவனத்தைக் கவர்ந்தது. 1962 மார்ச் மாதத்தின் மத்தியில், ஹாசிடிச யூதப் பிரிவினரின் ஒரு பெரிய குழு சுவிட்சர்லாந்திலிருந்து இஸ்ரேலுக்கு வந்திருந்தது. இறந்து போன அவர்களுடைய மதகுருவைப் புனித பூமியில் புதைப்பதற்காக, அவருடைய சவப்பெட்டியுடன், ஆண்கள், பெண்கள், குழந்தைகள் அடங்கிய ஒரு மாபெரும் பக்தர்கள் படையே வந்தது. ஒரு சில வாரங்களுக்குப் பின்னர் அக்குழு சுவிட்சர்லாந்துக்குத் திரும்பியது. இது யோசெல்லை வெளிநாட்டுக்குக் கடத்துவதற்காக மேற்கொள்ளப்பட்ட ஒரு நாடகம் என்று ஹாரல் சந்தேகப்பட்டார். அதனால், அவர் அவ்ரஹம் தலைமையில் ஒரு சிறிய குழுவை ஜூரிச்சுக்கு அனுப்பி வைத்தார். அவர்கள் அங்குச் சென்று விசாரித்தனர். அங்கிருந்த சிறுவர் விடுதியில் நடு இரவில் சன்னல்கள் வழியே உள்ளே இருந்த ஒவ்வொரு குழந்தையையும் அவர்கள் சோதித்தனர். அது பற்றி அவ்ரஹம் இவ்வாறு நினைவுகூர்ந்தார்: "ஒரு நாள் இரவு, ஒரு காட்டுக்கு நடுவே இருந்த யூத மதப் பாரம்பரியப் பள்ளி ஒன்றை நாங்கள் அடைந்தோம். சன்னல் வழியாகக் குழந்தைகளின் அறைகளை நாங்கள் உற்றுப் பார்த்தோம். யோசெல்லின் உருவத்தை அவர்கள் மாற்றியிருக்கலாம் என்று நாங்கள் சந்தேகித்தோம். அதனால், அந்த வயதில் யாரேனும் ஒரு சிறுவன் இருந்தானா என்று நாங்கள் பார்த்தோம்." ஒரு வாரம் இப்படி மேற்கொள்ளப்பட்ட அர்த்த ராத்திரி சாகசங்களுக்குப் பிறகு, அவ்ரஹம், "யோசெல் கண்டிப்பாக இங்கே சுவிட்சர்லாந்துக் குழந்தைகளுடன் இல்லை," என்று ஹாரலிடம் தெரிவித்தார்.

இந்த 'ஆபரேஷனைத்' தானே முன்னின்று நடத்துவதென்று ஹாரல் முடிவு செய்தார். தன் வசமிருந்த முடிவுறாத வேலைகளைத் தன்னுடைய உதவியாளர்களிடம் ஒப்படைத்துவிட்டு, அவர் இத்திட்டத்திற்காகப் பாரிஸுக்கு இடம் மாறி, அங்கு ஒரு தற்காலிகத் தலைமையகத்தை அமைத்துக் கொண்டார். உலகம் முழுவதும் அவர் தன் ஆட்களை அனுப்பினார். பிரான்ஸ், இத்தாலி, சுவிட்சர்லாந்து, பெல்ஜியம், இங்கிலாந்து, தென்னமெரிக்கா, வட அமெரிக்கா, வட ஆப்பிரிக்கா ஆகிய இடங்களில் அவருடைய ஏஜென்டுகள் விசாரணைகள் மேற்கொண்டனர். வைதிக யூத மத அமைப்புகள், பாரம்பரிய யூதப் பள்ளிகள், அதிதீவிர யூதச் சமுதாயங்கள் போன்ற இடங்களில் அவர்கள் வெவ்வேறு வகையான போர்வைகளில் ஊடுருவி, எங்கெல்லாம் அச்சிறுவன் பதுக்கி வைக்கப்பட்டிருக்கலாம் என்ற ஒரு பட்டியலைத் தயாரித்தனர். எடுத்துக்காட்டாக, ஜெருசலேமிலிருந்த வைதிக யூத இளைஞன் ஒருவன், சுவிட்சர்லாந்திலிருந்த ஒரு பிரபலமான யூதப் பாரம்பரியப் பள்ளியில் இருந்த மதகுருவிடம், யூதர்களின் புனித நூலான 'தோரவைப்' படிக்க வந்தான்; அடக்கமாகவும், பணிவுடனும், யூத மத அர்ப்பணிப்புடனும் இருந்த ஒரு பெண், யோசெல்லின் மாமாவான ஷலோமின் மாமியாரின் பரிந்துரைக் கடிதத்துடன் லண்டன் வந்து சேர்ந்தாள். லண்டனிலிருந்த ஷலோமின் குடும்பம் தங்களுடைய விருந்தினராகத் தங்களுடைய வீட்டிலேயே தங்கிக் கொள்ளும்படி அவளுக்கு அழைப்பு விடுத்திருந்தனர். அந்தப் பெண் வேறு யாருமல்ல, ஹாரலின் நம்பிக்கைக்குரிய மொசாட் ஏஜென்டுகளில் ஒருவரான யெஹூதித் நிஸ்ஸியாஹூதான். அவர் ஏற்கனவே, 'ஆபரேஷன் ஐக்மேனில்' ஒரு முக்கியப் பாத்திரம் வகித்திருந்தார்.

அச்சமயத்தில் லண்டனில் இயங்கிக் கொண்டிருந்த மொசாட் ஏஜென்ட் யெஹூதித் மட்டுமல்லர். அப்போது, அதிதீவிர ஹாசிடிச யூத மதப் பிரிவைச் சேர்ந்த சத்மர் உட்பிரிவின் மையமாக லண்டன் திகழ்ந்து கொண்டிருந்தது. லண்டனில் அந்தப் பிரிவைச் சேர்ந்தவர்கள் வசித்து வந்த ஒரு குடியிருப்புப் பகுதிக்கு மற்றொரு மொசாட் ஏஜென்டுகள் குழுவை ஹாரல் அனுப்பி வைத்தார். இங்கிலாந்தில் இயங்கிக் கொண்டிருந்த மொசாட் ஏஜென்டுகளுக்கு எதேச்சையாக ஒரு தகவல் கிடைத்தது. ஓர் இளம் யூத மதத் தம்பதியர், அயர்லாந்தில் ஓர் ஒதுக்குப்புறமான இடத்தில் திடீரென்று ஒரு வீட்டை வாடகைக்கு எடுத்திருந்தனர் என்ற தகவல்தான் அது. உடனடியாக ஒரு மொசாட் குழு அயர்லாந்தை நோக்கி விரைந்தது. அந்த வீடு, யோசெல்லை ஒளித்து வைப்பதற்காகத் தேர்ந்தெடுக்கப்பட்ட இடமாக இருக்கலாம் என்று சந்தேகப்பட்ட

மொசாட் ஏஜென்டுகள், அந்த இடத்தைத் தாக்கி அச்சிறுவனை விடுவிப்பதற்கு ஒரு விரிவான திட்டத்தை உருவாக்கினர். அவசர அவசரமாக வீடுகளும் கார்களும் வாடகைக்கு எடுக்கப்பட்டன, சாதனங்கள் கடத்தி வரப்பட்டன, போலி ஆவணங்கள் தயாரிக்கப்பட்டன. அத்திட்டத்தின் அனைத்து விபரங்களும் கச்சிதமாகத் தீட்டப்பட்டன.

ஆனால் அது தோல்வியில் முடிந்தது.

அயர்லாந்துக் குழுவினர் விரக்தியுடன் நாட்டைவிட்டு வெளியேறினர். சந்தேகிக்கப்பட்டத் தம்பதியர் சாதாரணமானவர்கள். அவர்கள் விடுமுறைக்காக அயர்லாந்துக்குச் சென்றிருந்தனர், அவ்வளவுதான். யெஹுதித்தாலும் ஷலோமின் குடும்பத்தாரிடமிருந்து எந்தவிதமான தகவலையும் பெற முடியவில்லை. ஒரு மதகுருவிடம் புனித நூல்களைப் படிக்கின்ற போர்வையில் சுவிட்சர்லாந்துக்குச் சென்ற இளைஞன் சிறிது ஞானத்தோடு திரும்பி வந்தான். ஆனால், அவனாலும் யோசெல் பற்றிய எந்தத் தகவலையும் அங்குப் பெற முடியவில்லை. உலகெங்குமிருந்து எதிர்மறையான தகவல்களே பாரிஸில் முகாமிட்டிருந்த ஹாரலிடம் வந்து குவிந்தன. யோசெல் எப்படியோ மாயமாக மறைந்து போயிருந்தான்.

லண்டனில் ஹாசிடிச சத்மர் உட்பிரிவிற்குள் ஊடுருவ முயன்ற மொசாட் ஏஜென்டுகளுக்குத்தான் எல்லோரேயும்விட மிக மோசமான தோல்வி கிட்டியிருந்தது. அவர்கள் அங்கு நுழைந்த உடனேயே, அங்கிருந்த சில புத்திசாலி இளைஞர்கள், “இதோ, யோசெல்லைத் தேடி மற்றொரு இஸ்ரேலியக் கும்பல் வந்துள்ளது!” என்று சத்தமாகக் கூறி அவர்களைப் பரிகசித்தனர். அவர்கள் லண்டன் காவல்துறையைத் தொலைபேசியில் அழைத்து, அந்த மொசாட் ஏஜென்டுகளை அவர்களிடம் பிடித்தும் கொடுத்துவிட்டனர். அந்த ஏஜென்டுகளை வெளியே கொண்டு வருவதற்கு மொசாட் பெருமுயற்சி செய்ய வேண்டியதாயிற்று.

ஹாரலின் ஆதரவாளர்களாக இருந்தவர்கள் ஒவ்வொருவராக நம்பிக்கையிழக்கத் தொடங்கினர். அவர்கள் ஹாரலிடம், “இது வேலைக்கு ஆகாது. தேடுதல் வேட்டையை நிறுத்திவிடுங்கள். நீங்கள் ஒரு பெரிய வைக்கோற்போரில் ஓர் ஊசியைத் தேடுகிறீர்கள். நம்மால் அச்சிறுவனைக் கண்டுபிடிக்க முடியாது,” என்று கூறினர்.

ஆனால் ஹாரல் அசைந்து கொடுக்கவில்லை. அனைத்துச் சந்தேகங்களையும் புகார்களையும் ஒதுக்கித் தள்ளிவிட்டு, தன்னால் இதில் கண்டிப்பாக வெற்றி பெற முடியும் என்ற அசாத்தியமான நம்பிக்கையுடன் வெறித்தனமாக அவர் தன் தேடலைத் தொடர்ந்தார்.

***

தன்னை வந்து பார்க்கும்படி, பாரிஸிலிருந்த மொசாட் குழுவின் தலைவருக்கு ஹாரல் தகவல் அனுப்பினார். அவர் பெயர் யாக்கோவ் கரோஸ். ருமேனியாவில் பிறந்திருந்த கரோஸ், ஹிட்லரின் யூத இன ஒழிப்புப் படுகொலைத் திட்டத்திற்குத் தன்னுடைய பெற்றோரைப் பலி கொடுத்திருந்தார். ஜெருசலேமிலுள்ள ஹீப்ரு பல்கலைக்கழகத்தில் படித்து வந்த காலத்திலிருந்தே, கரோஸ் புலனாய்வு நடவடிக்கைகளில் தன்னை ஈடுபடுத்திக் கொண்டிருந்தார். ஒல்லியாகவும், ஒரு மூக்குக்கண்ணாடியுடனும், நேர்த்தியான முகவெட்டுடனும் இருந்த கரோஸ், வெளிப் பார்வைக்கு ஓர் அறிவுஜீவிபோலக் காட்சியளித்தார். வெளிநாட்டுப் புலனாய்வு அமைப்புகளுடன் சேர்ந்து இரகசிய நடவடிக்கைகளை மேற்கொள்கின்ற மொசாட் பிரிவின் தலைவராக அவர் இருந்தபோது, அவர் பல நல்ல உறவுகளை வளர்த்தெடுத்திருந்தார். இஸ்ரேலுக்கும், ஈரான், துருக்கி, எத்தியோப்பியா, சூடான் போன்ற நாடுகளுக்கும் இடையே நல்லுறவை வளர்ப்பதற்கு அவர் நிறையவே உதவியிருந்தார். பிரான்ஸ், பிரிட்டன், ஜெர்மனி ஆகிய நாடுகளின் புலனாய்வு நிறுவனங்களின் தலைவர்களோடு ஒரு நெருக்கமான உறவை அவர் வளர்த்துக் கொண்டிருந்தார். பலரும் நெருங்குவதற்கே பயப்படுகின்ற, வானளாவிய அதிகாரத்தைக் கொண்டிருந்த, மொராக்கோவின் உள்துறை அமைச்சரான ஜெனரல் ஓஃப்கிருடன் நல்லுறவை வளர்த்துக் கொண்டு, மொராக்கோ மன்னர் ஹாசனை அவர் இரகசியமாகச் சந்தித்திருந்தார். எத்தியோப்பியச் சக்கரவர்த்தி ஹெயில் செலாசியோடு இருந்தவர்கள், அவருக்கு எதிராக ஒரு இராணுவக் கலகம் நிகழ்த்தத் திட்டமிட்டபோது, அதை நசுக்க அவர் அந்தச் சக்கரவர்த்திக்கு உதவினார். அவர் அல்ஜீரியாவில் இரகசிய உளவுப் பணியில் ஈடுபட்டிருந்தபோது, ஜூலியட் என்ற இளம்பெண்மீது காதல் கொண்டு அவளை மணந்து கொண்டார். மென்மையாகப் பேசும் இயல்பும், பணிவான மற்றும் கனிவான நடத்தையும் கொண்ட கரோஸ், கோட்டும் சூட்டும் அணிந்த ஓர் ஒப்பற்ற உளவாளியாக இருந்தார். அவர் ஒருபோதும் களப்பணி ஆற்றியிருக்கவில்லை என்றபோதிலும், உலக நடப்புகளை அவர் தன்னுடைய விரல்நுனியில் வைத்திருந்தார். பிரெஞ்சு மற்றும் ஆங்கிலத்தில் சரளமாக உரையாடக்கூடியவர் அவர். அதனால் அவர் ஹாரலுக்குப் பெரும் பக்கபலமாக விளங்கினார்.

ஹாரல் இரவுபகலாக வேலை செய்தார். அவர் ஓர் ஓட்டல் அறையை வாடகைக்கு எடுத்திருந்தார். ஆனால், அவர் தன்னுடைய தற்காலிகத் தலைமையகமாக மாற்றியிருந்த ஒரு வீட்டிலேயே பெரும்பாலான பகல்களையும் இரவுகளையும் அவர் கழித்து வந்தார். அவருடைய உதவியாளர்கள் அவருக்கு

மடக்குக் கட்டில் ஒன்றை வாங்கிக் கொடுத்தனர் (அதை அவர்கள் 'யோசெல் படுக்கை' என்று நகைச்சுவையாக அழைத்தனர்). ஹாரல் மிகவும் களைத்துப் போனபோது மட்டும் அதில் படுத்துச் சிறிது நேரம் தூங்கினார். இது பல மாதங்கள் தொடர்ந்தது. தன் ஏஜென்டுகளிடமிருந்து வந்து கொண்டிருந்த அறிக்கைகளைப் படிப்பதிலும், அவர்களுக்குப் பதில்களைத் தயாரித்து அனுப்புவதிலும், ஐரோப்பாவெங்கும் தான் அனுப்பி வைத்திருந்த ஏஜென்டுகளுடன் உரையாடுவதிலும் மணிக்கணக்கில் அவர் தன்னை மூழ்கடித்துக் கொண்டிருந்தார். தினமும் அதிகாலையில் அவர் தன் ஓட்டல் அறைக்குச் சென்று குளித்து உணவருந்திவிட்டு, உடனடியாகத் தன் வேலைக்குத் திரும்பினார். முதல் நாள் நள்ளிரவு தாண்டி வெகு நேரம் கழித்து அவர் இவ்வாறு தன்னுடைய ஹோட்டல் அறைக்குத் திரும்பியபோது, அந்த ஓட்டல் காவலன் அவரை நோக்கி ஓர் அர்த்தமுள்ள புன்னகையைப் படரவிட்டான். தங்கள் ஓட்டலின் விருந்தாளி, பாரிஸில் இரவு முழுவதும் உல்லாசமாக இருந்துவிட்டு வந்திருந்ததாக அவன் அனுமானித்துக் கொண்டதுதான் அதற்குக் காரணம். ஆனால், அது அன்றாட நடவடிக்கையானபோது, அவரை நோக்கிப் புன்னகைக்க வேண்டுமா இல்லையா என்பதை அக்காவலனால் தீர்மானிக்க முடியவில்லை.

பின், ஏப்ரல் மாதத்தில் ஒரு நாள் காலையில், ஒரு விநோதமான தகவல் மொசாட் ஏஜென்டுகளின் செவிகளை எட்டியது. பெல்ஜியத்திலுள்ள ஆன்ட்வெர்ப் நகருக்கு மொசாட் அனுப்பி வைத்திருந்த மீர் என்ற ஒரு வைதிக யூத இளைஞனிடமிருந்து அச்செய்தி வந்திருந்தது. மீர் அங்கு யூத மதத்தைச் சேர்ந்த வைர வியாபாரிகளின் குழு ஒன்றுடன் நல்ல பரிச்சயம் ஏற்படுத்திக் கொண்டிருந்தான். அந்த வைர வியாபாரிகள், அங்கிருந்த ஒரு மூத்த யூத மதகுருவின் சொல்லுக்குக் கட்டுப்பட்டு நடந்து கொண்டிருந்தனர். அவரை அவர்கள் ஒரு ஞானியாகக் கருதினர். அந்த வைர வியாபாரிகள் தங்களுக்கு இடையேயான விவகாரங்களைத் தீர்த்துக் கொள்வதற்கு நீதிமன்றங்களை நாடாமல் அந்த மதகுருவிடம் தஞ்சமடைந்தனர். அவரும் அப்பிரச்சனைகளில் தலையிட்டு நீதி வழங்கிக் கொண்டிருந்தார். அவர்களின் பிரச்சனை பல நேரங்களில் பல மில்லியன் டாலர்கள் பணத்தை உள்ளடக்கியதாக இருந்தது. ஆனால், அவருடைய தீர்ப்பே அறுதியானதாக இருந்தது. இந்த நவீன யுகத்தில்கூட இந்தக் குறிப்பிட்ட வைர வியாபாரிகள் குழு இந்தப் பாரம்பரிய முறையைத்தான் கடைபிடித்துக் கொண்டிருக்கின்றனர்.

மீர் அந்த மதகுருவைப் பின்பற்றிக் கொண்டிருந்தவர்களின் நம்பிக்கையைச் சம்பாதித்தார். அவர்கள் இரண்டாம் உலகப்

போரின்போது, நாஜிக்களை எதிர்த்த ஒரு தலைமறைவு இயக்கமாகச் செயல்பட்டு எண்ணற்ற யூதர்களை மரணத்தின் பிடியிலிருந்து விடுவித்திருந்தனர். இரண்டாம் உலகப் போருக்குப் பின்னரும், அக்குழுவினர், தாங்கள் ஒரு தலைமறைவு இயக்கமாக இருந்தபோது கற்றுக் கொண்டிருந்த விஷயங்களைத் தொடர்ந்து பயன்படுத்தி, உலகெங்குமிருந்த வணிகர்களிடம் செல்வாக்குச் செலுத்திக் கொண்டிருந்தனர். அந்த வைர வியாபாரிகள் ஓர் அசாதாரணமான பெண்மணியைப் பற்றிய ஒரு கதையை மீருடன் பகிர்ந்து கொண்டனர். அப்பெண்மணி பிரான்ஸைச் சேர்ந்த ஒரு கிறித்தவர். ஹிட்லரின் பிடியிலிருந்து அவர் எண்ணற்ற யூதர்களைக் காப்பாற்றியிருந்தார். அந்த யூத மதகுருவால் ஈர்க்கப்பட்ட அப்பெண்மணி, யூத மதத்திற்கு மாறி, அர்ப்பணிப்புக் கொண்ட ஒரு வைதிக யூதராக ஆனார். அவர் அக்குழுவுக்கு மதிப்பு வாய்ந்த ஒரு சொத்தாக விளங்கினார். பல ஆண்டுகாலத் தலைமறைவு வாழ்க்கை அவருக்கு எண்ணற்ற விஷயங்களைக் கற்றுக் கொடுத்திருந்தது. அவர் புத்திசாலியாகவும், துணிச்சல்மிக்கவராகவும், தன் தோற்றத்தை மாற்றிக் கொள்வதில் வல்லவராகவும், இரகசியமாகச் செயல்படுவதில் கில்லாடியாகவும் இருந்தார். தன்னுடைய வசீகரத்தை ஓர் ஆயுதமாகப் பயன்படுத்த அவர் ஒருபோதும் தயங்கவில்லை. அதோடு, வணிகம் குறித்த உள்ளுணர்வுரீதியான சிறப்பான புரிதலும் அவருக்கு இருந்தது. அப்பெண்மணி அந்த ஆன்ட்வெர்ப் குழுவினருக்காக, உலகெங்கும் பல இடங்களுக்குத் தன்னுடைய பிரெஞ்சுப் பாஸ்போர்ட்டைப் பயன்படுத்திப் பயணித்திருந்தார். ஆன்ட்வெர்ப் யூதர்கள் மீரிடம், "அப்பெண்மணி ஒரு ஞானி," என்று கூறியிருந்தனர். அதோடு, அப்பெண்மணி இஸ்ரேலுக்குச் சென்றிருந்ததாகவும் அவர்கள் கூறியிருந்தனர். அப்பெண்மணியின் முதல் திருமணத்தின் மூலம் பிறந்த அவருடைய மகன் கிளாடும் யூத மதத்திற்கு மாறி, சுவிட்சர்லாந்திலிருந்த ஒரு யூதப் பாரம்பரியப் பள்ளியில் படித்துவிட்டு, இப்போது ஜெருசலேமிலிருந்த யூதப் பள்ளி ஒன்றில் படித்துக் கொண்டிருந்தான். ஆனால், இப்போது அந்தப் பெண்மணி எங்கே இருந்தார் என்பது அந்த வைர வியாபாரிகளுக்குக்கூடத் தெரியவில்லை.

இக்கதை ஹாரலின் கற்பனைக் குதிரைகளைத் தட்டிவிட்டது. அந்தப் பிரெஞ்சுப் பெண்மணியையும் யோசெல்லையும் தொடர்புபடுத்துவதற்கு அக்கதையில் வெளிப்படையாக எதுவும் இருக்கவில்லை. ஆனால், ஹாரலின் பார்வையில், ஏராளமான சாத்தியக்கூறுகளையும் ஆயிரம் முகங்களையும் கொண்ட ஒரு நபராக அப்பெண்மணி தெரிந்தார். யோசெல் விவகாரத்தில் ஏதாவது இரகசியப் பயணம் மேற்கொள்ளப்பட

வேண்டியிருந்தால், வைதிக யூத மதத் தலைவர்களுக்கு அவர் ஒரு பொருத்தமான நபராக இருந்திருப்பார்.

தன் உள்ளுணர்வைப் பின்பற்றிச் செல்ல ஹாரல் தீர்மானித்தார். அவர் மற்ற அனைத்துத் துப்புகளையும் தொடர்வதை நிறுத்தி வைத்துவிட்டு, யூத மதத்திற்கு மாறியிருந்த அந்த மர்மப் பெண்மணியின்மீது தன் கவனத்தைக் குவிக்க முடிவு செய்தார். அப்பெண்மணி குறித்துத் தனக்குத் தெரிந்த அனைத்து விபரங்களையும் இஸ்ரேலுக்கு அனுப்பி வைத்து, அவரையும் அவருடைய மகனையும் கண்டுபிடிக்குமாறு ஹாரல் கேட்டுக் கொண்டார்.

ஒரு சில தினங்களிலேயே அவருக்குப் பதில் கிடைத்தது. அப்பெண்மணியின் மகன் தற்போது இஸ்ரேலில்தான் இருந்தான் என்றும், அவனுடைய யூதப் பெயர் ஏரியல் என்றும் அதில் தெரிவிக்கப்பட்டிருந்தது.

***

இப்போது, ஹாரலின் தலைமையகத்திற்கு வந்து குவிந்த தகவல்கள், அப்பெண்ணைப் பற்றிய ஒரு முழுமையான படத்தை உருவாக்க ஹாரலுக்கு உதவின. அப்பெண்ணின் பெயர் மேடலீன் ஃபெரெயில். அவர் பாரிஸிலிருந்த துலூஸ் பல்கலைக்கழகத்திலும் சோர்போன் பல்கலைக்கழகத்திலும் வரலாற்றையும் புவியியலையும் பாடமாக எடுத்துப் படித்திருந்தார். அவர் கல்லூரியில் படித்துக் கொண்டிருந்தபோது, ஹென்ரி என்பவரைக் காதலித்து அவரைத் திருமணமும் செய்து கொண்டார். இரண்டாம் உலகப் போர் தொடங்கிய சமயத்தில் அவருக்கு ஒரு மகன் பிறந்தான். அப்போர் நடந்த காலகட்டத்தில் அப்பெண்மணி மாக்விஸ் புரட்சிக் குழுவில் சேர்ந்து செயல்பட்டார். அவருடைய தலைமறைவு நடவடிக்கைகள், பிரெஞ்சு மற்றும் பெல்ஜிய யூதர்களின் தொடர்புக்கு வழி வகுத்தன. அப்படித்தான் அவருக்கு ஆன்ட்வெர்ப் வைர வியாபாரிகளின் தொடர்பும் கிடைத்தது. போர் முடிந்த பிறகு, அந்த வைர வியாபாரிகளுடன் இணைந்து அவர் ஏற்றுமதி–இறக்குமதித் தொழில் ஒன்றையும் தொடங்கியிருந்தார்.

பிரான்ஸைச் சேர்ந்த அல்சேஸ் பகுதியிலுள்ள ஒரு நகரில் இருந்த ஓர் இளம் யூத மதகுருவின்மீது காதல் ஏற்பட்டவுடன், 1951 இல் மேடலீன் ஹென்ரியை விவாகரத்து செய்துவிட்டார். அந்த யூத மதகுரு ஒரு தீவிரமான சியோனிசவாதி. அவர் இஸ்ரேலுக்குக் குடிபெயர விரும்பினார். அங்குச் சென்றதும் அவர்கள் இருவரும் திருமணம் செய்து கொள்ளத் தீர்மானித்திருந்தனர். அதாவது, மேடலீனின் மதமாற்றத்திற்கான உண்மையான காரணம் யூத

மதத்தின்மீதான பற்று அல்ல, மாறாக, அதைப் பின்பற்றிய ஒருவரின்மீது அவருக்கு ஏற்பட்டக் காதல்தான் என்பது இதன் மூலம் வெளிப்பட்டது. யூத மதத்திற்கு மாறிய பிறகு மேடலீன் தன் பெயரை ருத் பென் டேவிட் என்று மாற்றிக் கொண்டார். அவர் தன்னுடைய பொன்னிறத் தலைமுடியின்மீது ஒரு ஸ்கார்ஃப் கட்டிக் கொண்டார். நவநாகரிக உடைகளைத் துறந்து, வைதிக யூதப் பெண்கள் அணிகின்ற மிகச் சாதாரணமான உடைகளை அவர் அணியத் தொடங்கினார். அவர் இஸ்ரேலுக்கு வருவதற்கு அவருடைய காதல் காரணமாக இருந்தபோதிலும், சிறிது காலத்திலேயே அவருக்கும் அவருடைய கணவருக்கும் இடையேயான அந்தக் காதல் கசந்துவிட்டது. அந்த யூத மதகுரு மேடலீனைவிட்டுப் பிரிந்து சென்றுவிட்டார். தனியாக விடப்பட்ட மேடலீன், மனச்சோர்வும் விரக்தியும் அடைந்தார். தன்னுடைய தனிப்பட்ட வாழ்க்கையில் ஏற்பட்ட நெருக்கடி காரணமாக, அதிதீவிர யூத மத நடவடிக்கைகளில் ஈடுபட்டுக் கொண்டிருந்த யூத மதகுரு மெய்சிஷை அவர் அணுகினார். மேடலீன் தன்னுடைய பிரெஞ்சுப் பாஸ்போர்ட்டைப் பயன்படுத்தி ஜெருசலேமின் ஜோர்டானியப் பகுதிக்குச் சென்று வந்த பிறகு, அதிதீவிர யூத வட்டத்தில் அவருடைய செல்வாக்கு அதிகரித்தது.

1950களின் துவக்கத்தில், மேடலீன் பிரான்ஸுக்குத் திரும்பினார். அவர் மீண்டும் பல இடங்களுக்குப் பயணம் செய்யத் தொடங்கினார். அவர் பெரும்பாலும், பிரான்ஸில் இருந்த யக்ஸ்–லி–பா என்ற கூட்டுச் சமுதாயத்திலோ அல்லது பாரிஸுக்கு அருகேயிருந்த பெண்களுக்கான மத அமைப்பு ஒன்றிலோ தங்கியிருந்தார் என்பதை மொசாட் கண்டுபிடித்திருந்தது. அவருக்கென்று நிலையான முகவரி எதுவும் இருக்கவில்லை.

கடந்த சில ஆண்டுகளில் மேடலீன் இஸ்ரேலுக்கு இரண்டு முறை விஜயம் செய்திருந்ததாக இஸ்ரேலியக் குடிபுகல் துறை ஹாரலுக்குத் தெரிவித்தது. இரண்டாவது முறை, 1960 ஜூன் 21 அன்று அவர் இஸ்ரேலிலிருந்து வெளியேறியபோது, உடன் ஒரு சிறுமியையும் அவர் அழைத்துச் சென்றிருந்தார். அச்சிறுமி அவருடைய மகள் என்று மேடலீனின் பாஸ்போர்ட்டில் குறிப்பிடப்பட்டிருந்தது. மேடலீன் இஸ்ரேலிலிருந்து அலிட்டாலியா ஏர்லைன்ஸில் வெளியேறியிருந்தார். அவர் சென்றடைந்த இடம் சுவிட்சர்லாந்திலுள்ள ஜூரிச் நகரம். ஆனால், எங்கிருந்து புதிதாய் முளைத்தாள் இந்த மகள்? மேடலீனுக்கு மகளே கிடையாது. தான் சரியான திசையில் சென்று கொண்டிருந்ததாக ஹாரல் நம்பினார். அவர் யாக்கோவ் கரோஸிடம், "மேடலீனை எப்படியாவது கண்டுபிடியுங்கள்!"

என்று கேட்டுக் கொண்டார்.

மேடலீன் குறித்த விரிவான தகவல்கள் இப்போது இருந்ததால், கரோஸும் இன்னொரு மொசாட் ஏஜென்டும் யக்ஸ்–லி–பா நோக்கிப் பயணப்பட்டனர். வழியிலிருந்த ஒரு சிறிய நகரை அவர்களுடைய கார் கடந்து சென்று கொண்டிருந்தபோது, அங்கு அவர்கள் கண்ட காட்சி அவர்களைக் கிட்டத்தட்ட மூர்ச்சையாக்கிவிட்டது. நவநாகரிகமாக உடையணிந்திருந்த மேடலீன், தன் கட்டைவிரலை உயர்த்தியபடி சாலையின் மறுபுறம் ஓர் ஓரமாக நின்று கொண்டு, அந்த வழியாகச் சென்று கொண்டிருந்த கார்களைப் பார்த்து 'லிஃப்ட்' கேட்டுக் கொண்டிருந்தார். ஒய்யாரமான, நாகரிகமான பிரெஞ்சுப் பெண்கள் சாலையோரம் நின்று கொண்டு 'லிஃப்ட்' கேட்பது வழக்கமாக நடக்கின்ற நிகழ்வுகள் அல்ல. கரோஸின் ஓட்டுநர் உடனடியாகத் தன்னுடைய காரைத் திருப்பி மேடலீனின் அருகே சென்றார். ஆனால், அதற்குள் வேறொரு கார் அவரருகே வந்து நின்று, அவரை ஏற்றிக் கொண்டு பறந்துவிட்டது.

இதனால் அந்த ஏஜென்டுகள் வெறுங்கையோடு திரும்ப வேண்டியதாயிற்று. ஆனால், அதே நேரத்தில், லண்டனிலிருந்த ஜோசஃப் டோம்ப் என்ற பெரும் பணக்கார நகை வியாபாரி ஒருவருடன் மேடலீன் ஒரு நெருக்கமான தொடர்பில் இருந்து வந்தார் என்ற தகவல் அவர்களுக்கு வேறோர் இடத்திலிருந்து கிடைத்தது. மேடலீன் டோம்புடன் தனியாக ஒரு காரில் இருந்த தகவல் அவர்களை வந்தடைந்தது. ஹாசிடிசத்தைப் பின்பற்றுகின்ற வைதிக யூதர்களின் நடத்தைக்குப் பொருத்தமானதாக அது இருக்கவில்லை. ஹாரலுக்கு ஏற்கனவே டோம்பைப் பற்றித் தெரியும். டோம்ப் இஸ்ரேலிய அரசின் பரம விரோதி. அவர் அதிதீவிர ஹாசிடிச சத்மர் உட்பிரிவைச் சேர்ந்தவர். நியூயார்க்கிலிருந்த சத்மர் உட்பிரிவின் யூத மதகுருவின் நம்பிக்கைக்குப் பாத்திரமானவர் அவர். ஐரோப்பாவிலிருந்த சத்மர் பிரிவின் முக்கியத் தலைவர்களுடன் அவருக்கு நல்ல பரிச்சயம் இருந்தது.

அனைத்துச் சமிக்கைகளும் லண்டனைக் கைகாட்டியதை ஹாரல் புரிந்து கொண்டார். ஷார்கெஸின் இரண்டு மகன்களும் லண்டனில்தான் வசித்து வந்தனர். அங்கேதான் டோம்பின் தலைமையில் ஒரு சத்மர் பிரிவு துடிப்புடன் இயங்கிக் கொண்டிருந்தது. ஒருவேளை யோசெல்லைக் கடத்தி வந்திருக்கக்கூடிய மேடலீன், டோம்புடன் சேர்ந்து காணப்பட்டார். ஹாரலுக்கு இனியும் சந்தேகங்கள் ஏதும் இருக்கவில்லை. இஸ்ரேல் மற்றும் ஐரோப்பாவில் இருந்த, ஹாசிடிச சத்மர் பிரிவைச் சேர்ந்தவர்கள்தாம் யோசெல்லின்

கடத்தலை நிறைவேற்றியிருந்திருக்க வேண்டும். டோம்ப்தான் அத்திட்டத்திற்குப் பொறுப்பேற்றிருந்திருக்க வேண்டும். மேடலீன்தான் அக்கடத்தலின் கருவியாக இருந்திருக்க வேண்டும். அதற்கு அவருடைய திறமை, அனுபவங்கள், பிரெஞ்சுப் பாஸ்போர்ட் ஆகியவை வெகுவாக உதவியிருந்திருக்க வேண்டும். குறைந்தபட்சம், அச்சிறுவன் எங்கு இருந்தான் என்பதை அறிந்து கொள்வதற்கு ஒரு பிரகாசமான வாய்ப்பு இருந்தது.

மேடலீன் தன் மகனுக்கு எழுதியிருந்த பல கடிதங்களை ஒரு ஷபக் ஏஜென்ட் இடைமறித்துப் படித்தபோது, ஹாரலின் சந்தேகம் உறுதியாயிற்று. அக்கடிதங்களில் இலைமறை காயாக, யோசெல் பற்றிய சில துப்புகள் இடம் பெற்றிருந்தன.

ஆனால், இவை போதாது என்றும், தனக்கு மேலும் தகவல்கள் தேவை என்றும் ஹாரல் முடிவு செய்தார். சத்மர் பிரிவுக்குள் ஊடுருவுவதென்று அவர் தீர்மானித்தார். லண்டனில் வசித்த ஃபிரையர் என்ற ஒரு யூத மதகுரு மொசாடின் கவனத்திற்கு வந்தார். புதிதாகப் பிறந்துள்ள யூத ஆண் குழந்தைகளுக்கு சுன்னத் செய்வதில் வல்லுநராக விளங்கியவர் அவர். அவர் ஒரு மதகுரு என்றபோதிலும், அவர் ஒரு பசுத்தோல் போர்த்திய புலி. இவ்வுலக இன்பங்களை அவர் திருட்டுத்தனமாக அனுபவித்து வந்தார். அதோடு, அவர் ஓர் உளறுவாயனாகவும் இருந்தார். எல்லாவற்றையும்விட முக்கியமாக, அவர் டோம்புக்கு நெருக்கமானவராக இருந்தார். அதோடு, யோசெல் எங்கு இருந்தான் என்பது தனக்குத் தெரியும் என்று அவர் தம்பட்டமடித்துக் கொண்டிருந்தார்.

ஹாரல் ஒரு சிக்கலான திட்டத்தைத் தயாரித்தார். அவர் எப்படியாவது ஃபிரையரைப் பாரிஸுக்கு வரவழைக்கத் திட்டமிட்டார். மொசாட் ஏஜென்டுகளில் ஒருவர், ஒரு மொராக்கோ இளவரசர்போல நடித்து ஃபிரையரை இரகசியமாக அணுகினார். அவரிடம், "நான் ஒரு யூதப் பெண்ணைக் காதலித்து, இரகசியமாகத் திருமணம் செய்து கொண்டு என் சொந்த நாட்டுக்கு அழைத்துச் சென்றுவிட்டேன். வீட்டில் இரகசியமாக நாங்கள் யூத மத வழக்கங்களைப் பின்பற்றிக் கொண்டிருக்கிறோம். சமீபத்தில் எங்களுக்கு ஓர் ஆண் குழந்தை பிறந்துள்ளது. அக்குழந்தைக்கு நாங்கள் சுன்னத் செய்ய விரும்புகிறோம். ஆனால், அதை என்னால் மொராக்கோவில் செய்ய முடியாது. என் குடும்பத்தாருக்கு விஷயம் தெரிந்தால் என்னைக் கொலை செய்துவிடுவார்கள். என் மனைவியும் குழந்தையும் பாரிஸில் இருக்கின்றனர். உங்களால் என் மகனுக்குச் சுன்னத் செய்ய முடியுமா? நான் உங்களுக்கு நல்ல சன்மானம் தருகிறேன்," என்று கூறினார்.

ஃபிரையர் அதற்கு உடனே ஒப்புக் கொண்டார். ஒரு சில நாட்கள் கழித்து அவர் பாரிஸ் வந்து சேர்ந்தார். அவர் 'மொராக்கோ இளவரசரின்' வீட்டுக்குள் நுழைந்தவுடனேயே, மொசாட் ஏஜென்டுகள் அவரைக் கைப்பற்றினர். ஒரு காலியான அறைக்குள் அவர் கொண்டு செல்லப்பட்டார். அங்கு அவரை, ஷபக் விசாரணைத் துறையின் தலைவராக இருந்த விக்டர் கோஹன் பல மணி நேரம் விசாரித்தார். ஃபிரையர் வெலவெலத்துப் போயிருந்தார். அவர் எந்தவிதமான எதிர்ப்பும் காட்டவில்லை. அவரிடம் கேட்கப்பட்டக் கேள்விகள் அனைத்திற்கும் அவர் பதில் சொன்னார். ஆனால், யோசெல் பற்றிய கேள்விகள் எழுந்தவுடன், அவர் தன் கைகளைத் தலைக்கு மேலாக உயர்த்தி, "மன்னிக்கவும். எனக்கு எதுவும் தெரியாது," என்று கூறிவிட்டார்.

இறுதியில், ஃபிரையருக்கு உண்மையிலேயே எதுவும் தெரியாது என்பது தெரிய வந்தது. அவருடைய வாய்ச்சவடால் எல்லாம் தன்னைச் சுற்றியிருந்தவர்களிடம் தன்மீது நல்ல மதிப்பை உருவாக்கிக் கொள்ளத்தான் என்பது புலனானது. ஹாரலின் அனைத்து முயற்சிகளும் மீண்டும் பயனற்றுப் போயின.

ஆச்சரியப்படத்தக்க விதத்தில் ஹாரலின் மற்றொரு குழுவினருக்கு அதிர்ஷ்டம் அடித்தது. மேடலீனுக்கு அஞ்சலில் அனுப்பப்பட்டிருந்த கடிதங்களை, பிரெஞ்சு இரகசியப் புலனாய்வுத் துறையின் உதவியுடன் அவர்கள் இடைமறித்துப் படித்தனர். அவற்றில் ஒரு கடிதத்தில், தாங்கள் தேடிக் கொண்டிருந்த வாய்ப்பு இருந்ததை அவர்கள் கண்டனர். 'பிரான்ஸின் தோட்டம்' என்று அழைக்கப்பட்ட லோயர் பள்ளத்தாக்கிலிருந்த ஆர்லியன்ஸ் நகரில், தனக்குச் சொந்தமாக இருந்த ஒரு பண்ணைவீட்டை விற்பதற்கு மேடலீன் ஒரு நாளிதழில் கொடுத்திருந்த விளம்பரத்திற்கு எழுதப்பட்டிருந்த பதில் கடிதம் அது. மொசாட் குழுவினர், அந்த நாளிதழ் விளம்பரத்தில் கொடுக்கப்பட்டிருந்த அஞ்சல் பெட்டி எண்ணுக்கு ஒரு கடிதம் அனுப்பினர். அதில், மேடலீன் கேட்டிருந்த விலையைப்போல மூன்று மடங்கு கொடுக்கத் தாங்கள் தயாராக இருந்ததாக அவர்கள் தெரிவித்திருந்தனர். தாங்கள் ஆஸ்திரிய நாட்டுத் தொழிலதிபர்கள் என்றும், தங்களுடைய விடுமுறைகளுக்காக அப்பகுதியில் வீடுகளைத் தேடிக் கொண்டிருந்தபோது மேடலீனின் விளம்பரம் தங்களுடைய கண்களில் பட்டிருந்ததாகவும் அவர்கள் அக்கடிதத்தில் தெரிவித்திருந்தனர். அதற்கு அளித்தப் பதிலில் மேடலீன் தன் வீட்டு முகவரியைக் கொடுத்தார். அதற்குச் சில நாட்களுக்குப் பிறகு, மொசாட் ஏஜென்டுகள் மேடலீனுக்கு இன்னொரு கடிதம் எழுதினர். அதில், தாங்கள் அவருடைய

வீட்டை நேரில் சென்று பார்த்ததாகவும், அது தங்களுக்குப் பிடித்திருந்ததாகவும், அது தங்களுடைய தேவைக்கு ஏற்றதாக இருந்ததாகவும் தெரிவித்திருந்தனர். அந்த விற்பனையை முடிப்பதற்கான இறுதிப் பேச்சுவார்த்தைக்கு அவர்கள் 1962 ஜூன் 21 ஆம் நாளைத் தேர்ந்தெடுத்தனர். அன்று பாரிஸில் இருந்த ஒரு பெரிய ஓட்டலின் வரவேற்புப் பகுதியில் அவர்கள் எல்லோரும் சந்திப்பதாக ஏற்பாடு செய்யப்பட்டது.

அந்தச் சந்திப்புக்கு ஒரு சில நாட்கள் முன்னதாக, ஹாரலின் ஆட்கள் தனித்தனியாகப் பாரிஸுக்கு வந்து சேர்ந்தனர். அவர்கள் உடனடியாகக் காரியங்களில் இறங்கினர். அவர்கள் பாரிஸிலும் அதன் புறநகர்ப் பகுதியிலும் பல வீடுகளை வாடகைக்கு எடுத்தனர். பல கார்களும் வாடகைக்கு ஏற்பாடு செய்யப்பட்டன. தப்பிச் செல்லும் பாதைகள் திட்டமிடப்பட்டன. தேவையான ஆவணங்கள் தயார் செய்யப்பட்டன, சாதனங்கள் சேகரிக்கப்பட்டன. இரகசியக் கண்காணிப்பு மற்றும் விசாரணைகளில் நிபுணத்துவம் பெற்றவர்கள் இஸ்ரேலிலிருந்து வரவழைக்கப்பட்டனர்.

மேடலீனை இரகசியத்தைக் கக்க வைப்பதற்கு ஏற்ற வழி, அவருடைய மகனைப் பகடைக்காயாகப் பயன்படுத்துவதுதான் என்ற முடிவுக்கு ஹாரல் வந்தார். மேடலீனின் மகன் கிளாடு, இஸ்ரேலில் ஒரு யூதப் பாரம்பரியப் பள்ளியில் படித்திருந்ததால், அவன் யோசெல்லைப் பற்றி நிறையவே அறிந்து வைத்திருந்தான். அம்மாவைப் பாரிஸில் கைது செய்கின்ற அதே நேரத்தில், மகனையும் கைது செய்ய ஹாரல் தீர்மானித்தார். தன்னுடைய ஏஜென்டுகள் மேடலீனைப் பாரிஸில் வைத்து விசாரித்துக் கொண்டிருந்த அதே நேரத்தில், கிளாடை இஸ்ரேலில் வைத்து வேறு சில ஏஜென்டுகள் விசாரிப்பதற்கு ஹாரல் ஏற்பாடு செய்து கொண்டார். மகன் அளிக்கும் பதில்களைக் கொண்டு அம்மாவை மடக்க அவர் தீர்மானித்தார்.

ஜூன் 21 அன்று காலையில், நாகரிகமாகவும் வசீகரமாகவும் தோற்றமளித்த ஓர் உயரமான பெண்மணி, மொசாட் ஏஜென்டுகள் ஏற்பாடு செய்திருந்த ஓட்டலின் வரவேற்புப் பகுதிக்குள் நுழைந்தார். மேடலீன்தான் அவர்.

மேடலீன், அங்கு அவருக்காகக் காத்துக் கொண்டிருந்த இரண்டு ஆஸ்திரியர்களிடம் சென்று தன்னை அறிமுகப்படுத்திக் கொண்டார். அவர்களில் ஒருவர் பெயர் ஃபர்பெர், மற்றொருவர் பெயர் ஷூமிட். (இரண்டுமே கடைந்தெடுத்த ஜெர்மானியப் பெயர்கள்!) மேடலீனுக்கு ஆங்கிலம் சரளமாகப் பேச வரும். அதோடு, அவருக்கு ஜெர்மானிய மொழியிலும் நல்ல புலமை இருந்தது. மேடலீன் தன் வீட்டை வாங்க முன்வந்திருந்த அந்த

இரண்டு ஆஸ்திரியர்களையும் துளிகூடச் சந்தேகிக்கவில்லை. அவர்கள் வெகுவிரைவில் அந்த வீட்டின் விற்பனை குறித்து ஓர் உடன்பாட்டுக்கு வந்தனர். ஆனால், அங்கு வந்து சேர வேண்டிய வழக்கறிஞர் அதுவரை வந்து சேரவில்லை. ஃபர்பெர் அந்த ஓட்டலின் வரவேற்புப் பகுதியிலிருந்த ஒரு தொலைபேசியில் அந்த வழக்கறிஞரை அழைத்தார். அவர் அந்த வழக்கறிஞரிடம் பேசிவிட்டு வந்து, மேடலீனிடம், “அந்த வழக்கறிஞர் உங்களிடம் தான் மன்னிப்புக் கேட்டதாகச் சொல்லச் சொன்னார். அவர் வேறு சில அவசர வேலைகளைக் கவனிக்க வேண்டியிருப்பதால் அவரால் இங்கு வர முடியவில்லை. நாம் நேராக அவருடைய வீட்டுக்கு வந்தால், இப்போதே ஒப்பந்தத்தில் கையெழுத்துப் போட்டுவிடலாம் என்று கூறுகிறார். அவருடைய வீடு, சான்டில்லி என்ற புறநகர்ப் பகுதியில் இருக்கிறது. தன்னுடைய வீட்டு முகவரியையும், அங்கு எப்படி வந்து சேர வேண்டும் என்ற விபரங்களையும் அவர் என்னிடம் கொடுத்துள்ளார்,” என்று கூறினார்.

பின்னர் ஃபர்பெர், மேடலீனிடம், “நாம் இப்போதே அங்குச் செல்லலாமா?” என்று கேட்டார்.

அதற்கு மேடலீன் உடனே ஒப்புக் கொண்டார். அந்த ஆஸ்திரியர்கள் வாடகைக்கு எடுத்திருந்த காரில் அம்மூவரும் ஏறிக் கொண்டு, அந்த வழக்கறிஞரின் வீட்டுக்குப் புறப்பட்டனர். அந்தப் பிரெஞ்சுப் பெண்மணியின் வசீகர அழகு கிட்டத்தட்ட அந்த மொத்தத் திட்டத்திற்கும் உலை வைக்கவிருந்தது. ஃபர்பெர்தான் காரை ஓட்டிக் கொண்டிருந்தார். மேடலீனின் அழகால் கவனம் சிதறுண்டு அவர் ஒரு போக்குவரத்து நிறுத்தத்தில் சிவப்பு விளக்கை மீறிச் சென்றுவிட்டார். போக்குவரத்துக் காவல்துறை அதிகாரி ஒருவரின் விசில்தான் அவரை எதார்த்தத்திற்குக் கொண்டுவந்தது. ஒரு பருத்த உடலுடன் இருந்த அந்த அதிகாரி, சிவப்பு விளக்கைச் சுட்டிக்காட்டியவாறு, விசிலை ஊதிக் கொண்டே அவர்களை நோக்கி ஓடி வந்தார்.

ஃபர்பெர் தன்னுடைய காரை உடனடியாக நிறுத்திவிட்டார். அடுத்து என்ன செய்ய வேண்டும் என்பது தெரியாமல் அவர் திகைத்தார். “நாம் ஓர் அந்நிய நாட்டில் இருக்கிறோம். நம் கைகளில் இருப்பது போலி ஆவணங்கள். வெகு விரைவில் காணாமல் போகப் போகின்ற ஒரு பெண்மணியுடன் வாடகைக்கு எடுக்கப்பட்ட ஒரு காரில் நாம் பயணித்துக் கொண்டிருக்கிறோம். அந்தக் காவல்துறை அதிகாரி கொடுக்கவிருக்கும் அபராதச் சீட்டைப் பெற்றுக் கொள்ள வேண்டியதுதான், வேறு என்ன செய்வது?” என்று அவர் தன் தலைவிதியை நொந்து கொண்டிருந்தபோதுதான் அது நிகழ்ந்தது. அவருக்கு இந்தச்

சிக்கலை ஏற்படுத்தியிருந்த அந்த அழகுப் பதுமையே அவரை அச்சிக்கலிருந்து காப்பாற்ற முன்வந்தது. மேடலீன் தன் தலையை அந்தக் காரின் சன்னலுக்கு வெளியே நீட்டி, ஒரு வசீகரப் புன்னகையை அந்தக் காவல் அதிகாரியின் பக்கம் உருட்டி விட்டுவிட்டு, தேனொழுகிய ஒரு குரலில் பிரெஞ்சு மொழியில், "சார், இவர் ஒரு சுற்றுலாப் பயணி. இவர் ஓர் அந்நிய நாட்டில் ஒரு பெண்மணியுடன் பயணம் செய்து கொண்டிருக்கிறார். தன் வீரப் பிரதாபங்களைக் கூறி அவளை வசீகரிக்க முயன்று கொண்டிருக்கிறார். இதை நீங்கள் புரிந்து கொள்வீர்கள் என்று நான் நம்புகிறேன். தயவு செய்து அவரை மன்னித்துவிடுங்கள்," என்று அந்தக் காவலரிடம் கூறினார். மேடலீனின் அழகிலும் பேச்சிலும் மயங்கிய அந்த அதிகாரி, அபராதச் சீட்டைக்கூடக் கொடுக்காமல், பயத்தால் உறைந்து போயிருந்த அந்த ஏஜென்டுகளை அனுப்பிவிட்டார்.

அதையடுத்து அந்தக் கார், அந்த 'வழக்கறிஞர்' வசித்து வந்த சான்டிடில்லி என்ற அழகான நகருக்குள் நுழைந்தது. பிறகு, மாளிகை போன்ற அந்த வீட்டின் வளாகத்திற்குள் நுழைந்து, அந்த வீட்டின் வாசற்கதவருகே போய் அது நின்றது. அந்த இரண்டு தொழிலதிபர்களும் தங்களுடைய விருந்தாளி காரிலிருந்து இறங்க பவ்யமாக உதவினர். பிறகு அவர்கள் அவரை உள்ளே அழைத்துச் சென்றனர்.

அங்கிருந்த 'வழக்கறிஞரின் அறைக்கு' அவர்கள் அவரை வழிநடத்தினர்.

வழக்கறிஞரின் பாத்திரத்தை ஏற்றிருந்தவர் கரோஸ். அவர் மேடலீனிடம் பிரெஞ்சு மொழியில், "மேடம், உங்களை இங்கு வரவழைத்திருப்பது, ஆர்லியன்ஸ் நகரிலுள்ள உங்களுடைய வீட்டைப் பற்றி விவாதிப்பதற்காக அல்ல. வேறொரு விஷயம் தொடர்பாக உங்களை விசாரிக்கவே நீங்கள் இங்குக் கொண்டுவரப்பட்டிருக்கிறீர்கள்," என்று கூறினார்.

அதைக் கேட்டுக் கடும் அதிர்ச்சியடைந்த மேடலீன், "நீங்கள் என்ன சொல்கிறீர்கள்? இங்கு என்ன நடந்து கொண்டிருக்கிறது?" என்று சீறினார்.

"நான் உங்களிடம் யோசெல் ஷுமாக்கர் என்ற சிறுவனைப் பற்றிப் பேச விரும்புகிறேன்."

அக்கணத்தில், மேலும் இரண்டு நபர்கள் மேடலீனின் இருபுறமும் தோன்றினர். மேடலீன் திரும்பிப் பார்த்தபோது, தன்னைக் கூட்டி வந்திருந்த இரண்டு ஆஸ்திரியத் 'தொழிலதிபர்களும்' சுவடே இல்லாமல் மாயமாய் மறைந்துவிட்டிருந்ததைக் கண்டு அவர் திடுக்கிட்டார். அவரைப் பெரும் அச்சம் சூழ்ந்து கொண்டது.

"நான் ஒரு பொறியில் வசமாகச் சிக்கிக் கொண்டுவிட்டேன்,"

என்று பிரெஞ்சு மொழியில் ஒரு மெல்லிய குரலில் அவர் தனக்குத் தானே முணுமுணுத்துக் கொண்டார்.

“நீங்கள் இஸ்ரேலியப் புலனாய்வுத் துறையின் கைகளில் சிக்கியிருக்கிறீர்கள் மேடம்,” என்று கரோஸ் கூறினார்.

துல்லியமாக அக்கணத்தில், பீர் யக்கவ் என்ற இஸ்ரேலிய நகரில், மேடலீனின் மகன் கிளாடை இஸ்ரேலியக் காவல்துறையினர் கைது செய்தனர்.

***

சான்டில்லியில், கரோஸ் மேடலீனின் பக்கம் திரும்பி, “மேடம், நீங்கள் யோசெல் ஷுமாக்கர் என்ற சிறுவனின் கடத்தலில் தொடர்பு கொண்டுள்ளீர்கள் என்பது எங்களுக்குத் தெரியும். அவன் எங்கே இருக்கிறான் என்று கூறுங்கள்,” என்று கேட்டார்.

“எனக்கு எதுவும் தெரியாது. நான் எதையும் கூறவும் மாட்டேன்,” என்று மேடலீன் உறுதியாகக் கூறினார். தொடக்கத்தில் அவர் அதிர்ச்சி அடைந்திருந்தாலும், அதிலிருந்து விரைவாக மீண்டுவிட்டார். அவசர உதவி தேவைப்பட்டால் இருக்கட்டும் என்று கரோஸ் தன் மனைவியின் தங்கையையும் உடன் அழைத்து வந்திருந்தார். அவர் முறையாகப் பயிற்சி பெற்றிருந்த ஒரு செவிலி.

மேடலீன்தான் தங்களுடைய கடைசி நம்பிக்கை என்பதை இஸ்ரேலியர்கள் அறிந்திருந்தனர். அதே நேரத்தில், அந்த இரும்புப் பெண்மணியை இளக வைப்பது அவ்வளவு எளிதான காரியமாக இருக்காது என்பதும், அவரை வழிக்குக் கொண்டு வருவதற்கு நேரம் பிடிக்கும் என்பதும் அவர்களுக்குப் புரிந்தது. அதனால், லண்டனிலிருந்து அங்கு வந்து சேர்ந்திருந்த யெஹுதித்திடம் மேடலீன் ஒப்படைக்கப்பட்டார். யெஹுதித் அவரைக் கண்ணியமாக நடத்தினார், அவரை அக்கறையுடன் கவனித்துக் கொண்டார், மேடலீனின் பிரார்த்தனைக்குத் தேவையான புனித நூல்களையும் மெழுகுவர்த்திகளையும் அவருக்குக் கொடுத்தார். யூதப் பாரம்பரியப்படி அவருக்கு உணவும் தயாரித்துக் கொடுத்தார். அந்தப் பகுதிக்குள் ஆண்கள் வருவது தடை செய்யப்பட்டிருந்தது. அதற்கு அடுத்த அறையில் அந்தச் செவிலிப் பெண் இருந்தார்.

விசாரணை தொடங்கியது. கரோஸும் விக்டரும் மணிக்கணக்கில் பிரெஞ்சு மொழியில் அவரை விசாரித்தனர். தன்னைப் பற்றிய அனைத்து விபரங்களையும் இஸ்ரேலியர்கள் தங்கள் விரல் நுனியில் வைத்திருந்ததை அறிந்து மேடலீன் பெரும் வியப்படைந்தார். ஆனாலும் யோசெல் பற்றிய தகவல்கள் எதையும் கொடுக்க முடியாது என்று அவர் அடம்பிடித்தார். அவர் விக்டர் கோஹனைப் பிரெஞ்சு மொழியில் ‘போலீஸ்காரன்’

என்று அழைத்தார். தனக்கும் யோசெல்லின் கடத்தலுக்கும் எந்தத் தொடர்பும் இல்லை என்று அவர் தொடர்ந்து பிடிவாதமாக மறுத்து வந்தார். விக்டர் கோஹன் பின்னர் அது குறித்து இவ்வாறு குறிப்பிட்டார்: "அதனால், அவரை இளக வைப்பதற்காக, நான் மேடலீனிடம் வேறு பல விஷயங்களைப் பற்றிப் பேசத் தொடங்கினேன். ஒரு கிறித்தவப் பெண்ணான அவர் எப்படி ஒரு வைதிக யூதராக மாறினார் என்பதை நான் புரிந்து கொள்ள விரும்பினேன். இவை இரண்டும் முற்றிலும் மாறுபட்டிருந்த உலகங்கள். முதலில் அந்த அறையில் வேறொரு பெண்மணியும் இருக்க வேண்டும் என்று அவர் வற்புறுத்தினார். ஆனால், பின்னர் அவர் தனியாக என் கேள்விகளுக்குப் பதிலளிக்க ஒப்புக் கொண்டார். ஆனால், அந்த அறையின் வாசற்கதவு திறந்து வைக்கப்பட்டிருக்க வேண்டும் என்று அவர் கேட்டுக் கொண்டார்."

மேடலீனை நிலைதடுமாற வைப்பதற்காக, அவரை அவமதிக்கின்ற விதத்தில் அவர்மீது அநியாயமான குற்றச்சாட்டுகளை அள்ளி வீசுகின்ற இனிமையற்றப் பணி, மேடலீனை விசாரித்துக் கொண்டிருந்தவர்களில் ஒருவருக்குக் கொடுக்கப்பட்டது. அதனால் உணர்ச்சிவசப்பட்டு, தான் கூற நினைத்திராத விஷயங்களை மேடலீன் உளறிவிடுவார் என்று மொசாட் ஏஜென்டுகள் நம்பினர். அதே உத்தியை, மேடலீனின் மகனை விசாரித்துக் கொண்டிருந்த குழுவினர் அவன்மீது பிரயோகிக்க உத்தேசித்திருந்தனர்.

உண்மையில் கிளாடுமீது மேற்கொள்ளப்பட்ட விசாரணை பலனளிக்கத் தொடங்கியது. அவனை விசாரித்துக் கொண்டிருந்தவர்களின் தலைவர் பெயர் அவ்ரஹம் ஹாடர். அவர் ஓர் உறுதியான நபர். மிகுந்த நெஞ்சுரம் மிக்கவர்களையே தன் வழிக்குக் கொண்டு வரக்கூடியவர் என்று பெயரெடுத்திருந்தவர் அவர். அவர் கிளாடிடம், "உன்னுடைய அம்மா எல்லாவற்றையும் ஒப்புக் கொண்டுவிட்டார். அதனால் இனியும் உன் பருப்பு வேகாது. ஒழுங்காக உண்மையை ஒப்புக் கொள்," என்று தூண்டில் போட்டார்.

அதைக் கேட்டு கிளாடு உடைந்து போனான். "யோசெல்லுக்கு என்ன நடந்தது என்பது எனக்குத் தெரியும். என் அம்மாவும் நானும் சட்டப்படி தண்டிக்கப்படுவதிலிருந்து எங்களுக்கு விதிவிலக்குப் பெற்றுத் தருவதாக நீங்கள் வாக்குறுதி கொடுத்தால், எனக்குத் தெரிந்த அனைத்தையும் நான் கூறிவிடுகிறேன்," என்று கிளாடு கூறினான்.

ஹாடர் அவனிடம், "அதற்கு நான் ஏற்பாடு செய்கிறேன்," என்று கூறிவிட்டு, உடனடியாக அவனை ஷபக்கின் தலைவர்

மனோரிடம் அழைத்துச் சென்றார். கிளாடு அந்த அறைக்குள் அடியெடுத்து வைத்த உடனேயே, “ஹாடர் உனக்கு அளித்திருந்த அனைத்து வாக்குறுதிகளையும் நான் நிறைவேற்றுகிறேன். யோசெல் எங்கே என்று இப்போது சொல்!” என்று மனோர் ஓர் உச்ச குரலில் கத்தினார். அதைக் கேட்டு கிளாடு ஆடிப் போய்விட்டான். இறுதியில், தன் அம்மாதான் யோசெல்லுக்கு ஒரு பெண்குழந்தைபோல வேடமிட்டு அவனை இஸ்ரேலிலிருந்து கடத்திச் சென்றார் என்று அவன் ஒப்புக் கொண்டான். அதற்கு மேடலீன் தன்னுடைய பாஸ்போர்ட்டைத் திருட்டுத்தனமாகத் திருத்தியிருந்தார். மேடலீனிடமிருந்த பாஸ்போர்ட்டில் அவருடைய மகனின் பெயர் ‘கிளாடு’ என்று இடம் பெற்றிருந்தது; அதை அவர் ‘கிளாடீன்’ என்று ஒரு பெண் பெயராக மாற்றினார்; கிளாடின் பிறந்த ஆண்டு யோசெல்லின் வயதை ஒத்திருக்கும்படி அதையும் அவர் திருத்தினார்; இறுதியாக, அவர் தன்னுடைய மகனை மகளாக மாற்றினார். அச்சிறுவன் சுவிட்சர்லாந்திற்குக் கொண்டு செல்லப்பட்டான் என்பதுவரை தனக்குத் தெரியும் என்று கிளாடு கூறினான்.

கிளாடின் ஒப்புதல் வாக்குமூலம் உடனடியாக சான்டில்லிக்கு அனுப்பி வைக்கப்பட்டது. மேடலீனைக் குறுக்கு விசாரணை செய்து கொண்டிருந்த நபர்கள் இப்புதிய தகவலின் உதவியுடன் அவளை மடக்க முயன்றனர். “கிளாடு இப்போது எங்கள் வசம் உள்ளான். அவன் எல்லாவற்றையும் ஒத்துக் கொண்டான். அவனுக்குப் பெரும் தண்டனை காத்துக் கொண்டிருக்கிறது. உங்களுடைய மகனுக்கு என்ன நேரப் போகிறது என்பது குறித்து உங்களுக்கு அக்கறை இருக்கிறதா?” என்று விக்டர் கோஹன் மேடலீனிடம் கேட்டார்.

“அவன் இனியும் என் மகனல்ல,” என்று மேடலீன் ஒரே போடாகப் போட்டார். அதற்குப் பிறகும் மொசாட் ஏஜென்டுகளால் அவரை வழிக்குக் கொண்டுவர முடியவில்லை. அந்தப் பெண்மணியின் மன உறுதி குறித்து அவளை விசாரித்துக் கொண்டிருந்தவர்களால் வியக்காமல் இருக்க முடியவில்லை.

நிலைமை மெதுவாகக் கைமீறிச் சென்று கொண்டிருந்தது. தீர்வு கைக்கெட்டும் தூரத்தில் இருந்தும் அது தங்களுக்குக் கிடைக்காமல் போய்விடக்கூடும் என்று மேடலீனை விசாரித்துக் கொண்டிருந்தவர்கள் பயந்தனர்.

இறுதியாக, தானே நேரடியாகக் களத்தில் குதிப்பதென்று ஹாரல் தீர்மானித்தார்.

***

அந்த அறையில் ஹாரலும் மேடலீனும் எதிரெதிரே உட்கார்ந்திருந்தனர். அவர்களுக்குப் பின்னால் சில மொசாட் ஏஜெண்டுகள் நின்று கொண்டிருந்தனர். விக்டரும் கரோஸும் மொழிபெயர்ப்பாளர்களாகச் செயல்பட்டுக் கொண்டிருந்தனர்.

மிகத் தீவிரமான மன உறுதியுடன் இருந்த அப்பெண்மணி எந்த அச்சுறுத்தலுக்கும் அடிபணிய மாட்டார் என்பதை ஹாரல் நன்கு அறிந்திருந்தார். அதனால், அறரீதியாக மேடலீனைத் தன் பக்கம் திருப்புவதுதான் ஒரே வழி என்று அவர் நினைத்தார். மேடலீன் மதவாதியாக இருந்தபோதிலும், தர்க்கரீதியான பேச்சுக்குச் செவிசாய்ப்பார் என்று அவர் நம்பினார். என்ன இருந்தாலும், மேடலீன் தன் வாழ்நாள் முழுவதும் அதிதீவிர யூத மதப்பற்றாளராக இருந்திருக்கவில்லை. அவருக்கு முந்தைய தலைமுறையைச் சேர்ந்த அதிதீவிர மதப்பற்றாளர்களிடம் இருந்த வெறி மேடலீனிடம் இருக்கவில்லை. அவர் ஒரு புத்திசாலியான, சாதுரியமான பெண்மணி என்பதால் அவரை அப்படித்தான் நடத்த வேண்டும் என்று ஹாரல் நினைத்தார்.

ஹாரல் தன் ஒவ்வொரு வார்த்தையையும் அளந்து பேசினார். "உங்களுடைய மகன் எல்லாவற்றையும் கூறிவிட்டான். உங்களைப் பற்றிய வேறு பல ஏராளமான தகவல்களும் எங்கள் வசம் இருக்கின்றன. உங்களுடைய இரகசியங்களில் பெரும்பாலானவற்றை நாங்கள் அறிவோம். உங்களை வலுக்கட்டாயமாக இங்குக் கொண்டுவந்ததற்கு நாங்கள் எங்களுடைய வருத்தத்தைத் தெரிவித்துக் கொள்கிறோம். நீங்கள் யூத மதத்திற்கு மாறியுள்ளீர்கள். யூதம் என்றால் இஸ்ரேல். இஸ்ரேல் இல்லையேல் யூத மதத்தால் தாக்குப்பிடிக்க முடியாது. யோசெல்லின் கடத்தல், இஸ்ரேலிலுள்ள மதச் சமூகங்களுக்கு மரண அடி கொடுத்துள்ளது. வைதிக யூத மதத்திற்கு எதிரான சீற்ற உணர்வுகளை இஸ்ரேலிய மக்களிடம் அது தூண்டிவிட்டுள்ளது. இஸ்ரேலில் ஓர் உள்நாட்டுக் கலகம் மூள்வதற்கு நீங்கள் ஒரு காரணமாக அமையக்கூடும். நீங்கள் அச்சிறுவனைத் திருப்பிக் கொடுக்காவிட்டால், அங்கு ஒரு இரத்த ஆறு பெருக்கெடுத்து ஓடக்கூடும். அப்போது அச்சிறுவனின் நிலை என்னவாகும் என்று யோசித்துப் பாருங்கள். அச்சிறுவன் இறக்கக்கூட நேரிடலாம். அப்போது நீங்களும் உங்களுக்கு இதில் உடந்தையாக இருந்தவர்களும் யோசெல்லின் பெற்றோரின் முகத்தில் எப்படி விழிப்பீர்கள்? அந்தப் பாவம் உங்களைச் சும்மா விடாது. உங்கள் வாழ்நாள் முழுவதும் அது உங்களைத் துரத்தும். உங்களுக்கு ஒருபோதும் பாவமன்னிப்பு கிட்டாது.

"நீங்களும் ஒரு பெண். நீங்கள் ஒரு தாயும்கூட. நீங்கள் உங்களுடைய மகனை வளர்த்துக் கொண்டிருக்கின்ற விதத்தை

ஏற்றுக் கொள்ளாத சிலர் உங்களுடைய மகனைக் கடத்திச் சென்றால், அப்போது உங்களுக்கு எப்படி இருக்கும்? உங்களால் நிம்மதியாகத் தூங்க முடியுமா?

“நாங்கள் மதத்திற்கு எதிராகப் போராடிக் கொண்டிருக்கவில்லை. அச்சிறுவனைக் கண்டுபிடிப்பது மட்டுமே எங்களுடைய ஒரே நோக்கம். அவன் எங்களுடைய கைகளுக்கு வந்த அடுத்தக் கணம், நீங்கள் ஒரு சுதந்திரப் பறவையாகிவிடுவீர்கள். உங்களுடைய மகனும் விடுவிக்கப்படுவான். இஸ்ரேல் மறுபடியும் ஒன்றுசேர்ந்துவிடும்!”

ஹாரல் மேடலீனின் முகத்தையே உற்றுப் பார்த்துக் கொண்டிருந்தார். மேடலீனின் மனத்திற்குள் ஒரு போராட்டம் நடந்து கொண்டிருந்ததை அது காட்டிக் கொடுத்தது. முரண்பாடான உணர்வுகளால் அவர் அலைக்கழிக்கப்பட்டுக் கொண்டிருந்தார். அவர் மிகுந்த மன அழுத்தத்திற்கு ஆளானார். சமரசம் செய்து கொள்ளப்பட முடியாத முரண்பாடுகளில் எதைத் தேர்ந்தெடுப்பது என்ற குழப்பம் ஏற்படுகின்றபோது, மிகுந்த மன உறுதி கொண்ட ஒருவருக்கு ஏற்படுகின்ற தவிப்போடு இருந்த அவர் தன்னுடனேயே போராடிக் கொண்டிருந்தார்.

மொசாட் ஏஜென்டுகளும் சிலைகளைப்போல அசையாமல் நின்று கொண்டிருந்தனர். உண்மை வெளிப்படவிருந்த வேளை நெருங்கிக் கொண்டிருந்ததை அவர்களாலும் உணர முடிந்தது.

பின், மேடலீன் மெதுவாகத் தன்னுடைய தலையைத் தூக்கி, “நீங்கள் உண்மையிலேயே இஸ்ரேலிய அரசாங்கத்தைத்தான் பிரதிநுதப்படுத்துகிறீர்கள் என்பதை என்னால் எப்படி உறுதி செய்து கொள்ள முடியும்? உங்களை நான் எப்படி நம்புவது?” என்று கேட்டார்.

அடுத்தக் கணம், ஹாரல் துளிகூடத் தயக்கமின்றி, தன்னுடைய தூதரகப் பாஸ்போர்ட்டை வெளியே எடுத்து மேடலீனிடம் நீட்டினார். அதில் அவருடைய உண்மையான பெயர் இடம் பெற்றிருந்தது.

ஹாரலுடைய ஆட்கள் வாயடைத்துப் போய் நின்று கொண்டிருந்தனர். அவருக்குப் பைத்தியம் பிடித்துவிட்டதா? மேடலீனிடம் அவர் தன்னுடைய உண்மையான பெயரை வெளிப்படுத்துவதும், தன் பாஸ்போர்ட்டைக் கொடுப்பதும் ஆபத்தான செயல்களாக அவர்களுக்குப் பட்டன. ஆனால், தன்னுடைய நேர்மையை மேடலீனிடம் வெளிப்படுத்தி அவருடைய நம்பிக்கையைப் பெற்றால் மட்டுமே இதில் தனக்கு வெற்றி சாத்தியமென்று ஹாரல் நம்பினார்.

ஹாரல் தன்னிடம் கொடுத்திருந்த பாஸ்போர்ட்டின்மீது குத்தப்பட்டிருந்த இஸ்ரேலிய அரசின் இலச்சினையை மேடலீன்

நீண்ட நேரம் உற்றுப் பார்த்தார். பிறகு, "இதற்கு மேல் என்னால் தாங்கிக் கொள்ள முடியாது. நான் உண்மையைக் கூறிவிடுகிறேன்," என்று அவர் முணுமுணுத்தார்.

பின், திடீரென்று அவர் தன் தலையை உயர்த்தி, "அச்சிறுவன், அமெரிக்காவில் கெர்ட்னர் குடும்பத்தாருடன் இருக்கிறான். அவர்களுடைய முகவரி: 126, பென் தெரு, புரூக்ளின், நியூயார்க். அங்கு அவனுக்கு யாங்கெலே என்று பெயர்," என்று கூறினார்.

ஹாரல் உடனடியாகத் துள்ளி எழுந்தார். "நாங்கள் அச்சிறுவனைக் கைப்பற்றியவுடன், நீங்கள் விடுதலை செய்யப்படுவீர்கள்," என்று அவர் கூறினார்.

பின் அவர் அந்த அறையைவிட்டு அகன்றார்.

***

அதைத் தொடர்ந்து பல தந்திகள் பறந்தன. முதலில் ஜெருசலேமும், அதைத் தொடர்ந்து, நியூயார்க் மற்றும் வாஷிங்டனில் இருந்த இஸ்ரேலிய அலுவலகங்களும் உஷார்படுத்தப்பட்டன. வட அமெரிக்காவில் இருந்த இஸ்ரேலியத் தூதரகப் பாதுகாப்பு உயரதிகாரியான இஸ்ரேல் குர் அரியை ஹாரல் தொடர்பு கொண்டார். குர் அரி நியூயார்க்கில் இருந்ததால், அவர் உடனடியாக புரூக்ளின் முகவரியைச் சோதித்தார். அந்த முகவரியில் கெர்ட்னர் குடும்பம் வசித்து வந்ததாகவும், ஹாசிடிச சத்மர் பிரிவைச் சேர்ந்த ஏராளமானோர் அப்பகுதியில் வாழ்ந்து வந்ததாகவும் அவர் தகவல் தெரிவித்தார். வாஷிங்டனிலிருந்த அமெரிக்காவுக்கான இஸ்ரேலியத் தூதரான அவ்ரஹாம் ஹார்மனுக்கு ஜெருசலேம் உடனடியாக ஒரு தந்தி அனுப்பியது. அத்தந்தியில், "நீங்கள் அமெரிக்கப் புலனாய்வு நிறுவனமான எஃப்பிஐயிடம் தகவல் தெரிவித்து, அக்குழந்தையைக் கண்டுபிடித்துத் தருமாறு அவர்களைக் கேட்டுக் கொள்ளுங்கள்," என்று குறிப்பிடப்பட்டிருந்தது.

குர் அரியும் எஃப்பிஐயின் பாதுகாப்பு அதிகாரியை நேரடியாகத் தொடர்பு கொண்டு, தேவையான அனைத்துத் தகவல்களையும் பகிர்ந்து கொண்டார். அதைக் கேட்ட எஃப்பிஐ அதிகாரி, "இவ்வளவு விபரங்களை வைத்திருக்கின்ற நீங்களே போய் அச்சிறுவனைக் கண்டுபிடித்துக் கொள்ளுங்களேன்," என்று கூறினார். அதற்கு குர் அரி, "அப்படியானால், அதற்கான அதிகாரபூர்வமான அனுமதியை எனக்குக் கொடுங்கள்," என்று கேட்டார். அதைக் கொடுக்க எஃப்பிஐ அதிகாரி மறுத்துவிட்டார்.

கவலையையும் பதற்றத்தையும் தோற்றுவித்தத் தந்திகள் ஹாரலின் தற்காலிகத் தலைமையகத்திற்கு வந்தன. அமெரிக்கா தயங்கியதாக குர் அரியும் இஸ்ரேலியத் தூதுவரும் ஹாரலிடம்

தெரிவித்தனர். எஃப்பிஐ தங்களிடம் பல கேள்விகள் கேட்டதாக அவர்கள் கூறினர். அச்சிறுவன் அந்த முகவரியில்தான் இருந்தான் என்பது உங்களுக்கு உறுதியாகத் தெரியுமா? நாங்கள் அந்த இடத்தில் அதிரடித் தாக்குதல் நடத்தி, அங்கு அந்தச் சிறுவன் இல்லாவிட்டால் என்ன செய்வது? அமெரிக்காவில் காங்கிரசுக்கு விரைவில் தேர்தல் நடக்கவிருந்ததால்தான் தாங்கள் தயங்கியதாக எஃப்பிஐ சூசகமாகத் தெரிவித்தது. ஹாசிடிச சத்மர் உட்பிரிவு கிட்டத்தட்ட ஒரு இலட்சம் ஓட்டுகளைத் தங்களுடைய கட்டுப்பாட்டில் வைத்திருந்தது; அதனால், அவர்களைப் பகைத்துக் கொள்ள அமெரிக்க நிர்வாகம் தயாராக இருக்கவில்லை.

சான்டில்லியிலிருந்த ஹாரல் பொறுமையிழந்து கொண்டிருந்தார். ஒரு நாள் இரவு, அவர் தன் தொலைபேசியை எடுத்து, "வாஷிங்டனிலுள்ள ஹார்மனுடன் எனக்கு உடனடியாகத் தொடர்பு ஏற்படுத்திக் கொடுங்கள்," என்று கூறினார்.

இஸ்ரேலியத் தூதர் தொலைபேசியில் வந்தவுடன், ஹாரல் நேரடியாக விஷயத்திற்கு வந்தார்: "ஹார்மன், நான் இஸ்ஸர் ஹாரல் பேசுகிறேன். நீங்கள் உடனடியாக அமெரிக்க அட்டர்னி ஜெனரல் ராபர்ட் கென்னடியைத் தொடர்பு கொள்ளுங்கள். எஃப்பிஐயை அனுப்பி உடனே அச்சிறுவனைப் பிடித்துக் கொடுக்குமாறு நான் கேட்டுக் கொண்டதாக அவரிடம் தெரிவியுங்கள்."

அதைக் கேட்டு ஹார்மன் ஆடிப் போய்விட்டார். "ஹாரல், நீங்கள் என்ன சொல்கிறீர்கள் என்பதைத் தெரிந்துதான் சொல்கிறீர்களா?" என்று கேட்டார். அமெரிக்கப் புலனாய்வு நிறுவனங்கள் தங்களுடைய பேச்சை ஒட்டுக்கேட்டுக் கொண்டிருக்கக்கூடும் என்பதை அவர் சூசகமாகத் தெரிவித்தார்.

"அப்படி நடைபெற்றால் இன்னும் நல்லது. நான் உங்களிடம் மட்டும் பேசிக் கொண்டிருக்கவில்லை," என்று ஹாரல் பதிலளித்தார். அமெரிக்கர்கள் ஒட்டுக்கேட்க வேண்டும் என்று அவர் விரும்பினார். தன்னுடைய உறுதியான முடிவு அவர்களை உசுப்பிவிட்டுச் செயலில் இறங்கச் செய்யும் என்று அவர் நம்பினார்.

ஆனால், ஹார்மன் இன்னும் தயங்கினார். அதனால் இராஜாங்கரீதியான சிக்கல்கள் எழக்கூடும் என்று அவர் ஹாரலை எச்சரிக்க முயன்றார்.

அதைக் கேட்டு எரிச்சலடைந்த ஹாரல், "நான் உங்களுடைய அபிப்பிராயத்தைக் கேட்கவில்லை. அவர்கள் உடனடியாகச் செயல்படாவிட்டால் அதன் பின்விளைவுகளுக்கு அவர்கள் பதில் சொல்லியாக வேண்டியிருக்கும் என்று அவர்களிடம் கூறுங்கள்," என்று கோபமாகப் பேசினார்.

சில மணி நேரம் கழித்து ஹாரலின் தொலைபேசி ஒலித்தது.

நியூயார்க்கிலிருந்து அந்த அழைப்பு வந்திருந்தது. ராபர்ட் கென்னடி உடனடியாக நடவடிக்கை எடுத்திருந்தார் என்ற செய்தி ஹாரலிடம் தெரிவிக்கப்பட்டது. எஃப்பிஐயின் அதிரடிப் படை ஒன்று புரூக்ளினுக்கு விரைந்திருந்தது. இஸ்ரேலியப் பாதுகாப்பு அதிகாரி ஒருவரும் அவர்களுடன் சென்றிருந்தார். அங்கு உண்மையிலேயே ஒரு சிறுவன் இருந்தான். எஃப்பிஐ படையினர் அச்சிறுவனை மீட்டுப் பாதுகாப்பான ஓரிடத்திற்கு கொண்டு சென்றிருந்தனர். அச்சிறுவன் யோசெல்தான் என்பது உறுதிப்படுத்தப்பட்டது.

ஈலை வீசல் என்ற இளம் நிருபர் (பின்னாளில் அவர் அமைதிக்கான நோபல் பரிசு பெற்றார்), குர் அரியைத் தொலைபேசியில் தொடர்பு கொண்டு, “நீங்கள் யோசெல்லைக் கண்டுபிடித்துவிட்டீர்கள் என்று கேள்விப்பட்டேனே!” என்று கேட்டார். ஆனால், இரகசியக் காப்பு உறுதிமொழி எடுத்திருந்த குர் அரி, அதை உறுதியாக மறுத்துவிட்டார். அதற்காக, வீசல் அவரைப் பல ஆண்டுகள் மன்னிக்காமல் இருந்தார்.

***

1962 ஜூலை 4. அன்றைய தினம் இஸ்ரேலிலும் தேசிய விடுமுறை தினம். யோசெல்லை மீட்டு அழைத்து வந்த விமானம் டெல் அவீவ் விமான நிலையத்தில் அன்றுதான் தரையிறங்கியது. இஸ்ரேலியப் புலனாய்வுத் துறையின் அபாரத் திறமை குறித்தும் அதன் அர்ப்பணிப்பு குறித்தும் இஸ்ரேலிய ஊடகங்கள் வானளாவப் புகழ்ந்து தள்ளின. இஸ்ரேலைப்போல வேறு எந்தவொரு நாட்டிலும் அந்நாட்டின் இரகசியப் புலனாய்வு அமைப்பு, அந்நாட்டின் அனைத்து மக்களாலும் நேசிக்கப்பட்டிருக்கவோ அல்லது பாராட்டப்பட்டிருக்கவோ இல்லை. மிகப் பிரபலமான வழக்கறிஞரான ஷ்லோமோ கோஹன் ஜிடான், யோசெல்லைக் கண்டுபிடித்ததற்காக பென் குரியனுக்கு நன்றி தெரிவித்து ஒரு கடிதம் எழுதியிருந்தார். பென் குரியன் அதற்கு அனுப்பிய பதில் கடிதத்தில் இவ்வாறு குறிப்பிட்டிருந்தார்: “நீங்கள் இதற்கு நம் நாட்டின் இரகசியப் புலனாய்வு அமைப்புகளுக்குத்தான் நன்றி கூற வேண்டும். குறிப்பாக, இதற்காக இரவுபகலாக எண்ணற்ற நாட்களைச் செலவிட்ட அதன் தலைவருக்கு நீங்கள் நன்றி கூற வேண்டும். அவருடைய உதவியாளர்கள் அனைவரும் நம்பிக்கையிழந்து இந்த முயற்சியைக் கிட்டத்தட்ட கைவிடுகின்ற நிலைக்குச் சென்றபோதுகூட, அவர் இதில் விடாப்பிடியாகத் தொடர்ந்து ஈடுபட்டார். அச்சிறுவன் கண்டுபிடிக்கப்பட்டப் பிறகும், அவனை இங்கு அழைத்து வருவதற்கு அவர் படாதபாடு பட வேண்டியிருந்தது.”

மொத்த இஸ்ரேலும் யோசெல்லின் மீட்பு குறித்துக் கொண்டாடிக் கொண்டிருந்தபோது, ஹாரல் பாரிஸில் இருந்தார். அங்கு அவருடைய ஆட்கள் அவருக்கு ஒரு சிறிய விருந்தளித்தனர். அவர்களில் ஒருவர் தன் மதுக்கோப்பையை உயர்த்திப் பிடித்து, "சொந்த நாட்டிற்குத் திரும்பிய சிறுவனுக்காகவும், அவனைக் கண்டுபிடித்த, இரும்பு போன்ற மன உறுதி கொண்ட மனிதருக்கும், தன் நாட்டின் குடிமக்களைப் பாதுகாப்பது எப்படி என்பதை நன்றாக அறிந்துள்ள இஸ்ரேலிய அரசுக்கும் இந்தக் கௌரவம் உரித்தாகுக!" என்று வாழ்த்தினார். மற்றொரு ஏஜென்ட், பஞ்சடைக்கப்பட்ட ஒரு புலிக்குட்டிப் பொம்மையை ஹாரலுக்குப் பரிசளித்தார். ஹாரலின் ஏஜென்டுகள், ஹாரல் அவ்வப்போது குட்டித் தூக்கம் போட்டிருந்த 'யோசெல் படுக்கையையும்' டெல் அவீவிலிருந்த அவருடைய வீட்டுக்கு அனுப்பி வைத்தனர்.

***

யோசெல் மீட்கப்பட்டப் பிறகு முழு உண்மையும் வெளியே வந்தது.

அது ஒரு தந்தியிலிருந்து தொடங்கியது.

1960 ஆம் ஆண்டின் வசந்தகாலத்தில், யோசெல், இஸ்ரேலுக்குள் ஒரு யூத மதப் பள்ளியிலிருந்து மற்றொன்றுக்கு மாற்றப்பட்டுக் கொண்டிருந்தபோது, மேடலீனுக்கு, அவருடைய நண்பரான யூத மதகுரு மெய்சிஷிடமிருந்து ஒரு தந்தி வந்தது: "உடனடியாக ஜெருசலேமுக்கு வரவும். நான் உங்களுக்குப் பொருத்தமான ஒரு வரனைப் பார்த்து வைத்துள்ளேன்." ஆனால், மேடலீன் இஸ்ரேல் வந்தபோதுதான், அந்த மதகுரு குறிப்பிட்டிருந்த அந்த 'வரன்' உண்மையில், யோசெல்லை இஸ்ரேலுக்கு வெளியே கடத்திச் செல்வதற்கான இரகசியத் திட்டம் என்பதை அறிந்தார்.

பின்னர் மேடலீன் பாரிஸுக்குத் திரும்பி, தன்னுடைய பாஸ்போர்ட்டில் இடம் பெற்றிருந்த தன் மகனின் பெயரைக் கிளாடு என்பதிலிருந்து கிளாடீன் என்ற பெண் பெயராக மாற்றினார். அவனுடைய பிறந்த நாளை 1945லிருந்து 1953க்கு மாற்றினார். பிறகு அவர் தன் பெயரையும் மேடலீன் ஃபெரெயில் என்று மாற்றினார். அவர் தன் நடை, உடை, பாவனைகளையும் மாற்றிக் கொண்டார். பின் அவர் இத்தாலியிலுள்ள ஜெனோவாவுக்கு ஒரு விமானத்தில் சென்று, அங்கிருந்து இஸ்ரேலுக்குக் கிளம்பிய ஒரு கப்பலில் ஒரு பயணச்சீட்டை வாங்கினார். ஜெனோவா துறைமுகத்தில், அக்கப்பலில் செல்வதற்காக, வழக்கமான பயணிகளுடன், இஸ்ரேலுக்குக் குடிபெயர்வதற்காகச் சென்று கொண்டிருந்த ஏராளமானோரும் காத்துக் கொண்டிருந்தனர்.

அக்கப்பலின் புறப்பாட்டுக்காகக் காத்துக்கொண்டிருந்தபோது, மேடலீன் 'எதேச்சையாக', இஸ்ரேலுக்குக் குடிபெயர்வதற்காகச் சென்று கொண்டிருந்த ஒரு குடும்பத்தைச் சேர்ந்த எட்டு வயதுச் சிறுமி ஒருத்தியோடு சகஜமாகப் பழகத் தொடங்கினார், அவளுடன் விளையாடினார். பயணிகள் கப்பலில் ஏறுவதற்காக அழைக்கப்பட்டபோது, அச்சிறுமியின் குடும்பத்தார் தங்களுடைய பெட்டி படுக்கைகளுடன் தடுமாறிக் கொண்டிருந்தபோது, மேடலீன் அச்சிறுமியின் கையைப் பிடித்துக் கொண்டு அக்கப்பலில் ஏறினார். இத்தாலியின் குடியேற்ற அதிகாரிகள் மேடலீனின் பாஸ்போர்ட்டை வாங்கிப் பார்த்தபோது, மேடலீன் தன் சொந்தக் குழந்தையோடு கப்பலில் ஏறியிருந்ததாக அவர்கள் அனுமானித்துக் கொண்டனர். இஸ்ரேலில் இறங்கியபோதும், மேடலீன் இதே பாணியைப் பின்பற்றினார். அதனால், இஸ்ரேலிய அதிகாரிகளும், மேடலீன் தன்னுடைய சொந்த மகளுடன் இஸ்ரேலுக்குள் நுழைந்திருந்ததாகப் பதிவு செய்து கொண்டனர்.

ஒரு சில நாட்களுக்குப் பிறகு, மேடலீன், டெல் அவீவ் விமான நிலையத்திலிருந்து தன் மகள் 'கிளாடீனுடன்' ஒரு விமானத்தில் ஏறினார். அது ஒரு சிறுமியின் உடையிலிருந்த யோசெல்தான்.

யோசெல், சுவிட்சர்லாந்திலும் பிரான்ஸிலும் இருந்த யூதப் பாரம்பரியப் பள்ளிகளில் கிட்டத்தட்ட இரண்டு ஆண்டுகள் படித்தான். ஆனால், இஸ்ரேலில் யோசெல்லின் தேடல் வலை விரிந்தபோது, மேடலீன், பிரான்ஸில் ஒரு தங்கும் விடுதியில் தங்கிப் படித்துக் கொண்டிருந்த யோசெல்லை அங்கிருந்து அழைத்துக் கொண்டு கிளம்பிவிட்டார். யோசெல் அப்பள்ளியில் சேர்க்கப்பட்டபோது, சுவிட்சர்லாந்தைச் சேர்ந்த பெற்றோருக்குப் பிறந்திருந்த, ஆனால் இப்போது அநாதையாகியிருந்த ஒரு குழந்தை என்றுதான் சேர்க்கப்பட்டிருந்தான்.

பின் மீண்டும் யோசெல்லுக்கு ஒரு சிறுமிபோல ஆடை அணிவித்து, மேடலீன் அவனை அமெரிக்காவுக்கு அழைத்துச் சென்றார். அங்கிருந்த ஹாசிடிச சத்மர் பிரிவின் தலைவராகச் செயல்பட்டுக் கொண்டிருந்த யூத மதகுரு ஜோயல் டீடெல்பாம் மேடலீனுக்கு உதவினார். ஜோயல் தன்னுடைய பால்காரரான கெர்ட்னரை அழைத்து, யோசெல்லை அவர் தன்னுடைய வீட்டிற்கு அழைத்துச் சென்று அங்கே வைத்துக் கொள்ள வேண்டுமென்று உத்தரவிட்டார். அச்சிறுவனைப் பற்றி யாராவது விசாரித்தால், அவன் அர்ஜென்டினாவிலிருந்த ஓர் உறவினரின் குழந்தை என்றும், நீண்ட நாட்கள் இங்குத் தங்கியிருப்பதற்காக வந்திருந்ததாகவும் கூறுமாறு ஜோயல் கெர்ட்னரிடம் கூறினார். அவனுடைய பெயர் அப்போது 'யாங்கெலே' என்று மாற்றப்பட்டது.

அதிதீவிர யூத மதப்பற்றாளர்களின் இரகசிய அமைப்பு, அமெரிக்கா மற்றும் ஐரோப்பாவெங்கும், உலகின் மிகச் சிறந்த இரகசியப் புலனாய்வு நிறுவனங்களுக்கு நிகராகக் கிளை விரித்துப் படர்ந்திருந்தது என்பதை அந்த விவகாரத்தின் மூலம் மொசாட் வல்லுநர்கள் புரிந்து கொண்டனர். எல்லாவற்றையும்விட, அவர்கள் மேடலீனைக் கண்டு மிகவும் பிரமித்துப் போயிருந்தனர்; இரகசியச் செயல்பாட்டில் அவர் கரை கண்டவராகத் திகழ்ந்தார்; அவருக்கென்று நிரந்தரமான முகவரி எதுவும் இருக்கவில்லை; அவர் எப்போதும் தன்னுடைய முக்கியமான ஆவணங்களைத் தன்னுடைய கைப்பையிலேயே தூக்கிச் சுமந்து கொண்டிருந்தார்; உடையை மாற்றுவதைப்போல அவர் சுலபமாகத் தன்னுடைய அடையாளங்களை மாற்றிக் கொண்டிருந்தார்.

யோசெல் மீண்டும் தன்னுடைய பெற்றோரிடம் வந்து சேர்ந்ததை மொத்த இஸ்ரேலும் கொண்டாடிக் கொண்டிருந்த வேளையில், மேடலீன் மட்டும் மனமுடைந்த நிலையிலும், வீழ்த்தப்பட்டிருந்த மனநிலையுடனும் இருந்தார். அவர் தன் நண்பர்களிடம், "நான் கடுமையான குற்றவுணர்வால் பாதிக்கப்பட்டுள்ளேன். நம்முடைய இயக்கத்தின் இலட்சியத்திற்கு நான் துரோகம் இழைத்துவிட்டேன். என்னை என்னால் ஒருபோதும் மன்னிக்க முடியாது. என்னிடம் ஒரு விலையுயர்ந்த பொக்கிஷம் கொடுக்கப்பட்டிருந்தது. ஆனால், அதைப் பத்திரமாக வைக்க நான் தவறிவிட்டேன்," என்று கூறித் தேம்பினார்.

ஒரு இரகசிய உளவாளிக்குத் தேவையான அனைத்துக் குணாம்சங்களும் தன்னிடம் இருந்ததைப் பாராட்டத்தக்க விதங்களில் பல முறை நிரூபித்திருந்த மேடலீனை மொசாடில் ஓர் ஏஜென்டாகச் சேர்த்துக் கொள்ள ஹாரல் தீர்மானித்தார். ஆனால், அவர் சிறிது தாமதித்துவிட்டார். அதற்குள் மேடலீன் ஜெருசலேமிற்குத் திரும்பி அதிதீவிர யூத மதப்பற்றாளர்களின் உலகில் மாயமாய் மறைந்துவிட்டார். மூன்று ஆண்டுகளுக்குப் பிறகு, அதிதீவிர யூத மதப் பிரிவுகளிலேயே மிகவும் வெறித்தனமான அமைப்பான நெட்டுரெய் கர்தாவின் மதகுருவான, 72 வயது நிரம்பிய அம்ரம் பிளாவை மேடலீன் திருமணம் செய்து கொண்டார்.

இஸ்ஸர் ஹாரலும் யோசெல் ஷுமாக்கருக்கும் ஒன்பது ஆண்டுகளுக்குப் பின்னர்தான் முதன்முறையாக ஒருவரையொருவர் நேரில் சந்தித்தனர். இந்நூலின் ஆசிரியர்களில் ஒருவர் ஹாரலைக் கௌரவித்து ஒரு விருந்தளித்தபோது, அதில் பங்கேற்க யோசெல்லையும் அழைத்திருந்தார். அப்போது இஸ்ரேலிய இராணுவத்தின் பீரங்கிப் படையில் ஒரு வீரனாகப் பணியாற்றிக் கொண்டிருந்த யோசெல், ஹாரலுடன் கை

குலுக்கிவிட்டு இவ்வாறு தெரிவித்தான்: “நான் மிகவும் நெகிழ்ந்து போயுள்ளேன். என் வாழ்க்கையில் இடம் பெற்றுள்ள மிக முக்கியமான ஒரு நபர் இஸ்ஸர் ஹாரல். அவர் மட்டும் இல்லாமல் போயிருந்தால், இன்று நான் இங்கு உங்களுடன் நின்று பேசிக் கொண்டிருக்க மாட்டேன்.”

அத்தியாயம் 8

மொசாடின் சேவையில் ஒரு நாஜி கதாநாயகன்

1963 ஆகஸ்ட்டில், வெப்பம் கூடுதலாக இருந்த ஒரு நாளில், மட்ரிட் நகரிலிருந்த ஒரு பொறியியல் நிறுவனத்தின் அலுவலகத்திற்குள் இரண்டு பேர் நுழைந்தனர். அதன் முதலாளியான, ஆஸ்திரியாவைச் சேர்ந்த ஓட்டோ ஸ்கோர்செனியைத் தாங்கள் சந்திக்க விரும்பியதாக அவர்கள் தெரிவித்தனர். அவரை அவர்கள் சந்தித்தபோது, தாங்கள் நேட்டோ அமைப்பைச் சேர்ந்த புலனாய்வு அதிகாரிகள் என்று அவர்கள் தங்களை அறிமுகம் செய்து கொண்டனர். ஓட்டோவின் முன்னாள் மனைவியின் பரிந்துரையின் பேரிலேயே தாங்கள் அவரைச் சந்திக்க வந்திருந்ததாக அவர்கள் அவரிடம் கூறினர். அதோடு, அவரால் மறுக்க முடியாத ஒரு வாய்ப்பை அவருக்கு வழங்கத் தாங்கள் தயாராக இருந்ததாகவும் அவர்கள் கூறினர்.

தன்னைப் பார்க்க வந்திருந்தவர்கள் தன்னைப் பற்றியும் தன் கடந்தகாலத்தைப் பற்றியும் முழுமையாக அறிந்திருந்ததை அந்தத் தொழிலதிபர் வெகு விரைவிலேயே உணர்ந்து கொண்டார். இரண்டாம் உலகப் போரின்போது, நாஜி ஜெர்மனி தன் தலைமீது தூக்கி வைத்துக் கொண்டாடிய ஒரு கதாநாயகனாக அந்த முன்னாள் எஸ்எஸ் அதிகாரி விளங்கினார். உயரமாகவும் வசீகரமாகவும் திகழ்ந்த, ஒரு விளையாட்டு வீரனை ஒத்த உடற்கட்டைக் கொண்டிருந்த ஸ்கோர்செனியின் முகத்தின்மீது, ஒரு வாட்போர் விளையாட்டில் ஏற்பட்டிருந்த ஒரு காயம் இருந்தது. துணிச்சல்மிக்க ஒரு கமான்டோவாக உருவெடுத்த அவர், சாகசமிக்கப் பல நடவடிக்கைகளில் பங்கெடுத்திருந்தார். *1943*

செப்டம்பர் 12 அன்று, ஸ்கோர்செனி, தன் சகாக்கள் சிலருடன், இத்தாலிய அப்பினீன் மலைத்தொடரின் மிக உயரமான சிகரமான கிரான் சாசாவில் கிளைடர்கள் மூலம் இறங்கி, இத்தாலியின் முன்னாள் பாசிச சர்வாதிகாரியான பெனிட்டோ முசோலினி சிறைவைக்கப்பட்டிருந்த கேம்போ இம்பரேட்டர் ஓட்டலுக்குள் அதிரடியாக நுழைந்தார். இத்தாலியில் புதிய நாஜி எதிர்ப்பு அரசு பதவிக்கு வந்தபோது, அவர்கள் முசோலினியை அந்த ஓட்டலில் சிறைவைத்திருந்தனர். ஸ்கோர்செனி முசோலினியை மீட்டு ஹிட்லரின் முன் கொண்டுபோய் நிறுத்தினார். அதனால் மிகவும் மனமகிழ்ந்த ஹிட்லர், ஸ்கோர்செனியைப் பதக்கங்களால் குளிப்பாட்டி, பல பதவி உயர்வுகளையும் வழங்கினார். 1944 ஆம் ஆண்டின் பிற்பகுதியில் நடைபெற்ற மிகப் பிரபலமான 'பல்ஜ்' போரில், அப்போது எஸ்எஸ் கர்னலாகப் பதவி உயர்வு பெற்றிருந்த ஸ்கோர்செனி, இருபதுக்கும் மேற்பட்டத் தன்னுடைய வீரர்களோடு, அமெரிக்க இராணுவச் சீருடை அணிந்து கொண்டு போர்க்களத்திற்குச் சென்று பெரும் குழப்பத்தை ஏற்படுத்தினார். அந்த நடவடிக்கைக்குப் பிறகு, 'ஐரோப்பாவிலேயே மிகவும் ஆபத்தான மனிதர்' என்ற பெயர் அவரை சம்பாதித்தார். போருக்குப் பிறகு, போர்க் குற்றங்களை விசாரிப்பதற்காக அமைக்கப்பட்ட டச்சாவ் விசாரணைக் குழு, அவர்மீது குற்றம் எதுவுமில்லை என்று கூறி அவரை விடுவித்தது. அதைத் தொடர்ந்து, அவர் ஸ்பெயினுக்குச் சென்றார். அங்கிருந்த பாசிச சர்வாதிகாரி ஃபிராங்க்கோ, ஸ்கோர்செனிக்கு அபயமளித்தார். ஃபிராங்க்கோவின் ஆசிர்வாதங்களுடன் ஸ்கோர்செனி தன்னுடைய நிறுவனத்தை ஸ்பெயினின் தலைநகரான மட்ரிட்டில் தொடங்கினார்.

1963 இல் அவரைச் சந்திக்க வந்திருந்த நபர்கள், குசலம் விசாரிப்பதில் தங்களுடைய நேரத்தை வீணாக்கவில்லை. அவர்களில் ஒருவர் சரளமான ஜெர்மானிய மொழியில், "உங்களுடைய வரவேற்பாளரிடம் தெரிவித்திருந்ததைப்போல, நாங்கள் நேட்டோவைச் சேர்ந்தவர்கள் அல்லர். நாங்கள் உண்மையில் இஸ்ரேலியப் புலனாய்வு நிறுவனத்தைச் சேர்ந்தவர்கள்," என்று கூறினார். அவர்களில் ஒருவர் ரஃபி ஈத்தன். மற்றொருவர், ஜெர்மனியில் இருந்த மொசாட் பிரிவின் தலைவரான அவ்ரஹாம் அஹிதுவ்.

அதைக் கேட்டவுடன் ஸ்கோர்செனியின் முகம் வெளுத்துவிட்டது. ஓராண்டுக்கு முன்புதான் இஸ்ரேலியர்கள் அடால்ஃப் ஐக்மேனைத் தூக்கில் தொங்கவிட்டிருந்தனர். இப்போது அவர்கள் தன்னைக் குண்டுக்கட்டாகத் தூக்கிச் செல்ல வந்திருந்தனர்போலும் என்று ஸ்கோர்செனி நினைத்தார்.

போர்க் குற்றங்கள் தொடர்பான நீதி விசாரணைகளிலிருந்து அவர் எப்படியோ தப்பியிருந்தார். ஆனால், *1938* நவம்பரில் யூதர்கள்மீது கட்டவிழ்த்துவிடப்பட்ட 'கிறிஸ்டல்நாச்ட்' நிகழ்வில் பல யூதத் தொழுகைக்கூடங்கள் எரித்துச் சாம்பலாக்கப்பட்டன. அதில் ஸ்கோர்செனி பங்கெடுத்திருந்தார் என்ற குற்றச்சாட்டு அவர்மீது இருந்தது.

ஆனால், ஸ்கோர்செனியின் முன்னால் உட்கார்ந்திருந்த குள்ளமான மனிதர் அவருடைய பயத்தைப் போக்கினார். "நாங்கள் உங்களுடைய உதவியை நாடி வந்துள்ளோம். உங்களுக்கு எகிப்தில் நல்ல தொடர்பு இருப்பது எங்களுக்குத் தெரியும்," என்று கூறிய அவர், அந்த முன்னாள் எஸ்எஸ் கர்னலிடம், இஸ்ரேலிய அரசுக்கு ஏன் அவருடைய உதவி தேவைப்பட்டது என்பதை விளக்கினார்.

***

1962 ஜூலை *21* அன்று, யோசெல் வெற்றிகரமாக இஸ்ரேலுக்குக் கொண்டுவரப்பட்டு இரண்டு வாரங்கள் கழித்து, எகிப்து, தன்னிடம் நான்கு பெரும் ஏவுகணைகள் இருந்ததாக அறிவித்து உலகை அதிர வைத்தது. அவற்றில் இரண்டு, அல் சபீர் வகையைச் சேர்ந்தவை. அவற்றால் *175* மைல் தூரம்வரை பறக்க முடியும். மீதி இரண்டும் அல் ஹாகிர் வகையைச் சேர்ந்தவை. அவற்றால் *350* மைல் தூரம்வரை பறக்க முடியும். எகிப்தின் கொடிகளால் போர்த்தப்பட்டிருந்த அந்த ஏவுகணைகள், எகிப்தியப் புரட்சி தினமான ஜூலை *23* அன்று கெய்ரோவின் வீதிகளில் ஊர்வலமாக எடுத்துச் செல்லப்பட்டன. எகிப்திய அதிபர் கமால் அப்துல் நாசர், அங்கு ஆர்ப்பரித்துக் கொண்டிருந்த பெருங்கூட்டத்தினரிடம், 'பெய்ரூட்டிற்குத் தெற்கேயுள்ள' எந்த இலக்கையும் தன்னுடைய ஏவுகணைகளால் தாக்கி அழிக்க முடியும் என்று மார்தட்டிக் கொண்டார்.

அதைக் கேட்டுக் கொண்டிருந்த, 'பெய்ரூட்டிற்குத் தெற்கே' இருந்த இஸ்ரேலியத் தலைவர்கள், அச்செய்தியை ஆச்சரியத்துடனும் கவலையுடனும் உள்வாங்கிக் கொண்டனர். நாசரின் ஏவுகணைகளால் இஸ்ரேலிலுள்ள எந்தவோர் இலக்கையும் தாக்க முடியும் என்பது நிஜம்தான். இஸ்ரேல் அதைப் பற்றி எதையும் அறிந்திருக்கவில்லை. அச்செய்தி திடீரென்று இஸ்ரேலின் தலையில் ஓர் இடியென இறங்கியிருந்தது. அதிகார மையங்களில் இஸ்ஸர் ஹாரல்மீது வசைமாரி பொழியப்பட்டது. நாசர் அபாயகரமான ஏவுகணைகளின் தயாரிப்பில் மும்முரமாக ஈடுபட்டுக் கொண்டிருந்தபோது, 'குட்டி இஸ்ஸர்' ஒரு குட்டிப் பையனைத் தேடிக் கொண்டிருந்தார் என்று அவர் இரக்கமின்றி

விமர்சிக்கப்பட்டார். இஸ்ரேலின் இருத்தலே பயங்கர அச்சுறுத்தலுக்கு உள்ளாகியிருந்தபோது, இஸ்ரேலின் மிகச் சிறந்த ஏஜென்டுகள், வைதிக யூதர்கள்போல வேடமிட்டுக் கொண்டு யூத மதப் பள்ளிகளை வட்டமிட்டுக் கொண்டிருந்தனர் என்ற கேலிப் பேச்சு பரவலாக நிலவியது. இதனால் பெரும் கவலையடைந்த பென் குரியன், ஹாரலைக் கூப்பிட்டனுப்பினார். எகிப்தியத் திட்டம் குறித்த அனைத்துத் தகவல்களையும் தன்னால் முடிந்த அளவு விரைவாகச் சேகரித்து அவரிடம் சமர்ப்பிப்பதாக ஹாரல் அவருக்கு வாக்குறுதி அளித்தார். தன் அலுவலகத்திற்கு வந்தவுடன், ஹாரல் தன்னுடைய அமைப்பிலிருந்த மிகச் சிறந்த ஏஜென்டுகளை ஒரு திட்டத்தோடு அனுப்பி வைத்தார்; எகிப்தில் பதுங்கியிருந்த தன்னுடைய உளவாளிகள் மற்றும் ஒற்றர்களை உயிர்ப்பித்தார். அவர் தன் வாக்குறுதியின்படி, ஒரு மாதத்திற்குள்ளாகவே, ஆகஸ்ட் 16 அன்று, ஒரு விரிவான அறிக்கையை பென் குரியனிடம் சமர்ப்பித்தார்.

அந்த ஏவுகணைகளை ஜெர்மானிய அறிவியலறிஞர்கள்தாம் உருவாக்கிக் கொடுத்திருந்தனர் என்று ஹாரல் தெரிவித்தார்.

1959 ஆம் ஆண்டில், தன்னுடைய இராணுவக் கிடங்கில் நவீன ஆயுதங்களை இரகசியமாகக் குவிப்பதற்கு நாசர் ஒரு திட்டம் தீட்டினார். எகிப்திய இராணுவச் சிறப்புத் திட்டத்தின் தலைவரும் விமானப்படை உளவுத்துறையின் முன்னாள் கமான்டருமான ஜெனரல் மஹ்மூத் கலீலை இந்த அதிஇரகசிய ஆயுதத் தயாரிப்புத் திட்டத்தின் பொறுப்பாளராக நாசர் நியமித்தார். ஜெட் போர் விமானங்கள், ராக்கெட்டுகள், ஏவுகணைகள் ஆகியவை மட்டுமல்லாமல், இரசாயன ஆயுதங்களும் அணுவாயுதங்களும் அவற்றில் அடங்கியிருந்தன. அதற்குப் பெரும் நிதி ஒதுக்கப்பட்டது.

அவற்றைத் தயாரிப்பதற்கான சரியான நபர்களை அடையாளம் காண்பது கலீலின் முதல் வேலையாக இருந்தது. அவர்களை எங்குத் தேட வேண்டும் என்பதை அவர் அறிந்திருந்தார்.

அவருடைய ஏஜென்டுகள், நூற்றுக்கணக்கான ஜெர்மானிய அறிவியலறிஞர்களையும் வல்லுநர்களையும் வேலைக்கு அமர்த்தினர். இவர்கள் அனைவரும், முன்பு நாஜி ஜெர்மனியின் விமானம் மற்றும் ராக்கெட் தயாரிப்பு தொடர்பான ஆய்வுகளிலும் சோதனைகளிலும் ஈடுபட்டிருந்தவர்கள். இவர்களைப் போன்ற முந்நூற்றுக்கும் மேற்பட்ட ஜெர்மானியர்கள், மிக உயர்ந்த சம்பளத்திற்கும் பிற சலுகைகளுக்கும் ஆசைப்பட்டு இத்திட்டத்தில் சேர்ந்தனர். அவர்கள் இரகசியமாக எகிப்திற்குள் கொண்டுவரப்பட்டனர். பின்னர், எகிப்தில் மூன்று இடங்களில்

இரகசிய ஆயுதத் தயாரிப்புத் தொழிற்சாலைகளை நிறுவுவதற்கு நாசருக்கு அவர்கள் உதவினர்.

'தொழிற்சாலை 36' என்று அழைக்கப்பட்ட முதல் தொழிற்சாலையில், மிகச் சிறந்த விமானக் கட்டுமான வல்லுநரான வில்லி மெஸ்ஸர்ஸ்மிட், எகிப்திற்காக ஜெட் போர் விமானம் ஒன்றை உருவாக்கிக் கொண்டிருந்தார். இரண்டாம் உலகப் போரின்போது ஜெர்மனி பயன்படுத்திய மிகச் சிறந்த போர் விமானங்களின் தந்தை என்று போற்றப்பட்டவர் அவர். 1959 நவம்பர் 29 அன்று, கலீல் அவருடன் ஓர் ஒப்பந்தத்தில் கையெழுத்திட்டார்.

இரண்டாவது தொழிற்சாலையின் பெயர் 'தொழிற்சாலை 135'. அதில் ஃபெர்டினான்ட் பிரான்ட்னர் என்ற ஜெர்மானியப் பொறியாளர், மெஸ்ஸர்ஸ்மிட் தயாரித்துக் கொண்டிருந்த ஜெட் போர் விமானத்திற்கான எஞ்சினை உருவாக்கிக் கொண்டிருந்தார். இரண்டாம் உலகப் போருக்குப் பின்னர் அவர் பல ஆண்டுகள் இரஷ்யாவில் ஒரு விமானப் பொறியாளராகப் பல திட்டங்களில் ஈடுபட்டிருந்தார். அவர் அங்கிருந்து ஜெர்மனிக்குத் திரும்பிய பிறகு, டைம்லர் பென்ஸ் நிறுவனத்தின் இயக்குநர் எக்கார்ட் மூலமாக கலீல் அவரைத் தொடர்பு கொண்டார்.

மூன்றாவது தொழிற்சாலையின் பெயர் 'தொழிற்சாலை 333'. அதுதான் இருப்பதிலேயே மிகவும் இரகசியமானது. அது எகிப்தியப் பாலைவனத்திற்குள் மிகவும் உள்ளே தள்ளி மறைவாக அமைக்கப்பட்டிருந்தது. முன்பு ஹிட்லருக்காக வேலை செய்த மிகத் திறமையான இளைஞர்கள் இப்போது அந்த எகிப்தியப் பாலைவனத்தில் நாசருக்காக நவீன ஏவுகணைகளைத் தயாரித்துக் கொண்டிருந்தனர்.

ஹாரலுக்குக் கிடைத்திருந்த தகவல்களின்படி, 1960 டிசம்பரில், எகிப்திய இரகசிய ஆயுதத் திட்டம் முடுக்கிவிடப்பட்டிருந்தது. அந்த மாதம், அமெரிக்க யூ–2 வேவு விமானம், இஸ்ரேலிலுள்ள டிமோனா என்ற இடத்தில் கட்டப்பட்டிருந்த மிகப் பெரிய கட்டடம் ஒன்றைப் புகைப்படம் எடுத்தது. அது ஓர் அணு உலையாக இருக்கலாம் என்று அனுமானிக்கப்பட்டது. உலக ஊடகங்கள் அதைத் தலைப்புச் செய்தியாக வெளியிட்டன. அது ஓர் ஆடை தயாரிப்புத் தொழிற்சாலை என்று இஸ்ரேல் கொடுத்த ஒரு பலவீனமான விளக்கத்தை எவரும் நம்பவில்லை. எகிப்தும் வேறு சில அரபு நாடுகளும் இஸ்ரேலுக்கு எதிராக அச்சுறுத்தலை அள்ளி வீசின, கோபம் கொப்பளித்த அறிக்கைகளை வெளியிட்டன. ஆனால் வெற்று அச்சுறுத்தல்கள் மட்டும் போதாது என்பதால், தங்களுடைய சொந்த நவீன ஆயுதங்களைத் தயாரிப்பதன் மூலம் இஸ்ரேலின் இரகசிய அணுவாயுதத் தயாரிப்பிற்குத் தங்களால்

பதிலடி கொடுக்க முடியும் என்று எகிப்து நம்பியது.

எகிப்தின் ஜெர்மானிய ராக்கெட் திட்டத்தின் அறிவியலறிஞர்கள் குழுவின் தலைவராகச் செயல்பட்டவர் யூஜென் சாங்கர். அப்போது அவர் ஜெர்மனியில் ஸ்டட்கார்ட் நகரிலிருந்த ஜெட் புரப்பல்சியான் ஆய்வு நிறுவனத்தின் இயக்குநராகப் பணியாற்றிக் கொண்டிருந்தார். இரண்டாம் உலகப் போருக்குப் பின்பு, அவர் சில ஆண்டுகள் பிரான்ஸில் 'வெரோனிக் ராக்கெட்' என்ற ராக்கெட்டை உருவாக்கினார். அது பிரபலமான ஜெர்மானிய வி–2 ராக்கெட்டின் சராசரிக்கும் கீழான ஒரு பிரதியாக இருந்தது. சாங்கர் தன்னுடைய உதவியாளர்களான பேராசிரியர் பால் கோர்கே, உல்ஃப்கேங் பில்ஸ் ஆகியோருடன் எகிப்திற்கு வந்தார். கோர்கே, மின்னணு மற்றும் ஏவுகணை வழிகாட்டுதல் துறைகளில் ஒரு வல்லுநர். பில்ஸ், இரண்டாம் உலகப் போருக்கு முன்பு பீனெமூன்டே வளாகத்தில் ஒரு பொறியாளராகப் பணியாற்றியிருந்தவர். அந்த வளாகத்தில்தான் நாஜி ஜெர்மனியின் ஆற்றல்வாய்ந்த வி–2 ராக்கெட்டுகளை வெர்ன்ஹர் வான் பிரவுன் உருவாக்கியிருந்தார். ஏவுகணை வழிகாட்டுதல் மற்றும் ஏவுகணை கட்டுப்பாட்டுத் துறையில் சிறந்து விளங்கிய மற்றொரு வல்லுநரான ஹான்ஸ் கிளீன்வாக்டர், இந்த இருவருடனும் நெருக்கமாக இணைந்து பணியாற்றினார். கிளீன்வாக்டரின் ஏவுகணை வழிகாட்டுதல் பரிசோதனைச்சாலை, சுவிட்சர்லாந்து எல்லைக்கு அருகேயிருந்த ஜெர்மானிய நகரான லோராச்சில் செயல்பட்டுக் கொண்டிருந்தது. இத்திட்டத்தின் வேதியியல் துறைக்கு, முன்னாள் எஸ்எஸ் அதிகாரியான எர்மின் டாடியூ தலைமை வகித்தார். இதில் ஈடுபட்டிருந்த ஜெர்மானியர்களும் எகிப்தியர்களும், 'இன்ட்ரா,' 'இன்ட்ரா–ஹான்டல்,' 'பட்வாக்,' 'லின்டா' போன்ற பல போலி நிறுவனங்களை உருவாக்கி, அந்த ஏவுகணைத் திட்டத்திற்குத் தேவையான பாகங்களை அவற்றின் மூலம் வாங்கினர். இன்ட்ரா–ஹான்டல் நிறுவனத்தின் நிர்வாக இயக்குநராக ஹெயின்ஸ் குரூக் நியமிக்கப்பட்டார். அவர் ஸ்டட்கார்ட் நகரிலிருந்த ஜெட் புரப்பல்சியான் ஆய்வு நிறுவனத்தையும் நிர்வகித்து வந்தார். சுவிட்சர்லாந்தில் வசித்துக் கொண்டிருந்த எகிப்தியக் கோடீஸ்வரரான ஹாசன் கமில், இத்திட்டத்தின் ஒரு முன்னணி நபராகவும் ஒருங்கிணைப்பாளராகவும் சேர்த்துக் கொள்ளப்பட்டார். அவருடைய உதவியுடன், 'மெக்கோ', 'எம்டிபி' ஆகிய இரண்டு போலி நிறுவனங்களை எகிப்தியர்கள் சுவிட்சர்லாந்தில் உருவாக்கினர். ஏவுகணை தயாரிப்புக்குத் தேவைப்பட்ட முக்கியமான பாகங்கள், மின் சாதனங்கள், நவீன இயந்திரக் கருவிகள் போன்றவற்றை வாங்கி எகிப்திற்கு

அனுப்ப வேண்டிய வேலை அந்நிறுவனங்களுடையதாக இருந்தது. அதோடு, வல்லுநர்களையும் அறிவியலறிஞர்களையும் வேலைக்கு எடுக்கும் வேலையையும் அந்நிறுவனங்கள் செய்து வந்தன. மெஸ்ஸர்ஸ்மிட், பிரான்ட்னர், கமில் ஆகிய மூவரும் இந்நிறுவனங்களின் இயக்குநர்களாக இருந்தனர்.

1961 ஆம் ஆண்டு, சாங்கரும், நூற்றுக்கணக்கான பொறியாளர்களும், தொழில்நுட்பவியலாளர்களும், உள்ளூர் எகிப்தியத் தொழிலாளர்களும் இணைந்து எகிப்தின் ஏவுகணைத் திட்டத்தைத் தொடங்கினர். ஆனால், அந்த ஆண்டின் இறுதியில், இந்த எகிப்தியத் திட்டத்திற்கும் ஜெர்மனியிலிருந்த ஸ்டட்கார்ட் நகரிலிருந்த ஜெட் புரப்பல்சியான் ஆய்வு நிறுவனத்திற்கும் ஒரு இரகசியத் தொடர்பு இருந்ததை ஜெர்மானிய அரசு கண்டுபிடித்தது. சாங்கர் உடனடியாக எகிப்தியத் திட்டத்திலிருந்து விலகி ஜெர்மனிக்குத் திரும்ப வேண்டுமென்று ஜெர்மானிய அரசு உத்தரவிட்டது. சாங்கர் வெளியேறியதைத் தொடர்ந்து, எகிப்திய ஏவுகணைத் திட்டத்தின் தலைவராக பில்ஸ் நியமிக்கப்பட்டார்.

1962 ஜூலை வாக்கில், 'தொழிற்சாலை 333', முப்பது ஏவுகணைகளைத் தயாரித்திருந்தது. அவற்றில் நான்கு ஏவுகணைகள், சில அரசாங்க விருந்தினர்கள் மற்றும் பத்திரிகையாளர்கள் முன்னிலையில் பெரும் ஆரவாரத்துடன் அறிமுகப்படுத்தப்பட்டன. இருபது ஏவுகணைகள் (அவற்றில் சில போலிகள்), எகிப்தியக் கொடிகள் போர்த்தப்பட்டுக் கெய்ரோவின் ஊடாக ஊர்வலமாக எடுத்துச் செல்லப்பட்டன.

***

அந்த ஆண்டு ஆகஸ்ட் மாதம், ஹாரல் பென் குரியனைச் சந்திக்க வந்தபோது, தொழிற்சாலை 333 இன் எகிப்திய இயக்குநராகச் செயலாற்றி வந்த கமில் ஆசாபிற்குப் பில்ஸ் எழுதியிருந்த ஒரு கடிதத்தின் நகலைச் சமர்ப்பித்தார். அக்கடிதத்தை ரஃபியும் அவருடைய ஏஜென்டுகளும் வெற்றிகரமாக நகலெடுத்திருந்தனர். வகை–2 என்று அழைக்கப்பட்ட ஏவுகணைகள் ஐந்நூறும், வகை–5 என்று அழைக்கப்பட்ட ஏவுகணைகள் நானூறும் தயாரிப்பதற்குத் தேவையான, 37,00,000 சுவிஸ் ஃபிராங்க் விலைமதிப்புக் கொண்ட பாகங்களையும் பிற உபகரணங்களையும் தருவித்துத் தருமாறு அக்கடிதத்தில் ஒரு கோரிக்கை இடம் பெற்றிருந்தது.

900 ஏவுகணைகள்! அந்தப் பிரம்மாண்டமான எண்ணிக்கை, இஸ்ரேலிய இராணுவச் சமூகத்தில் பெரும் அதிர்வலைகளைத் தோற்றுவித்தது. எகிப்தியர்கள் கண்டிப்பாக அந்த ஏவுகணைகளில் வழமையான வெடிகுண்டுகளைப் பயன்படுத்தத் திட்டமிட்டிருக்க மாட்டார்கள் என்று இஸ்ரேலிய வல்லுநர்கள் உறுதியாக

நம்பினர். அரை டன் எடையுள்ள வெடிகுண்டுகளைச் சுமந்து செல்கின்ற ஏவுகணைகளைத் தயாரிப்பதற்கு அவர்கள் நிச்சயமாக இத்தனை கோடி டாலர்களை இதில் கொட்டியிருந்திருக்க மாட்டார்கள் என்று அவர்கள் கருதினர். ஏனெனில், அதைவிட அதிகத் துல்லியமாக ஒரு விமானத்திலிருந்து குண்டுவீசிவிட முடியும். அதனால், எகிப்தியர்கள் அந்த ஏவுகணைகளின் முதுகில் அணுவாயுதங்களை ஏற்றுவார்கள், அல்லது, சர்வதேசச் சமூகத்தால் தடை செய்யப்பட்டுள்ள, நச்சு வாயுக்கள், நச்சுக் கிருமிகள் அல்லது மிகவும் ஆபத்தான அணுக்கழிவுகள் அடங்கிய குண்டுகளை வைப்பார்கள் என்று இஸ்ரேலிய வல்லுநர்கள் பயந்தனர்.

ஹாரலைப் பொறுத்தவரை, இஸ்ரேலை முற்றிலுமாக அழிப்பதற்கு ஜெர்மானியர்கள் ஒரு வஞ்சகமான திட்டத்தைத் தீட்டியிருந்தனர்; ஒட்டுமொத்த அழிவுக்கு இட்டுச் செல்லக்கூடிய ஆயுதங்களை அவர்கள் உருவாக்கிக் கொண்டிருந்தனர்; அனைத்து உயிரினங்களையும் அழித்தொழிக்கக்கூடிய கதிரியக்கக் குண்டுகளை இஸ்ரேல்மீது வீசியெறிந்து, விண்ணையும் மண்ணையும் முற்றிலும் நாசப்படுத்தி, எண்ணற்ற ஆண்டுகளுக்கு ஒரு புல், பூண்டுகூட முளைக்காத ஒரு சுடுகாடாக அதை மாற்ற அவர்கள் முனைந்து கொண்டிருந்தனர்; மனிதர்களைக் கொல்லக்கூடிய ‘சாவுக் கதிர்கள்’ உட்படப் பல நாசகார விஷயங்களை உருவாக்குவதில் அவர்கள் இறங்கியிருந்தனர்.

அப்போது இஸ்ரேலின் இராணுவத் தளபதியாக இருந்த ஜெனரல் ஸுவி ஸுர் அது பற்றிப் பின்னர் இவ்வாறு கூறினார்: “எங்களுக்குக் கிடைத்திருந்த தகவல்களின் அடிப்படையில் எங்களுடைய அறிவியலறிஞர்கள் முன்மொழிந்த சாத்தியக்கூறுகளை நாங்கள் தேவைக்கு அதிகமாகவே தீவிரமாக எடுத்துக் கொண்டோம். ஆனால் அப்போது எங்களிடமிருந்த அறிவியலறிஞர்கள் பெரிய வல்லுநர்களாக இருக்கவில்லை. அதனால், அவர்கள் அத்தகவல்களைச் சரியாகக் கையாண்டிருக்கவில்லை.” ஆனாலும், எகிப்தியத் திட்டத்தில் இருந்த ஒரு முக்கியமான பலவீனத்தை இஸ்ரேலியர்கள் கண்டுபிடித்திருந்தனர். ஏவுகணைகளை அவற்றின் இலக்குகளை நோக்கி வழிநடத்திச் செல்வதற்குத் தேவையான தொழில்நுட்பத்தை உருவாக்குவதில் ஜெர்மானியர்கள் இன்னும் வெற்றி பெற்றிருக்கவில்லை என்ற தகவல்தான் அது. எகிப்தியர்கள் அந்த முட்டுக்கட்டையை அகற்றுவதற்கான வழியைக் கண்டுபிடிக்காதவரை, அவர்களால் அந்த ஏவுகணைகளைப் பயன்படுத்த முடியாது.

***

ஹாரல் இனியும், அதுவரை அவருடைய ஏஜெண்டுகள் அறிந்திருந்த, வியந்து பாராட்டிய ஒரு நபராக இருக்கவில்லை. ஐக்மேனின் சிறைபிடிப்பிற்குப் பிறகு அவரிடம் குறிப்பிடத்தக்க மாற்றம் ஒன்று நிகழ்ந்திருந்தது. எப்போதுமே நிதானத்துடன் இருந்த, நெஞ்சுரத்திற்குப் பெயர் போன அவர், ஜெர்மனியை இப்போது இஸ்ரேல் மற்றும் யூத மக்களின் ஒரு நிரந்தர எதிரியாகக் கருதினார். அப்போது பதவியிலிருந்த ஜெர்மானிய அரசு, எகிப்தில் இருந்த அறிவியலறிஞர்களை ஆதரித்துக் கொண்டிருந்ததாகவும், இஸ்ரேலை அழிப்பதற்கான முயற்சியில் ஈடுபட்டிருந்த எகிப்திற்கு இரகசியமாக உதவிக் கொண்டிருந்ததாகவும் ஹாரல் உறுதியாக நம்பினார். எனவே, அவர் பென் குரியனிடம், “நீங்கள் ஜெர்மானிய அதிபர் கொன்ராட் அடெனாரைத் தொலைபேசியில் அழைத்து, எகிப்திற்கு உதவி செய்து கொண்டிருக்கின்ற ஜெர்மானிய அறிவியலறிஞர்களின் நடவடிக்கைகளை உடனடியாக அவர் நிறுத்த வேண்டும் என்று அவரிடம் உறுதியாகக் கூறுங்கள்,” என்று பரிந்துரைத்தார். ஆனால், குரியன் அதற்கு உடன்படவில்லை. இஸ்ரேலின் நெகேவ் பாலைவனத்தில் வளர்ச்சித் திட்டங்களை மேற்கொள்வதற்காக, சமீபத்தில்தான் ஜெர்மனி 500 மில்லியன் டாலர்களை இஸ்ரேலுக்குக் கடனாகக் கொடுத்திருந்தது. குரியனும் அடெனாரும் தனிப்பட்ட முறையில் தங்களுக்கிடையே ஒரு நல்லுறவை வளர்த்துக் கொண்டிருந்தனர், பரஸ்பரம் ஒருவர்மீது ஒருவர் நல்ல மரியாதை வைத்திருந்தனர். நூற்றுக்கணக்கான மில்லியன் டாலர்கள் மதிப்புக் கொண்ட பீரங்கிகள், ஹெலிகாப்டர்கள், போர் விமானங்கள் உட்பட ஏகப்பட்ட நவீன ஆயுதங்களை அடெனாரும் அவருடைய அமைச்சரவையில் பாதுகாப்பு அமைச்சராக இருந்த ஃபிரான்ஸ் ஜோசஃப் ஸ்ட்ராஸும் இஸ்ரேலுக்கு இலவசமாக வழங்கியிருந்தனர். யூதர்கள்மீது நாஜிக்கள் நடத்தியிருந்த இனப் படுகொலைக்கும், யூத மக்கள்மீது ஜெர்மனி கட்டவிழ்த்துவிட்டிருந்த பிற கொடுஞ்செயல்களுக்குமான ஒரு மறைமுகப் பிராயச்சித்த நடவடிக்கைபோல அது அமைந்திருந்தது. பென் குரியன் தற்போதைய ஜெர்மானிய அரசை நம்பினார். அதனால், ஜெர்மனிமீது அவதூறுகளை அள்ளி வீசி, எகிப்திய நெருக்கடியில் தலையிடுமாறு கோரி, தான் உருவாக்கி வைத்திருந்த நல்லுறவைக் கெடுத்துக் கொள்ள அவர் விரும்பவில்லை. அதனால், இந்த விஷயத்தில் தங்களுக்கு உதவுமாறு ஜெர்மனியின் பாதுகாப்பு அமைச்சர் ஸ்ட்ராஸுக்குத் தனிப்பட்ட முறையில் ஒரு கடிதம் எழுதுமாறு இஸ்ரேலின் பாதுகாப்புத் துணை அமைச்சர் ஷிமோன் பெரெஸை பென் குரியன் கேட்டுக் கொண்டார்.

ஆனால் ஹாரலுக்கு இது போதுமானதாகப் படவில்லை.

அதனால், எகிப்தில் ஜெர்மானியர்கள் மேற்கொண்டிருந்த நடவடிக்கைகளை உருக்குலைக்க ஒரு பெரும் பிரச்சாரத்தை முடுக்கிவிடுவதென்று ஹாரல் தீர்மானித்தார்.

1962 செப்டம்பர் 11 அன்று காலை 10.30 மணிக்கு, மத்திய கிழக்குப் பகுதியைச் சேர்ந்த ஒருவரின் தோற்றத்திலிருந்த ஓர் அந்நியர், ‘இன்ட்ரா’ நிறுவனத்தின் மியூனிக் அலுவலகத்திற்குள் நுழைந்தார். அந்நிறுவனத்தின் ஊழியர் ஒருவர், அதன் தலைவர் ஹெயின்ஸ் குரூக்கின் அறைக்கு அவரை அழைத்துச் சென்றார். கர்னல் நடீம் தன்னை அங்கு அனுப்பி வைத்திருந்ததாகக் குரூக்கிடம் அந்த அந்நியர் கூறினார். குரூக்கிற்கும் கர்னல் நடீமுக்கும் இடையே ஒரு நெருக்கமான தொடர்பு நிலவியது. அரை மணி நேரத்திற்குப் பிறகு, அந்த அந்நியரும் குரூக்கும் ஒன்றாக அந்த அலுவலகத்தைவிட்டு வெளியேறினர். அவ்விருவரும் யுனைட்டெட் ஆரப் ஏர்லைன்ஸின் பயணச்சீட்டு வழங்கும் அலுவலகத்திற்குள் நுழைந்ததை அதன் ஊழியர் ஒருவர் பார்த்தார். குரூக்கைக் கடைசியாகப் பார்த்திருந்தவர் அவர்தான்.

மறுநாள், தன்னுடைய கணவரைக் காணவில்லை என்று குரூக்கின் மனைவி காவல்துறையினரிடம் புகார் செய்தார். இரண்டு நாட்கள் கழித்து, குரூக்கின் வெள்ளை நிற மெர்சிடீஸ் கார், மியூனிக்கின் புறநகர்ப் பகுதியில் நிறுத்தப்பட்டிருந்ததைக் காவல்துறையினர் கண்டுபிடித்தனர். அந்தக் காரின் பெட்ரோல் டேங்க் காலியாக இருந்தது; காரின் வெளிப்பகுதி முழுவதும் சேறு படிந்திருந்தது. “குரூக் இறந்துவிட்டார்,” என்று ஓர் அநாமதேயத் தொலைபேசி அழைப்பு காவல் நிலையத்திற்கு வந்தது. ஆனால், வேறு இடங்களிலிருந்து கிடைத்திருந்த தகவல்களின்படி, அவர் மொசாட் ஏஜெண்டுகளால் கடத்தப்பட்டு இஸ்ரேலுக்குக் கொண்டு செல்லப்பட்டிருந்தார் என்று ஜெர்மானியக் காவல்துறை நம்பியது.

நவம்பர் 27 அன்று, தொழிற்சாலை 333 இல், பில்ஸுக்கு ஒரு தடிமனான கடிதம் அஞ்சலில் வந்திருந்ததை அவருடைய உதவியாளர் ஹன்னலோர் வென்டே பார்த்தார். அதன் அனுப்புநர் முகவரியில், ஹாம்பர்க் நகரிலிருந்த ஒரு பிரபலமான வழக்கறிஞரின் பெயர் இடம் பெற்றிருந்தது. ஹன்னலோர் அந்தக் கடிதத்தைத் திறந்தார். உடனே அந்த அறையில் ஒரு பெரும் வெடிப்புச் சத்தம் கேட்டது. படுகாயம் அடைந்த ஹன்னலோர், உடனடியாக மருத்துவமனைக்கு அழைத்துச் செல்லப்பட்டார். பல மாதங்கள் கழித்து அவர் அந்த மருத்துவமனையிலிருந்து விடுவிக்கப்பட்டபோது, அவர் தன்னுடைய பார்வைத்திறனையும் செவித்திறனையும் இழந்திருந்தார். அவருடைய முகமும் பல தழும்புகளால் கோரமாகியிருந்தது.

அதற்கு அடுத்த நாள், அதே தொழிற்சாலை 333க்கு, 'புத்தகங்கள்' என்று எழுதப்பட்டிருந்த ஒரு பார்சல் வந்தது. எகிப்திய எழுத்தர் ஒருவர் அதைத் திறந்தபோது, அந்தப் பார்சல் பயங்கரச் சத்தத்துடன் வெடித்தது. அந்த வெடிவிபத்தில் ஐந்து பேர் கொல்லப்பட்டனர். அதன் அனுப்புநர் முகவரியில் இடம் பெற்றிருந்த ஸ்டட்கார்ட் பதிப்பாளரின் முகவரி போலியானது என்பது பின்னர் கண்டுபிடிக்கப்பட்டது.

அதற்கு அடுத்தடுத்த நாட்களும் வெடிகுண்டுக் கடிதங்கள் தொடர்ந்து வந்தவண்ணம் இருந்தன. அவற்றில் சில ஜெர்மனியிலிருந்து அனுப்பப்பட்டிருந்தன; வேறு சில, எகிப்துக்கு உள்ளேயிருந்தே அனுப்பப்பட்டிருந்தன. அவற்றில் சில வெடித்தன. சிலவற்றைக் கண்டு உஷாரான தொழிற்சாலை 333 அதிகாரிகள், அது குறித்து இராணுவத்திடம் தெரிவித்தனர். இராணுவ வெடிகுண்டு நிபுணர்கள் அந்த வெடிகுண்டுகளைச் செயலிழக்கச் செய்தனர். அவற்றை அனுப்பியிருந்தவர்கள் யாரென்று அதிகாரபூர்வமாகக் கண்டுபிடிக்க முடியவில்லை. ஆனால் அவற்றைத் தயாரித்து அனுப்பியிருந்தது மொசாட்தான் என்று எகிப்தியர்களும் பத்திரிகையாளர்களும் உறுதியாக நம்பினர். வெகுகாலம் கழித்து, இவற்றில் பலவற்றை 'ஷாம்பெயின் உளவாளிதான்' அனுப்பியிருந்தார் என்பது நிரூபிக்கப்பட்டது. அவருடைய உண்மையான பெயர் ஜீவ் குர் அரி. அவர் ஓர் இஸ்ரேலிய ஏஜென்ட். அவர் எகிப்தில் 'உல்ஃப்கேங் லுட்ஸ்' என்ற போலிப் பெயரில் இயங்கிக் கொண்டிருந்தார். கெய்ரோவுக்கு அருகே சொந்தமாக ஒரு குதிரைப் பண்ணையை வைத்திருந்த அவர், தான் ஒரு முன்னாள் எஸ்எஸ் அதிகாரி என்று எல்லோரையும் நம்ப வைத்திருந்தார். அவர் தன்னுடைய ஜெர்மானிய மனைவியுடன் கெய்ரோவுக்குக் குடிபெயர்ந்திருந்தார். அவர் கெய்ரோவின் மேட்டுக்குடியினரோடும் இராணுவத் தலைவர்களோடும் நல்லுறவுகளை வளர்த்துக் கொண்டிருந்தார்.

***

வெடிகுண்டுக் கடிதங்கள் ஜெர்மானிய அறிவியலறிஞர்களை வெகுவாகப் பாதித்திருந்தன. தங்களுடைய உயிர்களுக்கு ஆபத்து ஏற்பட்டிருந்ததாக அவர்கள் நம்பினர். அவர்கள் தொடர்ந்து நாசரின் இரகசியத் திட்டத்தில் வேலை பார்த்துக் கொண்டிருந்தால், அவர்களும் அவர்களுடைய குடும்பத்தாரும் தாக்குதலுக்கு ஆளாகக்கூடும் என்று அச்சுறுத்தி அவர்களில் பலருக்கு அனாமதேயத் தொலைபேசி அழைப்புகள் வந்தன. அந்த மூன்று தொழிற்சாலைகளுக்கும், அவற்றோடு தொடர்புடைய ஜெர்மானிய நிறுவனங்களுக்கும் பாதுகாப்பு ஏற்பாடுகள்

பலப்படுத்தப்பட்டன. அந்த அறிவியலறிஞர்கள் ஐரோப்பாவுக்குச் செல்ல வேண்டியிருந்தபோதெல்லாம், பெரிய குழுக்களாகவும் ஜெர்மானியப் பாதுகாப்பு அதிகாரிகளுடனும்தான் பயணிக்க வேண்டியிருந்தது. 1962 ஆம் ஆண்டின் இறுதியில், பில்ஸ் ஒரு முறை ஐரோப்பா சென்றிருந்தபோது, இந்த முன்னெச்சரிக்கை நடவடிக்கை அவருடைய உயிரைக் காப்பாற்றியது. அந்தப் பயணத்தின்போது, ஜெர்மனியிலும் இத்தாலியிலும் அந்நியர்களின் குழு ஒன்று அவர் சென்ற இடமெல்லாம் அவரைப் பின்தொடர்ந்து சென்றபோதிலும், அவரை அவர்களால் நெருங்க முடியவில்லை.

1962 ஆம் ஆண்டின் இலையுதிர்காலம் மற்றும் குளிர்காலத்தை ஹாரல் ஐரோப்பாவில் கழித்தார். எகிப்தின் ஏவுகணைத் திட்டம் குறித்தத் துல்லியமான சமீபத்திய தகவல்களைத் திரட்டுவதற்கு அவர் பல மொசாட் ஏஜெண்டுகளை முடுக்கிவிட்டிருந்தார். ஜெர்மானிய அறிவியலறிஞர்களின் கடிதங்களைக் கையாண்டு கொண்டிருந்த தூதரகச் செயல்பாட்டுக் குழுவிற்குள் ஊடுருவுவதில் ரஃபி வெற்றியடைந்திருந்தார். இதுபோன்ற நடவடிக்கைகள் ரஃபிக்கு அல்வா சாப்பிடுவதுபோல. "ஏஜெண்டுகளை வேலைக்கு எடுப்பதைவிட இது மேலானது. நீங்கள் ஒரு ஏஜென்டை வேலைக்கு எடுக்கின்றபோது, அவருக்குப் பயிற்சியளிக்க வேண்டும், தகர்க்கப்பட முடியாத ஒரு போலி அடையாளத்தை அவருக்கு உருவாக்க வேண்டும், தொடர்புகளை ஏற்படுத்திக் கொள்ள அவருக்குக் கால அவகாசம் வழங்க வேண்டும். ஆனால், உங்களுடைய எதிரியின் கடிதங்களை அவரறியாமல் படிப்பது சிறந்தது. உங்களால் உடனடியான விளைவுகளைப் பெற முடியும்; உங்களுக்குக் கிடைக்கின்ற தகவல்களும் உயர்தரமானவையாக இருக்கும்," என்று ரஃபி ஒரு முறை கூறியிருந்தார்.

ரஃபி தீட்டியிருந்த, வழமைக்குப் புறம்பான திட்டத்திற்குச் சில அதிநவீன உபகரணங்கள் அவருக்குத் தேவைப்பட்டன. ஆனால் அவற்றை எங்கிருந்து பெறுவது என்று தெரியாமல் அவர் விழித்தார். அவற்றை சிஐஏ போன்ற புலனாய்வு அமைப்புகள் பயன்படுத்திக் கொண்டிருந்தபோதிலும், அவை நேரடியாக ஒரு கடைக்குச் சென்று வாங்கப்படக்கூடிய பொருட்கள் அல்லவே. ஒரு நாள், அவர் பாரிஸில் தன்னுடைய தற்காலிக அலுவலகத்தில் ஒரு செய்தித்தாளைப் புரட்டிக் கொண்டிருந்தபோது, அமெரிக்காவில் மயாமி நகரில் சட்டத்திற்குப் புறம்பான நடவடிக்கைகளில் ஈடுபட்டுக் கொண்டிருந்த யூத 'தாதாவான' மெயர் லான்ஸ்கி என்பவரைப் பற்றிய சிறு கட்டுரை ஒன்றை அவர் படித்தார். மெயர் ஓர் இஸ்ரேலியர். அவரைத் தன்னுடைய திட்டத்திற்குப் பயன்படுத்திக் கொள்ளலாம் என்று ரஃபியின் மனத்திற்குள் குயுக்தியான ஒரு யோசனை பிறந்தது. உடனே

அவர் தன் தொலைபேசி அழைப்பாளரைத் தொடர்பு கொண்டு, "மயாமிலுள்ள மெயர் லான்ஸ்கியுடன் எனக்குத் தொடர்பு ஏற்படுத்திக் கொடுங்கள்," என்று கேட்டுக் கொண்டார்.

மூன்று நிமிடங்களில், மறுமுனையில் லான்ஸ்கி வந்தார். ரஃபி அவரிடம், "ஷலோம் மெயர்! நான் ஓர் இஸ்ரேலியன். நான் பாரிஸிலிருந்து இயங்கிக் கொண்டிருக்கிறேன். இஸ்ரேலிய அரசுக்கு உங்களுடைய உதவி தேவைப்படுகிறது," என்று கூறினார்.

"தாராளமாகச் செய்கிறேன். அடுத்த மாதம் நான் சுவிட்சர்லாந்திலுள்ள லோசான் நகருக்கு வரவிருக்கிறேன். நாம் அங்குச் சந்திக்கலாம்," என்று மெயர் பதிலளித்தார்.

ரஃபி சுவிட்சர்லாந்தில் லான்ஸ்கியைச் சந்தித்து, தனக்கு என்ன தேவை என்று அவரிடம் தெரிவித்தார். லான்ஸ்கி, சிகாகோவில் இருந்த ஓரிடத்திற்கான முகவரியை அவரிடம் கொடுத்து, "உங்களுக்குத் தேவையானவற்றை அவரால் பெற்றுக் கொடுக்க முடியும்," என்று தெரிவித்தார். அதற்கு அடுத்த வாரம், ரஃபி சிகாகோவுக்குப் பயணித்து நேராக அந்த நபரைச் சந்திக்கச் சென்றார். பின்னர் அது பற்றிப் பேசிய ரஃபி, "அந்த நபரிடமிருந்து நாங்கள் பெற்ற மின்னணு உபகரணங்கள், எகிப்திய ஏவுகணைத் திட்டத்தில் இடம் பெற்றிருந்த ஜெர்மானிய அறிவியலறிஞர்களுக்கு எதிராக நாங்கள் மேற்கொண்ட நடவடிக்கைகளுக்கு மிகச் சிறப்பாக உதவின," என்று கூறினார்.

அந்த நடவடிக்கைகளில் ஒன்றின் மூலமாக ஒரு புதிய பெயர் ஹாரலின் காதுகளை எட்டியது: ஓட்டோ ஜோக்லிக். மொசாடுக்குக் கிடைத்திருந்த தகவல்களின்படி, ஜோக்லிக் ஓர் ஆஸ்திரிய அறிவியலறிஞர். அவர் ஓர் அணுக்கதிர்வீச்சு வல்லுநர். இரகசியமான எகிப்தியத் திட்டம் ஒன்று, தங்களுக்கு அணுவாயுதங்களை விரைவாகத் தருவித்துக் கொடுப்பதற்காக அவரை வேலைக்கு எடுத்திருந்ததாகக் கூறப்பட்டது. எகிப்தியர்கள் அவருக்காகவே ஆஸ்திரியாவில் 'அஸ்திரா' என்ற ஒரு போலி நிறுவனத்தை உருவாக்கிக் கொடுத்திருந்தனர். அந்நிறுவனம் கதிரியக்கப் பொருட்களை வாங்கி எகிப்திற்கு அனுப்பி வைக்கும். ஜெர்மானிய அதிகாரிகளால் விசாரணைக்கு உட்படுத்தப்படாமல் இருப்பதற்காக, அதற்கு இன்ட்ரா நிறுவனத்தோடு தொடர்புகள் ஏதும் இல்லாதவாறு பார்த்துக் கொள்ளப்பட்டது. எகிப்திய அரசு அவரோடு செய்து கொண்டிருந்த உடன்பாட்டின்படி, அவர் எகிப்திற்காக இரண்டு அணுச் சோதனைகளை மேற்கொள்ள வேண்டும், அவர்கள் தயாரித்துக் கொண்டிருந்த ஏவுகணைகளில் பொருத்தப்படக்கூடிய விதத்தில் அமைந்த ஏழு அணுகுண்டுகளையும் அவர் தயாரித்துக் கொடுக்க வேண்டும்.

ஜோக்லிக் மிகவும் ஆபத்தான ஒரு பேர்வழி என்பதையே

இத்தகவல்கள் சுட்டிக்காட்டின. எகிப்திய இரகசிய ஏவுகணைத் திட்டத்தில் ஈடுபட்டிருந்த அறிவியலறிஞர்களிலேயே மிகவும் ஆபத்தானவராக அவர் இருக்கக்கூடிய சாத்தியக்கூறுகளும் இருந்தன. அதனால், ஐரோப்பாவில் இருந்த அனைத்து மொசாட் நிலையங்களுக்கும் ஓர் அவசரச் செய்தி அனுப்பப்பட்டது: "ஜோக்லிக்கைக் கண்டுபிடியுங்கள்!"

ஆனால், ஹாரலுக்கு ஓர் ஆச்சரியம் காத்துக் கொண்டிருந்தது. 1962 அக்டோபர் 23 அன்று, ஐரோப்பாவிலிருந்த ஓர் இஸ்ரேலியத் தூதரகத்தின் வாசலில் வந்து நின்ற ஓர் அந்நியர், இஸ்ரேலியப் பாதுகாப்பு அதிகாரியைத் தான் சந்திக்க விரும்பியதாகத் தெரிவித்தார். "என் பெயர் ஓட்டோ ஜோக்லிக். எகிப்தியப் போர் முயற்சிகள் தொடர்பான நடவடிக்கைகளில் நான் வகித்தப் பாத்திரம் குறித்த முழு விபரங்களையும் நான் உங்களுக்கு அளிக்கத் தயாராக இருக்கிறேன்," என்று அவர் கூறினார்.

இரண்டு வாரங்களுக்குப் பிறகு, பரம இரகசியமாக அவர் இஸ்ரேலுக்கு வந்து சேர்ந்தார்.

அதற்குப் பல மாதங்களுக்குப் பிறகு, ஜோக்லிக் 'கட்சி தாவிய' செய்தி வெளிச்சத்திற்கு வந்தது. இன்ட்ரா நிறுவனத்தின் இயக்குநர் ஹெயின்ஸ் குரூக் மாயமாக மறைந்திருந்ததன் காரணமாகவே ஜோக்லிக் இஸ்ரேலியரைத் தொடர்பு கொண்டிருக்க வேண்டும் என்று ஐரோப்பிய ஊடகங்கள் எழுதின. ஜோக்லிக் குரூக்குடன் ஒரு நெருங்கிய தொடர்பில் இருந்தார். எகிப்தின் இரகசியத் திட்டத்தில் ஜோக்லிக்கின் பங்கு குறித்து அறிந்து வைத்திருந்த வெகு சிலரில் குரூக்கும் ஒருவர். குரூக் மாயமாக மறைந்தவுடன் ஜோக்லிக் பீதியடைந்தார். குரூக் ஒருவேளை இஸ்ரேலியரால் கடத்தப்பட்டிருந்தால்? அது உண்மையாக இருந்து, குரூப் தன் வாயைத் திறந்தால், எகிப்தியத் திட்டத்தில் தன்னுடைய பங்கைப் பற்றியும் அவர் குறிப்பிட்டுவிடுவார் என்று ஜோக்லிக் அஞ்சினார். அப்படி நேர்ந்தால், தன் கதி அதோகதிதான் என்பதை அவர் உணர்ந்தார். அதனால் அவர் எல்லைக்கோட்டைத் தாண்டி, எதிரியான இஸ்ரேலிடம் சரணடையத் தீர்மானித்தார். அப்படிச் செய்வதன் மூலம், தன்னால் தன் உயிரைக் காப்பாற்றிக் கொள்ள முடியும் என்று அவர் கணக்குப் போட்டார்.

ஜோக்லிக் இஸ்ரேலில் நான்கு நாட்கள் தங்கியிருந்தார். அவர் மொசாடுக்குச் சொந்தமான மிகப் பாதுகாப்பான ஓரிடத்தில் எவருடைய கண்களிலும் படாதவாறு வைக்கப்பட்டார். ஜோக்லிக்கை இரண்டு முக்கியக் காரியங்களுக்குப் பயன்படுத்திக் கொள்ள ஹாரல் தீர்மானித்தார். எகிப்தியத் திட்டம் குறித்தத் தகவல்களைத் தங்களுக்கு வழங்குகின்ற ஒருவராக அவரைப் பயன்படுத்திக் கொள்வது அவற்றில் ஒன்று. அவரை ஓர் இரட்டை

உளவாளியாக மாற்றி, மீண்டும் எகிப்துக்கு அனுப்பி வைத்து, மொசாடுக்காக அங்கே உளவு பார்க்க வைப்பது மற்றொன்று.

யுனைட்டெட் ஆரப் ஏர்லைன்ஸில் ஒரு மூத்த எழுத்தராகப் பணியாற்றிய ஒருவர்தான் தன்னைத் தொடர்பு கொண்டு, எகிப்தியத் திட்டத்தில் தான் பங்கேற்க ஏற்பாடு செய்ததாக ஜோக்லிக் கூறினார். அவர்தான் ஜெனரல் கலீலிடமும் ஜோக்லிக்கை அறிமுகம் செய்து வைத்திருந்தார். கலீலுடனான சந்திப்பு, அவர் இரண்டு திட்டங்களில் பங்கேற்க வகை செய்தது. ஒரு திட்டத்தின் பெயர் 'ஐபிஸ்.' மற்றொன்றின் பெயர் 'கிளியோபாட்ரா.' இந்த இரண்டு திட்டங்களின் இரகசியங்கள் பில்ஸுடனும் குருக்குடனும் பகிர்ந்து கொள்ளப்பட்டிருந்தன.

ஆபத்தான கதிர்வீச்சை வெளிப்படுத்திய அணுக்கதிர்வீச்சு ஆயுதம் ஒன்றைத் தயாரித்து எகிப்திற்கு அளிப்பதுதான் ஐபிஸ் திட்டத்தின் நோக்கம். கதிர்வீச்சை வெளிப்படுத்துகின்ற கோபால்ட்–60 என்ற ஐசோடோப்பை ஒரு பெரிய அளவில் வாங்கி, அதை எகிப்தில் சோதனை செய்கின்ற வேலையை ஜோக்லிக் வலிந்து தானே ஏற்றுக் கொண்டார். அச்சோதனை வெற்றியடைந்தால், ஜோக்லிக் மேலும் கோபால்ட்–60ஐ வாங்க ஏற்பாடு செய்வார். அது எகிப்தின் ஏவுகணைகளில் இடம் பெறுகின்ற ஆயுதங்களில் பொருத்தப்பட்டு, அவை வெடிக்கின்றபோது அபாயகரமான கதிர்வீச்சைப் பரப்பும்.

இரண்டு அணுகுண்டுகளைத் தயாரிப்பது கிளியோபாட்ரா திட்டத்தின் நோக்கமாக இருந்தது. அணுகுண்டைத் தயாரிப்பதற்கு ஜோக்லிக் ஒரு புத்திசாலித்தனமான யோசனையைப் பரிந்துரைத்தார். முதலில், அமெரிக்காவிலும் ஐரோப்பாவிலும் கிடைக்கின்ற, 20 சதவீதம் செறிவூட்டப்பட்ட யுரேனியத்தை வாங்க வேண்டும். அடுத்ததாக, வில்ஹெல்ம் குரோத், ஜேக்கப் கிஸ்டெமேக்கர், ஜெர்னோட் ஜிப் ஆகிய மூன்று அறிவியலறிஞர்களும் ஜெர்மனியிலும் ஹாலந்திலும் கண்டுபிடித்துள்ள, புதிய முறையில் இயங்குகின்ற மைய விலக்குச் சுழற்சி இயந்திரங்களைப் பயன்படுத்தி, வாங்கி வைக்கப்பட்டுள்ள 20 சதவீதம் செறிவூட்டப்பட்ட யுரேனியத்தை 90 சதவீதம் செறிவூட்டப்பட்ட யுரேனியமாக மாற்ற வேண்டும். பிறகு, செறிவூட்டப்பட்ட அந்த யுரேனியத்தைக் கொண்டு அணுகுண்டுகளைத் தயாரிக்க வேண்டும்.

ஜோக்லிக் அமெரிக்காவுக்குச் சென்று, 20 சதவீதம் செறிவூட்டப்பட்ட யுரேனியத்தை வாங்க முயன்றார். அங்கு அவர் பல ஜெர்மானிய அறிவியலறிஞர்களைச் சந்தித்தார். எகிப்தில் மைய விலக்குச் சுழற்சி இயந்திரங்களை உருவாக்க அவர் அவர்களுக்கு அழைப்பு விடுத்தார். அதே சமயத்தில், ஐரோப்பாவிலிருந்து

சிறிது கோபால்ட்–60ஐ வாங்கி, கெய்ரோவிலிருந்த மகப்பேறு மருத்துவர் டாக்டர் கலீல் என்பவருக்கு அவர் அதை அனுப்பி வைத்தார். டாக்டர் கலீல், மஹ்மூத் கலீலின் சகோதரி.

இஸ்ரேலில் ஜோக்லிக் அளித்திருந்த வாக்குமூலம், மதிப்பீட்டுக்காகப் பல வல்லுநர்களுக்கு அனுப்பி வைக்கப்பட்டது. ஆனால், என்ன காரணத்தினாலோ, அந்த வல்லுநர்கள் அது குறித்துத் தேவையான அளவு அக்கறை காட்டவில்லை. கிளியோபாட்ரா திட்டத்தைப் பொறுத்தவரை, 20 சதவீதம் செறிவூட்டப்பட்ட யுரேனியத்தை ஜோக்லிக்கால் வாங்க முடியாது என்று அந்த வல்லுநர்கள் கருத்துத் தெரிவித்தனர். அப்படித் தப்பித் தவறி அவர் அதை எப்படியோ பெற்றுவிட்டாலும், அடுத்த இரண்டு அல்லது மூன்று ஆண்டுகளுக்குள் ஓர் அணுகுண்டைத் தயாரிப்பதற்குத் தேவையான, முழுமையாகச் செறிவூட்டப்பட்ட யுரேனியத்தைத் தயாரிப்பதற்குக் குறைந்தபட்சம் 100 மைய விலக்குச் சுழற்சி இயந்திரங்களாவது எகிப்திற்குத் தேவைப்படும். அப்படியே அந்த அணுகுண்டை அவர்கள் தயாரித்தால்கூட, ஜோக்லிக்கின் சூத்திரங்கள் தவறாக இருந்த காரணத்தால் அவை வெடிக்காது. அதேபோல, ஐபிஸ் திட்டத்தையும் வல்லுநர்கள் நிராகரித்துவிட்டனர். கதிர்வீச்சை வெளிப்படுத்துகின்ற ஆயுதங்கள் போடப்பட்டால்கூட, ஒரு சாதாரணமான வெடிகுண்டு ஏற்படுத்துகின்ற அளவு பாதிப்பையே அவற்றால் ஏற்படுத்த முடியும் என்று அவர்கள் கூறினர்.

வல்லுநர்களின் இந்த ஆறுதலான அறிக்கைகள் இஸ்ரேலியத் தலைவர்களை அமைதியடையச் செய்யவில்லை. மாறாக, எகிப்தியர்கள் இரசாயன ஆயுதங்களையும் தயாரித்துக் கொண்டிருந்தனர் என்ற செய்தியால் அவர்கள் மேலும் கலவரமடைந்திருந்தனர். 1963 ஜனவரி 11 அன்று, ஏமனுக்கு எதிரான போரில் எகிப்தியர்கள் நச்சு வாயுக்களைப் பயன்படுத்தியது, இஸ்ரேலியத் தலைவர்களின் பயங்கள் நியாயமானவைதாம் என்பதை நிரூபித்தது. இஸ்ரேலின் வெளியுறவுத்துறை அமைச்சர் கோல்டா மேயர், அமெரிக்க அதிபர் ஜான் எஃப். கென்னடியைச் சந்தித்து, எகிப்தியர்கள் வழமைக்குப் புறம்பான ஆயுதங்களைத் தங்களுடைய ஏவுகணைகளில் பொருத்திக் கொண்டிருந்தனர் என்பதை எடுத்துரைத்து, அதில் தலையிடும்படி அவரிடம் கேட்டுக் கொண்டார். ஆனால், கென்னடி அதைச் செய்யவில்லை.

வழமைக்குப் புறம்பான ஆயுதங்கள் மிகவும் ஆபத்தானவை என்றாலும், ஏவுகணை வழிகாட்டுதல் அமைப்புமுறைகளின் உருவாக்கத்திற்கு ஊறு விளைவித்து அதைத் தடுத்து நிறுத்துவதற்கு முன்னுரிமை வழங்கப்பட்டது.

1963 ஆம் ஆண்டின் குளிர்காலத்தில், தொழிற்சாலை

333 இன் ஏவுகணை வழிகாட்டுதல் அமைப்புமுறையின் வல்லுநரான கிளீன்வாக்டர், சில வாரங்கள் ஜெர்மனிக்குச் சென்றிருந்தார். பிப்ரவரி 20 அன்று மாலை, அவர் லோரச் என்ற இடத்திலிருந்த தன்னுடைய பரிசோதனைக்கூடத்தைவிட்டுக் கிளம்பி, தன் வீட்டுக்கு ஒரு குறுகிய தெருவின் வழியாகச் சென்று கொண்டிருந்தார். அத்தெரு அப்போது இருட்டாகவும் ஆளரவமற்றும் இருந்தது. அதோடு, அத்தெரு பனியால் மூடப்பட்டிருந்தது. அப்போது திடீரென்று ஒரு கார் ஒரு குறுக்குத் தெருவிலிருந்து வந்து கிளீன்வாக்டரின் காருக்கு முன்னால் வழி மறித்து நின்றது. அக்காரிலிருந்து ஒருவர் இறங்கி, கிளீன்வாக்டரின் காரை நெருங்கினார். தன் காரை மறித்து நின்ற காரில் அதன் ஓட்டுநர் தவிர மூன்றாவதாக ஒரு நபரும் இருந்ததைக் கிளீன்வாக்டர் கண்டார்.

கிளீன்வாக்டரின் காரை அணுகியவர் அவரிடம், "டாக்டர் ஷெங்கர் எங்கு வசிக்கிறார்?" என்று அதிகாரமாகக் கேட்டார். ஆனால் கிளீன்வாக்டரின் பதிலுக்காகக் காத்திருக்காமல், சைலென்சர் பொருத்தப்பட்ட ஒரு துப்பாக்கியை உருவி அந்நபர் அவரைச் சுட்டார். அந்தத் துப்பாக்கிக் குண்டு, அக்காரின் கண்ணாடிச் சன்னலைச் சுக்குநூறாக்கிவிட்டு, கிளீன்வாக்டர் தன் தலையில் அணிந்திருந்த கம்பளி மஃப்ளருக்குள் புகுந்து கொண்டது. கிளீன்வாக்டர் தன் காருக்குள் வைத்திருந்த தன்னுடைய துப்பாக்கியை எடுப்பதற்காகக் குனிந்தார். ஆனால் அதற்குள், அவரைச் சுட்ட நபர் வேகமாக ஓடிச் சென்று தன்னுடைய காருக்குள் பாய்ந்தார். உடனே அந்தக் கார் அங்கிருந்து வேகமாகப் புறப்பட்டுச் சென்றுவிட்டது.

சிறிது நேரத்திற்குப் பிறகு அங்கு வந்த காவல்துறையினர், துப்பாக்கியால் சுட்டிருந்த நபர் வந்திருந்த கார் சுமார் நூறு மீட்டர் தொலைவில் நின்று கொண்டிருந்ததைக் கண்டுபிடித்தனர். அக்காரிலிருந்த மூவரும் வேறொரு காரில் ஏறித் தப்பிச் சென்றுவிட்டிருந்தனர். அவர்கள் விட்டுவிட்டுச் சென்ற காரிலிருந்து, எகிப்திய இரகசியப் புலனாய்வுத் துறையின் ஏஜென்டுகளில் ஒருவரான அலி சமீர் என்பவரின் பெயரில் இருந்த ஒரு பாஸ்போர்ட் கண்டெடுக்கப்பட்டது. ஆனால், காவல்துறையினரைத் திசை திருப்புவதற்காக வேண்டுமென்றே மேற்கொள்ளப்பட்ட ஒரு செயல் அது என்பது விரைவில் வெளிப்பட்டது. ஏனெனில், அந்த அலி சமீர் அந்த நாளில் கெய்ரோவில் இருந்தார். அவர் ஒரு ஜெர்மானியப் பத்திரிகையாளருடன் இருந்தது ஒரு புகைப்படமாகப் பதிவு செய்யப்பட்டிருந்தது.

கிளீன்வாக்டரைத் தாக்கியிருந்த நபர்கள் கண்டுபிடிக்கப்படவே

இல்லை. ஆனால், தோல்வியில் முடிந்திருந்த அந்தத் தாக்குதலை இஸ்ரேலியர்கள்தாம் நிகழ்த்தியிருக்க வேண்டும் என்று ஊடகங்கள் ஒருமித்தக் குரலில் முழங்கின.

***

சில வாரங்கள் கழித்து மொசாட் மீண்டும் ஒரு முறை முயன்றது. இம்முறை, ஜெர்மனியில் பிறந்து சுவிட்சர்லாந்தில் வசித்துக் கொண்டிருந்த பால் கோர்கே அவர்களுடைய இலக்காக இருந்தார்.

கோர்கேயும் கிளீன்வாக்டரைப்போலவே எகிப்தின் தொழிற்சாலை 333 இல் ஏவுகணை வழிகாட்டுதல் அமைப்புத் திட்டத்தில் ஈடுபட்டிருந்தார். எகிப்தியர்கள் அவரை மிகவும் முக்கியமான ஒரு நபராகக் கருதினர். மொசாடும் அப்படியே நினைத்திருந்தது. கோர்கேயின் மகள் ஹெய்டி, சுவிட்சர்லாந்தின் எல்லைக்கு அருகேயிருந்த ஜெர்மானிய நகரான ஃபிரீபர்க்கில் வசித்து வந்தார். கிளீன்வாக்டர் தாக்கப்பட்டுச் சிறிது காலத்திற்குப் பிறகு, ஜோக்லிக் ஹெய்டியைத் தொலைபேசியில் அழைத்து, எகிப்தில் தான் அவருடைய தந்தையைச் சந்தித்திருந்ததாகவும், இஸ்ரேலை நிர்மூலமாக்குவதை நோக்கமாகக் கொண்ட படுபயங்கரமான ஆயுதங்களைத் தயாரிக்கும் பணியில் அவர் ஈடுபட்டிருந்ததாகவும் தெரிவித்தார். கோர்கே தன்னுடைய எகிப்திய நடவடிக்கைகளை நிறுத்திக் கொள்ளாவிட்டால் அவருடைய உயிருக்கு ஆபத்து நேரலாம் என்றும், அவர் எகிப்திலிருந்து திரும்பி வந்துவிட்டால் அவருக்கு ஆபத்து எதுவும் விளைவதற்கு வாய்ப்பில்லை என்றும் சாடைமாடையாக ஹெய்டியிடம் அவர் தெரிவித்தார்.

தன் பேச்சை முடிப்பதற்கு முன்பாக, "உங்களுக்கு உண்மையிலேயே உங்களுடைய தந்தையின்மீது அக்கறை இருந்தால், சுவிட்சர்லாந்திலுள்ள பாசெல் நகரத்தில் உள்ள 'த்ரீ கிங்ஸ்' ஓட்டலுக்கு மார்ச் 2 அன்று மாலை 4 மணிக்கு வாருங்கள். அங்கு நான் என் நண்பர்களில் ஒருவரை உங்களுக்கு அறிமுகப்படுத்துகிறேன்," என்று அவர் கூறினார்.

அதைக் கேட்டு மிகவும் பயந்து போன ஹெய்டி, எகிப்தில் வேலை பார்த்துக் கொண்டிருந்த அறிவியலறிஞர்களின் பாதுகாப்புக்குப் பொறுப்பாளராக இருந்த முன்னாள் நாஜி அதிகாரி எச். மன் என்பவரை உடனடியாக அழைத்து, நடந்ததை அவரிடம் சொன்னார். மன் உடனே ஃபிரீபர்க் காவல்துறையினரைத் தொடர்பு கொண்டார். அவர்கள் சுவிட்சர்லாந்து அதிகாரிகளுக்குத் தகவல் தெரிவித்தனர். ஜோக்லிக்கும் அவருடைய நண்பரும் (மொசாட் ஏஜென்ட்

பென்–கால்) த்ரீ கிங்ஸ் ஓட்டலை அடைந்தபோது, அந்தக் கட்டடத்திற்குப் பின்புறத்தில் காவல்துறையின் கார்கள் தயாராகக் காத்துக் கொண்டிருந்தன. ஓட்டலின் வரவேற்பறையில் சில காவல்துறை அதிகாரிகள் சாதாரணமான உடையில் இருந்தனர். ஹெய்டி உட்கார்ந்திருந்த மேசைக்கு அருகே ஓர் ஒலிப்பதிவுக் கருவி மறைத்து வைக்கப்பட்டிருந்தது.

ஜோக்லிக்கும் மொசாட் ஏஜன்ட் ஜோசஃப் பென்–கால்லும் தங்களுக்கு விரிக்கப்பட்டிருந்த வலையில் நேராகப் போய் விழுந்தனர். அவர்கள் எதையும் சந்தேகப்படவில்லை. அவர்கள் ஹெய்டியுடன் ஒரு மணிநேரத்திற்கும் அதிகமாகப் பேசிக் கொண்டிருந்தனர். அவர்கள் எச்சரிக்கையாக, ஹெய்டியின் அப்பாவுக்கு ஆபத்து நேரலாம் என்று நேரடியாக மிரட்டவில்லை, ஆனால் மறைமுகமாக எச்சரித்தனர். தேவையெனில், ஹெய்டி எகிப்திற்கே நேரடியாகச் சென்று, அவருடைய தந்தை நிரந்தரமாக ஜெர்மனிக்குத் திரும்புவதற்கு அவரை ஒப்புக் கொள்ள வைக்க, ஹெய்டிக்கு ஒரு விமானப் பயணச்சீட்டு எடுத்துத் தரவும் அவர்கள் முன்வந்தனர்.

அச்சந்திப்பு முடிந்ததும், ஜோக்லிக்கும் பென்னும் ஒரு இரயிலைப் பிடித்து ஜுரிச்சுக்கு வந்து சேர்ந்தனர். அங்கு இறங்கியதும் அவர்கள் இருவரும் ஆளுக்கொரு வழியில் சென்றனர். ஜோக்லிக் அதே இரயில் நிலையத்தில் வேறொரு இரயிலுக்காகக் காத்துக் கொண்டிருந்தபோது, சாதாரணமான உடையிலிருந்த காவல்துறையினரால் அவர் கைது செய்யப்பட்டார். பென், அதே நகரில் இருந்த இஸ்ரேலியத் தூதரகத்திற்கு அருகே கைது செய்யப்பட்டார்.

அன்று இரவே, சுவிட்சர்லாந்துக் காவல்துறையினர் கைது செய்திருந்த அவ்விருவரையும் தங்கள் வசம் ஒப்படைக்கும்படி ஜெர்மானியக் காவல்துறையினர் அவர்களிடம் கேட்டுக் கொண்டனர். அவ்விரு நபர்களும் ஹெய்டியை மிரட்டியிருக்கக்கூடும் என்றும், கிளீன்வாக்டர்மீதான தாக்குதலிலும் அவர்கள் சம்பந்தப்பட்டிருக்கக்கூடும் என்றும் தாங்கள் சந்தேகித்ததாக ஜெர்மானியக் காவல்துறையினர் தங்களுடைய சுவிட்சர்லாந்து சகாக்களிடம் தெரிவித்தனர்.

ஐரோப்பாவில் தன்னுடைய தற்காலிகத் தலைமையகத்திலிருந்த ஹாரல், தனக்குத் தெரிந்த தொடர்புகளின் மூலமாக, சுவிட்சர்லாந்துக் காவல்துறையினரிடமிருந்து ஜோக்லிக்கையும் பென்னையும் விடுவிக்க முயற்சி எடுத்தார். ஆனால், ஜெர்மானியர்கள் அவர்களைத் தங்களுடைய நாட்டுக்கு அனுப்பி வைக்கும்படி சுவிட்சர்லாந்துக் காவல்துறையினரிடம் ஏற்கனவே கேட்டுக் கொண்டிருந்ததால், அவர்கள் ஹாரலின் கோரிக்கையை நிராகரித்துவிட்டனர். உடனே,

ஹாரல் இஸ்ரேலுக்குச் சென்று, அப்போது வெளியுறவுத் துறை அமைச்சராக இருந்த கோல்டா மேயரைச் சந்தித்தார். சமீப காலமாக அவர்கள் இருவரும் நெருக்கமாக இருந்து வந்திருந்தனர், இருவருமே ஜெர்மனியை விரோத மனப்பான்மையுடனும் சந்தேகக் கண்களுடனும் பார்த்தனர். இஸ்ரேலிய அரசு ஜெர்மானிய அதிபர் கொன்ராட் அடெனாரைத் தொடர்பு கொண்டு, ஜோக்லிக்கையும் பென்னையும் ஜெர்மனிக்கு வரவழைப்பதற்கான உத்தரவைத் திரும்பப் பெறும்படி கொன்ராடிடம் வலியுறுத்துவது பலனளிக்கும் என்று கோல்டா மேயர் பரிந்துரைத்தார்.

ஹாரல் உடனடியாக, இஸ்ரேலிய அதிபர் பென் குரியன் விடுமுறையைக் கழித்துக் கொண்டிருந்த டைபீரியாஸ் நகருக்கு விரைந்தார். உடனடியாக ஒரு சிறப்புத் தூதரை ஜெர்மனியின் தலைநகருக்கு அனுப்பி வைக்குமாறு ஹாரல் வற்புறுத்தினார். அந்தத் தூதர், ஜெர்மானிய அறிவியலறிஞர்கள் எகிப்தில் மேற்கொண்டிருந்த அராஜகத்தனமான நடவடிக்கைகளை ஜெர்மானிய அதிகாரிகளிடம் எடுத்துரைத்து, ஜோக்லிக் மற்றும் பென்னை ஜெர்மனிக்கு வரவழைப்பதற்கான உத்தரவைத் திரும்பப் பெற்றுக் கொள்வதற்கு ஜெர்மானிய அரசிடம் வலியுறுத்த வேண்டும் என்று ஹாரல் பென் குரியனிடம் கூறினார்.

பென் குரியன் அதை மறுத்துவிட்டார்.

ஆனால், ஹாரல் விடுவதாக இல்லை. "கைது குறித்தச் செய்தி ஊடகங்களில் வெளியானால் என்ன செய்ய வேண்டும் என்பதை நீங்கள் தீர்மானிக்க வேண்டும். மொத்த விவகாரமும் ஓர் எரிமலைபோல வெடிக்கும்," என்று ஹாரல் கூறினார்.

"எரிமலைபோல வெடிக்கும் என்றால் என்ன அர்த்தம்?" என்று பென் குரியன் கேட்டார்.

"ஜோசஃப் பென்னின் கைது பற்றிய செய்தி வெளியானவுடன், எகிப்தியத் திட்டத்தில் ஜெர்மானிய அறிவியலறிஞர்கள் ஈடுபட்டிருப்பது குறித்த மொத்த விவகாரமும் வெளியே வந்துவிடும். ஜோசஃப் பென்னின் நடத்தைக்கான காரணம் குறித்து இஸ்ரேல் விளக்கமளிக்க வேண்டி வரும். தங்களுடைய ராக்கெட் மற்றும் பிற இராணுவத் திட்டங்களுக்குத் தேவையான சாதனங்களை எகிப்தியர்கள் ஜெர்மனியிலிருந்து பெற்றுக் கொண்டிருக்கின்றனர் என்பதும் வெட்ட வெளிச்சமாகிவிடும்."

அது குறித்து ஒரு கணம் யோசித்த பென் குரியன், "பரவாயில்லை. அதை நான் சமாளித்துக் கொள்கிறேன்," என்று கூறினார்.

பென் குரியனுக்கும் இஸ்ஸர் ஹாரலுக்கும் இடையேயான பிளவு அந்த விவகாரத்திலிருந்துதான் தொடங்கியது.

***

1963 மார்ச் 15 அன்று மாலையில், எகிப்தில் வேலை பார்த்துக் கொண்டிருந்த ஒரு ஜெர்மானிய அறிவியலறிஞரின் மகளை மிரட்டியிருக்கக்கூடும் என்ற சந்தேகத்தின் பேரில் ஜோக்லிக்கும் ஜோசஃப் பென்னும் கைது செய்யப்பட்டிருந்த செய்தியை யூபிஐ என்ற சர்வதேசச் செய்தி நிறுவனம் வெளியிட்டது. ஹாரல், தினசரிகளின் எடிட்டர்களை இரகசியமாகச் சந்தித்து, ஜோசஃப் பென்னின் கைதுக்குப் பின்னணியில் நடந்திருந்த விஷயங்களை அவர்களிடம் தெரிவித்தார். குறிப்பாக, இந்த விவகாரத்தில் ஜோக்லிக் வகித்திருந்த பாத்திரத்தைப் பற்றியும், எகிப்தியத் திட்டத்தில் அவர் எந்த விதத்தில் பங்காற்றினார் என்பதைப் பற்றியும் ஹாரல் அவர்களிடம் குறிப்பிட்டார். அதோடு, தான் உருவாக்கியிருந்த பிரச்சனைகளுக்குப் பிராயச்சித்தம் செய்யும் விதமாக ஜோக்லிக் தானாகவே முன்வந்து கட்சி மாறியதையும் ஹாரல் அவர்களிடம் குறிப்பிட்டார்.

அடுத்த சில நாட்களில், ஹாரலின் உதவியாளர்கள், 'ஹாரெட்ஸ்' பத்திரிகையைச் சேர்ந்த நஃப்தலி லாவி, 'மாரிவ்' பத்திரிகையைச் சேர்ந்த ஷுமுவேல் செகேவ், 'யெடியோத் அஹ்ரோனோத்' பத்திரிகையைச் சேர்ந்த யெஷாயாஹு பென்–போரட் ஆகிய மூன்று இஸ்ரேலியப் பத்திரிகையாளர்களிடம் இந்த விவகாரம் குறித்து இரகசியமாக எடுத்துரைத்தனர். இன்ட்ரா நிறுவனம், பட்வாக் நிறுவனம், ஸ்டட்கார்ட் நகரிலிருந்த ஜெட் புரப்பல்சியான் ஆய்வு நிறுவனம் ஆகியவற்றின் முகவரிகள் உட்பட, பல உண்மைத் தகவல்கள் அவர்களிடம் கொடுக்கப்பட்டன. அந்த மூன்று நபர்களும் உடனடியாக ஜெர்மனிக்குச் சென்று, ஜெர்மானிய அறிவியலறிஞர்கள் குறித்தத் தகவல்களைச் சேகரித்து, அங்கிருந்து தந்தி மூலம், இஸ்ரேலிலிருந்த தங்களுடைய பத்திரிகை அலுவலகங்களுக்கு அத்தகவல்களை அனுப்பி வைத்தனர். ஆனால், ஜெர்மானிய அறிவியலறிஞர்களின் எகிப்தியத் திட்டம் பற்றிய செய்தி ஐரோப்பாவிலிருந்தே வெளிவந்தால் அதன் நம்பகத்தன்மை அதிகரிக்கும் என்று ஹாரல் நம்பினார். ஐரோப்பாவிலிருந்த இஸ்ரேல் ஆதரவுப் பத்திரிகையாளர்களிடம் இச்செய்தியை எடுத்துக் கூறுவதற்குப் பல மொசாட் ஏஜென்டுகள் ஐரோப்பாவுக்கு அனுப்பி வைக்கப்பட்டனர்.

இஸ்ரேலியர்கள் ஜெர்மானியர்களைப் பற்றி எந்த அளவுக்கு உணர்ச்சிக் கொந்தளிப்பான மனநிலையைக் கொண்டிருந்தனர் என்பதை ஹாரல் குறைத்து மதிப்பிட்டுவிட்டார். கட்டுப்பாடற்ற முறையில் அவர் ஜெர்மனிமீது மேற்கொண்ட தாக்குதல், ஜெர்மானிய அறிவியலறிஞர்கள்மீது குற்றச்சாட்டுகள் ஒரு காட்டாற்று வெள்ளம்போலப் பாய வழி வகுத்து, இஸ்ரேலில் கடும் பீதியைக் கிளப்பிவிட்டுவிட்டது.

மார்ச் 17 வாக்கில், இஸ்ரேலிய மற்றும் ஐரோப்பியப் பத்திரிகைகள் வெளியிட்டிருந்த பரபரப்பான தலைப்புச் செய்திகள் மலைபோலக் குவிந்திருந்தன. அவற்றில் சில பின்வருமாறு: "ஜெர்மானிய அறிவியலறிஞர்கள் எகிப்தில் ஆபத்தான ஆயுதங்களை உருவாக்கிக் கொண்டிருக்கின்றனர்; அவர்களில் பலர் முன்னாள் நாஜிக்கள்; அவர்கள் உயிரியல்ரீதியான, வேதியியல்ரீதியான, அணுவாயுத, மற்றும் கதிரியக்க ஆயுதங்களின் தயாரிப்பில் ஈடுபட்டுள்ளனர்; அவர்கள் நச்சு வாயுக்கள், பயங்கரமான கிருமிகள், மரணக் கதிர்வீச்சுகள், அணுகுண்டுகள் மற்றும் மிக ஆபத்தான கதிரியக்கத்தை வெளிப்படுத்தவல்ல, கதிரியக்கக் கழிவுகளைச் சுமந்து செல்லக்கூடிய ஏவுகணைகள் போன்றவற்றைத் தயாரித்துக் கொண்டிருக்கின்றனர்." பத்திரிகைகள் ஒன்றையொன்று விஞ்ச வேண்டும் என்ற ஆர்வக்கோளாறு காரணமாக, 'ஃபிளாஷ் கார்டன்' கார்ட்டூன் புத்தகங்களைத் தூக்கியடிக்கின்ற விதத்தில் கற்பனையைக் கலந்து எழுதின: தாம் பாய்ந்து செல்கின்ற வழியில் இருக்கின்ற அனைத்தையும் சுட்டுப் பொசுக்கிக் கொண்டு செல்கின்ற மரணக் கதிர்கள்; இஸ்ரேலுக்கு மேலே வானத்தில் இருக்கின்ற காற்றைத் தொண்ணூறு ஆண்டுகள்வரை நச்சாக்குகின்ற பொருட்கள்; கொள்ளைநோய்களை உருவாக்குகின்ற நச்சுக் கிருமிகள் என்று அவை அளந்துவிட்டுக் கொண்டிருந்தன. எகிப்தில் அரக்கத்தனமான நாச வேலைகளில் ஈடுபட்டிருந்த தன்னுடைய குடிமக்களைத் தடுத்து நிறுத்தத் தவறியிருந்த ஜெர்மானிய அரசையும் அவை சாடியிருந்தன. மேலும், அந்த அறிவியலறிஞர்கள் ஹிட்லரின் அடியொற்றி நடந்து கொண்டிருந்ததாக அவை குற்றம் சாட்டின. ஐரோப்பாவுக்கு அனுப்பப்பட்டிருந்த பத்திரிகையாளர்கள், ஜெர்மானிய அறிவியலறிஞர்களின் மிருகத்தனமான சதி வேலைகள் குறித்து நித்தம் நித்தம் புதிய தகவல்களைத் தோண்டிக் கொண்டேயிருந்தனர்.

***

ஜோக்லிக் மற்றும் ஜோசஃப் பென்னின்மீது தொடரப்பட்டிருந்த வழக்கு பாசெல் நகரில் விசாரிக்கப்பட்டு அவர்களுக்கு மிக லேசான தண்டனை வழங்கப்பட்டது. அவர்களுக்கு வழங்கப்பட்டிருந்த இரண்டு மாதத் தண்டனையில், அவர்கள் ஏற்கனவே சிறையில் அடைக்கப்பட்டிருந்த நாட்கள் கழித்துக் கொள்ளப்பட்டன. ஆனால் ஒரு பெரும் தாக்கம் ஏற்படுத்திய ஓர் இரண்டாம் விளைவையும் அது உருவாக்கியது.

விசாரணையின்போது, அங்கிருந்த பார்வையாளர்களில் ஒருவர் தன்னிடம் ஒரு துப்பாக்கியை வைத்திருந்தது, வழக்கை

விசாரித்துக் கொண்டிருந்த நீதிபதியின் கண்களில் பட்டுவிட்டது.

"என் நீதிமன்றத்தில் துப்பாக்கியுடன் வருவதற்கு உங்களுக்கு என்ன துணிச்சல்?" என்று அவர் தாம்தூம் என்று குதித்தார்.

தன் வசம் துப்பாக்கி வைத்திருந்த அந்த நபர், அதற்கு, "எல்லா நேரங்களிலும் எல்லா இடங்களிலும் என் துப்பாக்கியை என்னுடன் வைத்திருப்பதற்கு எனக்கு உரிமம் வழங்கப்பட்டுள்ளது. எகிப்திலுள்ள ஜெர்மானிய அறிவியலறிஞர்களின் பாதுகாப்பு அதிகாரி நான்," என்று பதிலளித்தார்.

அவர் தன்னை எச். மன் என்று அறிமுகப்படுத்திக் கொண்டார். ஜோக்லிக்கின் தொலைபேசி அழைப்புக்குப் பிறகு ஹெய்டி தொடர்பு கொண்ட அதே ஆசாமிதான் அவர்.

அப்போது நீதிமன்றத்திலிருந்த இரகசிய மொசாட் தகவலாளி ஒருவர் உடனடியாக அங்கிருந்து கிளம்பி, தன்னுடைய மேலதிகாரிகளிடம் இத்தகவலைத் தெரிவித்துவிட்டார். அதைக் கேட்ட மறுகணம், அனுபவசாலியான மொசாட் ஏஜென்ட் ராஃபி மேடன், அடுத்த இரயிலைப் பிடித்து வியன்னாவுக்குச் சென்றார். இரயிலைவிட்டு இறங்கியதும், நேராக, மிகப் பிரபலமான நாஜி வேட்டையாடியான சைமன் வைசெந்தாலின் வீட்டுக்கு அவர் சென்றார். மொசாடுக்கு உதவ வைசெந்தால் உடனடியாக ஒப்புக் கொண்டார்.

வைசெந்தாலிடம், "உங்களுக்கு எச். மன் என்பவரைப் பற்றி ஏதாவது தெரியுமா?" என்று மேடன் கேட்டார்.

வைசென்தால் பல ஆண்டுகள் கடுமையாக உழைத்து, நாஜிக்களைப் பற்றிய மிகப் பெரிய தகவல் தொகுப்பு ஒன்றைத் தனிப்பட்ட முறையில் உருவாக்கி வைத்திருந்தார். உடனடியாக அத்தகவல் தொகுப்புகளுக்குள் அவர் தன்னை மூழ்கடித்துக் கொண்டார். ஒரு சில மணித்துளிகளுக்குப் பிறகு, தன் கையில் ஒரு கோப்புடன் மேடன் முன் அவர் தோன்றினார். "எச். மன், போரின்போது நாஜி ஜெர்மனியின் எஸ்எஸ் படையில் ஓர் அதிகாரியாகச் செயல்பட்டிருந்தார். அவர் கர்னல் ஓட்டோ ஸ்கோர்செனியின் கீழ் அமைந்திருந்த கமான்டோ பிரிவில் பணியாற்றியிருந்தார்."

மேடன் அத்தகவலை ரஃபி ஈத்தன், அவ்ரஹம் அஹிதுவ் ஆகிய இருவரிடமும் பகிர்ந்து கொண்டார்.

வழுக்கைத் தலை, மீசை, மூக்குக்கண்ணாடி சகிதமாக இருந்த அவ்ரஹமின் இயற்பெயர் அவ்ரஹம் காட்ஃபிரைட். ஜெர்மனியில் பிறந்த அவர், தன் ஐந்தாவது வயதில், மதப்பற்றாளர்களான தன் பெற்றோருடன் இஸ்ரேலுக்குக் குடிபெயர்ந்தார்; தன்னுடைய பதினாறாவது வயதில் ஹகானா அமைப்பில் சேர்ந்தார்; தன்னுடைய பதினெட்டாவது வயதில், ஷபக்கின் நிறுவனர்களில்

ஒருவராக ஆனார். மிகச் சிறந்த மதிநுட்பம் கொண்ட அவர், ஹகானா மற்றும் ஷபக் பணியின் ஊடாகப் படிப்பிலும் சூரப்புலியாக விளங்கி, சட்டப் படிப்பை முடித்தார். 1955 இல், இஸ்ரேலில் ஜாக் பிட்டான் என்ற இஸ்ரேலியப் பெயரில் இயங்கிக் கொண்டிருந்த, ரிஃபத் எல் கமால் என்ற மிக முக்கியமான எகிப்திய உளவாளியை அவர் கண்டுபிடித்தார். பின்னர், கமாலை இஸ்ரேலின் மிகச் சிறந்த இரட்டை உளவாளியாக அவர் மாற்றினார். அதைத் தொடர்ந்து இஸ்ரேலுக்காக உளவு பார்க்கத் தொடங்கிய கமால், பன்னிரண்டு ஆண்டுகளுக்கும் மேலாக, இஸ்ரேலால் தயாரிக்கப்பட்டப் போலித் தகவல்களை எகிப்துக்கு அனுப்பிக் கொண்டிருந்தார். 1967 ஆம் ஆண்டு, ஆறு–நாள் யுத்தம் தொடங்கவிருந்த சமயத்தில், அந்தப் போரில் இஸ்ரேல் தன்னுடைய விமானப்படையை அனுப்புவதற்கு முன்பாகத் தன்னுடைய தரைப்படையை அனுப்பத் திட்டமிட்டிருந்தது என்ற தவறான தகவலைக் கமாலின் மூலமாக இஸ்ரேல் எகிப்திற்கு அனுப்பி வைத்தது. இஸ்ரேலிய விமானப்படை எகிப்திற்குள் முன்னேறித் தாக்குவதற்கு அது வெகுவாக உதவியது. வருங்காலத்தில் ஷபக்கின் மிகச் சிறந்த இயக்குநர்களில் ஒருவராக ஆகவிருந்த அவ்ரஹம், இஸ்ரேலிய அரேபியர்களை இஸ்ரேலியச் சமூகத்திற்குள் ஒருங்கிணைத்தப் பணிக்காகப் பெரிதும் பாராட்டப்பட்டார்.

அந்த 1963 ஆம் ஆண்டு மே மாத மாலையில், எச். மன் மற்றும் ஸ்கோர்செனி குறித்தத் தகவல்களை மேடனிடமிருந்து கேட்டறிந்த பிறகு, அவ்ரஹம், “நாம் ஏன் ஸ்கோர்செனியை மொசாடுக்காக வேலை செய்ய வைக்கக்கூடாது?” என்று ரஃபியிடம் கேட்டார்.

முதலில் அவ்ரஹம் அதைத் தெரிவித்தபோது, அந்த யோசனை அபத்தமானதாகத் தோன்றியது. ஆனால், சிறிது யோசித்துப் பார்த்தப் பிறகு, அதில் அர்த்தமிருந்ததாகத் தோன்றியது. ஸ்கோர்செனி இஸ்ரேலுக்காக உளவு பார்க்க ஒப்புக் கொண்டால், முன்பு தன்கீழ் வேலை பார்த்து வந்த மன்னிடமிருந்து அவர் மிகச் சிறந்த எகிப்திய இரகசியங்களைப் பெற்று அதை இஸ்ரேலியர்களிடம் ஒப்படைப்பதற்குப் பிரகாசமான வாய்ப்பிருந்தது. ஸ்கோர்செனியை எப்படித் தொடர்பு கொள்வது என்பதுதான் இப்போது அவர்கள் முன் எழுந்த கேள்வி. மேலோட்டமாக விசாரிக்கத் தொடங்கியதும், ஸ்கோர்செனியிடமிருந்து பிரிந்து வாழ்ந்து கொண்டிருந்த அவருடைய மனைவி இன்னும் அவருடன் தொடர்பில் இருந்தார் என்பது தெரிய வந்தது. திருமதி ஸ்கோர்செனி, இப்போது உலோக விற்பனையில் ஈடுபட்டிருந்த ஒரு நிறுவனத்தை நிர்வகித்துக்

கொண்டிருந்தார். இஸ்ரேலியத் தொழிலதிபரான ஷுலோமோ ஜப்லோடோவிச் அதே தொழிலில் ஈடுபட்டிருந்ததை மொசாட் ஏஜென்டுகள் கண்டறிந்தனர். அவர்கள் ஜப்லோடோவிச்சைத் தொடர்பு கொண்டபோது, "ஆமாம், எனக்குத் திருமதி ஸ்கோர்செனியைத் தெரியும்," என்று அவர் தெரிவித்தார். பின்னர், திருமதி ஸ்கோர்செனியை மொசாட் ஏஜென்டுகளுக்கு அவர் அறிமுகம் செய்து வைத்தார். தங்களுக்குத் தேவைப்பட்ட அனைத்துத் தகவல்களையும் அந்த ஏஜென்டுகள் திருமதி ஸ்கோர்செனி மூலமாகப் பெற்றுவிட்டனர்.

இப்படித்தான், ரஃபியும் அவ்ரஹமும், மட்ரிட்டில் இருந்த ஸ்கோர்செனியின் அலுவலகத்தை அடைந்தனர். ஒரு காலத்தில் நாஜி ஜெர்மனியின் கதாநாயகனாகத் திகழ்ந்த ஸ்கோர்செனியை, மொசாடுக்கு உளவு பார்க்கும்படியும், எகிப்தில் வேலை பார்த்துக் கொண்டிருந்த ஜெர்மானிய அறிவியலறிஞர்களின் நடவடிக்கைகள் குறித்தத் தகவல்களை மொசாடுக்குக் கடத்தும்படியும் அவர்கள் கேட்டுக் கொண்டனர். எச். மன்னோடு மட்டுமல்லாமல், எகிப்திலிருந்த சில ஜெர்மானியச் சமூகத் தலைவர்களுடனும் ஸ்கோர்செனிக்கு நல்ல பரிச்சயம் இருந்தது. அவர்களில் பலர் அவருடன் முன்பு பணியாற்றியிருந்த அதிகாரிகள்தாம்.

"உங்களை நான் எப்படி நம்புவது? பின்னர் நீங்கள் என்மீது பாய மாட்டீர்கள் என்பதற்கு என்ன உத்தரவாதம்?" என்று ஸ்கோர்செனி ரஃபியிடமும் அவ்ரஹமிடமும் கேட்டார். ஐக்மேனுக்கு ஏற்பட்டக் கதி தனக்கு ஏற்படக்கூடும் என்று அவர் பயந்தார்.

ரஃபி அதற்கான பதிலைத் தயாராக வைத்திருந்தார். இஸ்ரேலிய அரசு அவருடைய உயிருக்கு உத்தரவாதம் அளித்திருந்த ஒரு கடிதத்தையும் ரஃபி அவரிடம் கொடுத்தார்.

அதைப் படித்த ஸ்கோர்செனி, சிறிது நேரம் மௌனமாக இருந்தார். பின்னர் அங்குமிங்கும் நடை போட்டார்.

இறுதியாக, அவர் அந்த இஸ்ரேலியர்களின் பக்கம் திரும்பி, "சரி, நான் ஒத்துக் கொள்கிறேன்," என்று கூறினார்.

அதற்கு அடுத்து வந்த மாதங்களில், ஸ்கோர்செனி, எகிப்தில் வேலை பார்த்துக் கொண்டிருந்த ஜெர்மானிய அறிவியலறிஞர்களின் நடவடிக்கைகள் குறித்த மதிப்பு வாய்ந்த தகவல்களை மொசாட் ஏஜென்டுகளுக்குக் கொடுத்தார். எச். மன் மற்றும் தன்னுடைய முன்னாள் கூட்டாளிகளின் உதவியுடன், எகிப்தில் வேலை பார்த்துக் கொண்டிருந்த அனைத்து ஜெர்மானிய அறிவியலறிஞர்களின் பெயர்கள் அடங்கிய பட்டியல், அவர்களுடைய முகவரிகள், அவர்களுடைய திட்டங்களின் நிலை, ஏவுகணைகளின் வரைபடங்கள், அவை குறித்தப் பிற முக்கியமான

தகவல்கள், ஏவுகணைகளுக்கு வழிகாட்டுதல் அமைப்புமுறையை உருவாக்க முடியாமல் போய்க் கொண்டிருந்தது குறித்தத் தகவல் பரிமாற்றங்கள் போன்றவற்றை ஸ்கோர்செனி மொசாட் ஏஜென்டுகளுக்குப் பெற்றுக் கொடுத்தார்.

***

இதற்கிடையே, இஸ்ரேலிய ஊடகங்கள் தறிகெட்டு அலைந்து கொண்டிருந்தன. 1933 ஆம் வருடத்திய ஜெர்மனிக்கும் 1963 ஆம் வருடத்திய ஜெர்மனிக்கும் பெரிய வித்தியாசம் இல்லை என்று, தலைப்புச் செய்திகள், தலையங்கங்கள், கட்டுரைகள், கேலிச் சித்திரங்கள் போன்றவை வழியாக அவை அலறிக் கொண்டிருந்தன. முன்பு நேரடியாக யூத இன அழிப்பில் இறங்கியிருந்த ஜெர்மனி, இப்போது புதியதொரு யூத இன அழிப்புக்குத் தயாராகிக் கொண்டிருந்த எகிப்திற்குத் துணை போய்க் கொண்டிருந்ததாக அவை முழங்கின. இஸ்ரேலின் கெனெசெட் அவையில், எதிர்க்கட்சித் தலைவர் மெனஹெம் பெகின், பென் குரியனின் கோபத்தைத் தூண்டுகின்ற விதத்தில், “நீங்கள் ஜெர்மனிக்கு ‘யூஸி’ துப்பாக்கிகளை விற்றுக் கொண்டிருக்கிறீர்கள். ஆனால், அவர்கள் நம்முடைய எதிரிகளுக்கு நச்சுக் கிருமிகளை அனுப்பி வைத்துக் கொண்டிருக்கின்றனர்,” என்று அவர்மீது வசைமாரி பொழிந்தார். “அனைத்து உயிர்களையும் அழிப்பதை நோக்கமாகக் கொண்டிருக்கும் ஆயுதங்களை எகிப்திலுள்ள ஜெர்மானியர்கள் தயாரித்துக் கொண்டிருக்கின்றனர்,” என்று கோல்டா மேயர் ஓர் உரையில் குற்றம் சாட்டினார்.

இக்குற்றச்சாட்டுகள் அனைத்தும் மிகைப்படுத்தப்பட்டவை, எதார்த்தத்திற்கும் அவற்றுக்கும் துளிகூடத் தொடர்பிருக்கவில்லை. ஹாரலின் நெருங்கிய நண்பரும், ஷபக்கின் தலைவராக இருந்தவருமான அமோஸ் மனோர், பின்னர் எங்களிடம் இவ்வாறு கூறினார்: “ஜெர்மானிய அறிவியலறிஞர்களுக்கு எதிராக ஹாரல் பெரும் முஸ்தீபுகளில் இறங்கியிருந்த காலகட்டத்தில், நிலை தடுமாறிய விதத்தில் அவர் செயல்பட்டுக் கொண்டிருந்தார். அவர் இந்த விஷயத்தில் கிட்டத்தட்ட வெறி பிடித்திருந்தவர்போலச் செயல்பட்டுக் கொண்டிருந்தார். அக்காலகட்டத்தில், இது குறித்து அவரிடம் எவரும் சாதாரணமாக உரையாட முடியாத ஒரு சூழல் நிலவியது.”

மார்ச் 24 அன்று, தன்னுடைய ஆப்பிரிக்கச் சுற்றுப்பயணத்தை முடித்துக் கொண்டு நாடு திரும்பிய இஸ்ரேலியப் பாதுகாப்புத் துணை அமைச்சர் ஷிமோன் பெரெஸ், ஜெர்மனிக்கு எதிராக ஹாரல் முன்னெடுத்துச் சென்ற நடவடிக்கைகளில் பொதிந்திருந்த பெரும் ஆபத்தை உடனடியாகப் புரிந்து கொண்டார். ‘அனைத்து

உயிர்களையும் அழிப்பதை நோக்கமாகக் கொண்டிருக்கும் ஆயுதங்கள்' குறித்தப் பேச்சுகளும் அபத்தமானவை என்பதையும் அவர் உணர்ந்து கொண்டார். இஸ்ரேலிய இராணுவத்தின் உளவுப் பிரிவு அவருக்கு அளித்திருந்த அறிக்கை முற்றிலும் வித்தியாசமானதொரு கணிப்பைக் கொண்டிருந்தது. அத்துறையின் தலைவராக இருந்த ஜெனரல் மீர் அமித் இவ்வாறு கூறினார்: "நாங்கள் அனைத்துத் தகவல்களையும் சேகரித்தோம். மெதுவாக ஒரு படம் உருவானது. எகிப்தின் ஏவுகணைத் திட்டம் குறித்தச் செய்திகள் அநியாயத்திற்கு மிகைப்படுத்தப்பட்டிருந்தன. அது அந்த அளவுக்குத் தீவிரமான பிரச்சனை அல்ல என்ற முடிவுக்கு நாங்கள் வந்தோம்."

எகிப்திலிருந்த ஜெர்மானிய அறிவியலறிஞர்கள், இரசாயனம் அல்லது நச்சுக் கிருமிகளை உள்ளடக்கிய ஆயுதங்களை உருவாக்கிக் கொண்டிருந்ததற்கான ஆதாரங்கள் எவையும் அமித்திற்குக் கிடைக்கவில்லை. அதேபோல, உலகையே அழிக்கக்கூடிய ஆயுதங்கள் குறித்தச் செய்திகளும் அறிவியல் புனைகதைகளிலிருந்து கடன் வாங்கப்பட்டவைபோல இருந்தன. எகிப்திற்குள் கொண்டுவரப்பட்டிருந்த கோபால்ட்டின் அளவும் மிகவும் குறைவே. இந்த ஒட்டுமொத்த விவகாரத்தில் ஒரு மிகப் பெரிய தூண்டுகோலாக இருந்த வாக்குமூலத்தை அளித்திருந்த ஜோக்லிக் வெறும் சந்தர்ப்பவாதி என்பதும், அவர் நம்பகமானவர் அல்லர் என்பதும் நிரூபிக்கப்பட்டது.

மார்ச் 24 அன்று, இஸ்ரேலிய இராணுவ உளவுத் துறையின் அறிக்கை பென் குரியனின் கைக்கு வந்து சேர்ந்தது. அவர் உடனடியாக ஹாரலைக் கூப்பிட்டனுப்பினார். அவருக்குத் தகவல்கள் எங்கிருந்து கிடைத்தன என்று ஹாரலைக் கேள்விகளால் அவர் துளைத்தெடுத்தார். தனக்கு ஒரு முழுமையான, துல்லியமான அறிக்கையைச் சமர்ப்பிக்க வேண்டும் என்று ஹாரலுக்கு அவர் உத்தரவிட்டார். முழு விசாரணையின்போது, தான் ஐரோப்பாவிற்குப் பத்திரிகையாளர்களை அனுப்பியிருந்ததை ஹாரல் ஒப்புக் கொண்டார். அதேபோல, நச்சு வாயுக்கள், கதிரியக்கப் பொருட்கள் போன்றவை குறித்தத் தகவல்கள் தன்னிடம் இருக்கவில்லை என்பதையும் அவர் ஒப்புக் கொண்டார்.

அதற்கு அடுத்த நாள், பென் குரியன், ஜெனரல் அமித்துடன் வந்திருந்த ஷிமோன் பெரெஸைச் சந்தித்தார். அமித் தன் பங்குக்கு ஒரு விரிவான அறிக்கையை பென் குரியனிடம் அளித்தார். அது விஷயங்களைத் தெளிவுபடுத்திக் கொள்ள வெகுவாக உதவியது: எகிப்தில் இருந்த அறிவியலறிஞர்கள் சராசரியானவர்கள்; காலாவதியான தொழில்நுட்பங்களின் அடிப்படையில் அமைந்திருந்த ஏவுகணைகளை உருவாக்கவே அவர்கள்

முயன்று கொண்டிருந்தனர்; அவர்களுடைய நடவடிக்கைகள் ஆபத்தானவைதாம் என்றாலும், தேவையே இல்லாமல் அவை அளவுக்கதிகமான பீதியைத் தோற்றுவித்திருந்தன.

அதைப் படித்தப் பிறகு, பென் குரியன் மீண்டும் ஹாரலை அழைத்தார். அச்சந்திப்பு சுமூகமானதாக இருக்கவில்லை. ஹாரல் அளித்திருந்த அறிக்கைகள் மற்றும் அவற்றின் மதிப்பீடுகளின் துல்லியத்தன்மை குறித்துத் தனக்கு சந்தேகம் இருந்ததாக பென் குரியன் தெரிவித்தார். அவ்விருவருக்கும் இடையே ஒரு காலத்தில் நிலவி வந்திருந்த பரஸ்பர நம்பிக்கை இப்போது கரைந்து போயிருந்தது. அவர்கள் ஒருவரோடு ஒருவர் காரசாரமாக வாதம் செய்தனர். அவர்களுடைய உரையாடல், இஸ்ரேலுக்கும் ஜெர்மனிக்கும் இடையே நிலவிய உறவையும் தொட்டது. இதனால் கடும் கோபமடைந்த ஹாரல், தன் அலுவலகத்திற்கு வந்ததும் உடனடியாகத் தன்னுடைய இராஜினாமா கடிதத்தைக் குரியனுக்கு அனுப்பி வைத்தார்.

ஹாரல் தன் முடிவை மாற்றிக் கொள்ளும்படி செய்ய பென் குரியன் முயற்சி செய்தார். ஆனால் ஹாரல் அதற்கு மசியவில்லை. “நான் இராஜினாமா செய்தது செய்ததுதான். என் முடிவில் மாற்றமில்லை,” என்று அவர் ஒற்றைக் காலில் நின்றுவிட்டார்.

அத்துடன் ஒரு சகாப்தம் நிறைவுக்கு வந்தது.

அவருக்கு ஒரு மாற்று ஏற்பாடு செய்யும்வரையிலாவது பதவியில் நீடிக்குமாறு ஹாரலை பென் குரியன் கேட்டார். ஹாரல் அதற்கும் மறுத்துவிட்டார். “இப்போதே என்னை விடுவித்துவிட்டு, என் அலுவலக அறைச் சாவியைப் பெற்றுக் கொள்ளுமாறு அவரிடம் கூறிவிடுங்கள்,” என்று அவர் பென் குரியனின் செயலாளரிடம் கூறிவிட்டார். இப்போது, மொசாடின் தலைமைப் பதவிக்கு உடனடியாக ஒருவரைத் தேட வேண்டிய நிலைக்கு பென் குரியன் தள்ளப்பட்டிருந்தார். “உடனடியாக அமோஸ் மனோரைத் தொலைபேசியில் பிடியுங்கள்,” என்று அவர் தன் செயலாளருக்குக் கட்டளையிட்டார்.

ஆனால், ஷபக்கின் தலைவரைத் தொடர்பு கொள்ள முடியவில்லை. அவர் தன்னுடைய உறவினர்களைப் பார்ப்பதற்காக ஜோர்டன் பள்ளத்தாக்கிலிருந்த மாகன் கிப்புட்ஸுக்குச் சென்றிருந்தார்.

“அப்படியானால், உடனடியாக அமித்தைத் தொடர்பு கொள்ளுங்கள்,” என்று பென் குரியன் தன் செயலாளரிடம் கூறினார். ஜெனரல் அமித்தும் நெகேவ் பாலைவனப் பகுதியிலிருந்த துருப்புகளைப் பார்வையிடச் சென்றிருந்தார். அவரை இராணுவத் தொலைத்தொடர்புச் சாதனங்கள் மூலம் தொடர்பு கொண்டனர். உடனடியாக டெல் அவீவிற்கு வருமாறு

அவர் கேட்டுக் கொள்ளப்பட்டார். அவர் அங்கு வந்ததும், மொசாடின் அடுத்தத் தலைவர் நியமிக்கப்படுகின்றவரை அதன் தற்காலிகத் தலைவராக அவர் நியமிக்கப்பட்டிருந்தது அவருக்குத் தெரியப்படுத்தப்பட்டது. ஒரு சில வாரங்களுக்குப் பிறகு அமித் அப்பதவியில் நிரந்தரமாக்கப்பட்டார்.

***

ஷிமோன் பெரெஸ் தனிப்பட்ட முறையில் ஃபிரான்ஸ் ஜோசஃப் ஸ்ட்ராஸுக்கு எழுதியிருந்த ஒரு கடிதத்தை அடிப்படையாகக் கொண்டு, எகிப்திலிருந்த ஜெர்மானிய அறிவியலறிஞர்களை ஜெர்மனிக்குத் திரும்ப அழைத்து வருவதற்கு ஒரு திட்டம் தீட்டிக் கொடுக்குமாறு, பேராசிரியர் போஹம் என்ற வல்லுநரை ஜெர்மானிய அரசு கேட்டுக் கொண்டது. போஹம் வகுத்துக் கொடுத்தத் திட்டம் சிறப்பாக வெற்றி பெற்றது. அந்த அறிவியலறிஞர்களுக்கு ஜெர்மனியிலிருந்த பல ஆய்வுக்கூடங்களில் நல்ல வேலை வாய்ப்புகள் வழங்கப்பட்டன. அதைப் பல அறிவியலறிஞர்கள் பயன்படுத்திக் கொண்டு ஜெர்மனிக்குத் திரும்பிவிட்டனர். மற்றவர்களும் படிப்படியாக எகிப்திலிருந்து ஜெர்மனிக்குத் திரும்பிவிட்டனர். அவர்கள் தாங்கள் ஒப்புக் கொண்டிருந்த ஏவுகணைத் திட்டத்தை நிறைவு செய்யாமலேயே திரும்பிவிட்டிருந்தனர்; அவர்கள் முயற்சித்துக் கொண்டிருந்த ஏவுகணை வழிகாட்டுதல் அமைப்புமுறை தோல்வியில் முடிந்தது; அவர்கள் ஏவுகணைகளின் ஆயுதங்களில் எந்தவிதமான கதிர்வீச்சுப் பொருட்களையும் வைத்திருக்கவில்லை; மெஸ்ஸர்ஸ்மிட் தயாரிக்கத் திட்டமிட்டிருந்த விமானமும் ஒருபோதும் தரையிலிருந்து மேலெழும்பவில்லை.

இந்நூலாசிரியர்களில் ஒருவர் அமெரிக்காவிலுள்ள நாசாவுக்குச் சென்று, எல்லோராலும் பெரிதும் கொண்டாடப்பட்ட வெர்ன்ஹர் வான் பிரவுனை நேரில் சந்தித்தார். எகிப்திலிருந்த அறிவியலறிஞர்களின் பெயர்கள் அடங்கிய ஒரு பட்டியல் அவரிடம் காட்டப்பட்டது. அதைப் படித்த வான் பிரவுன், அப்பட்டியலில் இடம் பெற்றிருந்த அறிவியலறிஞர்கள் அனைவரும் இரண்டாம்தர அறிவியலறிஞர்கள் என்றும், ஒரு வெற்றிகரமான ஏவுகணைத் திட்டத்தை அவர்களால் நிச்சயமாக உருவாக்கியிருக்க முடியாது என்றும் கருத்துத் தெரிவித்தார்.

மொத்தத்தில், எகிப்திய ஜெனரல் கலீலின் ஏவுகணைத் திட்டம் மண்ணைக் கவ்வியிருந்தது.

இந்த ஜெர்மானிய அறிவியலறிஞர்கள் விவகாரம் இஸ்ஸர் ஹாரலின் அஸ்தனமத்திற்கும், மீர் அமித்தின் உதயத்திற்கும் அடிகோலியது. தனக்கு அடுத்துத் தன்னுடைய பதவிக்கு

வந்திருந்த அமித்மீது ஹாரல் கடும் வெறுப்புக் கொண்டிருந்தார். ஹாரல் மொசாடின் தலைவராக இருந்தபோது, அமித் அவருடன் கடுமையாக மோதியிருந்தார். அந்த ஜெர்மானிய அறிவியலறிஞர்கள் விவகாரம் பென் குரியனின் வீழ்ச்சிக்கும் வழிவகுத்தது. ஒரு சில மாதங்களுக்குப் பிறகு, பென் குரியன் தன் பதவியை இராஜினாமா செய்தார்.

1965 ஆம் ஆண்டு, கெய்ரோவில், 'ஷாம்பெயின் உளவாளி' என்று அழைக்கப்பட்ட இஸ்ரேலிய ஏஜென்ட் உல்ஃப்கேங் லுட்ஸ் கண்டுபிடிக்கப்பட்டுக் கைது செய்யப்பட்டார். ஆனால், அவருடைய ஜெர்மானிய முகமூடியை அவர்களால் திரைவிலக்க முடியவில்லை. அதனால், அவர் ஒரு லேசான தண்டனையோடு தப்பிவிட்டார். இரண்டரை ஆண்டுகாலச் சிறைத் தண்டனைக்குப் பிறகு அவர் விடுவிக்கப்பட்டார்.

இந்த விவகாரத்தின் முடிவு, இஸ்ரேலுக்காக உளவு பார்த்தவர்களிலேயே நம்புதற்கரிய உளவாளியாகச் செயல்பட்டிருந்த ஓட்டோ ஸ்கோர்செனியோடு மொசாட் கொண்டிருந்த உறவுக்கும் முற்றுப்புள்ளி வைத்தது.

அத்தியாயம் 9

சிரியாவில் ‘நம் ஆள்’

என் அன்பு நாடியாவுக்கும் என் அருமை குடும்ப உறுப்பினர்களுக்கும்:

நீங்கள் என்றென்றைக்கும் ஒற்றுமையாக இருப்பீர்கள் என்ற நம்பிக்கையுடன் நான் என்னுடைய இந்தக் கடைசி வார்த்தைகளை உங்களுக்கு எழுதிக் கொள்கிறேன். நாடியா, என்னை மன்னித்துவிடு. உன்னை நன்றாகக் கவனித்துக் கொள். நம் குழந்தைகளுக்கு ஒரு நல்ல கல்வி கிடைப்பதை உறுதி செய். நம் குழந்தைகளுக்கு ஓர் அப்பா கிடைக்க வேண்டும் என்பதற்காக நீ மறுமணம் செய்து கொள். அதில் உனக்கு முழுச் சுதந்திரம் இருக்கிறது. கடந்தகாலத்திற்காக ஒப்பாரி வைத்துக் கொண்டிருக்காமல் எதிர்காலத்தை சுவீகரித்துக் கொள். உனக்கு என் கடைசி முத்தங்கள்.

என் ஆத்மாவுக்காப் பிரார்த்தனை செய்து கொள்.

அன்புடன், ஈலை.

இக்கடிதம், மொசாடின் புதிய தலைவராகப் பொறுப்பேற்றிருந்த ஜெனரல் அமித்தின் பார்வைக்கு 1965 மே மாதம் வந்தது. அதை எழுதியிருந்தவரின் முழுப் பெயர் ஈலை கோஹன். அவர் உளவு வரலாற்றில் மிகவும் துணிச்சலான உளவாளிகளில் ஒருவராகக் கொண்டாடப்பட்டவர். சிரியாவின் தலைநகரான டமாஸ்கஸில் தூக்குக் கயிற்றில் தொங்குவதற்குச் சற்று முன்பாக, நடுங்கும் கரங்களோடு அவர் எழுதிய கடைசி வரிகள்தாம் மேலே நீங்கள் படித்தது.

***

ஈலை கோஹனின் இரகசிய உளவு வாழ்க்கை பல ஆண்டுகளுக்கு முன்பாகத் தொடங்கியது. 1954 ஜூலை மாதத்தின் மத்தியில் ஒரு நாள், கெய்ரோவின் ஒரு தெரு வழியாகக் கோஹன் தன் வீட்டுக்குத் திரும்பிக் கொண்டிருந்தார். அவர் ஓர் எகிப்திய யூதர். அப்போது தன்னுடைய முப்பதுகளில் இருந்த அவர், ஒரு வசீகரமான தோற்றத்தைக் கொண்டிருந்தார். உதடுகளில் ஒரு புன்னகையும், உதடுகளுக்கு மேலே நேர்த்தியான ஒரு மீசையும் அவருடைய முகத்திற்கு மேலும் மெருகூட்டின. அவர் நடந்து சென்று கொண்டிருந்த வழியில், காவல்துறை அதிகாரியாக இருந்த தன்னுடைய பழைய நண்பர் ஒருவரை அவர் எதேச்சையாகச் சந்தித்தார். அந்த நண்பர் கோஹனிடம், "இன்று இரவு நாங்கள் சில இஸ்ரேலியத் தீவிரவாதிகளைக் கைது செய்யப் போகிறோம். அவர்களில் ஒருவருடைய பெயர் ஷுமுவேல் அசார்," என்று தெரிவித்தார். அதைக் கேட்டக் கோஹன், போலியாக, தன் நண்பரின் செயல் குறித்து வியப்பையும் பாராட்டையும் வெளியிட்டார். தன் நண்பர் விடைபெற்றுக் கொண்ட மறுகணம், அவர் தன்னுடைய வாடகை வீட்டை நோக்கி ஓட்டமாக ஓடினார். அங்குச் சென்றவுடன், தான் வைத்திருந்த கைத்துப்பாக்கிகள், வெடிமருந்துப் பொருட்கள், போலி ஆவணங்கள் போன்றவற்றை அவர் உடனடியாக அப்புறப்படுத்தினார். அவர் எகிப்திய அரசுக்கு எதிரான இரகசிய நடவடிக்கைகளில் தீவிரமாக ஈடுபட்டிருந்தார். எகிப்திலிருந்து இஸ்ரேலுக்குக் குடிபெயர விரும்பிய யூதர்களுக்குப் போலி ஆவணங்கள் தயாரித்துக் கொடுப்பது, அவர்கள் தப்பித்துச் செல்வதற்கான வழித்தடங்களை உருவாக்கிக் கொடுப்பது போன்றவை அவற்றில் அடங்கும். 'லவோன் திட்டம்' என்று அழைக்கப்பட்ட ஒரு பெரிய இரகசியத் திட்டத்தில் ஈடுபட்டிருந்த யூதத் தலைமறைவு இயக்கத்தில் அவரும் ஓர் உறுப்பினராக இருந்தார்.

1954 ஆம் ஆண்டின் துவக்கத்திலேயே, பிரிட்டன் எகிப்திலிருந்து முழுமையாக வெளியேறத் தீர்மானித்திருந்ததை இஸ்ரேலியத் தலைவர்கள் அறிந்திருந்தனர். அரபு நாடுகளிலேயே மிகவும் வலுவான நாடு எகிப்துதான். அது இஸ்ரேலின் பரம வைரியும்கூட. பிரிட்டன் எகிப்தில் இருந்து கொண்டு, சூயஸ் கால்வாயை ஒட்டி அமைந்திருந்த இராணுவத் தளங்களையும் விமானத் தளங்களையும் நிர்வகித்துக் கொண்டிருக்கின்றவரை, அப்போது எகிப்தை ஆண்டு கொண்டிருந்த இராணுவக் கும்பல்மீது பிரிட்டனால் தொடர்ந்து செல்வாக்குச் செலுத்திக் கொண்டிருக்க முடியும் என்பதை இஸ்ரேல் அறியும். பிரிட்டன் எகிப்தைவிட்டு அகன்றால், அதனுடைய செல்வாக்கு அடுத்தக் கணம் மாயமாக மறைந்துவிடும். அதோடு, நவீன இராணுவத்

தளங்கள், விமானத் தளங்கள் மற்றும் பெரும் எண்ணிக்கையிலான இராணுவத் தளவாடங்கள் எகிப்திய இராணுவத்தின் கைகளில் விழும். ஒரு சில ஆண்டுகளுக்கு முன்பு நிகழ்ந்திருந்த இஸ்ரேலியச் சுதந்திரப் போரில் அவமானகரமாகத் தோற்றிருந்ததற்குப் பழி வாங்கத் துடித்துக் கொண்டிருந்த எகிப்திய இராணுவத்தின் இலக்காக இஸ்ரேல் மாறும்.

எகிப்து குறித்தத் தன்னுடைய தீர்மானத்தை பிரிட்டன் மறுபரிசீலனை செய்வதற்கு ஏதேனும் வாய்ப்பு இருந்ததா என்று ஆராயப்பட்டது. அச்சமயத்தில் பென் குரியன் இஸ்ரேலின் அதிகார பீடத்தில் இருக்கவில்லை. அவர் அரசியலுக்கு முழுக்குப் போட்டுவிட்டு, ஸ்டெ போக்கர் கிப்புட்ஸில் குடியேறிவிட்டார். அவரை அடுத்துப் பிரதமரான மோஷே ஷாரெட் ஒரு மிதவாதி. அவர் ஒரு பலவீனமான தலைவரும்கூட. அப்போது பாதுகாப்பு அமைச்சராக இருந்த பின்ஹாஸ் லவோன், ஷாரெட்டுடன் நேரடியாக மோதிக் கொண்டிருந்தார். பிரதமர் ஷாரெட்டுக்கும் தெரியாமல், மொசாடுக்கும் தெரிவிக்காமல், லவோனும், இராணுவப் புலனாய்வுத் துறையின் தலைவராக இருந்த கர்னல் பென்யமின் கிப்லியும் சேர்ந்து, ஆபத்தான, அதே நேரத்தில் முட்டாள்தனமான ஒரு திட்டத்தைத் தீட்டினர். பிரிட்டனுக்கும் எகிப்துக்கும் இடையே போடப்பட்டிருந்த ஒப்பந்தத்தில் இருந்த ஓர் ஓட்டையை அவர்கள் கண்டுபிடித்திருந்தனர். ஒரு மாபெரும் நெருக்கடி ஏற்பட்டால், எகிப்தில் தான் விட்டுக் கொடுத்திருந்த இராணுவத் தளங்களை பிரிட்டன் மீண்டும் கைப்பற்றிக் கொள்ள அந்த ஷரத்து வழிவகுத்தது. எகிப்தின் பல பகுதிகளில் தீவிரவாத வெடிகுண்டுத் தாக்குதல்கள் நிகழ்ந்தால், எகிப்தால் சட்ட ஒழுங்கை நிலைநிறுத்த முடியவில்லை என்று பிரிட்டன் முடிவு செய்து, எகிப்துடனான உடன்படிக்கையை இரத்து செய்துவிடும் என்று அவர்கள் அப்பாவித்தனமாக நம்பினர். அதனால், லவோனும் கிப்லியும், கெய்ரோவிலும் அலெக்சான்ட்ரியாவிலும் இருந்த அமெரிக்க மற்றும் பிரிட்டிஷ் நூலகங்கள், கலாச்சார மையங்கள், திரையரங்குகள், அஞ்சல் நிலையங்கள் மற்றும் பிற பொதுக் கட்டடங்களைக் குறி வைத்து அவற்றில் வெடிகுண்டுத் தாக்குதல்களை நிகழ்த்தத் திட்டமிட்டனர். எகிப்திலிருந்த இஸ்ரேலிய இராணுவ உளவுப் பிரிவின் ஏஜென்டுகள், உள்ளூர் யூத இளைஞர்கள், இஸ்ரேலுக்காகத் தங்களுடைய உயிர்களைக் கொடுக்கத் தயாராக இருந்த யூத மதப்பற்றாளர்கள் ஆகியோரை அவர்கள் இதற்காக அமர்த்தினர். இதன் மூலம், இஸ்ரேலியப் புலனாய்வு அமைப்புகள் அதுவரை கட்டிக் காத்து வந்த ஒரு விதியை இஸ்ரேலிய இராணுவ உளவுப் பிரிவினர் மீறினர். அந்நிய நாடுகளில் இருக்கின்ற யூதர்களை எக்காரணம் கொண்டும்

அந்நாட்டுக்கு எதிரான நடவடிக்கைகளில் ஈடுபடுத்தக்கூடாது என்பதுதான் அந்த விதி. அப்படிச் செய்தால், அது, அந்த நடவடிக்கைகளில் ஈடுபட்டுள்ள நபர்களின் உயிர்களுக்கு ஆபத்து விளைவிப்பதோடு, அங்கிருக்கின்ற மொத்த யூதச் சமுதாயத்தையும் பேராபத்திற்குள் தள்ளிவிடக்கூடும். அது மட்டுமல்லாமல், அதில் ஈடுபடுத்தப்படுகின்ற நபர்கள் யாரும் முறையாகப் பயிற்சி பெறாதவர்களாக இருப்பர்.

அவர்கள் உருவாக்கியிருந்த வெடிகுண்டுகள் அரைவேக்காட்டுத்தனமானவை. அத்திட்டம் துவக்கத்திலிருந்தே தோல்வி அடைவதற்கான அனைத்து அறிகுறிகளையும் கொண்டிருந்தது. ஜூலை 23 அன்று, அலெக்சான்டிரியாவில் இருந்த ஒரு திரையரங்கின் வாசலில், ஒரு சியோனியக் குழுவைச் சேர்ந்த பிலிப் நடன்சன் என்ற யூதர் வைத்திருந்த வெடிகுண்டு, அவருடைய பையில் இருந்தபோதே வெடித்துவிட்டது. காவல்துறை அவரை உடனடியாகக் கைது செய்தது. மறுநாள், அக்குழுவிலிருந்த அனைத்து உறுப்பினர்களும் கைதாகிவிட்டனர்.

ஈலை கோஹனும் அவர்களில் ஒருவர். ஆனால், காவல்துறையினர் அவருடைய அறையைச் சோதனையிட்டபோது, அவரை மாட்டிவிடக்கூடிய விஷயங்கள் எதுவும் அங்கு இருக்கவில்லை என்பதால் அவர் விடுதலை செய்யப்பட்டார். ஆனால், எகிப்தியக் காவல்துறை அவர் பெயரில் ஒரு கோப்பை உருவாக்கி வைத்துக் கொண்டது. அக்கோப்பில் அவருடைய புகைப்படங்கள் இடம்பெற்றிருந்தன. அதோடு, அவர் 1924 ஆம் ஆண்டில் ஷால் மற்றும் சோஃபி தம்பதியருக்குப் பிறந்திருந்தார் என்றும், அவருடைய பெற்றோர், அவருடைய ஐந்து சகோதரர்கள் மற்றும் இரண்டு சகோதரிகளுடன் எகிப்தைவிட்டுச் சென்றுவிட்டனர் என்றும், அவர்கள் எந்த நாட்டுக்குச் சென்றனர் என்பது குறித்தத் துல்லியமான தகவல் இல்லையென்றும் அக்கோப்பில் குறிப்பிடப்பட்டிருந்தது. கோஹன், கெய்ரோவிலிருந்த ஃபாரூக் பல்கலைக்கழகத்தில் படித்துக் கொண்டிருந்த ஒரு மாணவர் என்ற விபரமும் அதில் பதிவு செய்யப்பட்டது.

கோஹனின் குடும்பத்தார் இஸ்ரேலுக்குக் குடிபெயர்ந்து, டெல் அவீவுக்கு அருகிலுள்ள பாட் யாம் என்ற இடத்தில் வசித்து வந்ததை எகிப்தியர்கள் அறிந்திருக்கவில்லை.

கைதான பிறகும் கோஹன் எகிப்தைவிட்டு ஓடிப் போக விரும்பவில்லை. தன்னுடைய நண்பர்கள் குறித்து மிகவும் கவலைப்பட்ட அவர், அவர்களின் சிறைத்தண்டனை, சிறையில் அவர்கள் அனுபவித்தச் சித்திரவதைகள் போன்றவற்றை விரிவாகத் தொகுத்தார்.

அக்டோபரில், எகிப்திய அரசு, 'இஸ்ரேலிய உளவாளிகளின்' கைது பற்றி வெளிப்படையாக அறிவித்தது. டிசம்பர் 7 அன்று, கெய்ரோவில் அவர்களுடைய வழக்கு விசாரணை தொடங்கியது. கைது செய்யப்பட்டிருந்தவர்களில் மேக்ஸ் பென்னட் என்ற இஸ்ரேலியப் புலனாய்வு ஏஜென்டும் ஒருவர். அவர் ஒரு துருப்பிடித்த ஆணியால் தன் கையைக் கீறிக் கொண்டு சிறையில் தற்கொலை செய்து கொண்டார். கைது செய்யப்பட்டவர்களில் சிலருக்கு மரண தண்டனை விதிக்கப்பட வேண்டும் என்று அரசு வழக்கறிஞர் வாதிட்டார். அவர்களுக்கு மரண தண்டனை விதிக்காமல் இருக்குமாறு போப்பாண்டவரின் தூதர், பிரெஞ்சு வெளியுறவுத் துறை அமைச்சர், அமெரிக்க மற்றும் பிரிட்டிஷ் தூதுவர்கள், எகிப்திலிருந்த தலைமை யூத மதகுரு போன்ற அனைவரும் வேண்டுகோள் விடுத்தனர். ஆனால் எதுவும் பலனளிக்கவில்லை. 1955 ஜனவரி 17 அன்று, எகிப்திய இராணுவ நீதிமன்றம் இருவருக்கு மரண தண்டனை வழங்கியது; இருவருக்கு ஆயுள் தண்டனையும், இருவருக்கு 15 ஆண்டுகள் கடுங்காவல் தண்டனையும், இருவருக்கு 7 ஆண்டுகள் சிறைத் தண்டனையும் வழங்கியது; இருவர் விடுதலை செய்யப்பட்டனர். மரண தண்டனை வழங்கப்பட்ட இருவரும் நான்கு நாட்கள் கழித்துக் கெய்ரோ சிறையில் தூக்கிலிடப்பட்டனர். இஸ்ரேலில் மிகப் பெரிய அரசியல் சூறாவளி ஒன்று உருவானது. இப்படிப்பட்ட முட்டாள்தனமான, ஆபத்தான நடவடிக்கைக்கு யார் உத்தரவிட்டது? இது குறித்து அறிவதற்காக நியமிக்கப்பட்டக் குழுக்களால் அதற்கான துல்லியமான விடையைக் கண்டறிய முடியவில்லை. பாதுகாப்பு அமைச்சர் லவோன் இராஜினாமா செய்ய நிர்ப்பந்திக்கப்பட்டார். அரசியலிலிருந்து ஓய்வு பெற்றிருந்த பென் குரியன் மீண்டும் அரசியலுக்குள் இழுக்கப்பட்டார். அவர் பாதுகாப்பு அமைச்சர் பதவியை ஏற்றுக் கொண்டார். கர்னல் கிப்லிக்கு அதற்குப் பிறகு ஒருபோதும் பதவி உயர்வு வழங்கப்படவில்லை. விரைவிலேயே அவர் இராணுவத்திலிருந்தும் விலக வேண்டியதாயிற்று.

எகிப்தில், ஈலை கோஹன் தன்னுடைய நெருங்கிய நண்பர்களில் சிலரை இழந்துவிட்டார். எகிப்திய அரசு அவரைச் சந்தேகக் கண்களுடன் பார்த்துக் கொண்டிருந்தபோதிலும், அவர் தொடர்ந்து கெய்ரோவிலேயே தங்கி, தன்னுடைய தலைமறைவு வேலைகளைத் தொடர்ந்து வந்தார். சூயஸ் போருக்குப் பின்னர் 1957 இல்தான் அவர் இஸ்ரேலுக்குக் குடிபெயர்ந்தார்.

***

பாட் யாமில் ஒரு தெருவுக்குக் 'கெய்ரோ தியாகிகள் தெரு' என்று பெயரிடப்பட்டிருந்தது. கோஹன் இஸ்ரேலுக்குத் திரும்பிய பிறகு, தன்னுடைய குடும்பத்தாரைப் பார்ப்பதற்காகப் பாட் யாம் வந்தபோதெல்லாம் அத்தெரு வழியாகப் பல நாட்கள் நடந்து சென்றுள்ளார். அவருக்கு அரபி, பிரெஞ்சு, ஆங்கிலம், ஹீப்ரூ போன்ற பல மொழிகளில் புலமை இருந்ததால், இஸ்ரேலுக்குத் திரும்பிய ஒரு சில வாரங்களுக்குள் அவருக்கு ஒரு வேலை கிடைத்தது. இஸ்ரேலிய இராணுவப் புலனாய்வு அமைப்பிற்காக, வாராந்திர மற்றும் மாதாந்திரப் பத்திரிகைகளின் கட்டுரைகளை அவர் மொழிபெயர்த்துக் கொடுத்துக் கொண்டிருந்தார். டெல் அவீவிலிருந்த அவருடைய அலுவலகம் ஒரு வணிக நிறுவனம்போலப் போலியாக வடிவமைக்கப்பட்டிருந்தது. அங்கு அவருக்கு ஒரு சராசரியான சம்பளம் கொடுக்கப்பட்டு வந்தது. ஆனால், ஒரு சில மாதங்களிலேயே அவர் வேலையிலிருந்து தூக்கியெறியப்பட்டார். அவருடைய நண்பர் (அவரும் ஓர் எகிப்திய யூதர்தான்) அவருக்கு ஒரு பல்பொருள் அங்காடியில் ஒரு கணக்கர் வேலை வாங்கிக் கொடுத்தார். அந்த வேலை சுவாரசியமாக இல்லை என்றாலும் முந்தைய வேலையைவிட அதிகச் சம்பளம் அவருக்குக் கிடைத்தது. அதே சமயத்தில், அவருடைய சகோதரர் அவருக்கு நாடியா என்ற ஈராக்கியச் செவிலியை அறிமுகம் செய்து வைத்தார். ஒரு சில மாதங்களிலேயே கோஹன் நாடியாவைத் திருமணம் செய்து கொண்டார். பின்னாளில் பிரபலமான எழுத்தாளராக உருவெடுத்த சமி மைக்கேல், நாடியாவின் சகோதரர். ஒரு நாள் காலையில், கோஹனின் அலுவலகத்திற்கு வந்த ஒரு நபர், கோஹனிடம், "என் பெயர் சல்மான். நான் ஒரு புலனாய்வுத் துறை அதிகாரி. நான் உங்களுக்கு ஒரு வேலை தர விரும்புகிறேன்," என்று தெரிவித்தார்.

"என்ன மாதிரியான வேலை?"

"மிகவும் சுவாரசியமான வேலை. நீங்கள் அடிக்கடி ஐரோப்பாவிற்குப் பறக்க வேண்டியிருக்கும். எங்களுடைய ஏஜன்ட்டாகச் சில அரபு நாடுகளுக்கும் நீங்கள் செல்ல வேண்டியிருக்கலாம்."

கோஹன் அதற்கு மறுப்புத் தெரிவித்தார். "எனக்கு இப்போதுதான் திருமணமாகியுள்ளது. அதனால் நான் ஐரோப்பாவுக்கோ அல்லது வேறு நாடுகளுக்கோ பயணிக்க விரும்பவில்லை."

அவர்களுடைய உரையாடல் அத்துடன் முடிவடைந்தது. ஆனால் அந்த விவகாரம் அத்துடன் முடிவடையவில்லை. நாடியா தாய்மை அடைந்தவுடன் அவர் வேலையை விட நேர்ந்தது. கோஹன் வேலை பார்த்து வந்த பல்பொருள் அங்காடி

ஆட்குறைப்பு நடவடிக்கையில் இறங்கியபோது, அவரும் தன் வேலையை இழக்க நேர்ந்தது. கோஹனுக்கு உடனடியாக வேறு வேலை எதுவும் கிடைக்கவில்லை. ஒரு நாள் அவருடைய வீட்டுக் கதவு தட்டப்பட்டது.

சல்மான்தான் மீண்டும் வந்திருந்தார்.

"எங்களுக்காக வேலை பார்க்க நீங்கள் ஏன் மறுக்கிறீர்கள்? நாங்கள் உங்களுக்கு நல்ல சம்பளம் தருகிறோம் (அவர் கொடுக்க முன்வந்த தொகை, கோஹன் முதன்முதலாகப் பெற்றுக் கொண்டிருந்ததைப்போலக் கிட்டத்தட்ட மூன்று மடங்கு இருந்தது). ஆறு மாதம் உங்களுக்குப் பயிற்சி அளிக்கப்படும். அப்பயிற்சியின் முடிவில், உங்களுக்குப் பிடித்திருந்தால் வேலையில் சேர்ந்து கொள்ளுங்கள். இல்லையெனில், விட்டுவிடுங்கள். உங்களிடம் நாங்கள் எந்தக் கேள்வியும் கேட்க மாட்டோம்," என்று அவர் கூறினார்.

இம்முறை கோஹன் அதற்கு மறுப்புத் தெரிவிக்கவில்லை. இப்படித்தான் கோஹன் ஒரு இரகசிய உளவாளியானார்.

ஆனால், இஸ்ரேலிய இராணுவப் புலனாய்வு அமைப்பில் வெகுகாலம் வேலை பார்த்து வந்த சிலர், கோஹன் எப்படி உளவுத் துறைக்குள் வந்தார் என்பது குறித்து வேறு விதமான கதை ஒன்றைச் சொல்கின்றனர். இஸ்ரேலுக்கு வந்த புதிதில் கோஹனுக்கு இராணுவப் புலனாய்வுத் துறையில் வேலை வழங்கப்படவில்லை என்று அவர்கள் கூறுகின்றனர். ஏனெனில், அவருக்கு நடத்தப்பட்ட உளவியல் சோதனையில், அவர் ஓர் அதிகப்பிரசங்கி என்பது வெளிப்பட்டது. அவர் துணிச்சல்மிக்கவராக இருந்தார்; இயல்பாகவே நிறையத் திறமைகள் அவரிடம் இருந்தன; அவர் சிறந்த நினைவாற்றலைக் கொண்டிருந்தார்; அதே சமயத்தில், தன் திறமைகளை அளவுக்கதிகமாக மதிப்பிட்டுக் கொண்டு, ஆபத்துகளை விலை கொடுத்து வாங்குகின்ற மனப்போக்கை அவர் கொண்டிருந்தார். இக்குணாதிசயங்கள், அவரை இஸ்ரேலிய இராணுவப் புலனாய்வு வேலைக்குத் தகுதியற்றவராக ஆக்கின.

ஆனால், அறுபதுகளின் துவக்கத்தில் பல விஷயங்கள் மாற்றமடைந்தன. இஸ்ரேலிய இராணுவப் புலனாய்வு அமைப்பின் 131–வது யூனிட் என்ற சிறப்புப் பிரிவுக்கு, சிரியாவின் தலைநகரான டமாஸ்கஸில் இயங்குவதற்கு ஒரு திறமையான உளவாளி அவசரமாகத் தேவைப்பட்டார். கடந்த சில ஆண்டுகளில், சிரியா மிகவும் மூர்க்கமான ஓர் அரபு நாடாகவும், இஸ்ரேலின் பரம வைரியாகவும் உருவெடுத்திருந்தது. இஸ்ரேலைத் தாக்கத் தனக்குக் கிடைத்த எந்தவொரு வாய்ப்பையும் அது தவறவிட்டதில்லை. 'கோலன் ஹைட்ஸ்', 'கலிலீ ஏரி' ஆகிய பகுதிகளில் நடைபெற்ற இரத்தக்களறியான போர்களில் சிரியா

இஸ்ரேலுடன் மூர்க்கமாக மோதியது. இஸ்ரேலின் எல்லைப் பகுதியெங்கும் சிரியா எண்ணற்றத் தீவிரவாதக் குழுக்களை அனுப்பியது. சிரியா இப்போது ஜோர்டன் ஆற்றின் துணை ஆறுகளின் குறுக்கே ஒரு மிகப் பெரிய அணையைக் கட்டும் ஒரு திட்டத்தில் குதித்திருந்தது. இஸ்ரேலுக்கு நீர் கிடைக்கவிடாமல் செய்வது அதன் நோக்கமாகும்.

1950களின் பிற்பகுதியில், இஸ்ரேல், வறண்ட நெகேவ் பகுதிக்கு ஜோர்டன் ஆற்று நீரைக் கால்வாய்கள் மற்றும் பெரும் குழாய்களின் மூலமாகக் கொண்டு செல்வதற்கான பெரும் திட்டம் ஒன்றைத் தொடங்கியது. அதற்கான நீர், இஸ்ரேலின் எல்லைப் பகுதி வழியாக ஓடிய ஜோர்டன் ஆற்றிலிருந்து எடுத்துக் கொள்ளப்பட்டது. இஸ்ரேலின் இத்திட்டம், பல அரபு நாடுகளில் இது தொடர்பான கருத்தரங்குகள் நடத்தப்படுவதற்கு வித்திட்டது. இறுதியில், ஜோர்டன் ஆற்றுக்கு நீரைக் கொண்டு செல்கின்ற துணை ஆறுகளின் நீரைத் திருப்பிவிடுவதன் மூலம் இஸ்ரேலின் திட்டத்திற்குச் சாவுமணி அடிக்க அரபு நாடுகள் ஏகமனதாக முடிவு செய்தன. அதை நிறைவேற்றுகின்ற பொறுப்பு சிரியாவின் தலையில் கட்டப்பட்டது.

ஜோர்டன் ஆற்று நீர் இல்லையெனில் இஸ்ரேலால் தாக்குப்பிடிக்க முடியாது. அதனால், இத்திட்டத்தில் சிரியா வெற்றியடைய அனுமதிக்க முடியாது என்பதால், அதற்குப் பதிலடி கொடுக்க இஸ்ரேல் திட்டமிடத் தொடங்கியது. அதை நிறைவேற்றுவதற்கு, நம்பிக்கைக்குரிய ஓர் ஆள் டமாஸ்கஸில் தேவைப்பட்டார். அவர் துணிச்சல்மிக்கவராகவும், தன்னம்பிக்கைமிக்கவராகவும், நம்பத்தக்கவராகவும் இருத்தல் வேண்டும். முன்பு எந்தக் காரணத்திற்காகக் கோஹனை இஸ்ரேலிய இராணுவப் புலனாய்வு அமைப்பு நிராகரித்ததோ, அதுவே இப்போது இந்த வேலைக்குக் கோஹனைக் கச்சிதமாகப் பொருந்துபவராக ஆக்கியது. (ஐம்பது ஆண்டுகளுக்குப் பிறகு இத்திட்டம் குறித்த மற்றொரு தகவல் வெளியானது. முதலில் அவர்கள் நாடியாவின் சகோதரர் சமி மைக்கேலைத்தான் அணுகினர். ஆனால், அவர் மறுத்துவிட்டார்.)

இத்திட்டத்திற்காகக் கோஹன் தேர்ந்தெடுக்கப்பட்டப் பிறகு அவருக்கு வழங்கப்பட்டப் பயிற்சி நீண்டதாகவும் களைப்பு ஏற்படுத்துவதாகவும் இருந்தது. ஒவ்வொரு நாள் காலையிலும் கோஹன் ஏதோ ஒரு காரணத்தைக் கூறிவிட்டு, வீட்டிலிருந்து கிளம்பி இஸ்ரேலிய இராணுவப் புலனாய்வு அமைப்பின் பயிற்சி மையத்திற்குச் சென்றார். பல வாரங்களுக்கு, யிட்சாக் என்பவர் மட்டுமே அவருக்குப் பயிற்சியளித்துக் கொண்டிருந்தார். முதலில் விஷயங்களை எப்படி நினைவில் வைத்துக் கொள்வது என்பது

குறித்தப் பயிற்சி கோஹனுக்கு அளிக்கப்பட்டது. யிட்சாக் ஒரு மேசையில் பென்சில்கள், அழிப்பான்கள், சாவிகள், சிகரெட்டுகள், குண்டூசிகள் போன்றவற்றை தூக்கி எறிவார். கோஹன் அவற்றை ஓரிரு நொடிகள் மட்டுமே பார்த்துவிட்டு, கண்களை மூடிக் கொண்டு, தான் பார்த்திருந்த பொருட்களைப் பற்றிக் கூற வேண்டும். அதேபோல, பீரங்கிகளையும் விமானங்களையும் பார்த்த உடனேயே அவற்றின் வகைகள் மற்றும் அவற்றின் தயாரிப்புகள் குறித்த விபரங்களை அடையாளம் கண்டுகொள்ள கோஹன் கற்றுக் கொண்டார். யிட்சாக் திடீரென்று கோஹனை வெளியே அழைத்துச் செல்வார். மக்கட்கூட்டம் அதிகமாக இருக்கும் தெருக்கள் வழியாக அவர்கள் நடந்து சென்று கொண்டிருக்கும்போது, யிட்சாக் கோஹனிடம், "அங்கே பிளாட்பாரத்தில் இருக்கின்ற பத்திரிகை விற்பனைக் கடைக்குச் சென்று ஒரு தினசரியை எடுத்துப் படிப்பதுபோலப் பாவனை செய்யுங்கள். உங்களை யார் பின்தொடர்கிறார்கள் என்பதைக் கண்டுபிடியுங்கள்," என்று அவர் காதில் கிசுகிசுப்பார். அவர்கள் இருவரும் மீண்டும் பயிற்சி மையத்திற்குத் திரும்பியதும், யிட்சாக் கோஹனிடம், "உங்களை யார் பின்தொடர்ந்தார்கள் என்பதை விவரியுங்கள்," என்று கேட்பார். பிறகு, அவர் அங்கிருந்த மேசைமீது சில புகைப்படங்களை வீசுவார். அவற்றில் இடம் பெற்றிருக்கும் ஒருவரைச் சுட்டிக்காட்டி, "இவரைப் பற்றி நீங்கள் கூறியது சரிதான். ஆனால், இந்தப் புகைப்படத்தில் அந்த மரத்தடியில் நின்று கொண்டிருக்கும் நபரை நீங்கள் கவனிக்கத் தவறிவிட்டீர்கள். அவரும் உங்களைப் பின்தொடர்ந்து கொண்டிருந்தார்," என்று கூறுவார்.

ஒரு நாள் காலையில், யஹூடா என்ற மற்றொரு பயிற்றுவிப்பாளர் கோஹனுக்கு அறிமுகம் செய்து வைக்கப்பட்டார். நவீன, சிறிய ரேடியோ டிரான்ஸ்மிட்டர் ஒன்றை எப்படிப் பயன்படுத்துவது என்பதை யஹூடா கோஹனுக்குக் கற்றுக் கொடுத்தார். அதற்குப் பிறகு கோஹன் உடல்ரீதியான மற்றும் உளவியல்ரீதியான மருத்துவச் சோதனைகளுக்கு உட்படுத்தப்பட்டார். அவை முடிவுற்றதும், மார்செல் கஸின் என்ற இளம் பெண்ணை சல்மான் கோஹனுக்கு அறிமுகம் செய்து வைத்தார்.

"இது உங்களுடைய இறுதிப் பரிசோதனை," என்று சல்மான் கோஹனிடம் கூறினார். "மார்செல் உங்களுக்கு ஓர் எகிப்திய யூதரின் பெயரில் இருக்கின்ற ஒரு பிரெஞ்சுப் பாஸ்போர்ட்டைக் கொடுப்பார். அதன்படி, நீங்கள் எகிப்திலிருந்து ஆப்பிரிக்காவிற்கு இடம் பெயர்ந்தவர். இப்போது ஒரு சுற்றுலாப் பயணியாக நீங்கள் இஸ்ரேலுக்கு வந்துள்ளீர்கள். நீங்கள் இந்தப் பாஸ்போர்ட்டுடன்

ஜெருசலேமுக்குச் சென்று அங்குப் பத்து நாட்கள் தங்குங்கள். இந்த நாடகத்தின்படி, உங்களுடைய எகிப்தியப் பின்புலம், உங்களுடைய குடும்பத்தார் பற்றிய விவரங்கள், ஆப்பிரிக்காவில் நீங்கள் பார்த்த வேலை போன்ற தகவல்களை மார்செல் உங்களுக்கு அளிப்பார். ஜெருசலேமில் நீங்கள் இருக்கின்றபோது, பிரெஞ்சு மற்றும் அரபி மொழிகளில் மட்டுமே பேசுங்கள். அங்கு நீங்கள் உங்களுடைய உண்மையான அடையாளத்தை வெளிப்படுத்திக் கொள்ளாமல் மக்களைச் சந்திக்க வேண்டும், நண்பர்களை உருவாக்கிக் கொள்ள வேண்டும், புதிய தொடர்புகளை ஏற்படுத்திக் கொள்ள வேண்டும். அதே நேரத்தில், உங்களை எவரும் பின்தொடர்ந்து கொண்டிருக்கவில்லை என்பதையும் நீங்கள் உறுதி செய்து கொள்ள வேண்டும்."

கோஹனும் பத்து நாட்களை ஜெருசலேமில் கழித்தார். திரும்பி வந்ததும், அப்பயிற்சியிலிருந்து ஒரு சில நாட்கள் விடுமுறை எடுத்துக் கொண்டார். ஏனெனில், நாடியா அவர்களுடைய முதல் குழந்தையைப் பெற்றிருந்தார். அந்தப் பெண்குழந்தைக்கு அவர்கள் சோஃபியா என்று பெயர் சூட்டினர். யூதர்களின் புத்தாண்டுக்குப் பிறகு, சல்மான் மேலும் இரண்டு பேரைக் கோஹனிடம் அறிமுகப்படுத்தினார். ஆனால், அவர் அவர்களுடைய பெயர்களைக் கோஹனிடம் கூறவில்லை. அவர்களில் ஒருவர் ஒரு புன்னகையுடன், "நீங்கள் ஜெருசலேம் பரிசோதனையில் வெற்றி பெற்றுவிட்டீர்கள். இனி நாம் தீவிரமான விஷயங்களில் இறங்கலாம்," என்று கூறினார்.

***

காலியான ஓர் அறையில் கோஹன் ஓர் இஸ்லாமிய ஷேக்கைச் சந்தித்தார். அவர் குரானையும் இஸ்லாமியப் பிரார்த்தனைகளையும் கோஹனுக்குப் பொறுமையாகக் கற்றுக் கொடுத்தார். கோஹன் அதில் கவனத்தைக் குவிக்க முயன்றும், மீண்டும் மீண்டும் தவறு செய்து கொண்டே இருந்தார். அதைக் கவனித்த அவருடைய பயிற்றுவிப்பாளர்கள், கோஹனிடம், "கவலைப்படாதீர்கள். யாராவது கேட்டால், நீங்கள் சமயப் பற்று கொண்ட ஓர் இஸ்லாமியர் அல்லர் என்றும், பள்ளிக்கூடத்தில் படித்தபோது நீங்கள் கற்றுக் கொண்டிருந்த பிரார்த்தனைகள் இப்போது உங்களுக்கு மங்கலாக நினைவிருப்பதாகவும் தெரிவியுங்கள். அது போதும்," என்று கூறிவிட்டனர்.

கோஹன், நடுநிலையாக இருந்த ஒரு நாட்டுக்கு விரைவில் அனுப்பி வைக்கப்படுவார் என்றும், அங்கு அவருக்கு மேலும் பல பயிற்சிகள் வழங்கப்படும் என்றும் அவரிடம் தெரிவிக்கப்பட்டது. இறுதியாக அவர் ஓர் அரபு நாட்டிற்கு அனுப்பி வைக்கப்படுவார்.

"எந்த நாடு?" என்று கோஹன் கேட்டார்.

"அது பின்னர் உங்களுக்குத் தெரிவிக்கப்படும்," என்று சல்மான் கூறினார்.

பின்னர் அவர், "நீங்கள் அங்கு ஓர் அரேபியரைப்போல நடித்து, படிப்படியாக உள்ளூர் தொடர்புகளை வளர்த்துக் கொண்டு, இஸ்ரேலிய உளவுப் பிணையம் ஒன்றை உருவாக்க வேண்டியிருக்கும்," என்று தெரிவித்தார்.

எந்தத் தயக்கமும் இல்லாமல் கோஹன் அதற்கு ஒப்புக் கொண்டார். அந்தத் திட்டத்தைத் தன்னால் நிறைவேற்ற முடியும் என்ற நம்பிக்கை அவரிடம் இருந்தது.

"சிரிய அல்லது ஈராக்கியப் பாஸ்போர்ட் ஒன்றை நாங்கள் உங்களுக்கு ஏற்பாடு செய்யவிருக்கிறோம்," என்று அவரைக் கையாண்டவர்கள் கூறினர்.

"எனக்கு ஈராக்கைப் பற்றிச் சுத்தமாக எதுவும் தெரியாது. எகிப்தியப் பாஸ்போர்ட்டுக்கு ஏற்பாடு செய்யுங்கள்."

"அது சாத்தியமில்லை," என்று சல்மான் கூறினார். "எகிப்திய அரசாங்கம் தன் நாட்டிலுள்ள குடிமக்கள் அனைவரின் அடிப்படைத் தகவல்களையும், அந்நாட்டு மக்களுக்கு வழங்கப்பட்டுள்ள அனைத்துப் பாஸ்போர்ட் விபரங்களையும் துல்லியமாகச் சேகரித்து வைத்துள்ளது; அதனால், உங்களுக்கு ஒரு போலியான எகிப்தியப் பாஸ்போர்ட்டை வழங்குவது மிகவும் ஆபத்தானது. ஈராக்கிலும் சிரியாவிலும் அப்படிப்பட்டத் தகவல் சேகரிப்பு முறை இல்லை. அதனால், அவர்களால் உங்களைக் கண்டுபிடிக்க முடியாது."

இரண்டு நாட்கள் கழித்து, சல்மான், கோஹனின் புதிய பெயர் மற்றும் பின்னணி குறித்தத் தகவல்களை அவரிடம் தெரிவித்தார். "உங்களுடைய புதிய பெயர் கமால். உங்களுடைய அப்பாவின் பெயர் அமின் தபெத். அதனால் உங்களுடைய முழுப் பெயர் கமால் அமின் தபெத்."

கோஹனின் புதிய அடையாளத்திற்கு ஒரு முழுமையான பின்னணிக் கதையையும் சல்மான் தயார் செய்து வைத்திருந்தார். "உங்களுடைய பெற்றோர் சிரியாவைச் சேர்ந்தவர்கள். உங்களுடைய அம்மாவின் பெயர் சய்தா இப்ராஹிம். உங்களுக்கு ஒரு சகோதரி உண்டு. நீங்கள் லெபனான் தலைநகர் பெய்ரூட்டில் பிறந்தீர்கள். உங்களுக்கு மூன்று வயதாக இருந்தபோது, உங்களுடைய பெற்றோர் உங்களுடன் சேர்ந்து எகிப்திலுள்ள அலெக்சான்டிரியாவுக்குக் குடிபெயர்ந்தனர். ஓராண்டுக்குப் பிறகு உங்களுடைய சகோதரி இறந்துவிட்டாள். உங்களுடைய அப்பா ஒரு ஜவுளி வியாபாரி. 1946 இல் உங்களுடைய சிற்றப்பா அர்ஜென்டினாவுக்குக் குடிபெயர்ந்தார். புவெனஸ்

ஐரிஸில் வசித்து வந்த அவர், விரைவிலேயே உங்களுடைய குடும்பத்தையும் அங்கு வருமாறு அழைத்தார். 1947 இல் உங்கள் குடும்பம் அர்ஜென்டினாவுக்குக் குடிபெயர்ந்தது. உங்களுடைய அப்பாவும் சிற்றப்பாவும் மற்றொரு நபருடன் சேர்ந்து அங்கு ஒரு ஜவுளிக்கடையைத் திறந்தனர். ஆனால், விரைவிலேயே அது திவாலாகியது. 1956 இல் உங்களுடைய அப்பா இறந்துவிட்டார். ஆறு மாதங்களுக்குப் பிறகு உங்களுடைய அம்மாவும் இறந்துவிட்டார். நீங்கள் உங்களுடைய சிற்றப்பாவுடன் வாழ்ந்து வந்தீர்கள். பிறகு, நீங்கள் ஒரு பயண நிறுவனத்தில் வேலைக்குச் சேர்ந்தீர்கள். பின்னர் நீங்கள் சொந்தமாக ஒரு தொழிலைத் தொடங்கி, அதில் பெரும் வெற்றி அடைந்தீர்கள்."

இத்திட்டத்தைச் செயல்படுத்துவதற்காக, கோஹன் தன் மனைவியிடம் பொய் சொல்வதற்கும் ஒரு கதை தேவைப்பட்டது. கோஹன் தன் வீட்டுக்குச் சென்றதும், தன் மனைவியிடம், "இஸ்ரேலிய அரசின் வெளியுறவு மற்றும் பாதுகாப்பு அமைச்சகத்தோடு தொடர்புடைய ஒரு நிறுவனத்தில் எனக்கு ஒரு வேலை கிடைத்துள்ளது. இந்த வேலையில் எனக்கு நல்ல சம்பளம் கிடைக்கும். இந்த வேலை தொடர்பாக நான் ஐரோப்பாவுக்கு இடம் பெயர வேண்டியிருக்கும். ஆனால், சம்பளத்தை அவர்கள் இங்கேயே கொடுத்துவிடுவார்கள். நான் அவ்வப்போது நீண்ட விடுமுறையில் இங்கு வந்து செல்வேன். இப்பிரிவு நம் இருவருக்குமே கடினமாகத்தான் இருக்கும் என்பதை நான் அறிவேன். வெகு விரைவிலேயே நாம் ஒரு நல்ல நிலைமைக்கு வர இது நமக்கு உதவும்," என்று கூறினார்.

1961 பிப்ரவரி மாதத் துவக்கத்தில், இஸ்ரேலின் 'லாட்' விமான நிலையத்தில் கோஹன் ஒரு காரில் கொண்டுவிடப்பட்டார். அக்காரை ஓட்டி வந்த நபர் தன் பெயர் கிடியன் என்று தன்னை அறிமுகப்படுத்திக் கொண்டார். கோஹனின் உண்மையான பெயரில் ஓர் இஸ்ரேலியப் பாஸ்போர்ட், 500 டாலர்கள், சுவிட்சர்லாந்திலுள்ள ஜூரிச் நகருக்கு ஒரு விமானப் பயணச்சீட்டு ஆகியவற்றை அவர் கோஹனிடம் கொடுத்தார்.

கோஹன் ஜூரிச்சில் இறங்கியதும், அவரைச் சந்தித்த ஒரு நபர், கோஹனின் இஸ்ரேலியப் பார்போர்ட்டை வாங்கிக் கொண்டு, வேறு ஒரு பெயரில் தயார் செய்யப்பட்டிருந்த ஐரோப்பியப் பாஸ்போர்ட் ஒன்றை அவரிடம் கொடுத்தார். அந்தப் பாஸ்போர்ட்டில் சிலி நாட்டுக்குள் நுழைவதற்கான விசாவும், அர்ஜென்டினா வழியாகப் பயணிப்பதற்கான விசாவும் இடம் பெற்றிருந்தன. ஜூரிச் விமான நிலையத்தில் அவரைச் சந்தித்த நபர், கோஹனிடம், "நீங்கள் புவெனஸ் ஐரிஸில் இறங்கியவுடன் அங்கிருக்கும் எங்களுடைய ஆட்கள் உங்களுடைய

அர்ஜென்டீனிய விசாவை நீட்டித்துத் தருவார்கள்," என்று கூறி, அவரிடம் ஒரு விமானப் பயணச்சீட்டைக் கொடுத்தார். அது புவெனஸ் ஐரிஸ் வழியாக, சிலியின் தலைநகரான சான்டியாகோவிற்குச் செல்வதற்கான பயணச்சீட்டு. பின் அவர் தொடர்ந்து கோஹனிடம் பேசினார்: "நீங்கள் சான்டியாகோ செல்லாமல், புவெனஸ் ஐரிஸில் இறங்கிக் கொள்ளுங்கள். நாளை காலையில் நீங்கள் அங்குச் சென்றடைவீர்கள். அதற்கு மறுநாள் காலை 11.00 மணிக்கு, புவெனஸ் ஐரிஸிலுள்ள கொரியன்டஸ் என்று சிற்றுண்டியகத்திற்குச் செல்லுங்கள். அங்கு எங்களுடைய ஆட்கள் உங்களைச் சந்திப்பர்."

கோஹன் மறுநாள் புவெனஸ் ஐரிஸ் சென்றடைந்து ஒரு ஓட்டலில் அறையெடுத்துத் தங்கினார். அடுத்த நாள் காலையில் அவர் கொரியன்டஸ் சிற்றுண்டியகத்திற்குச் சென்றார். சரியாகக் காலை 11.00 மணிக்கு அங்கு அவரைச் சந்தித்த நபர், தன் பெயர் ஆபிரகாம் என்று கோஹனிடம் தன்னை அறிமுகப்படுத்திக் கொண்டு, "இங்கு நாங்கள் உங்களுக்காக ஒரு வீட்டை ஏற்கனவே வாடகைக்கு எடுத்து வைத்திருக்கிறோம். உடனடியாக அந்த வீட்டில் நீங்கள் குடியேறிவிடுங்கள். அந்த வீட்டிற்கு ஓர் ஆசிரியர் வந்து உங்களுக்கு ஸ்பானிஷ் மொழியைக் கற்றுக் கொடுப்பார். நீங்கள் வேறு எதைப் பற்றியும் கவலைப்பட வேண்டியிருக்காது. உங்களுடைய செலவுகள் அனைத்தையும் நான் பார்த்துக் கொள்கிறேன்," என்று தெரிவித்தார்.

மூன்று மாதங்களில் கோஹன் அடுத்தக் கட்டத்திற்குத் தயாராகிவிட்டார். அவரால் ஓரளவு சரளமாக ஸ்பானிஷில் பேச முடிந்தது. புவெனஸ் ஐரிஸை அவர் நன்றாகத் தெரிந்து வைத்திருந்தார். புவெனஸ் ஐரிஸில் குடியேறியிருந்த ஆயிரக்கணக்கான அரேபியர்களைப்போல உடையணியவும் அவர்களைப்போல நடந்து கொள்ளவும் அவர் கற்றுக் கொண்டார். அதையடுத்து, சிரியர்களைப்போல அரபு மொழியைப் பேச அவருக்குக் கற்றுக் கொடுக்கப்பட்டது.

பின், ஆபிரகாம், கோஹனை வேறொரு சிற்றுண்டியகத்தில் சந்தித்தார். அவர் கோஹனிடம், 'கமால் அமின் தபெத்' என்ற பெயரில் தயாரிக்கப்பட்டிருந்த சிரிய நாட்டுப் பாஸ்போர்ட் ஒன்றைக் கொடுத்தார். பிறகு, "நீங்கள் இந்த வாரக் கடைசியில் வேறொரு வீட்டுக்கு மாறிக் கொள்ளுங்கள். இந்தப் பெயரில் வங்கிக் கணக்கு ஒன்றைத் துவக்குங்கள். அதைத் தொடர்ந்து, அரேபிய உணவகங்களுக்குச் செல்லுங்கள். அரேபியத் திரைப்படங்கள் திரையிடப்படுகின்ற திரையரங்குகளுக்கும், அரபுக் கலாச்சார விழாக்கள் நடக்கும் இடங்களுக்கும், அரேபியர் பயன்படுத்துகின்ற கிளப்களுக்கும் செல்லுங்கள். உங்களால் முடிந்த

அளவு அரேபியர்களை நண்பர்களாக ஆக்கிக் கொள்ளுங்கள். அரேபியச் சமூகத் தலைவர்களோடு தொடர்பு ஏற்படுத்திக் கொள்ள முயலுங்கள். இப்போது நீங்கள் வசதி படைத்த ஒரு நபர், ஒரு வணிகர், சிறந்த தொழிலதிபர் என்பதை நினைவில் வைத்துக் கொள்ளுங்கள். நீங்கள் ஓர் ஏற்றுமதி–இறக்குமதித் தொழிலில் ஈடுபட்டுள்ளீர்கள். அதோடு, நீங்கள் பயணத் தொழிலிலும் ஈடுபட்டுள்ளீர்கள், பெரும் முதலீடுகளைச் செய்து கொண்டிருக்கிறீர்கள். அரேபியச் சமூகக் குழுக்களுக்குத் தாராளமான பண உதவிகளைச் செய்யுங்கள்," என்று கூறிவிட்டு, "அதிர்ஷ்ட தேவதை உங்களுக்குத் துணையிருக்கட்டும்!" என்று கோஹனை வாழ்த்திவிட்டு அவரிடமிருந்து விடைபெற்றுக் கொண்டார்.

***

தொடக்கத்திலிருந்தே அதிர்ஷ்டக் காற்றுக் கோஹனுக்குச் சாதகமாகவே வீசிக் கொண்டிருந்தது. ஒரு சில மாதங்களுக்கு உள்ளாகவே, கோஹன், புவெனஸ் ஐரிஸிலிருந்த சிரிய அரேபியச் சமூகத்திற்குள் ஆழமாக ஊடுருவியிருந்தார். அவருடைய தனிப்பட்ட வசீகரம், தன்னம்பிக்கை, அவருடைய பொது அறிவு மற்றும் அதிர்ஷ்டம் ஆகிய எல்லாம் சேர்ந்து பல அரேபியர்களை அவர் பக்கம் கவர்ந்திழுத்திருந்தன. அர்ஜென்டினாவிலிருந்த செல்வாக்குமிக்க அரேபியர்களும் அதில் அடக்கம். வெகு விரைவில் அவர் அர்ஜென்டீனிய அரேபிய வட்டாரத்தில் பலராலும் அறியப்பட்டிருந்த ஒரு நபராக ஆகியிருந்தார். ஒரு நாள் அவர் ஓர் அரேபியக் கிளப்பில் ஒரு கனவானைச் சந்தித்தது ஒரு திருப்புமுனையாக அமைந்தது. நேர்த்தியான உடையுடனும் வழுக்கைத் தலையுடனும் இருந்த அந்நபரின் பெயர் அப்துல் லத்தீஃப் ஹசன். அர்ஜென்டினாவிலிருந்து வெளியான 'ஆரப் வேர்ல்ட்' பத்திரிகையின் முதன்மை எடிட்டரான அவர், கோஹனின் ஆளுமையால் கவரப்பட்டிருந்தார். வெகு விரைவில் அவர்கள் இருவரும் நெருங்கிய நண்பர்களாக ஆயினர்.

கிளப்பில் தொடங்கிய தொடர்பு, அரேபியச் சமூகத் தலைவர்களுடனான நெருக்கத்திற்கு வழி வகுத்தது. படிப்படியாக, அர்ஜென்டினாவிலிருந்த சிரிய நாட்டுத் தூதரகத்தில் அடிக்கடி நடைபெற்றக் கேளிக்கை விருந்துகளில் கலந்து கொள்ள அவருக்கு அழைப்பு வரத் தொடங்கியது. அப்படிப்பட்ட ஒரு விருந்தில், ஆஜானுபாகுவாகத் தோற்றமளித்த, சிரிய நாட்டு இராணுவ ஜெனரலின் சீருடையில் இருந்த ஒரு நபரிடம் ஹசன் கோஹனை இட்டுச் சென்று, இருவரையும் பரஸ்பரம் அறிமுகம் செய்து வைத்தார். ஹசன் அந்த ஜெனரலிடம், "இவர் ஓர் உண்மையான

சிரிய தேசபக்தர்," என்று கோஹன் பற்றிக் கூறினார். பிறகு அவர் கோஹன் பக்கம் திரும்பி, "இவர்தான் ஜெனரல் அமின் எல் ஹஃபீஸ். இந்தத் தூதரகத்தில் பணிபுரிகின்ற இராணுவ உயரதிகாரி இவர்," என்று கூறினார்.

கோஹன் தன்னுடைய 'கதாநாயகன்' பிம்பத்தின் கடைசிக் கட்டத்தை வெற்றிகரமாக நிறைவேற்றி முடித்திருந்தார். உண்மையான உளவு வேலைகளுக்கான நேரம் கனிந்துவிட்டிருந்தது. 1961 ஜூலையில் நடைபெற்றச் சுருக்கமான இரகசியச் சந்திப்புகளின்போது, கோஹன் அடுத்து என்ன செய்ய வேண்டும் என்று ஆபிரகாம் அவருக்கு அறிவுறுத்தினார். அடுத்த நாள், கோஹன் ஹசனை அவருடைய அலுவலகத்தில் சந்தித்தார். "எனக்கு அர்ஜென்டினாவில் வாழ்ந்து சலித்துவிட்டது. மற்ற எல்லாவற்றையும்விட சிரியாதான் எனக்கு மிகவும் பிடித்திருக்கிறது. நான் அங்குத் திரும்பிச் செல்ல விரும்புகிறேன். அதற்கு நீங்கள் எனக்கு ஏதேனும் பரிந்துரைக் கடிதங்கள் கொடுத்து உதவ முடியுமா?" என்று கோஹன் கேட்டார். ஹசன் உடனடியாக நான்கு பரிந்துரைக் கடிதங்களை எழுதிக் கொடுத்தார்: அவற்றில் ஒன்று, அலெக்சான்ட்ரியாவிலிருந்த அவருடைய மனைவியின் சகோதரருக்கு எழுதப்பட்டிருந்தது; இரண்டு கடிதங்கள், பெய்ரூட்டிலிருந்த ஹசனின் நண்பர்கள் இருவருக்கு எழுதப்பட்டிருந்தன (அவர்களில் ஒருவர் செல்வாக்குமிக்க ஒரு வங்கியாளர்); நான்காவது கடிதம், டமாஸ்கஸிலிருந்த ஹசனின் மகனுக்கு எழுதப்பட்டிருந்தது. அதைத் தொடர்ந்து, கோஹன் அர்ஜென்டினாவில் தான் புதிதாகச் சம்பாதித்து வைத்திருந்த அரேபிய நண்பர்களை ஒருவர் பின் ஒருவராகச் சந்தித்தார். விரைவில், புவெனஸ் ஐரிஸிலிருந்த செல்வாக்குமிக்க அரேபியச் சமூகத் தலைவர்கள் பலர் ஆர்வத்தோடு எழுதிக் கொடுத்திருந்த பரிந்துரைக் கடிதங்களால் கோஹனின் பயணப்பெட்டி நிரம்பி வழிந்தது.

***

1961 ஜூலை மாத இறுதியில், கோஹன், கமால் அமின் தபெத் என்ற பெயரில் ஒரு விமானத்தில் ஜூரிச்சுக்குச் சென்று, அங்கிருந்து வேறொரு விமானத்தின் மூலம் ஜெர்மனியிலுள்ள மியூனிக் நகரை அடைந்தார். அங்கு அவர் தரையிறங்கியவுடன் ஓர் இஸ்ரேலிய ஏஜென்ட் அவரை அணுகினார். அவருடைய பெயர் செலிங்கர். அவர் கோஹனிடம் அவருடைய உண்மையான இஸ்ரேலியப் பாஸ்போர்ட்டையும், டெல் அவீவுக்குச் செல்வதற்கான ஒரு விமானப் பயணச்சீட்டையும் கொடுத்தார். ஆகஸ்ட் மாதத் துவக்கத்தில் கோஹன் தன் வீட்டை அடைந்தார். அவர்

தன் மனைவியிடம், "நான் இங்குச் சில மாதங்கள் இருக்கப் போகிறேன்," என்று கூறினார்.

அடுத்த சில மாதங்கள் அவர் தீவிரமான பயிற்சிகளில் ஈடுபட்டார். இப்போது கோஹனின் புதிய அவதாரம் கச்சிதமடைந்திருந்தது. அவர் தன் புதிய ஆளுமையுடன் கச்சிதமாகப் பொருந்தியிருந்தார். முன்பு அவருக்கு ரேடியோ டிரான்ஸ்மிட்டர் பயிற்சி அளித்திருந்த யஹூடா மீண்டும் வந்தார். ரேடியோ டிரான்ஸ்மிட்டரைப் பயன்படுத்திச் சங்கேதக் குறியீடுகள் மூலம் தகவல் அனுப்புகின்ற முறையை அவரிடமிருந்து கோஹன் கற்றுக் கொண்டார். ஒரு சில வாரங்களுக்குப் பிறகு, அதன் மூலம் ஒரு நிமிடத்திற்குப் பன்னிரண்டு முதல் பதினாறு வார்த்தைகள்வரை தகவல்களை அனுப்பவும் பெறவும் அவரால் முடிந்தது. சிரியாவைப் பற்றியும், அதன் இராணுவம், இராணுவத் தளவாடங்கள், இராணுவ உத்திகள் போன்றவற்றைப் பற்றியும் ஏராளமான புத்தகங்களையும் பிற ஆவணங்களையும் படிப்பதில் அவர் தன்னை மூழ்கடித்துக் கொண்டார். வல்லுநர்கள் அவருக்குப் பல விஷயங்களைப் போதித்தனர். இறுதியில், சிரியாவின் உள்விவகாரங்களில் அவர் கைதேர்ந்த ஒரு வல்லுநராக ஆனார்.

1961 டிசம்பரில் அவர் மீண்டும் ஜூரிச்சுக்குத் திரும்பினார். ஆனால், இம்முறை அவருடைய இறுதி இலக்கு டமாஸ்கஸாக இருந்தது.

சிரியாவை ஆண்டு கொண்டிருந்த அரசு பலவீனமடையத் தொடங்கியதும், சிரியாவுக்கும் இஸ்ரேலுக்கும் இடையேயான எல்லையில் பதற்றம் அதிகரிக்கத் தொடங்கியது. சிரியாவில் 1948 ஆம் ஆண்டிலிருந்து தொடர்ந்து இராணுவக் கலகங்களின் மூலம் அடுத்தடுத்து வந்த இராணுவ ஆட்சிகளால் நாடு சீர்குலைந்து போயிருந்தது. எந்தவொரு சிரிய நாட்டு சர்வாதிகாரிக்கும் நல்ல மரணம் வாய்த்திருக்கவில்லை. அவர்களுடைய உயிர்கள் தூக்குமேடைகளில் பிரிந்திருந்தன; படைவீரர்களால் சுடப்பட்டு மரண தண்டனை நிறைவேற்றப்பட்டதன் மூலம் அவர்கள் களையெடுக்கப்பட்டிருந்தனர்; அல்லது, அவர்களுடைய எதிராளிகள் கூலிப்படையினரைக் கொண்டு அவர்களைக் காலி செய்திருந்தனர். நிலையற்ற அந்நாடு எப்போதும் கொந்தளிப்புடனேயே இருந்து வந்திருந்தது. சிரியத் தலைவர்கள், உள்நாட்டுப் பிரச்சனைகளிலிருந்து மக்களின் கவனத்தைத் திசைதிருப்புவதற்காக வேண்டுமென்றே எல்லையில் தகராறுகளை உருவாக்கினர். டமாஸ்கஸின் சதுக்கத்தில் முன்னாள் சிரியத் தலைவர்கள் பொதுமக்களின் முன்னிலையில் தூக்கிலிடப்படுவது மிகச் சாதாரணமான ஒரு நிகழ்வாக இருந்தது. சதிகாரர்கள், உளவாளிகள், தேசவிரோதிகள், முன்னாள் அரசின் ஆதரவாளர்கள்

போன்றோர் ஒருவர் பின் ஒருவராகத் தூக்கிலிடப்பட்டனர். கோஹன் சிரியாவுக்கு வந்து சேர்வதற்குச் சில காலத்திற்கு முன்பு, *1961* செப்டம்பர் *28* அன்று ஒரு இராணுவ ஆட்சிக் கவிழ்ப்பு நடந்திருந்தது. ஐக்கிய அரபுக் குடியரசு என்ற ஒரு படாடோபமான பெயருடன் எகிப்தும் சிரியாவும் இணைந்து ஓர் ஒற்றை நாடாகச் செயல்பட மேற்கொள்ளப்பட்டப் பரிசோதனை முயற்சிக்கு அந்த ஆட்சிக் கவிழ்ப்பு சாவுமணி அடித்துவிட்டது.

கோஹன் சிரியாவுக்குச் செல்வதற்கு முன்பாக சல்மான் அவருக்கு விரிவான அறிவுறுத்தல்களை வழங்கியிருந்தார்: "நீங்கள் மியூனிக்கில் இறங்கியவுடன் செலிங்கர் உங்களிடம் ஒரு ரேடியோ டிரான்ஸ்மிட்டரைத் தருவார். நீங்கள் டமாஸ்கஸுக்குச் சென்ற பிறகு, சிரிய ஒலிபரப்பு நிறுவனத்தின் ஊழியர் ஒருவர் உங்களைச் சந்திப்பார். அவரும் 'உங்களைப் போன்றே' அங்குக் குடியேறியவர்தான். சில காலத்திற்கு முன்புதான் அவர் அங்குச் சென்றார். அவருக்கு உங்களுடைய உண்மையான அடையாளம் தெரியாது. அதனால், நீங்களாக அவரைத் தேடிக் கண்டுபிடிக்க முயற்சிக்க வேண்டாம். சரியான தருணத்தில் அவராகவே உங்களைத் தொடர்பு கொள்வார்."

மியூனிக்கில் கோஹனிடம் கொடுப்பதற்குச் செலிங்கர் ஏகப்பட்டப் பொருட்களை வைத்திருந்தார்: ஒரு டிரான்ஸ்மிட்டர் பொருத்தப்பட்ட ஒரு டிரான்சிஸ்டர் ரேடியோ; மின்சாரத்தில் இயங்கிய ஒரு ரேசர் (அதன் ஒயர் அந்த டிரான்ஸ்மிட்டரின் ஆன்டெனாவாகப் பயன்படுத்தப்படுவதற்கு ஏற்ற விதத்தில் வடிவமைக்கப்பட்டிருந்தது); தகவல்களை அனுப்புவதற்கான சங்கேதக் குறியீடுகள் அடங்கிய ஒரு புத்தகம்; பார்வைக்குப் புலப்படாத மையில் எழுதப்பட்டிருந்த, சங்கேதக் குறியீடுகளுக்கான விடைகள் அடங்கிய காகிதங்கள்; யார்ட்லி சோப்பிற்குள் மறைத்து வைக்கப்பட்டிருந்த டைனமைட் குச்சிகள்; எதற்கும் இருக்கட்டும் என்று தற்கொலை செய்து கொள்வதற்கான சயனைட் குப்பிகள்.

அவற்றைக் கண்ட கோஹன், சுங்கச் சோதனைகளைத் தாண்டிச் சிரியாவுக்குள் அவற்றை எப்படி எடுத்துச் செல்வது என்று மலைத்துப் போனார்.

செலிங்கர் அதற்கான பதிலைத் தயாராக வைத்திருந்தார்: "நீங்கள் முதலில் இங்கிருந்து இத்தாலியிலுள்ள ஜெனோவாவுக்குச் செல்லுங்கள். ஜனவரி மாத முதல் வாரத்தில், அங்கிருந்து எஸ்எஸ் அஸ்டோரியா என்ற கப்பலில் பெய்ரூட்டுக்குப் பயணியுங்கள். அக்கப்பலில் நீங்கள் பயணித்துக் கொண்டிருக்கும்போதே, ஒருவர் உங்களைத் தொடர்பு கொள்வார். பிரச்சனைகள் எதுவும் இல்லாமல் சிரியாவின் எல்லையைக் கடக்க அவர் உங்களுக்கு உதவுவார்."

கோஹனும் அதேபோல ஜெனோவாவிலிருந்து பெய்ரூட்டுக்கு எஸ்எஸ் அஸ்டோரியா கப்பலில் பயணித்தார். ஒரு நாள் காலையில், அவர் தன்னுடைய சக பயணிகளோடு அரட்டையடித்துக் கொண்டிருந்தபோது, ஒரு நபர் அவரருகே வந்து அவருடைய காதில், "என்னைப் பின்தொடர்ந்து வாருங்கள்!" என்று மென்மையாகக் கூறினார். கோஹன் மெதுவாக எழுந்து அவரைப் பின்தொடர்ந்து சென்றார். அந்நபர் கோஹனிடம், "என் பெயர் மஜீத் ஷேக் எல்–அர்ட். என்னிடம் ஒரு கார் இருக்கிறது. அதில் நான் உங்களை டமாஸ்கஸுக்கு அழைத்துச் செல்கிறேன்," என்று கூறினார்.

எல்–அர்ட் ஒரு சர்வதேசத் தொழிலதிபர். டமாஸ்கஸில் அவர் ஒரு முக்கிய வணிகப் புள்ளியாக இருந்தார். சிரியாவில் அவர் கள்ளத்தனமான தொழில்களிலும் ஈடுபட்டு வந்தார். அவர் ஓர் எகிப்திய யூதப் பெண்ணை மணமுடித்திருந்தபோதிலும், இரண்டாம் உலகப் போர் நடந்து கொண்டிருந்தபோது, நாஜி ஜெர்மனியிலேயே இருந்துவிட அவர் தீர்மானித்தார். அவருடைய தொடர்புகளால் கவரப்பட்ட மொசாட், அவரை ஓர் ஏஜெண்டாக வளைத்துப் போட்டுக் கொண்டது. ஆனால், தான் இஸ்ரேலிய உளவு அமைப்புக்கு வேலை பார்த்துக் கொண்டிருந்தது எல்–அர்ட்டுக்குத் தெரியாது. சிரியாவில் தலைமறைவாகச் செயல்பட்டுக் கொண்டிருந்த வலதுசாரி தீவிரவாதிகளுக்குத்தான் தான் உதவிக் கொண்டிருந்ததாக எல்–அர்ட் நம்பிக் கொண்டிருந்தார். கோஹனுக்கு ஏற்பாடு செய்யப்பட்டிருந்த போலிப் பின்புலத்தையும் அவர் முழுமையாக நம்பினார். அடுத்தச் சில ஆண்டுகளுக்கு அவர் கோஹனுக்கு மிகவும் உதவிகரமாகச் செயல்படவிருந்தார்.

கோஹனின் பொருட்களைச் சிரியாவுக்குள் இரகசியமாகக் கடத்திச் செல்ல வேண்டிய வேலை எல்–அர்ட்டுக்குக் கொடுக்கப்பட்டிருந்தது.

1962 ஜனவரி 10 அன்று, பெய்ரூட்டிலிருந்து கிளம்பிய எல்–அர்ட்டின் கார், சிரியாவின் எல்லை அருகே வந்து நின்றது. அந்தக் காரின் டிக்கிக்குள், டிரான்ஸ்மிட்டர் மற்றும் இதரப் பொருட்கள் இருந்தன. அக்காரை எல்–அர்ட் ஓட்டிக் கொண்டிருந்தார். அவருக்கு அருகே முன்னிருக்கையில் கோஹன் அமர்ந்திருந்தார்.

எல்–அர்ட் கோஹனிடம் இவ்வாறு கூறினார்: "இங்குள்ள சுங்கச் சோதனை அதிகாரியான அபு கால்டுன் என்னுடைய நண்பர். அவருக்கு இப்போது சிறிது பண நெருக்கடி ஏற்பட்டுள்ளது. அதைச் சமாளிக்க ஐந்நூறு டாலர்கள் அவருக்கு உதவும்."

அந்த எல்லையில் 500 டாலர்கள் பணம் விரைவாகக் கைமாறியது. எந்தவிதமான சோதனைகளுமின்றி, அடுத்தக் கணம் அவர்கள் சிரியாவுக்குள் அனுமதிக்கப்பட்டனர். இப்போது கோஹன் சிரியாவில் இருந்தார்.

மக்கட்கூட்டடத்தால் நிரம்பி வழிந்த மசூதிகளாலும் வண்ணமயமான சந்தைகளாலும் சூழப்பட்டிருந்த டமாஸ்கஸில் மக்களோடு மக்களாகக் கலப்பதில் கோஹனுக்கு எந்தச் சிரமமும் இருக்கவில்லை. ஆனால், கோஹன் விரும்பியது அதுவல்ல. அவர் விரைவாகப் பிறரின் பார்வையில் பட விரும்பினார். சிரியாவின் இராணுவத் தலைமையகத்திற்கு அருகேயிருந்த, செல்வாக்குமிக்கவர்கள் வசித்த ஒரு பகுதியில், ஒரு பெரிய மாளிகை வீட்டை அவர் வாடகைக்கு எடுத்தார். அந்த வீட்டின் பால்கனியிலிருந்து பார்த்தால், சிரிய அரசாங்க விருந்தினர் மாளிகையின் வாசல் தெரியும். அவருடைய வீட்டைச் சுற்றி ஏகப்பட்ட அயல்நாட்டுத் தூதரகங்கள் இருந்தன; அப்பகுதியில் பெரும் செல்வந்தர்கள் வசித்து வந்தனர்; சிரியாவின் அரசியல் தலைவர்கள் பலரின் வீடுகள் அங்கு இருந்தன. கோஹன் தன்னுடைய புதிய வீட்டில் குடியேறிய உடனேயே, தான் கடத்தி வந்திருந்த பொருட்களை அந்த வீட்டின் பல பகுதிகளில் மறைத்து வைத்தார். வீட்டில் வேலைக்காரர்களை அமர்த்தினால் அவர்கள் மூலம் தன் இரகசியம் கசிந்துவிடும் என்பதால் அவர் யாரையும் நியமிக்கவில்லை. அவர் தனியாகவே வசித்து வந்தார்.

அதிர்ஷ்ட தேவதை மீண்டும் கோஹனைப் பார்த்துப் புன்னகை புரிந்தாள். கோஹன் மிகச் சரியான தருணத்தில் டமாஸ்கஸுக்கு வந்து சேர்ந்திருந்தார். ஐக்கிய அரபுக் குடியரசின் வீழ்ச்சியை, எகிப்திய அதிபர் நாசர், தனிப்பட்ட முறையில் தனக்கு ஏற்பட்டக் களங்கமாகவும் தன் நாட்டுக்கு ஏற்பட்ட அவமானமாகவும் கருதினார். அதனால், எகிப்திய அரசின் ஆசியுடன் தங்களுடைய ஆட்சி கவிழ்க்கப்படக்கூடும் என்று சிரியாவின் அரசியல் தலைவர்களும் இராணுவ உயரதிகாரிகளும் அஞ்சினர். அதனால், அவர்கள் இஸ்ரேலைச் சட்டை செய்யவேயில்லை. மறுபுறம், புதிய நட்பு நாடுகளும் ஆதரவாளர்களும் நிதியுதவிகளும் அவர்களுக்குத் தேவைப்பட்டன. பலமான பரிந்துரைக் கடிதங்களுடனும் பெரும் செல்வந்தர் என்ற முத்திரையுடனும் சிரியாவுக்குள் கோஹன் ஊடுருவுவதற்கு எல்லா விதங்களிலும் செம்மையான ஒரு காலகட்டமாக அது விளங்கியது.

கோஹன் சிரியாவில் புதிய தொடர்புகளை விரைவாகவும் திறமையாகவும் ஏற்படுத்திக் கொண்டார். அவர் தன்னுடன் கொண்டு வந்திருந்த பரிந்துரைக் கடிதங்கள் உயர்மட்டச் சமூகத்திற்குள் அவர் எளிதாக நுழைய வழிவகுத்துக்

கொடுத்தன; பெரும் வங்கியாளர்களின் அறிமுகங்களை அவை அலட்சியமாகப் பெற்றுக் கொடுத்தன; சிரியாவில் சமீபத்தில் நிகழ்ந்து முடிந்திருந்த இராணுவக் கலகத்திற்கு ஆதரவளித்திருந்த வணிக வட்டத்தின் தொடர்புகளும் அவருக்குக் கிடைத்தன. கோஹனுக்குப் புதிதாகக் கிடைத்திருந்த நண்பர்கள், அவரை, அரசாங்க உயரதிகாரிகள், இராணுவத்தின் மூத்த அதிகாரிகள், அப்போது ஆண்டு கொண்டிருந்த தலைவர்கள் ஆகியோரிடம் அறிமுகம் செய்து வைத்தனர். அந்த இளமையான, வசீகரமான செல்வந்தரைத் தங்களுடைய மருமகனாக ஆக்கிக் கொள்ளும் நோக்கத்துடன் இரண்டு பணக்கார வணிகர்கள் போட்டி போட்டுக் கொண்டிருந்தனர். கோஹன் தன் பெருந்தன்மையை வெளிப்படுத்துகின்ற விதமாக, டமாஸ்கஸில் இருந்த ஏழை மக்களுக்கு இலவச உணவு வழங்கும் திட்டத்திற்குக் கணிசமாகப் பொருளுதவி செய்திருந்தார். அவருடைய புதிய பிரபலத்துவம் அரசு வட்டாரத்தில் அவர் கால் பதிக்க உதவியது. ஆனால், கோஹன் புதிய ஆட்சியாளர்களிடம் மிகவும் நெருங்கிவிடாமல் எச்சரிக்கையாக ஒதுங்கியே இருந்தார். ஏனெனில், இந்த ஆட்சியும் வெகுகாலம் நீடிக்காது என்பதை அவர் உள்ளுணர்வுரீதியாக அறிந்திருந்தார். அப்போதுதான் எகிப்திலிருந்து பிரிந்து வந்திருந்த சிரியா இன்னும் பல பெரும் கொந்தளிப்புகளை எதிர்கொள்ளவிருந்தது.

கோஹன் டமாஸ்கஸில் குடியேறி ஒரு மாதத்திற்குப் பிறகு, செலிங்கர் குறிப்பிட்டிருந்த சிரிய ஒலிபரப்பு நிறுவனத்தைச் சேர்ந்த ஜார்ஜ் சலீம் ஷெய்ஃப் என்பவர் கோஹனைச் சந்திக்க வந்தார். வெளிநாடுகளில் வசித்து வந்த சிரியர்களுக்காக அரசு நிறுவனமான ‘ரேடியோ டமாஸ்கஸ்’ ஒலிபரப்பி வந்த வானொலி நிகழ்ச்சித் தயாரிப்புகளின் பொறுப்பாளராக அவர் பதவி வகித்து வந்தார். அப்பதவியின் காரணமாக, சிரியாவில் நிலவி வந்த அரசியல் மற்றும் இராணுவச் சூழல்கள் குறித்த உள்வட்டத் தகவல்களை அவரால் கோஹனிடம் பகிர்ந்து கொள்ள முடிந்தது. வானொலியில் எவற்றை ஒலிபரப்ப வேண்டும், எவற்றை ஒதுக்க வேண்டும் என்பது குறித்து சிரியப் பிரச்சார அமைச்சகம் வெளியிட்டிருந்த வழிகாட்டுதல்களை அவர் கோஹனிடம் காட்டினார். ஷெய்ஃபின் வீட்டில் நடைபெற்றக் கேளிக்கை விருந்துகளில் கோஹன் கலந்து கொண்டபோது, அவர் பல அரசு அதிகாரிகளையும் பிரபலமான அரசியல்வாதிகளையும் சந்தித்தார்.

எல்–அர்ட்டைப்போலவே, ஷெய்ஃபுக்கும் கோஹனின் உண்மையான முகம் தெரியாது. தன்னுடைய சொந்த அரசியல் நோக்கங்களைக் கொண்டிருந்த ஒரு தீவிர சிரிய தேசியவாதி என்றே அவரும் கோஹனைக் கருதினார்.

தான்தான் உலகிலேயே அதிகத் தனிமையில் வாடிக் கொண்டிருந்த இரகசிய உளவாளி என்பதைக் கோஹன் விரைவில் உணர்ந்து கொண்டார். மனம்விட்டுப் பேசுவதற்கு அவருக்கு ஒரு நண்பர்கூட டமாஸ்கஸில் இருக்கவில்லை. டமாஸ்கஸில் வேறு இஸ்ரேலிய உளவாளிகள் யாரேனும் இயங்கிக் கொண்டிருந்தார்களா என்பதையும் அவர் அறிந்திருக்கவில்லை. இந்தக் கொடூரமான தனிமையைச் சமாளிப்பதற்கும், இருபத்து நான்கு மணிநேரமும் ஓர் ஆபத்தான மாறுவேடத்தில் திரிந்து கொண்டிருப்பதற்கும் அவருக்குக் கடும் நெஞ்சுரம் தேவைப்பட்டது. அரிதாக அவர் தன் சொந்த வீட்டுக்குச் சென்றபோது, தன் மனைவியிடம்கூடத் தன்னுடைய இரகசியங்களைப் பகிர்ந்து கொள்ள முடியாமல் அவர் தவித்தார்.

அவர் தினமும் காலை எட்டு மணிக்கு டிரான்ஸ்மிட்டர் மூலம் தகவல்களை இஸ்ரேலுக்கு அனுப்பினார். சில நேரங்களில் மாலையிலும் அவர் தகவல்களை அனுப்பினார். அவர் தன் டிரான்ஸ்மிட்டர் மூலம் தகவல்கள் அனுப்புவதற்கு, தன் வீட்டுக்கு மிக அருகிலிருந்த இராணுவத் தளத்தைச் சிறப்பானதொரு போர்வையாகப் பயன்படுத்திக் கொண்டார். அந்தத் தளத்திலிருந்து எந்நேரமும் ஏகப்பட்டத் தகவல்கள் டிரான்ஸ்மிட்டர்கள் மூலம் அனுப்பப்பட்டுக் கொண்டிருந்ததால், அதன் அருகிலிருந்த கோஹனின் மாளிகையிலிருந்து தகவல்கள் அனுப்பப்பட்டுக் கொண்டிருந்தது எவருடைய கண்களுக்கும் படாமல் இருந்தது.

கோஹன் சிரியாவுக்குள் அடியெடுத்து வைத்து ஆறு மாதங்களுக்குள், டமாஸ்கஸின் உயர்மட்டத்தில் ‘கமால் அமின் தபெத்’ அனைவருக்கும் தெரிந்த ஒரு நபராக ஆனார். பின்னர் அவர் வணிகம் தொடர்பாக வெளிநாடுகளுக்குச் செல்ல முடிவு செய்தார். முதலில் அவர் அர்ஜென்டினாவுக்குச் சென்று அங்கிருந்த தன்னுடைய அரேபிய நண்பர்களைச் சந்தித்தார். பிறகு அவர் அங்கிருந்து ஐரோப்பாவுக்குச் சென்று தன் அடையாளத்தை மாற்றிக் கொண்டு மீண்டும் இஸ்ரேலுக்குச் சென்றார். அங்கு அவருக்காகக் காத்துக் கொண்டிருந்த அவருடைய மனைவிக்கும் மகளுக்கும் அவர் ஏராளமான பரிசுப் பொருட்களை வாங்கி வந்திருந்தார்.

இலையுதிர்காலத்தின் முடிவில் கோஹன் மீண்டும் ஐரோப்பாவுக்குப் பறந்தார். ஒரு சில நாட்களுக்குப் பிறகு, கமால் அமின் தபெத் டமாஸ்கஸுக்கு வந்து சேர்ந்தார். அவர் இஸ்ரேலில் தங்கியிருந்தபோது, இராணுவ உளவு நிறுவனத்தின் அதிகாரிகள் அவரிடம் மிகச் சிறிய உளவுக் கேமரா ஒன்றைக் கொடுத்தனர். அதன் உதவியுடன், பொதுமக்களால் எளிதில் சென்றடைய

முடியாத இடங்களையும் ஆவணங்களையும் அவரால் புகைப்படம் எடுக்க முடியும். பின் அந்தப் புகைப்படச் சுருள்களை, 'பேக்காமன்' என்ற, பகடைகளை வைத்து விளையாடப்படுகின்ற ஒரு பலகை ஆட்டத்தில் பயன்படுத்தப்படுகின்ற விலையுயர்ந்த காய்கள் அடங்கிய ஓர் அட்டைப் பெட்டிக்குள் அவர் ஒளித்து வைத்துவிடுவார். பின்னர், அர்ஜென்டினாவில் இருந்த தன் 'நண்பர்களுக்கு' அவர் அவற்றை அனுப்பி வைப்பார். அவர்கள் அங்கிருக்கும் இஸ்ரேலியத் தூதரகத்தின் மூலம் அவற்றை இஸ்ரேலுக்கு அனுப்பி வைப்பர்.

கோஹன் முதலில் அனுப்பியிருந்த அறிக்கைகளில், சிரிய இராணுவத்திற்குள் தொடர்ந்து அதிகரித்துக் கொண்டிருந்த கொந்தளிப்புகள் பற்றிய தகவல்களும், பாத் சோசலிசக் கட்சியின் அசுர வளர்ச்சி குறித்த விபரங்களும் இடம் பெற்றிருந்தன. அப்போது கோஹன் தன் உள்ளுணர்வு கூறியபடியே நடந்து கொள்ளத் தொடங்கியிருந்தார். அதன்படி, அவர் பாத் கட்சியின் தலைவர்களுடன் நெருங்கிப் பழகினார், அக்கட்சிக்குத் தாராளமாகப் பொருளுதவி செய்தார்.

அவருடைய உள்ளுணர்வு அவரைச் சரியாகவே வழிநடத்தியிருந்தது என்பதைப் பின்னர் நிகழ்ந்த நிகழ்வுகள் தெளிவுபடுத்தின. *1963* மார்ச் *8* அன்று, ஒரு புதிய இராணுவப் புரட்சி டமாஸ்கஸை அதிர வைத்தது. இராணுவம் ஆட்சியைக் கவிழ்த்து, பாத் கட்சியை அரியணையில் அமர வைத்தது. கோஹன் அர்ஜென்டினாவில் இருந்தபோது அவருக்குப் பழக்கமாகியிருந்த ஜெனரல் அமின் எல் ஹஃபீஸ், சலா அல்–பிதார் தலைமையில் அமைந்த அமைச்சரவையில் பாதுகாப்பு அமைச்சராகப் பதவியேற்றார். ஜூலை மாதம் மற்றொரு இராணுவக் கலகம் மூண்டது. ஹஃபீஸ், புரட்சிகரக் கவுன்சிலின் தலைவராகவும், சிரியாவின் அதிபராகவும் ஆனார். கோஹனின் நெருங்கிய நண்பர்கள் அமைச்சர்களாகவும் இராணுவ உயரதிகாரிகளாகவும் நியமிக்கப்பட்டனர். அந்த இஸ்ரேலிய உளவாளி இப்போது ஆட்சி அதிகாரத்தின் உள்வட்டத்தின் ஓர் அங்கமாக ஆனார்.

***

டமாஸ்கஸில் ஓர் ஆடம்பர விருந்து நடந்து கொண்டிருந்தது. அந்த மாளிகை வீட்டு வளாகத்திற்குள் சொகுசுக் கார்கள் அடுத்தடுத்து உள்ளே நுழைந்தன. அந்த விருந்தை வழங்கிக் கொண்டிருந்தவர், அவர்களைத் தன் வீட்டு வாசலில் நின்று வரவேற்றுக் கொண்டிருந்தார். வந்திருந்தவர்களில் பாதுகாப்புத் துறை அமைச்சர் உட்பட, பல அமைச்சர்கள், இராணுவ ஜெனரல்கள், கர்னல்கள், பெரும் தொழிலதிபர்கள், பாத் கட்சித் தலைவர்கள் போன்றோர்

இருந்தனர். அவர்களில் பலர் ஜெனரல் சலீம் ஹாட்டுமைச் சுற்றி நின்று கொண்டிருந்தனர். அவர்தான் சமீபத்திய இராணுவக் கலகத்தை முன்னின்று நடத்தி, ஜெனரல் ஹஃபீஸை ஆட்சிக் கட்டிலில் அமர வைத்திருந்தார். சிறிது நேரத்திற்குப் பிறகு அங்கு வந்து சேர்ந்த ஜெனரல் ஹஃபீஸ், அந்த விருந்தை வழங்கிக் கொண்டிருந்த தன்னுடைய இனிய நண்பர் 'கமால் அமின் தபெத்தின்' கைகளைப் பற்றி அன்புடன் குலுக்கினார். ஹஃபீஸுடன் அவருடைய மனைவியும் வந்திருந்தார். அவர், கோஹன் பரிசளித்திருந்த ஆடம்பரமான கோட் ஒன்றை அணிந்திருந்தார். கோஹனின் பரிசு மழையில் குளித்திருந்தவர் அவர் மட்டுமல்லர். அங்கிருந்த பலர் கோஹனிடமிருந்து விலையுயர்ந்த பரிசுப் பொருட்களைப் பெற்றிருந்தனர். உயரதிகாரிகள் கோஹனிடமிருந்து ஆடம்பரமான கார்களைப் பரிசாகப் பெற்றிருந்தனர்; அங்கிருந்த பல பெண்கள் அணிந்திருந்த விலையுயர்ந்த நகைகளில் பலவும் கோஹன் அவர்களுக்குப் பரிசளித்திருந்தவையே. பல அரசியல் தலைவர்களின் வங்கிக் கணக்குகளில், கோஹன் கொடுத்திருந்த பெரும் பணம் உறங்கிக் கொண்டிருந்தது.

வரவேற்பறையில், இஸ்ரேலிய எல்லைப் பகுதியிலிருந்து திரும்பி வந்திருந்த இராணுவ அதிகாரிகளும் சில அரசு அதிகாரிகளும், அங்கு நிலவிய இராணுவச் சூழலைப் பற்றி விவாதித்துக் கொண்டிருந்தனர். ஜோர்டன் ஆற்றுக்கு நீரைக் கொண்டு செல்கின்ற துணை ஆறுகளின் நீரைத் திருப்பிவிடுவதற்காகத் தீட்டப்பட்டிருந்த பிரம்மாண்டமான திட்டத்தில் ஈடுபட்டிருந்த தொழிலதிபர்கள், பொறியாளர்கள் போன்றோர் அவர்களைச் சுற்றி நின்று கொண்டிருந்தனர். வேறு ஓர் அறையில் ரேடியோ டமாஸ்கஸின் இயக்குநர்களும் பிரச்சார அமைச்சகத்தின் தலைவர்களும் கலந்துரையாடிக் கொண்டிருந்தனர். இப்போது கோஹன் அவர்களில் ஒருவர். வெளிநாட்டில் வசித்து வந்த சிரியர்களுக்காக ஒரு வானொலி நிகழ்ச்சி நடத்திக் கொடுக்கும்படி சிரிய அரசாங்கம் கோஹனைக் கேட்டுக் கொண்டது.

அந்த விருந்திற்கும், அது போன்ற பிற கேளிக்கை விருந்துகளுக்கும் ஏகப்பட்டப் பணம் செலவானது. ஆனால், கோஹன் அது குறித்துத் துளிகூட அலட்டிக் கொள்ளவில்லை. அவர் வெற்றியின் உச்சத்தில் இருந்தார். அவருக்குத் திறக்காத கதவுகள் எதுவும் இருக்கவில்லை. இராணுவத்திலும் அவருக்கு நிறைய நண்பர்கள் இருந்தனர். அதோடு, அவர் பாத் கட்சியின் கொள்கை வடிவமைப்புக் கூட்டங்களிலும் அடிக்கடிக் கலந்து கொண்டார்.

***

இராணுவ உயரதிகாரிகளின் பெயர்கள் மற்றும் வேலைகள் குறித்தத் தகவல்கள், இராணுவ இரகசியங்கள் மற்றும் பிற முக்கியமான விஷயங்களைக் கோஹன் தொடர்ந்து இஸ்ரேலுக்கு அனுப்பிக் கொண்டிருந்தார். அவர் எண்ணற்ற இராணுவ வரைபடங்களையும் புகைப்படம் எடுத்து அனுப்பி வைத்துக் கொண்டிருந்தார். குறிப்பாக, இஸ்ரேலின் எல்லைப் பகுதியிலிருந்த இராணுவக் கட்டமைப்புகள் குறித்தத் தகவல்களை இஸ்ரேலிய இராணுவப் புலனாய்வு அமைப்பிற்கு அவர் அனுப்பி வைத்தார். சிரிய இராணுவத்தில் அறிமுகம் செய்யப்பட்டப் புதிய ஆயுதங்கள் குறித்தத் தகவல்களையும் அவர் அனுப்பி வைத்துக் கொண்டிருந்தார். பல மாதங்களுக்குப் பிறகு, சிரிய இராணுவ ஜெனரல் ஒருவர், "கோஹனுக்குத் தெரியாத இராணுவ இரகசியங்கள் எதுவும் இல்லை," என்று மிகவும் கசப்புடன் ஒத்துக் கொண்டார்.

கோஹன் தொடர்ந்து தினமும் காலையில் இஸ்ரேலுக்குத் தகவல்களை அனுப்பி வைத்துக் கொண்டிருந்தார். இராணுவத் தலைமையகத்தின் டிரான்ஸ்மிட்டர் தகவல் பரிமாற்றம் அருகிலேயே நடைபெற்றுக் கொண்டிருந்ததால், தான் பிடிபடக்கூடும் என்ற பயம் அவருக்குத் துளிகூட இருக்கவில்லை. ஆனால், ஒரு முறை, கோஹனின் நண்பரும் இராணுவ லெஃப்டினன்டுமான ஜகீர் அல்–தின், திடீரென்று கோஹனில் வீட்டிற்குள் நுழைந்துவிட்டார். கோஹன் அவரிடமிருந்து டிரான்ஸ்மிட்டர் கருவிகளை வெற்றிகரமாக மறைத்துவிட்டார். ஆனால், சங்கேதக் குறியீடுகள் அடங்கிய காகிதங்கள் மேசையின் மேல் இருந்ததை மறைக்கக் கோஹன் தவறிவிட்டிருந்தார்.

"இது என்ன?" என்று ஜகீர் கேட்டார்.

அதை ஒதுக்கித் தள்ளும் விதமாக, "ஓ, இதுவா? குறுக்கெழுத்துப் போட்டிக்கான விஷயங்கள்," என்று கோஹன் பதிலளித்துச் சமாளித்துவிட்டார்.

டிரான்ஸ்மிட்டர் மூலமாக அனுப்பி வைக்கப்பட்டத் தகவல்கள், அர்ஜென்டீனிய நண்பர்கள் மூலமாக அனுப்பி வைக்கப்பட்டப் புகைப்படச் சுருள்கள் ஆகியவை போக, தகவல்களை இஸ்ரேலுக்கு அனுப்பி வைப்பதற்கு மூன்றாவதாக ஒரு வழியையும் கோஹன் கண்டுபிடித்திருந்தார். ரேடியோ டமாஸ்கஸ்தான் அது. இஸ்ரேலில் இருந்த தன்னுடைய மேலதிகாரிகளுடன் சேர்ந்து அவர் சில சங்கேத வார்த்தைகளையும் குறியீடுகளையும் உருவாக்கிக் கொண்டார். வானொலி ஒலிபரப்பின்போது அவர் அவற்றைச் செருகினார். அவற்றைக் கேட்ட இஸ்ரேலிய இராணுவப் புலனாய்வு அமைப்பு அவற்றைப் புரிந்து கொண்டது.

மிகவும் இரகசியமாக வைக்கப்பட்டிருந்த சிரிய இராணுவ இரகசியங்களைத் தெரிந்து கொள்வதற்காக, கோஹன் மற்றொரு முயற்சியிலும் இப்போது ஈடுபட்டிருந்தார். அவர் தன் மாளிகையில் பெண்களை விருந்தளிக்கின்ற கொண்டாட்டங்களை நடத்தத் தொடங்கினார். அவற்றை மிக நெருக்கமான நண்பர்களுக்கு மட்டுமே அவர் அளித்து வந்தார்.

மேலும், உயரதிகாரிகளுக்கு அழகான, கவர்ச்சிகரமான பெண்களை உதவியாளர்களாக அனுப்பி வைக்கின்ற காரியத்திலும் அவர் ஈடுபட்டார். அந்த அதிகாரிகளில் ஒருவர் கர்னல் சலீம் ஹாட்டும். அவருடன் நெருக்கமாக இருந்த பெண், அவரிடமிருந்து பெற்றத் தகவல்களைக் கோஹனிடம் கொடுத்துக் கொண்டிருந்தாள்.

இஸ்ரேலைப் பற்றிய பேச்சு எழுந்தபோதெல்லாம், கோஹன் கோபாவேசத்தோடு இஸ்ரேலை வசைபாடினார். "அரேபிய தேசியவாதத்திற்கு எதிரான கேடுகெட்ட எதிரி இஸ்ரேல்!" என்று அவர் முழங்கினார். இஸ்ரேலுக்கு எதிரான பிரச்சார முழக்கங்களை அதிகரிக்கும்படி அவர் சிரியத் தலைவர்களைக் கேட்டுக் கொண்டார். இஸ்ரேலுக்கு எதிராக இராணுவ நடவடிக்கைகளை மேற்கொள்ளும்படி அவர் அவர்களைத் தூண்டினார். தன்னுடைய சிரிய நண்பர்கள் இஸ்ரேலுக்கு எதிராகப் போதுமான அளவு செயலில் இறங்குவதில்லை என்று அவர் அவர்களைச் சீண்டினார். கோஹனின் கூற்று தவறு என்று நிரூபிக்கவும், இஸ்ரேலுடன் மோதுவதற்குத் தாங்கள் தயாராக இருந்ததைக் காட்டவும் அவர்கள் ஆவலாக இருந்தனர். இஸ்ரேலின் எல்லைக்கு அருகேயிருந்த சிரிய இராணுவத் தளங்களுக்கு மூன்று முறை அவர்கள் அவரை அழைத்துச் சென்று காட்டினர். அங்கு அவர்கள் குவித்திருந்த படைகள், அவர்களுக்கு வழங்கப்பட்டிருந்த ஆயுதங்கள், அவர்களுடைய தாக்குதல் திட்டங்கள் மற்றும் தற்காப்புத் திட்டங்களையும் அவர்கள் கோஹனிடம் காட்டினர். லெஃப்டினன்ட் ஜகீர், கோஹனை எல்–ஹமா என்ற இராணுவ முகாமுக்கு அழைத்துச் சென்றார். அங்குப் பெரும் எண்ணிக்கையில் புதிய ஆயுதங்கள் குவித்து வைக்கப்பட்டிருந்தன. இஸ்ரேலின் எல்லைக்கு அருகே இருந்த இராணுவ முகாமிற்கு நான்காவது முறையாகக் கோஹன் அழைத்துச் செல்லப்பட்டபோது, அக்குழுவில் இடம் பெற்றிருந்தவர்களில் அவர் மட்டுமே இராணுவம் சாராத நபராக இருந்தார். அக்குழுவிற்குத் தலைமை தாங்கி அழைத்துச் சென்றவர் எகிப்திய ஜெனரல் அலி அமர். எகிப்து, சிரியா மற்றும் ஈராக்கின் கூட்டு இராணுவத் தளபதி அவர்.

அதற்கடுத்து, பாத் கட்சித் தலைவர்கள் கோஹனிடம் ஒரு

முக்கியமான வேலையை ஒப்படைத்தனர். தற்போதைய அதிபர் ஜெனரல் ஹஃபீசால் தூக்கியெறியப்பட்டிருந்த முன்னாள் சிரியப் பிரதமர் சலா அல்–பிதார் ஜோர்டனிலுள்ள ஜெரிக்கோவில் அதிகாரபூர்வமற்ற 'வீட்டுக் காவலில்' வைக்கப்பட்டிருந்தார். அவருடன் ஏற்பட்டிருந்த கருத்து முரண்பாடுகளைக் களைவதற்கு அவரிடம் தூது போவதற்கு பாத் கட்சித் தலைவர்கள் கோஹனை அனுப்பி வைத்தனர். கோஹனும் ஜோர்டனுக்குச் சென்று அந்த முன்னாள் பிரதமருடன் சில நாட்களைக் கழித்துவிட்டு டமாஸ்கஸ் திரும்பினார். கோஹன் தனக்குக் கொடுக்கப்பட்டிருந்த பணியை வெற்றிகரமாக நிறைவேற்றியிருந்தார்.

***

1963 இல் இஸ்ரேலில் பல முக்கியமான மாற்றங்கள் நிகழ்ந்தன. இஸ்ஸர் ஹாரலுக்குப் பின்னர் மொசாடின் தலைமைப் பதவிக்கு வந்த மீர் அமித், ஒரு சில மாதங்களுக்கு, மொசாடின் தலைமைப் பொறுப்போடு, இஸ்ரேலிய இராணுவப் புலனாய்வு அமைப்பின் தலைமைப் பொறுப்பையும் ஏற்றுக் கொண்டிருந்தார். அதைத் தொடர்ந்து, அமித், இஸ்ரேலிய இராணுவப் புலனாய்வு அமைப்பின் 131-வது யூனிட் சிறப்புப் பிரிவைக் கலைத்துவிட்டு, அதிலிருந்தவர்களை மொசாடில் சேர்த்துக் கொண்டார். திடீரென்று ஒரு நாள் காலையில், தன்னுடைய முதலாளி மாறிவிட்டிருந்ததையும், தான் ஒரு மொசாட் ஏஜென்டாக ஆகியிருந்ததையும் கோஹன் தெரிந்து கொண்டார்.

அதே ஆண்டு, கோஹனின் மனைவி நாடியா தன்னுடைய இரண்டாவது குழந்தையைப் பெற்றெடுத்தார். அந்தப் பெண்குழந்தைக்கு அவர்கள் ஐரிஸ் என்று பெயரிட்டனர். 1964 ஆம் ஆண்டில் கோஹன் இஸ்ரேலுக்கு வந்தபோது, தான் இரகசியமாக வைத்திருந்த ஒரு கனவு நனவாகியிருந்ததை அவர் கண்டார்: தனக்கு ஒரு மகன் வேண்டும் என்ற கனவுதான் அது. அவர்கள் தங்களுடைய மூன்றாவது குழந்தைக்கு ஷால் என்று பெயரிட்டனர்.

கோஹனைப் பற்றிப் பின்னர் அவர்களுடைய குடும்பத்தினர் பேசியபோது, "அந்த முறை அவர் வீடு திரும்பியபோது, அவர் மிகவும் மாறிப் போயிருந்ததை நாங்கள் கண்டோம். அவர் பதற்றமாகவும் சோகமாகவும் இருந்தார். சின்ன விஷயங்களுக்கெல்லாம் அவர் கோபப்பட்டார். அவர் வீட்டைவிட்டு வெளியே செல்ல விரும்பவில்லை. நண்பர்களைப் பார்க்கவும் அவர் ஆசைப்படவில்லை. மேலும், அவர் எங்களிடம், 'விரைவில் நான் என்னுடைய வேலையை விட்டுவிடப் போகிறேன். அடுத்த ஆண்டு நான் நிரந்தரமாக இஸ்ரேலுக்குத்

திரும்பிவிடப் போகிறேன். அதற்குப் பிறகு நான் ஒருபோதும் உங்களைவிட்டுப் பிரிந்திருக்கப் போவதில்லை,' என்று கூறினார்," என்று நினைவுகூர்ந்தனர்.

அந்த ஆண்டின் நவம்பர் இறுதியில் அவர் இஸ்ரேலைவிட்டு மீண்டும் கிளம்பினார். ஆனால், அதற்குப் பிறகு தான் தன் கணவரை மீண்டும் உயிரோடு பார்க்கப் போவதில்லை என்பதை நாடியா அப்போது அறிந்திருக்கவில்லை.

***

அது 1964 நவம்பர் 13. அன்று புதன்கிழமை. சிரியாவுக்கும் இஸ்ரேலுக்கும் இடையே இராணுவ நடவடிக்கைகள் தடை செய்யப்பட்டிருந்த ஒரு பகுதியில், வயலில் உழுது கொண்டிருந்த டிராக்டர்களை நோக்கிச் சிரிய இராணுவம் துப்பாக்கிகளால் சுடத் தொடங்கியது. அதற்கு இஸ்ரேல் உடனடியாகப் பதிலடி கொடுத்த விதம் பிரமிக்க வைப்பதாக இருந்தது. இஸ்ரேலியப் பீரங்கிகள் சிரியப் பகுதிமீது குண்டுமழை பொழிந்தன. ஒரு சில நிமிடங்களில் இஸ்ரேலியப் போர் விமானங்கள் விண்ணில் சீறிப் பாய்ந்தன. முதலில் அவை சிரியத் தளத்தின்மீது தாக்குதல் தொடுத்தன. பின்னர் அவை விலகிச் சென்று, ஜோர்டன் ஆற்றின் துணை ஆறுகளில் சிரியா வெட்டிக் கொண்டிருந்த கால்வாய்களின்மீது குண்டுகளை வீசி அவற்றை நாசம் செய்தன. அந்தக் கால்வாய்ப் பகுதியில் நிறுத்தி வைக்கப்பட்டிருந்த கனரக இயந்திரங்கள், புல்டோசர்கள், டிராக்டர்கள், பிரம்மாண்டமான மண்வாரி இயந்திரங்கள் போன்றவை துல்லியமாகத் தாக்கப்பட்டன. சிரியாவால் உடனடியாக வான்வழிப் போரில் இறங்க முடியவில்லை. ஏனெனில், சமீபத்தில்தான் அவர்கள் இறக்குமதி செய்திருந்த சோவியத் 'மிக்' ரகப் போர் விமானங்களைத் திறம்பட இயக்குவதில் அவர்கள் போதிய பயிற்சி பெற்றிருக்கவில்லை.

சிரியாதான் முதலில் தாக்குதலைத் தொடங்கியிருந்ததால், சர்வதேச ஊடகங்கள் ஏகமனதாக இஸ்ரேலின் பதிலடியை ஆதரித்தன. அச்சண்டையின்போது, இஸ்ரேலியத் தாக்குதலை முன்னின்று நடத்தியவர்களில் கோஹனும் ஒருவர் என்று சில மாதங்களுக்குப் பிறகு சில சிரிய இராணுவ அதிகாரிகள் தெரிவித்தனர். அத்தாக்குதல் நடத்தப்பட்டபோது கோஹன் இஸ்ரேலில் இருந்தார். சிரியாவின் விமானப் படை அக்கட்டத்தில் வான்வழிப் போருக்குத் தயாராக இருக்கவில்லை என்ற தகவலைக் கோஹன் மூலமாக இஸ்ரேலியர்கள் அறிந்து வைத்திருந்தது அத்தாக்குதலில் இஸ்ரேலியர்களுக்குக் கிடைத்த வெற்றியில் மிக முக்கியப் பங்கு வகித்தது. அதோடு, சிரியாவின் இராணுவத்

தளங்கள் குறித்த விபரங்களும், வெட்டப்பட்டுக் கொண்டிருந்த கால்வாய்கள் குறித்தத் துல்லியமான தகவல்களும் கோஹன் மூலம் இஸ்ரேலுக்கு ஏற்கனவே கிடைத்திருந்தன. சிரியாவின் இராணுவத் தளங்கள் ஒவ்வொன்றிலும் என்னென்ன ஆயுதங்கள் குவித்து வைக்கப்பட்டிருந்தன, அவற்றின் எண்ணிக்கை எவ்வளவு போன்ற விபரங்களும் இஸ்ரேல் வசம் இருந்தன.

ஆனால், கோஹன் அவற்றைவிட அதிகமானவற்றை அறிந்து வைத்திருந்தார். ஜோர்டன் ஆற்றின் துணை ஆறுகளின் குறுக்கே கால்வாய்கள் வெட்டுவதற்கான ஓர் ஒப்பந்தம் ஒரு சவுதி அரேபியத் தொழிலதிபருக்குக் கொடுக்கப்பட்டிருந்தது. அவரைத் தன்னுடைய நண்பராக ஆக்கிக் கொள்வதில் கோஹன் வெற்றி பெற்றிருந்தார். அத்தொடர்பு காரணமாக, அக்கால்வாய்கள் துல்லியமாக எந்த இடங்களில் தோண்டப்படவிருந்தன, அவற்றின் நீளம், அகலம் குறித்த விபரங்கள், அத்திட்டத்திற்குப் பயன்படுத்தப்படவிருந்த இயந்திரங்கள் குறித்தத் தகவல்கள் மற்றும் பிற தொழில்நுட்ப விபரங்களைப் பல மாதங்களுக்கு முன்பே இஸ்ரேலியர்கள் அறிந்து வைத்திருந்தனர். அதோடு, எந்த வகையான விமானக் குண்டுவீச்சுகளைத் தாக்குப்பிடிக்கக்கூடிய விதத்தில் அவை வடிவமைக்கப்பட்டிருந்தன, அவற்றுக்கு மேற்கொள்ளப்பட்டிருந்த பாதுகாப்பு ஏற்பாடுகள் என்னென்ன போன்றவற்றையும் அந்தத் தொழிலதிபர் கோஹனிடம் பகிர்ந்து கொண்டிருந்தார். அந்த சவுதி அரேபியத் தொழிலதிபரின் பெயர் பின் லேடன். ஒசாமா பின் லேடனின் அப்பா. பின் லேடன் அந்த இஸ்ரேலிய உளவாளியுடன் பகிர்ந்து கொண்டிருந்த விபரங்கள் காரணமாக, இஸ்ரேல் அக்கால்வாய்களைப் பல முறை தாக்கி அவற்றை நிர்மூலமாக்கியது. இறுதியில், 1965 இல் அரபு நாடுகள் அத்திட்டத்தைக் கைவிட்டன.

கோஹன் கடைசி முறையாக இஸ்ரேலைவிட்டுக் கிளம்பிய ஒரு சில வாரங்களுக்குப் பிறகு, 1965 ஜனவரி மத்தியில் நாடியாவுக்கு ஓர் அஞ்சலட்டை வந்தது. அதில் பிரெஞ்சு மொழியில் கோஹன் இவ்வாறு எழுதியிருந்தார்: “என் பிரியமான நாடியாவுக்கு, புத்தாண்டு வாழ்த்துகள்! இப்புதிய ஆண்டு நம் குடும்பத்திற்கு மகிழ்ச்சியைக் கொண்டு வந்து கொடுக்கட்டும். உனக்கும், குழந்தைகள் சோஃபி, ஐரிஸ், ஷால் ஆகியோருக்கும் என் அன்பு முத்தங்கள்! – ஈலை.”

அக்கடிதத்தை நாடியா படித்துக் கொண்டிருந்தபோது, கோஹன், டமாஸ்கஸ் சிறை ஒன்றில் கடுமையான சித்திரவதைக்கு உள்ளாக்கப்பட்ட நிலையில் விழுந்து கிடந்தார்.

***

பல மாதங்களாகவே, சிரியாவின் இரகசியப் புலனாய்வுத் துறை உச்சகட்ட எச்சரிக்கையில் இருந்து வந்திருந்தது. அந்த அமைப்பின் பாலஸ்தீனப் பிரிவின் தலைவராக இருந்த டயாராதான் முதலில் அபாயச் சங்கை ஊதியிருந்தார். 1964 ஆம் ஆண்டின் கோடைக்காலத்திலிருந்தே, சிரிய அரசாங்கம் மேற்கொண்ட முக்கியமான முடிவுகள், சில நேரங்களில் இரவு நேரங்களில் எடுக்கப்பட்ட முடிவுகள்கூட, மறுநாள் காலையில் இஸ்ரேலிய அரசு வானொலியில் அரபு மொழி ஒலிபரப்பில் ஒலிபரப்பப்பட்டதை அவர் கவனித்து வந்திருந்தார். அதோடு, சிரியாவில் மிகவும் இரகசியமாக மேற்கொள்ளப்பட்டத் தீர்மானங்கள் சிலவற்றையும்கூட இஸ்ரேல் பொதுவெளியில் வெளியிட்டிருந்தது. அந்த ஆண்டு நவம்பர் 13 அன்று இஸ்ரேல் மேற்கொண்ட தாக்குதலின் துல்லியத்தன்மை குறித்து அவர் அதிர்ச்சி அடைந்திருந்தார். இஸ்ரேலின் எல்லைப்புறத்தில் அமைக்கப்பட்டிருந்த சிரியாவின் இராணுவ முகாம்கள் குறித்தத் துல்லியமான தகவல்களை இஸ்ரேல் முன்கூட்டியே அறிந்திருக்க வேண்டும் என்ற தர்க்கரீதியான முடிவுக்கு அவர் வந்தார். சிரிய அரசாங்கத்தின் உயர்மட்டத்தில் இஸ்ரேலிய உளவாளி ஒருவர் நிச்சயமாக இருந்தாக வேண்டும் என்று அவர் கணித்தார். முந்தைய நாளின் தகவல்களை மறுநாள் காலையிலேயே இஸ்ரேல் ஒலிபரப்பு செய்து வந்ததால், அத்தகவல்கள் சிரியாவிலிருந்து டிரான்ஸ்மிட்டர் மூலம் அனுப்பப்பட்டிருக்க வேண்டும் என்பது அவருடைய அடுத்தக் கணிப்பாக இருந்தது. அப்படியானால், அந்த டிரான்ஸ்மிட்டர் எங்கே வைக்கப்பட்டிருந்தது?

1964 ஆம் ஆண்டின் இலையுதிர்காலத்தின்போது, சோவியத் அரசின் தொழில்நுட்பச் சாதனங்களின் உதவியுடன் அந்த டிரான்ஸ்மிட்டரைக் கண்டுபிடிக்க டயாரா மேற்கொண்ட முயற்சிகள் பலனளிக்கவில்லை.

ஆனால், 1965 ஜனவரியில் அவருக்கு எதிர்பாராத அதிர்ஷ்டம் கிட்டியது.

சிரிய இராணுவத்திலிருந்த டிரான்ஸ்மிட்டர்களை நவீனப்படுத்துவதற்காக, சோவியத்திலிருந்து நவீன உபகரணங்கள் இறக்குமதி செய்யப்பட்டன. சிரிய இராணுவத்தின் பழைய டிரான்ஸ்மிட்டர்கள் அனைத்தையும் அப்புறப்படுத்திவிட்டு, புதிய டிரான்ஸ்மிட்டர்களைப் பொருத்தி அவற்றைப் பரிசோதிப்பதற்காக, 1965 ஜனவரி 7 அன்று, சிரிய இராணுவத் தலைமையகம், டிரான்ஸ்மிட்டர்கள் வாயிலான தகவல் பரிமாற்றத்தை இருபத்து நான்கு மணிநேரத்திற்கு நாடு முழுவதும் நிறுத்தி வைத்தது.

சிரியா முழுவதும் டிரான்ஸ்மிட்டர்கள்

அமைதியாகிவிட்டிருந்தபோது, ஒரே ஒரு டிரான்ஸ்மிட்டர் மட்டும் ஒலிபரப்பிக் கொண்டிருந்த மெல்லிய சத்தம் சிரிய இராணுவ அதிகாரி ஒருவரின் காதுகளில் விழுந்தது. அது ஓர் உளவாளியின் டிரான்ஸ்மிட்டராக இருக்கலாம் என்று சந்தேகித்த அவர், உடனடியாகத் தன் தொலைபேசியைச் சுழற்றினார்.

டயாராவின் தொழில்நுட்ப வல்லுநர்கள் உடனடியாகக் களத்தில் குதித்து அந்த டிரான்ஸ்மிட்டரைத் தேடினர். துரதிர்ஷ்டவசமாக, அவர்கள் கோஹனின் வீட்டை நெருங்குவதற்குள் அந்த ஒலிபரப்பு நின்றுவிட்டதால், அச்சத்தம் துல்லியமாக எங்கிருந்து வந்தது என்பதை அவர்களால் கண்டுபிடிக்க முடியவில்லை. ஆனால், அந்தத் தொழில்நுட்ப வல்லுநர்கள் தங்களுக்கு ஏற்கனவே கிடைத்திருந்த அந்த ஒலிபரப்பு குறித்தத் தகவல்களின் அடிப்படையில், அது கமால் அமின் தபெத்தின் வீடாக இருக்க வேண்டும் என்று கணித்தனர்.

"அது தவறாக இருக்க வேண்டும்," என்று சிரிய இரகசியப் புலனாய்வு அமைப்பின் அதிகாரி ஒருவர் கூறினார். தபெத்தை விரைவில் ஓர் அமைச்சராக நியமிக்க பாத் கட்சி திட்டமிட்டிருந்ததை அவர் அறிவார். அப்படிப்பட்ட ஒருவரால் எப்படி ஓர் உளவாளியாக இருக்க முடியும்? தபெத் சந்தேகத்திற்கு அப்பாற்பட்டவராக இருந்தார்.

மாலையில் மீண்டும் அந்த டிரான்ஸ்மிட்டரிலிருந்து ஒலிபரப்பு தொடங்கியது. டயாரா மீண்டும் தன் ஆட்களை அனுப்பினார். முதலில் கிடைத்த அதே விடைதான் மீண்டும் கிடைத்தது.

மறுநாள் காலை எட்டு மணிக்கு, சிரிய இரகசியப் புலனாய்வு அமைப்பின் நான்கு அதிகாரிகள் தபெத்தின் வீட்டுக் கதவை உடைத்து கொண்டு உள்ளே நுழைந்து, நேராக அவருடைய படுக்கை அறைக்குச் சென்றனர். அவர் அங்குத் தூங்கிக் கொண்டிருக்கவில்லை. மாறாக, அவர் தன்னுடைய டிரான்ஸ்மிட்டரில் தகவல் அனுப்பிக் கொண்டிருந்தார். அதனால், அவர் கையும் களவுமாகப் பிடிபட்டார். அவர் தப்பி ஓடவோ அல்லது அவர்களை எதிர்க்கவோ இல்லை. எல்லாமே அவருக்கு எதிராக இருந்தன. அந்த அதிகாரிகளில் ஒருவர், "கமால் அமின் தபெத், நாங்கள் உங்களைக் கைது செய்கிறோம்," என்று கூறினார்.

அச்செய்தி உடனடியாக டமாஸ்கஸ் நெடுகிலும் ஒரு காட்டுத் தீயாகப் பரவியது. அபாரம்! அபத்தம்! சாத்தியமே இல்லை! முட்டாள்தனம்! விஷயத்தைக் கேள்விப்பட்டபோது, சிரியத் தலைவர்களின் அதிர்ச்சியையும் வியப்பையும் விவரிக்க வார்த்தைகளே இருக்கவில்லை. ஆளுங்கட்சியைச் சேர்ந்த ஒரு

தலைவர், சிரிய அதிபரின் உற்றத் தோழர், ஒரு கோடீஸ்வரர், உயர்மட்டச் சமூகப் பிரபலம் எப்படி ஓர் உளவாளியாக இருக்க முடியும்?

ஆனால், கிடைத்திருந்த சான்றுகள் தகர்க்கப்பட முடியாதவையாக இருந்தன. அவர்கள் கையில் கிடைத்திருந்த டிரான்ஸ்மிட்டர் தவிர, அலங்கார விளக்கில் ஒளித்து வைக்கப்பட்டிருந்த மற்றொரு டிரான்ஸ்மிட்டர், புகைப்படச் சுருள்கள், சங்கேதக் குறியீடுகள் அடங்கிய புத்தகம், மறைத்து வைக்கப்பட்டிருந்த டைனமைட் குச்சிகள் ஆகியவை, தபெத் உண்மையிலேயே ஓர் உளவாளி என்பதை வெட்ட வெளிச்சமாக்கின.

இதனால் அரண்டு போன ஆட்சியாளர்கள், ஒரு முழுமையான விசாரணைக்கு உத்தரவிட்டனர். தபெத்துக்கு என்னென்னவெல்லாம் தெரியும்? அவர் தங்களையும் மாட்டிவிட்டுவிடுவாரா? தபெத் விசாரிக்கப்பட்டுக் கொண்டிருந்த சிறைக்கு, சிரிய அதிபர் ஹஃபீசே நேரடியாக வந்து அவரை விசாரித்தார். அது பற்றிப் பின்னர் அவர் இவ்வாறு கருத்துத் தெரிவித்தார்: "நான் தபெத்தின் கண்களை உற்றுப் பார்த்தபோது, என் மனத்தில் சந்தேகம் முளைவிட்டது. என் முன்னால் நின்று கொண்டிருந்தவர் ஓர் அரேபியர் அல்லர் என்ற உணர்வு எனக்கு ஏற்பட்டது. இஸ்லாமிய மதம் தொடர்பாகவும், குரானைப் பற்றியும் அவரிடம் நான் சில கேள்விகள் கேட்டேன். குரானின் முதல் அத்தியாயத்தை ஒப்பிக்கும்படி அவரை நான் கேட்டபோது, அவரால் அதிலிருந்து ஒரு சில வசனங்களைக்கூடச் சொல்ல முடியவில்லை. தான் ஒரு சிறுவனாக இருந்தபோதே சிரியாவிலிருந்து வெளியேறிவிட்டிருந்ததாகவும், அதனால் தனக்கு அது நினைவுக்கு வரவில்லை என்றும் கூறி அவர் தன்னைத் தற்காத்துக் கொள்ள முயன்றார். ஆனால் அக்கணத்தில் அவர் ஒரு யூதர் என்பது எனக்குத் தெளிவாகிவிட்டது."

மற்ற அனைத்தையும் டமாஸ்கஸ் அதிகாரிகளின் சித்திரவதை வெளிக்கொண்டு வந்துவிட்டது. இறுதியில், ஒரு சிறையறையில், நகங்கள் பிடுங்கப்பட்ட நிலையில், முகத்திலும் உடலிலும் ஏகப்பட்டக் காயங்களுடன், சுயநினைவின்றித் தபெத் விழுந்து கிடந்தபோது, அவருடைய ஒப்புதல் வாக்குமூலம் அதிபர் ஹஃபீசின் கரங்களை அடைந்தது: "அந்நபர் தபெத் அல்லர். அவருடைய உண்மையான பெயர் ஈலை கோஹன். அவர் ஓர் இஸ்ரேலிய யூதர்."

1965 ஜனவரி *24* அன்று, "ஒரு முக்கிய இஸ்ரேலிய உளவாளி பிடிபட்டுள்ளார்" என்ற செய்தியை டமாஸ்கஸ் அதிகாரபூர்வமாக அறிவித்தது. ஓர் உயரதிகாரி, ஊடகத்திற்கு

அளித்த ஒரு பேட்டியில், "இஸ்ரேல் ஒரு சாத்தான். கோஹன் அந்தச் சாத்தானின் ஏஜென்ட்!" என்று கர்ஜித்தார்.

டமாஸ்கஸைப் பெரும் பீதி சூழ்ந்து கொண்டது. கோஹன் தன்னந்தனியாகச் செயல்பட்டுக் கொண்டிருந்த ஓர் உளவாளியா அல்லது சிரியாவில் செயல்பட்டுக் கொண்டிருந்த ஓர் இஸ்ரேலிய உளவாளிகள் குழுவின் தலைவரா? அடுத்தடுத்து 69 பேர் கைது செய்யப்பட்டனர். அவர்களில் 27 பேர் பெண்கள். மஜீத் ஷேக் எல்–அர்ட், ஜார்ஜ் சலீம் ஷெய்ஃப், லெஃப்டினன்ட் ஜகீர் அல்–தின், பிரச்சார அமைச்சகத்தைச் சேர்ந்த சில உயரதிகாரிகள், சில விலைமாதர்கள் ஆகியோர் அதில் இடம் பெற்றிருந்தனர். பல பெண்களின் அடையாளங்கள் வெளியிடப்படவே இல்லை. கோஹனுடன் தொடர்பில் இருந்த நானூற்றுக்கு மேற்பட்டவர்கள் விசாரிக்கப்பட்டனர். அந்த விசாரணை சில தீவிரமான பிரச்சனைகளை வெளிச்சம் போட்டுக் காட்டியது. சிரியாவின் அரசியல் தலைவர்கள், இராணுவ அதிகாரிகள், தொழிலதிபர்கள் போன்றோர் கோஹனின் நெருங்கிய நண்பர்களாக இருந்தனர். விசாரணையில் ஈடுபட்டிருந்தவர்களால் அவர்களை நெருங்கக்கூட முடியவில்லை. பொதுவெளியில் அவர்களுடைய பெயர்களை வெளியிட முடியாத நிலை இருந்தது. ஏனெனில், விசாரணையின் முடிவில் அவர்கள் நிரபராதிகள் என்று முடிவு செய்யப்பட்டாலும், பொதுமக்களின் பார்வையில் அவர்கள் ஓர் உளவாளிக்கு உடந்தையாகச் செயல்பட்டிருந்தவர்களாகவே தெரிவர். கோஹனும் முடிந்த வரையில் தன் தொடர்புகளைத் தனித்தனியாக வைத்திருந்தார். அதனால், அவருடைய உளவு வட்டத்தின் விஸ்தீரணம் எவ்வளவு தூரம் பரவியிருந்தது என்பதைச் சிரிய அதிகாரிகளால் தெரிந்து கொள்ள முடியவில்லை.

கோஹனின் கைது பற்றிய செய்தி வெளிவரக்கூடாது என்று இஸ்ரேலிய இராணுவம் தீர்மானித்து, அதற்குரிய தடையை விதித்தது. எப்படியும் கோஹனைக் காப்பாற்றிவிடலாம் என்று அவர்கள் நம்பிக் கொண்டிருந்தனர். அதனால், அவரைப் பற்றிய செய்தி உள்ளூர் ஊடகங்களைச் சென்றடையாமல் அவர்கள் பார்த்துக் கொண்டனர். ஆனால், அச்செய்தியைத் தெரிந்து கொள்ளும் உரிமை சிலருக்கு இருந்தது. ஒரு நாள் மாலையில், கோஹனின் சகோதரர்களின் வீட்டுக்கு ஓர் அந்நியர் வந்தார். அவர் அவர்களிடம், "உங்களுடைய சகோதரர் கோஹன் டமாஸ்கஸில் கைது செய்யப்பட்டுள்ளார். சிரியாவுக்கு எதிராக உளவு பார்த்ததாக அவர்மீது குற்றம் சாட்டப்பட்டுள்ளது," என்று கூறிவிட்டு, கோஹனின் கைது விபரங்களை அவர்களோடு பகிர்ந்து கொண்டார். இதைக் கேட்டு அவர்கள் அனைவரும் அதிர்ச்சியடைந்தனர். மௌரிஸ் என்ற சகோதரர் மட்டும்

உடனடியாகக் கிளம்பி, பாட் யாமிலிருந்த தன்னுடைய தாயாரைப் பார்க்கச் சென்றார். அங்குப் போய்ச் சேர்ந்தவுடன் அவர் தன் தாயாரிடம், "அம்மா நீங்கள் உங்களுடைய மனத்தைத் திடப்படுத்திக் கொள்ளுங்கள். கோஹன் சிரியாவில் கைது செய்யப்பட்டுள்ளான்," என்று தெரிவித்தார்.

அந்த வயதான பெண்மணிக்கு நா எழவில்லை. இறுதியில் அவர் தன்னைத் தேற்றிக் கொண்டு, "அவன் சிரியாவுக்கு எப்படிப் போனான்? வழி தவறி எல்லையைக் கடந்துவிட்டானா?" என்று கேட்டார். மௌரிஸ் நடந்ததைச் சொன்னதும், அப்பெண்மணி மூர்ச்சையடைந்து சாய்ந்துவிட்டார்.

விஷயத்தைக் கேள்விப்பட்ட நாடியா கடும் அதிர்ச்சியடைந்தார். தன்னுடைய கணவர் தன்னிடம் எல்லா விஷயங்களையும் சொல்வதில்லை என்ற சந்தேகம் சில காலமாக அவருக்கு இருந்து வந்திருந்தபோதிலும், தலையில் இப்படி ஓர் இடி இறங்கும் என்று அவர் எதிர்பார்த்திருக்கவில்லை. கோஹனுடன் வேலை பார்த்து வந்தவர்கள் நாடியாவைச் சமாதானப்படுத்தினர். "நாம் இப்போதே பாரிஸுக்குப் போகலாம். அங்கிருக்கும் மிகச் சிறந்த வழக்கறிஞரை இதற்காக அமர்த்தலாம். கோஹனைக் காப்பாற்ற நம்மால் முடிந்த அனைத்தையும் செய்யலாம்," என்று அவர்கள் அவருக்கு ஆறுதலளித்தனர். கோஹனைக் காப்பாற்றும் முயற்சியில் மீர் அமித் நேரடியாக ஈடுபட்டார்.

ஜனவரி *31* அன்று, பிரான்ஸின் தலைசிறந்த வழக்கறிஞர்களில் ஒருவரான ஜாக் மெர்சியர் டமாஸ்கஸுக்குச் சென்றார். அவர் கோஹனின் குடும்பத்தாரால் அதிகாரபூர்வமாக அமர்த்தப்பட்டிருந்தபோதிலும், வழக்கு தொடர்பான அனைத்துச் செலவுகளையும் இஸ்ரேலிய அரசு ஏற்றுக் கொண்டிருந்தது. மெர்சியர் சாத்தியமற்ற ஒரு விஷயத்தை முயன்று பார்ப்பதற்காகத்தான் டமாஸ்கஸ் வந்திருந்தார். "கோஹனின் கதை முடிந்துவிட்டிருந்ததை, நான் டமாஸ்கஸில் இறங்கிய முதல் நாளிலேயே கண்டுகொண்டேன். அவரைத் தூக்கில் தொங்கவிட அவர்கள் துடித்துக் கொண்டிருந்தனர். எப்படியாவது நேரத்தைப் பெற்று அவருடைய உயிரைக் காப்பாற்ற முயற்சிப்பதே என்னுடைய நோக்கமாக இருந்தது," என்று அவர் பின்னாளில் தெரிவித்தார்.

கோஹனின் வழக்கு நீதிமன்றத்தில் விசாரணைக்கு வருவதை மெர்சியர் முதலில் தடுக்க முயன்றார். அடுத்து, தன்னைக் கோஹனின் வழக்கறிஞராக நியமிப்பதற்கான ஆவணத்தில் அவருடைய கையெழுத்தை வாங்குவதற்காக அவரைச் சந்திக்கத் தன்னை அனுமதிக்குமாறு சிரிய நாட்டுத் தலைவர்களிடம் மெர்சியர் ஒரு கோரிக்கை வைத்தார்.

ஆனால் அவருடைய கோரிக்கை உடனடியாக நிராகரிக்கப்பட்டது.

உலக மக்களின் அபிப்பிராயங்களுக்கு மதிப்பளித்தச் சிலர் சிரிய அரசாங்க வட்டத்தில் இருந்ததையும், அவர்கள் தனக்கு ஆதரவாக இருந்ததையும் மெர்சியர் கண்டுபிடித்தார். குற்றம் சாட்டப்பட்டவரின் உரிமைகளைப் பாதுகாப்பதற்காக அவர்கள் ஒரு வழக்கு விசாரணையைக் கோரினர். ஆனால் முற்றிலும் வேறுபட்ட ஒரு காரணத்திற்காக, இராணுவத்திலிருந்த சில உயரதிகாரிகள் அவர்களுக்கு நேசக்கரம் நீட்டினர். அவர்கள் சிரிய அதிபர் ஹஃபீசின் பரம வைரிகள். வழக்கு விசாரணைக்கு வந்தால், அதிபருக்கும் கோஹனுக்கும் இடையே நிலவிய நெருங்கிய நட்பைப் பெரிதுபடுத்தி ஹஃபீசின் பெயருக்குக் களங்கம் கற்பிக்கலாம் என்று அவர்கள் நினைத்திருந்தனர். அதோடு, அப்போது ஆட்சிபீடத்தில் அமர்ந்திருந்தவர்களின் முகங்களில் கரியைப் பூசவும் அந்த விசாரணை உதவும் என்று அவர்கள் கணக்குப் போட்டனர்.

வழக்கு விசாரணை நடைபெறாமல் இருப்பதற்கு இன்னொரு குழு தீவிரமாக முயன்றது. கோஹனிடம் நெருங்கிய நட்பு பாராட்டி வந்தவர்கள் அடங்கிய கூட்டம்தான் அது. வழக்கமான நீதிமன்ற விசாரணை மேற்கொள்ளப்பட்டு, கோஹனிடம் துருவித் துருவி கேள்விகள் கேட்கப்பட்டால், தாங்களும் தூக்குக் கயிற்றை முத்தமிட வேண்டியிருக்கும் என்று அவர்கள் பயந்து நடுங்கிக் கொண்டிருந்தனர். அக்குழுவினருக்கு ஒரே ஒரு நோக்கம்தான் இருந்தது: எப்படியாவது பொது விசாரணை நடைபெறுவதைத் தடுத்துவிட வேண்டும்; முடிந்த அளவு விரைவாகக் கோஹனைத் தூக்கில் தொங்கவிட்டுவிட வேண்டும்.

இறுதியில் விசாரணை ஒரு சிறப்பு இராணுவ நீதிமன்றத்தில் நடைபெற்றது. அதில் கலந்து கொள்ள எவரும் அனுமதிக்கப்படவில்லை. அந்த விசாரணையின் தணிக்கை செய்யப்பட்டப் பகுதிகள் மட்டும் அன்றாடம் தேசியத் தொலைக்காட்சியில் ஒளிபரப்பப்பட்டன. கோஹனுக்கு எதிராகவோ அல்லது ஆதரவாகவோ வாதாட எவரும் நியமிக்கப்படவில்லை. தன் சார்பாக வாதாட ஒரு வழக்கறிஞரை நியமிக்க வேண்டும் என்று கோஹன் கோரிக்கை விடுத்தபோது, தலைமை நீதிபதி குமுறி வெடித்துவிட்டார்: "உங்களுக்கு ஆதரவாக வாதாட உங்களுக்கு யாரும் தேவையில்லை. சோரம் போயுள்ள ஊடகங்கள் உங்கள் பக்கம் வாதாடிக் கொண்டிருக்கின்றன; புரட்சியின் எதிரிகள் அனைவரும் உங்களுக்காகப் பரிந்து பேசிக் கொண்டிருக்கின்றனர்." அவரை விசாரித்துக் கொண்டிருந்த நீதிபதிகளுக்குத் தலைமை தாங்கிய

நீதிபதியே, கோஹனை விசாரிப்பவராகவும், அவர்மீது குற்றம் சுமத்துகின்ற வழக்கறிஞராகவும், அவருக்கு நீதி வழங்குகின்ற நீதிபதியாகவும் செயல்பட்டுக் கொண்டிருந்தார். ஆனால் அவர் வேறு யாருமல்லர்; முன்பு கோஹனின் நண்பராக இருந்த பிரிகேடியர் ஜெனரல் சலா தலிதான் அவர். அந்த நீதிபதிகளின் குழுவில் இருந்த கர்னல் சலீம் ஹாட்டும் கோஹனின் மற்றொரு நெருங்கிய நண்பர். கோஹனுக்கும் தனக்கும் தொடர்பு இருந்ததாக நாட்டில் நிலவிக் கொண்டிருந்த வதந்தியை முறியடிப்பதற்காக, அவர் கோஹனிடம், "உங்களுக்கு சலீம் ஹாட்டுமைத் தெரியுமா?" என்று கேட்டார். ஏற்கனவே எழுதிக் கொடுக்கப்பட்டிருந்த வசனங்களை மனப்பாடம் செய்து ஒப்பிக்கின்ற ஒரு நடிகரைப்போல, கோஹன், காலியாக இருந்த அந்த நீதிமன்றத்தில் ஹாட்டுமை நேருக்கு நேராகப் பார்த்து, "அவர் இந்த அறையில் இல்லை," என்று கூறினார்.

அக்காட்சி, சிரிய அரசின் தொலைக்காட்சியில் காட்டப்பட்டது. "அதைப் பார்த்து மொத்த டமாஸ்கஸும் விழுந்து விழுந்து சிரித்தது. அது ஒரு நீதிமன்ற விசாரணையே அல்ல. அது ஒரு சோக நாடகம். சர்க்கஸ் கேலிக்கூத்து," என்று பின்னர் மெர்சியர் தெரிவித்தார்.

தொலைக்காட்சியில் இடம் பெற்றிருந்த நீதிமன்றக் காட்சிகளில், கோஹனோடு சேர்த்துக் குற்றம் சாட்டப்பட்டிருந்த எல்–அர்ட், அல்–தின், ஷெய்ஃப் மற்றும் சில விலைமாதர்கள் காட்டப்பட்டனர். முதலில் கூறப்பட்டிருந்த மற்றப் பெண்கள் யார்? உயரதிகாரிகளின் மனைவிமார்களா? "செயலாளர்களா?" பாத் கட்சித் தலைவர்களுக்கு நெருக்கமானவர்களா? கோஹன் இஸ்ரேலியர்களுக்கு என்னென்ன தகவல்களைக் கடத்தியிருந்தார்? அவர் இஸ்ரேலுக்காக உளவு பார்த்திருந்ததாக அவர்மீது குற்றம் சாட்டப்பட்டிருந்தபோதிலும், அவர் மேற்கொண்டிருந்த உளவு நடவடிக்கைகளைப் பற்றியோ, அவர் டிரான்ஸ்மிட்டர் மூலம் கடத்தியிருந்த தகவல்களைப் பற்றியோ ஒரு வார்த்தைகூட அந்த ஒட்டுமொத்த விசாரணையில் இடம் பெறவில்லை. கோஹனின் இடது கன்னத்திலிருந்த ஒரு தசை தொடர்ந்து துடித்துக் கொண்டிருந்ததையும், அவருடைய தலை அடிக்கடி ஒரு பக்கமாகத் திரும்பிக் கொண்டிருந்ததையும் மட்டும் தொலைக்காட்சிக் கேமராவால் மறைக்க முடியவில்லை. அவருடைய தலையிலும் உடலிலும் மின்சாரம் பாய்ச்சப்பட்டிருந்ததையே அவை வெளிப்படுத்தின.

ஒட்டுமொத்த இஸ்ரேலும் அந்த வழக்கு விசாரணையை மௌனமாகப் பார்த்துக் கொண்டிருந்தது. கோஹனின் குடும்பத்தார், தினமும் மாலையில், மொசாட் தங்களுக்குக்

கடனாகக் கொடுத்திருந்த தொலைக்காட்சியின் முன்னால் அமர்ந்து அந்த விசாரணையைப் பார்த்துக் கொண்டிருந்தனர். கோஹனைத் திரையில் பார்த்து, நாடியாவும், அவருடைய குழந்தைகளும், அவருடைய சகோதரர்களும் விசும்பிக் கொண்டிருந்தனர். ஒரு முறை, சோஃபி தொலைக்காட்சித் திரையைப் பார்த்து, "அப்பா! அவர் ஒரு ஹீரோ!" என்று கள்ளங்கபடமின்றி உற்சாகமாகக் கத்தினாள். அதைப் பார்த்து நாடியா இன்னும் வேதனை அடைந்தார்.

டமாஸ்கஸில் இருந்த மெர்சியர், கெட்டக் கனவுகள் கண்டு பல நாட்கள் நடு இரவில் எழுந்து உட்கார்ந்து கொண்டிருந்தார். தன்னுடைய கையாலாகாத்தனத்தை அவராலேயே சகித்துக் கொள்ள முடியவில்லை. அது அவருக்கு மிகுந்த மன உளைச்சலைக் கொடுத்தது. மார்ச் 31 அன்று இராணுவ நீதிமன்றம் தன் தீர்ப்பை வெளியிட்டது. ஈலை கோஹன், மஜீத் ஷேக் எல்–அர்ட், லெஃப்டினன்ட் ஜகீர் அல்–தின் ஆகிய மூவருக்கும் மரண தண்டனை வழங்கப்பட்டது.

அதைத் தொடர்ந்து மெர்சியர் ஒரு புதிய முயற்சியை மேற்கொண்டார். 1965 ஏப்ரல் மற்றும் மே மாதங்களில் அவர் மூன்று முறை டமாஸ்கஸுக்கு வருகை தந்தார். இஸ்ரேல் பல விஷயங்களை அளிக்க முன்வந்திருந்ததை அவர் சிரியாவிடம் தெரிவித்தார். அதில் முதலாவது, பல மில்லியன் டாலர்கள் பெறுமானமுள்ள மருந்துப் பொருட்கள் மற்றும் விவசாயக் கனரக இயந்திரங்கள். அதைச் சிரியா நிராகரித்துவிட்டது. இரண்டாவதாக, சிரியா கோஹனை விடுவித்தால், அதற்குப் பதிலாக, இஸ்ரேலியச் சிறைகளில் வாடிக் கொண்டிருந்த 11 சிரிய உளவாளிகளை விடுவிக்க இஸ்ரேல் முன்வந்தது. அதையும் சிரியா நிராகரித்துவிட்டது. அதே சமயம், நாட்டின் அதிபர் அவருக்கு மன்னிப்பு வழங்குவதற்கு வாய்ப்பு இருந்ததாகச் சூசகமாக மெர்சரிடம் தெரிவிக்கப்பட்டது.

மே 1 அன்று, எல்–அர்டினின் மரண தண்டனை ஆயுள் தண்டனையாகக் குறைக்கப்பட்டது. மே 8 அன்று, கோஹனின் தண்டனை அதிகாரபூர்வமாக அறிவிக்கப்பட்டது. மொசாட் பாரிஸில் கடைசி நேர முயற்சியில் ஈடுபட்டது. தன்னுடைய கணவரின் மரண தண்டனையை ஆயுள் தண்டனையாகக் குறைப்பதற்கு, பாரிஸிலிருந்த சிரிய நாட்டுத் தூதரகத்தில் நாடியா ஒரு கருணை மனுவைச் சமர்ப்பித்தார். கோஹனின் தண்டனையைக் குறைக்கும்படி உலகெங்கிலுமிருந்த பிரபலமானவர்களிடமிருந்து எண்ணற்ற வேண்டுகோள்கள் வந்து குவிந்தன. அந்தப் பிரபலங்களில் சிலர் இவர்கள்: போப் ஆறாவது பால், பிரித்தானியத் தத்துவவியலாளர் பெர்ட்ரன்ட் ரசல், பிரான்ஸின்

முன்னாள் பிரதமர்களான எட்கர் ஃபாரே மற்றும் அன்டோயின் பினாய், பெல்ஜியத்தின் ராஜமாதா எலிசபெத், அந்நாட்டின் முன்னாள் பிரதமர் கமீல் ஹியூஸ்மன்ஸ், கனடாவின் முன்னாள் பிரதமர் ஜான் டிஃபென்பேக்கர், இத்தாலியின் கார்டினல்கள், 22 பிரிட்டிஷ் நாடாளுமன்ற உறுப்பினர்கள், மனித உரிமைகள் லீக், மற்றும் சர்வதேசச் செஞ்சிலுவைச் சங்கம். இவை கோஹனின் காதுகளை எட்டியிருந்தால், 11 ஆண்டுகளுக்கு முன்னால் கெய்ரோவில் தன்னுடைய நண்பர்களைக் காப்பாற்றுவதற்குத் தான் மேற்கொண்டிருந்த இதேபோன்ற முயற்சிகளை அவர் நினைத்துப் பார்த்திருந்திருப்பார்.

மே 18 அன்று, நடு இரவில், கோஹனின் சிறை அதிகாரிகள் அவரை எழுப்பினர். அவர்கள் அவருக்கு ஒரு நீண்ட வெள்ளை ஆடையை அணிவித்து, அவரை டமாஸ்கஸின் சந்தைப் பகுதிக்குக் கூட்டிச் சென்றனர். அவர் தன் குடும்பத்திற்கு ஒரு கடிதம் எழுதவும், யூத மதகுரு ஒருவரோடு சில நிமிடங்கள் செலவழிக்கவும் அவர்கள் அனுமதித்தனர். அரபி மொழியில் கொட்டை எழுத்துகளில் ‘மரண தண்டனை’ என்று எழுதப்பட்டிருந்த ஒரு போர்டை, சிரிய இராணுவ வீரர்கள் கோஹனின் நெஞ்சில் ஒட்டினர். இருபுறமும் துப்பாக்கிகளுடன் அணி வகுத்து நின்ற படைவீரர்களுக்கு இடையே அவர் தூக்கு மேடைக்கு அழைத்துச் செல்லப்பட்டதை, தொலைக்காட்சி மற்றும் பத்திரிகைக் கேமராக்கள் படம் பிடித்தன.

கோஹனைத் தூக்கிலிடுவதற்கு அங்குத் தயாராகக் காத்துக் கொண்டிருந்த நபர், உடனடியாகக் கோஹனின் கழுத்தில் சுருக்குக் கயிற்றை மாட்டினார். பிறகு, அவர் கோஹனை ஒரு சிறிய, தாழ்வான முக்காலியின்மீது நிற்க வைத்தார்.

கோஹன் தன் முன் திரண்டிருந்த கூட்டத்தினரை அமைதியாகப் பார்த்தார். தன் தலைவிதியை எதிர்ப்பின்றி ஏற்றுக் கொண்ட ஒரு மனநிலை அவருடைய முகத்தில் தென்பட்டது. ஆனால், தான் தோற்கடிக்கப்பட்டிருந்தோம் என்ற உணர்வு அதில் தெரியவில்லை. கூட்டம் மூச்சைப் பிடித்தவாறு பார்த்துக் கொண்டிருந்தது. கயிறு இழுபட்ட ஒரு சிறு சத்தம் கேட்டது. அவருடைய கால்களுக்குக் கீழே இருந்த முக்காலி தள்ளிவிடப்பட்டது. அங்குக் கூடியிருந்த கூட்டம் அந்த இஸ்ரேலிய உளவாளியின் மரண வேதனையைக் கண்டு மகிழ்ச்சிக் கூச்சலிட்டு ஆர்ப்பரித்தது.

அந்த அதிகாலையிலும் எப்படியோ ஏராளமான மக்கள் அங்கு வரத் தொடங்கினர். அடுத்த ஆறு மணி நேரத்திற்கு, தூக்கில் தொங்கிக் கொண்டிருந்த கோஹனின் உடலைப் பார்த்தபடி பெருந்திரளான மக்கள் அந்த இடத்தைக் கடந்து

சென்று கொண்டிருந்தனர். அதே நேரத்தில், இஸ்ரேலில், ஒட்டுமொத்த நாட்டையும் போர்த்தியிருந்த மௌனப் போர்வை தூக்கியெறியப்பட்டது. ஒரு சில மணி நேரத்தில், கோஹன் ஒரு தேசிய நாயகனாக உருவெடுத்தார். கோஹனின் குடும்பத்தாரின் துக்கத்தில் இலட்சக்கணக்கான மக்கள் பங்கெடுத்தனர். தெருக்கள், பூங்காக்கள், பள்ளிகள் போன்றவற்றுக்குக் கோஹனின் பெயர் சூட்டப்பட்டது. அவருடைய சாதனைகளைப் போற்றிப் புகழ்ந்து கட்டுரைகளும் நூல்களும் எழுதித் தள்ளப்பட்டன. நாடியா கடைசிவரை மறுமணம் செய்து கொள்ளவில்லை.

கோஹன் இறந்து பல பத்தாண்டுகளுக்குப் பிறகும், இன்றுவரை, அவருடைய உடலை இஸ்ரேலிடம் ஒப்படைக்க சிரிய அரசு மறுத்து வருகிறது. கோஹன் மொசாடின் தலைசிறந்த உளவாளி, மொசாடின் கதாநாயகர்களில் ஒருவர். ஆனால், பலர் மொசாடின்மீது சில குற்றச்சாட்டுகளை முன்வைக்கின்றனர். கோஹன் தினமும் டிரான்ஸ்மிட்டர் வழியாகத் தகவல்களை அனுப்ப வேண்டும் என்று அவரை வற்புறுத்தியதன் மூலம் மொசாட் அவருடைய விஷயத்தில் பொறுப்பின்றி நடந்து கொண்டதாகக் கோஹனின் குடும்ப உறுப்பினர்களும் வேறு சில எழுத்தாளர்களும் குற்றம் சாட்டுகின்றனர். சிரிய நாடாளுமன்றத்தில் நடைபெற்ற உப்புச்சப்பற்ற விவாதங்களைக்கூட இஸ்ரேலுக்கு அனுப்பி வைக்கும்படி கோஹனுக்கு உத்தரவிடப்பட்டிருந்தது – அதுவும் தினமும்! அவற்றால் பெரிய பயன்கள் எதுவும் இருக்கவில்லை. ஆனால், அது அவர் எதிர்கொண்டிருந்த ஆபத்தைக் கணிசமான அளவு அதிகரித்திருந்தது.

கோஹன் ஒரு தலைசிறந்த உளவாளி. பல தலைசிறந்த உளவாளிகளுக்கு நேர்ந்த அதே கதிதான் இறுதியில் அவருக்கும் நேர்ந்தது.

காலப்போக்கில் அந்த உளவாளிகள் வளர்த்துக் கொண்ட அதீதத் தன்னம்பிக்கையும், அவர்களைக் கையாண்டவர்களின் அளவுக்கதிகமான கோரிக்கைகளும் அந்த உளவாளிகளின் உயிர்களுக்கு உலை வைத்தன.

அத்தியாயம் 10

"ஒரு மிக்-21 போர் விமானத்தை என் முன் கொண்டுவந்து நிறுத்துங்கள்!"

இஸ்ஸர் ஹாரலுக்குப் பின்னர் மொசாடின் தலைவராக ஆன மீர் அமித் ஒரு வித்தியாசமான மனிதர். அவர் உறுதியானவர், திட்டவட்டமான முறையில் தீர்மானங்களை எடுப்பவர்; வெட்டு ஒன்று துண்டு இரண்டு என்ற ரீதியில் பேசக்கூடியவர். அவர் சில நேரங்களில் சிடுசிடுப்பாக இருப்பார் என்றாலும், கனிவாகப் பழகுபவராகவும், அனைவரையும் கவர்ந்திழுப்பவராகவும் விளங்கினார். தன் கீழ் பணிபுரிந்தவர்களை அவர் எப்போதும் அக்கறையுடன் பார்த்துக் கொண்டார். அவருக்கு எல்லா இடங்களிலும் நண்பர்கள் இருந்தனர். இஸ்ரேலிய இராணுவத் தளபதியாக இருந்த மோஷே தயான் ஒரு முறை எங்களிடம், "என் வாழ்வில் இடம் பெற்றிருந்த ஒரே நண்பர் அவர்தான்," என்று கூறினார்.

மொசாடின் தலைமைத்துவத்தில் ஏற்பட்ட மாற்றங்களின் குறியீடாகவே மீர் அமித்தின் கதையும் அமைந்திருந்தது. ஹாரல் இரஷ்யாவில் பிறந்தவர், இஸ்ரேலின் முன்னோடித் தலைமுறையின் பிரதிநிதியாக விளங்கியவர். அமித் இஸ்ரேலில் பிறந்தவர், இஸ்ரேலிய இராணுவத்தில் ஒரு ஜெனரலாகப் பணியாற்றியவர். பல போர்களில் பங்கெடுத்தப் பிறகுதான் அவர் மொசாடில் சேர்ந்தார். ஹாரலின் தலைமுறையினர் தங்கள்மீது பிறருடைய கவனம் விழாமல் பார்த்துக் கொண்டனர்; அதிகமாக

வாயைத் திறக்காமல் இருந்தனர்; இரகசியமாகவும் மறைவாகவும் காரியங்களைச் செய்வதிலும் நிழலுலகில் நடமாடுவதையும் விரும்பினர். அமித் ஏகப்பட்ட நண்பர்களைக் கொண்டிருந்த ஒரு இராணுவ வீரர். அவர் என்ன செய்து கொண்டிருந்தார் என்பதை அவர்கள் அனைவரும் அறிந்திருந்தனர். நிழலுலகில் நடமாடுவது அவருக்குப் பிடிக்காது. ஹாரல் வசீகரத்தையும் மர்மத்தன்மையையும் தன்னகத்தே கொண்டிருந்தார். அவருக்குப் பின் அவருடைய பதவிக்கு வந்த அமித்தும் மற்றவர்களும் எதையும் முகத்திற்கு நேரே சொல்லிவிடும் இயல்பைக் கொண்டிருந்தனர். பதவிகளும் சீருடைகளும் கொடுத்திருந்த அதிகாரத்தை அவர்கள் கொண்டிருந்தனர்.

இஸ்ரேலிலுள்ள டைபீரியஸ் நகரில் பிறந்த அமித், ஜெருசலேமில் வளர்ந்தார். அலோனிம் என்ற கிப்புட்ஸின் உறுப்பினராக இருந்த அவர், தன் வாழ்க்கையின் பெரும்பகுதியை இராணுவத்தில்தான் கழித்திருந்தார். தன்னுடைய பதினாறாவது வயதில் ஹகானா அமைப்பில் சேர்ந்திருந்த அவர், இஸ்ரேலின் உதயத்தைத் தொடர்ந்து இஸ்ரேலிய இராணுவம் உருவாக்கப்பட்டபோது, ஒரு படைப்பிரிவின் தலைவராக உயர்ந்தார். அவர் இஸ்ரேலிய சுதந்திரப் போரின்போது காயமடைந்தார். இராணுவத்தில் அவர் பல முக்கியமான பொறுப்புகளில் பணியாற்றியிருந்தார். இராணுவத்தில் படிப்படியாக உயர்ந்து கொண்டே வந்த அவர், ஒரு நாள் நிச்சயம் இஸ்ரேலிய இராணுவத் தளபதியாக ஆகியிருந்திருப்பார். ஆனால், அவர் ஒரு பாராசூட் விபத்தில் அடிபட்டு ஓராண்டு காலம் மருத்துவமனையில் இருந்தார். குணமான பிறகு, அவர் கொலம்பியா பல்கலைக்கழகத்தில் பயின்று, இஸ்ரேலிய இராணுவ இரகசியப் புலனாய்வு அமைப்பின் தலைவராக ஆனார். திடீரென்று தன் பதவியை இராஜினா செய்திருந்த ஹாரலின் இடத்தை இட்டு நிரப்ப பென் குரியன் முடிவு செய்தபோது அவர் அப்பதவியில்தான் இருந்தார்.

அவர் மொசாடின் தலைவராகப் பதவியேற்றவுடன் சில காலம் அவருக்கு அது கடினமானதாகத்தான் இருந்தது. யாக்கோவ் கோரோஸ் போன்ற, ஹாரலுடன் வேலை பார்த்து வந்தவர்களால், அமித்தின் நேரடிப் பேச்சையும் தன்னம்பிக்கையையும் சீரணித்துக் கொள்ள முடியவில்லை. பலர் உடனடியாகத் தங்களுடைய வேலையை இராஜினாமா செய்தனர். சிலர் எப்படியோ சில காலம் தங்களுடைய பதவிகளில் ஒட்டிக் கொண்டிருந்தனர். அமித்தின் தலைமைத்துவத்தின் கீழ் புதிய நிர்வாக முறை அமலுக்கு வந்தது. ஆனால், ஹாரல் அவருக்குச் செய்திருந்த காரியத்தோடு ஒப்பிட்டால், மொசாட் அமைப்பில் அமித் எதிர்கொண்டிருந்த

ஒத்துழையாமை ஒன்றுமேயில்லை என்றுதான் கூற வேண்டும்.

1963 ஆம் ஆண்டு வசந்தகாலத்தின் இறுதியில் பென் குரியன் தன்னுடைய பிரதமர் பதவியைத் துறந்தார். அவருடைய சகாவான லெவி எஷ்கோல் அப்பதவியில் அமர்ந்தார். பென் குரியனைப்போலவே எஷ்கோலும் பாதுகாப்பு அமைச்சராகவும் பணியாற்றினார். எஷ்கோல் கொண்டுவந்த பல முன்னெடுப்புகள் பென் குரியனுக்குக் கடும் கோபம் ஏற்படுத்தின. இஸ்ஸர் ஹாரலைத் தன்னுடைய புலனாய்வு ஆலோசகராக அவர் நியமித்தது அவற்றில் ஒன்று. இராஜினாமாவுக்குப் பிறகு மிகவும் விரக்தியடைந்திருந்த ஹாரல், இனிமையற்ற ஒருவராக மாறியிருந்தார். மொராக்கோவினருக்கு அமித் ஓர் அசாதாரணமான உபகாரம் செய்திருந்ததைக் கேள்விப்பட்டபோது, தன்னுடைய இரையின் கழுத்துக்குக் குறி வைக்கின்ற ஒரு புலியைப்போல ஹாரல் அமித்தின்மீது பாய்ந்தார்.

***

மீர் அமித்தின் மொசாட், மொராக்கோவுடன் ஒரு நெருங்கிய உறவை வளர்த்திருந்தது.

மொராக்கோவுடனான நல்லிணக்க உறவுக்கு ஹாரல் காலத்தில் வித்திடப்பட்டிருந்தது. அந்நாட்டுடனான தொடர்பை யாக்கோவ் கோரோஸும் ரஃபி ஈத்தனும்தான் முதன்முதலாக உருவாக்கிக் கொடுத்திருந்தனர். *1963* ஆம் ஆண்டின் குளிர்காலத்தில், ஹாரல், ரஃபியிடம் ஒரு முக்கியமான இரகசியத் தகவலைப் பகிர்ந்து கொண்டார். "மொராக்கோவின் மன்னர் இரண்டாம் ஹாசன், தான் மேற்கத்திய நாடுகள்சார் கொள்கைகளைப் பின்பற்றி வருவதால் தன்னைப் படுகொலை செய்ய எகிப்தின் அதிபர் நாசர் திட்டமிட்டு வருவதாக அஞ்சுகிறார். தன்னுடைய தனிப்பட்டப் பாதுகாப்பை மொசாட் வசம் ஒப்படைக்க மன்னர் ஹாசன் விரும்புகிறார்," என்பதுதான் அத்தகவல்.

அது நம்ப முடியாததொரு கதையாக இருந்தது. ஓர் அரேபிய மன்னர் தன் பாதுகாப்புக்காக மொசாடிடம் உதவி கேட்பாரா? எப்போதும் நடைமுறைரீதியாகச் செயல்படுவதை வழக்கமாகக் கொண்டிருந்த ரஃபி, டேவிட் ஷோம்ரோன் என்ற மற்றொரு மொசாட் ஏஜென்டுடன் அடுத்த விமானத்தைப் பிடித்து, போலிப் பெயர்களில் எடுக்கப்பட்டிருந்த பாஸ்போர்ட்டுகளுடன் மொராக்கோவின் தலைநகரான ரபாத்தில் போய் இறங்கினார். அவர்கள் ஒரு இரகசிய நுழைவாயில் வழியாக மன்னரின் அரண்மனைக்குள் அழைத்துச் செல்லப்பட்டனர். அங்கு, பெரும் அதிகாரங்களைக் கொண்டிருந்த, மொராக்கோவின் உள்துறை

அமைச்சராக இருந்த ஜெனரல் ஓஃப்கிரை அவர்கள் சந்தித்தனர். கொடூரமான செயல்களுக்குப் பெயர் போனவர் அவர். மன்னரின் எதிரிகளின் வாயை அடைப்பதற்குச் சித்திரவதையை அவர் தாராளமாகப் பயன்படுத்தினார். மன்னரை எதிர்த்த ஏராளமானோர் மாயமாக மறைந்து போனதற்கும் அவர்தான் காரணம். மொராக்கோவின் பாதுகாப்பு தொடர்பான விஷயங்களில் அவர் மன்னருக்கு ஆலோசனைகளை வழங்கி வந்தார். இஸ்ரேலுக்கும் மொராக்கோவுக்கும் இடையே உடன்பாடு எதுவும் எட்டப்பட வேண்டுமென்றால், அதற்கு அவருடைய ஒப்புதல் தேவைப்பட்டது. அவர் ரஃபியைச் சந்திக்க வந்தபோது, கர்னல் டிலிமியையும் அவர் தன்னுடன் அழைத்து வந்திருந்தார்.

அங்கேயே ஓஃப்கிரும் ரஃபியும் ஓர் உடன்பாட்டுக்கு வந்தனர். மொசாடும் மொராக்கோ இரகசியப் புலனாய்வு அமைப்பும் தங்களுக்கிடையே ஒரு நெருக்கமான உறவை ஏற்படுத்திக் கொள்ளும் என்றும், அந்த இரு அமைப்புகளும் இரு நாடுகளிலும் தங்களுடைய அலுவலகங்களை நிறுவிக் கொள்ளலாம் என்றும் ஒப்புக் கொள்ளப்பட்டது; மொராக்கோவின் புலனாய்வு ஏஜென்டுகளுக்கு மொசாட் பயிற்சியளிக்கும் என்றும், மொசாட் ஏஜென்டுகளுக்கு மொராக்கோ போலி அடையாளங்களை வழங்கும் என்றும் ஒப்புக் கொள்ளப்பட்டது; இரு நாடுகளும் சேர்ந்து இரகசியப் புலனாய்வுத் தகவல்களைச் சேகரிப்பதற்கு வசதியாக ஒரு புதிய அமைப்பு உருவாக்கப்படும்; மன்னரின் பாதுகாப்புக்குப் பொறுப்பேற்றுக் கொண்டிருந்த குழுவுக்கும் மொசாட் சிறப்புப் பயிற்சி அளிக்கும். இந்த உடன்படிக்கை, மன்னரை நேரில் பார்த்தபோது உறுதி செய்யப்பட்டது. ரஃபி தனக்கு தெரிந்த விதத்தில் தன் இடுப்பை வளைத்து மன்னரை வணங்கி அவருடைய கையைப் பற்றி அதில் முத்தமிட்டார். மொசாடுக்கு அரேபிய உலகில் முதல் தோழமை நாடு கிடைத்துவிட்டது.

இரண்டு வாரங்கள் கழித்து ஓஃப்கிர் இஸ்ரேலுக்கு வந்தார். பிரம்மாண்டமான மாளிகைகள், ஆடம்பரமான ஓட்டல்கள் என்று சொகுசாக இருந்து பழகியிருந்த ஜெனரல், தன்னுடைய நீண்ட விஜயத்தின்போது, ரஃபியின் சிறிய, மூன்று படுக்கையறைகளைக் கொண்ட அபார்ட்மென்டில் தங்க வேண்டியதாயிற்று. அதை ஈடு செய்யும் விதத்தில், ரஃபி, மொசாடின் பிரபல சமையற்காரரான பிலிப்பைத் தன்னுடைய மொராக்கோ விருந்தினருக்குச் சமைத்துப் போட ஏற்பாடு செய்து கொண்டார். ஓஃப்கிர் தன் நாட்டுக்குப் போய்விட்டு மீண்டும் ஒரு முறை இஸ்ரேலுக்கு வந்தார். அவ்விரு நாடுகளின் உளவு

நிறுவனங்களுக்கும் இடையேயான உறவு தொடர்ந்து மேம்பட்டுக் கொண்டே வந்தது. 1965 ஆம் ஆண்டில், ஓஃப்கிர் ஒரு சிறப்புச் சலுகை கேட்டு அமித்தை அணுகினார்.

மெஹ்தி பென்–பர்கா என்ற நபர் மொராக்கோ அரசரின் பரம எதிரியாகவும் முக்கிய எதிர்க்கட்சித் தலைவராகவும் விளங்கி வந்தார். அரசருக்கு எதிராகச் சதி வேலைகளில் ஈடுபட்டதாகக் குற்றம் சாட்டப்பட்டு அவர் நாடு கடத்தப்பட்டார். இப்போது அவர் வேறு ஏதோ ஒரு நாட்டில் மறைவாக இருந்து கொண்டு, மொராக்கோவில் உள்ளூர் ஆட்களைக் கொண்டு மன்னருக்கு எதிரான சதி வேலைகளை இயக்கிய ஒரு சூத்திரதாரியாகச் செயல்பட்டுக் கொண்டிருந்தார். இதன் காரணமாக, நாட்டுக்கு வெளியே இருந்த அவருக்கு மரண தண்டனை விதிக்கப்பட்டிருந்தது. அதனால் தன் உயிருக்கு எப்போதும் ஆபத்து இருந்து கொண்டிருந்ததை அவர் அறிந்திருந்தார். அதனால் அவர் மிகவும் எச்சரிக்கையாகச் செயல்பட்டுக் கொண்டிருந்தார். அவர் எங்கே இருந்தார் என்பதை ஓஃப்கிரின் ஆட்களால் கண்டுபிடிக்க முடியவில்லை. மொசாடால் அதற்கு உதவ முடியுமா?

அமித்தின் ஆட்கள் உண்மையிலேயே ஓஃப்கிருக்கு உதவவும் செய்தனர். சுவிட்சர்லாந்திலிருந்த பென்–பர்காவுடன் ஒரு தந்திரமான வழியில் மொசாட் உறுப்பினர்கள் தொடர்பு ஏற்படுத்திக் கொண்டனர். பின்னர் ஒரு முக்கியமான சந்திப்பு என்று கூறி, பாரிஸுக்கு அவரை வரவழைத்தனர். சந்திப்பு நடக்கவிருந்த இடத்திற்கு அவர் வந்தபோது, இரண்டு பிரெஞ்சுக் காவல்துறை அதிகாரிகளால் அவர் கைது செய்யப்பட்டார். அந்த அதிகாரிகள் ஓஃப்கிரிடம் இலஞ்சம் பெற்றுக் கொண்டிருந்தனர் என்பது பின்னர் தெரிய வந்தது. அந்த அதிகாரிகள், பென்–பர்காவை ஓஃப்கிரிடம் ஒப்படைத்தனர். பிறகு அவர் மாயமாக மறைந்துவிட்டார். ஓஃப்கிர் அவரைக் கத்தியால் குத்திக் கொலை செய்ததைத் தான் நேரில் பார்த்ததாக ஒருவர் கூறினார். இந்த விஷயத்தை இஸ்ரேலியப் பிரதமர் எஷ்கோலிடம் அமித் தானே நேரில் சென்று தெரிவித்தார்.

பிரான்ஸில் பென்–பர்கா மாயமாக மறைந்தது, அந்நாட்டில் அதுவரை நிகழ்ந்திராத அரசியல் சச்சரவை ஏற்படுத்தியது. அதைக் கேள்விப்பட்டு வானத்திற்கும் பூமிக்கும் குதித்தப் பிரெஞ்சு அதிபர் டி கோல், அக்கடத்தலில் இஸ்ரேல் சம்பந்தப்பட்டிருந்ததை அறிந்ததும் தன் ஆத்திரத்தை இஸ்ரேல்மீது கொட்டித் தீர்த்துவிட்டார். இதைக் கேள்விப்பட்ட ஹாரல் கடும் அதிர்ச்சியடைந்தார். இப்படிப்பட்ட ஒரு விவகாரத்தில் மொசாடால் எப்படி மூக்கை நுழைக்க முடியும்? இப்படிப்பட்ட

அறமற்ற, குற்றரீதியான நடவடிக்கையில் மொசாடை எப்படி அமித்தால் ஈடுபடுத்த முடியும்? இது பிரான்ஸுடன் இஸ்ரேல் கொண்டிருந்த நல்லுறவுக்கு ஆபத்தை ஏற்படுத்தாதா? ஹாரல் நேரடியாகப் பிரதமர் எஷ்கோலிடம் சென்று, அமித்தை உடனடியாக மொசாடின் தலைமைப் பொறுப்பிலிருந்து தூக்குமாறு கோரினார். எஷ்கோல் அதற்குத் தயங்கினார். அதற்குப் பதிலாக, அவர் இரண்டு விசாரணைக் குழுக்களை அமைத்தார். அவை இரண்டுமே, அமித்மீது எந்தத் தவறும் இல்லை என்று கூறிவிட்டன. அமித், பென்–பர்காவைப் பாரிஸுக்குத் தந்திரமாகக் கவர்ந்திழுத்திருந்தார், அவ்வளவுதான். பாரிஸில் நடைபெற்றக் கடத்தலுக்கும் படுகொலைக்கும் அமித்தைப் பொறுப்பாளியாக்க முடியாது. அதைக் கேட்டவுடன், ஹாரல், பிரதமரின் ஆலோசகர் என்ற தன் பதவியை இராஜினாமா செய்தார். பிறகு, பிரதமரும் அமித்தும் தங்களுடைய பதவிகளை இராஜினாமா செய்ய வேண்டும் என்று அவர் அடம் பிடித்தார். ஊடகத்தின் மூலம் அவர்கள் இருவருக்கும் எதிரான ஒரு பிரச்சாரத்தை முடுக்கிவிட அவர் முயன்றார். ஆனால், இந்த விவகாரத்தை இராணுவம் தணிக்கை செய்திருந்ததால், ஊடகங்களால் அதில் தலையிட முடியவில்லை.

ஹாரல் தொடர்ந்து அமித்தை எதிர்த்துக் கொண்டிருந்தார். ஆனால், அமித், இஸ்ரேலின் பாதுகாப்பு தொடர்பான வேறொரு முக்கியமான வேலையில் குதித்திருந்தார். ஈராக்கிலிருந்த குர்து இன மக்களுடன் ஒரு இரகசியக் கூட்டு வைத்துக் கொள்வதற்கான ஒரு திட்டம் அது.

அமித் தன் சுயசரிதையில் இவ்வாறு குறிப்பிட்டுள்ளார்: “1965 ஆம் ஆண்டின் முடிவில் எங்களுடைய கனவு நனவாகத் தொடங்கியது. நம்புதற்கரிய ஒரு விஷயம் நிகழ்ந்தது. வடக்கு ஈராக்கில் செயல்பட்டுக் கொண்டிருந்த குர்துப் போராளிகளின் தலைவரான முல்லா முஸ்தபா பர்சானி இருந்த இடத்திற்கு ஓர் இஸ்ரேலியக் குழு அதிகாரபூர்வமாக விஜயம் செய்து அவர்களுடன் பேச்சுவார்த்தை நடத்தியது.”

குர்திஸ்தான் பகுதிக்கு மொசாட் ஏஜென்டுகள் சென்றிருந்தது, இஸ்ரேலியப் புலனாய்வுத் துறைக்குக் கிடைத்த ஒரு வெற்றியாகக் கருதப்பட்டது. முதன்முறையாக, ஈராக்கின் மூன்று முக்கிய அங்கங்களில் ஒன்றோடு தொடர்பு ஏற்படுத்தப்பட்டிருந்தது. குர்து மக்கள் ஈராக் அரசிற்கு எதிராக நீண்டகாலமாகப் போராடி வந்திருந்தனர் (ஷியா இஸ்லாமும் சுன்னி இஸ்லாமும் மற்ற இரண்டு அங்கங்களாகும்). பர்சானியின் தலைமையில் போரிட்டுக் கொண்டிருந்த புரட்சியாளர்கள் ஈராக்கிற்குள் ஒரு பெரிய பகுதியைத் தங்கள் வசம் வைத்திருந்தனர். குர்துப்

போராளிகளை மொசாடால் ஒரு வலுவான இராணுவ சக்தியாக மாற்ற முடிந்தால், ஈராக் அரசு தன்னுடைய உள்நாட்டுப் பிரச்சனையில் அதிகக் கவனம் செலுத்த நேரிடும். அதனால், இஸ்ரேலுடன் போரிடுவதற்கான ஈராக்கின் திறன் கணிசமாகக் குறைந்துவிடும். குர்து மக்களுடனான கூட்டு இஸ்ரேலுக்குக் கிடைத்திருந்த ஒரு வரப்பிரசாதம்தான்.

முதலில் இரண்டு மொசாட் ஏஜென்டுகள் மூன்று மாதங்கள் குர்திஸ்தானில் தங்கியிருந்தனர். பர்சானி அவர்களை ஆத்மார்த்தமாக வரவேற்றுத் தன்னுடைய உள்வட்டத்தில் சேர்த்துக் கொண்டார். தான் சென்ற இடமெல்லாம் அவர் அவர்களையும் உடன் அழைத்துச் சென்றார். தன்னுடைய அனைத்து இரகசியங்களையும் அவர் அவர்களிடம் பகிர்ந்து கொண்டார். அந்த முதல் கலந்துறவாடல் பல்லாண்டு காலம் நீடித்த ஒரு நெருக்கமான ஒத்துழைப்புக்கு அடித்தளமிட்டது. பர்சானியும் அவருடைய படையிலிருந்த பிற தலைவர்களும் இஸ்ரேலுக்கு வந்தனர்; மீர் அமித்தும் அவருடைய குழுவினரும் குர்திஸ்தான் சென்றனர். இஸ்ரேல் அவர்களுக்கு ஆயுத உதவி செய்தது, சர்வதேச மன்றங்களில் அவர்களின் நலன்களுக்கு ஆதரவாகப் பேசியது.

முதலில் குர்திஸ்தான் சென்றிருந்தவர்களில் ஒருவரான பெனி சீவி ஒரு மூத்த மொசாட் ஏஜென்ட். அவர் அங்குச் சென்றபோது, கருவுற்றிருந்த தன்னுடைய மனைவி கலிலாவை அவர் இலண்டனில் விட்டுவிட்டுச் சென்றிருந்தார். பெனி, பர்சானியைப் பின்தொடர்ந்து குர்திஸ்தான் மலைப்பகுதியில் அலைந்து கொண்டிருந்தபோது, அவருடைய மனைவி ஓர் ஆண் குழந்தையைப் பெற்றெடுத்தார். பெனிக்கு சங்கேத மொழியில் அமித் ஒரு தந்தி அனுப்பி வைத்தார்: "தாயும் மகனும் நலம். வாழ்த்துகள்!"

பெனிக்கு மகன் பிறந்திருந்த செய்தியை அறிந்தவுடன், பர்சானி நான்கு கற்களை எடுத்து ஒரு நிலத்தின் நான்கு மூலைகளில் வைத்துவிட்டு, "உங்கள் மகன் வளர்ந்து பெரியவனானதும் இங்கு வரட்டும். இந்த நிலம் அவனுக்குச் சொந்தமானது," என்று பெனியிடம் கூறினார்.

குர்து மக்களுடனான நெருக்கம் வளர்ந்து கொண்டிருந்த அதே வேளையில், அமித் மற்றொரு பெரிய மொசாட் திட்டத்தைத் தொடங்கியிருந்தார். 'ஆபரேஷன் டயமன்ட்' என்று அழைக்கப்பட்ட அத்திட்டம் குறித்துத்தான் அமித் பின்னாளில் மிகவும் பெருமை கொண்டிருந்தார்.

***

அமித் இறப்பதற்கு ஓராண்டுக்கு முன்பு நாங்கள் இருவரும் அமித்தை அவருடைய வீட்டில் பல முறை சந்தித்திருந்தோம். ஒரு முறை அவர் எங்களுடன் 'ஆபரேஷன் டயமன்ட்' திட்டம் குறித்துப் பேசினார். "இக்கதை, நானும் ஜெனரல் எசர் வெயிஸ்மேனும் மேற்கொண்டிருந்த ஒரு சந்திப்பில் தொடங்கியது. அப்போது அவர் விமானப்படைத் தளபதியாக இருந்தார். நாங்கள் இரண்டு அல்லது மூன்று வாரத்திற்கு ஒரு முறை ஒன்றாகச் சேர்ந்து காலை உணவு அருந்துவதை வழக்கமாகக் கொண்டிருந்தோம். அப்படி நாங்கள் ஒரு முறை சந்தித்தபோது, நான் அவரிடம், 'மொசாடின் தலைவர் என்ற முறையில் என்னிடமிருந்து உங்களுக்கு ஏதேனும் உதவி தேவைப்பட்டால் தயங்காமல் சொல்லுங்கள்,' என்று கூறினேன். அவர் ஒரு கணம்கூடத் தாமதிக்கவில்லை. 'அமித், எனக்கு ஒரு மிக்–21 ரக விமானம் வேண்டும்!' என்று கூறினார்."

பின் அமித் தொடர்ந்து பேசினார்: "நான் வெயிஸ்மேனிடம், 'உங்களுக்கென்ன பைத்தியமா? மேற்கத்திய நாடுகள் எதிலும் ஒரே ஒரு மிக்–21 ரக விமானம்கூடக் கிடையாது,' என்று கூறினேன்." அச்சமயத்தில் மிகச் சிறப்பாகச் செயல்பட்டுக் கொண்டிருந்த அதிநவீன சோவியத் போர் விமானம்தான் மிக்–21. அரபு நாடுகள் பலவற்றுக்கு சோவியத் அந்த விமானங்களை வழங்கியிருந்தது.

ஆனால் வெயிஸ்மேன் தன் கோரிக்கையில் விடாப்பிடியாக இருந்தார். அவர் அமித்திடம், "எங்களுக்குக் கண்டிப்பாக ஒரு மிக்–21 விமானம் தேவை. அதைப் பெற்றுத் தர நீங்கள் உங்களால் ஆன அனைத்தையும் செய்ய வேண்டும்," என்று வலியுறுத்தினார்.

'ஆபரேஷன் டயமன்ட்' திட்டத்தை, பல களங்கள் கண்ட மொசாட் ஏஜென்டான ரெஹாவியா வர்டியிடம் ஒப்படைக்க அமித் தீர்மானித்தார். இதற்கு முன்பு ஒரு முறை, வர்டி, எகிப்தில் அல்லது சிரியாவில் ஒரு மிக்–21 விமானத்தைப் பெற முயற்சித்திருந்தார். "நாங்கள் அத்திட்டத்திற்காகப் பல மாதங்களைச் செலவிட்டோம்," என்று வர்டி பல ஆண்டுகள் கழித்துக் குறிப்பிட்டார். "அந்த யோசனையை எப்படி ஒரு நடைமுறைத் திட்டமாக மாற்றுவது என்பதுதான் எங்களுடைய முக்கியச் சவாலாக இருந்தது."

ஒரு மிக்–21 விமானத்தைப் பெறுகின்ற யோசனையை, வர்டி, அரபு உலகெங்கும் விதைத்தார். சில வாரங்கள் கழித்து, ஈரானிலிருந்த இஸ்ரேலியத் தூதரகத்தில் ஓர் அதிகாரியாகப் பணிபுரிந்து கொண்டிருந்த யாக்கோவ் நிம்ரோடியிடமிருந்து அவருக்கு ஓர் அறிக்கை வந்தது. அந்த அறிக்கையில் நிம்ரோடி இவ்வாறு குறிப்பிட்டிருந்தார்: "யோசப் ஷெமேஷ் என்ற ஓர் இளம் ஈராக்கிய யூதரை எனக்கு நன்றாகத் தெரியும். அவர் திருமணமாகாதவர். அவர் ஒரு பெரும் சாமர்த்தியசாலி. ஒரு

ஜாலியான பேர்வழி. ஒரு சல்லாபக்காரர். விடாக்கண்டன். தன்னுடைய வசீகரத்தால் எவரையும் எளிதில் தன்னுடைய நண்பராக ஆக்கிக் கொண்டு, அவர்களுடைய பரிபூரண நம்பிக்கையை உடனடியாகச் சம்பாதிக்கக்கூடியவர் அவர். ஷெமேஷ் என்னிடம், 'மிக்–21 விமானம் ஒன்றை இஸ்ரேலுக்குக் கடத்தி வரக்கூடிய திறன் படைத்த ஒருவரை எனக்குத் தெரியும்,' என்று கூறினார். அவர் குறிப்பிட்டிருந்த நபர் ஈராக்கிய விமானப் படையில் ஒரு போர் விமானியாகப் பணியாற்றிக் கொண்டிருக்கிறார். ஓராண்டுக்கு மேல் அந்த விமானியுடன் நேரம் செலவழித்து ஷெமேஷ் அவருடன் ஒரு நல்ல உறவை வளர்த்துள்ளார். ஷெமேஷ் வெறுமனே வாய்ப்பந்தல் போடுகின்ற நபரா என்பதைச் சோதித்துப் பார்க்க நான் விரும்பினேன். அதனால் நான் அவருக்குச் சிறு சிறு உளவு வேலைகளைக் கொடுத்தேன். அவற்றை அவர் திறம்படச் செய்தார். மிகச் சிறப்பான இரகசியப் புலனாய்வுத் தகவல்களை அவர் எனக்குப் பெற்றுக் கொடுத்தார்."

அதைத் தொடர்ந்து, ஷெமேஷ் அந்த ஈராக்கிய விமானியைத் தொடர்பு கொள்வதற்கு அவருக்குப் பச்சைக் கொடி காட்டப்பட்டது. பாக்தாத்தில் ஷெமேஷுக்கு ஒரு காதலி இருந்தார். அப்பெண் ஒரு கிறித்தவர். அப்பெண்ணின் சகோதரி காமில், அந்த ஈராக்கிய விமானியைத் திருமணம் செய்திருந்தார். அந்த ஈராக்கிய விமானியும் ஒரு கிறித்தவர். அந்த விமானியின் பெயர் முனிர் ரெட்ஃபா. அவர் தன் வேலையில் கடும் விரக்தியும் மனக்கசப்பும் அடைந்திருந்தார். அவர் ஒரு மிகச் சிறந்த மிக்–21 விமானியாக இருந்தபோதும், அவருக்குப் பதவி உயர்வுகள் கொடுக்கப்படவில்லை. அடிக்கடி, மிகப் பழைய மாடலான மிக்–17 விமானத்தை ஓட்டுமாறு அவர் கேட்டுக் கொள்ளப்பட்டார். அது மட்டுமல்லாமல், அவருக்குக் கொடுக்கப்பட்டிருந்த பணியையும் அவர் வெறுத்தார். குர்திஸ்தான் பகுதியிலிருந்த கிராமங்களின்மீது விமானத்திலிருந்து குண்டு போடுகின்ற வேலை அது. அதை அவர் தன்னுடைய தகுதிக்குக் குறைவான வேலையாகவும் தனக்கு இழைக்கப்பட்ட அவமானமாகவும் பார்த்தார். இது குறித்து அவர் தன் மேலதிகாரிகளிடம் முறையிட்டபோது, அவர் ஒரு கிறித்தவர் என்பதால் அவர் அப்படி நடத்தப்பட்டார் என்பதும், அவருக்கு எக்காலத்திலும் பதவி உயர்வு எதுவும் கிடைக்காது என்பதும் அவருக்குப் புரிய வைக்கப்பட்டது. தன் வேலையில் பெரும் உயரங்களை எட்ட வேண்டும் என்று கனவு கண்டுகொண்டிருந்த அவர், தான் இனி ஈராக்கில் வாழ்வது அர்த்தமற்றது என்ற முடிவுக்கு வந்திருந்தார்.

அதற்கு அடுத்த ஆண்டு முழுவதும், ஷெமேஷ் அந்த இளம்

விமானியுடன் அவ்வப்போது நீண்ட நேரம் உரையாடி அவருடைய மனத்தைக் கரைக்க முயற்சித்துக் கொண்டிருந்தார். இறுதியில் ஒரு நாள் அவர் அதில் வெற்றியும் பெற்றார். ஏதென்ஸுக்குச் சென்று ஒருவரைச் சந்திக்க அவர் ரெட்ஃபாவைச் சம்மதிக்க வைத்தார். ஷெமேஷ் தன்னுடைய சாமர்த்தியமான பேச்சால், ரெட்ஃபா வெளிநாட்டுக்குச் செல்வதற்கு ஈராக்கிய அதிகாரிகளிடம் அனுமதி பெற்றுக் கொடுத்தார். அதற்காக அவர் ஒரு கதையை உருவாக்கினார். ரெட்ஃபாவின் மனைவி மிக மோசமான ஒரு நோயால் துன்புற்றுக் கொண்டிருந்ததாகவும், அதற்கு அவர் வெளிநாட்டில் மருத்துவ உதவி பெற வேண்டும் என்றும் ஷெமேஷ் அந்த அதிகாரிகளிடம் கூறினார். அதோடு, அவர்களுடைய குடும்பத்தில் ரெட்ஃபாவுக்கு மட்டுமே ஆங்கிலத்தில் பேசத் தெரியும் என்பதால், அவரும் தன் மனைவியுடன் செல்ல வேண்டும் என்று வாதாடி ஷெமேஷ் அதில் வெற்றியும் பெற்றார்.

விரைவில் ரெட்ஃபா தன் மனைவியுடன் ஏதென்ஸ் சென்றார். அங்கு அவர் கர்னல் ஸீவ் லிரான் என்ற இஸ்ரேலிய விமானப் படை அதிகாரியைச் சந்தித்தார். போலந்தில் பிறந்திருந்த லிரான், நாஜி யூத இனப் படுகொலையிலிருந்து தப்பிப் பிழைத்திருந்தவர். இப்போது அவர் இஸ்ரேலிய விமானப் படையின் புலனாய்வுப் பிரிவின் தலைவராகப் பணியாற்றிக் கொண்டிருந்தார். ரெட்ஃபா விவகாரத்தில் உதவும்படி மொசாடால் அவர் கேட்டுக் கொள்ளப்பட்டிருந்தார். ரெட்ஃபாவும் லிரானும் பல முறை சந்தித்துப் பேசினர். தான் போலந்தைச் சேர்ந்த ஒரு விமானி என்றும், தற்போது கம்யூனிச எதிர்ப்பு அமைப்பு ஒன்றுக்காகத் தான் வேலை பார்த்துக் கொண்டிருந்ததாகவும் லிரான் ரெட்ஃபாவிடம் தன்னை அறிமுகப்படுத்திக் கொண்டார். ரெட்ஃபா தன்னுடைய குடும்பத்தைப் பற்றியும், ஈராக்கில் தன்னுடைய வாழ்க்கையைப் பற்றியும், குர்து கிராமங்கள்மீது விமானத்திலிருந்து குண்டு வீசும் பணியில் தன்னை ஈடுபடுத்திய தன்னுடைய மேலதிகாரிகள்மீது தான் மனக்கசப்பு அடைந்திருந்தது பற்றியும் லிரானிடம் விபரமாகக் கூறினார். “வலுவான குர்து ஆண்கள் அனைவரும் போராடப் போய்விடுவர். கிராமங்களில் பெண்களும் குழந்தைகளும் வயதானவர்களும் மட்டுமே இருப்பர். அவர்களையா நான் குண்டுவீசிக் கொல்ல வேண்டும்?” என்று ரெட்ஃபா அவரிடம் கேட்டார். அதைத் தொடர்ந்துதான் ஈராக்கைவிட்டுத் தான் ஒரேயடியாக வெளியேற முடிவு செய்திருந்ததாக ரெட்ஃபா கூறினார்.

மொசாடின் அறிவுறுத்தல்களின்படி, லிரான் ரெட்ஃபாவை ஒரு சிறிய கிரேக்கத் தீவுக்கு அழைத்துச் சென்றார். மொசாட் ரெட்ஃபாவுக்கு ‘டயமன்ட்’ என்ற சங்கேதப் பெயரை

அளித்திருந்தது. அந்தத் தீவின் அமைதியான, ரம்மியமான சூழலில் அவர்கள் தங்கள் உரையாடலைத் தொடர்ந்தனர், அவர்களுடைய நட்பும் வளர்ந்தது. ஒரு நாள் மாலையில், லிரான் ரெட்ஃபாவிடம், "நீங்கள் உங்களுடைய விமானத்தோடு ஈராக்கைவிட்டு வெளியேறினால் என்ன நடக்கும்?" என்று கேட்டார்.

அதற்கு ரெட்ஃபா, "அவர்கள் என்னைக் கொன்றுவிடுவர். அதோடு, எனக்குப் புகலிடம் கொடுப்பதற்கு எந்த நாடும் முன்வராது," என்று பதிலளித்தார்.

"உங்களை வாரி அணைத்துக் கொள்ள ஒரு நாடு ஆவலுடன் காத்துக் கொண்டிருக்கிறது!" என்று லிரான் கூறினார். அதைக் கேட்டு பிரமித்துப் போன ரெட்ஃபாவிடம், தான் உண்மையிலேயே யார் என்பதை லிரான் வெளிப்படையாகக் கூறினார்.

"நான் ஓர் இஸ்ரேலிய விமானியே அன்றி, ஒரு போலந்து நாட்டு விமானி அல்லன்."

அதற்குப் பிறகு அவர்கள் இருவருக்கும் இடையே ஒரு நீண்ட மௌனம் நிலவியது.

லிரான் ரெட்ஃபாவிடம், "இதைப் பற்றி நாம் நாளை பேசலாம்," என்று கூறிவிட்டு அவரிடமிருந்து விடைபெற்றுக் கொண்டார். அதற்கு அடுத்த நாள் காலையில், ரெட்ஃபா லிரானிடம், "நான் இஸ்ரேல் வருவதற்கு ஒப்புக் கொள்கிறேன்," என்று கூறினார். அதற்கு ரெட்ஃபா என்னென்ன செய்ய வேண்டும், அவருக்கு அதற்கு எவ்வளவு பணம் கொடுக்கப்படும் போன்ற விபரங்கள் குறித்து அவர்கள் இருவரும் பேசத் தொடங்கினர்.

ரெட்ஃபா பேராசைப்படவில்லை. அது குறித்து லிரான் பின்னர் இவ்வாறு கூறினார்: "ரெட்ஃபாவுக்கு இஸ்ரேல் ஒரு குறிப்பிட்டத் தொகையைக் கொடுக்கத் தயாராக இருந்ததாக அவரிடம் கூறுமாறு அமித் என்னிடம் கேட்டுக் கொண்டிருந்தார். அத்தொகைக்கு ரெட்ஃபா ஒத்துக் கொள்ளவில்லை என்றால், அதன் இரு மடங்குவரை அவருக்குக் கொடுக்க ஒப்புக் கொள்ளலாம் என்று அமித் எனக்கு அனுமதி அளித்திருந்தார். ஆனால் ரெட்ஃபா நான் முதலில் கூறிய தொகைக்கே ஒத்துக் கொண்டுவிட்டார். அவருடைய குடும்பமும் இஸ்ரேலுக்கு இடம் பெயர்வதற்கு ஏற்பாடு செய்ய நாங்கள் ஒத்துக் கொண்டோம்."

அந்தக் கிரேக்கத் தீவிலிருந்து லிரானும் ரெட்ஃபாவும் ஒரு விமானத்தில் ரோமுக்குச் சென்றனர். ஷெமேஷும் அவருடைய காதலியும் பாக்தாத்திலிருந்து கிளம்பி அங்கு வந்து சேர்ந்தனர். ஒரு சில நாட்கள் கழித்து, இஸ்ரேலிய விமானப் படையின் புலனாய்வுப் பிரிவின் ஆய்வு அதிகாரியான யஹூடா போரட்டும் அவர்களோடு இணைந்து கொண்டார். அவர் ரெட்ஃபாவுக்கு

விஷயங்களை விபரமாக எடுத்துரைக்கத் தொடங்கினார்.

போரட் பின்னர் ரெட்ஃபா பற்றி இவ்வாறு நினைவுகூர்ந்தார்: "அவர் மிகவும் பண்புடனும் பரிவுடனும் கண்ணியத்துடனும் நடந்து கொண்டார். அவர் துணிச்சல்மிக்கவராகவும் அளந்து பேசுபவராகவும் இருந்தார். அவருடைய சூழ்நிலையில் இருக்கின்ற நபர்களிடம் காணப்படுகின்ற பதற்றம் எதுவும் அவரிடம் இருக்கவில்லை."

ரோமில் இருந்தபோது, தாங்கள் பரஸ்பரம் ஒருவருக்கொருவர் எப்படித் தகவல் பரிமாறிக் கொள்வது என்பது பற்றி ரெட்ஃபாவும் லிரானும் விவாதித்தனர். இஸ்ரேலிய அரசாங்க வானொலியின் அரேபிய ஒலிபரப்பின்போது, "மர்ஹாப்டீன் மர்ஹாப்டீன்," என்ற அரேபியப் பாடல் ஒலிபரப்பப்பட்டால், ரெட்ஃபா ஈராக்கிலிருந்து கிளம்பலாம் என்பதற்கான சங்கேத அறிவிப்பாக அதை அவர் எடுத்துக் கொள்ள வேண்டும் என்று தீர்மானிக்கப்பட்டது. ஆனால், மொசாடின் தலைவர்கள் மறைவாக அமர்ந்து ரெட்ஃபாவைக் கவனித்துக் கொண்டிருந்தது ரெட்ஃபாவுக்குத் தெரியாது.

அமித் எங்களிடம் இவ்வாறு கூறினார்: "இத்திட்டம் இறுதிக் கட்டத்திற்குச் செல்வதற்கு முன்பாக அந்த விமானியை நான் நேரில் பார்க்க விரும்பினேன். நான் ரோமிற்குச் சென்று, ரெட்ஃபாவும் என் ஆட்களும் சந்திக்கவிருந்த சிற்றுண்டியகத்திற்கு அவர்கள் வருவதற்கு முன்னதாகவே போய், அவர்கள் அமரவிருந்த இடத்திற்கு அருகே ஒரு மேசையருகே நான் காத்திருந்தேன். சிறிது நேரம் கழித்து அவர்கள் அங்கு வந்தனர். ரெட்ஃபாவைப் பார்த்ததும் எனக்கு அவரைப் பிடித்துப் போயிற்று, அவர்மீது மரியாதை ஏற்பட்டது. அவருடன் அமர்ந்து பேசிக் கொண்டிருந்த எங்களுடைய ஆளிடம் நான் என் சம்மதத்தைத் தெரிவிக்கும் விதத்தில் என் கையால் சாடை காட்டிவிட்டு அங்கிருந்து உடனே கிளம்பிவிட்டேன்."

'வைரத்தை' நம்பலாம் என்பது உறுதிப்பட்டப் பிறகுதான், அமித் அடுத்தக் கட்ட நடவடிக்கைக்குச் செல்வதற்கு வர்டிக்கு ஒப்புதலளித்தார். அதன்படி, ரெட்ஃபாவை இஸ்ரேலுக்குக் கூட்டி வந்து அவருக்கு மேலும் அறிவுறுத்தல்களைக் கொடுப்பது என்று தீர்மானிக்கப்பட்டது. ரெட்ஃபாவும் லிரானும் டெல் அவீவ் வருவதற்காக ஏதென்ஸுக்குச் சென்றனர். ஏதென்ஸ் விமான நிலையத்தில் ஏற்பட்ட ஓர் எதிர்பாராத சம்பவம், மொத்தத் திட்டத்தையும் கிட்டத்தட்டக் கவிழ்த்துவிட்டிருந்தது. ரெட்ஃபா தவறுதலாகக் கெய்ரோவுக்கான விமானத்தில் ஏறிவிட்டார். டெல் அவீவ் செல்வதற்கான விமானத்தில் ஏறிய பிறகுதான், ரெட்ஃபா மாயமாக மறைந்துவிட்டிருந்ததை லிரான் கவனித்தார்.

அது குறித்துப் பின்னர் பேசிய லிரான் இவ்வாறு குறிப்பிட்டார்: "நான் பதைபதைத்துப் போய்விட்டேன். மொத்தத் திட்டமும் கைநழுவிப் போய்விட்டது என்றே நான் முடிவு செய்துவிட்டேன். சிறிது நேரத்திற்குப் பிறகு ரெட்ஃபா டெல் அவீவ் விமானத்தில் ஏறிய பிறகுதான் எனக்கு மூச்சுத் திரும்ப வந்தது. கெய்ரோவுக்கான விமானத்தின் ஊழியர்கள், விமானத்தினுள் அமர்ந்திருந்த பயணிகளின் எண்ணிக்கையைக் கணக்கிட்டபோது கூடுதலாக ஒருவர் இருந்ததைக் கண்டு அனைவருடைய பயணச்சீட்டுகளையும் சோதித்ததைத் தொடர்ந்து, அவர்கள் ரெட்ஃபாவை டெல் அவீவுக்கான விமானத்திற்கு அனுப்பி வைத்தனர்."

ரெட்ஃபா இஸ்ரேலில் வெறும் இருபத்து நான்கு மணிநேரம் மட்டுமே இருந்தார். நடைபெறவிருந்த காரியங்கள் அவருக்கு விளக்கப்பட்டன. இஸ்ரேலுக்குள் ஒரு மிக்–21 விமானத்தை எப்படிக் கொண்டுவருவது என்பதுகூட ஒத்திகை பார்க்கப்பட்டது. மொசாட் வளாகத்தில் அவருக்கு ஒரு சங்கேதக் குறியீடு கற்றுக் கொடுக்கப்பட்டது. அவர் தன்னுடைய 'சொந்த நாட்டில்' இருந்ததைப்போல உணர வேண்டும் என்பதற்காக, அவருடைய புதிய நண்பர்கள் அவரை டெல் அவீவின் ஒரு முக்கியச் சாலை வழியாக அழைத்துச் சென்று சுற்றிக் காட்டினர், ஜாஃபா நகரிலிருந்த ஆடம்பரமான ஓட்டல் ஒன்றில் அவருக்கு விருந்தளித்தனர்.

ரெட்ஃபா டெல் அவீவிலிருந்து கிளம்பி ஏதென்ஸுக்குச் சென்று, கடைசிக் கட்ட நடவடிக்கையைச் செயல்படுத்துவதற்காக மற்றொரு விமானத்தில் ஏறி பாக்தாத்தை அடைந்தார்.

அப்போதைய சம்பவங்களை அமித் எங்களிடம் இவ்வாறு நினைவுகூர்ந்தார்: "திடீரென்று ஏற்பட்ட மற்றொரு சம்பவத்தால் எனக்குக் கிட்டத்தட்ட மாரடைப்பே வந்துவிட்டது. ஈராக்கிலிருந்து ஒரேயடியாகக் கிளம்புவதற்கு முன்பாக, ரெட்ஃபா தன் வீட்டிலிருந்த அறைகலன்கள் அனைத்தையும் விற்பதென்று தீர்மானித்தார். ஒரு போர் விமானி திடீரென்று தன் வீட்டில் இருக்கும் பொருட்களையெல்லாம் விற்க முயன்றால், அதன் பின்விளைவுகள் எப்படி இருக்கும் என்று யோசித்துப் பாருங்கள். ஈராக்கின் இரகசியப் புலனாய்வுத் துறை ரெட்ஃபாவை விசாரித்துக் கைது செய்துவிடுவார்கள் என்று நான் அரண்டு போயிருந்தேன். நல்ல வேளையாக அது அவர்களின் காதுகளை எட்டவில்லை. அதனால், ரெட்ஃபாவின் முன்யோசனையற்ற இந்த முடிவு அவரின் கைதில் போய் முடியவில்லை."

அடுத்து மற்றொரு பிரச்சனை தலைதூக்கியது. ரெட்ஃபாவின் குடும்பத்தாரை எப்படி ஈராக்கிலிருந்து வெளியே

கொண்டுவருவது? திருமணமாகியிருந்த பல சகோதரிகள் அவருக்கு இருந்தனர். ரெட்ஃபா ஈராக்கைவிட்டுக் கிளம்புவதற்கு முன்பாக அவர்களை இடம் பெயர்த்தாக வேண்டியிருந்தது. அவர்களை இங்கிலாந்திலோ அல்லது அமெரிக்காவிலோ குடியேற்றத் திட்டமிடப்பட்டது. ரெட்ஃபாவின் மனைவியையும் குழந்தைகளையும் இஸ்ரேலுக்குக் கொண்டு வந்துவிடுவது என்று முடிவு செய்யப்பட்டது. ரெட்ஃபாவின் மனைவிக்கு இந்த விஷயங்கள் எதுவும் தெரியாது. ஏனெனில், தன் மனைவியிடம் உண்மையைக் கூற ரெட்போ அஞ்சினார். தாங்கள் எல்லோரும் நீண்ட நாட்கள் ஐரோப்பாவில் தங்கவிருந்ததாக மட்டுமே அவர் தன் மனைவியிடம் கூறியிருந்தார். முதலில் ரெட்ஃபாவின் மனைவி தன் இரண்டு குழந்தைகளுடன் ஆம்ஸ்டர்டாமுக்குச் சென்றார். அங்கிருந்த மொசாட் ஏஜென்டுகள் அவரைப் பாரிஸுக்கு அழைத்துச் சென்றனர். அங்கு லிரான் அவரைச் சந்தித்தார். ஆனால், இந்த நபர்கள் யார் என்பது குறித்து அப்போதும் அப்பெண்ணுக்கு எந்த யோசனையும் இருக்கவில்லை.

லிரான் அதை இவ்வாறு நினைவுகூர்ந்தார்: "ரெட்ஃபாவின் மனைவியும் குழந்தைகளும் பாரிஸில் ஒரு சிறிய அபார்ட்மென்ட் வீட்டில் தங்க வைக்கப்பட்டனர். இஸ்ரேலுக்கு அவர்களை அழைத்துச் செல்லவிருந்த நாளுக்கு முந்தைய நாள், நான் உண்மையில் யார் என்பதை நான் அவரிடம் தெரிவித்தேன். நாங்கள் அவரை இஸ்ரேலுக்குத்தான் அழைத்துச் செல்லவிருந்தோம் என்பதையும், அவருடைய கணவர் மறுநாள் இஸ்ரேலுக்கு வந்து சேர்வார் என்பதையும் நான் வெளிப்படுத்தினேன்."

அதற்கு அப்பெண் ஆற்றிய எதிர்வினை கடுமையாக இருந்தது. "இரவு முழுவதும் அவர் அழுது புரண்டு ஆர்ப்பாட்டம் செய்தார். தன் கணவர் ஒரு தேசத் துரோகி என்றார். ரெட்ஃபா செய்திருந்த காரியம் தன்னுடைய சகோதரர்களுக்குத் தெரிந்தால் அவர்களே அவரைக் கொன்றுவிடுவார்கள் என்று அவர் அரற்றினார்," என்று லிரான் தன் மேலதிகாரிகளிடம் தெரிவித்தார்.

அவர் மேலும் தொடர்ந்தார்: "தான் உடனடியாகப் பாரிஸிலிருந்த ஈராக்கியத் தூதரகத்திற்குச் சென்று, தன் கணவர் செய்யவிருந்த காரியத்தைப் பற்றிக் கூறப் போவதாக அவர் மிரட்டினார். இரவு முழுவதும் அவருடைய அழுகையும் கூச்சலும் தொடர்ந்தன. நான் அவரை அமைதிப்படுத்த முயன்றேன். அவர் தன் கணவரைப் பார்க்க வேண்டுமென்றால், எங்களோடு இஸ்ரேலுக்கு வருவதைத் தவிர வேறு வழியில்லை என்பதை அவரிடம் நான் எடுத்துரைத்தேன். தனக்கு வேறு வழியேதுமில்லை என்பதை அவர் புரிந்து கொண்டார். அழுகையால் வீங்கியிருந்த முகத்தோடும் சிவந்திருந்த கண்களோடும் அவர் விமானத்தில்

ஏறினார். நாங்கள் இஸ்ரேலை நோக்கிப் பறந்தோம்."

1966 ஜூலை 17 அன்று, ஐரோப்பாவிலிருந்த மொசாட் எஜென்ட் ஒருவருக்கு சங்கேத மொழியில் ரெட்ஃபா ஒரு கடிதம் அனுப்பியிருந்தார். தான் புறப்படவிருந்த நாள் நெருங்கிக் கொண்டிருந்ததாக அதில் அவர் தெரிவித்திருந்தார். ஆகஸ்ட் 14 அன்று அவர் தன் விமானத்தில் கிளம்பினார். ஆனால் விமானத்தின் மின்சார அமைப்பில் ஏற்பட்ட ஒரு கோளாறு காரணமாக அவர் மீண்டும் ஈராக்கின் ரஷித் விமானத் தளத்திற்குத் திரும்ப வேண்டியதாயிற்று. "அது ஒரு பெரிய பிரச்சனை அல்ல என்பதை ரெட்ஃபா பின்னர் அறிந்து கொண்டார். விமானத்திலிருந்த ஒரு ஃபியூஸ் எரிந்து போனதால், விமானியின் சிற்றறைக்குள் புகை சூழ்ந்து கொண்டிருந்தது. அவர் தன் பயணத்தைத் தொடர்ந்திருந்தால், எந்தப் பிரச்சனையுமின்றி அன்றே அவரால் இஸ்ரேலுக்கு வந்து சேர்ந்திருக்க முடியும். ஆனால், தேவையில்லாத ஆபத்தை விலைக்கு வாங்க அவர் விரும்பவில்லை. அதன் காரணமாக என் தூக்கம்தான் பல நாட்கள் கெட்டது," என்று அமித் பின்னர் கூறினார்.

இரண்டு நாட்கள் கழித்து ரெட்ஃபா மீண்டும் கிளம்பினார். ஏற்கனவே திட்டமிடப்பட்டிருந்த பயணப் பாதை வழியே அவர் பறந்தார். அந்நிய விமானம் ஒன்று இஸ்ரேலின் எல்லைக்கு மிக அருகே வந்து கொண்டிருந்ததைக் காட்டுகின்ற விதத்தில் இஸ்ரேலின் ரேடார் திரையில் ஒரு புள்ளி தோன்றியது. அப்போது இஸ்ரேலிய விமானப்படைத் தளபதியாக இருந்த மொர்டெசாய் ஹாட், 'ஆபரேஷன் டயமன்ட்' பற்றிய தகவலை ஒரு சில இஸ்ரேலியப் போர் விமானிகளிடம் மட்டுமே பகிர்ந்து கொண்டிருந்தார். விமானப் படையிலிருந்த மற்ற விமானிகள், விமானத்தள அதிகாரிகள் ஆகியோர் உட்பட அனைவருக்கும் மொர்டெசாய் தெள்ளத் தெளிவான ஓர் உத்தரவைப் பிறப்பித்திருந்தார்: "இன்று நீங்கள் எவரும் என்னுடைய நேரடி உத்தரவு இல்லாமல் எந்த நடவடிக்கையிலும் ஈடுபடக்கூடாது. நீங்கள் அனைவரும் என் குரலை அறிவீர்கள்." ஆர்வக் கோளாறு காரணமாக இஸ்ரேலிய விமானப் படையினரில் யாரேனும் ரெட்ஃபாவின் விமானத்தைச் சுட்டு வீழ்த்துவதற்கு அவர் இடம் கொடுக்க விரும்பவில்லை.

மிக்–21 விமானம் இஸ்ரேலின் வான் எல்லைக்குள் நுழைந்தது. இஸ்ரேலின் தலைசிறந்த போர் விமானிகளில் ஒருவரான ரான் பெக்கர், அந்த விமானத்தை அழைத்து வருவதற்காக நியமிக்கப்பட்டிருந்தார். ரெட்ஃபாவின் விமானத்தைக் கண்டவுடன், இஸ்ரேலிய விமானக் கட்டுப்பாட்டு அறைக்கு ரான் இவ்வாறு தகவல் தெரிவித்தார்: "நம்முடைய விருந்தினர்

தன்னுடைய விமானத்தின் வேகத்தைக் குறைத்துள்ளார். தான் தரையிறங்க விரும்புவதாக அவர் தன்னுடைய கையின் பெருவிரலைக் கொண்டு சமிக்கை செய்கிறார். தான் தாக்க வரவில்லை என்பதை உணர்த்துகின்ற சர்வதேசக் குறியீட்டின்படி, அவர் தன்னுடைய விமானத்தின் இறக்கைகளை ஒரு பக்கமாகச் சாய்க்கிறார்." பாக்தாத்திலிருந்து கிளம்பி அறுபத்தைந்து நிமிடங்களுக்குப் பிறகு, காலை எட்டு மணிக்கு, ரெட்ஃபா, இஸ்ரேலின் ஹட்ஸோர் விமானத் தளத்தில் தரையிறங்கினார்.

'ஆபரேஷன் டயமன்ட்' திட்டம் துவக்கப்பட்டு ஓராண்டுக்குப் பிறகு, 1967 ஆம் ஆண்டு நிகழ்ந்த ஆறு–நாள் யுத்தம் தொடங்குவதற்குப் பத்து மாதங்களுக்கு முன்பாக, இஸ்ரேலிய விமானப்படைக்கு மிக்–21 ரக விமானம் ஒன்று கிடைத்திருந்தது. அந்த விமானத்தை இரண்டு இஸ்ரேலிய மிராஜ் போர் விமானங்கள் இஸ்ரேலின் எல்லையிலிருந்து அழைத்து வந்தன. அமித்தும் அவருடைய ஆட்களும் நம்புதற்கரிய ஒன்றைச் சாதித்திருந்தனர். அக்காலத்தில், சோவியத்தின் படைக்கலன்களின் மகுடமாகவும், மேற்கத்திய விமானப் படைகளுக்கான முக்கிய அச்சுறுத்தலாகவும் கருதப்பட்டு வந்த மிக்–21 இப்போது இஸ்ரேல் வசம் இருந்தது.

தரையிறங்கிய பிறகு, தான் செய்திருந்த காரியத்தின் பிரமிப்பிலிருந்தும் அதிர்ச்சியிலிருந்தும் இன்னும் விடுபடாமலிருந்த ரெட்ஃபா, ஹட்ஸோர் விமானத் தளத்தின் கமான்டரின் வீட்டுக்கு அழைத்துச் செல்லப்பட்டார். அங்கு அவருடைய உணர்வுகளைச் சிறிதும் பொருட்படுத்தாமல், விமானப்படை அதிகாரிகள் அவருக்கு ஒரு விருந்தளித்துக் கொண்டாடினர்.

"ரெட்ஃபா அந்த விருந்தைக் கண்டு வியப்பும் குழப்பமும் அடைந்தார். வேறு யாரோ ஒருவருடைய கொண்டாட்ட நிகழ்ச்சிக்குள் ஓர் அழையா விருந்தாளியாகத் தான் புகுந்திருந்ததைப் போன்ற உணர்வு அவரிடம் மேலோங்கியிருந்தது. அதனால், அவர் ஒரு மூலையில் போய் அமைதியாக அமர்ந்து கொண்டார்," என்று அமித் அதை நினைவுகூர்ந்தார்.

அவருடைய மனைவியும் குழந்தைகளும் இஸ்ரேலுக்கு விமானம் ஏறிவிட்டிருந்த தகவல் ரெட்ஃபாவிடம் தெரிவிக்கப்பட்டது. சிறிது நேர ஓய்வுக்குப் பின்னர் ரெட்ஃபா ஒரு பத்திரிகையாளர் சந்திப்புக்கு அழைத்துச் செல்லப்பட்டார். அக்கூட்டத்தில், ஈராக்கில் கிறித்தவர்களுக்கு இழைக்கப்பட்டுக் கொண்டிருந்த அநீதி குறித்தும், ஈராக், வானிலிருந்து குண்டுகளை வீசிக் குர்து இன மக்களைக் கொன்று குவித்துக் கொண்டிருந்தது குறித்தும், தான் ஈராக்கிலிருந்து வெளியேறியதற்கான தன்னுடைய சொந்தக் காரணங்கள் குறித்தும் ரெட்ஃபா பேசினார்.

பத்திரிகையாளர் சந்திப்பிற்குப் பிறகு, ரெட்ஃபா, டெல் அவீவிற்கு வடக்கேயுள்ள கடற்கரை நகரமான ஹெர்சிலியாவுக்குக் கூட்டிச் செல்லப்பட்டார். அங்கு அவருடைய மனைவியும் குழந்தைகளும் அவருக்காகக் காத்துக் கொண்டிருந்தனர். "எங்களால் முடிந்தவரை நாங்கள் அவரை அமைதிப்படுத்த முயன்றோம். இந்த ஆபரேஷனை வெற்றிகரமாக முடித்தமைக்காக நாங்கள் அவரைப் பாராட்டினோம். அவரும் அவருடைய குடும்பமும் இஸ்ரேலில் வசதியாக வாழ்வதற்கு என்னால் ஆன அனைத்து உதவிகளையும் நான் செய்யத் தயாராக இருந்ததாக அவரிடம் தெரிவித்தேன். ஆனால், முன்பு அவருடைய மனைவி கூறியிருந்தபடி, அவருடைய குடும்பத்தார் அவருக்குப் பிரச்சனைகளை உண்டாக்கக்கூடும் என்று நாங்கள் பயந்தோம்," என்று அமித் தெரிவித்தார்.

ரெட்ஃபா, மிக்–21 விமானத்துடன் இஸ்ரேலுக்கு வந்து சேர்ந்து சில நாட்கள் கழித்து, ஈராக்கிய இராணுவத்தில் ஓர் அதிகாரியாகப் பணியாற்றி வந்த, ரெட்ஃபாவின் மனைவியின் சகோதரர், டெல் அவீவிற்கு அழைத்து வரப்பட்டார். அவரோடு ஷெமேஷும் அவருடைய காதலியும் வந்தனர். அவருடைய சகோதரி ஐரோப்பாவில் தீவிரமாக நோய்வாய்ப்பட்டிருந்ததாகவும், அவரை அவர் அவசரமாகச் சந்திக்க விரும்பியதாகவும் கூறி ஷெமேஷ் அவரை அழைத்து வந்திருந்தார். ஆனால், தான் இஸ்ரேலுக்குக் கொண்டு வரப்பட்டிருந்தது குறித்து அவர் கடும் அதிர்ச்சியடைந்தார். அவர் ரெட்ஃபாவைச் சந்தித்தபோது, அங்கு ஒரு பெரும் பிரளயம் வெடித்தது. அவர் ரெட்ஃபாவை ஒரு தேசத் துரோகி என்று கூறி அவர்மீது பாய்ந்து அவரைத் தாக்க முற்பட்டார். அதோடு, தன் கணவரின் திட்டத்தை முதலிலிருந்தே தெரிந்து வைத்திருந்த காரணத்தால், தன்னுடைய சகோதரியும் இந்தச் சதிக்கு உடந்தையாக இருந்ததாகவும், வார்த்தைகளில் வடிக்கப்பட முடியாத குற்றத்தை அவர் இழைத்திருந்ததாகவும் கூறி அவர்மீதும் சாடினார். ரெட்ஃபாவின் மனைவி அதை எவ்வளவோ மறுத்துப் பார்த்தும் அதை அவர் நம்பத் தயாராக இருக்கவில்லை. ஒரு சில நாட்களுக்குப் பிறகு ரெட்ஃபாவின் மனைவியின் சகோதரர் இஸ்ரேலிலிருந்து கிளம்பிச் சென்றுவிட்டார்.

***

இஸ்ரேலில் அந்த மிக்–21 விமானத்தில் முதன்முதலாகப் பறந்தவர் டேனி ஷபிரா. சோதனை விமானங்களை ஓட்டுவதில் அவர் இஸ்ரேலில் தலைசிறந்தவராகத் திகழ்ந்தார். மிக்–21 இஸ்ரேலில் தரையிறங்கிய மறுநாள், மொர்டெசாய், ஷபிராவை அழைத்து,

"ஒரு மிக்–21 ரக விமானத்தில் பறக்கப் போகின்ற முதல் மேற்கத்திய விமானியாக நீங்கள் இருக்கப் போகிறீர்கள். இந்த விமானத்தில் பறந்து பழகுங்கள். எவ்வளவு முறை வேண்டுமானாலும் இதை எடுத்துக் கொண்டு சுற்றுங்கள். இதை நன்றாக ஆராயுங்கள். இதன் வலிமையையும் பலவீனத்தையும் கற்றுக் கொள்ளுங்கள்," என்று அவரிடம் கூறினார்.

ஷபிரா ரெட்ஃபாவைச் சந்தித்தார். ஷபிரா அதைப் பற்றிப் பின்னர் இவ்வாறு தெரிவித்தார்: "ரெட்ஃபா ஹெர்சிலியாவுக்கு வந்த பிறகு ஒரு சில நாட்களில் நான் அவரைச் சந்தித்தேன். நான் அவருக்கு அறிமுகம் செய்து வைக்கப்பட்டவுடன் அவர் மிகவும் உற்சாகமடைந்தார். அடுத்து நாங்கள் ஹட்ஸோர் விமானத்தளத்தில் மிக்–21 விமானத்திற்கு அருகே சந்தித்தோம். அவர் என்னிடம் அந்த விமானத்தின் சுவிட்சுகளைப் பற்றி விளக்கினார். பின்னர், இரஷ்ய மொழியிலும் அரபியிலும் லேபிள்கள் ஒட்டப்பட்டிருந்த கருவிகளைப் பற்றி அவர் எடுத்துரைத்தார். ஒரு மணி நேரத்திற்குப் பிறகு, நான் அந்த விமானத்தை ஓட்டவிருந்ததாக நான் அவரிடம் கூறியபோது அவர் பெரும் வியப்படைந்து, 'நீங்கள் இதை ஓட்டுவதற்கான பயிற்சி எதுவும் எடுத்துக் கொள்ளவில்லையே?' என்று கேட்டார். நான் ஒரு சோதனை விமான ஓட்டி என்பதை அவரிடம் எடுத்துரைத்தேன். ஆனால் அவர் மிகுந்த கவலை கொண்டார். நான் விமானத்தைக் கிளப்பும்போது விமானத்தின் அருகே தான் இருக்க அனுமதிக்குமாறு அவர் என்னிடம் கேட்டார். நான் அதற்கு ஒப்புக் கொண்டேன்."

மிக்–21 விமானத்தின் வெள்ளோட்டத்தைப் பார்ப்பதற்கு இஸ்ரேலிய விமானப்படையின் மூத்த அதிகாரிகள் பலரும் ஹட்ஸோர் விமானத் தளத்திற்கு வந்திருந்தனர். அப்போதுதான் விமானப்படையின் தளபதி பதவியிலிருந்து ஓய்வு பெற்றிருந்த ஜெனரல் எசர் வெயிஸ்மேனும் அங்கு வந்திருந்தார். "எசர் என்னருகே வந்து என் தோளில் தட்டிக் கொடுத்து, 'டேனி, சாகச விளையாட்டுகள் எதுவும் வேண்டாம். விமானத்தைப் பத்திரமாகத் தரையிறக்க வேண்டும், புரிகிறதா?' என்று கூறினார்," என்று ஷபிரா நினைவுகூர்ந்தார்.

அவர் தொடர்ந்தார்: "ரெட்ஃபாவும் அங்கு இருந்தார். நான் விமானத்தைக் கிளப்பி வானில் பறந்தேன். வழக்கமாக நான் செய்த சில சோதனைகளைச் செய்து முடித்துவிட்டு நான் பத்திரமாகத் தரையிறங்கினேன். அங்கு நின்று கொண்டிருந்த ரெட்ஃபா ஓடி வந்து என்னைக் கட்டியணைத்துக் கொண்டார். அவருடைய கண்களிலிருந்து தாரைதாரையாகக் கண்ணீர் வடிந்து கொண்டிருந்தது. அவர் என்னிடம், 'உங்களைப் போன்ற

விமானிகளைப் பெற்றிருக்கின்ற இந்த நாட்டை அரேபியர்களால் ஒருக்காலும் தோற்கடிக்க முடியாது,' என்று கூறினார்."

ஒரு சில சோதனை ஓட்டங்களுக்குப் பிறகு, மேற்கத்திய நாடுகள் ஏன் மிக்–21 விமானத்திற்கு அந்த அளவு மதிப்பளித்தன என்பதை விமானப்படை வல்லுநர்கள் புரிந்து கொண்டனர். அந்த விமானத்தால் மிக வேகமாகவும் மிக உயரத்திலும் பறக்க முடிந்தது. அதோடு, அது மிராஜ் போர் விமானத்தைவிட ஒரு டன் எடை குறைவாக இருந்தது.

மிக்–21 கடத்தல் சர்வதேச ஊடகங்களில் தலைப்புச் செய்தியானது. அமெரிக்கர்கள் வியப்பின் உச்சிக்கே சென்றனர். உடனே பல தொழில்நுட்பவியலாளர்கள் அடங்கிய ஒரு குழுவை அவர்கள் இஸ்ரேலுக்கு அனுப்பினர். அந்த விமானத்தைச் சோதனையிடவும், அதில் பறந்து பார்க்கவும் தாங்கள் விரும்பியதாக அவர்கள் தெரிவித்தனர். ஆனால், அமெரிக்கர்கள் அந்த விமானத்தைத் தொடக்கூட இஸ்ரேலியர்கள் அனுமதிக்கவில்லை. சோவியத் சமீபத்தில் தயாரித்திருந்த புதிய, சாம்–2 என்ற, வானில் பறக்கின்ற விமானங்களையும் ஏவுகணைகளையும் தரையிலிருந்து தாக்குகின்ற ஏவுகணைகளைத் தயாரிப்பதற்கான வரைபடத்தைத் தங்களுக்குக் கொடுத்தால், பதிலுக்கு அமெரிக்கர்கள் மிக்–21 விமானத்தைச் சோதிக்கவும் ஓட்டிப் பார்க்கவும் அனுமதிக்கத் தாங்கள் தயாராக இருந்ததாக இஸ்ரேலியர்கள் அமெரிக்கர்களிடம் கூறினர். இறுதியில் அதற்கு அமெரிக்கர்கள் ஒப்புக் கொண்டு, இஸ்ரேலியர்கள் கேட்டதை அவர்களுக்குக் கொடுத்தனர். விரைவில், அமெரிக்க விமானிகள் இஸ்ரேலுக்கு வந்து மிக்–21 விமானத்தை ஓட்டியும் சோதித்தும் பார்த்தனர்.

மிக்–21 விமானத்தின் இரகசியங்களை அறிந்து கொண்டது இஸ்ரேலின் விமானப்படைக்கு மிகவும் உதவிகரமாக இருந்தது. மிக்–21 ரக விமானங்களை இஸ்ரேலிய விமானிகள் எதிர்கொள்வதற்கு அவர்களைத் தயார்படுத்திக் கொள்வதற்கு அது பேருதவியாக இருந்தது. பத்து மாதங்கள் கழித்து, 1967 ஜூன் மாதம் நடைபெற்ற ஆறு–நாள் யுத்தத்தின்போது, அந்த எதிர்கொள்ளல் உண்மையிலேயே நிகழ்ந்தது. "அந்த மிக்–21 விமானத்தின் கைப்பற்றல், அரேபிய விமானப்படையை இஸ்ரேலிய விமானப்படை முறியடித்ததில் மிக முக்கியப் பங்காற்றியது. ஒரு சில மணி நேரத்திலேயே எகிப்திய விமானப்படை நிர்மூலமாக்கப்பட்டது," என்று அமித் பின்னர் பெருமையாகக் குறிப்பிட்டார்.

மொசாடும் இஸ்ரேலிய விமானப்படையும் அதனால் பெரும் வெற்றியடைந்தன. ஆனால், ரெட்ஃபாவும் அவருடைய

குடும்பத்தாரும் அதற்கு ஒரு பெரிய விலையைக் கொடுத்தனர். இஸ்ரேலுக்கு வந்த பிறகு, ரெட்ஃபா மிகவும் சோகமான, பரிதாபமான, கடினமானதொரு வாழ்க்கையை வாழ்ந்து வந்தார். "சொந்த நாட்டைத் துறந்து வேறொரு நாட்டிற்குக் குடிபெயர்கின்ற போர் வீரர்களால், புதிய நாட்டில் ஒரு சௌகரியமான புதிய வாழ்க்கையைத் துவக்குவது கிட்டத்தட்ட இயலாத காரியம். ரெட்ஃபா மிகவும் விரக்தியடைந்திருந்தார். அவருடைய குடும்பத்தாரும் கஷ்டங்களை அனுபவிக்க நேர்ந்தது. அவருடைய மொத்தக் குடும்பமும் உடைந்து போயிற்று," என்று ஒரு மொசாட் அதிகாரி கூறினார்.

இஸ்ரேலைத் தன்னுடைய புதிய வீடாக ஆக்கிக் கொள்ள ரெட்ஃபா மூன்று ஆண்டுகளாக முயற்சித்து வந்தார். இஸ்ரேலிலிருந்த எண்ணெய் நிறுவனங்களுக்காக அவர் டகோடா விமானங்களை ஓட்டினார். அவருடைய குடும்பம் டெல் அவீவில் வசித்து வந்தது. அவர்கள் ஈரானிலிருந்து வந்தவர்கள் என்ற போலியான பின்புலக் கதை ஒன்று அவர்களுக்காக உருவாக்கப்பட்டிருந்தது. தீவிரக் கத்தோலிக்கராக இருந்த அவருடைய மனைவி, அப்போது இஸ்ரேலில் நிலவிய சூழலில் புதிய தோழமைகளை உருவாக்கிக் கொள்ள முடியாமல் தவித்தார், தான் தனிமைப்பட்டு இருந்ததாக உணர்ந்தார். அதனால், அவரால் இஸ்ரேலிய வாழ்க்கைக்குத் தன்னைப் பழக்கிக் கொள்ள முடியவில்லை. இறுதியில் அவர்கள் வேறு ஒரு புனைபெயரில், மேற்கத்திய நாடு ஒன்றுக்குக் குடியேறினர். புதிய இடத்தில் அவர்கள் பாதுகாப்பு வீரர்கள் புடைசூழ இருந்தபோதிலும், வீட்டையும் நாட்டையும் சொந்த பந்தங்களையும்விட்டு வெகுதூரம் தள்ளியிருந்ததால், அவர்கள் தனிமையாகவே உணர்ந்தனர். அதோடு, ஈராக்கின் இரகசியப் புலனாய்வு அமைப்பின் கரம் எங்கே தங்களை நசுக்கிவிடுமோ என்ற அச்சத்திலேயே அவர்கள் வாழ்ந்தனர்.

ஈராக்கிலிருந்து கிளம்பி இருபத்திரண்டு ஆண்டுகள் கழித்து, 1988 ஆகஸ்ட் மாதத்தில் ஒரு நாள், ரெட்ஃபா திடீரென்று ஏற்பட்ட மாரடைப்பால் காலமானார். அவருடைய மனைவி கண்ணீருடன் அமித்தைத் தொடர்பு கொண்டார். அப்போது அமித் மொசாடிலிருந்து விலகிப் பல ஆண்டுகள் ஆகியிருந்தன. அன்று காலையில் தன்னுடைய அறையிலிருந்து வந்த ரெட்ஃபா, திடீரென்று தன் நெஞ்சைப் பிடித்துக் கொண்டு விழுந்தவர் எழுந்திருக்கவேயில்லை என்ற தகவலை அவருடைய மனைவி அமித்திடம் தெரிவித்தார்.

ரெட்ஃபாவுக்கு மொசாட் ஓர் இரங்கல் கூட்டத்தை ஏற்பாடு செய்தது. மூத்த அதிகாரிகளால் தங்களுடைய கண்ணீரைக்

கட்டுப்படுத்த முடியவில்லை. “அது நம்ப முடியாததொரு காட்சியாக இருந்தது. இஸ்ரேலிய அதிகாரிகள் ஓர் ஈராக்கிய விமானிக்காகக் கண்ணீர் சிந்திக் கொண்டிருந்தனர்,” என்று லிரான் குறிப்பிட்டார்.

***

ஆபரேஷன் டயமன்டின் வெற்றியையும், அதைத் தொடர்ந்து வந்த ஆறு–நாள் யுத்தத்தில் கிடைத்த மகத்தான வெற்றியையும் தொடர்ந்து, ஒரு புதிய திட்டத்தைத் தொடங்குவதற்கான ஒரு வாய்ப்பு உண்டாகியிருந்ததை அமித் உணர்ந்தார். ஆறு–நாள் யுத்தத்தில் பிடிபட்டிருந்த எதிரிப் போர்க் கைதிகளை விடுவிக்கும்போது, பதிலுக்கு, லவோன் திட்டத்தில் கைதாகி எகிப்தியச் சிறையில் வாடிக் கொண்டிருந்த இஸ்ரேலியர்களை விடுவிக்குமாறு எகிப்திய அரசை நிர்ப்பந்திக்க அவர் தன் மேலதிகாரிகளிடம் கேட்டுக் கொண்டார். லவோன் திட்டத்தில் கைதானவர்கள் அப்போது கிட்டத்தட்ட 13 ஆண்டுகளாக, மன்னிப்பு அல்லது விடுதலைக்கு வழியின்றி எகிப்தியச் சிறையில் வாடிக் கொண்டிருந்தனர். இஸ்ரேல் கிட்டத்தட்ட அவர்களை மறந்துவிட்டிருந்ததைப்போல அமித் உணர்ந்தார். இப்போது ஆறு–நாள் யுத்தம் முடிந்து, போர்க் கைதிகளை விடுவிப்பதற்கான பேச்சுவார்த்தைகள் நடைபெற்றுக் கொண்டிருந்ததால், அதில் இவர்களையும் சேர்த்துக் கொள்ளலாம் என்று அவர் பரிந்துரைத்தார். அப்போரில் இஸ்ரேல் 4,338 எகிப்திய வீரர்களையும், 830 சாதாரணக் குடிமக்களையும் போர்க் கைதிகளாகப் பிடித்து வைத்திருந்தது. எகிப்தியர்களிடம் வெறும் 11 இஸ்ரேலியர்கள் மட்டுமே பிடிபட்டிருந்தனர். ஆனாலும், போர்க் கைதிகளின் விடுதலை ஒப்பந்தத்தில் லவோன் கைதிகளைச் சேர்த்துக் கொள்ள எகிப்து உறுதியாக மறுத்துவிட்டது.

அதை ஏற்றுக் கொள்ள முடியாமல் அமித் தவித்தார். “அதை மறந்துவிடுங்கள் அமித்,” என்று அப்போது இஸ்ரேலியப் பாதுகாப்பு அமைச்சராக இருந்த மோஷே தயான் தன் நண்பருக்கு ஆறுதல் கூறினார். “எகிப்தியர்கள் அவர்களை ஒருபோதும் விடுவிக்க மாட்டார்கள்,” என்று அப்போது பிரதமராக இருந்த எஷ்கோலும் அதை ஆமோதித்தார். ஆனாலும் அதை அப்படி விட்டுவிட அமித் தயாராக இல்லை. இறுதியில், எகிப்திய அதிபர் நாசருக்குத் தனிப்பட்ட முறையில் அவர் ஒரு கடிதம் அனுப்பினார். அதில் அவர் இவ்வாறு குறிப்பிட்டிருந்தார்: “ஒரு வீரன் இன்னொரு வீரனுக்கு விடுக்கின்ற ஒரு வேண்டுகோள் இது. உங்களுடைய சிறைகளில் நீண்டகாலமாக வாடிக் கொண்டிருக்கின்ற லவோன் கைதிகளையும், ஜெர்மானிய அறிவியலறிஞர்களின் விவகாரத்தில்,

கைதான ‘ஷாம்பெயின் உளவாளி’ என்று அழைக்கப்படுகின்ற உல்ஃப்கேங் லுட்ஸையும் விடுவிக்குமாறு நான் உங்களைக் கேட்டுக் கொள்கிறேன்.”

சிரியச் சிறைகளில் வாடிக் கொண்டிருந்த இஸ்ரேலியக் கைதிகளின் விடுதலைக்காகவும் அமித் பேச்சுவார்த்தைகள் மேற்கொண்டார். அதில் அவருடைய சொந்த நலனும் பிணைந்திருந்தது. லெபனான் சிறையில் அடைக்கப்பட்டிருந்த திருமதி ஷுலா கோஹனை விடுவிக்க உதவுமாறு அவர் சிரியாவைக் கேட்டுக் கொண்டார். ஷுலா ஒரு தலைசிறந்த மொசாட் உளவாளி. ஒரு சாதாரண இல்லத்தரசியான அவர், லெபனான் மற்றும் சிரியாவில் உயர்மட்டத் தலைவர்களுடன் தொடர்புகளை ஏற்படுத்திக் கொண்டு, ஆயிரக்கணக்கான சிரிய மற்றும் லெபனான் யூதர்கள் திருட்டுத்தனமாக அந்நாடுகளைவிட்டு வெளியேறி இஸ்ரேலில் தஞ்சம் புக உதவியிருந்தார். அதோடு, அந்த நாடுகளில் மிகவும் வெற்றிகரமாகச் செயல்பட்டுக் கொண்டிருந்த தலைமறைவு யூத இயக்கம் ஒன்றையும் அவர் சிறப்பாக நிர்வகித்து வந்திருந்தார்.

எகிப்திய அதிபர் நாசருக்குத் தான் விடுத்திருந்த வேண்டுகோளுக்கு அவர் செவிசாய்த்ததைக் கண்டு அமித்தே வியந்து போனார். அதைத் தொடர்ந்து சிரியாவும் அவருடைய வேண்டுகோளுக்கு இணங்கியது. லவோன் விவகாரத்தில் கைதானவர்கள், உல்ஃப்கேங் லுட்ஸ், ஷுலா கோஹன் ஆகியோர் இரகசியப் பரிமாற்றத் திட்டத்தின் கீழ் விடுவிக்கப்பட்டு இஸ்ரேலுக்கு வந்து சேர்ந்தனர்.

சில நேரங்களில், தங்களுடைய சொந்த ஏஜென்டுகளை மீண்டும் நாட்டுக்கு அழைத்து வருவதற்குத் தீட்டப்படுகின்ற திட்டங்கள்தாம் அதிக அர்த்தம் வாய்ந்தவையாக இருக்கின்றன.

அத்தியாயம் 11

"இப்படிக்கு: ஒருபோதும் மறக்கப்பட முடியாதவர்கள்!"

1964 செப்டம்பர் மாதத் தொடக்கத்தில், நாற்பது வயதுக்கு மேற்பட்ட ஒருவர் பாரிஸிலிருந்து ஒரு விரைவு இரயிலில் வந்து, ஹாலந்திலிருந்த ராட்டர்டாம் இரயில் நிலையத்தில் இறங்கினார். வழுக்கைத் தலையுடனும் உறுதியான உடற்கட்டுடனும் இருந்த அந்நபர், ஒரு கருப்பு மூக்குக்கண்ணாடி அணிந்திருந்தார். அந்நகரின் மையத்திலிருந்த, ரைன் என்ற ஓர் ஆடம்பர ஓட்டலில் அவர் 'ஆன்டன் குன்ஸ்லே' என்ற பெயரில் ஓர் அறை எடுத்துத் தங்கினார். அவர் தன்னை ஓர் ஆஸ்திரியத் தொழிலதிபர் என்று அறிமுகப்படுத்திக் கொண்டார். பின் அவர் அருகிலிருந்த அஞ்சல் நிலையத்திற்குச் சென்று அதே பெயரில் ஓர் அஞ்சல் பெட்டியை வாடகைக்கு எடுத்துக் கொண்டார். அஞ்சல் நிலையத்திலிருந்து அவர் நேராக ஆம்ரோ வங்கியின் கிளை ஒன்றுக்குச் சென்று அதே பெயரில் ஒரு வங்கிக் கணக்கைத் தொடங்கி, அதில் *3,000* டாலர்களைச் செலுத்தினார். பிறகு ஓர் அச்சகத்திற்குச் சென்று ஆன்டன் குன்ஸ்லே என்ற பெயரில் ஒரு பெயரட்டையையும் ஒரு லெட்டர் பேடையும் அச்சடித்து வாங்கிக் கொண்டார். அவற்றில், அவருடைய வேலை, ராட்டர்டாமிலிருந்த ஒரு முதலீட்டு நிறுவனத்தின் மேலாளர் என்று குறிப்பிடப்பட்டிருந்தது. அதையடுத்து, அவர் பிரேசிலியத் தூதரகத்திற்குச் சென்று, பிரேசிலுக்கு ஒரு சுற்றுலாப் பயணியாகச் செல்வதற்குத் தேவையான விசா விண்ணப்பப் படிவத்தை நிரப்பி அவர்களிடம் கொடுத்தார். ஒரு மருத்துவமனைக்குச் சென்று, தன் உடலை மேலோட்டமாகப் பரிசோதனை செய்யுமாறு அங்கிருந்த

மருத்துவரிடம் கூறி, அவரிடமிருந்து ஒரு மருத்துவச் சான்றிதழை அவர் பெற்றுக் கொண்டார். பின்னர், கண் பரிசோதனை மையம் ஒன்றுக்குச் சென்று, அவர்கள் சோதித்தபோது எல்லாவற்றையும் தவறாக வாசித்து, ஒரு தடிமனான கண்ணாடியை வாங்கிக் கொண்டார்.

அடுத்த நாள் காலையில், அவர் ஜூரிச்சுக்குச் சென்று, அங்கிருந்த ஒரு வங்கியில் ஒரு கணக்கைத் தொடங்கி, அதில் 6,000 டாலர்களைச் செலுத்தினார். பிறகு அவர் பாரிஸுக்குத் திரும்பினார். அங்கிருந்த ஓர் ஒப்பனைக் கலைஞரிடம் அவர் ஒரு பெரிய ஒட்டுமீசையை வாங்கிப் பொருத்திக் கொண்டார். அந்தத் தடிமனான கண்ணாடியை அணிந்து கொண்டு ஒரு புகைப்படக்காரரிடம் சென்று 'பாஸ்போர்ட் அளவு' புகைப்படங்கள் சிலவற்றை எடுத்துக் கொண்டார். பின்னர், பிரேசிலியத் தூதரகத்திற்குச் சென்று, தான் எடுத்து வைத்திருந்த புகைப்படங்களை அவர்களிடம் கொடுத்தார். அவருடைய ஆஸ்திரியப் பாஸ்போர்ட்டில் பிரேசிலுக்குச் சுற்றுலா செல்வதற்கான விசா முத்திரை குத்தப்பட்டது. அவர் சென்ற இடங்களிலெல்லாம் சொகுசு ஓட்டல்களில் தங்கினார், பெரிய அளவு டிப்ஸ் கொடுத்தார், ஆடம்பரமான உணவகங்களில் உணவருந்தினார். செழித்துக் கொழித்திருந்த தன்னுடைய ஆஸ்திரியத் தொழில் பற்றிப் போவோர் வருவோரிடமெல்லாம் அவர் பேசினார். இவை அனைத்தும் சேர்ந்து அவரை ஒரு செழிப்பான, வெற்றிகரமான தொழிலதிபராகக் காட்டின.

இத்தகைய எளிய நடவடிக்கைகளின் மூலம், மொசாட் ஏஜென்ட் யிட்சாக் சரித், தகர்க்கப்பட முடியாத போலி அடையாளம் ஒன்றைத் தனக்காக உருவாக்கியிருந்தார். இப்போது அவருக்கு ஆன்டன் குன்ஸ்லே என்ற புதிய முகம் கிடைத்திருந்தது. அதை நிரூபிக்கின்ற விதத்தில் அதே பெயரில் ஓர் அடையாள அட்டை, ராட்டர்டாம் நகரில் ஒரு முகவரி, வங்கிக் கணக்குகள், பிரேசிலுக்குச் செல்வதற்கான விசா ஆகியவை அவரிடம் இருந்தன.

ஒரு சில நாட்களுக்கு முன்புதான், அதாவது, செப்டம்பர் 1 அன்றுதான், பாரிஸுக்குச் செல்லும்படி அவருக்கு உத்தரவிடப்பட்டிருந்தது. 'ஆபரேஷன் சிசேரியா' என்ற மொசாட் திட்டத்தின் ஓர் உறுப்பினர் அவர். பாரிஸில் மொசாடு ஏற்பாடு செய்திருந்த பாதுகாப்பான ஒரு வீட்டில், அத்திட்டத்தின் கமான்டர் யோஸ்கே யாரிவை அவர் சந்தித்தார். யோஸ்கே, அவருக்குக் கீழே பணிபுரிந்தவர்களால் பெரிதும் விரும்பப்பட்ட ஒருவர். முன்னாள் இராணுவ அதிகாரியான அவர், ரஃபி ஈத்தனுக்கு அடுத்து, மொசாட் செயல்பாட்டுக் குழுவின்

தலைவராக நியமிக்கப்பட்டிருந்தார். ரஃபி, ஐரோப்பிய மொசாட் குழுவின் தலைவராகப் பதவி உயர்வு பெற்றிருந்தார்.

யோஸ்கே, யிட்சாக்கிடம் சில விஷயங்களை விளக்கினார்: “அடுத்த சில மாதங்களுக்குள், மேற்கு ஜெர்மனியின் நாடாளுமன்றம் ஒரு புதிய சட்டத்தை நிறைவேற்றத் திட்டமிட்டிருக்கிறது. அது போர்க் குற்றங்கள் தொடர்பானது. அது மட்டும் நிறைவேற்றப்பட்டுவிட்டால், முன்னாள் நாஜி குற்றவாளிகளின் கொடூரக் குற்றங்கள் எவையும் கணக்கில் எடுத்துக் கொள்ளப்படாது. அதன் பிறகு, தலைமறைவு வாழ்க்கை வாழ்ந்து கொண்டிருக்கின்ற முன்னாள் நாஜிக்கள் தைரியமாக வெளியே வந்து தங்களுடைய இயல்பு வாழ்க்கையை வாழத் துவங்குவர். முன்னாள் நாஜிக்கள் பலர் இப்படிப்பட்ட ஒரு வாய்ப்புக் கிடைத்தால் அதைப் பயன்படுத்திக் கொள்ள ஆவலாக இருக்கின்றனர். நாஜி ஜெர்மனியால் கடுமையாகப் பாதிக்கப்பட்ட நாடுகள்கூட, முன்னாள் நாஜிக்களைத் தேடுகின்ற வேலையைத் தொடர்ந்து மேற்கொள்ள விரும்பவில்லை. முன்னாள் நாஜி குற்றவாளியான ஐக்மேன் பிடிபட்டு நான்கு ஆண்டுகளுக்கு மேல் ஆகிவிட்டதால், நாஜிக்கள் இழைத்திருந்த கொடூரங்கள் குறித்த விழிப்புணர்வு மங்கத் தொடங்கியுள்ளது. ஐக்மேனின் வழக்கு மற்றும் அவருடைய மரண தண்டனை நிறைவேற்றத்தோடு உலக வரலாற்றின் ஓர் அத்தியாயம் நிறைவுக்கு வந்துவிட்டிருந்ததைப்போல இருந்தது. அதனால், ஜெர்மனி கொண்டுவர உத்தேசித்துள்ள சட்டம் அந்நாட்டு நாடாளுமன்றத்தில் நிறைவேறாமல் நாம் பார்த்துக் கொள்ள வேண்டியது இன்றியமையாதது. கொடூரர்கள் இந்த உலகில் இன்றும் சட்டத்தின் பிடிக்குள் மாட்டாமல் அலைந்து கொண்டிருக்கின்றனர் என்பது உலகிற்கு நினைவுபடுத்தப்பட வேண்டும்.”

அவர் தொடர்ந்து பேசினார்: “மிகக் கொடூரமான நாஜி கொலைகாரன் ஒருவனை நாம் தேடிப் பிடித்துக் கொல்ல வேண்டும். தென்னமெரிக்காவிலுள்ள நம்முடைய ஏஜெண்டுகளில் ஒருவர் அப்படிப்பட்ட ஒரு நபரைக் கண்டுபிடித்துள்ளார். ‘ரீகாவின் கசாப்புக்காரன்’ என்ற பட்டப்பெயருக்குச் சொந்தக்காரர் அவர். லாட்வியாவைச் சேர்ந்த ஹெர்பர்ட்ஸ் குக்குர்ஸ் என்ற அந்த நாஜி அதிகாரி, முப்பதாயிரம் யூதர்களைக் கொன்று குவித்தவர். அவர் பிரேசிலில் தன்னுடைய சொந்தப் பெயரில் வசித்து வருகிறார். மீர் அமித் இத்திட்டத்திற்குப் பச்சைக் கொடி காட்டிவிட்டார்.”

அத்திட்டத்திற்காகத்தான் யோஸ்கே யிட்சாக்கைத் தேர்ந்தெடுத்திருந்தார். யிட்சாக் ஒரு புத்திசாலியான, சிறப்பாகச் செயல்பட்ட ஏஜென்ட் என்பது மட்டும் அதற்கான காரணமல்ல.

ஜெர்மனியில் பிறந்திருந்த யிட்சாக், நாஜி இனப் படுகொலைக்குத் தன் பெற்றோர் இருவரையும் பறிகொடுத்திருந்தார் என்பது மற்றொரு முக்கியக் காரணம். யிட்சாக் எப்படியோ தப்பித்துப் பாலஸ்தீனத்திற்கு வந்திருந்தபோதிலும், ஹிட்லரை எதிர்க்க அவர் உறுதி பூண்டிருந்தார். அப்போது பாலஸ்தீனத்தை ஆண்டு கொண்டிருந்த பிரிட்டன், இராணுவத்திற்கு ஆள் எடுக்க முயன்றபோது, முதல் ஆளாக வந்து நின்றவர் அவர். அதனால் யிட்சாக்கின் நோக்கம் குறித்துத் தான் கவலைப்படத் தேவையில்லை என்பதை யோஸ்கே அறிந்திருந்தார்.

அடுத்து, அத்திட்டம் குறித்து யிட்சாக்கிடம் அவர் விளக்கினார்: "போலியான ஓர் ஆஸ்திரியத் தொழிலதிபராக நீங்கள் மாற வேண்டும். பிரேசிலுக்குச் சென்று ஹெர்பர்ட்ஸுடன் பழகி அவருடைய நம்பிக்கையை வென்றெடுப்பதுதான் உங்கள் வேலை. அவரைத் தீர்த்துக் கட்டுவதற்கான முதற்கட்ட நடவடிக்கை அது." அதற்குப் பிறகு அத்திட்டத்தை அவர் விரிவாக எடுத்துரைத்தார். அப்போதுதான் 'ஆன்டன் குன்ஸ்லே' என்ற புதிய பெயரை யோஸ்கே அவருக்கு வழங்கினார்.

இச்சந்திப்பு நடந்து பத்து நாட்கள் கழித்து, குன்ஸ்லே, அர்ஜென்டினாவின் முக்கிய நகரான ரியோ டி ஜெனிரோவில் வந்திறங்கினார். அத்திட்டம் அவருக்கு உற்சாகமளித்த அதே வேளையில், ஓர் அசௌகரிய உணர்வையும் அவரிடம் தோற்றுவித்திருந்தது. அப்படிப்பட்ட ஒரு சூழலில் அவர் அதற்கு முன்பு ஒருபோதும் இயங்கியிருக்கவில்லை. இப்போது அவர் தன்னந்தனியாக ஓர் அந்நிய நாட்டில் ஒரு மாபாதகனோடு ஒட்டி உறவாட வேண்டியிருந்தது. என்றேனும் ஒரு நாள், தான் எவரோ ஒருவரால் கொல்லப்படக்கூடும் என்ற எதிர்பார்ப்புடனும் எச்சரிக்கையுணர்வுடனும்தான் ஹெர்பர்ட்ஸ் எப்போதும் செயல்பட்டுக் கொண்டிருப்பார் என்பதை குன்ஸ்லே அறிவார். குன்ஸ்லே ஒரு சிறிய தவறு செய்தால்கூட, அந்த ஒட்டுமொத்த ஆபரேஷனே தோல்வியடைந்துவிடும். அவர் ஒரு தவறான அடி எடுத்து வைத்தால், அவர் உயிரிழக்கக்கூட நேரிடலாம்.

பிரேசிலை நோக்கி விமானத்தில் சென்று கொண்டிருந்தபோது, குன்ஸ்லே, ஹெர்பர்ட்ஸின் கோப்பைப் படித்தார். அதில் ஹெர்பர்ட்ஸைப் பற்றிய ஏராளமான ஆவணங்கள், சாட்சியங்கள் மற்றும் பத்திரிகைச் செய்திகள் இடம் பெற்றிருந்தன. ஹெர்பர்ட்ஸ் தன்னுடைய முப்பதுகளில் இருந்தபோது, ஒரு துணிச்சலான, இயற்கையிலேயே திறமை கைவரப் பெற்ற ஒரு விமானியாகப் பிரபலமானார். தன் சொந்தக் கைகளால் உருவாக்கிய ஒரு சிறு விமானத்தில் அவர் லாட்வியாவிலிருந்து, ஆப்பிரிக்காவிலுள்ள காம்பியாவுக்குப் பறந்து சென்றார். ஒரே இரவில், அந்த வசீகரமான

அனைவரையும் சுட்டுக் கொன்றார்.

அதிசயிக்கத்தக்க விதத்தில் தப்பிப் பிழைத்திருந்த யூதர்களின் வாக்குமூலங்களைப் படித்த குன்ஸ்லே, அதிர்ச்சியில் உறைந்து போனார். ஹெர்பர்ட்ஸ் லாட்வியாவிலிருந்து எப்படித் தப்பிச் சென்றார் என்ற விபரமும் அந்தக் கோப்பில் இருந்தது. இரண்டாம் உலகப் போரின் முடிவில் அவர் போலி ஆவணங்களுடன் முதலில் பிரான்ஸுக்குத் தப்பிச் சென்றார். பின்னர் அங்கிருந்து ஒரு விவசாயிபோல நடித்து, ரியோ டி ஜெனிரோவிற்கு ஒரு கப்பலில் பயணப்பட்டார். அவர் தன்னுடன் விநோதமான 'காப்பீடு' ஒன்றை வைத்திருந்தார். அது ஓர் இளம் யூதப் பெண். அவர் பெயர் மிரியம் கீட்ஸ்னர். போரின்போது ஹெர்பர்ட்ஸ் அப்பெண்ணுக்குப் பாதுகாப்பளித்திருந்தார். இப்போது மிரியம் அவருடைய பிரச்சார பீரங்கியாக மாறியிருந்தார். 'ரீகாவின் இரட்சகன்' என்று ஹெர்பர்ட்ஸைப் பற்றி பிரேசில் நெடுகிலும் அவர் பேசித் திரிந்து கொண்டிருந்தார்.

ரியோவில், ஹெர்பர்ட்ஸ் விரைவாக அங்கிருந்த யூதர்களுடன் நல்லுறவுகளை வளர்த்துக் கொண்டார். மிரியத்தின் அசாதாரணமான கதையைப் பற்றிப் பேசியே அவர் பலரைக் கவர்ந்தார்: "மிரியம் லாட்வியாவில் இருந்தபோது, நாஜிக்கள் அவரைப் பிடித்துவிட்டனர். அவர் கொடூரமான முறையில் கொல்லப்படவிருந்தார். ஆனால், நான் என் உயிரைப் பணயம் வைத்து அவரைக் காப்பாற்றினேன்." இப்படிப்பட்டத் துடிப்பான ஒரு கதாநாயகன், யூதர்களின் இரட்சகன், தினமும் ரியோவுக்கு வருவதில்லை என்பதால், அந்நகரிலிருந்த யூதர்கள் அந்தத் துணிச்சல்கார லாட்வியரைத் தலைமீது தூக்கி வைத்துக் கொண்டாடினர்.

ஒரு நாள், மதுபோதை தலைக்கு ஏறி, தன் மனத்தில் இருந்தவற்றை ஹெர்பர்ட்ஸ் உளறிக் கொட்டும்வரை, அவர் ரியோவின் யூதச் சமுதாயத்தில் பெரும் செல்வாக்குடன் திகழ்ந்து வந்தார். போதை அரக்கனின் பிடியிலிருந்த அந்த லாட்வியக் கதாநாயகன், தன்னைச் சுற்றியிருந்தவர்களிடம், அதுவரை சொல்லியிராத முற்றிலும் புதியதொரு கதையைக் கூறினார். அப்போதும் அவர் யூதர்களைப் பற்றித்தான் பேசினார். ஆனால் அவர்களைப் பன்றிகள் என்றும், கழிசடைகள் என்றும் அவர் குறிப்பிட்டார். அவரும் அவருடைய நாஜி நண்பர்களும் எப்படியெல்லாம் யூதர்களைப் படுகொலை செய்தனர் என்பதைப் பற்றியும், அவர்களை உயிரோடு எரித்ததைப் பற்றியும், நீருக்குள் மூழ்கடித்துக் கொன்றதைப் பற்றியும், அடித்தும் சுட்டும் கொன்றதைப் பற்றியும் கதை கதையாகப் பேசினார். ரியோவிலிருந்த லாட்விய யூதர்கள் வாயடைத்துப்

போயினர். அவர்கள் உடனடியாக ஹெர்பர்ட்ஸைப் பற்றி விசாரிக்கத் தொடங்கினர். அவர்களுக்குக் கிடைத்தத் தகவல்கள் பயங்கரமானவையாக இருந்தன.

அவருடைய உண்மையான அடையாளம் வெளிப்பட்டவுடன், ஹெர்பர்ட்ஸ் மாயமாக மறைந்து போனார். அவர் ரியோவைவிட்டு வெளியேறவில்லை, ஆனால் அந்தப் பெரிய நகரத்தின் வேறொரு மூலைக்குச் சென்றுவிட்டார். மிரியம் இப்போது அவருக்குத் தேவைப்படவில்லை என்பதால் அவரையும் ஹெர்பர்ட்ஸ் கைகழுவிவிட்டார். பின்னர் மிரியம் ரியோவிலிருந்த ஒரு யூதரை மணந்து கொண்டு, உள்ளூர்ச் சமூகத்துடன் ஐக்கியமானார். ஹெர்பர்ட்ஸ் தன் மனைவியையும் மூன்று மகன்களையும் ரியோவுக்குக் கூட்டி வந்து தன்னுடன் வைத்துக் கொண்டார்.

பத்து ஆண்டுகள் உருண்டோடின. அதற்குப் பிறகு, ஹெர்பர்ட்ஸ் ஒரு 'ஏர் டாக்சி' நிறுவனத்தின் உரிமையாளராக மாறியிருந்தார். அப்போது, ரியோவிலிருந்த யூதச் சமுதாயத்தினர் எதேச்சையாக அவரைக் கண்டுபிடித்தனர். அவர்கள் பொதுமக்களிடம் அவரைப் பற்றிய விழிப்புணர்வை ஏற்படுத்தினர். மாணவர்கள் அவருடைய அலுவலகத்திற்குள் நுழைந்து, அங்கிருந்த அனைத்தையும் நாசமாக்கினர். ஹெர்பர்ட்ஸ் உடனடியாகத் தன் குடும்பத்துடன் ரியோவைவிட்டுக் கிளம்பி, சா பாலோ நகரில் குடியேறினார்.

அங்கு அவரை எவரும் தொந்தரவு செய்யவில்லை என்றாலும், தான் இன்னும் ஆபத்தில் இருந்ததாகவே ஹெர்பர்ட்ஸ் எண்ணினார். அவர் பயத்தால் வெலவெலத்துப் போயிருந்ததால், தான் சந்தித்த ஒவ்வொரு அந்நியரையும் அவர் சந்தேகப்பட்டார். 1960 ஆண்டு ஜூன் மாதம், ஐக்மேன் பிடிபட்டு ஒரு சில நாட்களுக்குப் பிறகு, ஹெர்பர்ட்ஸ் சா பாலோ காவல்துறையின் தலைமையகத்திற்குச் சென்று தனக்குக் காவல்துறையினரின் பாதுகாப்பைக் கோரினார். அவர் கேட்டப் பாதுகாப்பை பிரேசிலியக் காவல்துறை அவருக்கு அளித்தது. ஆனால், அச்செய்தி ஊடகங்களிலும் பெரிதாக வெளியானது. அதனால், இப்போது அவர் எங்கு இருந்தார் என்பது அவருடைய கொடுஞ்செயல்களுக்குப் பலியானவர்களின் உறவினர்கள் அனைவருக்கும் தெரிந்துவிட்டது.

ஆண்டுகள் செல்லச் செல்ல ஹெர்பர்ட்ஸின் பயம் அதிகரித்துக் கொண்டே சென்றது. அவர் தன்னுடைய மனைவியிடமும் தன் மகன்களிடமும், தன்னைப் பழிவாங்கத் துடித்துக் கொண்டிருந்த யூதர்கள் எந்நேரமும் தன்னைக் கொலை செய்யக்கூடும் என்று புலம்பியிருந்தார். தன்னுடைய முக்கியமான எதிரிகளின் பட்டியல் ஒன்றைக்கூட அவர் தயாரித்திருந்தார். ரியோவிலிருந்த

முக்கியமான யூதர்கள் பலர் அதில் இடம் பெற்றிருந்தனர்.

ஹெர்பர்ட்ஸ் தன் சொந்தப் பெயரைத் துறக்கவில்லை. ஆனால், அவர் தன்னுடைய வீட்டை ஒரு கோட்டையைப்போல மாற்றியிருந்தார். காவல்துறையின் பாதுகாப்புப் போக, தனிப்பட்டப் பாதுகாப்பு வீரர்களையும் அவர் அமர்த்தியிருந்தார்.

அவர் பல தொழில்களை முயன்று பார்த்தார். ஆனால் அவை அனைத்தும் மண்ணைக் கவ்வின. ஹெர்பர்ட்ஸ் குறித்தக் கோப்பில் அவருடைய சமீபத்திய முகவரி இடம் பெற்றிருந்தது. அதன்படி, அவர் சா பாலோ நகரின் எல்லையிலிருந்த ஒரு செயற்கை ஏரியின் கரையில் தொழில்ரீதியாக இயங்கிக் கொண்டிருந்தார். அங்கு அவர் வாடகைக்கு விடுவதற்குச் சில படகுகளை வைத்திருந்தார். அதோடு, நீரிலிருந்து கிளம்பி வானில் பறக்கின்ற குட்டி விமானம் ஒன்றையும் அவர் வைத்திருந்தார். அவர் அதிகக் கட்டணம் பெற்றுக் கொண்டு, அந்தக் குட்டி விமானத்தில் பார்வையாளர்களை ஏற்றி கொண்டு, சா பாலோ நகரை வானிலிருந்து அவர்களுக்குச் சுற்றிக் காட்டினார்.

தான் நேரடியாக ஹெர்பர்ட்ஸை அணுகினால் அவர் கண்டிப்பாகத் தன்மீது சந்தேகப்படுவார் என்பதை குன்ஸ்லே உணர்ந்திருந்தார். அதனால், அவர் பிரேசிலை அடைந்ததும், ஒரு சில நாட்கள் ரியோவில் செலவிட்டார். ஒரு வழமையான சுற்றுலாப் பயணியைப்போல அவர் அந்நகரின் சுற்றுலாத்தலங்களுக்கு விஜயம் செய்தார். அதே நேரத்தில், சுற்றுலாத் துறை சார்ந்த உயரதிகாரிகள் மற்றும் சுற்றுலாத் துறையில் ஈடுபட்டிருந்த தொழிலதிபர்கள் போன்றோருடன் அவர் தொடர்புகளை வளர்த்துக் கொண்டார். அவர் சுற்றுலாத்துறை அமைச்சரை நேரில் சந்தித்து, தன்னை ஒரு முதலீட்டாளராக அறிமுகம் செய்து கொண்டு, தான் பிரேசிலில் சுற்றுலாத் தொழிலில் முதலீடு செய்ய ஆவலாக இருந்ததாகத் தெரிவித்தார். சா பாலோ நகரில் சுற்றுலாத் தொழிலில் ஈடுபட்டிருந்த சில முக்கியஸ்தர்களுக்கு, ஒரு முதலீட்டாளர் என்ற முறையில் அவரைப் பரிந்துரைத்த ஒரு சில கடிதங்களையும் அவர் பெற்றுக் கொண்டார்.

அடுத்து அவர் சா பாலோவுக்குச் சென்றார். அங்கு அவர் ஹெர்பர்ட்ஸின் ஏரிக்கரை முகவரியை உடனடியாகக் கண்டுபிடித்துவிட்டார். அந்த ஏரிக்கரையில் ஒரு கடல்விமானம் நின்று கொண்டிருந்தது. அதன் அருகே ஒரு விமானியின் சீருடையில் ஓர் உயரமான, ஒல்லியான நபர் நின்று கொண்டிருந்தார். அவர் ஹெர்பர்ட்ஸ் குக்குர்ஸ்தான்.

***

அங்குப் படகுச் சவாரிக்கான பயணச்சீட்டுகளை விற்றுக் கொண்டிருந்த ஓர் அழகிய ஜெர்மானிய யுவதியை அணுகி, அப்பகுதியில் இருந்த சுற்றுலாத்தலங்களைப் பற்றி குன்ஸ்லே அவளிடம் விசாரித்தார். அவள் ஹெர்பர்ட்ஸின் மூத்த மகனின் மனைவி என்பதை அப்போது அவர் அறிந்திருக்கவில்லை. சுற்றுலாவைப் பற்றித் தனக்கு எதுவும் தெரியாது என்று ஒப்புக் கொண்ட அவள், சற்றுத் தொலைவில் நின்று கொண்டிருந்த ஹெர்பர்ட்ஸைச் சுட்டிக்காட்டி, "அவரைக் கேட்டுப் பாருங்கள். அவர் உங்களுக்கு உதவுவார்," என்று கூறினாள்.

குன்ஸ்லே ஹெர்பர்ட்ஸை அணுகி, தான் ஓர் ஆஸ்திரிய முதலீட்டாளர் என்று அவரிடம் தன்னை அறிமுகப்படுத்திக் கொண்டார். குன்ஸ்லே தொழில்முறைரீதியான சில கேள்விகளை அவரிடம் கேட்டபோது, அதற்கு அவர் அரைகுறை மனத்துடன் பதிலளித்தார். ஆனால், தன்னை அவருடைய விமானத்தில் ஏற்றி அந்த நகரைச் சுற்றிக் காட்டுமாறு குன்ஸ்லே கேட்டவுடன், ஹெர்பர்ட்ஸின் மனப்போக்கு முற்றிலுமாக மாறியது. ஒரு சில நிமிடங்களில் அவர்கள் தரையிலிருந்து வெகு உயரத்தில் பறந்து கொண்டிருந்தனர். அவர்கள் இருவரும் ஒரு நீண்ட, தோழமையான உரையாடலை நிகழ்த்தினர். பிறருடன் எப்படித் தோழமையை வளர்த்துக் கொள்ள வேண்டும் என்பதை குன்ஸ்லே நன்றாகவே அறிந்திருந்தார். அவர்கள் தரையிறங்கியதும், தன்னுடைய படகுக்கு வந்து சிறிது நேரம் தன்னுடன் மது அருந்துமாறு ஹெர்பர்ட்ஸ் அவரிடம் கேட்டுக் கொண்டார்.

அவர்கள் இருவரும் மது அருந்திக் கொண்டிருந்தபோது, திடீரென்று, தன்மீது குற்றம் சாட்டிக் கொண்டிருந்தவர்களை ஹெர்பர்ட்ஸ் கோபமாக வசைபாட ஆரம்பித்தார். "என்னை ஒரு போர்க் குற்றவாளி என்கிறார்கள்! இரண்டாம் உலகப் போரின்போது நான் ஒரு யூதப் பெண்ணைக் காப்பாற்றியிருந்தேன்!" அவர் தன்னை ஆழம் பார்ப்பதற்காக அப்படிப் போலியாக வெடித்திருந்தார் என்பதை குன்ஸ்லே உடனடியாகப் புரிந்து கொண்டார்.

பின்னர் ஹெர்பர்ட்ஸ் குன்ஸ்லேயிடம், "நீங்கள் இரண்டாம் உலகப் போரில் பங்கேற்றிருந்தீர்களா?" என்று கேட்டார்.

"ஆமாம். நான் இரஷ்ய எல்லையில் போரிட்டேன்," என்று குன்ஸ்லே கூறினார். ஆனால் அவருடைய குரலின் தொனி, அவர் உண்மையில் இரஷ்ய எல்லையில் போரிடவில்லை என்பதை மறைமுகமாக வெளிப்படுத்துவதாக இருந்தது. குன்ஸ்லே தன்னுடைய சட்டையின் மேல் பொத்தான்களைக் கழற்றி, தன்னுடைய மார்பிலிருந்த ஒரு தழும்பைக் காட்டி, "விழுப்புண்!"

என்று கூறிவிட்டு, அதை மேலும் விவரிக்காமல் விட்டுவிட்டார்.

அவர் ஹெர்பர்ட்ஸின் சூழலை எடைபோட்டார். ஹெர்பர்ட்ஸின் நிதி நிலைமை சொல்லிக் கொள்ளும்படியாக இருக்கவில்லை என்பது வெளிப்படையாகத் தெரிந்தது. அவர் அணிந்திருந்த உடை மிகவும் பழையதாக இருந்தது; அந்த விமானத்தின் நிலைமையும் படகுகளின் நிலைமையும் சொல்லிக் கொள்ளும்படியாக இருக்கவில்லை. இவை அனைத்தும் அவருடைய வாழ்க்கைத் தரத்தைப் பறைசாற்றின. அவர் தன்னுடைய பொருளாதாரச் சிக்கல்களிலிருந்து வெளிவரத் தன்னால் உதவ முடியும் என்ற நம்பிக்கையை ஹெர்பர்ட்ஸிடம் தான் விதைத்தாக வேண்டும் என்பதை குன்ஸ்லே உணர்ந்தார். அதனால், தன்னுடைய நிறுவனத்தைப் பற்றியும், தன்னுடைய தொழிற்கூட்டாளிகளைப் பற்றியும், லத்தீன் அமெரிக்காவின் சுற்றுலாத் திட்டங்களில் தாங்கள் பெரும் பணத்தை முதலீடு செய்யத் திட்டமிட்டிருந்ததைப் பற்றியும் குன்ஸ்லே விரிவாகப் பேசினார். ஹெர்பர்ட்ஸுக்கு பிரேசிலியச் சுற்றுலாவைப் பற்றி நன்றாகத் தெரியும் என்பதால், அவரும் தங்களுடைய குழுவில் இணைந்து கொள்ளலாம் என்ற அழைப்பை குன்ஸ்லே சாடைமாடையாகக் கூறினார்.

தான் கூறிக் கொண்டிருந்தவற்றில் ஹெர்பர்ட்ஸ் ஆர்வம் காட்டியதுபோலத் தெரிந்தபோது, குன்ஸ்லே திடீரென்று எழுந்து கொண்டு, "நான் இதற்கு மேலும் உங்களைத் தொந்தரவு செய்ய விரும்பவில்லை. உங்களுக்கு ஆயிரம் வேலைகள் இருக்கும்," என்று கூறினார்.

"அப்படியெல்லாம் ஒன்றுமில்லை," என்று கூறிய ஹெர்பர்ட்ஸ், ஒரு சில நாட்களில் தன்னுடைய வீட்டுக்கு வரும்படி குன்ஸ்லேவுக்கு அழைப்பு விடுத்தார். "நீங்கள் வந்தால் நம் இருவருக்கும் பொதுவாக இருக்கின்ற தொழில் விஷயங்களைப் பற்றி நாம் மேலும் விரிவாகப் பேசலாம்."

தொடர்பு ஏற்படுத்தப்பட்டுவிட்டது. தூண்டில் போடப்பட்டுவிட்டது. அடுத்து, ஹெர்பர்ட்ஸைத் தூண்டில் இரையைக் கவ்விப் பிடிக்குமாறு செய்ய வேண்டும், அவ்வளவுதான்.

அன்று மாலையில், குன்ஸ்லே, யோஸ்கேவிற்கு சங்கேத மொழியில் ஒரு தந்தி அனுப்பினார். அதில் முதன்முறையாக, ஹெர்பர்ட்ஸுக்குச் சூட்டப்பட்டிருந்த சங்கேதப் பெயரை அவர் பயன்படுத்தினார்: 'மரணத்தை முத்தமிட்டவன்.'

ஹெர்பர்ட்ஸும் அன்று இரவு சில எழுத்து வேலையில் மும்முரமாக இருந்தார். தான் தயாரித்து வைத்திருந்த 'மிக ஆபத்தான எதிரிகள்' பட்டியலை வெளியே எடுத்து, அதில்

இன்னொரு பெயரையும் சேர்த்துக் கொண்டார்: ஆன்டன் குன்ஸ்லே.

***

ஒரு வாரம் கழித்து, சா பாலோவின் மேட்டுக்குடியினர் வசித்த ஒரு பகுதியில் இருந்த ஒரு வீட்டின் முன் ஒரு வாடகைக் கார் வந்து நின்றது. அந்த வீடு மிகப் பெரியதாக இருக்கவில்லை என்றாலும், ஒரு கோட்டையைப்போல பலத்தப் பாதுகாப்புடன் இருந்தது. அந்த வீட்டைச் சுற்றியிருந்த மதிற்சுவரின் மேல் பகுதியில் ஒரு முள்வேலி அமைக்கப்பட்டிருந்தது; நுழைவாயிலிலிருந்த இரும்புக் கதவிற்கு அருகே ஓர் இளைஞன் நின்று கொண்டிருந்தான்; அவனுக்கு அருகே மூர்க்கமான தோற்றத்துடனிருந்த ஒரு நாயும் திமிறியபடி நின்று கொண்டிருந்தது.

குன்ஸ்லே அந்த இளைஞனிடம் – அவன் ஹெர்பர்ட்ஸின் மகன்களில் ஒருவன் என்பது பின்னர் தெரிய வந்தது – தன்னுடைய வரவு குறித்து ஹெர்பர்ட்ஸிடம் தெரிவிக்குமாறு கேட்டுக் கொண்டார். ஹெர்பர்ட்ஸ் அவரைக் கனிவுடன் வரவேற்றுத் தன் வீட்டைச் சுற்றிக் காட்டினார், தன் மனைவி மில்டாவை அறிமுகம் செய்து வைத்தார். பின் ஒரு மேசையின் இழுப்பறையைத் திறந்து, தான் வாங்கியிருந்த பதினைந்துக்கும் மேற்பட்டப் பதக்கங்களை குன்ஸ்லேயிடம் அவர் காட்டினார். அவற்றில் பலவற்றை நாஜிக்களின் குறியீடான சுவஸ்திகா சின்னம் அலங்கரித்துக் கொண்டிருந்தது.

அதற்குப் பிறகு, ஹெர்பர்ட்ஸ் வேறொரு மேசை இழுப்பறையைத் திறந்து தன்னுடைய ஆயுதச் சேகரிப்புகளைக் காட்டினார். அதில் மூன்று கைத்துப்பாக்கிகளும் ஒரு செமி ஆட்டோமேட்டிக் துப்பாக்கியும் இருந்தன. அவற்றை அவர் வைத்துக் கொள்ள, பிரேசிலிய இரகசியப் புலனாய்வு அமைப்பு அவருக்கு வழங்கியிருந்த அனுமதிக் கடிதத்தை அவர் குன்ஸ்லேயிடம் காட்டிவிட்டு, "என்னை எப்படிப் பாதுகாத்துக் கொள்வது என்பதை நான் அறிவேன்," என்று கூறினார்.

ஹெர்பர்ட்ஸின் பேச்சு தனக்கு விடுக்கப்பட்ட ஒரு மறைமுக எச்சரிக்கை என்பதை குன்ஸ்லே புரிந்து கொண்டார். "நீங்கள் என்னைத் தொட நினைத்தால், நான் அதற்குத் தயாராக இருக்கிறேன் என்பதை நீங்கள் புரிந்து கொள்ள வேண்டும்," என்று ஹெர்பர்ட்ஸ் அவருக்குக் கூறியதைப்போல இருந்தது அது.

பேச்சின் ஊடாகத் திடீரென்று, ஹெர்பர்ட்ஸ் குன்ஸ்லேயிடம், "நீங்கள் ஏன் என்னுடைய பண்ணை வீட்டுக்கு வரக்கூடாது? அது கிராமப்புறத்தில் இருக்கிறது. நாம் அங்கு ஓர் இரவைக் கழிக்கலாம்," என்று அவருக்கு அழைப்பு விடுத்தார்.

குன்ஸ்லே அதற்கு உடனே ஒப்புக் கொண்டார். தன் ஓட்டலுக்குத் திரும்பும் வழியில் ஒரு கடையில், எதற்கும் இருக்கட்டும் என்று மடக்குக் கத்தி ஒன்றை அவர் வாங்கிக் கொண்டார்.

ஒரு சில நாட்கள் கழித்து அவர்கள் இருவரும், ஹெர்பர்ட்ஸ் வாடகைக்கு எடுத்திருந்த ஒரு காரில், மலைப்பகுதியை நோக்கிப் பயணப்பட்டனர்.

குன்ஸ்லேவுக்கு அது ஒரு திகிலூட்டுகின்ற, பதற்றமான பயணமாக அமைந்திருந்தது. அவரிடம் ஒரே ஒரு மடக்குக் கத்தி மட்டுமே இருந்தது. அவருக்கு ஹெர்பர்ட்ஸைக் கண்டு பயம் இருந்தது. அதே சமயத்தில், சுலபமாகப் பணம் ஈட்டுவதற்கான வழியைக் கண்களில் காட்டி அவரைக் கவர்ந்திழுக்க வேண்டும் என்பதிலும் அவர் உறுதியாக இருந்தார்.

ஹெர்பர்ட்ஸ் ஒரு கைத்துப்பாக்கியைத் தன்னுடன் வைத்திருந்தார். அவருக்குத் தன் புதிய நண்பர் குறித்துச் சந்தேகம் இருந்தாலும், குன்ஸ்லேயின் ஆசை வார்த்தைகள் அவரைச் சுண்டியிழுத்திருந்தன.

இந்தப் பூனை–எலி கதையில் கடைசியில் பலியாகப் போவது தானாக இருக்கலாம் என்ற எண்ணம் குன்ஸ்லேயின் மனத்தில் ஓடிக் கொண்டிருந்தது. ஹெர்பர்ட்ஸ் தன்னை நம்பாமல், தன்னைக் கொலை செய்வதற்கு அந்த மலைப்பகுதிக்குத் தன்னைக் கூட்டிச் சென்று கொண்டிருக்கக்கூடும் என்று அவர் நினைத்தார்.

போகின்ற வழியில், கைவிடப்பட்ட நிலையிலிருந்த ஒரு பண்ணை வீட்டுக்கு அருகே ஹெர்பர்ட்ஸ் அவர்களுடைய காரை நிறுத்தினார். திடீரென்று, தான் கொண்டு வந்திருந்த பையிலிருந்து தன்னுடைய செமி ஆட்டோமெட்டிக் துப்பாக்கியை அவர் வெளியே எடுத்தார். அதைப் பார்த்து குன்ஸ்லே தன்னையும் அறியாமல் வெலவெலத்துப் போய்விட்டார். ஹெர்பர்ட்ஸ் ஏன் இரண்டு துப்பாக்கிகளைக் கொண்டுவந்திருந்தார்?

"நம் இருவருக்கிடையே ஒரு துப்பாக்கிச் சுடும் போட்டியை நடத்தலாமா?" என்று ஹெர்பர்ட்ஸ் குன்ஸ்லேயிடம் கேட்டார். அவர் எதற்காக அப்படிக் கேட்டார் என்பதை குன்ஸ்லே உடனடியாகப் புரிந்து கொண்டார். தான் இராணுவத்தில் இருந்ததாக முன்பு கூறியிருந்ததால், தனக்குச் சுடத் தெரியுமா என்பதை ஹெர்பர்ட்ஸ் சோதிக்க விரும்பினார் என்பது அவருக்குப் புரிந்தது. ஹெர்பர்ட்ஸ், தூரத்திலிருந்த ஒரு மரத்தில், இலக்குக் குறியீடு வரையப்பட்டிருந்த ஒரு காகிதத்தை மாட்டினார். பிறகு, தன்னுடைய துப்பாக்கியில் குண்டுகளைப் போட்டு, அடுத்தடுத்து விரைவாகப் பத்து முறை சுட்டார். அக்குண்டுகள் அந்த இலக்கைத் துல்லியமாகத் தாக்கியிருந்தன. பத்துக் குண்டுகளின்

தாக்கத்தைச் சுற்றி ஒரு வட்டம் வரைந்தால் அதன் விட்டம் பத்து சென்டிமீட்டருக்கு மேல் இருக்காது. ஹெர்பர்ட்ஸ், ஓர் இலக்குக் குறியீடு வரையப்பட்டிருந்த இன்னொரு காகிதத்தை குன்ஸ்லேயின் கையில் கொடுத்தார். அவர் அதை ஒரு மரத்தில் மாட்டியதும், தன் துப்பாக்கியில் மீண்டும் குண்டுகளைப் போட்டு, அதை குன்ஸ்லேயின் கையில் கொடுத்தார். குன்ஸ்லே, பழம் தின்று கொட்டை போட்டிருந்த பிரிட்டிஷ் மற்றும் இஸ்ரேலிய இராணுவ அதிகாரி. அதோடு, குறி பார்த்துச் சுடுவதில் வல்லவர் அவர். அவர் ஹெர்பர்ட்ஸின் துப்பாக்கியை வாங்கி, ஒரு கணம்கூடத் தாமதிக்காமல் அடுத்தடுத்துப் பத்து முறை படுவேகமாகச் சுட்டார். அக்குண்டுகள் அவருடைய இலக்கைத் துல்லியமாகத் தாக்கியிருந்தன. பத்துக் குண்டுகளின் தாக்கத்தைச் சுற்றி ஒரு வட்டம் வரைந்தால் அதன் விட்டம் மூன்று சென்டிமீட்டருக்கு மேல் இருக்காது. அவருடைய துப்பாக்கிச் சுடும் திறமையைப் பாராட்டுகின்ற விதமாக ஹெர்பர்ட்ஸ் தலையாட்டிவிட்டு, “பிரமாதம், குன்ஸ்லே!” என்று கூறினார்.

பின் அவர்கள் இருவரும் மீண்டும் தங்கள் காரில் ஏறி, ஹெர்பர்ட்ஸின் பண்ணை வீட்டுக்குச் சென்றனர். அது, முன்பு அவர்கள் சென்றிருந்த இடத்தைவிடப் பெரிதாக இருந்தது. அந்த வளாகத்திற்குள் ஓர் அடர்ந்த காடும், ஓர் ஆறும் இருந்தன. அந்த ஆற்றில் முதலைகள் சாவகாசமாக அலைந்து திரிந்து கொண்டிருந்தன. ஹெர்பர்ட்ஸ் குன்ஸ்லேயை அக்காட்டுக்குள் அழைத்துச் சென்றார். குன்ஸ்லேயை மீண்டும் கிலி பிடித்துக் கொண்டது. “இது எனக்கு வைக்கப்பட்டுள்ள பொறியா? எந்தச் சுவடும் இல்லாமல் என்னைக் கொல்வதற்குத்தான் ஹெர்பர்ட்ஸ் என்னை இங்குக் கூட்டி வந்துள்ளாரா?” என்ற ரீதியில் குன்ஸ்லேயின் மண்டைக்குள் எண்ணங்கள் சுழன்றடித்தன.

ஆனாலும், குன்ஸ்லே ஹெர்பர்ட்ஸின் அருகே நடந்து சென்று கொண்டிருந்தார். அவர் ஒரு கல்லின்மீது கால் வைத்தபோது, அவருடைய காலணியிலிருந்த ஓர் ஆணி கழன்று அவருடைய குதிகாலை நன்றாகப் பதம் பார்த்துவிட்டது. வலியால் துடித்த குன்ஸ்லே, குனிந்து தன் காலணியைக் கழட்டினார். அவருடைய குதிகாலிலிருந்து இரத்தம் மளமளவென்று கொட்டத் தொடங்கியது.

ஹெர்பர்ட்ஸ் அவருக்கு அருகே குனிந்து தன் துப்பாக்கியை உருவினார். அப்போது குன்ஸ்லே நிராயுதபாணியாக நின்று கொண்டிருந்தார். சரி, நம் கதை முடிந்தது என்ற முடிவுக்கு அவர் வந்துவிட்டார். அந்த லாட்வியன் தன்னை ஒரு நாயைச் சுடுவதுபோலச் சுட்டுத்தள்ளப் போகிறார்! ஹெர்பர்ட்ஸ் தன்னுடைய துப்பாக்கியை அவரிடம் கொடுத்து, “துப்பாக்கியின்

பின்புறத்தைக் கொண்டு ஆணியின்மீது அடித்து அதை உள்ளே தள்ளுங்கள்," என்று அவரிடம் கூறினார்.

குன்ஸ்லே அத்துப்பாக்கியை வாங்கிக் கொண்டார். திடீரென்று அவர்களுடைய பாத்திரங்கள் மாறியிருந்தன. அவர்கள் ஒரு தனியான பண்ணை வீட்டுக்கு அருகேயிருந்த ஓர் அடர்ந்த காட்டில் இருந்தனர். பல மைல் தூரத்திற்கு ஆள் அரவமே இல்லை. அந்தத் துப்பாக்கியில் குண்டுகளும் போடப்பட்டிருந்தன. அக்கணத்தில் குன்ஸ்லேயால் ஹெர்பர்ட்ஸைச் சுட்டுத் தள்ளிவிட முடியும். வெறுமனே துப்பாக்கியை ஹெர்பர்ட்ஸை நோக்கித் திருப்பி, இழுப்பானை அழுத்த வேண்டும், அவ்வளவுதான்.

அதற்குப் பதிலாக, அவர் அந்தத் துப்பாக்கியைத் திருப்பிப் பிடித்து அந்த ஆணியின்மீது அடித்து அதை உள்ளே தள்ளிவிட்டுத் துப்பாக்கியை அதன் சொந்தக்காரரிடம் கொடுத்தார்.

இரவு கவிழ்ந்து கொண்டிருந்தபோது, மோசமான நிலையிலிருந்த ஒரு குடிலை அவர்கள் அடைந்தனர். அவர்கள் தங்களுடன் கொண்டு வந்திருந்த பொருட்களைக் கொண்டு இரவு உணவைத் தயாரித்து உண்டனர். அங்கிருந்த இரண்டு பழைய இரும்புக் கட்டில்களில் தங்களுடைய 'ஸ்லீப்பிங் பேக்குகளை' விரித்து அவற்றுக்குள் படுத்துக் கொண்டனர். ஹெர்பர்ட்ஸ் தன் துப்பாக்கியைத் தன்னுடைய தலையணைக்கு அடியில் வைத்துக் கொண்டதைக் குன்ஸ்லே கவனித்தார். கலவரமான எண்ணங்கள் அவரைச் சூழ்ந்து கொண்டன. குன்ஸ்லே தன் கத்தியைத் தன் பையிலிருந்து எடுத்துக் கையில் வைத்துக் கொண்டார். ஆனாலும் அவரால் தூங்க முடியவில்லை.

நடு இரவில் ஹெர்பர்ட்ஸின் படுக்கையிலிருந்து ஏதோ சத்தம் வந்தது. அந்த முன்னாள் நாஜி தன்னுடைய படுக்கையைவிட்டு எழுந்து, தன் கையில் துப்பாக்கியை எடுத்துக் கொண்டு வெளியே சென்றார். அவர் எதற்காகச் சென்றிருப்பார் என்று குன்ஸ்லே யோசித்தார். வெளியேயிருந்து வந்த சத்தத்தைக் கேட்க அவர் தன் காதுகளைத் தீட்டிக் கொண்டார். திடீரென்று, எளிதில் புரிந்து கொள்ளப்படக்கூடிய ஒரு சத்தம் அவருக்குக் கேட்டது. ஹெர்பர்ட்ஸ் சிறுநீர் கழிப்பதற்காகத்தான் வெளியே சென்றிருந்தார் என்பது குன்ஸ்லேவுக்குப் புரிந்தது. வெளியே காட்டு விலங்குகள் உலவிக் கொண்டிருக்கலாம் என்பதால் அவர் தன் கையோடு துப்பாக்கியை எடுத்துச் சென்றிருக்கக்கூடும் என்று குன்ஸ்லே நினைத்துக் கொண்டார்.

மறுநாள் காலையில் அவர்கள் பத்திரமாக சா பாலோவுக்குத் திரும்பினர். தன் ஓட்டலுக்குள் நுழைந்தவுடன் குன்ஸ்லேயிடமிருந்து ஓர் ஆசுவாசப் பெருமூச்சு வெளிப்பட்டது.

அதற்கு அடுத்த வாரம், ஆடம்பரமான உணவகங்கள்,

செலவுமிக்க இரவுநேரக் கேளிக்கை அரங்குகள், மதுவிடுதிகள் போன்றவற்றிற்குக் குன்ஸ்லே ஹெர்பர்ட்ஸைக் கூட்டிச் சென்றார். ஹெர்பர்ட்ஸின் கண்களில் தெறித்தத் தாகத்தை வைத்தே, அந்த மனிதர் இதுபோன்ற ஆடம்பரக் கேளிக்கைகளை ருசித்துப் பல ஆண்டுகள் ஆகியிருந்தன என்பதை அவர் தெரிந்து கொண்டார். அதற்கு அடுத்து, பிரேசிலில் இருந்த பல முக்கியமான சுற்றுலாத்தலங்களுக்கு குன்ஸ்லே ஹெர்பர்ட்ஸை விமானத்தில் அழைத்துச் சென்றார். அவர்கள் சொகுசு ஓட்டல்களில் தங்கினர், ஆடம்பர உணவகங்களில் உண்டனர். அவற்றை ஹெர்பர்ட்ஸ் வெகுவாக இரசித்தார்.

அதையடுத்து, உருகுவே நாட்டின் தலைநகரான மான்டிவீடியோவுக்குச் செல்லலாம் என்று குன்ஸ்லே ஹெர்பர்ட்ஸிடம் கூறினார். தன்னுடைய கூட்டாளிகள் தங்களுடைய தென்னமெரிக்கத் தொழிலின் மையமாக அந்த நகரைத் தேர்ந்தெடுத்திருந்தனர் என்றும், அலுவலகத்திற்கு இடம் பார்ப்பது மற்றும் பிற வேலைகளைப் பார்ப்பதற்காகத் தான் அங்குச் செல்ல வேண்டும் என்றும் அவர் ஹெர்பர்ட்ஸிடம் கூறினார். ஹெர்பர்ட்ஸின் புதிய பாஸ்போர்ட்டிற்கான செலவுகளையும் குன்ஸ்லேயே ஏற்றுக் கொண்டார்.

மான்டிவீடியோவுக்குக் குன்ஸ்லே முதலில் சென்றுவிட்டார். அதற்கு அடுத்த வாரம் ஹெர்பர்ட்ஸ் அங்கு வந்து சேர்ந்தார். ஹெர்பர்ட்ஸ் குன்ஸ்லேமீது கொண்டிருந்த சந்தேகம் முற்றிலுமாக நீங்கியிருக்கவில்லை. அதனால் அவர் தன் கையில் ஒரு கேமராவுடன் வந்தார். விமானத்திலிருந்து இறங்கியவுடன், தனக்காகக் காத்துக் கொண்டிருந்த குன்ஸ்லேயை அவர் பல புகைப்படங்கள் எடுத்துத் தள்ளினார். அதைக் குன்ஸ்லே எதிர்பார்த்திருக்கவில்லை.

இதற்கிடையே, குன்ஸ்லே ஒரு பெரிய காரை வாடகைக்கு எடுத்திருந்தார். அதன் ரோஸ் நிறம் அவருக்குப் பிடிக்கவில்லை என்றபோதிலும், அது மட்டுமே அங்கு இருந்ததால் வேறு வழியின்றி அதை அவர் எடுத்துக் கொண்டார். அதோடு, அந்நகரில் இருந்த ஓட்டல்களிலேயே சிறந்த ஓட்டலில் அவர் தங்கள் இருவருக்கும் அறைகளை முன்பதிவு செய்திருந்தார். அவர்கள் மான்டிவீடியோவில் ஒரு சில நாட்கள் தங்கினர். தன்னுடைய தென்னமெரிக்கத் தலைமையகத்திற்கான ஒரு கட்டடத்தைக் குன்ஸ்லே தேடினார். அவருக்கு எந்த இடமும் பிடிக்கவில்லை. ஆனால், ஒரு சிறந்த சுற்றுலாபோல அந்தப் பயணம் அமைந்துவிட்டிருந்தது. இங்கும் உயர்தர உணவகங்கள், இரவுநேரக் கேளிக்கை அரங்குகள், சூதாட்ட அரங்குகள் போன்றவற்றிற்குக் குன்ஸ்லே ஹெர்பர்ட்ஸை அழைத்துச்

சென்றார். குன்ஸ்லே சூதாட்ட அரங்கில் வென்ற தொகையைத் தன் நண்பருடன் பகிர்ந்து கொண்டார். ஹெர்பர்ட்ஸ் அது குறித்து மிகவும் மகிழ்ச்சியடைந்தார். இறுதியில் இருவரும் ஒருவரிடமிருந்து ஒருவர் விடைபெற்றுக் கொண்டனர். ஒரு சில மாதங்கள் கழித்துத் திரும்பி வருவதாக ஹெர்பர்ட்ஸிடம் கூறிவிட்டு, குன்ஸ்லே ஐரோப்பாவிற்குத் திரும்பினார். ஹெர்பர்ட்ஸ் சா பாலோவுக்குத் திரும்பினார். ஆனால், மான்டிவீடியோவில் தன்னை யாரோ பின்தொடர்ந்து கொண்டிருந்ததாகவும், அதனால் தான் எச்சரிக்கையாக இருக்க வேண்டியிருந்தது என்றும் அவர் தன் மனைவியிடம் கூறினார்.

***

பாரிஸில் குன்ஸ்லே மீண்டும் யோஸ்கேவையும் அவருடைய குழுவினரையும் சந்தித்தார். அவர்கள் உடனடியாகத் தங்களுடைய ஆபரேஷன் குறித்துத் திட்டமிடத் தொடங்கினர். ஹெர்பர்ட்ஸை மான்டிவீடியோவில் வைத்துக் கொல்வதென்று முடிவு செய்யப்பட்டது. அதற்கான சில காரணங்கள்: பிரேசிலில் அவருக்குக் காவல்துறையின் பாதுகாப்பு இருந்தது; அது பிரச்சனையை உண்டு பண்ணக்கூடும்; பிரேசிலில் அவர் கொல்லப்பட்டால், அங்கிருந்த யூத மக்களின்மீது நியோ–நாஜிக்களோ அல்லது ஜெர்மானியர்களோ பழிவாங்குகின்ற நடவடிக்கைகளை மேற்கொள்ளக்கூடும்; பிரேசிலில் இன்னும் மரண தண்டனை அமலில் இருந்து வந்தது. ஹெர்பர்ட்ஸைக் கொல்கின்ற குழுவினர் துரதிர்ஷ்டவசமாகப் பிடிபட்டுவிட்டால், அவர்களுக்கு மரண தண்டனை விதிக்கப்படும்.

ஹெர்பர்ட்ஸைக் கொல்வதற்காக உருவாக்கப்பட்டக் குழுவில் ஐந்து ஏஜென்டுகள் இருந்தனர். அதற்கு யோஸ்கேவே தலைமை தாங்கினார்; அதில் இடம் பெற்றிருந்த மற்றொருவர் ஜீவ் அமித் (மீர் அமித்தின் ஒன்றுவிட்டச் சகோதரர்); மூன்றாவது நபர் குன்ஸ்லே; நான்காவது நபர் ஆர்யே கோஹன்; ஐந்தாவது நபர் எல்லிசர் சுடிட். சுடிட், ஆஸ்வால்ட் டவுசிக் என்ற ஆஸ்திரியப் பெயரில் ஒரு பாஸ்போர்ட்டையும் வைத்திருந்தார்.

அக்குழுவினர் 1965 ஆம் ஆண்டு பிப்ரவரியில் மான்டிவீடியோ வந்தடைந்தனர். ஆஸ்வால்ட்டின் பெயரில் அவர்கள் ஒரு காரை வாடகைக்கு எடுத்துக் கொண்டனர். ஒரு சிறிய வீடும் வாடகைக்கு எடுக்கப்பட்டது. யோஸ்கே, ஆஸ்வால்டுக்கு ஓர் ஆபத்தான பணியையும் கொடுத்திருந்தார். ஒரு பெரிய டிரங்குப் பெட்டியை வாங்குகின்ற வேலைதான் அது. பத்தொன்பதாம் நூற்றாண்டில் மக்கள் பயணங்களுக்குப் பயன்படுத்தியதைப் போன்ற ஒரு பெரிய பெட்டியாக அது

இருக்க வேண்டும் என்று அவரிடம் கூறப்பட்டது. அவர்கள் போட்டிருந்த திட்டம் நிறைவேறியவுடன், ஹெர்பர்ட்ஸின் தற்காலிகமான சவப்பெட்டியாக அப்பெட்டியைப் பயன்படுத்த முடிவு செய்யப்பட்டது.

குன்ஸ்லே ஹெர்பர்ட்ஸை மீண்டும் மான்டிவீடியோவுக்கு வருமாறு அழைத்தார்.

1965 பிப்ரவரி *15* அன்று, ஹெர்பர்ட்ஸ், காவல்துறையின் தலைமை அலுவலகத்திற்குச் சென்றார். அங்கிருந்த அதிகாரியிடம் அவர் தன்னை ஒரு தொழிலதிபராக அறிமுகப்படுத்திக் கொண்டார். பின்னர் அவரிடம், "நான் கொல்லப்படக்கூடும் என்ற ஆபத்து இருப்பதால், பல ஆண்டுகளாக, பிரேசில் காவல்துறை எனக்குப் பாதுகாப்பு வழங்கி வருகிறது. இப்போது என்னுடைய தொழிற்கூட்டாளி தன்னைச் சந்திப்பதற்காக மான்டிவீடியோவுக்கு வருமாறு என்னிடம் கேட்டுள்ளார். நான் அங்குச் செல்லலாமா? அதில் ஆபத்து ஏதும் இருக்கிறதா?" என்று கேட்டார்.

அந்த அதிகாரி, "கண்டிப்பாக உருகுவே நாட்டுக்குச் செல்லாதீர்கள். இங்கு நாங்கள் உங்களுக்குப் பாதுகாப்பு அளிப்பதால் நீங்கள் நிம்மதியாக இருக்கிறீர்கள். நீங்கள் பிரேசிலைவிட்டு வெளியேறிய மறுகணம் உங்களுக்கு எந்தவிதமான பாதுகாப்பும் இருக்காது. நீங்கள் தேவையில்லாமல் உங்களுடைய எதிரிகளின் வலைக்குள் மாட்டிக் கொள்ளக்கூடும். உங்களுக்கு எதிரிகள் இருக்கின்ற பட்சத்தில், அவர்கள் உங்களை மறந்திருக்க மாட்டார்கள் என்று நான் அனுமானிக்கிறேன். அது சரிதானே?" என்று கூறினார்.

ஹெர்பர்ட்ஸ் சிறிது நேரம் தயங்கினார். பின்னர் உறுதியாக எழுந்து நின்று, அவரிடம், "நான் எப்போதுமே ஒரு துணிச்சல்காரனாக இருந்து வந்துள்ளேன். எனக்குப் பயமில்லை. என் உயிரை எப்படிக் காத்துக் கொள்ள வேண்டும் என்பதை நான் அறிவேன். நான் எப்போதும் என் வசம் ஒரு துப்பாக்கியை வைத்திருக்கிறேன். எனக்கு இப்போது வயதாகிவிட்டாலும், என்னால் நன்றாகச் சுட முடியும்," என்று கூறிவிட்டு அங்கிருந்து கிளம்பினார்.

***

பிப்ரவரி *23* அன்று, குன்ஸ்லே ஹெர்பர்ட்ஸை மான்டிவீடியோவில் சந்தித்தார். ஹெர்பர்ட்ஸுக்கு ஒரு வலை விரிக்கப்பட்டிருந்தது. குன்ஸ்லே அவரை ஒரு வாடகைக் காரில், தன்னுடைய குழுவினர் தங்கியிருந்த வீட்டுக்கு அழைத்துச் சென்றார். பக்கத்து வீட்டில் யாரோ சிலர் பழுதுபார்ப்பு வேலையில்

ஈடுபட்டிருந்தனர். அந்த வீட்டின் வாசலில், ஆஸ்வால்ட் வாடகைக்கு எடுத்திருந்த கார் நின்று கொண்டிருந்தது. குன்ஸ்லே தன் காரை நிறுத்திவிட்டு, நிதானமாக அந்த வீட்டின் கதவை நோக்கி நடந்தார். ஹெர்பர்ட்ஸ் அவரைப் பின்தொடர்ந்து சென்றார். குன்ஸ்லே அக்கதவைத் திறந்ததும் அங்கு அவர் கண்ட காட்சி அவரை அதிர்ச்சிக்குள்ளாக்கியது. முற்றிலும் இருட்டாக இருந்த அந்த வீட்டிற்குள் குன்ஸ்லேயின் கூட்டாளிகள் வெறும் உள்ளாடைகளுடன் சுவரையொட்டி நின்று கொண்டிருந்தனர். ஹெர்பர்ட்ஸை அவ்வளவு எளிதில் வீழ்த்திவிட முடியாது என்றும், அவர் தன்னைத் தற்காத்துக் கொள்ள நிச்சயமாகப் போராடுவார் என்றும் அவர்கள் நம்பியதால், ஹெர்பர்ட்ஸின் இரத்தக் கறை தங்களுடைய ஆடைகள்மீது பட்டுவிடக்கூடாது என்பதற்காக அவர்கள் தங்களுடைய ஆடைகளைக் களைந்துவிட்டு வெறும் உள்ளாடைகளுடன் நின்றனர். முதலில் உள்ளே நுழைந்த குன்ஸ்லே, சிறிது விலகி, பின்னால் வந்து கொண்டிருந்த ஹெர்பர்ட்ஸ் உள்ளே வருவதற்கு இடம் கொடுத்தார். அவர் உள்ளே வந்ததும், குன்ஸ்லே வேகமாகக் கதவை மூடித் தாழிட்டார். அங்குத் தயாராகக் காத்துக் கொண்டிருந்த மூன்று மொசாட் ஏஜன்டுகள் ஹெர்பர்ட்ஸ்மீது பாய்ந்து அவரை அமுக்கினர்.

அவர்களிடமிருந்து விடுபட ஹெர்பர்ட்ஸ் கடுமையாகப் போராடி அதில் வெற்றியும் பெற்றுவிட்டார். பின்னர் அவர் வேகமாகக் கதவை நோக்கி ஓடினார். ஒரு கையால் கதவின் பிடியைப் பிடித்தவாறு, அவர் தன் பையில் வைத்திருந்த துப்பாக்கியை எடுக்க முனைந்தார். அதே நேரத்தில், ஜெர்மானிய மொழியில், "என்னைப் பேசவிடுங்கள்!" என்று அவர் கத்தினார்.

போராட்டத்தின்போது, யோஸ்கே, ஹெர்பர்ட்ஸ் சத்தம் போட்டுவிடக்கூடாது என்பதற்காக அவருடைய வாயைப் பொத்த முயன்றார். ஆனால், ஹெர்பர்ட்ஸ் அவருடைய கையை பலமாகக் கடித்து, யோஸ்கேயின் ஒரு விரலைக் கிட்டத்தட்டத் துண்டாக்கிவிட்டிருந்தார். யோஸ்கே வலியில் அலறினார். கடைசி நிமிடத்தில் ஜீவ் அமித் கனமான ஒரு சுத்தியலைக் கொண்டு ஹெர்பர்ட்ஸின் தலைமீது ஓங்கி அடித்தார். இரத்தம் பீரிட்டுக் கிளம்பியது. தாக்கப்பட்டவரும் தாக்கியவர்களும் ஒரு குவியலாகக் கீழே விழுந்தனர். ஹெர்பர்ட்ஸ் எப்படியாவது தன்னுடைய துப்பாக்கியை உருவுவதற்குக் கடுமையாக முயற்சித்தார். ஒரு சில நொடிகளில் அவர் அதைச் சாதித்தும் இருப்பார். ஆனால் அதற்குள், ஆர்யே தன் கையிலிருந்த துப்பாக்கியை ஹெர்பர்ட்ஸின் பின்னந்தலையில் அழுத்தி இரண்டு முறை சுட்டார். அவருடைய துப்பாக்கியில் சைலென்சர் பொருத்தப்பட்டிருந்ததால், சத்தம் வெளியே யாருக்கும் கேட்கவில்லை.

ஹெர்பர்ட்ஸின் உடல் ஆடி அடங்கியது. அவருடைய தலையிலிருந்து பீறிட்ட இரத்தம் அவருடைய உடைகளை நனைத்ததோடு தரையிலும் பெருக்கெடுத்து ஓடியது. அவரைத் தாக்க வந்திருந்தவர்களும் இரத்த மழையில் குளித்திருந்தனர்.

ஆஸ்வால்ட் வேகமாக வெளியே சென்று, தண்ணீர் வருவதற்கான முக்கியக் குழாயைத் திறந்துவிட்டார். அவருடைய நண்பர்கள் தங்களுடைய உடல்களில் படிந்திருந்த இரத்தத்தை நீரில் கழுவினர். பின்னர் அவர்கள் அந்த அறையின் தரையையும் சுவர்களையும் சுத்தம் செய்தனர். ஆனாலும் தரையில் இரத்தக் கறைப் பெரிதாகப் படர்ந்திருந்தது.

ஹெர்பர்ட்ஸை உயிரோடு பிடித்து, முறையான விசாரணைக்கு உட்படுத்திவிட்டு, பிறகுதான் அவரைக் கொல்லத் தாங்கள் திட்டமிட்டிருந்ததாக அக்குழுவில் இடம் பெற்றிருந்தவர்களில் ஒருவர் பின்னர் கூறினார். அவர்களுடைய திட்டத்தில் குறைபாடுகள் இருந்ததாலோ அல்லது ஹெர்பர்ட்ஸின் உடல் வலிமையை அவர்கள் குறைத்து மதிப்பிட்டிருந்ததன் காரணமாகவோ, அத்திட்டம் தேவையற்ற இரத்தக்களறியில் முடிந்திருந்தது. கடைசி நேரத்தில்தான் அவர்கள் அந்த வீட்டை வாடகைக்கு எடுத்திருந்தனர். அதேபோல, கடைசி நேரத்தில்தான் அவர்கள் அந்த டிரங்குப் பெட்டியையும் வாங்கியிருந்தனர். அந்த ஏஜென்டுகள் ஹெர்பர்ட்ஸ்மீது பாய்ந்து அவரைத் தாக்கியதற்குப் பதிலாக முதலிலேயே அவரைச் சுட்டுக் கொன்றிருக்கலாம். “எது எப்படியோ, அவரைக் கொல்ல நாங்கள் தீட்டியிருந்த திட்டம் நிறைவேறிவிட்டது,” என்று அத்திட்டத்தில் பங்கேற்றிருந்த சில மொசாட் ஏஜென்டுகள் எங்களிடம் தெரிவித்தனர்.

அந்த மொசாட் ஏஜென்டுகள் ஹெர்பர்ட்ஸின் உடலை அந்த டிரங்கு பெட்டியில் வைத்தனர். அவரை உருகுவேயிலிருந்து வெளியே கடத்திச் செல்லத் தாங்கள் திட்டமிட்டிருந்ததைப்போன்ற ஒரு தோற்றத்தை ஏற்படுத்தவே அந்த ஏற்பாடு. அந்த உடலின் அருகே, ஆங்கிலத்தில் தட்டச்சு செய்யப்பட்டிருந்த ஒரு கடிதமும் வைக்கப்பட்டது. அது முதலிலேயே தயாரிக்கப்பட்டிருந்தது. “ஹெர்பர்ட்ஸ் குக்குர்ஸ் செய்திருந்த படுபயங்கரமான குற்றங்களுக்காக, குறிப்பாக, முப்பதாயிரம் ஆண்கள், பெண்கள் மற்றும் குழந்தைகளை ஈவிரக்கமின்றிக் கொன்று குவித்திருந்த குற்றத்திற்காக, அவரால் பாதிக்கப்பட்டவர்களால் அவருக்கு இந்த மரண தண்டனை வழங்கப்படுகிறது. இந்தப் பஞ்சமா பாதகன் 1965 பிப்ரவரி 23 அன்று கொல்லப்பட்டான் – இப்படிக்கு, ‘அவர் செய்த குற்றங்களை ஒருபோதும் மறக்க முடியாதவர்கள்’.”

அக்குழுவினர் அந்த வீட்டிலிருந்து வெளியேறி, அங்கு நிறுத்தி வைக்கப்பட்டிருந்த இரண்டு வாடகைக் கார்களில்

ஏறி மறைந்தனர். அந்த வீட்டுக்கு அருகே பழுது பார்த்துக் கொண்டிருந்தவர்கள் தங்களுடைய வேலையைத் தொடர்ந்தனர். அவர்களுக்கு எந்தச் சத்தமும் கேட்டிருக்கவில்லை. யோஸ்கே தன் கைவிரல் வலியால் பெரும் அவதிப்பட்டார். அவர் இறக்கும்வரை அவரால் அந்த விரலைச் சரியாகப் பயன்படுத்த முடியவில்லை. வாடகைக் கார்கள் திருப்பிக் கொடுக்கப்பட்டன. அந்த ஏஜென்டுகள் அனைவரும் மான்டிவீடியோவிலிருந்து ஆளுக்கொரு விமானத்தில் ஐரோப்பாவுக்குச் சென்று, பிறகு அங்கிருந்து இஸ்ரேல் போய்ச் சேர்ந்தனர். ஜீவ் அமித், உடைந்த மனத்துடனும் காயப்பட்ட ஆன்மாவுடனும் பாரிஸுக்குச் சென்றார். பல மாதங்களுக்கு இரவு முழுவதும் கெட்டக் கனவுகள் வந்து அவரைத் தூங்கவிடாமல் செய்தன.

அத்திட்டத்தில் ஈடுபட்டிருந்த அனைவரும் லத்தீன் அமெரிக்காவைவிட்டு வெளியேறியவுடன், ஒரு மொசாட் ஏஜென்ட், ஜெர்மனியில் இருந்த செய்தி நிறுவனங்களைத் தொலைபேசியில் அழைத்து, "உருகுவேயின் தலைநகரான மான்டிவீடியோவில், ஒரு நாஜி குற்றவாளி, அவர் செய்திருந்த குற்றங்களை ஒருபோதும் மறக்க முடியாதவர்களால் சுட்டுக் கொல்லப்பட்டுள்ளார்," என்ற தகவலைத் தெரிவித்தார்.

அதைச் செவிமடுத்தப் பத்திரிகையாளர்கள், விளையாட்டாக மேற்கொள்ளப்பட்ட ஒரு தொலைபேசி அழைப்பு என்று அதை அலட்சியம் செய்துவிட்டனர். அதைத் தொடர்ந்து, மொசாட் ஏஜென்டுகள், விபரமான தகவல்கள் அடங்கிய ஓர் அறிக்கையைத் தயார் செய்து அதை மான்டிவீடியோவிலிருந்த ஒரு பத்திரிகையாளருக்கு அனுப்பினர். அவர் உடனடியாகக் காவல்துறையைத் தொடர்பு கொண்டார். ஹெர்பர்ட்ஸ் கொல்லப்பட்டுக் கிட்டத்தட்டப் பத்து நாட்கள் கழித்து, மார்ச் 8 அன்றுதான் காவல்துறை அவருடைய உடலைக் கைப்பற்றியது.

காலியாக இருந்த ஒரு வீட்டில் ஹெர்பர்ட்ஸ் குக்குர்ஸின் உடல் கண்டெடுக்கப்பட்டச் செய்தி மறுநாள் உலகெங்கும் தலைப்புச் செய்தியாக வெளிவந்தது. இக்குற்றத்தில் ஈடுபட்டிருந்ததாகச் சந்தேகிக்கப்பட்ட இருவரின் பெயர்களை ஊடகங்கள் வெளியிட்டன: ஒருவர், ஆன்டன் குன்ஸ்லே. மற்றொருவர், ஆஸ்வால்ட் டவுசிக். சில தினங்கள் கழித்து, ரியோ டி ஜெனிரோவிலிருந்து வெளிவந்த வாராந்திரப் பத்திரிகை ஒன்றில் குன்ஸ்லேயின் புகைப்படம் வெளியிடப்பட்டது. ஹெர்பர்ட்ஸ் மான்டிவீடியோவில் எடுத்திருந்த புகைப்படம் அது. அப்புகைப்படத்தின் கீழ், 'ஆஸ்திரியப் புன்னகை மன்னன்!' என்று குறிப்பிட்டிருந்தது. சில நாட்கள் கழித்து, அதே புகைப்படத்தை

இஸ்ரேலியப் பத்திரிகை ஒன்று முதல் பக்கத்தில் வெளியிட்டது. அந்த மொசாட் ஏஜென்டின் நண்பர்கள் சிலர் உடனே ‘ஆன்டன் குன்ஸ்லே’ யார் என்பதைக் கண்டுபிடித்துவிட்டனர்.

ஒரு சில நாட்களுக்குப் பிறகு, ஹெர்பர்ட்ஸின் வீட்டுக்கு ஒரு கடிதம் வந்தது. தன் தடயத்தை மறைப்பதற்குக் குன்ஸ்லே மேற்கொண்டிருந்த ஒரு பலவீனமான முயற்சியாக அது இருந்தது.

அன்புள்ள ஹெர்பர்ட்ஸ்,

கடவுள் அருளாலும் நம் நண்பர்களின் உதவியாலும் நான் சிலிக்கு வந்து சேர்ந்துவிட்டேன். நான் பயணக் களைப்பைக் களைய ஓய்வெடுத்துக் கொண்டிருக்கிறேன். நீங்களும் வீட்டுக்கு வந்து சேர்ந்திருப்பீர்கள் என்று நான் நம்புகிறேன். இதற்கிடையே, நம்மை ஓர் ஆணும் ஒரு பெண்ணும் பின்தொடர்ந்து வந்து கொண்டிருந்ததை நான் கவனித்தேன். அதனால் நாம் எச்சரிக்கையாக இருக்க வேண்டும், எல்லாவிதமான பாதுகாப்பு நடவடிக்கைகளையும் எடுக்க வேண்டும். நீங்கள் உங்களுடைய சொந்தப் பெயரில் இயங்கிக் கொண்டிருப்பதன் மூலம், பெரும் ஆபத்தை விலை கொடுத்து வாங்கிக் கொண்டிருக்கிறீர்கள். இதை நான் உங்களிடம் பல முறை கூறியுள்ளேன். இது நம் இருவருக்குமே ஆபத்து விளைவிக்கக்கூடியது. அதோடு, அது என்னுடைய உண்மையான அடையாளத்தையும் வெளிப்படுத்திவிடக்கூடும்.

உருகுவேயில் ஏற்பட்டச் சிக்கல்கள் உங்களுக்கு வருங்காலத்திற்கான நல்ல படிப்பினையைக் கற்றுக் கொடுத்திருக்கும் என்று நான் நம்புகிறேன். இப்போது நீங்கள் முன்பைவிட விவேகமாகச் செயல்படுவீர்கள் என்று நான் நம்புகிறேன். உங்களுடைய வீட்டைச் சுற்றி சந்தேகத்திற்கு இடமான முறையில் ஏதாவது நிகழ்ந்தால், நான் உங்களிடம் கூறிய அறிவுரையை ஞாபகப்படுத்திக் கொள்ளுங்கள்: உடனடியாக அங்கிருந்து வெளியேறி, வான் லீட்ஸின் ஆட்களோடு (ஜெர்மனியிலிருந்து தப்பித்துக் கெய்ரோவுக்குச் சென்றுவிட்டிருந்த முன்னாள் நாஜி தலைவர்) மறைந்து வாழுங்கள். பொது மன்னிப்புக் குறித்த விஷயம் தீர்க்கப்படுகின்றவரை ஓரிரு ஆண்டுகளை அங்கேயே கழியுங்கள்.

இக்கடிதம் கிடைத்தவுடன், நான் ஏற்கனவே உங்களுக்குக் கொடுத்துள்ள சான்டியாகோ (சிலி) முகவரிக்குப் பதில் அனுப்புங்கள்.

அன்புடன், ஆன்டன் குன்ஸ்லே

அக்கடிதம் எவரையும் முட்டாளாக்கவில்லை. தன் கணவரைக் கொன்றது குன்ஸ்லேதான் என்று ஹெர்பர்ட்ஸின் மனைவி மில்டா ஆணித்தரமாகக் கூறினார்.

ஹெர்பர்ட்ஸ் விவகாரத்தில் பங்கு பெற்றிருந்தவர்களில் பெரும்பாலானோர் இறந்துவிட்டனர். இந்நூலாசிரியர்களுக்கு நன்கு பரிச்சயமான ஜீவ் அமித், 1973 ஆம் ஆண்டு நடைபெற்ற யோம் கிப்பூர் யுத்தத்தில் இறந்து போனார்.

எது எப்படியோ, அவர்களுடைய திட்டம் நல்ல விளைவுகளை ஏற்படுத்தியது. ஜெர்மானிய மற்றும் ஆஸ்திரிய நாடாளுமன்றங்கள், நாஜி குற்றவாளிகளுக்குப் பொது மன்னிப்பு வழங்குகின்ற சட்டங்களைக் கொண்டுவருவதற்கான முயற்சிகளைக் கைவிட்டன.

பல ஆண்டுகளுக்குப் பிறகு, இஸ்ஸர் ஹாரல் இந்நூலாசிரியர்களில் ஒருவரை அழைத்து, "என்னுடைய நெருங்கிய நண்பர்களில் ஒருவர் உங்களைச் சந்திக்க விரும்புகிறார்," என்று தெரிவித்தார். அவர் வேறு விபரம் எதையும் தெரிவிக்கவில்லை. டெல் அவீவ் முகவரி ஒன்றை மட்டும் அவர் கொடுத்தார். இந்நூலாசிரியர் அந்த முகவரிக்குச் சென்றபோது, அங்கு ஒரு நேர்த்தியான வீடு இருந்தது. அந்த வீட்டின் கதவைத் திறந்தவர் வழுக்கைத் தலையுடனும் கண்களில் கண்ணாடியுடனும் இருந்தார். அவர் நல்ல உடற்கட்டு உடையவராக இருந்தார். இந்நூலாசிரியர் உடனே அவரை அடையாளம் கண்டு கொண்டார்.

"மாலை வணக்கம், ஆன்டன் குன்ஸ்லே அவர்களே!"

அத்தியாயம் 12

சிவப்பு இளவரசன் வேட்டையாடப்படுதல்

1972 ஆம் ஆண்டு செப்டம்பர் *5*, காலை *4.30* மணி. மியூனிக் ஒலிம்பிக்கில் பங்கேற்க வந்திருந்த இஸ்ரேலிய விளையாட்டு வீரர்கள் தங்கியிருந்த வீட்டுக்குள், பனிச்சறுக்கு விளையாட்டின்போது அணியப்படுகின்ற முகமூடிகளை அணிந்திருந்த எட்டுத் தீவிரவாதிகள் துப்பாக்கிகளுடன் நுழைந்தனர். அவர்களைத் தடுக்க முயன்ற இஸ்ரேலிய மல்யுத்தப் போட்டிப் பயிற்றுவிப்பாளர் மோஷே வெயின்பர்க்கையும் பளு தூக்கும் விளையாட்டின் சேம்பியனான ஜோ ரோமானோவையும் அவர்கள் சுட்டுக் கொன்றனர். அந்த வீட்டுக்குள் உறங்கிக் கொண்டிருந்த வீரர்களில் சிலர், துப்பாக்கிச் சத்தம் மற்றும் அலறல் சத்தம் கேட்டு அங்கிருந்த சன்னல்கள் வழியாக வெளியே குதித்துத் தப்பி ஓடினர். மொத்தத்தில் ஒன்பது பேரைத் தீவிரவாதிகள் பிணைக்கைதிகளாகப் பிடித்து வைத்துக் கொண்டனர்.

சிறிது நேரத்தில் ஜெர்மானியக் காவல்துறையினர் அங்கு வந்தனர். அதைத் தொடர்ந்து, ஊடகச் செய்தியாளர்கள், புகைப்படக்காரர்கள், மற்றும் தொலைக்காட்சிக் குழுவினர் அங்கு வந்தனர். அந்தத் தொலைக்காட்சிக் குழுவினர், அந்த ஒலிம்பிக் கிராமத்தில் அரங்கேறிக் கொண்டிருந்த நாடகத்தைப் படம் பிடிக்கத் துவங்கினர். வரலாற்றில் முதன்முறையாக, ஒரு தீவிரவாதத் தாக்குதலின் நேரடி ஒளிபரப்பை உலகெங்குமிருந்த மக்கள் பார்த்தனர். அதை இஸ்ரேலியப் பிரதமர் கோல்டா மேயரும் பார்த்துக் கொண்டிருந்தார். தூங்கிக்

கொண்டிருந்த அவரை, அவருடைய இராணுவ உதவியாளர் எழுப்பியிருந்தார். கோல்டா இருதலைக் கொள்ளி எறும்பாகத் தவித்துக் கொண்டிருந்தார். அந்தத் தாக்குதல் இஸ்ரேலின் நட்பு நாடு ஒன்றில் நிகழ்ந்து கொண்டிருந்தது. அதனால், பிணைக்கைதிகளாகப் பிடித்து வைக்கப்பட்டிருந்த வீரர்களைக் காப்பாற்றும் பொறுப்பு ஜெர்மனியின் தோள்கள்மீது விழுந்தது. உலகின் தலைசிறந்த கமான்டோ படையினரான தன்னுடைய 'சாயரட் மட்கல்' வீரர்களை உடனடியாக அங்கு அனுப்பி வைக்க அனுமதிக்குமாறு இஸ்ரேல் ஜெர்மனியைக் கேட்டது. ஒலிம்பிக் விளையாட்டுப் போட்டிகள் நடைபெற்றுக் கொண்டிருந்த பவேரியா மாநிலத்தின் தலைவர்கள் அந்தக் கோரிக்கையை நாசூக்காக நிராகரித்துவிட்டனர். "நீங்கள் எதற்கும் கவலைப்பட வேண்டாம், நாங்கள் அனைவரையும் மீட்டுவிடுவோம்," என்று அவர்கள் இஸ்ரேலியப் பிரதிநிதிகளிடம் தெரிவித்தனர். ஆனால், குள்ளநரித்தனமான, பயங்கரமான ஒரு தீவிரவாத அமைப்பை எதிர்கொள்கின்ற அனுபவமும் துணிச்சலும் சமயோசிதமும் ஜெர்மனியிடம் இருக்கவில்லை. ஜெர்மானிய அதிகாரிகளுக்கும் தீவிரவாதிகளுக்கும் இடையே ஒரு நாள் முழுவதும் நீடித்த, கடும் களைப்பை ஏற்படுத்திய பேச்சுவார்த்தையில், முடிவு ஏதும் எட்டப்படவில்லை. பிணைக்கைதிகளும் தீவிரவாதிகளும், மியூனிக் விமான நிலையத்திற்கு வெளியேயிருந்த ஃபுர்ஸ்டென்ஃபெல்ட்புரூக் விமான நிலையத்திற்கு வாகனங்களில் கூட்டிச் செல்லப்பட்டனர். தீவிரவாதிகள் போக விரும்பிய இடத்திற்கு அவர்கள் எல்லோரையும் அழைத்துச் செல்வதற்காக அங்கே அவர்களுக்காக ஒரு விமானம் தயாராகக் காத்துக் கொண்டிருக்கும் என்று ஜெர்மானிய அதிகாரிகள் அவர்களுக்கு உறுதியளித்திருந்தனர். ஆனால் உண்மையில், அவர்களைப் பிடிப்பதற்காக ஜெர்மானியர்கள் ஒரு சிறுபிள்ளைத்தனமான திட்டம் தீட்டியிருந்தனர். அதன்படி, அந்த விமான நிலையத்தின் நடுவில், விமான ஊழியர்கள் எவருமற்ற ஒரு காலியான விமானத்தை அவர்கள் நிறுத்தி வைத்திருந்தனர். அந்த விமான நிலையத்தின் கட்டடங்களின் மொட்டை மாடிகளில், வெகுதூரம் குறி பார்த்துச் சுடுவதில் போதிய திறமையற்றத் துப்பாக்கி வீரர்களை ஜெர்மானியர்கள் நிறுத்தி வைத்திருந்தனர். தீவிரவாதிகளின் தலைவன் அந்த விமானத்தைப் பார்வையிட வந்தான். விமானிகளோ அல்லது விமான ஊழியர்களோ இல்லாதிருந்த, விமானத்தின் எஞ்சின்கள் ஓடவிடப்படாத நிலையிலிருந்த அந்த விமானம், உடனடியாகக் கிளம்பும் நிலையில் இருக்கவில்லை என்பதையும், தாங்கள் ஏமாற்றப்பட்டிருந்தோம் என்பதையும் அவன் உடனடியாகப் புரிந்து கொண்டான். உடனே

அந்தத் தீவிரவாதிகள் சுடத் துவங்கினர், கையெறி குண்டுகளை வீசத் தொடங்கினர். காவல்துறையுடன் ஒரு துப்பாக்கிச் சண்டை தொடங்கியது. அவர்கள் அனைத்துப் பிணைக்கைதிகளையும் கொன்றுவிட்டனர். இதில் ஐந்து தீவிரவாதிகளும் ஒரு ஜெர்மானியக் காவல்துறை அதிகாரியும் கொல்லப்பட்டனர். மீதமிருந்த 3 தீவிரவாதிகள் உயிரோடு பிடிக்கப்பட்டனர். (சிறிது காலம் கழித்து அந்தத் தீவிரவாத அமைப்பு ஒரு ஜெர்மானிய விமானத்தைக் கடத்தியபோது, அம்மூவரும் விடுவிக்கப்பட்டனர்.) அமித்திற்குப் பிறகு மொசாடின் தலைவராகப் பதவியேற்றிருந்த ஜெனரல் ஸுவி சமீர் தன் கையைப் பிசைந்தபடி அந்த விமானக் கட்டுப்பாட்டு அறையில் நின்று கொண்டு, அங்கு நடந்து கொண்டிருந்தவற்றைப் பார்த்துக் கொண்டிருந்தார். அவர் உடனடியாக கோல்டாவால் மியூனிக்குக்கு அனுப்பப்பட்டிருந்தபோதிலும், அங்கு நடைபெற்றுக் கொண்டிருந்த ஜெர்மானிய ஆபரேஷனில் தலையிடும் உரிமை அவருக்கு இருக்கவில்லை. தங்களுடைய திட்டம் சிறப்பானது என்றும், அது கண்டிப்பாகப் பலனளிக்கும் என்றும், அவர் வெறுமனே வேடிக்கை பார்த்துக் கொண்டிருந்தால் போதும் என்றும் ஜெர்மானியக் காவல்துறை அதிகாரிகள் மீண்டும் மீண்டும் அவரிடம் வலியுறுத்தியிருந்தனர். ஆனால், அவர் கண்டதோ, தன் கண் முன்னாலேயே இஸ்ரேலிய ஒலிம்பிக் வீரர்கள் படுகொலை செய்யப்பட்டக் காட்சியைத்தான். இப்போது இஸ்ரேலுக்கு ஒரு புதிய எதிரி உருவாகியிருந்ததை அவர் புரிந்து கொண்டார். 'கருப்பு செப்டம்பர்' என்ற இயக்கம்தான் அது.

***

கருப்பு செப்டம்பர். 1970 ஆம் ஆண்டின் செப்டம்பர் மாதத்தைப் பாலஸ்தீனியர்கள் அப்படித்தான் அழைத்தனர். ஏனெனில், அந்த மாதத்தில்தான் ஜோர்டன் மன்னர் ஹுசைன், தன்னுடைய நாட்டிலிருந்த ஆயிரக்கணக்கான பாலஸ்தீனியர்களைப் படுகொலை செய்திருந்தார். 1967 ஆம் ஆண்டு நடைபெற்ற ஆறு–நாள் யுத்தத்திற்குப் பிந்தைய ஆண்டுகளில், தீவிரவாதிகள், ஜோர்டனின் ஒரு பெரும் பகுதியைப் படிப்படியாகத் தங்களுடைய கட்டுப்பாட்டின் கீழ் கொண்டு வந்திருந்தனர். ஜோர்டனின் தலைநகரான அம்மானின் பல பகுதிகள் அவர்களுடைய கட்டுப்பாட்டில் இருந்தன. இஸ்ரேலின் எல்லையருகே இருந்த நகரங்களும் கிராமங்களும் அவர்களுடைய தளங்களாக ஆயின. அப்பகுதிகளில் இருந்த தெருக்களில் அவர்கள் எந்நேரமும் தங்களுடைய ஆயுதங்களுடன் சுற்றித் திரிந்து கொண்டிருந்தனர். ஜோர்டன் மன்னர் ஹுசைனின் அதிகாரத்தை அவர்கள் ஏற்றுக் கொள்ளவில்லை. அவர்கள்

மெல்ல மெல்ல ஜோர்டனின் உண்மையான ஆட்சியாளர்களாக மாறினர். இதை அறிந்திருந்தும் ஹுசைன் அது குறித்து எதுவும் செய்யவில்லை. ஆனால் அவருடைய இராணுவத்தில் அது குறித்து அதிருப்தி அதிகரித்துக் கொண்டிருந்தது. ஒரு கட்டத்திற்கு மேல், நிலைமை கைமீறிப் போய்க் கொண்டிருந்ததை ஹுசைன் உணர்ந்தார். தன்னுடைய இராஜ்ஜியம் தன் கையிலிருந்து மெதுவாக நழுவிக் கொண்டிருந்தபோது இனியும் தன்னால் ஒரு நெருப்புக்கோழியைப்போலத் தன் தலையை மண்ணுக்குள் புதைத்து வைத்துக் கொண்டிருக்க முடியாது என்ற முடிவுக்கு அவர் வந்தார். 1970 செப்டம்பர் 17 அன்று, தீவிரவாதிகளின் தளங்கள் மற்றும் முகாம்களின்மீது அவர் தன் இராணுவத்தை ஏவினார். அன்று ஒரு பயங்கரப் பேரழிவு நிகழ்ந்தது. தீவிரவாதிகள் தெருக்களில் ஓட ஓட விரட்டப்பட்டு வேட்டையாடப்பட்டனர், சுட்டுக் கொல்லப்பட்டனர், உயிரோடு பிடிக்கப்பட்டனர். அப்படிப் பிடிக்கப்பட்டவர்களில் பலர், நீதி விசாரணை எதுவுமின்றி மரண தண்டனை விதிக்கப்பட்டுச் சாகடிக்கப்பட்டனர். சிலர் பாலஸ்தீனிய அகதிகள் முகாம்களில் தஞ்சமடைந்தனர். ஆனால், ஜோர்டன் இராணுவம் எந்தக் குற்றவுணர்வுமின்றி ஒரு கொடூரமான முறையில் அகதிகள் முகாம்களின்மீது குண்டுகள் வீசி அங்கிருந்த ஆயிரக்கணக்கான அகதிகளைக் கொன்றது. இதனால் பீதியடைந்த பல தீவிரவாதிகள், ஜோர்டன் ஆற்றைக் கடந்து இஸ்ரேலின் எல்லைக்குள் புகுந்தனர். ஜோர்டனின் இராணுவத்தினரிடம் குண்டடிபட்டுச் சாவதற்குப் பதிலாக, இஸ்ரேலியச் சிறைகளில் வாடுவதே மேல் என்று அவர்கள் நினைத்தனர். அந்தப் பயங்கரப் படுகொலையிலிருந்து உயிர்பிழைத்தத் தீவிரவாதிகளில் பெரும்பாலானோர் சிரியாவுக்கும் லெபனானுக்கும் தப்பிச் சென்றுவிட்டனர். அந்தக் கருப்பு செப்டம்பர் படுகொலையில் கொல்லப்பட்டிருந்தவர்களின் எண்ணிக்கை இன்றுவரை எவருக்கும் துல்லியமாகத் தெரியாது. அது இரண்டாயிரத்திலிருந்து ஏழாயிரம்வரை இருக்கும் என்று கணிக்கப்பட்டுள்ளது.

பாலஸ்தீனியத் தீவிரவாத இயக்கங்களில் முக்கியமானதாக விளங்கிய 'ஃபட்டா' அமைப்பின் தலைவர் யாசர் அராஃபத், அந்தப் படுகொலைகளுக்கு எப்படியாவது பழிவாங்க வேண்டும் என்று துடித்தார். அதனால், அவர் ஃபட்டா அமைப்புக்கு உள்ளாகவே ஒரு இரகசிய அமைப்பை உருவாக்கினார். தலைமறைவு அமைப்புக்கு உள்ளாக மற்றொரு தலைமறைவு அமைப்பு! ஃபட்டா அமைப்பின் வழமையான உறுப்பினர்களுக்கு இப்படிப்பட்ட ஓர் அமைப்பு இருந்ததே தெரியாது. அதற்கு அவர் 'கருப்பு செப்டம்பர்' என்று பெயரிட்டார். பாலஸ்தீனியர்களுக்கு

சர்வதேச அங்கீகாரத்தையும் அனுதாபத்தையும் பெற்றுக் கொடுப்பதற்காகத் தன்னுடைய ஃபட்டா அமைப்பின் செயல்பாடுகள் மரியாதைக்குரியவையாக இருக்குமாறு பார்த்துக் கொண்ட அராஃபத், கருப்பு செப்டம்பர் அமைப்புக்கு அப்படிப்பட்டக் கட்டுப்பாடுகள் எதையும் விதிக்கவில்லை. எந்தவிதமான கட்டுப்பாடுகளும் இல்லாத, கொடூரமான அந்த அமைப்பு, பாலஸ்தீனத்தின் எதிரிகளை அனைத்து வழிகளிலும் ஈவு இரக்கமின்றி அழித்தொழிப்பதில் முழுமூச்சாகச் செயல்பட்டது. அதிகாரபூர்வமாக, கருப்பு செப்டம்பர் என்ற ஓர் அமைப்பே கிடையாது. அராஃபத் தனக்கும் அதற்கும் எந்தவிதமான தொடர்பும் கிடையாது என்று ஆணித்தரமாக மறுத்து வந்தார். ஆனால் அவர் அதை இரகசியமாகத் துவக்கியிருந்ததோடு, அதன் தலைவராகவும் செயல்பட்டு வந்தார். ஃபட்டா அமைப்பின் மூத்தக் கமான்டர்களில் ஒருவரான அபு யூசெஃப்பைக் கருப்பு செப்டம்பர் அமைப்பின் தலைவராகவும், மற்றொரு தீவிரவாத இளைஞனான அலி ஹாசன் சலாமேவை அதன் செயல்திட்டத்தின் பொறுப்பாளராகவும் அவர் நியமித்தார். 1948 இல் நடைபெற்ற இஸ்ரேல்–அரபுப் போரில் பாலஸ்தீனப் படைகளின் தளபதியாகப் பணியாற்றிய ஹாசன் சலாமேயின் மகன்தான் அலி. அந்தப் போரில் சலாமே கொல்லப்பட்டார். தன் தந்தையின் போராட்டத்தைத் தனயன் தன் தோளுக்கு மாற்றிக் கொண்டான்.

கருப்பு செப்டம்பர் அமைப்பின் முதல் சில ஆபரேஷன்கள் குறித்து இஸ்ரேல் பெரிதாகக் கவலைப்படவில்லை. ஏனெனில், அவை ஜோர்டனுக்கு எதிராக மேற்கொள்ளப்பட்டிருந்தன. அத்தீவிரவாதிகள், ஜோர்டனின் தேசிய விமான நிறுவனத்தின் ரோம் நகரக் கிளையின்மீது குண்டு வீசித் தாக்கினர்; பாரிஸிலிருந்த ஜோர்டனியத் தூதரகத்தின்மீது பெட்ரோல் குண்டுகளை வீசினர்; லிபியாவை நோக்கிச் சென்று கொண்டிருந்த ஜோர்டன் விமானத்தைக் கடத்தினர்; சுவிட்சர்லாந்தின் தலைநகரான பெர்னிலிருந்த ஜோர்டனியத் தூதரகத்தைத் தாக்கினர்; ஜெர்மனியிலிருந்த மின்னணுத் தொழிற்சாலை ஒன்றையும், ஹாம்பர்க் மற்றும் ராட்டர்டாமிலிருந்த பெட்ரோல் கிடங்குகளையும் தாக்கினர்; ஜெர்மனியின் பான் நகரிலிருந்த ஜோர்டனிய இரகசியப் புலனாய்வு ஏஜென்டுகள் ஐந்து பேரைக் கொன்றனர். அவர்கள் செய்திருந்த கொடுஞ்செயல்களில் சிறிதும் சீரணிக்கப்பட முடியாதது, ஜோர்டனின் முன்னாள் பிரதமர் வாசிஃபி அல்–தல்லைக் கெய்ரோவில் அவர்கள் கொன்றதுதான்.

1967 ஆம் ஆண்டு நடைபெற்ற ஆறு–நாள் போரில் இஸ்ரேல் வென்ற பிறகு, யூத அரசுக்கு எதிரான போரைத் தொடர்கின்ற

பொறுப்பை அந்தக் கருப்பு செப்டம்பர் அமைப்பினர் தங்களுடைய தலைகள்மீது இழுத்துப் போட்டுக் கொண்டனர். அவர்கள் இஸ்ரேலிய விமானங்களைக் கடத்தினர், இஸ்ரேலிய எல்லைக்குள் அத்துமீறிப் புகுந்தனர், அப்பாவிப் பொதுமக்களைப் படுகொலை செய்தனர், இஸ்ரேலின் பெருநகரங்களில் குண்டுகளை வெடிக்கச் செய்தனர். அதனால் மொசாடும் ஷபக் அமைப்பும் இப்போது ஒரு புதிய எதிரியை எதிர்த்துப் போராட வேண்டியதாயிற்று. அவர்கள் அந்தத் தீவிரவாத அமைப்புக்குள் ஊடுருவவும், அவர்களுடைய திட்டங்களை முறியடிக்கவும், அவர்களுடைய உறுப்பினர்களைக் கைது செய்யவும் வேண்டியிருந்தது. அதனால், இஸ்ரேல், கருப்பு செப்டம்பர் அமைப்பின் மூல அமைப்பான ஃபட்டாவை எதிர்த்துக் களமிறங்க முடிவு செய்தது.

ஆனால், கருப்பு செப்டம்பரின் அடாவடித்தனம் எல்லை மீறிக் கொண்டிருந்தது. அவர்கள் தங்களுக்கென்று வகுத்துக் கொண்டிருந்த செயல்திட்டங்களைத் தாண்டி, மேற்கத்திய நாடுகள்மீது தாக்குதல்கள் நடத்தத் தொடங்கினர். அதில் முதலாவதும் முக்கியமானதுமான நாடாக இஸ்ரேல் விளங்கியது.

மியூனிக் படுகொலை அதன் தொடக்கப் புள்ளியாக அமைந்தது.

அந்தத் தாக்குதலின்போதுதான் அலி ஹாசன் சலாமேக்கு அவனுடைய பட்டப்பெயர் கிடைத்தது. மியூனிக் ஆபரேஷனின் காரணகர்த்தாவாக அவன்தான் இருந்தான். அவனுடைய கொலைவெறியையும் இரத்தவெறியையும் கண்ட பிற தீவிரவாதிகள், ஹாசன் சலோமேயின் மகனுக்குச் 'சிவப்பு இளவரசன்' என்ற பட்டப்பெயரைச் சூட்டினர்.

***

1972 அக்டோபர் மாதத் தொடக்கத்தில், லெவி எஷ்கோலின் திடீர் மரணத்தைத் தொடர்ந்து பிரதமராக ஆகியிருந்த கோல்டா மேயரைச் சந்திப்பதற்கு முன்னாள் இஸ்ரேலிய ஜெனரல்கள் இருவர் வந்திருந்தனர். அவர்களில் ஒருவர் ஸுவி சமீர். தற்போதைய மொசாடின் தலைவர். மற்றொருவர் அஹரோன் யாரிவ். இஸ்ரேலிய இராணுவப் புலனாய்வு அமைப்பின் முன்னாள் தலைவராகப் பணியாற்றிய அவர், இப்போது பிரதமரின் தீவிரவாத எதிர்ப்பு ஆலோசகராக நியமிக்கப்பட்டிருந்தார்.

'மியூனிக் இரவுப் படுகொலை' கோல்டாவைத் தூங்கவிடாமல் படுத்தியது. "மீண்டும் ஒரு முறை ஜெர்மானிய மண்ணில் அப்பாவி யூதர்கள் படுகொலை செய்யப்பட்டுள்ளனர்," என்று கோல்டா ஏற்கனவே கூறியிருந்தார். கோல்டா ஓர் இரும்புப் பெண்மணி. மியூனிக் படுகொலைகளைச் செய்திருந்தவர்களை

அவர் தண்டிக்காமல் விடமாட்டார் என்பதை அவருடைய கூற்று வெளிப்படுத்தியிருந்தது.

துல்லியமாக அதை அவரிடம் கூறுவதற்குத்தான் அந்த இரண்டு ஜெனரல்களும் அவரைச் சந்திக்க வந்திருந்தனர்.

ஸூவி சமீர் ஒரு முன்னாள் ஹகானா போராளியாக இருந்தாலும், ஒரு சிறந்த இராணுவ ஜெனரலாக மதிக்கப்படவில்லை. அவர் தன் இராணுவப் பணியின்போது, தென்முனைப் பகுதியின் கமான்டர் என்ற பதவிக்கு மேல் அவரால் உயர முடியவில்லை. பின்னர் அவர் பிரிட்டனில் இஸ்ரேலியப் பாதுகாப்பு அமைச்சகத்தின் பிரதிநிதியாகப் பணியாற்றினார். 1968 ஆம் ஆண்டு, மீர் அமித்தின் பதவிக் காலம் முடிந்ததைத் தொடர்ந்து ஸூவி சமீர் மொசாடின் தலைவராக நியமிக்கப்பட்டார். பலர் அவருடைய பதவி நியமனத்தைக் கடுமையாக விமர்சித்தனர்; இரகசியப் புலனாய்வு தொடர்பான எந்த அனுபவமும் அவருக்கு இல்லை என்று அவர்கள் வாதிட்டனர்; அவர் ஒரு சாதாரணமான, கூச்ச சுபாவமுடைய நபர் என்று அவரை விமர்சித்தனர். பிறரைக் கவர்ந்திழுக்கின்ற வசீகரம் தன்னிடம் இல்லை என்பதையும், தனக்கு முன்பு அப்பதவியில் இருந்த ஹாரல் அல்லது அமித்தைப் போன்ற நபர் தான் அல்லன் என்பதையும் அவர் அறிந்தே இருந்தார். அதனால், அவர் மொசாட் அமைப்பின் நிர்வாக அதிகாரிபோல நடந்து கொண்டு, தன்னுடைய வேலைகளை மொசாடின் மூத்த அதிகாரிகளுக்குப் பகிர்ந்து அளித்து அவற்றை வெறுமனே மேற்பார்வை பார்த்து வந்தார். 1973 இல் நடைபெற்ற யோம் கிப்பூர் யுத்தத்தின்போது மட்டுமே அவர் பிரகாசித்தார் (அதை நாம் 14–வது அத்தியாயத்தில் பார்க்கலாம்). ஆனால், 1972 வாக்கில் அவர் எந்தவிதமான பெரிய வெற்றியையும் பெற்றிருக்கவில்லை. ரஃபி ஈத்தன் போன்ற மூத்த மொசாட் ஏஜென்டுகளுக்கு அவரைப் பிடிக்கவில்லை. அதன் காரணமாக, ரஃபி மொசாடிலிருந்தே வெளியேறினார்.

சமீரைப்போலவே அஹரோன் யாரிவும் பின்னணியில் இயங்கிக் கொண்டிருந்த ஒரு நபர்தான். ஆறு–நாள் யுத்தத்தின்போது, இஸ்ரேலிய இராணுவப் புலனாய்வு அமைப்பின் தலைவர் என்ற முறையில் அவர் மிகச் சிறப்பாகப் பணியாற்றியிருந்தார். ஆனால் அவர் பெரும்பாலும், தரவுகளைச் சிறப்பாக அலசுகின்ற திறமைக்காக மதிக்கப்பட்டார். நாகரிகமாகப் பழகிய ஒருவராகக் கருதப்பட்ட யாரிவ், ஒரு இரகசிய உளவாளிபோலத் தோற்றமளிக்காமல், ஓர் அறிவார்ந்த கல்லூரிப் பேராசிரியரைப்போலக் காட்சியளித்தார்.

சமீருக்கும் யாரிவுக்கும் இடையே பல ஒற்றுமைகள் இருந்தன. அவர்கள் இருவருமே கூச்ச சுபாவம் உடையவர்களாகவும்,

விஷயங்களை அலசுவதிலும் திட்டங்களைத் தீட்டுவதிலும் எச்சரிக்கையோடு நடந்து கொள்பவர்களாகவும் இருந்தனர். அவர்களுடைய பணிகளின் இயல்பு காரணமாக அவர்கள் இருவரும் போட்டியாளர்களாக இருந்திருக்க வேண்டும். ஆனால், அவர்கள் அப்படி இருக்கவில்லை. இருவரும் ஒத்திசைவாக வேலை செய்தனர், பரஸ்பர மதிப்பும் மரியாதையும் நம்பிக்கையும் கொண்டிருந்தனர். ஆனால், அந்த மாலையில் அவர்கள் இருவரும் கோல்டா மேயரின் முன் வைத்த யோசனை வியப்பளிக்கும் விதமாகக் கடுமையானதாக இருந்தது: இஸ்ரேலியப் புலனாய்வு அமைப்புகள் கருப்பு செப்டம்பர் இயக்கத்தின் தலைவர்களை அடையாளம் கண்டு, அவர்களைத் தேடிக் கண்டுபிடித்துக் கொல்லும் – ஒருவர்கூட பாக்கியில்லாமல்!

மியூனிக் படுகொலையைத் தொடர்ந்து சமீரும் யாரிவும் மிகவும் சுறுசுறுப்பாகச் செயல்பட்டு, கருப்பு செப்டம்பர் அமைப்பு தொடர்பான துல்லியமான புலனாய்வுத் தகவல்களைத் திரட்டியிருந்தனர். அவர்கள் கோல்டாவிடம் வந்தபோது, முழுமையான முன்தயாரிப்புடன் வந்திருந்தனர். இஸ்ரேலுக்கு எதிரான முழுப் போராட்டத்தில் ஈடுபடுவதற்குக் கருப்பு செப்டம்பர் அமைப்பு திட்டமிட்டிருந்ததை அவர்கள் கோல்டாவிடம் தெரிவித்தனர். படைவீரர்கள், பொதுமக்கள், பெண்கள், குழந்தைகள் என்று பேதம் பார்க்காமல் தங்களால் முடிந்த அளவு பெரும் எண்ணிக்கையிலான யூதர்களைக் கொன்றழிக்கவிருந்ததாகச் சூளுரைத்திருந்த ஓர் அமைப்பு அது. அதன் தலைவர்கள் அனைவரையும் ஒருவர் பின் ஒருவராகத் தீர்த்துக் கட்டுவதுதான் அந்தச் சீரழிவு நிகழாமல் தடுத்து நிறுத்துவதற்கான ஒரே வழி. பாம்பின் தலை வெட்டியெறியப்பட்டாக வேண்டும்!

கோல்டா மேயர் தயங்கினார். இளம் இஸ்ரேலியர்களை இப்படிப்பட்ட ஆபத்தான பணிகளுக்கு அனுப்புவதை உள்ளடக்கிய இத்திட்டத்திற்கு ஒப்புதலளிப்பது அவருக்கு அவ்வளவு எளிதாக இருக்கவில்லை. இஸ்ரேல் இதற்கு முன்பு ஒருபோதும் அப்படிச் செய்திருக்கவில்லை. அதனால் கோல்டா நீண்ட நேரம் அமைதியாக இருந்தார். பிறகு அவர் பேசத் தொடங்கினார். அவருடைய பேச்சு, அவர் தனக்குத் தானே பேசிக் கொண்டதைப்போல மெல்லியதாக இருந்தது. நாஜிக்கள் அரங்கேற்றிய யூத இனப் படுகொலைகளையும், வரலாற்றின் ஊடாக, யூதர்கள் அணிவகுத்துச் செல்லப்பட்டு, வேட்டையாடப்பட்டு, படுகொலை செய்யப்பட்டதையும் நினைவுகூர்ந்து அவர் அவற்றைப் பற்றிப் பேசினார்.

இறுதியாக அவர் தன் தலையை உயர்த்தி, சமீரையும்

யாரிவையும் நேராகப் பார்த்து, “அனுப்புங்கள் நம்முடைய இளஞ்சிங்கங்களை!” என்று முழங்கினார்.

***

சமீர் உடனடியாக அத்திட்டத்தின் தயாரிப்பில் இறங்கினார். அத்திட்டத்திற்கு அவர் ‘ஆபரேஷன் ராத் ஆஃப் காட்’ என்று பெயரிட்டார்.

கோல்டா மேயரும் அது குறித்துத் தனக்கென்று சில கருத்துகளை வைத்திருந்தார். ஒரு ஜனநாயக நாட்டின் பிரதமர் என்ற முறையில், தங்களுடைய ஆட்கள் கருப்பு செப்டம்பர் அமைப்பின் தலைவர்களை மட்டுமே குறி வைப்பர் என்று சமீரும் யாரிவும் கொடுத்திருந்த வாக்குறுதியை மட்டுமே அவர் நம்பியிருக்க முடியாது. வெறும் வாக்குறுதிகள் மட்டும் போதாது. இப்படிப்பட்ட ஆபரேஷன்கள் சட்டத்திற்குப் புறம்பானவை என்பதை அவர் அறிவார். அதனால், மொசாடின்மீதான அரசாங்கத்தின் மேற்பார்வை தளர்த்தப்பட்டால், அந்த ஆபரேஷனின்போது அப்பாவி மக்களும் கொல்லப்படுவதற்கான ஆபத்து அதிகரிக்கும் என்பதை அவர் அறிந்திருந்தார். அதனால், கோல்டா அத்திட்டத்தை உன்னிப்பாகக் கண்காணிக்க முடிவு செய்தார். அத்திட்டத்தை மேற்பார்வையிடுவதற்கு அவர் ஒரு இரகசியக் குழுவை உருவாக்கினார். அது ‘எக்ஸ் கமிட்டி’ என்று அழைக்கப்பட்டது. அதில் கோல்டாவும், பாதுகாப்பு அமைச்சர் மோஷே தயானும், முன்னாள் ஜெனரலும் தற்போதைய துணைப் பிரதமருமான யிகல் அல்லோனும் இடம் பெற்றிருந்தனர். அக்குழுவின் உத்தரவின்படி, தாங்கள் தாக்கவிருந்த கருப்பு செப்டம்பர் நபர்கள் ஒவ்வொருவரையும் பற்றிய அனைத்துத் தகவல்களும் அடங்கிய ஒரு கோப்பை சமீரும் யாரிவும் அக்குழுவிடம் சமர்ப்பிக்க வேண்டும். அதை அக்குழு விசாரித்து அதற்கு அனுமதியளிக்கும். சமீரும் யாரிவும் அதற்குப் பிறகே தங்களுடைய ஏஜன்டுகளை அவ்விடங்களுக்கு அனுப்பி வைக்க வேண்டும்.

இந்த ஆபரேஷனைத் தலைமையேற்று நடத்தும் பொறுப்பு மைக் ஹராரி என்ற மூத்த மொசாட் ஏஜென்ட் வசம் ஒப்படைக்கப்பட்டது. அவர்கள் தாக்கவிருந்த கருப்பு செப்டம்பர் உறுப்பினர்கள் அனைவரும் ஐரோப்பாவில் இருந்ததால், அவர்களைத் தீர்த்துக் கட்டும் நடவடிக்கைகள் அங்கேதான் மேற்கொள்ளப்படவிருந்தன. கருப்பு செப்டம்பர் உறுப்பினர்கள், எளிதில் கண்டுபிடிக்கப்பட முடியாத போலிப் பெயர்களில் ஐரோப்பாவில் செயல்பட்டு வந்தனர்.

ஒவ்வொரு கருப்பு செப்டம்பர் நபருக்கும் ஒரு பெரிய

மொசாட் குழு ஒதுக்கப்பட்டது. அதற்குள் பல உப குழுக்கள் இருந்தன. அந்த நபர்களை அடையாளம் கண்டு அவர்களைப் பின்தொடர்வதற்கு ஆறு நபர்கள் அடங்கிய உப குழு ஒன்று நியமிக்கப்பட்டது. தாங்கள் சரியான நபர்களைத்தான் அடையாளம் கண்டிருந்தோமா என்பதை உறுதிப்படுத்திக் கொள்ள வேண்டியது அக்குழுவின் பொறுப்பு. ஒரு கருப்பு செப்டம்பர் தீவிரவாதி இருக்கும் நகருக்கு அக்குழு அனுப்பி வைக்கப்படும். அங்குச் சென்றதும் அவர்கள் அந்நபரைப் பின்தொடர்ந்து சென்று, அவரைப் புகைப்படம் எடுக்க வேண்டும், அவருடைய அன்றாடப் பழக்கவழக்கங்களை அறிந்து கொள்ள வேண்டும், அவருடைய நண்பர்களை அடையாளம் காண வேண்டும், அவர் தங்கியிருந்த இடத்தின் துல்லியமான முகவரியைத் தெரிந்து கொள்ள வேண்டும், அவர் வழக்கமாகச் சென்ற உணவகங்களையும் மதுவிடுதிகளையும் கண்டுபிடிக்க வேண்டும், ஒரு நாளின் இருபத்து நான்கு மணி நேரமும் அவர் என்னென்ன செய்தார் என்பதைத் தெரிந்து கொள்ள வேண்டும். பொதுவாக ஓர் ஆணையும் ஒரு பெண்ணையும் உள்ளடக்கிய இன்னொரு இரு–நபர் உப குழு, ஒருங்கிணைப்பு வேலைகளை மேற்கொள்ளும். அந்நகரில் மொசாட் குழுவினர் தங்குவதற்கு ஓட்டல்களையும் வீடுகளையும் வாடகைக்கு எடுத்தல், கார்களை வாடகைக்கு எடுத்தல் போன்றவை இவர்களின் வேலைகளில் அடங்கும். மற்றொரு சிறிய குழு தகவல் தொடர்புக்குப் பொறுப்பேற்றுக் கொள்ளும். அவர்கள் அந்த ஐரோப்பிய நகரில், அதிநவீன தகவல் தொடர்பு மையம் ஒன்றை ஏற்படுத்திக் கொள்வர், இஸ்ரேலிலுள்ள மொசாடின் தலைமையகத்தோடு தொடர்ந்து தொடர்பில் இருப்பர்.

குறி வைக்கப்பட்டுள்ள நபரைத் தீர்த்துக்கட்டுவதற்காகத் தேர்ந்தெடுக்கப்பட்டிருக்கும் குழுவில் பல மொசாட் ஏஜென்டுகள் இருப்பர். அக்குழுவினர்தான் அந்நகருக்குக் கடைசியாக வருவர். குறிப்பிட்ட முகவரிக்குச் சென்று, அவர்களிடம் ஏற்கனவே கொடுக்கப்பட்டுள்ள புகைப்படத்தில் இருப்பவரைக் கொல்ல வேண்டியது அக்குழுவின் பணி. இக்குழுவைப் பாதுகாப்பதற்கென்றே மற்றொரு குழு அந்நகரத்திற்கு அனுப்பப்பட்டிருக்கும். கொல்ல வந்திருக்கும் ஏஜென்டுகளைப் பாதுகாப்பதற்கு, தேவையெனில் ஆயுதங்களைப் பயன்படுத்தவும் அவர்கள் தயங்க மாட்டார்கள். எல்லோரும் தப்பிச் செல்வதற்காக, அந்த ஏஜென்டுகள் நடமாடிய இடங்களுக்கு அருகே கார்களுடன் இந்தப் பாதுகாப்புக் குழுவினர் காத்திருப்பர். எந்தெந்தப் பாதைகள் வழியாகத் தப்பிச் செல்ல வேண்டும் என்பது குறித்தத் திட்டங்கள் அவர்களிடம் ஏற்கனவே இருக்கும். அதோடு,

அந்தப் பாதைகளில் காரோட்டிச் சென்று அவர்கள் ஏற்கனவே ஒத்திகை பார்த்திருப்பர். ஆபரேஷன் முடிவடைந்தவுடன், தீர்த்துக்கட்ட அனுப்பப்பட்டிருக்கின்ற குழுவினரும் அவர்களைப் பாதுகாப்பதற்காகச் சென்றிருக்கும் குழுவினரும் உடனடியாக அந்நாட்டைவிட்டு வெளியேறிவிடுவர்.

தீர்த்துக்கட்டப்பட வேண்டிய நபர்களை அடையாளம் கண்டுபிடித்து, அவர்களைப் பின்தொடர்ந்து சென்று, அவர்களைப் பற்றிய பிற தகவல்களைச் சேகரித்திருக்கும் ஏஜென்டுகள், ஆபரேஷன் துவங்குவதற்கு முன்பாகவே அந்த நாட்டைவிட்டு வெளியேறிவிடுவர். மற்றவர்கள் அந்த ஆபரேஷன் முடிந்தவுடன், ஒரு சில நாட்கள் தங்கியிருந்து, தடயங்களை அழிப்பது, வாடகைக்கு எடுக்கப்பட்டக் கார்களைத் திருப்பி ஒப்படைப்பது, தாங்கள் கொண்டு வந்திருந்த சாதனங்களைத் தங்கள் நாட்டுக்குத் திரும்ப எடுத்துச் செல்வது போன்ற காரியங்களில் ஈடுபடுவர்.

அந்த ஆபரேஷனுக்காகத் தேர்ந்தெடுக்கப்பட்டிருந்த முதல் நகரம் ரோம்.

அந்நகருக்கு முதலில் போய்ச் சேர்ந்த குழுவினர், கருப்பு செப்டம்பர் குழுவைச் சேர்ந்த ஒருவரை அடையாளம் கண்டிருந்தனர். அவரைப் பார்த்தால், கண்டிப்பாக அவர் ஒரு தீவிரவாதியாக இருப்பார் என்று எவராலும் சந்தேகிக்க முடியாதவாறு அவர் இருந்தார். அவர் அந்த நகரத்திலிருந்த லிபிய நாட்டுத் தூதரகத்தில் ஓர் அடித்தட்டு நிலை எழுத்தராக இருந்தார். அந்த 38 வயது பாலஸ்தீனியரின் பெயர் வேயில் ஸுவைட்டர். ஒரு பிரபலமான அரபி மொழிபெயர்ப்பாளரின் மகன் அவர். ஒல்லியாகவும் கண்ணியமாகவும் தோற்றமளித்த அவர் மென்மையாகப் பேசினார். ஸுவைட்டரும் ஒரு நல்ல மொழிபெயர்ப்பாளர். அவர் பல கதைகளையும் கவிதைகளையும் அரபி மொழியில் மொழிபெயர்த்திருந்தார். அவர் ஒரு கலாரசிகரும்கூட. அந்தத் தூதரகத்தில் ஒரு குறைவான சம்பளத்திற்கு வேலை பார்த்து வந்த அவர், ஒரு சிறிய வீட்டில் வசித்துக் கொண்டு, எளிமையான முறையில் வாழ்ந்து வந்தார். அவருடைய நண்பர்கள் அவரை ஒரு மிதவாதியாக அறிந்திருந்தனர். அவர்களைப் பொறுத்தவரை, அவர் வன்முறையையும் தீவிரவாதத்தையும் தீவிரமாக வெறுத்த ஒருவர்.

அவருடைய நெருங்கிய நண்பர்கள்கூட அவருடைய கொடூரமான முகத்தை அறிந்திருக்கவில்லை. அவர் கடுமையான தீவிரத்தன்மையுடன் ரோம் நகரின் கருப்பு செப்டம்பர் குழுவைத் தலைமையேற்று நடத்தி வந்தார். சமீபத்தில்தான் அவர் ஓர் ஆபரேஷனைத் திட்டம் தீட்டி அதை நடத்தி முடித்திருந்தார்.

ரோமுக்கு வந்திருந்த இரண்டு பிரிட்டிஷ் பெண்கள் அடுத்து இஸ்ரேல் செல்லவிருந்ததை ஸுவைட்டர் அறிந்தார். உடனே, அப்பெண்களைத் தங்களுடைய மோக வலையில் சிக்க வைக்குமாறு அவர் கருப்பு செப்டம்பர் இயக்கத்தைச் சேர்ந்த இரண்டு வசீகரமான பாலஸ்தீனிய இளைஞர்களிடம் கூறினார். அவர்களும் அப்பெண்களை அணுகி, அவர்களுடன் நெருக்கமாகப் பழகினர். அவர்களுடன் ஓர் இரவைக் கழித்துவிட்டு விடைபெறுவதற்கு முன்பு, அவர்களில் ஓர் இளைஞன் அப்பெண்களில் ஒருத்தியிடம், இஸ்ரேலிலிருந்த தன்னுடைய குடும்பத்தினரிடம் கொண்டு சேர்க்கும்படி ஒரு சிறிய 'ரெக்கார்டு பிளேயரைக்' கொடுத்தான். அந்த அப்பாவிப் பெண்ணும் அதற்கு ஒப்புக் கொண்டாள். அப்பெண்கள் எடுத்துச் சென்ற பயணப் பெட்டிகளோடு சேர்த்து அந்த ரெக்கார்டு பிளேயரும், ரோமிலிருந்து இஸ்ரேலுக்குக் கிளம்பிய விமானத்தில் ஏற்றப்பட்டுவிட்டது. தாங்கள் சந்தித்திருந்த வசீகரமான இளைஞர்கள் தங்களை இஸ்ரேலுக்கு அனுப்பி வைக்காமல், இறப்பூருக்கு அனுப்பி வைக்கத் திட்டம் தீட்டியிருந்ததை அந்த அப்பாவிப் பெண்கள் அறிந்திருக்கவில்லை. ஸுவைட்டரின் கண்காணிப்பின் கீழ், கருப்பு செப்டம்பர் உறுப்பினர்கள், அந்தப் புதிய ரெக்கார்டு பிளேயரைத் திறந்து அதற்குள் இருந்த அனைத்தையும் நீக்கிவிட்டு அதில் வெடிமருந்துகளை நிரப்பி, மீண்டும் மூடி, புத்தம் புதிய ஒரு பெட்டிக்குள் அதைப் போட்டு அப்பெண்களிடம் கொடுத்திருந்தனர். விமானம் மேலே உயர்ந்து சீராகப் பறக்கத் துவங்கியவுடன் வெடிக்குமாறு அந்த ரெக்கார்டு பிளேயர் குண்டு வடிவமைக்கப்பட்டிருந்தது. அப்படி அது நடுவானில் வெடித்தால், அந்த விமானமும் அதில் பயணித்த அனைவரும் கூண்டோடு காலியாகிவிடுவர்.

ஆனால், அந்தத் தீவிரவாதிகள் ஒரு விஷயத்தை அறிந்திருக்கவில்லை. இதற்கு முன்பு ஒரு முறை, சுவிட்சர்லாந்திலிருந்து இஸ்ரேல் சென்ற ஒரு விமானம் இதே போன்ற முறையில் தகர்க்கப்பட்டிருந்ததால், எல் அல் ஏர்லைன்ஸின் விமானங்கள் அனைத்திலும், சாமான்கள் வைக்கப்படும் பகுதிகளில் குண்டுவெடிப்புகளைத் தாங்கிக் கொள்ளக்கூடிய பலமான தகடுகள் பொருத்தப்பட்டுவிட்டன. அதனால், அப்பகுதிக்குள் குண்டு வெடித்தாலும், அது விமானத்திற்கு எந்தவிதமான சேதத்தையும் ஏற்படுத்தாது. அந்த இளம்பெண்கள் இஸ்ரேலுக்குப் போய்க் கொண்டிருந்த விமானத்திற்குள் ஏற்றப்பட்டிருந்த ரெக்கார்டு பிளேயர் உண்மையில் வெடிக்கவும் செய்தது. ஆனால், அதனால் அந்த விமானத்திற்கு எந்தச் சேதமும் ஏற்படவில்லை. ஆனால், அது குறித்து விமானியின் அறையில்

ஒளிர்விட்ட விளக்கால் எச்சரிக்கையடைந்த எல் அல் விமானி, உடனடியாக விமானத்தை ரோமுக்கே பத்திரமாகத் திருப்பிக் கொண்டுவந்து தரையிறக்கிவிட்டார். யாருடைய பெயரில் அந்த ரெக்கார்டு பிளேயர் ஏற்றப்பட்டிருந்தது என்பதை வைத்து அப்பெண்களிடம் குறுக்கு விசாரணை மேற்கொள்ளப்பட்டது. முந்தைய தினம் தாங்கள் இரண்டு பாலஸ்தீனிய இளைஞர்களைச் சந்தித்திருந்த விபரத்தையும், அவர்களில் ஒருவர் அந்த ரெக்கார்டு பிளேயரைத் தங்களிடம் கொடுத்திருந்த விபரத்தையும் விசாரணை அதிகாரிகளிடம் அப்பெண்கள் தெரிவித்தனர். ஆனால், அந்த இளைஞர்கள் அடுத்த நாள் காலையே இத்தாலியிலிருந்து வெளியேறிவிட்டிருந்தனர்.

முதலில் ரோமுக்கு வந்த மொசாட் குழுவினர், பல நாட்கள் ஸுவைட்டரைப் பின்தொடர்ந்தனர். ரோமிலிருந்த லிபியத் தூதரகத்தின் முன்பாக ஓர் இளம் ஜோடி நடந்து சென்று கொண்டிருந்தது. அப்பெண் தன் கைப்பையில் வைத்திருந்த ஒரு இரகசியக் கேமரா மூலம், ஸுவைட்டர் அந்தத் தூதரகத்திலிருந்து வெளியே வந்தபோதும் அதற்குள் நுழைந்தபோதும் படம் எடுத்துக் கொண்டிருந்தார். பல்வேறு நகரங்களிலிருந்து புறப்பட்ட விமானங்களின் மூலம் பல ‘சுற்றுலாப் பயணிகள்’ ரோமுக்கு வந்து சேர்ந்தனர். அவர்களில் ஒருவரான, கனடாவைச் சேர்ந்த அந்தோனி ஹட்டன் என்ற 47 வயது நபர், ஒரு வாடகைக் கார் நிறுவனத்திடம் சென்று ஒரு காரை வாடகைக்கு எடுத்தார். தான் ரோமில் இருந்த எக்ஸெல்சியர் என்ற பிரபலமான ஓட்டலில் தங்கியிருந்ததாக அவர் அவர்களிடம் தெரிவித்தார். ஆனால், அந்த வாடகைக் காரை அவருக்குக் கொடுத்தவர், தொலைபேசியில் அந்த ஓட்டலை அழைத்து விசாரித்திருந்தால், அந்தப் பயணி கூறியிருந்த பெயரில் எவரும் அறை எடுத்திருக்கவில்லை என்பதை அவர் அறிந்திருந்திருப்பார். ஆனால் அவர் அப்படிச் செய்யவில்லை. அதே வாரத்தில், அந்தப் பயணியைப்போலவே வேறு சில ‘சுற்றுலாப் பயணிகளும்’ போலியான முகவரிகளைக் கொடுத்துவிட்டுக் கார்களை வாடகைக்கு எடுத்தனர்.

அக்டோபர் 16 அன்று இரவு, ஸுவைட்டர் தன் வீட்டுக்குத் திரும்பி வந்து லிஃப்ட்டில் ஏறுவதற்காகக் காத்துக் கொண்டிருந்தார். அந்த இடம் இருட்டாக இருந்தது. திடீரென்று, மறைவிலிருந்து இரண்டு நபர்கள் வெளிப்பட்டு அவரைத் துப்பாக்கிகளால் சரமாரியாகச் சுட்டனர். அவருடைய உடலில் பன்னிரண்டு குண்டுகள் பாய்ந்தன. எவருக்கும் எந்தச் சத்தமும் கேட்கவில்லை. சற்றுத் தள்ளி நிறுத்தி வைக்கப்பட்டிருந்த ஒரு காரில் ஏறி அந்த இருவரும் வேகமாகச் சென்றுவிட்டனர். ஒரு சில மணி நேரத்தில் அவர்கள் அந்த நாட்டைவிட்டே வெளியேறியிருந்தனர்.

இப்போது ஸுவைட்டர் இறந்துவிட்டதால், அவருடைய உண்மையான அடையாளத்தை மறைக்க வேண்டிய அவசியம் இல்லாமல் போய்விட்டது. "ஸுவைட்டர் எங்களுடைய மிகச் சிறந்த போராளி. அவருடைய மறைவுக்காக நாங்கள் வருந்துகிறோம்," என்று பெய்ரூட் நாளிதழ் ஒன்றில் ஓர் இரங்கல் செய்தி வெளியாகியிருந்தது. பல தீவிரவாத அமைப்புகள் கூட்டாகச் சேர்ந்து அதை வெளியிட்டிருந்தன.

***

ஸுவைட்டரைக் கொன்ற குழுவின் தலைவராகச் செயல்பட்டவர் டேவிட் மோலட் என்ற இஸ்ரேலியர். அவர் தன் இருபதுகளில் இருந்தார். துனிசியாவில் பிறந்த அவர் ஒரு குழந்தையாக இருந்தபோதே அவருடைய பெற்றோர் அவரோடு இஸ்ரேலில் குடியேறிவிட்டனர். மோலட்டின் பெற்றோர் இருவரும் ஆசிரியர்கள். அவர்களிடமிருந்து மோலட் பிரெஞ்சு மொழியைத் திறம்படக் கற்றுக் கொண்டார் (துனிசியா ஒரு முன்னாள் பிரெஞ்சுக் காலனி நாடு). அவர் இஸ்ரேலை மிகவும் ஆழமாக நேசித்தார். அவருடைய மனத்தில் நாட்டுப்பற்று கொழுந்துவிட்டு எரிந்தது. அவர் இஸ்ரேலிய இராணுவத்தில் பணியாற்றியபோது, அவருடைய துணிச்சலைக் கண்டு அவருடைய மேலதிகாரிகள் வியந்தனர். இராணுவத்திலிருந்து விலகியதும், அவர் மொசாடில் சேர்ந்து பல ஆபத்தான ஆபரேஷன்களில் பங்கேற்று, அதன் சிறந்த ஏஜென்டுகளில் ஒருவராக ஆனார். பிரெஞ்சு மொழியைச் சரளமாகப் பேசுவதில் அவர் திறமையானவராக இருந்ததால், அவரால் எளிதாக ஒரு பிரெஞ்சுக்காரராக, ஒரு பெல்ஜிய நாட்டுக்காரராக, ஒரு கனேடியராக, அல்லது ஒரு சுவிட்சர்லாந்துக்காரராக வேடமிட முடிந்தது (இந்நாடுகள் அனைத்திலும் ஏராளமான மக்கள் பிரெஞ்சு மொழி பேசுபவர்கள்). அவர் தன் இளவயதிலேயே திருமணம் செய்து கொண்டார். அவருக்கு ஒரு மகனும் இருந்தான். ஆனால், மொசாட் ஏஜென்ட் என்ற முறையில் களத்தில் இறங்கி வேலை செய்வதற்கான அவருடைய ஆர்வத்தை அது சிறிதும் குறைக்கவில்லை.

ஸுவைட்டர் கொல்லப்பட்டப் பிறகு இஸ்ரேலுக்குத் திரும்பிய மோலட், சில தினங்கள் அங்கு இருந்துவிட்டுப் பாரிஸுக்குப் பயணித்தார்.

ஒரு சில தினங்களுக்குப் பிறகு, பாரிஸில் இருந்த ஒரு வீட்டில் ஒரு தொலைபேசி ஒலித்தது. அதை மஹ்மூத் ஹம்ஷாரி எடுத்துப் பேசினார். அவரை அழைத்தவர், "நீங்கள் பிஎல்ஓவின் (பாலஸ்தீனிய விடுதலை இயக்கம்) பிரான்ஸ் நாட்டுப் பிரதிநிதி மஹ்மூத் ஹம்ஷாரியா?" என்று கேட்டார். அவருடைய உச்சரிப்பில்

இத்தாலியச் சாயல் தெறித்தது. அவர் தன்னை, பிஎல்ஓமீது அபிமானம் கொண்ட ஓர் இத்தாலியப் பத்திரிகையாளர் என்று அறிமுகம் செய்து கொண்டு, ஹம்ஷாரியைத் தான் பேட்டியெடுக்க விரும்பியதாகத் தெரிவித்தார். பலராலும் மதிக்கப்பட்ட ஒரு வரலாற்றியலாளரான ஹம்ஷாரி, தன்னுடைய பிரெஞ்சு மனைவியுடனும் தன் மகளுடனும் பாரிஸில் வசித்து வந்தார். சமீப காலங்களில் அவர் ஏராளமான முன்னெச்சரிக்கை நடவடிக்கைகளை மேற்கொண்டு வந்தார். தெருக்களில் நடந்து சென்றபோது, தன்னை யாரேனும் பின்தொடர்ந்தார்களா என்று அவர் அவதானித்தார். சில நேரங்களில், உணவகங்களில் ஆர்டர் கொடுத்துவிட்டு, உணவு கொண்டுவரப்படுவதற்கு முன்பே அவர் கிளம்பிவிடுவார். தன்னுடைய அடுக்குமாடிக் குடியிருப்பில் தனக்கு அருகே இருந்த அபார்ட்மென்டில் வசித்தவர்களிடம், தன்னைப் பற்றி அந்நியர்கள் யாரேனும் விசாரித்தார்களா என்று அவர் அவ்வப்போது கேட்டுக் கொண்டார்.

மேலோட்டமாகப் பார்த்தால், அவர் கவலைப்படுவதற்கு எதுவும் இருக்கவில்லை. ஏனெனில், அவர் ஒரு கல்வியாளர். ஒரு மிதவாதி. பிரான்ஸின் அறிவுஜீவிகள் வட்டத்திற்குள் அரவணைத்துக் கொள்ளப்பட்டிருந்த ஒருவர். “எந்தவிதமான முன்னெச்சரிக்கை நடவடிக்கைகளையும் எடுக்க வேண்டிய தேவை மஹ்மூத் ஹம்ஷாரிக்கு இல்லை. ஏனெனில், அவர் ஓர் ஆபத்தான நபர் அல்லர். இது இஸ்ரேலிய இரகசியப் புலனாய்வு அமைப்பிற்கும் தெரியும்,” என்று அன்னி பிராங்க்கோஸ் என்ற பிரெஞ்சுப் பத்திரிகையாளர், பிரபலமான பிரெஞ்சு இதழ் ஒன்றில் எழுதியிருந்தார்.

ஆனால், இஸ்ரேலிய இரகசியப் புலனாய்வு அமைப்புக்கு அவரைப் பற்றிய பல கூடுதல் விபரங்கள் தெரிந்திருந்தன. *1969* இல், பென் குரியனைக் கொல்வதற்கு டென்மார்க்கில் மேற்கொள்ளப்பட்ட, ஆனால் தோல்வியில் முடிந்த கொலை முயற்சி; *1970* இல், *47* பேரைக் காவு வாங்கிய சுவிஸ்ஏர் விமானத் தாக்குதலில் அவருடைய பங்கு; கனமான சூட்கேஸ்களைத் தூக்கிக் கொண்டு அர்த்த இராத்திரி வேளைகளில் அவருடைய வீட்டுக்குள் திருட்டுத்தனமாக நுழைந்த மர்மமான அரேபிய இளைஞர்களுடனான அவருடைய தொடர்பு போன்றவை அவற்றில் சில.

அதோடு, கருப்பு செப்டம்பர் அமைப்பின் ஐரோப்பியப் பிரிவில், அதன் தலைவருக்கு அடுத்த இடத்தை அவர் அலங்கரித்துக் கொண்டிருந்தார் என்பதையும் மொசாட் அறிந்திருந்தது.

ஹம்ஷாரி அந்த இத்தாலிய நிருபரின் பேட்டிக்காக

வீட்டைவிட்டு வெளியே சென்றிருந்த சமயத்தில், இரண்டு நபர்கள் அவருடைய வீட்டுக்குள் திருட்டுத்தனமாகப் புகுந்து, பதினைந்து நிமிடங்கள் கழித்து, வந்த சுவடே தெரியாமல் அங்கிருந்து வெளியேறிவிட்டனர்.

அதற்கு அடுத்த நாள், அவ்விருவரும், ஹம்ஷாரியின் மனைவியும் மகளும் அந்த வீட்டைவிட்டு வெளியேறும்வரை அதன் அருகிலேயே காத்திருந்து, ஹம்ஷாரி மட்டும் அங்கே தனியாக இருந்ததை உறுதி செய்து கொண்டனர். அப்போது அவருடைய தொலைபேசி ஒலித்தது. ஹம்ஷாரி அதை எடுத்துப் பேசினார்.

மறுமுனையில் அதே இத்தாலியப் பத்திரிகையாளர், "திரு. ஹம்ஷாரியா?" என்று கேட்டார்.

"ஆமாம்."

அக்கணத்தில் லேசான சீட்டி ஒலிபோல ஏதோ ஒலித்தது. அதைத் தொடர்ந்து பலமான வெடிகுண்டு ஒன்று வெடித்தது. தொலைபேசி வைக்கப்பட்டிருந்த மேசைக்கு அடியில் மறைத்து வைக்கப்பட்டிருந்த வெடிகுண்டு அது. அந்தக் குண்டுவெடிப்பில் ஹம்ஷாரி படுகாயமடைந்தார். ஒரு சில நாட்களுக்குப் பிறகு, மருத்துவமனையில் அவர் இறந்துவிட்டார். இறப்பதற்கு முன்பாக, தன்மீது நடத்தப்பட்டத் தாக்குதலுக்கு மொசாட்தான் காரணம் என்று பழி சுமத்த அவர் தவறவில்லை.

***

ஹம்ஷாரியின் மரணத்திற்குப் பின் சில வாரங்கள் கழித்து, ஹராரியும் ஜோனத்தன் இங்கல்பி என்ற நபரும் சைப்ரஸ் தீவுக்கு வந்தனர். அந்நாட்டின் தலைநகரிலிருந்த ஒலிம்பியா ஓட்டலில் அவர்கள் ஓர் அறையெடுத்துத் தங்கினர். இஸ்ரேல், சிரியா, லெபனான், எகிப்து ஆகிய நாடுகளுக்கு மிக அருகே சைப்ரஸ் இருந்ததால், சமீப காலங்களில் அங்கு இஸ்ரேலிய ஏஜென்டுகளும் அரேபிய ஏஜென்டுகளும் அடிக்கடி மோதிக் கொண்டனர். இம்முறை அந்த இரண்டு இஸ்ரேலிய ஏஜென்டுகளும், ஹுசைன் அப்த் எல் ஹிர் என்ற பாலஸ்தீனிய உளவாளியை நிழல்போலப் பின்தொடர்ந்து கொண்டிருந்தனர். சில மாதங்களுக்கு முன்புதான், ஹுசைன், கருப்பு செப்டம்பர் அமைப்பின் சைப்ரஸ் நாட்டுப் பிரிவின் பொறுப்பாளராக நியமிக்கப்பட்டிருந்தார். அதோடு, சோவியத் ஒன்றியத்துடனும், சமீப காலமாகத் தீவிரவாதிகளின் சொர்க்க பூமியாக மாறிக் கொண்டிருந்த கிழக்கு ஐரோப்பியக் கம்யூனிச நாடுகளுடனுமான உறவுகளை வளர்த்தெடுக்கின்ற பொறுப்பும் அவருக்குக் கொடுக்கப்பட்டிருந்தது. இரஷ்யா, செக்கோஸ்லோவாக்கியா, ஹங்கேரி, பல்கேரியா போன்ற

நாடுகளிலிருந்த இராணுவ முகாம்களில் பாலஸ்தீனியர்களுக்கு ஆயுதப் பயிற்சிகள் வழங்கப்பட்டு வந்தன. அந்நாடுகள் கப்பல் கப்பலாக ஆயுதங்களையும் பிற தளவாடங்களையும் தீவிரவாத அமைப்புகளுக்கு அனுப்பி வைத்தன. கம்யூனிசத் தத்துவத்தின்மீது நம்பிக்கை வைத்து அதன்பால் ஈர்க்கப்பட்டிருந்த ஒரு சில பாலஸ்தீனியத் தலைவர்கள், மாஸ்கோவிலிருந்த பாட்ரிஸ் லுமும்பா பல்கலைக்கழகத்தில் படிக்கச் சென்றனர்.

இஸ்ரேலுக்குள் திருட்டுத்தனமாகத் தீவிரவாதிகளை அனுப்பி வைக்கின்ற வேலையையும் ஹுசைன் பார்த்து வந்தார். இஸ்ரேலியர்களுக்காக உளவு பார்த்துக் கொண்டிருந்த அரேபிய உளவாளிகள் சைப்ரஸுக்கு வந்தால் அவர்களைத் தீர்த்துக்கட்டும் பணியும் ஹுசைனுக்கு ஒதுக்கப்பட்டிருந்தது. இவை அனைத்தையும் சீர்தூக்கிப் பார்த்த எக்ஸ் கமிட்டி, ஹுசைனைத் தீர்த்துக்கட்ட உத்தரவு பிறப்பித்தது.

அன்று இரவு, ஹுசைன் தன்னுடைய ஓட்டல் அறைக்கு வந்து தன் அறையின் விளக்குகளை அணைத்துவிட்டுப் படுக்கச் சென்றார். ஹுசைன் நன்றாகத் தூங்கிவிட்டிருந்ததை உறுதி செய்து கொண்ட பின்னர், ஜோனத்தன், ரிமோட் கன்ட்ரோலில் ஒரு பொத்தானை அழுத்தினார். ஹுசைனின் அறையில் ஒரு பெரும் சத்தத்துடன் ஒரு குண்டு வெடித்தது. வேறு சில அறைகளில் இருந்தவர்கள் பயந்து போய் தங்களுடைய கட்டில்களுக்கு அடியில் தஞ்சம் புகுந்தனர். அந்த ஓட்டலின் வரவேற்பறையிலிருந்த எழுத்தர் வேகமாக ஹுசைனின் அறைக்கு ஓடினார். புகை விலகிய பின்பு அங்கு அவர் கண்ட காட்சி கோரமாக இருந்தது. ஹுசைனின் உடல் சின்னாபின்னமாகியிருந்தது.

***

அதற்குக் கருப்பு செப்டம்பர் இயக்கம் சுடச்சுடப் பதிலடி கொடுத்தது.

1973 ஜனவரி *26* அன்று, மட்ரிட் நகரில் மோஷே ஹனன் இஷாய் என்ற இஸ்ரேலியர் தன்னுடைய பாலஸ்தீனிய நண்பர் ஒருவருடன் ஒரு மதுவிடுதிக்குச் சென்றிருந்தார். அவர்கள் அங்கிருந்து வெளியேறிபோது, இரண்டு பேர் அவர்களை வழி மறித்தனர். அந்தப் பாலஸ்தீனியர் தப்பித்து ஓடிவிட்டார். வந்தவர்கள் இஷாயைத் துப்பாக்கிக் குண்டுகளால் துளைத்தெடுத்துவிட்டனர்.

இஷாயின் உண்மையான பெயர் பரூச் கோஹன். அவர் அனுபவமிக்க ஒரு மொசாட் ஏஜென்ட். மட்ரிட்டில் படித்துக் கொண்டிருந்த பாலஸ்தீனியக் கல்லூரி மாணவர்களிடம் தொடர்பை வளர்த்துக் கொள்ளும் பணியில் அப்போது அவர்

ஈடுபட்டிருந்தார். அவரை அந்த மதுவிடுதியில் சந்தித்த நபர் அந்த வட்டத்தில் புதிதாகச் சேர்ந்திருந்தவர். உண்மையில் அவர் கருப்பு செப்டம்பர் அமைப்பால் அந்தக் குழுவுக்குள் செருகப்பட்டிருந்தவர். கருப்பு செப்டம்பர் அமைப்பு, ஹுசைனின் சாவுக்கு அவரைக் கொன்று பழிதீர்த்துக் கொண்டது.

பிரஸ்ஸல்ஸில் சடாக் ஓஃபிர் என்ற மொசாட் ஏஜென்ட் சுடப்பட்டுப் படுகாயம் அடைந்ததற்கும், லண்டனிலுள்ள இஸ்ரேலியத் தூதரகத்தின் அதிகாரி அமி ஷெச்சோரி ஒரு பார்சல் வெடிகுண்டின் மூலம் கொல்லப்பட்டதற்கும் கருப்பு செப்டம்பர்தான் காரணம் என்று நம்பப்பட்டது.

ஹுசைன் கொல்லப்பட்டு இரண்டு வாரங்கள் கழித்து, கருப்பு செப்டம்பர் அமைப்பின் சைப்ரஸ் தீவின் புதிய பொறுப்பாளராக ஒருவர் நியமிக்கப்பட்டார். அன்று இரவே, அந்தப் பாலஸ்தீனியர் ஒரு சோவியத் ஏஜென்டைச் சந்தித்துவிட்டுத் தன் ஓட்டல் அறைக்குத் திரும்பியதும், ஹுசைன் சாகடிக்கப்பட்ட அதே முறையில் கொல்லப்பட்டார்.

அதனால், அராஃபத்தும் அலி ஹாசனும் ஒரு பிரம்மாண்டமான அளவில் பதிலடி கொடுக்கத் தீர்மானித்தனர். ஒரு விமானத்தைக் கடத்தி, அதில் வெடிமருந்துப் பொருட்களை நிரப்பி, ஒரு தற்கொலைப் படை மூலம் டெல் அவீவில் அந்த விமானத்தை மோதி அதை வெடிக்கச் செய்ய அவர்கள் திட்டமிட்டனர். அப்படி நிகழ்ந்தால் நூற்றுக்கணக்கான இஸ்ரேலியர்கள் அதில் கொல்லப்படுவர். 2001 செப்டம்பர் 11 அன்று நியூயார்க்கில் நிகழ்த்தப்பட்டத் தாக்குதலுக்கான வெள்ளோட்டம் அது.

இத்திட்டம் குறித்து மோப்பம் பிடித்துவிட்டிருந்த மொசாட் உறுப்பினர்கள், அதற்குப் பொறுப்பேற்றுக் கொண்டிருந்தவர்கள் பாரிஸில் இருந்ததை அறிந்து, அங்கிருந்த பாலஸ்தீனியக் குழு ஒன்றைப் பின்தொடரத் தொடங்கினர். ஓர் இரவில், வயதில் மூத்தவர் ஒருவர் அக்குழுவினருடன் சேர்ந்து கொண்டதை இஸ்ரேலியர்கள் கண்டனர். அவர்கள் அந்த நபரின் புகைப்படத்தை மொசாடின் இஸ்ரேலியத் தலைமையகத்திற்கு அனுப்பி வைத்தனர். அவர் யார் என்பது உடனடியாகக் கண்டுபிடிக்கப்பட்டது. அவர் பெயர் பாசில் அல்–குபைஸி. அவர் கருப்பு செப்டம்பர் அமைப்பின் மூத்த உறுப்பினர். அவர் பெய்ரூட்டிலிருந்த அமெரிக்கப் பல்கலைக்கழகத்தில் ஒரு சட்டப் பேராசிரியராகப் பணியாற்றி வந்தார். அவர் ஒரு சிறந்த கல்விமான். ஆனால், அவரும், ஸுவைட்டரையும் ஹம்ஷாரியையும்போல ஒரு திரைமறைவு வாழ்க்கையையும் வாழ்ந்து வந்தார், ஓர் ஆபத்தான மனிதராக உருவெடுத்திருந்தார். 1956 இல், அவர் ஈராக்கின் மன்னர் ஃபைசலைக் கொல்ல முயன்றார். ஃபைசல்

வரும்போது வெடிக்கப்படுவதற்காக ஏற்பாடு செய்யப்பட்டிருந்த ஒரு கார் வெடிகுண்டு, குறித்த நேரத்திற்கு முன்பாகவே வெடித்துவிட்டது. அல்-குபைஸி அங்கிருந்து தப்பி, முதலில் லெபனானுக்கும் பின்னர் அமெரிக்காவுக்கும் சென்றார். ஒரு சில ஆண்டுகளுக்குப் பிறகு, கோல்டா மேயர் அமெரிக்காவிற்கு வருகை புரிந்தபோது அவரைக் கொல்லவும் அல்-குபைஸி முயற்சித்தார். அந்த முயற்சி தோல்வியடைந்தபோது, பாரிஸில் நடைபெற்ற சோசலிச சர்வதேச மாநாடு ஒன்றில் அவர் மீண்டும் கோல்டா மேயரைக் கொலை செய்ய முயற்சித்தார். அதுவும் தோல்வியைத் தழுவியது. ஆனாலும் அல்-குபைஸி சோர்ந்துவிடவில்லை. அவர் பிஎஃப்எல்பி என்ற பாலஸ்தீனிய விடுதலை அமைப்பில் சேர்ந்து அதன் துணைத் தலைவராக ஆனார். 1972 மே 30 அன்று டெல் அவீவ் விமான நிலையத்தில் நடைபெற்றத் தாக்குதலைத் திட்டமிட்டவர்களில் அவரும் ஒருவர். அந்தத் தாக்குதலை அரேபிய மற்றும் ஜப்பானியத் தீவிரவாதிகள் சேர்ந்து நடத்தினர். அதில் 26 பேர் கொல்லப்பட்டனர். அவர்களில் பெரும்பாலானோர், ஜெருசலேமிற்குப் புனித யாத்திரை மேற்கொண்டிருந்த, புவேர்ட்டோ ரிக்கோவைச் சேர்ந்த மக்கள். அதற்குப் பிறகு அல்-குபைஸி தன்னைக் கருப்பு செப்டம்பர் அமைப்பில் இணைத்துக் கொண்டார். இப்போது, அவர் பாரிஸில் அக்குழுவினருடன் பேசிக் கொண்டிருந்தார். தற்கொலை-விமானத் திட்டத்திற்காக அவர் அங்கு வந்திருக்கலாம் என்று சந்தேகிக்கப்பட்டது. அவர் பாரிஸிலுள்ள மிகப் பிரபலமான மேடலின் தேவாலயத்திற்கு அருகே ஒரு சிறிய ஓட்டலில் தங்கினார்.

ஏப்ரல் 6 அன்று, அவர் இரவு உணவை உண்டுவிட்டுத் தன் அறைக்குத் திரும்பிக் கொண்டிருந்தபோது, அவரைக் கொல்வதற்காக அனுப்பப்பட்டிருந்த மொசாட் குழு, மேடலின் தேவாலயத்திற்கு அருகே தயாராகக் காத்துக் கொண்டிருந்தது. மொசாட் ஏஜெண்டுகள் இருவர் அத்தெருவில் மறைந்திருந்தனர். மேலும் இருவர் ஒரு காரில் தயாராகக் காத்திருந்தனர். தெருவில் மறைந்திருந்த இருவரும் அல்-குபைஸி அருகே வந்ததும், தங்களுடைய துப்பாக்கிகளுடன் அவரை நெருங்கினர். அப்போது திடீரென்று, எதிர்பாராத ஒரு சம்பவம் நிகழ்ந்தது. அல்-குபைஸியின் அருகே ஒரு கார் வந்து நின்றது. அந்தக் காருக்குள்ளிருந்து ஓர் அழகான பெண் வெளியே எட்டிப் பார்த்தாள். அல்-குபைஸியும் அப்பெண்ணும் ஒரு சில வார்த்தைகளைப் பரிமாறிக் கொண்டனர். பிறகு அவர் உடனே அக்காரில் ஏறிப் பறந்துவிட்டார். இதனால் ஏமாற்றமடைந்த மொசாட் ஏஜெண்டுகள், அப்பெண் ஒரு விலைமாது என்பதை

அறிந்தபோது விரக்தியின் எல்லைக்கே சென்றுவிட்டனர்.

விலைமாது ஒருத்தியால் ஓர் ஒட்டுமொத்த ஆபரேஷனும் தோல்வியில் முடிந்திருந்தது!

ஆனால், அந்த ஆபரேஷனை வழிநடத்திய தலைவரும் அங்கு அப்போது இருந்தார். அவர், ஏமாற்றமடைந்திருந்த ஏஜென்டுகளை அமைதிப்படுத்தினார். "இன்னும் சிறிது நேரம் காத்திருங்கள். அதே பெண் அவரை மறுபடியும் இங்குக் கொண்டுவந்து இறக்கிவிடுவாள்!" என்று அவர் அந்த ஏஜென்டுகளிடம் கூறினார். அவருக்கு எப்படி இந்த விபரங்கள் தெரியும் என்று அவர்கள் தங்களுடைய தலைவரைக் கேட்கவில்லை. ஆனால், அவர் கூறியபடிதான் நடந்தது. சுமார் இருபது நிமிடங்கள் கழித்து, அதே கார் மீண்டும் அங்கு வந்து அல்–குபைஸியை அங்கு இறக்கிவிட்டது. அவர் தன் ஓட்டலை நோக்கி நடக்கத் துவங்கினார். அவர் ஒரு சில அடிகள்தான் எடுத்து வைத்திருந்திருப்பார். மறைவில் நின்று கொண்டிருந்த இரண்டு மொசாட் ஏஜென்டுகளும் அவர் முன் தோன்றி அவருடைய வழியை மறித்தனர். அவர்களில் ஒருவர் டேவிட் மோலட்.

அல்–குபைஸி உடனடியாக நிலைமையைப் புரிந்து கொண்டார். "வேண்டாம்! என்னை ஒன்றும் செய்துவிடாதீர்கள்!" என்று அவர் கத்தினார்.

ஒன்பது துப்பாக்கிக் குண்டுகள் அவருடைய உடலைத் துளைத்தன. மேடலின் தேவாலயத்திற்கு அருகே அவர் சரிந்து விழுந்து இறந்து போனார். மொசாட் ஏஜென்டுகள் அங்கு நிறுத்தப்பட்டிருந்த காரில் ஏறித் தப்பிச் சென்றுவிட்டனர்.

மறுநாள், ஸுவைட்டரின் விஷயத்தில் நடந்ததைப்போலவே, பிஎஃப்எல்பி அமைப்பின் செய்தித் தொடர்பாளர், அல்–குபைஸிக்கு இரங்கல் தெரிவித்தபோது, அந்தச் சட்டப் பேராசிரியரின் உண்மையான வேலையை வெளிப்படுத்தினார்.

அதற்கு அடுத்த சில மாதங்களில், மோலட்டும் அவருடைய குழுவினரும் கிரீஸுக்கு வந்து, கப்பல்களை விலைக்கு வாங்கி அவற்றை வெடிமருந்துப் பொருட்களால் நிரப்பி அக்கப்பல்களை இஸ்ரேலியத் துறைமுகங்களுக்கு அனுப்பி வைக்கும் திட்டத்தோடு வந்திருந்த கருப்பு செப்டம்பர் அமைப்பின் உறுப்பினர்கள் பலரைத் தீர்த்துக்கட்டினர்.

ஆனால் ஒரு கேள்விக்கு மட்டும் விடை தெரியாமல் மொசாட் ஏஜென்டுகள் தவித்தனர். மியூனிக் படுகொலைக்குத் திட்டம் தீட்டிய அலி ஹாசன் எங்கே என்பதுதான் அது.

***

அலி ஹாசன் அப்போது பெய்ரூட்டிலிருந்த கருப்பு செப்டம்பர் அமைப்பின் தலைமையகத்தில் அடுத்தத் திட்டங்களைத் தீட்டிக் கொண்டிருந்தார். அவற்றில் முதலாவது, தங்களுடைய ஒரு குழுவைத் தாய்லாந்திற்கு அனுப்பி, அங்கிருக்கின்ற இஸ்ரேலியத் தூதரகத்தைக் கைப்பற்றுவது. அவர்கள் அதில் வெற்றி பெற்றிருந்தபோதிலும், அத்திட்டம் தோல்வியில் முடிந்தது. ஏனெனில், பாங்காக்கிலிருந்த எகிப்தியத் தூதுவர், பின்வாங்கிக் கொள்ளும்படி பாலஸ்தீனியர்களுக்கு அழுத்தம் கொடுத்தார். அதோடு, தாய்லாந்து ஜெனரல்களும் பாலஸ்தீனியர்களின் மிரட்டலுக்கு அடிபணிய மறுத்தனர். இறுதியில், கருப்பு செப்டம்பர் அமைப்பின் உறுப்பினர்கள், தாங்கள் பிணைக்கைதிகளாகப் பிடித்து வைத்திருந்த இஸ்ரேலியத் தூதரக ஊழியர்களை நிபந்தனையின்றி விடுவித்துவிட்டு, அவமானத்துடன் தாய்லாந்தைவிட்டு வெளியேறும்படி ஆயிற்று.

அடுத்து, அலி ஹாசன் ஓர் அதிரடியான திட்டத்தைத் தீட்டினார். கருப்பு செப்டம்பர் அமைப்பினர் சிலர், சூடானின் தலைநகரான கார்ட்டூமிலுள்ள சவுதி அரேபியத் தூதரகத்திற்குள் ஏகப்பட்ட ஆயுதங்களுடன் புகுந்தனர். அச்சமயத்தில், ஐரோப்பாவிலிருந்து வந்திருந்த தூதரக அதிகாரிகளுக்கு அங்கே ஒரு விருந்து அளிக்கப்பட்டுக் கொண்டிருந்தது. அந்த விருந்தில் கலந்து கொள்வதற்காக, சூடானிலிருந்த அனைத்துத் தூதரகங்களையும் சேர்ந்தவர்கள் அங்குக் குழுமியிருந்தனர். அராஃபத்தின் உத்தரவின் பேரில், கருப்பு செப்டம்பர் அமைப்பு உறுப்பினர்கள், அமெரிக்கத் தூதர் கிளியோ ஏ. நோயலையும், அமெரிக்கத் தூதரகத் துணை அதிகாரி ஜார்ஜ் சி. மூரையும், பெல்ஜியத்தின் தற்காலிகத் தூதுவர் கய் ஈட்டையும் மட்டும் பிடித்து வைத்துக் கொண்டு, மற்ற அனைவரையும் விடுவித்துவிட்டனர். அலி ஹாசனின் உத்தரவின் பேரில் அவர்கள் மூவரும் கொடூரமான முறையில் சுட்டுக் கொல்லப்பட்டனர்.

அந்தத் தீவிரவாதிகள் உடனடியாகக் கைது செய்யப்பட்டபோதிலும், சில வாரங்களுக்குள்ளாகவே சூடானிய அரசு அவர்களை விடுவித்துவிட்டது.

உலகமே இச்செயலால் அதிர்ச்சியும் சீற்றமும் அடைந்தது. கருப்பு செப்டம்பர் அமைப்பிற்கு ஒரு மரண அடி கொடுப்பதற்கான நேரம் வந்துவிட்டிருந்ததை இஸ்ரேல் உணர்ந்தது.

கோல்டா மேயர் அதற்குப் பச்சைக் கொடி காட்டினார்.

***

1973 ஏப்ரல் *1* அன்று, பெய்ரூட்டில் இருந்த சான்ட்ஸ் ஓட்டலில், கில்பர்ட் ரிம்பாட் என்ற பெல்ஜிய சுற்றுலாப் பயணி ஒருவர் ஓர்

அறையை வாடகைக்கு எடுத்தார். அன்றே, டைட்டர் அல்ட்னுடர் என்ற இன்னொரு சுற்றுலாப் பயணியும் அதே ஓட்டலில் ஓர் அறையை வாடகைக்கு எடுத்தார். அவர்கள் இருவருக்குமே கடலை எதிர்நோக்கிய அறைகள் ஒதுக்கப்பட்டன.

ஏப்ரல் 6 அன்று மேலும் மூன்று சுற்றுலாப் பயணிகள் அதே ஓட்டலுக்கு வந்து தங்கினர். முதலில் வந்தவர், ஆன்ட்ரு விச்செலா என்ற ஒரு பிரிட்டிஷ்காரர். சில மணி நேரம் கழித்து வந்த மோலட், சார்லஸ் பவுசார்ட் என்ற பெல்ஜியப் பெயரைப் பயன்படுத்தினார். மாலையில் வந்தவர் பெயர் ஜார்ஜ் எல்டர். அவர் ஒரு பிரிட்டிஷ் பாஸ்போர்ட் வைத்திருந்தார். மற்றொரு பிரிட்டிஷ் சுற்றுலாப் பயணியான சார்லஸ் மேசி, இந்த ஓட்டலில் தங்காமல், அட்லான்டிக் ஓட்டலில் தங்கிக் கொண்டார். ஓர் உண்மையான பிரிட்டிஷ்காரரைப்போல அவர் தினமும் இரண்டு முறை வானிலை எப்படி இருக்கும் என்று விசாரித்துத் தெரிந்து கொண்டார்.

அந்த ஆறு பேரும், தனித்தனியாக பெய்ரூட் நகரத் தெருக்களில் வலம் வந்தனர், முக்கியமான சாலைகளைப் பரிச்சயம் செய்து கொண்டனர். அவர்கள் ஆளுக்கொன்றாக ஆறு கார்களை வாடகைக்கு எடுத்துக் கொண்டனர்.

ஏப்ரல் 19 அன்று, இஸ்ரேலின் கடற்படையைச் சேர்ந்த ஒன்பது போர்ப் படகுகளும் ரோந்துப் படகுகளும் கரையைவிட்டுக் கிளம்பி, நடுக்கடலை அடைந்து சர்வதேசக் கப்பல் போக்குவரத்தோடு கலந்தன. அவற்றில் ஒரு படகில், கர்னல் அம்னான் லிப்கின் தலைமையில் பாராசூட் படைக் குழு ஒன்று பயணித்துக் கொண்டிருந்தது. அவர்களுடைய இலக்கு, பிஎஃப்எல்பி அமைப்பின் தலைமையகத்தைத் தாக்குவதாகும். மற்றொரு படகில் கர்னல் யூட் பாரக்கின் தலைமையில் இன்னொரு பாராசூட் படைக் குழுவினர் இருந்தனர். அவர்களுக்கு இடப்பட்டிருந்த பணி வேறு. அவர்களிடம் நான்கு பேரின் புகைப்படங்கள் கொடுக்கப்பட்டிருந்தன. கருப்பு செப்டம்பர் அமைப்பின் சுப்ரீம் கமான்டரான அபு யூசெஃப், இஸ்ரேல் பிடித்து வைத்திருந்த பகுதிகளில் செயல்பட்டுக் கொண்டிருந்த கருப்பு செப்டம்பர் அமைப்பின் கமான்டரான கமால் அட்வன், ஃபட்டா அமைப்பின் முக்கியச் செய்தித் தொடர்பாளரான கமால் நாசர் ஆகியோர் முதல் மூன்று நபர்கள். அந்த மூன்று பேரும் வெர்டுன் தெருவிலிருந்த ஓர் அபார்ட்மென்டில் வசித்து வந்தனர் என்ற தகவல் அந்தப் பாராசூட் வீரர்களுக்குத் தெரிவிக்கப்பட்டிருந்தது.

நான்காவது நபர், அலி ஹாசன் சலாமே. ஆனால் அவர் எங்கு இருந்தார் என்பது எவருக்கும் தெரியவில்லை.

படகுகளில் வந்த இஸ்ரேலியக் கமான்டோக்கள் சாதாரணமான ஆடைகளையே அணிந்திருந்தனர். இரவு சுமார் 9.30 மணிக்கு அப்படகுகள் பெய்ரூட்டை நெருங்கிக் கொண்டிருந்தபோது, அவர்கள் தங்களுடைய தலைகளில் பொய்முடியைப் பொருத்திக் கொண்டு, ஹிப்பிகள் அணிகின்ற ஆடைகளை அணிந்து கொண்டனர். பாரக் ஒரு பெண்ணின் ஆடையை அணிந்து கொண்டார். அவர் தன் உள்ளாடைக்குள் வெடிமருந்துப் பொருட்களை ஒளித்து வைத்துக் கொண்டார்.

அவர்கள் அனைவரும் தங்களுடைய படகுகளிலிருந்து சிறிய மிதவைப் படகுகளுக்கு மாறி, ஆளரவமற்று இருந்த அந்த இருண்ட கடற்கரையில் தரையிறங்கினர். அக்கடற்கரையில் ஆறு கார்கள் தயாராகக் காத்துக் கொண்டிருந்தன. அக்கார்களின் ஓட்டுநர் இருக்கைகளில், காருக்கொரு 'சுற்றுலாப் பயணி' அமர்ந்திருந்தார். அந்தப் படகுகளில் வந்த வீரர்களில் ஒவ்வொருவரும் தங்களுக்கு எந்தக் கார் ஒதுக்கப்பட்டிருந்தது என்பதை முன்கூட்டியே அறிந்திருந்தனர். ஒரு சில நிமிடங்களுக்குள், அவர்களை ஏற்றிக் கொண்டு அக்கார்கள் திசைக்கொன்றாகப் பறந்தன. அவற்றில் சில, பிஎஃப்எல்பி அமைப்பின் தலைமையகத்தை நோக்கிச் சென்றன. மற்றவை, கருப்பு செப்டம்பர் அமைப்பின் தலைவர்கள் மூவரும் இருந்த அபார்ட்மென்டை நோக்கிச் சென்றன. முன்னால் சென்று கொண்டிருந்த காரை மோலட் ஓட்டிக் கொண்டிருந்தார்.

பிஎஃப்எல்பி தலைமையகத்தை நோக்கிச் சென்று கொண்டிருந்த கார்களில் இருந்த கமான்டோக்கள், எப்படித் தாக்குதல் நடத்த வேண்டும் என்பதை ஏற்கனவே ஒத்திகை பார்த்திருந்தனர். ஒரு நாள் இரவில், ஒரு பழைய கட்டடத்தில் அவர்கள் ஒத்திகையில் ஈடுபட்டிருந்தபோது, அதைப் பார்வையிட வந்த இஸ்ரேலிய இராணுவத் தளபதி டேவிட் எலாசாரை, அவிடா ஷோர் என்ற ஓர் இளம் லெஃப்டினன்ட் அணுகினார். "பெய்ரூட்டிலுள்ள கட்டடத்தை ஒட்டுமொத்தமாகத் தகர்க்க 120 கிலோ வெடிமருந்துப் பொருட்களைப் பயன்படுத்த எங்களுக்கு உத்தரவிடப்பட்டுள்ளது. ஆனால், இவ்வளவு வெடிமருந்துகள் தேவையில்லை. அதோடு, அது ஆபத்தானது. அதற்கு அருகே இருக்கும் பல குடியிருப்புகளில் பொதுமக்கள் வசித்து வருகின்றனர். அவையும் இவற்றால் பாதிக்கப்படும். இக்கட்டடத்தைத் தகர்க்க எவ்வளவு கிலோ வெடிமருந்துகள் தேவை என்று நான் கணக்கிட்டுள்ளேன். மொத்தம் 80 கிலோ இருந்தால் போதும். சுற்றியிருக்கின்ற கட்டடங்களுக்குச் சேதம் விளைவிக்காமல் இந்த ஒரு கட்டடத்தை மட்டும் இது முற்றிலுமாகத் தகர்த்துவிடும்," என்று கூறினார். அவர் தன்னிடம் காட்டிய கணக்கீட்டைச் சரிபார்த்த எலாசார் அதை ஏற்றுக்

கொண்டார். அவர் அத்திட்டத்தின் தலைவரை அழைத்து, 80 கிலோவுக்கு மேற்பட்ட வெடிமருந்துகளைப் பயன்படுத்த வேண்டாம் என்று உத்தரவிட்டார்.

இப்போது, அந்தப் பாராசூட் படையினர் பிஎஃப்எல்பி தலைமையகத்தை அடைந்திருந்தனர். அங்கு ஏற்பட்டத் துப்பாக்கிச் சண்டையில் பாலஸ்தீனியக் காவலர்கள் அனைவரும் கொல்லப்பட்டனர். இஸ்ரேலியப் படையில் இரண்டு பேர் உயிரிழந்தனர். பிறகு, அந்தப் பாராசூட் படையினர், அக்கட்டடத்தின் வரவேற்புப் பகுதியைக் கைப்பற்றி, தாங்கள் கொண்டு வந்திருந்த 80 கிலோ வெடிமருந்துப் பொருட்களை அங்கே பரப்பி வைத்துவிட்டு, தூரத்திலிருந்து அவற்றை வெடிக்கச் செய்தனர். அக்கட்டடம் இடிந்து விழுந்து தரைமட்டமானது. அதில் டஜன்கணக்கான தீவிரவாதிகள் கொல்லப்பட்டனர். ஆனால், அருகேயிருந்த பொதுமக்களின் குடியிருப்புகள் எதிலும் ஒரு சிறு வெடிப்புக்கூட ஏற்படவில்லை.

அந்தத் தாக்குதலில் கொல்லப்பட்ட இருவரில் ஒருவர் அவிடா ஷோர்.

***

அதே நேரத்தில், லெபனான் இராணுவம் மற்றும் தீவிரவாதிகளின் கவனத்தைத் திசை திருப்புவதற்காக, பிற பாராசூட் படைவீரர்களும் கடற்படைக் கமான்டோக்களும் தெற்கு பெய்ரூட்டிலிருந்த தீவிரவாதிகளின் முகாம்கள் பலவற்றின்மீது தாக்குதல் மேற்கொண்டனர். ஆனால், எதிர்த்தாக்குதல் எதுவும் நிகழவில்லை.

அதே நேரத்தில், இஸ்ரேலியக் கமான்டோக்கள், வெர்டுன் தெருவிலிருந்த தீவிரவாதிகளின் அபார்ட்மென்ட்டை அடைந்தனர். அவர்கள் அக்கட்டடத்திற்குள் நுழையவிருந்தபோது, லெபனான் காவல்துறை அதிகாரிகள் இருவர் அவர்களைக் கடந்து சென்றனர். ஆனால், அவ்விருவரும் பார்த்ததெல்லாம், நடைபாதையோரம் இரண்டு ஹிப்பிகள் (மாறுவேடங்களில் இருந்த கமான்டோக்களில் இருவர்) ஒருவரையொருவர் கட்டிப் பிடித்தபடி நின்று கொண்டிருந்ததைத்தான். அந்த அதிகாரிகள் அத்தெருவிலிருந்து சென்றவுடன், இஸ்ரேலியக் கமான்டோக்கள் அனைவரும் அதிரடியாக அக்கட்டடத்திற்குள் புகுந்தனர். அவர்கள், தனித்தனிக் குழுக்களாகப் பிரிந்து, ஒரே நேரத்தில், அக்கட்டடத்தின் இரண்டாம் தளத்தில் வசித்து வந்த கமால் அட்வன், மூன்றாவது தளத்தில் வசித்து வந்த கமால் நாசர், ஆறாவது தளத்தில் வசித்து வந்த அபு யூசெஃப் ஆகிய மூவரின் ஃபிளாட்டுகளின் கதவுகளை உடைத்துக் கொண்டு உள்ளே புகுந்தனர்.

எதிர்வினையாற்றுவதற்கு அந்தத் தீவிரவாதிகளுக்கு வாய்ப்பே எழவில்லை. இஸ்ரேலிய வீரர்கள் உள்ளே நுழைந்தபோது, அங்கிருந்த தீவிரவாதிகள் தங்களுடைய ஆயுதங்களை எடுக்க முனைந்தனர். ஆனால், அதற்குள் அவர்கள் சுட்டுவீழ்த்தப்பட்டனர். சில நிமிடங்களுக்கு உள்ளாகவே அந்த மூன்று தீவிரவாதிகளும் கொல்லப்பட்டிருந்தனர். அபு யூசெஃபின் மனைவி, தன் கணவரின் உடலுக்குக் குறுக்கே பாய்ந்து தடுக்க முயன்றார். அதனால் அவரும் கொல்லப்பட்டார். இதில் பலியான மற்றொரு நபர் அந்தக் கட்டடத்தின் இரண்டாவது தளத்தில் வசித்து வந்த ஒரு மூத்தப் பெண்மணி. துப்பாக்கிச் சூட்டின் சத்தம் கேட்டு அவர் தன் வாசற்கதவைத் திறந்து வெளியே வந்தபோது, குண்டு பாய்ந்து இறந்து போனார்.

அந்த ஆபரேஷனின்போது, கமான்டோக்கள், அந்தக் கருப்பு செப்டம்பர் தலைவர்களின் வசிப்பிடங்களிலிருந்து ஏராளமான ஆவணங்களைக் கைப்பற்றினர். பிறகு அந்த மோதலின்போது இறந்து போன மற்றும் காயமடைந்திருந்த தங்களுடைய சகாக்களைத் தூக்கிக் கொண்டு அவர்கள் அக்கட்டடத்திலிருந்து வேகமாக வெளியேறி, தங்களுடைய கார்களில் ஏறிக் கடற்கரைக்கு வந்தனர். அங்கு அவர்கள் விட்டுச் சென்றிருந்த மிதவைப் படகுகள் அவர்களுக்காகக் காத்துக் கொண்டிருந்தன.

அந்தச் 'சுற்றுலாப் பயணிகள்' தாங்கள் வாடகைக்கு எடுத்திருந்த ஆறு கார்களையும் அக்கடற்கரையில் வரிசையாக நிறுத்திவிட்டு, அவற்றின் சாவிகளையும் அவற்றினுள்ளேயே விட்டுவிட்டனர். ஒரு சில நாட்கள் கழித்து அந்தக் கார் நிறுவனங்களுக்கு உரிய வாடகைத் தொகை அனுப்பி வைக்கப்பட்டது.

பிறகு, அந்த ஆறு கமான்டோக்களும் அந்த மிதவைப் படகுகளில் ஏறித் தங்களுடைய கப்பலை அடைந்தனர். அவர்களை ஏற்றிக் கொண்டு அக்கப்பல் இஸ்ரேலை நோக்கிப் பயணித்தது. அந்த ஆபரேஷன் முழு வெற்றி அடைந்திருந்தது. பிஎஃப்எல்பி அமைப்பின் தலைமையகம் தரைமட்டமாக்கப்பட்டிருந்தது. அதன் மூன்று முக்கியத் தலைவர்கள் கொல்லப்பட்டிருந்தனர். அவர்களில் ஒருவர் அந்த அமைப்பின் கமான்டரான அபு யூசெஃப்.

ஆனால், அவர்கள் சென்றிருந்த அதே வெர்டுன் தெருவில் வெறும் நூற்றைம்பது அடி தூரத்திலிருந்த மற்றொரு கட்டடத்தில்தான் அலி ஹாசன் சலாமே தூங்கிக் கொண்டிருந்தார் என்பதை அந்தக் கமான்டோக்கள் அறிந்திருக்கவில்லை. அதற்கு அடுத்த நாள் அபு யூசெஃபின் மரணம் அறிவிக்கப்பட்டபோது, அலி ஹாசன் கருப்பு செப்டம்பர் அமைப்பின் தலைவராக நியமிக்கப்பட்டார்.

விமானி, லாட்வியாவின் கதாநாயகனாக ஆகிவிட்டார். பிரேசிலிய அரசு வழங்குகின்ற சர்வதேச சான்டோஸ் டுமான்ட் பதக்கத்தை அவர் பெற்றார். ஊடகங்கள் அவரை 'லாட்வியாவின் கழுகு' என்று கொண்டாடின. லாட்வியாவின் தலைநகரான ரீகாவிலுள்ள போர் அருங்காட்சியகத்தில், அவர் ஓட்டியிருந்த சிறிய விமானம் காட்சிக்கு வைக்கப்பட்டுள்ளது. அதைப் பார்க்க எப்போதும் கூட்டம் அலைமோதும்.

ஹெர்பர்ட்ஸ் ஒரு வலதுசாரி லாட்வியத் தேசியவாதி. ஆனாலும் அவருக்கு யூத நண்பர்கள் பலர் இருந்தனர். அவர் பாலஸ்தீனத்திற்குக்கூடச் சென்றிருந்தார். அங்கு யூதர்கள் நிகழ்த்தியிருந்த சாதனைகளால் அவர் கவரப்பட்டார். பாலஸ்தீனத்திலிருந்த யூத முன்னோடிகள் குறித்த அவருடைய உற்சாகமான பேச்சின் காரணமாக லாட்விய யூதர்கள் பலர் அவரை நட்புடன் நோக்கினர்.

ஆனாலும், இரண்டாம் உலகப் போர் வெடித்தபோது, நிலைமை திடீரென்று தலைகீழாக மாறியது. லாட்வியா முதலில் சோவியத்தால் ஆக்கிரமிக்கப்பட்டது. சோவியத், உள்ளூர் மக்களிடம் வெறுப்பலைகளைத் தூண்டிவிட்டு, ஹெர்பர்ட்ஸ் போன்றவர்களுக்கு இடைஞ்சல்களை ஏற்படுத்தியது. ஹிட்லரின் படை சோவியத்திற்குள் புகுந்தபோது, சோவியத்தின் செஞ்சேனை அங்கிருந்து வெளியேறிவிட்டது. அதைத் தொடர்ந்து, ஜெர்மனி லாட்வியாவை ஆக்கிரமித்துக் கொண்டது. அப்போது ஹெர்பர்ட்ஸ் முற்றிலுமாக மாறிப் போயிருந்தார். ஒரு தீவிர தேசியவாதி என்ற முறையிலும், 'தன்டர் கிராஸ்' என்ற பாசிச அமைப்பின் தலைவர் என்ற முறையிலும், அவர் நாஜிக்களுக்காகப் பணியாற்றத் தாமாகவே முன்வந்தார். ரீகாவிலிருந்த யூதர்களை மிகக் கொடூரமான முறையில் அவர் படுகொலை செய்யத் தொடங்கினார். துவக்கத்தில், ஹெர்பர்ட்ஸும் அவருடைய படைவீரர்களும் 300 யூதர்களை ஒரு யூதத் தொழுகைக்கூடத்திற்குள் வைத்துப் பூட்டி அதற்குத் தீ வைத்தனர். அந்த யூதர்களில் ஒருவர்கூட உயிர் பிழைக்கவில்லை. ஹெர்பர்ட்ஸ் பல யூதர்களைக் கைது செய்து தன்னுடைய கைத்துப்பாக்கியால் அடித்தே கொன்றார்; நூற்றுக்கணக்கான யூதர்களைச் சுட்டுக் கொன்றார்; வைதிக யூதர்களை அவமானப்படுத்தி அவர்களைக் கொன்றார்; எண்ணற்றக் குழந்தைகளின் தலைகளைச் சுவரில் அடித்துக் கொன்றார்; 1941 ஆம் ஆண்டின் கோடையில், 1,200 யூதர்களைக் குல்டிகா ஏரியில் மூழ்கடித்துக் கொன்றார்; 1941 ஆம் ஆண்டு நவம்பரில், ரும்புலா காட்டுப் பகுதிக்கு 30,000 யூதர்களை அணிவகுத்து அழைத்துச் சென்று, அங்கு அவர்களை நிர்வாணமாக்கி, ஜெர்மானிய வீரர்களின் உதவியுடன்

அந்த ஆபரேஷனுடன் கருப்பு செப்டம்பர் அமைப்பு ஒரு முடிவுக்கு வந்தது. அந்த அமைப்பின் தலைவர்கள் அனைவரும் கொல்லப்பட்டதிலிருந்து அது ஒருபோதும் மீண்டெழவில்லை.

ஒரே ஒருவர் மட்டும் எஞ்சியிருந்தார்!

***

அந்த ஆபரேஷனின்போது கைப்பற்றப்பட்டிருந்த ஆவணங்கள், இரண்டு ஆண்டுகளுக்கும் மேலாக மொசாட் தன் தலையைப் பிய்த்துக் கொண்டிருந்த ஒரு புதிரை விடுவிக்க உதவின. 'பாசோவர் விவகாரம்'தான் அது.

1971 ஏப்ரலில், டெல் அவீவ் விமான நிலையத்தில் வந்திறங்கிய இரண்டு அழகிய பெண்கள், போலியான பிரெஞ்சுப் பாஸ்போர்ட்டுகளுடன் இஸ்ரேலுக்குள் நுழைய முற்பட்டனர். விமான நிலையப் பாதுகாப்பு அதிகாரிகள் அது குறித்த ஏற்கனவே எச்சரிக்கப்பட்டிருந்தனர். அதனால், அப்பெண்கள் ஒரு தனியறைக்கு அழைத்துச் செல்லப்பட்டு, பெண் காவலர்களால் சோதனையிடப்பட்டனர். அச்சோதனை ஒரு விநோதமான விஷயத்தை வெளிப்படுத்தியது: அப்பெண்களின் உள்ளாடைகள் உட்பட, அவர்கள் அணிந்திருந்த ஆடைகள் அனைத்தும் வழக்கமான எடையைவிட இரண்டு மடங்கு அதிக எடை கொண்டவையாக இருந்தன. அந்த ஆடைகள் ஒருவிதமான வெள்ளைப் பொடியில் தோய்க்கப்பட்டிருந்ததை அக்காவலர்கள் கண்டுபிடித்தனர். அந்த வெள்ளைப் பொடி ஏதோ ஓர் அடர்த்தியான திரவத்தில் கரைக்கப்பட்டு, அதில் அந்த ஆடைகள் ஊற வைக்கப்பட்டிருந்தன. அந்தப் பொடிக் கரைசலை அந்த ஆடைகள் முழுமையாக உறிஞ்சிக் கொண்ட பிறகு, அவை காய்ந்துவிட்டன. இப்போது அந்த ஆடைகள் உதறப்பட்டபோதும் தேய்க்கப்பட்டபோதும், அவற்றிலிருந்து அந்த வெள்ளைப் பொடி உதிர்ந்தது. அதோடு, அப்பெண்களின் காலணிகளிலும் அந்த வெள்ளைப் பொடி ஒளித்து வைக்கப்பட்டிருந்தது. அவர்கள் சுமந்து வந்திருந்த பொடியின் மொத்த எடை சுமார் ஐந்தரைக் கிலோ இருந்தது. அந்த வெள்ளைப் பொடியை ஆராய்ந்தபோது, அது சக்திமிக்கப் பிளாஸ்டிக் வெடிமருந்துப் பொருள் என்பது தெரிய வந்தது. அதை வெடிக்க வைப்பதற்கான 'டெட்டனேட்டர்கள்' ஒரு பெரும் எண்ணிக்கையில் அப்பெண்களின் பயணப்பெட்டிகளில் ஒளித்து வைக்கப்பட்டிருந்ததும் கண்டுபிடிக்கப்பட்டது.

விசாரிக்கப்பட்டபோது அந்த இரண்டு பெண்களும் அனைத்து உண்மைகளையும் கக்கினர். அவர்கள் இருவரும் சகோதரிகள். மொராக்கோவிலிருந்த ஒரு தொழிலதிபரின்

மகள்கள். அவர்களில் ஒருத்தியின் பெயர் நாடியா பார்டெலி, மற்றொருத்தியின் பெயர் மேடலின் பார்டெலி. அவர்களைப் பாரிஸில் ஒரு நபர் தொடர்பு கொண்டிருந்தார். அப்பெண்கள் இயல்பாகவே சாகச விரும்பிகளாக இருந்ததால், அந்த வெள்ளைப் பவுடரைக் கடத்த அவர்கள் ஒப்புக் கொண்டனர்.

"இதில் உங்களுடன் வேறு யாருக்கெல்லாம் தொடர்பு இருக்கிறது?" என்று காவல்துறையினர் அப்பெண்களிடம் கேட்டனர்.

அப்பெண்கள் கொடுத்தத் தகவல்களின் அடிப்படையில், டெல் அவீவிலிருந்த ஒரு சிறிய ஓட்டலுக்குள் நுழைந்து, பியர் போர்கால்டரையும் அவருடைய மனைவி எடித் போர்கால்டரையும் காவல்துறையினர் கைது செய்தனர். அத்தம்பதியர் பிரான்ஸைச் சேர்ந்தவர்கள். அவர்கள் வைத்திருந்த டிரான்சிஸ்டர் ரேடியோவைக் கழற்றிப் பார்த்தபோது, வெடிமருந்துகளைத் தாமதமாக வெடிக்கச் செய்வதற்கான ஃபியூஸ்கள் ஒரு பெரும் எண்ணிக்கையில் அதில் அடைத்து வைக்கப்பட்டிருந்தது கண்டுபிடிக்கப்பட்டது. காவல்துறையினர் அவர்களை விசாரித்தபோது, பியர் போர்கால்டர் அழத் தொடங்கிவிட்டார்.

மறுநாள், அந்தக் கைதுகள் பற்றி எதுவும் அறிந்திராத, அந்தச் சதித் திட்டத்தின் கமான்டரும் இஸ்ரேலுக்கு வந்து சேர்ந்தார். இருபத்தாறு வயது நிரம்பிய, ஓர் அழகான பிரெஞ்சுப் பெண் அவள். ஃபிரான்சீன் அடெலீன் மரியா என்ற பெயரில் அவள் ஒரு பிரெஞ்சுப் பாஸ்போர்ட் வைத்திருந்தாள். அவளுடைய உண்மையான பெயர் எவெலைன் பார்ஜஸ். அவள் ஐரோப்பாவில் பல தீவிரவாதத் தாக்குதல்களில் ஈடுபட்டிருந்தவள் என்பதையும், அவள் ஒரு தீவிரவாதி என்பதையும் மொசாட் ஏற்கனவே அறிந்திருந்தது.

அக்குழுவினரை விசாரித்தபோது, சுற்றுலாப் பயணியரின் கூட்டம் மிகவும் அதிகமாக இருக்கக்கூடிய அந்தச் சுற்றுலாப் பருவகாலத்தில், டெல் அவீவில் இருந்த ஒன்பது முக்கிய ஓட்டல்களை, தாங்கள் கொண்டு வந்திருந்த பிளாஸ்டிக் வெடிமருந்துப் பொருளை வைத்துத் தாக்கத் அவர்கள் திட்டமிட்டிருந்தது தெரிய வந்தது. எத்தனை இஸ்ரேலியர்களைக் கொல்ல முடியுமோ அத்தனை நபர்களைக் கொல்வது அவர்களுடைய திட்டமாக இருந்தது.

டெல் அவீவில் மாட்டிக் கொண்டிருந்தவர்கள் அனைவரும் அங்கிருந்த சிறைச்சாலைகளில் கம்பி எண்ணிக் கொண்டிருந்தபோது, அதன் மூளையாகச் செயல்பட்டிருந்தவர் மட்டும் பிடிபடாமல் இருந்தார். அல்ஜீரியாவைச் சேர்ந்த

அவருடைய பெயர் முகம்மது பவுடியா. அவர் பாரிஸில் ஒரு நடிகராகவும் நாடக இயக்குநராகவும் செயல்பட்டு வந்தார். அவருக்கு இரண்டு முகங்கள் இருந்தன. தன்னுடைய உண்மையான, கொடூரமான முகத்தை மறைப்பதற்காக, அவர் தன்னை ஓர் அறிவுஜீவியாகவும் கலைஞனாகவும் காட்டிக் கொண்டார். அவர் எவலைன் பார்ஜஸின் காதலர். ஆனால் எவலைன் அவருடைய பல காதலிகளில் ஒருத்தி, அவ்வளவுதான்.

பவுடியா முதலில் பிஎஃப்எல்பியில் சேர்ந்து ஜார்ஜ் ஹபாஷின் நேரடி உத்தரவின்கீழ் இயங்கி வந்தார். டெல் அவீவிற்கு அவர் அனுப்பி வைத்திருந்த குழு பிடிபட்ட ஓராண்டுக்குப் பிறகு அவர் கருப்பு செப்டம்பர் அமைப்பில் சேர்ந்தார். அவர் அந்த அமைப்பின் பிரான்ஸ் பிரிவின் தலைவராக ஆக்கப்பட்டார். மொசாட் அமைப்பிற்கு இரகசியமாகத் தகவல்களைப் பரிமாறிக் கொண்டிருந்ததாகச் சந்தேகிக்கப்பட்ட, பாரிஸில் செயல்பட்டுக் கொண்டிருந்த காதர் கனோவ் என்ற ஒரு சிரிய பத்திரிகையாளரின் படுகொலையில் அவருக்குத் தொடர்பு இருந்தது. பின்னர் அவர் கருப்பு செப்டம்பர் அமைப்பின் ஐரோப்பியப் பிரிவின் பொறுப்பாளராகவும் ஆக்கப்பட்டார். இரஷ்யாவிலிருந்து இஸ்ரேலுக்குக் குடிபெயர்ந்து சென்ற யூதர்கள், வழியில் ஐரோப்பாவில் தங்கிச் செல்வதற்காக அமைக்கப்பட்டிருந்த ஒரு முகாமின்மீது தாக்குதல் நடத்த அவர் திட்டமிட்டிருந்தார். ஹம்ஷாரியின் கொலைக்குப் பிறகு, பவுடியா மிகவும் எச்சரிக்கையாகச் செயல்படத் துவங்கினார். அதனால், அவரைப் பின்தொடர்வது மிகக் கடினமான ஒரு காரியமாக ஆயிற்று.

1973 மே மாதம், அவரைக் கண்டுபிடிப்பதற்காக ஒரு மொசாட் குழு பாரிஸுக்கு வந்தது. பவுடியாவின் புதிய காதலியின் பெயரும் முகவரியும் அவர்களிடம் இருந்தன. அப்பெண் வசித்து வந்த கட்டடத்திற்கு வெளியே ஓர் ஒதுக்குப்புறமான இடத்தில் அவர்கள் பொறுமையாகக் காத்திருந்தனர். இறுதியில், பவுடியா திடீரென்று எங்கிருந்தோ வந்து அந்தக் கட்டடத்திற்குள் நுழைந்தார். ஆனால், மறுநாள் காலையில், அந்தக் கட்டடத்தில் இருந்தவர்களில் பெரும்பாலானோர் வேலைக்குப் புறப்பட்டுச் சென்றபோது, அவர்களில் பவுடியா இருக்கவில்லை. ஒரு மாதகாலம் இப்படிச் சென்றது. கடும் விரக்தியடைந்த மொசாட் ஏஜென்டுகள், தங்களுடைய குறிப்புகளைப் பகிர்ந்து கொண்டபோது, ஒரு விநோதமான விஷயம் அவர்களுடைய கண்களில் பட்டது. என்றெல்லாம் பவுடியா தன்னுடைய காதலியைப் பார்க்க வந்தாரோ, அதற்கு மறுநாள், உயரமான, பருத்த உடலுடன் இருந்த ஒரு பெண்மணி அக்கட்டடத்திலிருந்து

வெளியேறினார். ஆனால், அப்பெண்மணியின் தலைமுடி சில நேரங்களில் பொன்னிறத்திலும், சில நேரங்களில் கரும்பழுப்பு நிறத்திலும் இருந்தது. இறுதியில் அந்த ஏஜென்டுகள் அந்தப் புதிருக்கு விடை கண்டனர்: ஒரு நாடக இயக்குநராக இருந்த பவுடியா, தன்னுடைய ஒப்பனைத் திறனைப் பயன்படுத்தி ஒரு பெண் வேடத்தில் அக்கட்டடத்திலிருந்து வெளியேறிக் கொண்டிருந்தார் என்பதை அவர்கள் புரிந்து கொண்டனர்.

ஆனால் திடீரென்று, பவுடியா அந்த வீட்டுக்கு வருவதை நிறுத்திவிட்டார். அதனால், அவர் இருந்த இடம் தெரியாமல் மொசாட் குழுவினர் தவித்தனர். அவர்களுக்கு ஒரே ஒரு துப்பு மட்டும் கிடைத்திருந்தது. அவர் தினமும் காலையில் மெட்ரோ மூலம் எட்டோயில் என்ற இரயில் நிலையத்தை அடைந்து, அங்கிருந்து வேறொரு இரயிலைப் பிடித்து, தான் செல்ல வேண்டிய இடத்திற்குச் சென்றார். அது ஒரு முக்கியமான இரயில் நிலையம். தினமும் அங்கு இலட்சக்கணக்கான மக்கள் இரயில் மாறிக் கொண்டிருந்தனர். அந்த 'ஆயிரம் முகத்தானை' அந்தக் கூட்டத்தில் எப்படிக் கண்டுபிடிப்பது?

ஆனால் மொசாட் ஏஜென்டுகளுக்கு வேறு எந்த வழியும் இருக்கவில்லை. ஐரோப்பாவெங்கும் இருந்த எண்ணற்ற மொசாட் ஏஜென்டுகள் உஷார்படுத்தப்பட்டனர். எண்ணற்ற இஸ்ரேலியர்களிடம் பவுடியாவின் புகைப்படங்கள் கொடுக்கப்பட்டன. எட்டோயில் இரயில் நிலையத்தின் பிளாட்பாரங்கள், தாழ்வாரங்கள், பயணிகள் பயணிப்பதற்கான பாதைகள் என்று சகல இடங்களிலும் அவர்கள் நிறுத்தி வைக்கப்பட்டனர். முதல் நாள் எதுவும் நிகழவில்லை. இரண்டாவது மற்றும் மூன்றாவது நாட்களும் அப்படியே கடந்தன. ஆனால், நான்காவது நாள், ஒரு மொசாட் ஏஜென்ட் பவுடியாவை அடையாளம் கண்டுகொண்டார். பவுடியா அப்போதும் ஒரு மாறுவேடத்தில்தான் இருந்தார். ஆனாலும் அது அவர்தான் என்பது உறுதி செய்யப்பட்டது. இம்முறை அந்த ஏஜென்டுகள் அவரைவிட்டு அகலாமல் அவரை ஒரு நிழல்போலத் தொடர்ந்தனர். அவர் ஒரு மெட்ரோ நிலையத்தில் இறங்கி, அதன் வாசலுக்கு அருகே நிறுத்தப்பட்டிருந்த ஒரு காரில் ஏறினார். அந்த ஏஜென்டுகள் அந்தக் காரைப் பின்தொடர்ந்தனர். அவர் வேறொரு தெருவிலிருந்த ஒரு வீட்டின் முன் தன் காரை நிறுத்திவிட்டு உள்ளே சென்றுவிட்டார். அது அவருடைய புதுக் காதலியாக இருக்க வேண்டும் என்று மொசாட் ஏஜென்டுகள் அனுமானித்தனர். அவர்கள் அந்த வீட்டின் அருகே நெடுநேரம் காத்திருந்தனர். மறுநாள் காலையில், பவுடியா வெளியே வந்து தன் காரை நெருங்கி, அதைக் கவனமாகச் சோதித்தார்.

அவர் தன் காரின் பானட்டைத் திறந்து பார்த்தார். இறுதியில் திருப்தியடைந்த அவர், தன் காரின் கதவைத் திறந்து ஓட்டுநர் இருக்கையில் அமர்ந்தார். அடுத்தக் கணம் ஒரு பயங்கர வெடிகுண்டு வெடித்தது. அந்தக் கார் உருத்தெரியாமல் சிதைந்தது. பவுடியா உடனடியாகக் கொல்லப்பட்டார். மொசாடின் தலைவர் ஸூவி சமீர் அந்தத் தெருமுனையிலிருந்து அதைப் பார்த்துக் கொண்டிருந்ததாக ஐரோப்பியப் பத்திரிகையாளர்கள் குறிப்பிட்டிருந்தனர்.

ஆனால், இதைக் கொண்டாடுவதற்கு மொசாடின் தலைவருக்கு நேரமிருக்கவில்லை. ஓர் அவசரச் செய்தி மொசாடின் இஸ்ரேலியத் தலைமையகத்திற்கு வந்திருந்தது. கருப்பு செப்டம்பர் அமைப்பைச் சேர்ந்த ஓர் அல்ஜீரியரான பென் அமானா, அலி ஹாசன் சலாமேவைச் சந்திக்க அனுப்பப்பட்டிருந்தார் என்ற செய்திதான் அது. பென் அமானா, ஐரோப்பாவின் குறுக்கும் நெடுக்குமாகப் பயணித்து, இறுதியில், நார்வேயிலுள்ள ஒரு சுற்றுலாத்தலமான லில்லிஹாமர் என்ற இடத்தை அடைந்தார்.

***

ஒரு சில நாட்களுக்குப் பிறகு, மைக் ஹராரியின் தலைமையில் ஒரு மொசாட் குழு லில்லிஹாமருக்கு வந்தது. அந்த அமைதியான ஊரில் அலி ஹாசன் என்ன செய்து கொண்டிருந்தார் என்பது எவருக்கும் தெரியவில்லை. மொசாடின் உப குழு ஒன்று, அந்நகரின் நீச்சல் குளத்திற்குச் சென்ற அமானாவைப் பின்தொடர்ந்து சென்றது. அங்கு அவர், கிழக்கு ஐரோப்பியப் பகுதியைச் சேர்ந்தவரைப்போலத் தோன்றிய ஒருவரைச் சந்தித்தார். மொசாட் குழுவிலிருந்த மூன்று ஏஜெண்டுகள், தங்களிடமிருந்த புகைப்படத்தை அந்த நபரோடு ஒப்பிட்டு, அது அலி ஹாசனாகத்தான் இருக்க வேண்டும் என்ற முடிவுக்கு வந்தனர். ஆனால், அந்த நபரின் பேச்சைக் கேட்கும் தூரத்திலிருந்த நான்காவது ஏஜெண்ட், அலி ஹாசனால் நார்வீஜிய மொழியை அவ்வளவு கச்சிதமாகப் பேச முடியாது என்று வாதிட்டார்.

ஆனால் மற்ற ஏஜெண்டுகள், அது அலி ஹாசன்தான் என்று உறுதியாக நம்பினர். அந்நகரின் தெருக்கள் வழியாக அவரைப் பின்தொடர்ந்து சென்ற ஏஜெண்டுகள், கருவுற்றிருந்த ஒரு நார்வீஜியப் பெண்ணுடன் அவர் பேசிக் கொண்டிருந்ததைக் கண்டனர்.

அந்த ஆபரேஷன் இறுதிக் கட்டத்தை நெருங்கிக் கொண்டிருந்தது. இன்னும் பல மொசாட் ஏஜெண்டுகள் அங்குக் குவிக்கப்பட்டனர். ஸூவி சமீரும் அங்கு வந்து சேர்ந்தார். அலி ஹாசன் தீர்த்துக்கட்டப்படுவது கருப்பு செப்டம்பர் அமைப்பின்

சவப்பெட்டியில் அறையப்படுகின்ற இறுதி ஆணியாக இருக்கும். அதனால், இறுதிக் காட்சி அரங்கேறியபோது அவர் அங்கு இருக்க விரும்பினார். ஜோனத்தன் இங்கல்பி, ரால்ஃப் பேஹர், ஜெரார்டு எமிலி லாஃபான்ட் ஆகிய மூவரும், அலி ஹாசனைத் தீர்த்துக் கட்டுகின்ற பணிக்குத் தேர்ந்தெடுக்கப்பட்டனர். டேவிட் மோலட் இந்த ஆபரேஷனில் பங்கேற்கவில்லை. மற்றவர்கள் ஓட்டல் அறைகளை எடுக்கின்ற பணிகளிலும், கார்களை வாடகைக்கு எடுக்கின்ற வேலைகளிலும் ஈடுபடுத்தப்பட்டனர். பொதுவாக அந்த நகருக்கு அந்த அளவுக்குச் சுற்றுலாப் பயணிகள் வருகை புரிவது கிடையாது என்பதால், அந்நகரவாசிகளில் சிலர் இந்த அசாதாரணமான போக்குவரத்தைக் கவனித்தனர் என்று பின்னர் சொல்லப்பட்டது.

1973 ஜூலை *21* அன்று, அலி ஹாசனும் கர்ப்பிணியான அவருடைய காதலியும் ஒரு திரைப்பட அரங்கிலிருந்து வெளியே வந்தனர். அங்கு அவர்கள் பார்த்தது கிளின்ட் ஈஸ்ட்வுட் நடித்திருந்த 'வேர் ஈகிள்ஸ் டேர்' என்ற திரைப்படம். அவர்கள் இருவரும் ஒரு பேருந்தைப் பிடித்து, ஆளரவமற்ற, அமைதியான ஒரு தெருவில் இறங்கினர். திடீரென்று ஒரு வெள்ளை நிறக் கார் அவர்கள் அருகே வந்து கிறீச்சிட்டு நின்றது. அதிலிருந்து வேகமாக வெளியே வந்த இருவர் தங்களுடைய கைகளிலிருந்த துப்பாக்கிகளால் அலி ஹாசனின் உடலைச் சல்லடையாகத் துளைத்தெடுத்தனர். அவருடைய உடலில் பதினான்கு குண்டுகள் பாய்ந்திருந்தன.

சிவப்பு இளவரசன் ஒருவழியாகக் கொல்லப்பட்டான்.

அந்த ஆபரேஷன் நிறைவடைந்ததால், மைக் ஹராரி தன் ஆட்களை நார்வேயைவிட்டு உடனடியாக வெளியேறுமாறு பணித்தார். அவர்கள் தங்களுக்குள் கடைபிடித்து வந்த விதிமுறைகளின்படி அது நடைபெற்றது. அலி ஹாசனைக் கொன்றவர்கள் முதலில் வெளியேறினர். அவர்கள் தங்களுடைய வெள்ளை நிறக் காரை அந்நகரின் மையத்தில் நிறுத்திவிட்டு அங்கிருந்து கிளம்பிச் சென்றனர். பின்னர், ஆஸ்லோவிலிருந்து கிளம்பிய முதல் விமானத்தில் அவர்கள் இஸ்ரேலுக்குத் திரும்பினர். அதையடுத்து, பெரும்பாலான ஏஜென்டுகளும் மைக் ஹராரியும் புறப்படவிருந்தனர். ஓட்டல் அறைகளைப் பதிவு செய்திருந்தவர்களும் வாடகைக் கார்களை அமர்த்தியிருந்தவர்களும் அடங்கிய குழு கடைசியாகக் கிளம்புவதாக ஏற்பாடு. ஆனால், ஓர் எதிர்பாராத சம்பவம் எல்லாவற்றையும் தலைகீழாகப் புரட்டிப் போட்டுவிட்டது. துப்பாக்கிச் சூடு நடைபெற்றிருந்த இடத்திற்கு அருகேயிருந்த ஒரு வீட்டில் வசித்து வந்த ஒரு பெண்மணி, அச்சம்பவத்திற்குப் பயன்படுத்தப்பட்டிருந்த காரின் நிறத்தையும்

அதன் தயாரிப்பு நிறுவனத்தையும் கவனித்துவிட்டிருந்தார். அதை அவர் காவல்துறைக்குத் தெரியப்படுத்தியிருந்தார். இதற்கிடையே, லில்லிஹாமரிலிருந்து ஆஸ்லோவிற்குச் சென்று கொண்டிருந்த பாதையில் போடப்பட்டிருந்த சோதனைச் சாவடியில் இருந்த ஒரு நபர், அந்த இடத்தைக் கடந்து சென்ற ஒரு வெள்ளை நிறக் காரின் எண்ணைக் குறித்துக் கொண்டார். அடுத்த நாள், விமான நிலையத்திலிருந்த வாடகைக் கார் நிறுவனத்திடம் ஒப்படைக்கப்படுவதற்காக அந்தக் கார் கொண்டுவரப்பட்டபோது, அதில் பயணித்திருந்த இரண்டு மொசாட் ஏஜென்டுகள் கைது செய்யப்பட்டனர். அவர்கள் விசாரிக்கப்பட்டபோது வெளிப்படுத்திய தகவல்களின் அடிப்படையில் மேலும் நான்கு இஸ்ரேலிய ஏஜென்டுகள் கைது செய்யப்பட்டனர். அவர்கள் கடுமையான விசாரணைக்கு உட்படுத்தப்பட்டபோது, அந்த ஆபரேஷனைப் பற்றிய தகவல்கள், ஆஸ்லோ மற்றும் ஐரோப்பாவெங்கும் மொசாட் ஏற்பாடு செய்து வைத்திருந்த பாதுகாப்பான இல்லங்கள், தொலைபேசி எண்கள், சதி வேலை முறைகள், மொசாடின் இயக்க விதிமுறைகள் போன்ற அனைத்தையும் அவர்கள் கக்கிவிட்டனர். அத்தகவல்களின் அடிப்படையில் அந்த வீடுகளில் காவல்துறையினர் மேற்கொண்ட சோதனைகளில் ஏராளமான ஆவணங்கள் அவர்கள் வசம் சிக்கின. நார்வேயிலிருந்த இஸ்ரேலியத் தூதரகத்தில் பணிபுரிந்த அதிகாரியான இகால் இயால் உண்மையில் ஒரு மொசாட் அதிகாரி என்ற குட்டும் வெளிப்பட்டுவிட்டது. ஒட்டுமொத்தத்தில் அது மொசாடுக்கு ஏற்பட்ட ஒரு பெரும் சரிவு.

அதற்கு அடுத்த நாள், நார்வீஜிய ஊடகங்கள், இஸ்ரேலிய உளவாளிகளின் கைது குறித்தச் செய்தியை வெளியிட்டன. அது மொசாடின் பெருமைக்கும் நம்பகத்தன்மைக்கும் ஏற்பட்ட ஒரு பெரும் தலைக்குனிவாகும். ஆனால், அதைத் தொடர்ந்து அந்த ஊடகங்கள் மேலும் ஒரு தகவலை வெளியிட்டன. அது மொசாடுக்கு மேலும் மோசமான பெயரை வாங்கிக் கொடுத்தது: மொசாட் கொன்றிருந்தது ஒரு தவறான நபர் என்பதுதான் அச்செய்தி.

***

லில்லிஹாமரில் கொல்லப்பட்டிருந்த நபர் அலி ஹாசன் அல்லர். அவர் பெயர் அஹ்மத் புஷிகி. அவர் மொராக்கோவைச் சேர்ந்த ஓர் ஓட்டல் பணியாளர். வேலை தேடி நார்வே நாட்டிற்கு வந்திருந்த அவர், ஒரு நார்வீஜியப் பெண்ணைத் திருமணம் செய்திருந்தார். அவருடன் இருந்த பெண் அவருடைய மனைவிதான். அவர் ஏழு மாதக் கர்ப்பிணியாக இருந்தார்.

இது பற்றிய செய்திகளை உலகெங்குமிருந்த ஊடகங்கள் தலைப்புச் செய்தியாக வெளியிட்டன. கைது செய்யப்பட்டிருந்த மொசாட் ஏஜென்டுகள்மீது வழக்குத் தொடரப்பட்டது. அவர்களில் பலருக்கு நீண்டகாலச் சிறைத்தண்டனை வழங்கப்பட்டது. அவர்களில் ஒருவர் சில்வியா ரஃபேல். அவர் தன்னுடைய பெருமிதமான, உன்னதமான தோற்றத்தின் மூலம் நார்வீஜிய மக்களைப் பெரிதும் கவர்ந்தார். அவருடைய வழக்கு விசாரணை அவருக்கு எதிர்பாராத ஓர் அதிர்ஷ்டத்தைப் பெற்றுத் தந்தது. அவருக்காக ஏற்பாடு செய்யப்பட்டிருந்த நார்வீஜிய வழக்கறிஞர்மீது அவர் காதல் கொண்டார். அவர் சிறையிலிருந்து விடுதலையானதும் அவர்கள் இருவரும் திருமணம் செய்து கொண்டனர். சில்வியா 2005 இல் புற்றுநோயால் இறக்கும்வரை, அவரும் அவருடைய கணவரும் நார்வேயில் மகிழ்ச்சியாகக் குடும்பம் நடத்தினர்.

லில்லிஹாமரில் ஏற்பட்ட அவமானகரமான படுதோல்விக்குப் பிறகு, மொசாடின் தலைவர்கள் மொசாடின் அமைப்புமுறையை ஒட்டுமொத்தமாக மறுசீரமைக்க வேண்டியிருந்தது: அவர்கள் ஏற்கனவே ஏற்பாடு செய்து வைத்திருந்த பாதுகாப்பான வீடுகளைக் கைகழுவ வேண்டியிருந்தது; தங்களுடைய இயக்க விதிமுறைகளை மாற்ற வேண்டியிருந்தது; புதிய தொடர்புகளை வளர்த்துக் கொள்ள வேண்டியிருந்தது; அஹ்மத் புஷிகியின் கொலைக்குப் பொறுப்பேற்று அவருடைய குடும்பத்திற்கு 4,00,000 டாலர்கள் இழப்பீடு வழங்க வேண்டி வந்தது. எல்லாவற்றையும்விட மோசமாக, வெல்லப்பட முடியாத, செயற்திறன்மிக்க ஓர் அமைப்பு மொசாட் என்ற அதன் நற்பெயர் தரைமட்டமாகியிருந்தது.

அந்த ஆபரேஷனை உடனடியாக நிறுத்திவிடுமாறு ஸுவி சமீருக்கு கோல்டா மேயர் உத்தரவிட்டார். ஆனால் திடீரென்று ஏற்பட்ட ஒரு பெருநிகழ்வால், அத்தோல்வி ஒரு பொருட்டாக இல்லாமல் போனது. அக்டோபர் 6 அன்று, திடீரென்று எகிப்து மற்றும் சிரியாவின் படைகள் இஸ்ரேலைத் தாக்கின. யோம் கிப்பூர் யுத்தம் தொடங்கியது. (இதைப் பற்றி விரிவாக 14–வது அத்தியாயத்தில் பார்க்கலாம்.)

***

இரண்டு ஆண்டுகள் ஓடி மறைந்தன.

1975 இல் ஒரு வசந்தகால மாலைப்பொழுதில், பெய்ரூட்டில் இருந்த ஒரு குடும்பம், ஓர் உலகப் பேரழகியின் சார்பாக ஒரு விருந்தளித்துக் கொண்டிருந்தது. அவர் பெயர் ஜார்ஜினா ரிஸ்க். அவர் அந்தப் பட்டத்திற்குத் தகுதியானவர்தான். ஏனெனில், அதற்கு நான்கு ஆண்டுகளுக்கு முன்புதான் அவர்

மிஸ் யூனிவர்ஸ் உலகப் போட்டியில் வென்றிருந்தார். அதைத் தொடர்ந்து அவருக்குப் பெரும் புகழும், விருதுகளும், ஆடம்பரப் பயணங்களும், உலகத் தலைவர்களுடனான சந்திப்புகளும் வந்து குவிந்தன. அவர் ஒரு 'சூப்பர் மாடலாக' ஜொலித்துக் கொண்டிருந்தார். பல கிளைகளைக் கொண்ட அதிநவீன ஆடை நிறுவனம் ஒன்றின் சொந்தக்காரராகவும் அவர் இருந்தார்.

அன்று மாலையில், ஜார்ஜினா தன்னுடைய தோழி ஒருவரின் வீட்டில் ஒரு வசீகரமான இளைஞரைச் சந்தித்தார். அவர்கள் இருவரும் காதலில் விழுந்தனர். இரண்டு ஆண்டுகள் கழித்து, 1977 ஜூன் 8 அன்று அவர்கள் திருமணம் செய்து கொண்டனர். அந்த மணமகன் வேறு யாருமல்லர், அலி ஹாசன் சலாமேதான்.

இந்த இடைப்பட்டக் காலத்தில், அலி ஹாசனின் வேலையும் பல்கிப் பெருகியிருந்தது. 1973 ஆம் ஆண்டின் இறுதிவாக்கில், கருப்பு செப்டம்பர் அமைப்பு நிரந்தரமாக இழுத்து மூடப்பட்டது. அதைத் தொடர்ந்து, அலி ஹாசன், அராஃபத்தின் வலது கரமாகவும், அவருடைய 'தத்தெடுக்கப்பட்ட மகனாகவும்' ஆனார். அராஃபத்திற்கு அடுத்துப் பிஎல்ஓ அமைப்பின் தலைவராக அவர்தான் நியமிக்கப்படுவார் என்ற வதந்திகள் வட்டமடித்துக் கொண்டிருந்தன.

ஃபட்டா அமைப்பின் தலைவர்களின் பாதுகாப்புக்கும் திடீர் இராணுவத் தாக்குதலுக்கும் பொறுப்பான 'ஃபோர்ஸ் செவன்டீன்' பிரிவின் தலைவராக அலி ஹாசன் நியமிக்கப்பட்டார். அராஃபத் நியூயார்க்குக்குச் சென்றபோது, அவருடன் அலி ஹாசனும் சென்றிருந்தார். அராஃபத் ஐக்கிய நாடுகள் சபையில் உரையாற்றச் சென்றபோது, தன் கையில் ஓர் ஆலிவ் மரக் கொம்பையும், இடுப்புக் கச்சையில் ஒரு துப்பாக்கியையும் எடுத்துச் சென்றிருந்தார். அராஃபத் மாஸ்கோவிற்குச் சென்று உலகத் தலைவர்கள் பலரைச் சந்தித்தபோது, அலி ஹாசனும் உடனிருந்தார். அமெரிக்க சிஐஏவும் அவருடன் கொஞ்சிக் கொண்டிருந்ததை இஸ்ரேல் இரசிக்கவில்லை.

அலி ஹாசன் விஷயத்தைப் பொறுத்தவரை, இரத்தக்கறை படிந்த அவருடைய கடந்தகாலத்தைக் கண்டுகொள்ளாமல் விட்டுவிட சிஐஏ முடிவெடுத்திருந்தது. மியூனிக் படுகொலைகளுக்கும் கார்ட்டூம் நகரில் நிகழ்ந்த அமெரிக்கத் தூதரக அதிகாரிகளின் படுகொலைகளுக்கும் அலி ஹாசன்தான் மூளையாக இருந்து செயல்பட்டிருந்தார் என்பதையும், உலகிலேயே மிகவும் பயங்கரமான ஒரு தீவிரவாதியாக அவர் விளங்கினார் என்பதையும் அறிந்திருந்தும்கூட, சிஐஏ அவருடைய மோசமான பக்கத்தை ஒதுக்கித் தள்ளிவிடத் தீர்மானித்தது. அவரைத் தன்னுடைய உளவாளியாக மாற்ற அது விரும்பியது.

அவர் தன்னுடைய விசுவாசமான சேவகராகப் பணியாற்றுவார் என்று அது நம்பியது. அவருக்குப் பல இலட்சம் டாலர்கள் பணம் கொடுக்கவும் சிஐஏ முன்வந்தது. அதை வாங்கிக் கொள்ள அவர் மறுத்துவிட்டார். அதற்குப் பதிலாக, தான் தன்னுடைய மனைவி ஜார்ஜியாவுடன் ஹவாய் தீவில் ஒரு நீண்ட உல்லாச விடுமுறையைக் கழிக்க விரும்பியதாகவும், அதற்கான மொத்தச் செலவையும் சிஐஏ எற்றுக் கொள்ள வேண்டும் என்றும் அவர் கேட்டுக் கொண்டார்.

அலி ஹாசனின் வாழ்க்கைமுறை முற்றிலுமாக மாறிப் போயிருந்தது. அதனால், இனியும் அவருடைய உயிருக்கு ஆபத்தில்லை என்று அவருடைய நண்பர்கள் நம்பினர். ஆனால், தன்னுடைய வாழ்நாள் எண்ணப்பட்டுக் கொண்டிருந்ததாக அலி ஹாசன் நம்பினார். அவர் எப்போதும் தன்னுடைய மரணத்தைப் பற்றியே பேசிக் கொண்டிருந்தார். ஒரு முறை, அவர் ஒரு பத்திரிகையாளரிடம், “என் தலைவிதி தீர்மானிக்கப்பட்டுவிட்டது. என்னை யாராலும் காப்பாற்ற முடியாது,” என்று கூறினார்.

இஸ்ரேல் அவரைத் தீர்த்துக்கட்டத் தீர்மானித்தது.

***

கருப்பு செப்டம்பர் அமைப்பின் வீழ்ச்சிக்குப் பிறகு, இஸ்ரேலில் ஏகப்பட்ட மாற்றங்கள் ஏற்பட்டிருந்தன. கோல்டா மேயரின் பதவிக் காலம் நிறைவடைந்தவுடன் அவருடைய இடத்திற்கு வந்த யிட்சாக் ரபினும் தன் பதவியை இராஜினாமா செய்திருந்தார். மெனச்செம் பெகின் பிரதமராக ஆகியிருந்தார். ஸுவி சமீருக்குப் பதிலாக ஜெனரல் யிட்சாக் ஹோஃபி மொசாடின் தலைவராக நியமிக்கப்பட்டிருந்தார். முன்பு இஸ்ரேலிய இராணுவத்தின் வடக்குப் பிராந்தியத்தின் கமான்டராக இருந்தவர் அவர். இஸ்ரேலுக்கு எதிரான பாலஸ்தீனத்தின் பயங்கரவாத நடவடிக்கைகள் அங்கொன்றும் இங்கொன்றுமாகத் தொடர்ந்து கொண்டிருந்தன. 1976 ஆம் ஆண்டு, என்டபி விமான நிலையத்திற்குக் கடத்திச் செல்லப்பட்ட ஏர் பிரான்ஸ் விமானத்தில் பிணைக்கைதிகளாக இருந்தவர்கள் இஸ்ரேலிய இராணுவத்தின் சிறப்புப் படையினரால் ஒரு துணிகரமான முறையில் காப்பாற்றப்பட்டிருந்தனர். 1978 இல் ஃபட்டாவின் தீவிரவாதிகள் சிலர் இஸ்ரேலுக்குள் நுழைந்து, ஒரு பேருந்தைக் கடத்தி, அதை டெல் அவீவை நோக்கி ஓட்டிச் சென்றனர். அவர்கள் அந்நகரத்திற்குள் நுழைவதற்கு முன்பாக, அவர்கள் ஒரு சோதனைச் சாவடியில் தடுத்து நிறுத்தப்பட்டு முறியடிக்கப்பட்டார்கள். ஆனால், அவர்கள் சாகடிக்கப்படுவதற்கு முன்பாக, அந்தப் பேருந்திலிருந்த 35 அப்பாவிப் பொதுமக்களை அவர்கள் ஈவிரக்கமின்றிக் கொன்றுவிட்டனர்.

அத்தகைய தீவிரவாதிகள் எவரையும் இனி ஒருபோதும் விட்டுவைக்கக்கூடாது என்ற முடிவுக்கு பெகின் வந்தார். 1970களின் இறுதியில், அலி ஹாசனின் பெயர், தீர்த்துக்கட்டப்பட வேண்டியவர்களின் பட்டியலுக்குள் மீண்டும் நுழைந்தது.

ஒரு மொசாட் ஏஜென்ட் பெய்ரூட்டுக்கு அனுப்பி வைக்கப்பட்டார். அலி ஹாசன் உடற்பயிற்சி செய்த அதே உடற்பயிற்சி நிலையத்தில் எப்படியோ அவரும் தன்னை ஓர் உறுப்பினராக ஆக்கிக் கொண்டார். ஒரு நாள், அந்த உடற்பயிற்சி நிலையத்திலிருந்த நீராவிக் குளியலறையில் நிர்வாணமாக இருந்த அலி ஹாசனை அவர் நேருக்கு நேர் சந்தித்தார்.

இந்தக் கண்டுபிடிப்பு, மொசாட் தலைமையகத்தில் அனல் பறக்கும் ஒரு விவாதத்திற்கு வழி வகுத்தது. அலி ஹாசன் அவ்வாறு ஆடையின்றி நீராவிக் குளியலில் ஈடுபட்டிருக்கும்போது அவரை அங்கேயே கொன்றுவிடுவது எளிது என்ற ஒரு வாதம் முன் வைக்கப்பட்டது. ஆனால், அத்தாக்குதலின்போது, பல அப்பாவி மக்கள் உயிரிழக்க நேரிடும் என்று அதற்கு எதிரான ஒரு வாதம் கூறியது. அதனால் அத்திட்டம் கைவிடப்பட்டது.

இக்கட்டத்தில்தான் கதைக்குள் எரிக்கா மேரி சேம்பர்ஸ் உள்ளே நுழைகிறார்.

எரிக்கா ஒரு பிரிட்டிஷ் பெண்மணி. அவர் விநோதமானவர். முந்தைய நான்கு ஆண்டுகளாக அவர் ஜெர்மனியில் வாழ்ந்து வந்திருந்தார். அவர் பெய்ரூட்டுக்கு வந்து, அங்கிருந்த ஒரு அபார்ட்மென்டின் எட்டாவது மாடியில் ஒரு ஃபிளாட்டை வாடகைக்கு எடுத்தார். ஏழைக் குழந்தைகளுக்கு ஆதவளிக்கின்ற ஒரு சர்வதேச அமைப்பில் தான் ஒரு தன்னார்வலராகப் பணியாற்றிக் கொண்டிருந்ததாக அண்டைவீட்டாரிடம் அவர் தன்னை அறிமுகம் செய்து கொண்டார். அவர் உண்மையிலேயே மருத்துவமனைகளிலும், நிவாரணப் பொருட்களை வழங்கிய தொண்டு நிறுவனங்களிலும் காணப்பட்டார். அவர் அலி ஹாசனைக்கூட நேரில் சந்தித்திருந்ததாக ஒரு பேச்சு நிலவியது. ஆனால், அவர் ஒரு தனிமை விரும்பியாக இருந்தார். அவர் எப்போதுமே மோசமான ஆடைகளை அணிந்திருந்தார், தன்னைச் சீராகப் பராமரிக்காமல் இருந்தார். அவர் திடீரென்று தெருவுக்குச் சென்று, அங்கிருக்கும் பூனைகளுக்கு உணவூட்டுவார். அவருடைய வீட்டிலும் ஏகப்பட்டப் பூனைகள் இருந்ததாகச் சொல்லப்பட்டது. அவர் ஓவியமும் வரைந்து கொண்டிருந்தார். அவற்றைப் பார்த்தவர்கள், அவருக்கு அதில் அவ்வளவாகத் திறமை இல்லை என்பதைப் புரிந்து கொண்டனர்.

அவர் லெபனான் மலைகளைத் தன் ஓவியங்களில் தீட்டினார். ஆனால் அவற்றைவிடத் தெருக்களை ஓவியமாகத்

தீட்டுவதில்தான் அவர் அதிக விருப்பம் கொண்டிருந்தார். அவர் தன்னுடைய அறையின் சன்னலோரமாக அமர்ந்து, கீழே தெருவில் தென்பட்டப் போக்குவரத்துக் காட்சிகளை வரைந்தார். குறிப்பாக, தினமும் அத்தெருவின் வழியாகச் சென்ற இரண்டு கார்களின்மீது அவர் ஆர்வம் கொண்டிருந்தார். அவற்றில் ஒன்று, பழுப்பு நிறத்தில் இருந்த செவர்லே கார். மற்றொன்று, எப்போதும் அதைப் பின்தொடர்ந்து வந்து கொண்டிருந்த லேண்ட் ரோவர் ஜீப். எரிக்கா சங்கேதக் குறியீடுகளைப் பயன்படுத்தி, அந்தக் கார்கள் எந்தெந்த நேரங்களில் எந்தெந்தத் திசைகளிலிருந்து தினமும் வந்தன என்பதைத் துல்லியமாகக் குறித்துக் கொண்டார். அவை தினமும் காலையில் ஃபட்டா தலைமையகத்தை நோக்கிச் சென்றன; மதிய வேளையில் அங்கிருந்து திரும்பின; மீண்டும் மாலையில் தலைமையகத்தை நோக்கிச் சென்றன. எரிக்கா தன்னுடைய இருகண் தொலைநோக்கியைக் கொண்டு அந்தக் கார்களை அவதானித்தார். அவரால் அலி ஹாசனை அடையாளம் கண்டுகொள்ள முடிந்தது. அலி ஹாசன் எப்போதும் முன்னால் சென்ற காரின் பின்னிருக்கையில் நடுவில் அமர்ந்திருந்தார். அவருடைய இருபுறமும், ஆயுதம் தாங்கிய இருவர் அமர்ந்திருந்தனர். பின்னால் இருந்த ஜீப்பில் ஆயுதங்களுடன் இருந்த பலர் பயணித்தனர்.

அலி ஹாசனின் மெய்க்காப்பாளர்களால் அவரைக் காப்பாற்ற முடியும்தான். ஆனால், ஓர் உளவாளியின் மிக மோசமான எதிரி, நேர ஒழுங்குடன் அவர் மேற்கொள்கின்ற அன்றாட நடவடிக்கைகள்தாம். அவற்றிலிருந்து அலி ஹாசனை யாராலும் காப்பாற்ற முடியாது. உலகப் பேரழகியைத் திருமணம் செய்து கொண்டதிலிருந்து, திட்டமிடப்பட்ட ஒரு நடைமுறைக்கு அலி ஹாசன் மாறியிருந்தார். அவரும் ஜார்ஜினாவும் ஸுனூப்ரா என்ற பகுதியில் ஒரு வீட்டில் குடியமர்ந்திருந்தனர். அலி ஹாசன், அலுவலகத்திற்குச் செல்கின்ற ஓர் எழுத்தரைப்போல, தினமும் காலையில் ஒரு குறிப்பிட்ட நேரத்தில் தன்னுடைய வீட்டிலிருந்து கிளம்பி ஃபட்டா தலைமையகத்திற்குச் சென்றார். அதேபோல, மதியம் ஒரு குறிப்பிட்ட நேரத்தில் தன் வீட்டுக்குத் திரும்பி வந்து சாப்பிட்டுவிட்டு, சிறிது நேரம் ஒரு குட்டித் தூக்கம் போட்டுவிட்டு, மாலையில் மீண்டும் ஒரு குறிப்பிட்ட நேரத்தில் வேலைக்குத் திரும்பினார். இரகசிய நடவடிக்கைகளில் ஈடுபடுகின்ற உளவாளிகள் கடைபிடிக்க வேண்டிய அடிப்படை விதிமுறைகளை அவர் அலட்சியப்படுத்தினார். ஒழுங்குமுறையுடன்கூடிய அன்றாட வழக்கங்களை வளர்த்துக் கொள்ளாமல் இருத்தல், ஒரே முகவரியில் நீண்டகாலம் தங்காமல் இருத்தல், ஒரே நேர அட்டவணையைப் பயன்படுத்தாமல் இருத்தல், தினமும் ஒரே

நேரத்தில் ஒரே வழியில் பயணிக்காமல் இருத்தல் ஆகியவைதாம் அந்த விதிமுறைகள்.

1979 ஜனவரி 18 அன்று, பீட்டர் ஸ்க்ரைவர் என்ற ஒரு சுற்றுலாப் பயணி, பெய்ரூட்டுக்கு வந்து, மெடிட்டரன்ஸ் என்ற பிரபல ஓட்டலில் ஓர் அறையெடுத்துத் தங்கினார். பிறகு, வாடகைக்கு ஒரு காரையும் அவர் எடுத்துக் கொண்டார். அதே நாளில், ரொனால்டு கோல்பர்க் என்ற ஒரு கனேடியச் சுற்றுலாப் பயணியை அவர் சந்தித்தார். ரொனால்டு, ராயல் கோல்டன் ஓட்டலில் தங்கியிருந்தார். அவரும் அதே வாடகைக் கார் நிறுவனத்தில் ஒரு காரை வாடகைக்கு எடுத்திருந்தார். டேவிட் மோலட்தான் ரொனால்டின் பெயரில் அங்கு வந்திருந்தார். அதற்கு மறுநாள், எரிக்காவும் அதே வாடகை நிறுவனத்திற்குச் சென்று, மலைப்பகுதிகளுக்குச் செல்ல விரும்பியதாகக் கூறி ஒரு காரை வாடகைக்கு எடுத்தார். அந்தக் காரை அவர் ஓட்டி வந்து தன் வீட்டுக்கு அருகே நிறுத்தி வைத்துக் கொண்டார்.

அன்றிரவு, மூன்று இஸ்ரேலியப் போர்ப் படகுகள், பெய்ரூட்டுக்கும் ஜூனி என்ற துறைமுகத்திற்கும் இடையே இருந்த ஆளரவமற்றக் கடற்கரைப் பகுதிக்கு வந்து பல வெடிகுண்டுகளையும் பிற ஆயுதங்களையும் போட்டுவிட்டுச் சென்றன. அங்குத் தயாராக நின்று கொண்டிருந்த பீட்டரும் மோலட்டும் அவற்றைப் பீட்டரின் காரில் ஏற்றிக் கொண்டனர்.

ஜனவரி 21 அன்று, பீட்டர் தன் ஓட்டல் அறையைக் காலி செய்துவிட்டு, தன் வாடகைக் காரை ஓட்டி வந்து, எரிக்காவின் வீட்டுக்கு அருகே, அவருடைய பார்வையில் படும்படி தெருவில் அக்காரை நிறுத்திவிட்டு, ஒரு டாக்ஸி பிடித்து விமான நிலையத்திற்குச் சென்று, சைப்ரஸ் செல்வதற்கான விமானத்தில் ஏறிக் கொண்டார். மோலட்டும் பெய்ரூட்டில் தான் தங்கியிருந்த ஓட்டல் அறையைக் காலி செய்துவிட்டு, ஜூனியிலிருந்த ஓர் ஓட்டலுக்கு மாறினார்.

அன்று மாலை 3.45 மணிக்கு, அலி ஹாசன் தன் மெய்க்காப்பாளர்கள் சகிதம் தன் வீட்டிலிருந்து ஃபட்டா தலைமையகத்தை நோக்கிக் கிளம்பினார். அந்தக் கார்கள் எரிக்காவின் வீடு இருந்த தெருவிற்குள் நுழைந்தன.

அக்கார்கள் வந்து கொண்டிருந்ததை எரிக்கா தன்னுடைய எட்டாவது மாடியிலிருந்து அவதானித்துக் கொண்டிருந்தார். அவருக்குப் பக்கத்தில் மோலட் நின்று கொண்டிருந்தார். அவர் தன் கையில் ஒரு ரிமோட் கன்ட்ரோல் வைத்திருந்தார்.

அலி ஹாசன் பயணித்துக் கொண்டிருந்த கார், பீட்டர் கொண்டுவந்து நிறுத்தியிருந்த காரைக் கடந்து கொண்டிருந்த அத்தருணத்தில், மோலட் தன் கையிலிருந்த ரிமோட் கன்ட்ரோலில்

ஒரு பொத்தானை அழுத்தினார். பீட்டரின் கார் வெடித்துச் சிதறியது. அதிலிருந்து ஒரு நெருப்புக் கோளம் கிளம்பியது. அந்த நெருப்பால் சூழப்பட்ட அலி ஹாசனின் காரும் உடனடியாக வெடித்துச் சிதறியது. அந்தக் கார்களின் பாகங்களும் கண்ணாடித் துண்டுகளும் கடும் வேகத்துடன் நாற்புறமும் சிதறின. அருகிலிருந்த வீடுகளின் சன்னல்களிலிருந்த கண்ணாடிகள் வெடித்துச் சிதறித் தெருவில் விழுந்தன. அலி ஹாசனின் கார்களில் பயணித்தவர்களின் கருகிய உடல்களை அப்போது அத்தெருவில் வந்து கொண்டிருந்தவர்கள் அதிர்ச்சியுடன் பார்த்தனர்.

விரைவில் காவல்துறையின் கார்களும் ஆம்புலன்ஸும் அங்கு வந்தன. அவர்கள் அந்தக் காரிலிருந்து, அதன் ஓட்டுநர், அலி ஹாசன், அவருடைய இரண்டு மெய்க்காப்பாளர்கள் ஆகிய நால்வரின் உடல்களையும் வெளியே எடுத்தனர்.

டமாஸ்கஸில் மெரிடியன் ஓட்டலில் ஒரு சந்திப்புக் கூட்டத்தில் கலந்து கொண்டிருந்த யாசர் அராஃபத்திற்கு வந்திருந்த ஓர் அவசரத் தந்தி அவரிடம் கொடுக்கப்பட்டது. அதைப் படித்தவுடன் அவருடைய கண்கள் குளமாயின.

அதே இரவு, ஓர் இஸ்ரேலியப் போர்ப் படகிலிருந்து அனுப்பப்பட்டிருந்த ஒரு மிதவைப் படகு, ஜூனி கடற்கரையோரம் ஒதுங்கியது. அங்குத் தயாராகக் காத்துக் கொண்டிருந்த மோலட்டும் எரிக்காவும் அதில் ஏறிக் கொண்டவுடன், அவர்கள் அந்த இஸ்ரேலியப் போர்ப் படகுக்கு அழைத்துச் செல்லப்பட்டனர். ஒரு சில மணி நேரத்தில் அவர்கள் இஸ்ரேலுக்கு வந்து சேர்ந்துவிட்டனர். அவர்கள் அந்தக் கடற்கரைக்கு ஓட்டி வந்திருந்த வாடகைக் கார் அதன் சாவியோடு கடற்கரையில் நிறுத்தப்பட்டிருந்ததை லெபனான் காவல்துறையினர் கண்டுபிடித்தனர்.

எரிக்கா ஒரு மொசாட் ஏஜென்ட். பிரிட்டனைச் சேர்ந்த யூதரான அவர், இஸ்ரேலில் குடியேறுவதற்கு முன்பு பிரிட்டனிலும் ஆஸ்திரேலியாவிலும் வசித்து வந்திருந்தார். அவர் ஹீப்ரு பல்கலைக்கழகத்தில் படித்துக் கொண்டிருந்தபோது, மொசாட் அவரைப் பணியில் சேர்த்துக் கொண்டது. அன்று இரவு எரிக்கா இஸ்ரேலுக்குத் திரும்பிய பிறகு, அவரைப் பற்றிய செய்திகள் எதுவும் வெளியே வரவில்லை.

***

அத்துடன் அந்த ஆபரேஷன் நிறைவடைந்தது. கருப்பு செப்டம்பர் அமைப்புக்கு அத்துடன் சமாதி கட்டப்பட்டுவிட்டது.

பல ஆண்டுகளுக்குப் பிறகு, அந்த ஆபரேஷன் குறித்தப் பல விபரங்கள் வெளியாயின. கருப்பு செப்டம்பர் அமைப்பைச்

சேர்ந்த தீவிரவாதிகளில் எத்தனை பேரைக் கொல்ல முடியுமோ அத்தனை பேரைக் கொல்ல வேண்டும் என்று பிரதமர் கோல்டா மேயருக்குத் தான் அறிவுறுத்தியிருந்ததாக ஜெனரல் அஹரோன் யாரிவ் ஒரு தொலைக்காட்சிப் பேட்டியில் ஒத்துக் கொண்டிருந்தார். "பெய்ரூட்டில் நாங்கள் மேற்கொண்ட ஒரு இராணுவ நடவடிக்கையும், ஐரோப்பாவில் நாங்கள் நிகழ்த்திய சில கொலைகளும், ஃபட்டா தலைவர்கள் வெளிநாடுகளில் தங்களுடைய தீவிரவாதத்தை நிறுத்திக் கொள்ளப் போதுமானவையாக இருந்தன என்பது எனக்கு வியப்பு ஏற்படுத்தியது. அப்படியெனில், அச்சமயத்தில் நாங்கள் கடைபிடித்திருந்த வழிமுறைகள் சரியானவைதாம் என்பதையே அது காட்டுகிறது," என்று அவர் அப்பேட்டியில் கூறினார்.

ஆனால் அந்த இருண்ட விவகாரம், வியப்புக்குரிய, நம்பிக்கையூட்டுகின்ற ஒரு முடிவுரையைக் கொண்டிருந்தது. 1996 ஆம் ஆண்டு, டேவிட் பென்–சைமன் என்ற ஓர் இஸ்ரேலியப் பத்திரிகையாளர், ஜெருசலேமில் அவருடைய நண்பர்கள் அளித்த ஒரு விருந்தில் கலந்து கொண்டார். அங்கு அவர் இளமையான, கண்ணியமான பாலஸ்தீனியர் ஒருவரைச் சந்தித்தார். நேர்த்தியாக உடையணிந்திருந்த அந்நபர், சரளமான ஆங்கிலத்தில் உரையாடினார். அந்தப் பாலஸ்தீனியர் தன்னை அலி ஹாசன் சலாமே என்று அறிமுகம் செய்து கொண்டார்.

"மியூனிக்கில் இஸ்ரேலிய ஒலிம்பிக் வீரர்களின் படுகொலைத் திட்டத்தின் மூளையாகச் செயல்பட்டிருந்த நபரின் பெயராயிற்றே அது?" என்று பென்–சைமன் அவரிடம் கேட்டார்.

அதற்கு அந்த இளைஞர், "அவர் என் தந்தை. அவர் மொசாடால் படுகொலை செய்யப்பட்டார்," என்று கூறினார். அதைக் கேட்டு பென்–சைமன் வாயடைத்துப் போனார். அந்த இளைஞர் மேலும் தொடர்ந்தார்: "நானும் என் அம்மாவும் பல ஆண்டுகள் ஐரோப்பாவில் வசித்தோம். இப்போது யாசர் அராஃபத்தின் விருந்தினராக நான் ஜெருசலேமிற்கு வந்திருக்கிறேன். என் வாழ்க்கையில் ஒரு நாள், ஜெருசலேமில் நடக்கின்ற ஒரு விருந்தில், இளம் இஸ்ரேலியர்களுடன் நான் நடனம் ஆடிக் கொண்டிருப்பேன் என்று நான் கனவு கண்டதுகூட இல்லை." பிறகு, தான் இஸ்ரேலின் பல பகுதிகளுக்குச் சென்றதாகவும், தான் சென்ற இடங்களிலெல்லாம் இஸ்ரேலியர்கள் தன்னை அன்புடன் வரவேற்று உபசரித்ததாகவும் தெரிவித்த அவர், இஸ்ரேலியர்களும் பாலஸ்தீனியர்களும் சமரசம் செய்து கொள்ளத் தான் உதவ விரும்பியதாகக் கூறினார்.

அந்த இளம் சலாமே, "நான் நூறு சதவீதம் ஓர் அமைதி விரும்பி. என் அப்பா போர்க்காலத்தில் வாழ்ந்தார். அவர் தன்

உயிரை அதற்கான விலையாகக் கொடுத்தார். இப்போது ஒரு புதிய யுகம் பிறந்துள்ளது. இஸ்ரேலியர்களுக்கும் பாலஸ்தீனியர்களுக்கும் இடையேயான சமாதானம் அவர்கள் அனைவருடைய வாழ்விலும் மிக முக்கியமான நிகழ்வாக இருக்கும் என்று நான் நம்புகிறேன்," என்று நம்பிக்கையுடன் கூறினார்.

அத்தியாயம் 13

சிரிய நாட்டுக் கன்னியர்

அது *1971* நவம்பர் மாதம். நள்ளிரவில், கொந்தளித்துக் கொண்டிருந்த மத்திய தரைக்கடலின் ஊடாக, அலைகளைக் கிழித்துக் கொண்டு இஸ்ரேலியப் போர்க்கப்பல் ஒன்று பயங்கர வேகத்தில் சிரியாவின் கடற்கரையை நோக்கிச் சென்று கொண்டிருந்தது. இஸ்ரேலிய நகரான ஹய்ஃபாவிலிருந்த கடற்படைத் தளம் ஒன்றிலிருந்து அன்று மாலை கிளம்பியிருந்த அக்கப்பல், லெபனான் கடற்கரையோரமாகப் பயணித்து, சிரியாவுக்குச் சொந்தமான கடற்பகுதிக்குள் நுழைந்திருந்தது. விளக்கு வெளிச்சம் ஏதுமில்லாமல் பயணித்துக் கொண்டிருந்த அக்கப்பல், ஒளி வெள்ளத்தில் குளித்துக் கொண்டிருந்த லடாக்கியே துறைமுகத்தைக் கடந்து, வடக்கு நோக்கிய தன்னுடைய பயணத்தைத் தொடர்ந்தது. இறுதியில், துருக்கியின் எல்லைக்கு அருகே, ஆளரவமற்ற ஒரு கடற்கரையிலிருந்து சிறிது தூரத்தில் கடலில் அது நங்கூரம் பாய்ச்சி நின்றது. பேயாட்டம் போட்டுக் கொண்டிருந்த அந்தப் போர்க்கப்பலிலிருந்து சில மிதவைப் படகுகள் கடலில் இறக்கப்பட்டன. இஸ்ரேலியக் கடற்படை வீரர்கள் சிலர் அவற்றில் இறங்கி அமர்ந்தனர்.

அப்போது, அந்தப் போர்க்கப்பலின் மாலுமியின் அறைக் கதவு திறந்தது. அந்த அறைக்குள்ளிருந்து மூன்று பேர் வெளியே வந்தனர். அவர்கள் இராணுவத்தைச் சேராதவர்கள். அப்பகுதி மக்கள் தங்கள் தலைகளைச் சுற்றி அணிகின்ற நீண்ட முண்டாசுத் துணிகளைக் கொண்டு அவர்கள் தங்களுடைய முகங்களை மறைத்திருந்தனர். அவர்கள் தங்களுடன் வைத்திருந்த, நீர் உட்புகா வண்ணம் உருவாக்கப்பட்டிருந்த பைகளில், சிறிய வாக்கி-டாக்கி கருவிகள், போலியான பாஸ்போர்ட்டுகள், ஆடைகள், துப்பாக்கிக்

குண்டுகள் நிரப்பப்பட்டிருந்த கைத்துப்பாக்கிகள் போன்றவை இருந்தன. அவர்கள் எதுவும் பேசாமல் அந்த மிதவைப் படகுகளில் இறங்கி அமர்ந்தனர். உடனே அந்த மிதவைப் படகுகள் கரையை நோக்கி வேகமாகச் செலுத்தப்பட்டன. அந்த மூவரைப் பற்றிய விபரங்களோ அல்லது அவர்கள் எதற்காக சிரியாவுக்கு அழைத்து வரப்பட்டிருந்தனர் என்ற தகவலோ அந்தப் படகுகளில் இருந்த கடற்படை வீரர்களிடம் தெரிவிக்கப்படவில்லை. அவர்களுடைய படகுகள் கரையை நெருங்கியபோது, அந்த மூவரும் அந்தக் கடுங்குளிரான கடல் நீருக்குள் குதித்துக் கரையை நோக்கி நீந்தத் துவங்கினர். கரையை நெருங்கியதும், தங்களுக்காகக் காத்துக் கொண்டிருந்த ஒருவரின் உருவம் தெரிகின்றவரை அவர்கள் அலைகளில் மறைந்திருந்தனர். பின்னர், அவர்கள் கடைசிச் சில அடிகள் நீந்திச் சென்று அவரை அடைந்தனர். கரையில் நின்று கொண்டிருந்தவர் அவர்களுடைய தலைவர் யோனத்தன். குளிரில் நடுங்கிக் கொண்டிருந்த அவர்கள் அணிவதற்கு மாற்று உடைகளை அவர் கொண்டு வந்திருந்தார். அவற்றை அவர்கள் அங்கேயே மாற்றிக் கொண்டனர். பிறகு, அருகில் மறைவாக நிறுத்தி வைக்கப்பட்டிருந்த தன்னுடைய காருக்கு யோனத்தன் அவர்களை அழைத்துச் சென்றார். அக்காரின் ஓட்டுநர் தயாராகக் காத்திருந்தார். அவர்கள் அனைவரும் அக்காரில் ஏறிக் கொண்டனர். அம்மூவரையும் கொண்டுவந்து இறக்கிவிட்ட மிதவைப் படகுகள் மீண்டும் தம்முடைய போர்க்கப்பலை நோக்கித் திரும்பிச் சென்றுவிட்டன. கடற்கரையில் நின்று கொண்டிருந்த கார் இப்போது அங்கிருந்து புறப்பட்டுச் சென்று, விரைவில், சிரியாவின் முக்கிய நெடுஞ்சாலை ஒன்றில் பிற வாகனங்களோடு ஐக்கியமாயிற்று. ஒரு சில மணி நேரத்தில் அவர்கள் டமாஸ்கஸை அடைந்தனர்.

அவர்கள் இரண்டு ஓட்டல்களில் தங்கினர். ஒரு நீண்ட தூக்கத்திற்குப் பிறகு, அவர்கள் சிரியாவின் தலைநகரைச் சுற்றிப் பார்க்கக் கிளம்பினர். அவர்களும் முன்னாள் இஸ்ரேலியக் கடற்படைக் கமான்டோக்கள்தாம். கடற்படைப் பணிக்குப் பிறகு அவர்கள் மொசாடில் சேர்ந்திருந்தனர். அவர்களில் டேவிட் மோலட்டும் ஒருவர். அவர்கள் தங்களுடைய வாழ்க்கையில் அதுவரை மேற்கொண்டிராத ஓர் அசாதாரணமான பணிக்காக அங்கு வந்திருந்தனர்.

அந்த ஆபரேஷன் ஒரு சில வாரங்களுக்கு முன்பு மொசாடின் தலைமையகத்தில் வைத்துத் தீட்டப்பட்டிருந்தது. மொசாடின் தலைவர் ஸூவி சமீர், மைக் ஹாரா‌ரி மற்றும் சில துறைத் தலைவர்கள், அங்கு வந்திருந்த நான்கு இளைஞர்களைச் சந்தித்தனர். நெருங்கிய நண்பர்களான அவர்கள் நால்வரும்,

23–27 வயதுக்கு உட்பட்டவர்களாக இருந்தனர். அவர்கள் பல ஆபரேஷன்களில் சேர்ந்து பணியாற்றியிருந்தனர். அவர்கள் தாங்கள் பெற்றிருந்த கடற்படைக் கமான்டோ திறமைகளோடு, மொசாடில் தங்களுக்கு அளிக்கப்பட்டிருந்த பயிற்சியையும் கலந்து சிறப்பாகச் செயல்பட்டனர். அவர்கள் அனைவரும் வடக்கு ஆப்பிரிக்காவில் பிறந்தவர்கள். அதனால், பிரெஞ்சு மொழியையும் அரபி மொழியையும் மிகச் சிறப்பாகப் பேசுகின்ற திறன் அவர்களுக்கு இருந்தது. அவர்களிடம் சமீர் அந்த ஆபரேஷனைப் பற்றி எடுத்துரைக்கத் துவங்கினார்.

இரண்டு ஆண்டுகளுக்கு முன்பு சிரியாவிலிருந்து மொசாடுக்கு ஒரு தகவல் வந்தது. அந்நாட்டில் நாளுக்கு நாள் சுருங்கிக் கொண்டிருந்த யூதச் சமுதாயத்தின் தலைவர்கள் அதை எழுதியிருந்தனர். 1970 ஆம் ஆண்டு, சிரியாவில் ஆட்சியதிகாரத்தைக் கைப்பற்றிய ஹஃபீஸ் அல்–ஆசாத், அந்நாட்டில் இருந்த யூதர்களை அடக்கிக் கொடுமைப்படுத்திக் கொண்டிருந்தார். அதனால், அங்கிருந்த யூத இளைஞர்களும் திடகாத்திரமான ஆண்களும் திருட்டுத்தனமாக அங்கிருந்து இஸ்ரேலுக்குத் தப்பிச் சென்றனர். அங்கு இப்போது பெரும்பாலும் முதிய யூதர்களும் இளம் பெண்களும் மட்டுமே எஞ்சியிருந்தனர். அப்பெண்கள் திருமணம் செய்து கொள்வதற்கு யூத இளைஞர்கள் இல்லாததால், இஸ்ரேலுக்குத் தப்பிச் செல்வதைத் தவிர அவர்களுக்கு வேறு வழி இருக்கவில்லை.

அப்பெண்களில் பலர், கடத்தல்காரர்கள் மூலம் லெபனான் வழியாகத் தப்பிச் செல்ல முயன்றனர். அவர்களில் சிலர் பிடிக்கப்பட்டுச் சித்திரவதைக்கு உட்படுத்தப்பட்டனர், சிலர் சுட்டுக் கொல்லபட்டனர், சிலர் பாதுகாப்பாக பெய்ரூட்டை அடைந்தனர். மொசாட் நிர்வகித்து வந்திருந்த ஒரு பாதுகாப்பான வீட்டின் முகவரி அவர்கள் அனைவரிடமும் இருந்தது. மொசாடுக்கு உதவிக் கொண்டிருந்த உள்ளூர்க்காரர்கள், அப்பெண்கள் இஸ்ரேலுக்குப் பத்திரமாகக் கொண்டு செல்லப்படும்வரை தங்களால் முடிந்த அனைத்து உதவிகளையும் செய்தனர்.

1970 ஆம் ஆண்டின் குளிர்காலத்தில் ஓர் இரவில், இஸ்ரேலியப் போர்க்கப்பல் ஒன்று ஜூனி துறைமுகத்திற்கு அருகே சென்றது. தங்களுடைய படகுகளில் சென்று கடலில் அந்தப் போர்க்கப்பலைச் சந்தித்த உள்ளூர் மீனவர்கள் சிலர், சிரியாவிலிருந்து ஓடி வந்திருந்த யூதப் பெண்களை அவர்களிடம் ஒப்படைத்தனர்.

அந்தப் போர்க்கப்பலின் கேப்டன் ஒரு சிறந்த கடலாடி, நீர்மூழ்கிப் படகு ஓட்டுவதில் வல்லவர். அவருடைய பெயர் அவ்ரஹாம் பென்–சீவ். அவர்கள் அந்த ஆபரேஷனுக்காகக்

கடுமையான பயிற்சிகளை மேற்கொண்டிருந்தனர். 'மாதிரிகளை' உருவாக்கி அவற்றில் அவர்கள் பயிற்சி செய்தனர். அவர்களுடைய பயிற்சி மிகச் சிறப்பாக அமைந்திருந்ததால், அப்பெண்கள் மீன்பிடிப் படகுகளிலிருந்து போர்க்கப்பலுக்கு சுமூகமாக மாற்றப்பட்டிருந்தனர். பயத்தாலும் குளிராலும் நடுங்கிக் கொண்டிருந்த அப்பெண்களுக்கு, பென்–சீவ், போர்வைகளைக் கொடுத்தார். அவர்களுக்குச் சிற்றுண்டியும் காபியும் வழங்கப்பட்டன. பிறகு, பென்–சீவ் தன்னுடைய கப்பலை விரைவாகச் செலுத்தி ஹய்ஃபா துறைமுகத்தை அடைந்தார். அவர் அங்கே சென்றபோது அதிகாலை நான்கு மணி இருக்கும். ஆனால், அங்கு அவர் கண்ட காட்சி அவருக்குப் பெரும் வியப்பளித்தது. அப்பெண்களை வரவேற்பதற்கு, இஸ்ரேலின் பிரதமர் கோல்டா மேயர், இராணுவத் தளபதி ஜெனரல் ஹைம் பார்–லெவ், துணைத் தளபதி ஜெனரல் டேவிட் எலாசார் ஆகியோர் காத்துக் கொண்டிருந்தனர். அப்பெண்களுக்காக ஒரு சிறு விருந்தையும் அவர்கள் ஏற்பாடு செய்திருந்தனர். அவர்களுடைய கதைகளைக் கேட்டு கோல்டா ஆடிப் போய்விட்டார். மறு ஆண்டு, பென்–சீவும் அவரை அடுத்து வந்த அம்னோன் கோனனும், அதைப் போன்ற சில ஆபரேஷன்களை நடத்தி, மேலும் பல சிரிய யூதப் பெண்களை இஸ்ரேலுக்கு அழைத்து வந்தனர். ஆனால், சிரிய, லெபனான் எல்லைகளைக் கடப்பது நாளுக்கு நாள் ஆபத்தானதாக மாறிக் கொண்டிருந்தது. அரேபியக் கடத்தல்காரர்களையும் மீனவர்களையும் அப்படியே நம்பிவிட முடியாத நிலையும் உருவானது. அதனால், கோல்டா மேயர், மீதமிருந்த சிரிய யூதப் பெண்களை நேரடியாகச் சிரியாவிலிருந்து மீட்டு வர வேண்டும் என்று தீர்மானித்தார்.

பின்னர், அவர் சமீரை அழைத்து அதற்கான உத்தரவைப் பிறப்பித்தார்.

***

மொசாட் தலைமையகத்தில் நடைபெற்ற அந்தக் கூட்டத்தில், சமீர் அந்த நான்கு வீரர்களிடமும், "நீங்கள் அந்தப் பெண்களை மீட்டு வர வேண்டும். அதுதான் உங்களுக்கு இடப்பட்டுள்ள பணி," என்று கூறினார்.

உடனே அங்கு ஒரு சூடான விவாதம் வெடித்தது. "இது என்ன மொசாடின் வேலையா?" என்று அவர்களில் ஒருவர் கேட்டார். இது யூத அமைப்பின் வசம் ஒப்படைக்கப்பட வேண்டிய வேலை என்று மற்றொருவர் கருத்துத் தெரிவித்தார். மற்றொருவர் கோபமாக, "மொசாட் என்ன மேட்ரிமோனியல் ஏஜென்சியா? சில யூதக் கன்னியருக்கு மாப்பிள்ளைகள்

கிடைக்க வேண்டும் என்பதற்காக மொசாட் ஏஜெண்டுகள் ஏன் தங்களுடைய உயிர்களைப் பணயம் வைத்து மிகவும் ஆபத்தான ஓர் அரேபிய நாட்டிற்குப் போக வேண்டும்?" என்று கேட்டார்.

ஆனால், மொசாடின் தலைவர் அசைந்து கொடுக்கவில்லை. மொசாட் தொடங்கப்பட்டக் காலத்திலிருந்தே, எதிரிகளின் எல்லைக்குள் மாட்டிக் கொண்டிருந்த யூதர்களை மீட்டெடுப்பது அதன் முக்கியப் பணிகளில் ஒன்றாக இருந்து வந்திருந்ததை சமீர் அவர்களுக்கு நினைவுபடுத்தினார்.

அதற்கு 'ஆபரேஷன் பிளாங்கெட்' என்று பெயர் சூட்டப்பட்டது.

***

சிரியாவுக்குள் அடியெடுத்து வைத்தப் பிறகு, அந்த நால்வர் குழுவின் தன்னம்பிக்கை அதிகரிக்கத் தொடங்கியது. அவர்கள் டமாஸ்கஸின் தெருக்களில் அலைந்து திரிந்தனர், பிரெஞ்சு மொழியில் உரையாடினர். கொடூரத்திற்குப் பெயர் போன சிரிய இரகசிய உளவு நிறுவன ஏஜெண்டுகளால் தாங்கள் பின்தொடரப்படவில்லை என்பதை அவர்கள் அவ்வப்போது உறுதி செய்து கொண்டனர். அன்று மாலையில், விளக்கொளியால் ஜொலித்துக் கொண்டிருந்த சந்தைப் பகுதிக்கு அவர்கள் சென்றனர். பின் அவர்கள் அங்கிருந்த ஒரு நகைக் கடைக்குள் நுழைந்தனர். யோனத்தனும் இம்மானுவல் அல்லோனும் அங்கிருந்த நகைகளைப் பார்த்துக் கொண்டு, கடை ஊழியர்களிடம் பிரெஞ்சு மொழியில் பேசினர். அப்போது, அக்கடையின் முதலாளி அவர்கள் பக்கமாகக் குனிந்து, "நீங்கள் நம் ஆட்களா?" என்று ஹீப்ரு மொழியில் கேட்டார்.

அதைக் கேட்டு அந்த ஏஜெண்டுகள் அதிர்ந்து போய்விட்டனர். இப்படிப் பிறரால் எளிதில் அடையாளம் கண்டுகொள்ளப்படக்கூடிய நிலையில் தாங்கள் இருந்தால் அது தங்களுக்கு எமனாகிவிடும் என்பது அவர்களுக்குப் புரிந்தது. அவர்கள் அந்த வியாபாரியின் பேச்சை அலட்சியம் செய்துவிட்டு, உடனடியாக அக்கடையிலிருந்து வெளியேறி மக்கட்கூட்டத்தில் கலந்துவிட்டனர்.

சிரியாவிலிருந்து தப்பி இஸ்ரேலுக்குச் செல்ல ஒரு வாய்ப்புக் கிடைத்திருந்தது பற்றிய செய்தி சிரிய யூதப் பெண்களிடம் ஒரு காட்டுத் தீயாகப் பரவியது. அப்பெண்களில் ஒருத்தி பின்னர் இவ்வாறு கூறினாள்: "சிரியாவில் எங்களுடைய நிலை மிகவும் இக்கட்டானதாக இருந்தது. திருமணம் செய்து கொள்ளும்படி முதியவர்கள் எங்களை வற்புறுத்தினர். ஆனால், யாரைத் திருமணம் செய்து கொள்வது? அங்கு யூத இளைஞர்கள்

எவருமே இருக்கவில்லை. நாங்கள் பல கதைகளையும் எண்ணற்ற வதந்திகளையும் கேள்விப்பட்டிருந்தோம். எப்பாடுபட்டாவது யூதர்களின் பூமியான இஸ்ரேலுக்குச் சென்றுவிட வேண்டும் என்பதில் நாங்கள் மிகவும் தீவிரமாக இருந்தோம்."

யோனத்தனுக்கு ஒரு இரகசியத் தகவல் வந்தது: மறுநாள் மாலையில் ஒரு வேனில் சிரிய யூதப் பெண்கள் அவர்களுக்காகக் காத்துக் கொண்டிருப்பர். அந்த வேன் அவர்கள் தங்கியிருந்த ஓட்டலுக்கு அருகே நிறுத்தப்பட்டிருக்கும்.

அவர்களுக்குக் கிடைத்திருந்த தகவல்களின்படியே, அந்த வேன் அவர்களுடைய ஓட்டலுக்கு அருகே ஓர் இருண்ட தெருவில் நிறுத்தப்பட்டிருந்தது. அதன் பின்பக்கம் ஒரு தார்ப்பாய் போட்டு மூடப்பட்டிருந்தது. மொசாட் ஏஜென்டுகள் ஏற்கனவே தங்களுடைய ஓட்டலைக் காலி செய்துவிட்டு, தங்களுடைய பயணப்பெட்டிகளைக் கையோடு கொண்டு வந்திருந்தனர். அவர்களில் இருவர் அந்த வேனின் முன்பக்கமாக ஏறி அமர்ந்தனர். இருவர் பின்புறமாகச் சென்று வேனுக்குள் ஏறினர். அந்த வேனுக்குள் பல இளம் பெண்கள் இருந்தனர். அவர்கள் பதினைந்திலிருந்து இருபது வயதுக்கு உட்பட்டவர்களாக இருந்தனர். அவர்களோடு ஒரு பதின்ம வயதுச் சிறுவனும் இருந்தான். அந்த நான்கு மொசாட் ஏஜென்டுகளும் மீண்டும் தங்களுடைய தலைகளையும் முகங்களையும் சுற்றி முண்டாசுகள் அணிந்து கொண்டனர். கண்களைச் சுற்றி மட்டும் சிறிது இடைவெளி விட்டிருந்தனர். சிரியாவின் நெடுஞ்சாலைகளில் அந்நாட்டின் இராணுவமும் காவல்துறையினரும் அவ்வப்போது ஆங்காங்கே சோதனைச் சாவடிகளை அமைத்தனர் என்பது அவர்களுக்குத் தெரியும். ஒருவேளை தாங்கள் அந்தச் சோதனைச் சாவடிகளில் தடுத்து நிறுத்தப்பட்டால், தாங்கள் பள்ளி மாணவிகளை ஒரு களச்சுற்றுலாவுக்கு அழைத்துச் சென்று கொண்டிருந்ததாக அவர்களிடம் கூறிக் கொள்ளலாம் என்று அவர்கள் தீர்மானித்தனர்.

மொசாடுக்கு உதவிக் கொண்டிருந்த உள்ளூர் நபர்தான் அந்த வேனை ஓட்டிக் கொண்டிருந்தார். போகின்ற வழியில் அவர் ஒரு சில இடங்களில் வண்டியை நிறுத்தி, மேலும் சில பெண்களை அந்த வேனில் ஏற்றிக் கொண்டார். எந்த இடங்களில் எந்த நேரத்தில் அப்பெண்கள் காத்துக் கொண்டிருக்க வேண்டும் என்பது ஏற்கனவே ஏற்பாடு செய்யப்பட்டிருந்தது. அவர்கள் சிரியாவின் வடக்குப் பகுதியிலிருந்த டார்ட்டஸ் என்ற துறைமுக நகரத்தை நோக்கிப் பயணித்தனர். அங்கு ஆளரவமற்ற ஒரு கடற்கரைப் பகுதியை அவர்கள் அடைந்தனர். அங்குப் பாழடைந்து கிடந்த ஒரு கட்டடத்திற்குள் அவர்கள் எல்லோரும்

ஒளிந்து கொண்டனர். கடலுக்குள் சற்றுத் தள்ளி இஸ்ரேலியப் போர்க்கப்பல் ஒன்று அவர்களுக்காகக் காத்துக் கொண்டிருந்தது. யோனத்தன் ஒரு டார்ச் லைட்டின் மூலம் சங்கேதச் செய்தியைப் பரிமாறிவிட்டு, வாக்கி–டாக்கி மூலம் அவர்களைத் தொடர்பு கொண்டார். அந்தக் கப்பலிலிருந்து சிறிய மிதவைப் படகுகள் இறக்கப்பட்டன. இஸ்ரேலியக் கடற்படைக் கமான்டோக்கள் அவற்றைக் கரையை நோக்கிச் செலுத்தத் துவங்கினர்.

திடீரென்று, கடற்கரையில் அவர்கள் பதுங்கியிருந்த இடத்திற்கு அருகே துப்பாக்கிச் சத்தம் கேட்டது. எல்லோரும் மறைவிடம் தேடி ஓடினர். ஆனால் விரைவிலேயே, அத்தாக்குதல் தங்களை நோக்கி நடத்தப்பட்ட ஒன்றல்ல என்பதை அவர்கள் கண்டுகொண்டனர். ஆனால், யார், எதை நோக்கிச் சுட்டார்கள் என்பது அவர்களுக்குத் தெரியவில்லை. மிதவைப் படகுகளைச் சிரியர்கள் கண்டுபிடித்துவிட்டார்களோ என்ற சந்தேகம் அந்த நால்வர் குழுவின் தலைவருக்கு ஏற்பட்டது. “கடற்கரையில் ஒரே களேபரமாக இருக்கிறது,” என்று அந்தப் போர்க்கப்பலின் கமான்டர் இஸ்ரேலுக்குச் செய்தி அனுப்பினார். ஆனால் அதற்காக அவர் அந்த ஆபரேஷனிலிருந்து பின்வாங்கவில்லை. அவர் மிதவைப் படகுகளுக்குச் செய்தி அனுப்பி, அவற்றைத் தன் கப்பலுக்கு வரவழைத்தார். பிறகு, ஏற்கனவே தேர்ந்தெடுக்கப்பட்டிருந்த மாற்றுக் கடற்கரைப் பகுதிக்கு அவர் தன் கப்பலைச் செலுத்தினார். அது அந்த இடத்திலிருந்து வடக்கே சற்றுத் தள்ளியிருந்தது. இதற்கிடையே, அந்த நால்வர் குழுவினர், அந்தப் பெண்களையும் அழைத்துக் கொண்டு மீண்டும் அந்த வேனில் ஏறினர். பிறகு அவர்கள் அந்த வேனை வடக்கு நோக்கி ஓட்டிச் சென்றனர். அவர்கள் அந்த மாற்று இடத்தை அடைந்ததும் மீண்டும் அந்தப் போர்க்கப்பலைத் தொடர்பு கொண்டனர். இம்முறை கடற்கரை அமைதியாக இருந்தது. அவர்கள் அனைவரும் இடுப்பளவு கடல் நீரில் நடந்து சென்று மிதவைப் படகுகளில் ஏறி, போர்க்கப்பலை அடைந்தனர். அக்கப்பல் அவர்களை இஸ்ரேலுக்கு அழைத்துச் சென்றது. அப்பெண்கள் ஒரு கேபினுக்கு அழைத்துச் செல்லப்பட்டனர். தாங்கள் சிரியாவிலிருந்து தப்பித்து வந்த விதத்தை அவர்கள் எக்காரணம் கொண்டும் எவரிடமும் சொல்லக்கூடாது என்று அவர்களுக்கு அறிவுறுத்தப்பட்டது. ஏனெனில், அவர்கள் தங்களுடைய குடும்பங்களை டமாஸ்கஸில் விட்டுவிட்டு வந்திருந்தனர். அவர்கள் இஸ்ரேலுக்குத் தப்பிச் சென்றுவிட்டிருந்தது தெரிந்தால், அவர்களுடைய பெற்றோர் கொல்லப்படக்கூடும் என்பது அவர்களுக்குப் புரிய வைக்கப்பட்டது.

மொசாடுக்கு உதவிக் கொண்டிருந்த உள்ளூர் நபர் அந்த

வேனை மீண்டும் டமாஸ்கஸை நோக்கி ஓட்டிச் சென்றார். அவருக்குத் தகவல் கிடைத்தவுடன் அடுத்த ஆபரேஷனின் தயாரிப்பு வேலைகளில் அவர் ஈடுபடத் தொடங்கிவிடுவார்.

அந்தப் போர்க்கப்பல் வேறு சம்பவங்கள் ஏதுமின்றி ஹய்ஃபா துறைமுகத்திற்கு வந்து சேர்ந்தது. ஆனால், அந்த நால்வர் குழுவை அடுத்த ஆபரேஷனுக்கு அனுப்புவதற்கு முன்பாக, அந்த இரவில் அவர்கள் முதலில் இறங்கிய இடத்தில் என்ன நடந்தது என்பதைத் தெரிந்து கொள்ள மொசாட் முயற்சித்தது. மொசாட் தன்னுடைய உளவாளிகளின் அறிக்கைகளை ஆராய்ந்தது; சிரியாவிலிருந்த தங்களுடைய 'ஸ்லீப்பர் செல்களை' அது உசுப்பிவிட்டது; இராணுவத் தொடர்புகளைப் பயன்படுத்தியது. ஆனால் அவற்றால் எந்தப் பயனுமில்லை. அந்தத் துப்பாக்கிச் சூடு, அவர்களை எதிர்பாராத விதமாகத் தாக்குவதற்கு தீட்டப்பட்டிருந்த ஒரு மோசமான திட்டத்தின் வெளிப்பாடாக இருந்திருக்கலாம்; அல்லது நீரில் தென்பட்ட, சந்தேகத்திற்கு இடமான நடமாட்டத்தைக் கண்டு பதற்றமடைந்திருந்த சிரியப் படையினரின் எதிர்வினையாக இருந்திருக்கலாம் என்ற முடிவுக்கு மொசாட் வந்தது.

***

அடுத்த முறை, அந்த நால்வர் குழு ஒரு விமானத்தின் மூலம் டமாஸ்கஸுக்கு வந்து இறங்கியது. அவர்கள் பாரிஸிலிருந்து அங்குச் சென்றனர். தாங்கள் சிரியாவின் பழமைச் சின்னங்களைப் பார்வையிடுவதற்காக வந்திருந்த தொல்லியல் ஆய்வு மாணவர்கள் என்று அவர்கள் தங்களைப் பற்றிக் கூறிக் கொண்டனர். அதை நிரூபிக்கின்ற விதத்தில் அவர்கள் தங்கள் வசம் போலியான ஆவணங்களை வைத்திருந்தனர். அதோடு, பாரிஸ் நகர மெட்ரோ பயணச்சீட்டுகள், அந்நகரின் உணவகங்களில் கொடுக்கப்பட்டிருந்த ரசீதுகள் போன்றவை அவர்களுடைய ஆடைகளின் பைகளில் நிறைந்து கிடந்தன. அவர்களுடைய ஆவணங்கள் ஒழுங்குமுறையுடன் இருந்தபோதிலும், அவர்கள் பதற்றத்துடன் இருந்தனர். ஒருவேளை, சிரியாவின் இரகசிய உளவுப் படையினர் தங்களைக் கண்டுபிடித்திருந்தால் என்னவாகும் என்று அவர்கள் யோசித்தனர். அவர்கள் எந்தச் சிக்கலும் இல்லாமல் விமான நிலையத்திலிருந்து வெளியே வந்துவிட்டனர். ஆனாலும் அவர்களால் தங்களை அமைதிப்படுத்திக் கொள்ள முடியவில்லை. பின்னர் அவர்கள் வெவ்வேறு டாக்சிகளில் ஏறி நகரத்திற்குள் சென்று, வெவ்வெறு ஓட்டல்களில் அறைகள் எடுத்துத் தங்கினர். இம்மானுவல் மட்டும் ஹில்டன் ஓட்டலில் தங்கினார்.

இம்முறை அவர்கள் டமாஸ்கஸில் தங்களுடைய இரவைப் பதற்றத்துடனேயே கழித்தனர். தாங்கள் பிடிபட்டால் தங்களுடைய கதை அத்துடன் முடிந்தது என்பதையும், சித்திரவதை மூலம் கொடூரமான மரணம் ஒன்று தங்களுக்காகக் காத்திருக்கும் என்பதையும் அவர்கள் அறிந்திருந்தனர். தங்களுக்கு உதவிக் கொண்டிருந்த உள்ளூர்க்காரர்களிடம், தங்களை நகரின் மையத்திற்கு அழைத்துச் செல்லும்படி அவர்கள் கேட்டுக் கொண்டனர். அங்குச் சென்ற அவர்கள், சில ஆண்டுகளுக்கு முன்பாக இஸ்ரேலின் மிகப் பிரபலமான உளவாளியான ஈலை கோஹன் தூக்கிலிடப்பட்ட இடத்தை அவர்கள் பார்வையிட்டனர். ஆனால் அந்த இடம் அவர்களை உலுக்கிவிட்டது. இம்மானுவல் தன்னுடன் வந்தவர்களை விட்டுவிட்டு நேராகத் தன் ஓட்டலை நோக்கி ஓடிப் போய்விட்டார்.

அன்றிரவு அவரால் தூங்க முடியவில்லை. அவர் தன் படுக்கையில் புரண்டு கொண்டிருந்தார். நள்ளிரவில் அவருடைய அறையின் கதவருகே ஏதோ சத்தம் கேட்டது. உற்றுக் கேட்டபோது, தன் அறையின் சாவித் துவாரத்தில் ஒரு சாவி செருகப்பட்டச் சத்தம்தான் அது என்பதை அவரால் உணர முடிந்தது. தன் கதை முடிந்துவிட்டது என்று அவர் முடிவு செய்துவிட்டார். "சிரியர்கள் என்னைக் கண்டுபிடித்துவிட்டார்கள்! அந்நகரின் மையத்தில் அடுத்து நான்தான் தூக்குக் கயிற்றில் தொங்கவிடப்படப் போகிறேன்!" என்று நினைத்துக் கொண்ட அவர், பிறகு துணிச்சலை வரவழைத்துக் கொண்டு கதவருகே சென்று, கதவைத் திறக்காமலேயே அறைக்கு உள்ளேயிருந்து வெளியே இருப்பவர்களைப் பார்ப்பதற்கு வசதியாகக் கதவுகளில் பொருத்தப்பட்டிருந்த கண்ணாடித் துளை வழியாக அவர் வெளியே பார்த்தார். வயதான அமெரிக்கப் பெண்மணி ஒருவர் அங்கே நின்று கொண்டு, தன்னிடமிருந்த சாவியைக் கொண்டு இம்மானுவலின் அறைக் கதவைத் திறக்க முயன்று கொண்டிருந்தார். அது முடியாமல் போகவே, அவர் விரக்தியுடன் தன் முயற்சியைக் கைவிட்டுவிட்டு அங்கிருந்து கிளம்பிச் சென்றார். அப்பெண்மணி தவறான மாடிக்கு வந்திருந்தார் என்பது பின்னர் தெரிய வந்தது. தான் மறு ஜென்மம் எடுத்திருந்ததுபோல இம்மானுவல் உணர்ந்தார்.

அடுத்தப் பெண்கள் குழுவின் புறப்பாட்டு ஏற்பாடுகள் நடைபெற்றுக் கொண்டிருந்தபோது, அந்த நான்கு ஏஜென்டுகளும் அந்த ஊரின் தெருக்களில் சுற்றித் திரிந்து கொண்டும், அங்கிருந்த உணவகங்களில் சாப்பிட்டுக் கொண்டும் உல்லாசமாகப் பொழுதைக் கழித்தனர்.

அந்த ஆபரேஷனும் அதற்கு அடுத்து நடைபெற்றப்

பல ஆபரேஷன்களும் எந்தவிதமான தடங்கல்களுமின்றி வெற்றிகரமாக நடந்தேறின. பின்னர் ஒரு முறை, யோனத்தனும் அவருடைய குழுவினரும், கடற்கரையோரம் அளவுக்கதிகமான போக்குவரத்தும் துருப்புகளின் நடமாட்டமும் இருந்ததைக் கவனித்தனர். அதனால் இம்முறை அந்த இடத்தைப் பயன்படுத்த முடியாது என்பதை உணர்ந்த யோனத்தன், தன் பயணத்திட்டத்தை மாற்றினார்.

அவர் மட்டும் அந்த வேனில் ஏறிக் கொண்டு, அதன் ஓட்டுநரிடம், வேனை நேராக பெய்ரூட்டை நோக்கி ஓட்டிச் செல்லுமாறு பணித்தார். சுமார் நூறு கிலோமீட்டர் தூரத்திலிருந்த அந்நகரை நோக்கி அவர்கள் விரைந்தனர். அவர்கள் லெபனான் எல்லைக்குள் நுழைந்த பிறகு, அந்த வேனை ஜூனி துறைமுகத்தை நோக்கி ஓட்டுமாறு அவர் கேட்டுக் கொண்டார். அந்நகரில் கிறித்தவர்கள் அதிகம் வசித்து வந்தனர். அங்கு அவர் நடுத்தர அளவிலிருந்த ஓர் உல்லாசப் படகை வாடகைக்கு எடுத்தார். அதன் முதலாளியிடம், தன் நண்பனின் பிறந்தநாள் கொண்டாட்டத்தில் அவனுக்கு ஓர் இன்ப அதிர்ச்சி கொடுப்பதற்காக, பதினைந்து நண்பர்களுடன் அவனை அழைத்துக் கொண்டு அப்படகில் கடலுக்குள் சிறிது தூரம் உல்லாசமாகப் போய்விட்டு வர விரும்பியதாக அவர் அளந்துவிட்டார். அவர்கள் கிளம்பத் தயாரானபோது, பாரிஸிலிருந்த தன் மேலதிகாரிகளுக்கு, திட்டத்தில் ஏற்பட்டிருந்த மாற்றங்களைப் பற்றிச் சங்கேத மொழியில் அவர் ஒரு தந்தி அனுப்பினார். விரைவில், அவருடைய திட்டத்திற்கு அனுமதியளித்து அதே முறையில் அவருக்குப் பதிலும் வந்து சேர்ந்தது.

அன்று இரவு, டமாஸ்கஸிலிருந்து வழக்கம்போலச் சில யூதப் பெண்களை அழைத்துக் கொண்டு அந்த வேன் அங்கு வந்து சேர்ந்தது. அதை இம்மானுவல் ஓட்டி வந்தார். இம்மானுவல் அந்த வேனை லெபனான் எல்லையில் இருந்த சோதனைச் சாவடிக்குச் சிறிது தூரம் முன்பாக நிறுத்தி, அதில் பயணம் செய்து கொண்டிருந்த இளம் பெண்களையும் தன் சகாக்களையும் இறக்கி விட்டுவிட்டு, அவர் மட்டும் தனியாக அந்த வேனில் எல்லையைக் கடந்தார். பிறகு, ஆளரவமற்ற ஓரிடத்தில் அந்த வேனை நிறுத்திவிட்டுக் காத்திருந்தார். அந்த இரண்டு நாடுகளுக்கும் இடையேயான எல்லைப் பகுதியில் முள்வேலி எதுவும் இருக்கவில்லை. அப்பெண்கள் தங்களுடைய பயணப்பெட்டிகளைத் தூக்கிக் கொண்டு, கரடுமுரடான பகுதிகளில் நடந்து, சோதனைச் சாவடியிலிருந்து வெகுதூரம் தள்ளி எல்லையைக் கடந்து லெபனானுக்குள் புகுந்தனர். பின்னர் நடந்து சென்று, காத்துக் கொண்டிருந்த இம்மானுவலின் வேனில்

ஏறினர். அவர் அப்பெண்களை ஜூனிக்கு அழைத்துச் சென்றார். கடற்கரையை அடைந்த அவர்கள், ஒருவர் பின் ஒருவராக அந்த உல்லாசப் படகில் ஏறினர். அந்தப் படகும் 'பிறந்தநாள் கொண்டாட்டத்திற்காகக்' கடலுக்குள் பாய்ந்தது. ஆழ்கடலுக்குள் சென்றதும், அங்குக் காத்துக் கொண்டிருந்த போர்க்கப்பலில் அப்பெண்கள் ஏற்றிவிடப்பட்டனர்.

அந்த நால்வர் குழு அதற்கு அடுத்த நாளை பெய்ரூட்டில் கழித்தது. இரவில், அவர்கள் தாங்கள் வந்த வழியே டமாஸ்கஸை நோக்கி வேனில் புறப்பட்டனர். இம்மானுவல் வேனை ஓட்டி வந்தார். எல்லைக்கு ஒரு சில கிலோமீட்டர் முன்பாக, மூன்று ஏஜென்டுகள் அந்த வேனிலிருந்து கீழே இறங்கி, முன்பு செய்திருந்ததைப்போலச் சுற்றுவழியில் எல்லையைக் கடந்து சென்று மீண்டும் வேனில் ஏறிக் கொண்டனர். அதற்கு பிறகு அவர்கள் நால்வரும் அந்த வேனில் டமாஸ்கஸை அடைந்தனர்.

மறுநாள் அவர்கள் பாரிஸ் வழியாக டெல் அவீவுக்குப் போய்ச் சேர்ந்தனர்.

அந்த ஆபரேஷன் 1973 ஏப்ரலில் முடிவடைந்தது. அந்தக் கடைசிப் பயணத்தின் முடிவில் ஹய்ஃபா துறைமுகத்திற்கு கோல்டா மேயர் நேரில் வந்து, யோனத்தன், இம்மானுவல் மற்றும் அவர்களுடைய நண்பர்களுக்குத் தனிப்பட்ட முறையில் நன்றி தெரிவித்தார். 1970 செப்டம்பருக்கும் 1973 ஏப்ரலுக்கும் இடையே, மொசாடும் இஸ்ரேலின் கடற்படையும் சேர்ந்து சுமார் இருபது ஆபரேஷன்களை நடத்தியிருந்தன. அதன் மூலம், சுமார் 120 இளம் பெண்கள் மீட்கப்பட்டு இஸ்ரேலுக்குக் கொண்டுவரப்பட்டனர். சுமார் முப்பது ஆண்டுகளுக்கும் மேலாக அந்த ஆபரேஷன்கள் இரகசியமாக வைக்கப்பட்டிருந்தன.

அத்துடன் அந்த நால்வர் குழு சாகச நடவடிக்கைகளிலிருந்து விலகிக் கொண்டது. அவர்கள் வேறு வேலைகளுக்கு மாறினர், அல்லது தொழில்களில் ஈடுபட்டனர். எப்போதாவது அவர்கள் மொசாடின் சிறப்புத் திட்டங்களுக்கு அழைக்கப்பட்டனர்.

காலங்கள் உருண்டோடின. ஒரு முறை, உறவினர் ஒருவரின் திருமணத்திற்கு இம்மானுவல் அழைக்கப்பட்டிருந்தார். மணப்பெண்ணுக்கு அவர் அறிமுகம் செய்து வைக்கப்பட்டார். அந்த மணப்பெண்ணை இம்மானுவல் உடனடியாக அடையாளம் கண்டுகொண்டார். சிரியாவிலிருந்து அவர் காப்பாற்றி அழைத்து வந்திருந்த இளம் பெண்களில் அவளும் ஒருத்தி. இம்மானுவல் அந்த மணப்பெண்ணிடம், "உங்களுடைய சொந்த ஊர் எது?" என்று கேட்டார்.

அந்தப் பெண்ணுக்கு முகம் வெளுத்துவிட்டது. தன்னுடைய கடந்தகாலம் குறித்துத் தான் இப்போதும் இரகசியம் காக்க

வேண்டும் என்று அவள் நினைத்துக் கொண்டிருந்தாள். இம்மானுவல் அவளைப் பார்த்துப் புன்னகைத்துவிட்டு, "நீங்கள் சிரியாவிலிருந்து கடல் வழியாக வந்தவர்தானே?" என்று கேட்டார்.

அதைக் கேட்டு அதிர்ச்சியடைந்த அப்பெண் கிட்டத்தட்ட மூர்ச்சையாகிவிட்டாள். பின் திடீரென்று அவள் அவருடைய இரு கரங்களையும் பற்றி அவரை அணைத்துக் கொண்டு, அன்புடன் அவருடைய கன்னத்தில் ஒரு முத்தமும் கொடுத்தாள். "அது நீங்கள்தானே? நீங்கள்தானே என்னை அங்கிருந்து மீட்டுக் கொண்டுவந்தீர்கள்?" என்று கேட்டுவிட்டு அவள் வியந்தாள்.

"அக்கணத்தில், நாங்கள் பட்டிருந்த அனைத்துக் கஷ்டங்களும் ஒரு தூசுக்குச் சமானமாக எனக்குப் பட்டது," என்று இம்மானுவல் பின்னர் அதைப் பற்றிக் கூறினார்.

அத்தியாயம் 14

"போர் இன்றே வெடிக்கும்!"

1973 அக்டோபர் *5* அன்று அதிகாலை *1* மணிக்கு, 'துபி' என்ற சங்கேதப் பெயரைக் கொண்டிருந்த மொசாட் ஏஜென்டுக்குக் கெய்ரோவிலிருந்து ஒரு தொலைபேசி அழைப்பு வந்தது. துபி லண்டனிலிருந்து இயங்கிக் கொண்டிருந்த ஒரு மூத்த மொசாட் அதிகாரி. அந்தத் தொலைபேசி அழைப்பு, ஓர் அதிர்ச்சிகரமான செய்தியைக் கொண்டிருந்தது. அவரை அழைத்திருந்தவர் மிக முக்கியமான மொசாட் ஏஜென்ட் மட்டுமல்லர். அவர் மிகவும் இரகசியமான ஏஜென்டும்கூட. அப்படிப்பட்ட ஒருவர் இருந்ததே ஒரு சிலருக்கு மட்டுமே தெரியும். அவருடைய சங்கேதப் பெயர் 'ஏஞ்சல்.' ஏஞ்சல் ஒரு சில வார்த்தைகளை மட்டுமே உதிர்த்தார். அவற்றில் ஒன்று துபியைப் புரட்டிப் போட்டது. 'கெமிக்கல்ஸ்' என்ற வார்த்தைதான் அது. துபி உடனடியாக மொசாடின் இஸ்ரேலியத் தலைமையகத்தை அழைத்து அதே சங்கேத வார்த்தையைக் கூறினார். அச்செய்தி, மொசாடின் தலைவர் ஸுவி சமீரை அடைந்தவுடன், அவர் மொசாட் தலைமையகத்தின் பொறுப்பதிகாரியான ஃபிரெட்டி எனியை அழைத்து, "நான் உடனடியாக லண்டன் செல்கிறேன்," என்று கூறிவிட்டுக் கிளம்பினார்.

வீணாக்குவதற்கு நேரமில்லை என்பதை சமீர் உணர்ந்தார். 'கெமிக்கல்ஸ்' என்ற அந்தச் சங்கேத வார்த்தைக்கு 'இஸ்ரேல்மீது ஓர் உடனடியான தாக்குதலை எதிர்பார்க்கலாம்' என்று அர்த்தம்.

1967 ஆம் ஆண்டில் நடைபெற்ற ஆறு–நாள் யுத்தத்திற்குப் பிறகு, இஸ்ரேல், எக்கணமும் தன்னுடைய அண்டை நாடுகள் தன்மீது தாக்குதலைத் தொடங்கலாம் என்று எதிர்பார்த்திருந்தது. ஏனெனில், அப்போரில், இஸ்ரேல் எதிரி நாடுகளிடமிருந்து பெரும்

நிலப்பகுதிகளைக் கைப்பற்றியிருந்தது. எகிப்திடமிருந்து சினாய் தீபகற்பம், காசா பகுதி ஆகியவற்றையும், சிரியாவிடமிருந்து கோலன் ஹைட்ஸ் என்ற இடத்தையும், ஜோர்டனிடமிருந்து வெஸ்ட் பேங்க் மற்றும் ஜெருசலேமையும் இஸ்ரேல் கைப்பற்றியிருந்தது. இப்போது இஸ்ரேல் தன்னுடைய இராணுவத்தைக் கோலன் ஹைட்ஸ், சூயஸ் கால்வாயின் கிழக்குக் கரையோரப் பகுதிகள், ஜோர்டன் ஆற்றின் கரையோரப் பகுதிகள் ஆகிய இடங்களில் நிலைப்படுத்தியிருந்தது. அப்போரைத் தொடர்ந்து அரபு நாடுகள் தங்களுடைய பற்களை நறநறவென்று கடித்துக் கொண்டு, தாங்கள் கண்டிப்பாகப் பழி வாங்கியே தீருவோம் என்று உறுமிக் கொண்டிருந்தன. ஆனால், அதற்குப் பின் இஸ்ரேல்மீது தொடுக்கப்பட்ட, நீண்டகால அடிப்படையிலான தாக்குதல்களில் இஸ்ரேலின் கரமே ஓங்கியிருந்தது. தன்னைச் சுற்றி இருந்த அரபு நாடுகள் தன்னுடன் ஓர் அமைதி ஒப்பந்தம் செய்து கொள்ளத் தயாராக இருந்தால், தான் பிடித்து வைத்திருந்த பகுதிகளை அந்தந்த நாடுகளிடம் திருப்பிக் கொடுத்துவிடுவதாக இஸ்ரேல் விடுத்தக் கோரிக்கைகளை அந்நாடுகள் கோபத்துடன் நிராகரித்துவிட்டன. இதற்கிடையே, இஸ்ரேலுடன் கடும் விரோதம் பாராட்டி வந்த எகிப்திய அதிபர் நாசர் காலமானார். அந்த இடத்திற்கு அன்வர் சாதத் வந்தார். இஸ்ரேல் அவரைப் பலவீனமான, உறுதியற்ற, இஸ்ரேலுடன் புதியதொரு போரைத் துவக்க லாயக்கற்ற ஒருவராக எடைபோட்டு வைத்திருந்தது. இஸ்ரேலியப் பிரதமர் எஷ்கோலின் மறைவுக்குப் பின்னர், வசீகரமான, வலுவான தலைவரான கோல்டா மேயரின் கரங்களில் இஸ்ரேல் ஒப்படைக்கப்பட்டது. ஆற்றல்மிக்க, தலைசிறந்த இராஜதந்திரியாக விளங்கிய கோல்டா மேயருக்கு, உலக அளவில் பிரபலமாகியிருந்த மோஷே தயான் இராணுவ அமைச்சராக வாய்த்திருந்தார். அதனால், இஸ்ரேலின் பாதுகாப்பு வலுவான கரங்களில் இருந்தது என்ற கருத்து நிலவியது.

அந்தத் தொலைபேசி அழைப்பு வருவதற்கு ஒரு சில வாரங்களுக்கு முன்பு, ஜோர்டனிய மன்னர் ஹுசைன், மிகவும் இரகசியமாக இஸ்ரேலுக்குப் பறந்து வந்து, எகிப்தியர்களும் சிரியர்களும் இஸ்ரேலைத் தாக்கத் திட்டமிட்டிருந்ததாக கோல்டா மேயரை எச்சரித்துவிட்டுப் போனார். ஹுசைன் இஸ்ரேலின் இரகசியத் தோழராக ஆகியிருந்தார். ஆனால் அச்சமயத்தில் கோல்டா அவருடைய எச்சரிக்கையைப் பெரிதாக எடுத்துக் கொள்ளவில்லை. விரைவில் நடக்கவிருந்த தேர்தலில் தன்னுடைய கட்சி மீண்டும் ஆட்சியைப் பிடிக்க வேண்டும் என்ற முனைப்பில் அவர் இருந்தார். "சூயஸ் கால்வாய் பகுதியில் எல்லாம் அமைதியாக இருக்கிறது!" என்பது அவருடைய கட்சியின் தேர்தல் முழக்கமாக இருந்தது.

ஆனால், யோம் கிப்பூர் யுத்தத்திற்குப் பதினெட்டு மணி நேரத்திற்கு முன்பு, சூயஸ் கால்வாய் பகுதியில் எதுவுமே அமைதியாக இருந்ததுபோலத் தோன்றவில்லை. ஏஞ்சலின் எச்சரிக்கையை சமீர் தீவிரமாக எடுத்துக் கொண்டார். இதுபோன்ற சூழ்நிலை உருவாகி, அந்தச் சங்கேத வார்த்தை பயன்படுத்தப்பட்டால், மொசாடின் தலைவர் உடனடியாக லண்டனிலிருந்த ஏஜென்டை, எவ்வளவு விரைவாக முடியுமோ அவ்வளவு விரைவாகச் சந்திப்பார் என்ற ஓர் ஏற்பாடு செய்யப்பட்டிருந்தது.

அதன்படி, சமீர், இஸ்ரேலிலிருந்து புறப்பட்ட முதல் விமானத்தில் லண்டனுக்குப் பறந்தார். லண்டனில் மிகவும் பாதுகாப்பான ஒரு வீட்டை மொசாட் இரகசியமாக நிர்வகித்து வந்தது. அதில் ஒட்டுக்கேட்கும் கருவிகள் எதுவும் இல்லாதிருப்பதை மொசாட் ஏஜென்டுகள் தினமும் உறுதி செய்தனர். அந்த வீடு ஒரே ஒரு காரியத்திற்காக மட்டும் பயன்படுத்தப்பட்டது. ஏஞ்சலுடனான சந்திப்புதான் அது. சமீர் அந்த வீட்டிற்கு வந்தவுடன், பத்து மொசாட் ஏஜென்டுகள் அந்த வீட்டைச் சுற்றிப் பாதுகாப்புக்காக நிறுத்தப்பட்டனர். கெய்ரோவிலிருந்து வந்திருந்த செய்திக்குப் பின்னால், மொசாடின் தலைவரைக் கடத்தும் அல்லது காயப்படுத்தும் நோக்கம் இருந்தால், அதைச் சமாளிப்பதற்காகத்தான் அந்த ஏற்பாடு. அந்த ஏஜென்டுகளுக்கு, ஐக்மேனின் சிறைபிடிப்பில் ஈடுபட்டிருந்த, களம் பல கண்ட மொசாட் ஏஜென்டான ஸுவி மால்கின்தான் தலைமை தாங்கினார்.

சமீர் பதற்றத்துடனும் கவலையுடனும் ஏஞ்சலுக்காக ஒரு பகல் முழுவதும் காத்துக் கொண்டிருந்தார். கெய்ரோவிலிருந்து புறப்பட்டிருந்த ஏஞ்சல், வழியில் ரோமில் இறங்கி, சில மணி நேரம் கழித்து வேறொரு விமானத்தைப் பிடித்து வர வேண்டியிருந்ததால், அன்று மாலையில்தான் லண்டனை அடைந்தார். சமீரும் ஏஞ் சலும் அன்று இரவு பதினொரு மணிக்கு அந்த வீட்டில் சந்தித்தனர்.

இதற்கிடையே, யோம் கிப்பூர் என்ற யூதத் திருநாளின் கொண்டாட்டம் இஸ்ரேலில் ஏற்கனவே தொடங்கியிருந்தது. அது யூதர்களுக்கு ஒரு முக்கியமான நாள். அந்த விடுமுறை தினத்தில் மக்கள் பிரார்த்தனையில் ஈடுபடுவர், உண்ணாவிரதம் இருப்பர், பாவ மன்னிப்புக் கோருவர். அன்று இஸ்ரேலில் அனைத்தும் முடங்கிப் போனது. தொலைக்காட்சி ஒளிபரப்பும் வானொலி ஒலிபரப்பும் நிறுத்தப்பட்டிருந்தன. தெருக்களில் கார்கள் எதுவும் ஓடவில்லை. எல்லைகளில் மிகக் குறைவான எண்ணிக்கையிலேயே இராணுவ வீரர்கள் இருந்தனர். சமீருக்கும்

ஏஞ்சலுக்கும் இடையே நடந்த உரையாடல் சுமார் இரண்டு மணி நேரம் நீடித்தது. அவர்கள் பேசிய ஒவ்வொரு வார்த்தையையும் துபி குறித்துக் கொண்டார்.

அவர்களுடைய சந்திப்பு முடிவடைந்தபோது, அதிகாலை ஒரு மணி ஆகியிருந்தது. பின்னர் துபி, ஏஞ்சலைப் பக்கத்து அறைக்கு அழைத்துச் சென்று, அவருக்கு வழக்கமாகக் கொடுக்கப்பட்ட 1,00,000 டாலர்கள் தொகையைக் கொடுத்தார். இஸ்ரேலுக்கு அனுப்பி வைக்கப்பட வேண்டிய தந்திக்கான வாசகங்களை சமீர் வேகவேகமாக எழுதினார். ஆனால், அந்த முக்கியமான தகவலைச் சங்கேத மொழியில் அனுப்பி வைப்பதற்குத் தேவையான கருவியை அவரால் இஸ்ரேலியத் தூதரகத்தில் கண்டுபிடிக்க முடியவில்லை. தந்தியை அனுப்பி வைப்பது தாமதமாவதைக் கண்டு பொறுமையிழந்த சமீர், ஃபிரெட்டி எனியை அவருடைய வீட்டுத் தொலைபேசியில் அழைக்குமாறு தொலைபேசி அழைப்பாளரிடம் கேட்டுக் கொண்டார். ஆனால் ஃபிரெட்டி தன்னுடைய தொலைபேசியை எடுத்துப் பதிலளிக்கவில்லை. அந்தத் தொலைபேசி அழைப்பாளர், சமீரிடம், “சார், யாரும் எடுக்கவில்லை. இன்று இஸ்ரேலில் ஏதோ முக்கியமான விடுமுறை நாள் என்று நான் நினைக்கிறேன்,” என்று கூறினார்.

“மீண்டும் முயற்சி செய்யுங்கள்,” என்று சமீர் அவரிடம் உறுமினார். இறுதியில், ஆழ்ந்து தூங்கிக் கொண்டிருந்த ஃபிரெட்டி தன் தொலைபேசியை எடுத்துப் பேசினார். அப்போதும் அவர் அரைத் தூக்கத்தில்தான் இருந்தார். சமீர் அவரிடம், “நான் சொல்வதை அப்படியே செய்யுங்கள். ஒரு பாத்திரம் நிறையக் குளிர்ந்த நீரைப் பிடித்து அதில் உங்களுடைய கால்களை வைத்துக் கொள்ளுங்கள். பிறகு ஒரு காகிதத்தையும் ஒரு பேனாவையும் கையில் எடுத்துக் கொள்ளுங்கள்,” என்று உத்தரவிட்டார். ஃபிரெட்டி அந்த உத்தரவின்படி செய்த பிறகு, சங்கேத மொழியில் எழுதப்பட்டிருந்த இந்த வாசகத்தை சமீர் படித்தார்: “நிறுவனம் இன்றைய நாளின் முடிவுக்குள்ளாகவே ஒப்பந்தத்தில் கையெழுத்திட்டுவிடும்.”

பிறகு, “இப்போது உடனடியாக உடை மாற்றிக் கொண்டு தலைமையகத்திற்குச் சென்று எல்லோரையும் எழுப்புங்கள்,” என்று சமீர் அவருக்கு உத்தரவிட்டார்.

சமீர் கூறியவற்றை ஃபிரெட்டி அப்படியே கடைபிடித்தார். அவர் இஸ்ரேலின் அரசியல் மற்றும் இராணுவத் தலைவர்களை ஒவ்வொருவராக அழைக்கத் துவங்கினார். அவர் அவர்களுக்குக் கொடுத்தச் செய்தியை மூன்று வார்த்தைகளில் தொகுத்துக் கூறிவிடலாம்: “இன்றே போர் வெடிக்கும்!”

***

பின்னர் அந்தச் சங்கேதக் குறியீட்டுக் கருவி கண்டுபிடிக்கப்பட்டு, சமீர் எழுதியிருந்த தந்தி இஸ்ரேலுக்கு அனுப்பி வைக்கப்பட்டது. அதில் இவ்வாறு எழுதப்பட்டிருந்தது: "இன்று மாலை எகிப்தும் சிரியாவும் நம்மைத் தாக்கத் திட்டமிட்டுள்ளன. இன்று நமக்கு முக்கியமான விடுமுறை நாள் என்பதால், இன்று இரவுக்குள் அவர்களால் சூயஸ் கால்வாயைக் கடந்து நம்முடைய பகுதிக்குள் புகுந்துவிட முடியும் என்பது அவர்களுடைய நம்பிக்கை. நம்மைத் தாக்குவது தொடர்பாகப் பிற அரபு நாடுகளுக்குத் தான் கொடுத்திருந்த வாக்குறுதியைத் தன்னால் இனியும் தள்ளிப்போட முடியாது என்பதை அன்வர் சாதத் அறிவார். இத்தாக்குதல் நடப்பதற்கு 99.9 சதவீத வாய்ப்புகள் இருப்பதாக ஏஞ்சல் என்னிடம் தெரிவித்துள்ளார். இது வெளியில் தெரிந்துவிட்டால் அந்நியத் தலையீடு இருக்கும் என்று அவர் சந்தேகிப்பதால், இதை அவர் இரகசியமாக வைத்திருக்கிறார். இதில் இரஷ்யா ஈடுபடாது."

ஆனால், சமீரின் அறிக்கையை எல்லோரும் அப்படியே நம்பிவிடவில்லை. இஸ்ரேலிய இராணுவ உளவு நிறுவனத்தின் தலைவராக இருந்த ஜெனரல் எல்லி ஸீரா, உடனடியாக ஒரு போர் நிகழ்வதற்கான வாய்ப்பு இல்லை என்று உறுதியாக நம்பினார். இத்தனைக்கும், அவருக்குக் கிடைத்திருந்த உளவுச் செய்திகள், போர் உடனடியாகத் துவங்குவதற்கான வாய்ப்புகள் இருந்ததாகவே தெரிவித்தன. சூயஸ் கால்வாய் அருகே எகிப்து குவித்து வைத்திருந்த ஒரு பெரும் படை வெறும் இராணுவ சூழ்ச்சி என்று அவர் நம்பினார். அதே நேரத்தில், எகிப்து மற்றும் சிரியாவில் இருந்த இரஷ்ய இராணுவ ஆலோசகர்களின் குடும்பங்கள் அந்நாடுகளைவிட்டு அவசர அவசரமாக வெளியேறிக் கொண்டிருந்ததாகத் தனக்குத் தகவல் கிடைத்திருந்ததாகவும் அவர் சமீரிடம் ஒப்புக் கொண்டிருந்தார். அப்படிப்பட்ட வெளியேற்றங்கள், உடனடிப் போருக்கான உறுதியான ஆதாரங்கள் என்பதை அறிந்திருந்தபோதிலும் அவர் இவ்வாறு நடந்து கொண்டார்.

ஸீராவும் இஸ்ரேலிய இராணுவத்தில் இருந்த பெரும்பாலானோரும், இரண்டு விதமான காரியங்கள் நிறைவேறினால் மட்டுமே எகிப்து இஸ்ரேலைத் தாக்கும் என்ற ஒரு கோட்பாட்டைக் கொண்டிருந்தனர். முதலாவது, இரஷ்யப் போர் விமானங்களும், இஸ்ரேலின் உட்பகுதிவரை சென்று தாக்கக்கூடிய ஏவுகணைகளும் அவர்களுக்குக் கிடைக்க வேண்டும். இரண்டாவது, அப்போரில் பிற அரபு நாடுகளும் குதிக்கும் என்ற உத்தரவாதம் எகிப்துக்குக் கிடைக்க வேண்டும். இந்த இரண்டு நிபந்தனைகளும் பூர்த்தியாகாதவரை, எகிப்து

இஸ்ரேலைத் தாக்காது. அது வெறுமனே பூச்சாண்டி காட்டும், இராணுவத்தை அங்குமிங்கும் சீண்டும், ஆனால் ஒரு போருக்குத் துணியாது.

ஆனால், இக்கோட்பாடு ஏற்கனவே 1967 இல் ஒரு முறை தோற்றுப் போயிருந்தது. அந்த ஆண்டு எகிப்து தன் இராணுவத்தின் பெரும் பகுதியை ஏமனில் நிறுத்தியிருந்தது; அங்கு எகிப்து ஒரு நீண்டகாலப் போரை நடத்திக் கொண்டிருந்தது. அப்போர் முடியும்வரை எகிப்து இஸ்ரேலைத் தாக்காது என்று இஸ்ரேல் உறுதியாக நம்பியது. ஆனால், 1967 மே 15 அன்று, எகிப்திய இராணுவம் சினாய் பகுதியை வேகமாகக் கடந்து இஸ்ரேலின் எல்லையைத் தாக்கியது. அதே நேரத்தில், ஐக்கிய நாடுகள் சபையின் அவதானிப்பாளர்கள் எகிப்தைவிட்டு வெளியேற்றப்பட்டனர், சூயஸ் கால்வாய்க்குள் இஸ்ரேலின் வர்த்தகக் கப்பல்கள் நுழைவதற்கு எகிப்து தடை விதித்தது. தங்களுடைய கோட்பாடு தோல்வியடைந்திருந்ததை இஸ்ரேலிய வல்லுநர்கள் புரிந்து கொண்டிருந்திருக்க வேண்டும். ஆனால், அப்போரில் இஸ்ரேல் பெற்றிருந்த அற்புதமான வெற்றியில் அனைத்தும் மறக்கப்பட்டுவிட்டன.

1973 அக்டோபர் 6 அன்று நடைபெற்ற அமைச்சரவை அவசரக் கூட்டத்திலும் அக்கோட்பாடு எதிரொலித்தது. ஸீரா மட்டுமல்லாமல், வேறு பல அமைச்சர்களும் எகிப்து இஸ்ரேல்மீது ஒரு திடீர்த் தாக்குதலை மேற்கொள்ளும் என்ற ஏஞ்சலின் அறிக்கையைச் சந்தேகித்தனர். அதற்கு அவர்களிடம் ஒரு வலுவான காரணம் இருந்தது. இதற்கு முன்பு இருமுறை, 1972 மற்றும் 1973 இல் ஏஞ்சல் இப்படி ஒரு திடீர்த் தாக்குதல் நிகழலாம் என்று எச்சரித்திருந்தார். ஏஞ்சல் கடைசி நிமிடத்தில் அந்த எச்சரிக்கையை வாபஸ் வாங்கிக் கொண்டிருந்தார் என்பது உண்மைதான். ஆனால் 1973 மே மாதம், ஏஞ்சல் கொடுத்திருந்த அறிக்கையின் அடிப்படையில் இஸ்ரேல் ஏகப்பட்ட வீரர்களை உடனடியாகப் போர்முனைக்குக் கொண்டு சென்றது. அதற்கு இஸ்ரேலுக்குப் பல மில்லியன் டாலர்கள் பணம் வீணாகச் செலவாயிற்று.

அன்றைய அமைச்சரவைக் கூட்டத்தில், நிலைமையின் தீவிரத்தை அனைவரும் உணர்ந்திருந்தனர். ஆனாலும் அவசர அழைப்புக்கிணங்கப் போரில் குதிக்கத் தயாராக இருந்த வீரர்களில் பாதிப் பேரை மட்டுமே அழைப்பது என்று முடிவு செய்யப்பட்டது. சூயஸ் கால்வாயின் மறுபுறம், எகிப்திய மண்ணில் குவிக்கப்பட்டிருந்த துருப்புகளின்மீது முன்னெடுப்புத் தாக்குதல் தொடுக்கப் போவதில்லை என்ற முடிவும் அப்போது எட்டப்பட்டது.

சமீர் இஸ்ரேலுக்குத் திரும்பினார். போர் உடனடியாக மூளும் என்ற தன் கருத்தில் அவர் உறுதியாக இருந்தார்.

மதியம் சுமார் இரண்டு மணியளவில், ஸீரா போர் நிருபர்களைத் தன் அலுவலகத்திற்கு அழைத்து, உடனடியாகப் போர் நிகழ்வதற்குக் குறைந்தபட்சச் சாத்தியக்கூறு மட்டுமே இருந்ததாகத் தெரிவித்தார். ஸீரா அவர்களிடம் பேசிக் கொண்டிருந்தபோதே, அவருடைய உதவியாளர் ஒருவர் அவரை அணுகி, ஒரு சிறு குறிப்பு எழுதப்பட்டிருந்த ஒரு காகிதத்தை அவரிடம் கொடுத்தார். அதைப் படித்த ஸீரா, அதற்கு மேல் எதுவும் பேசாமல் அந்த அறையிலிருந்து வேகமாக வெளியேறினார்.

ஒரு சில நிமிடங்களுக்குள், யோம் கிப்பூர் கொண்டாட்ட அமைதியைக் கிழித்துக் கொண்டு, விமானம் மூலமான குண்டுவீச்சுத் தாக்குதல் தொடங்கப்படுவதற்கு முன்பு ஒலிக்கப்படுகின்ற அபாயச் சங்கு ஊதப்பட்டது. போர் தொடங்கியிருந்தது.

***

போருக்குப் பின்னர், இஸ்ரேலிய இராணுவ உளவுப் பிரிவின் மூத்த அதிகாரிகள், போரின் துவக்க நேரம் குறித்தத் தவறான தகவலை ஏஞ்சல் சமீரிடம் கொடுத்திருந்தார் என்று குற்றம் சாட்டினர். ஏனெனில், போர் உண்மையில் மதியமே துவங்கியிருந்தது. ஆனால், கடைசி நேரத்தில் எகிப்து மற்றும் சிரியாவின் அதிபர்களுக்கு இடையே நடைபெற்ற உரையாடலைத் தொடர்ந்து, போரின் துவக்க நேரம் மாற்றி அமைக்கப்பட்டிருந்தது என்பது பின்னர் தெரிய வந்தது. ஆனால், அச்சமயத்தில் ஏஞ்சல் லண்டனை நோக்கிப் பறந்து கொண்டிருந்தார்.

ஏஞ்சலின் தவறு குறித்து இஸ்ரேலிய இராணுவ உளவுப் பிரிவின் தலைவர்கள் புலம்பியது விநோதமாக இருந்தது. அவர்கள் ஏஞ்சலை ஓர் உளவாளியாகக் கருதாமல், எகிப்திய அதிபரின் அலுவலகத்திலிருந்த மொசாடின் பிரதிநிதியாக நினைத்துவிட்டிருந்ததுதான் அதற்குக் காரணம். அதனால், அங்கு நிகழ்ந்து கொண்டிருந்த அனைத்தையும் குறித்த முழு அறிக்கைகளை அவ்வப்போது இஸ்ரேலுக்குக் கொடுப்பதுதான் ஏஞ்சலின் வேலை என்று அவர்கள் கருதினர். ஏஞ்சல் எகிப்திய அரசாங்கத்தில் ஓர் உயர்ந்த பதவி வகித்து வந்தபோதிலும், அவர் வெறுமனே ஓர் உளவாளி மட்டுமே என்பதை அவர்கள் மறந்துவிட்டிருந்தனர். அவர் மிகத் தரமான உளவுத் தகவல்களை அளித்துக் கொண்டிருந்தார் என்றாலும், மற்ற எந்தவோர் உளவாளியையும்போலவே, அவருக்கு எல்லா தகவல்களும் எல்லா நேரங்களிலும் தெரிந்திருக்க வாய்ப்பில்லை என்பதுதான் உண்மை.

அன்றைய தினம் தொடங்கியிருந்த யோம் கிப்பூர் யுத்தம் நடைபெற்றக் காலகட்டம் முழுவதும், அவர் மிகத் தரமான உளவுத் தகவல்களைத் தொடர்ந்து அனுப்பிக் கொண்டிருந்தார். எகிப்தியர்கள் இரண்டு 'ஸ்கட்' ஏவுகணைகளை இஸ்ரேலியப் படைகள் குவிக்கப்பட்டிருந்த இடங்களை நோக்கி ஏவியிருந்தனர். ஆனால், மேலும் ஏவுகணைகள் ஏவப்பட மாட்டாது என்று ஏஞ்சல் அளித்த உறுதி இஸ்ரேலிய இராணுவத்திற்கு ஆறுதலளித்தது.

யோம் கிப்பூர் யுத்தம் அக்டோபர் 23 அன்று நிறைவுக்கு வந்தது. கோலன் ஹைட்ஸ் பகுதியில் சிரியப் படைகள் நிர்மூலமாக்கப்பட்டன. இஸ்ரேலியப் பீரங்கிகள் டமாஸ்கஸுக்கு அருகே இருபது மைல் தொலைவுக்கு முன்னேறியிருந்தன. தெற்கில், எகிப்தியப் படை, சூயஸ் கால்வாயை ஒட்டியிருந்த இஸ்ரேலியப் பகுதியில் சுமார் ஐந்து மைல் அகலம் கொண்ட ஓர் இடத்தைப் பிடித்து வைத்திருந்தது. ஆனால் அவர்களுடைய மூன்றாவது படை, இஸ்ரேலியப் படையால் முற்றிலுமாகச் சூழப்பட்டிருந்தது. இஸ்ரேலியப் படையினர் எகிப்தின் இராணுவத்தைப் பிளந்து கொண்டு சென்று, கெய்ரோவிலிருந்து 63 மைல் தூரம்வரை உட்புகுந்துவிட்டிருந்தனர்.

ஆனாலும், இஸ்ரேலால் இந்த வெற்றியைக் கொண்டாட முடியவில்லை. ஏனெனில், அந்தப் போர் 2,656 உயிர்களைக் காவு வாங்கியிருந்தது. 7,251 பேர் காயமடைந்திருந்தனர். இஸ்ரேல் அசைக்கப்பட முடியாத ஒரு சக்தி என்ற பிம்பம் உடைந்து நொறுங்கியிருந்தது.

இறுதியில் எகிப்துக்கும் இஸ்ரேலுக்கும் இடையே பேச்சுவார்த்தைகள் நடைபெற்றன, உடன்படிக்கைகள் கையெழுத்திடப்பட்டன. முதலில், சண்டையை நிறுத்துவதற்கான முயற்சிகள் மேற்கொள்ளப்பட்டன. அடுத்ததாக, இரண்டு நாடுகளுக்கும் இடையே நீடித்து நிலைத்திருக்கின்ற அமைதி நிலவுவதற்கு அச்சாரம் இடப்பட்டது. அமைதிப் பேச்சுவார்த்தைகளில் கலந்து கொள்ள சிரியா மறுத்துவிட்டது.

ஸ்வி சமீரின் பதவிக் காலம் முடிந்தவுடன், மொசாடின் தலைவராக ஜெனரல் யிட்சாக் ஹோஃபி நியமிக்கப்பட்டார்.

சமீர் பல சாதனைகளுடனேயே பதவியிலிருந்து ஓய்வு பெற்றார். எகிப்தும் சிரியாவும் இஸ்ரேல்மீது ஒரு திடீர் தாக்குதல் நடத்தவிருந்தன என்ற உளவுத் தகவலை அவர் மட்டுமே கொண்டு வந்திருந்தார். அதற்காக அவர் பெரிதும் பாராட்டப்பட்டார். அவருடைய எச்சரிக்கையைத் தீவிரமாக எடுத்துக் கொண்டு இஸ்ரேலியத் தலைவர்கள் எகிப்தை முதலில் தாக்கியிருந்தால், போரின் விளைவு இன்னும் கூடுதலாக இஸ்ரேலுக்குச் சாதகமாக

இருந்திருக்கும். போரை இஸ்ரேல்தான் துவக்கியிருந்தது என்ற பழி இஸ்ரேல்மீது விழுந்துவிடக்கூடாது என்பதற்காகத்தான் அதற்குத் தாங்கள் உடன்படவில்லை என்று இஸ்ரேலிய அமைச்சர்கள் சிலர் பின்னர் தெரிவித்தனர். அது இட்டுக்கட்டப்பட்ட ஒரு கதை என்பதோடு, கிட்டப்பார்வை கொண்ட ஒரு தீர்மானமாகவும் இருந்தது என்பதுதான் உண்மை. எது முக்கியம்? இஸ்ரேல்மீது பழி விழுந்துவிடக்கூடாது என்பதா? அல்லது தன்னிடம் இருந்த வளவசதிகளை வைத்துக் கொண்டு தன்னைச் சிறப்பாகத் தற்காத்துக் கொள்வதா?

எது எப்படியோ, ஏஞ்சலின் எச்சரிக்கை, கோலன் ஹைட்ஸ் பகுதி இஸ்ரேலிடமிருந்து பறிபோகாமல் காக்க உதவியது என்று இஸ்ரேலிய வரலாற்றியலாளரான யூரி பார்–யோசஃப் கருத்துத் தெரிவித்தார். ஏஞ்சலின் எச்சரிக்கையின் அடிப்படையில், பீரங்கிப் படையினர், அக்டோபர் 6 அன்று காலையிலேயே கோலன் ஹைட்ஸ் பகுதியை நோக்கி நகரத் துவங்கி, அந்த இடத்தை மதியமே அடைந்துவிட்டிருந்தனர். அதனால், சிரியாவின் முன்னேற்றத்தை அவர்களால் உடனடியாகத் தடுக்க முடிந்தது.

போரின் முடிவில், முன்னெப்போதும் இருந்திராத அளவுக்குப் பொதுமக்களிடமிருந்து கிளம்பிய அழுத்தம் காரணமாக, இஸ்ரேலிய அரசு, யோம் கிப்பூர் யுத்தத்தின்போது மேற்கொள்ளப்பட்டத் தீர்மானங்கள் குறித்து விசாரிக்க உச்ச நீதிமன்ற நீதிபதி ஷிமோன் அக்ரநாத்தின் தலைமையில் ஒரு விசாரணைக் கமிஷனை நியமித்தது. அக்குழு, ஜெனரல் எல்லி ஸீரா உடனடியாகப் பதவி நீக்கம் செய்யப்பட வேண்டும் என்று பரிந்துரைத்தது. அதேபோல, இஸ்ரேலிய இராணுவத் தளபதி டேவிட் எலாசார் உட்பட, பல உயரதிகாரிகளையும் பதவியிலிருந்து நீக்குமாறு அக்குழு கேட்டுக் கொண்டது.

எல்லாம் சரி, யார் இந்த ஏஞ்சல்? அவர் யார் என்பது குறித்தப் பல கதைகள், பல அறிக்கைகள், மற்றும் பல புத்தகங்கள் பல ஆண்டுகளாக எழுதப்பட்டு வந்துள்ளன. அவை அனைத்துமே தவறானவை. ஏஞ்சல், எகிப்திய அரசு மற்றும் அதன் இராணுவத்தின் உயர் மட்டங்களில் உலா வந்து கொண்டிருந்த ஒரு நபர் என்பது வெளிப்படை. ஆனால், உண்மையில் அவர் யார் என்ற இரகசியத்தை யாராலும் திரைவிலக்க முடியவில்லை. பத்திரிகையாளர்களும் ஆய்வாளர்களும் அவருக்குப் பலவிதமான சங்கேதப் பெயர்களைச் சூட்டி அழகு பார்த்தனர்; ஏகப்பட்டத் திறமைகள் கைவரப் பெற்ற ஒரு நபராக அவரை உருவகப்படுத்தினர். அவர் உளவாளிக் கதைகள் பலவற்றின் நாயகனாக உருவெடுத்தார். அவற்றில் பல பெரும் வெற்றி பெற்றன.

***

பதவியிலிருந்து தூக்கியெறியப்பட்ட ஜெனரல் ஸீரா, அந்த ஏமாற்றத்தை விழுங்கிக் கொள்ள முடியாமல் பல காலம் தவித்துக் கொண்டிருந்தார். 1973 ஆம் ஆண்டு நிகழ்வில் தன் பங்கு என்ன என்பதை உலகிற்கு வெளிப்படுத்தவும், தான் உண்மையில் ஒரு வெகுளி என்று நிரூபிக்கவும் அவர் துடித்தார்.

இறுதியில் அவர் ஒரு புத்தகத்தை எழுத முடிவு செய்தார். தான் ஏஞ்சலின் எச்சரிக்கையைப் புறக்கணித்ததற்கான தன் பக்க நியாயத்தை அப்புத்தகத்தில் வெளிப்படுத்த அவர் தீர்மானித்தார்.

அப்புத்தகத்தில், ஏஞ்சல் ஓர் இரட்டை உளவாளி என்று அவர் குற்றம் சாட்டியிருந்தார். ஏஞ்சல் எகிப்தியர்களால் மொசாடுக்குள் ஊடுருவ வைக்கப்பட்டிருந்ததாகவும், இஸ்ரேலியர்களுக்குத் தவறான தகவல்களைத் தந்து அவர்களைத் திசைதிருப்புவதுதான் அவருடைய வேலை என்றும் அவர் குறிப்பிட்டிருந்தார்.

ஸீராவின் கதையைச் சில பத்திரிகையாளர்கள் ஏற்றுக் கொண்டு, ஏஞ்சல் உண்மையிலேயே மிகச் சிறந்த இரட்டை உளவாளி என்று தங்களுடைய பத்திரிகைகளில் எழுதினர். நீண்டகாலத்திற்கு இஸ்ரேலுக்கு நம்பகமான தகவல்களைத் தொடர்ந்து வழங்கி அவர்களுடைய நம்பிக்கையைச் சம்பாதித்து, பிறகு அவர்களை ஒட்டுமொத்தமாக அழித்தொழிக்கின்ற ஒரு பொய்யான தகவலை அளிப்பதுதான் ஏஞ்சலின் உண்மையான நோக்கம் என்று அவர்கள் குறிப்பிட்டனர்.

அது ஒரு நல்ல கதைதான். அது எல்லாவற்றையும் விளக்கியது – கிட்டத்தட்ட! ஏனெனில், ஸீராவும் அவருடைய ஆதரவாளர்களும் ஒரு முக்கியமான உண்மையை சௌகரியமாக மறந்துவிட்டிருந்தனர்: தொடக்கத்திலிருந்து இறுதிவரை ஏஞ்சலின் அனைத்துத் தகவல்களும் துல்லியமாக இருந்தன. அப்படியிருக்கும்போது, அதில் பொய் எங்கே இடம் பெற்றிருந்தது?

சூயஸ் கால்வாய்ப் பகுதியில் எகிப்திய இராணுவம் குவிக்கப்பட்டிருந்தது வெறும் பயிற்சிதான் என்ற தவறான தகவலைக் கூறி ஏஞ்சல் இஸ்ரேலின் கண்களை மறைத்திருக்கலாம். ஆனால், அவர் லண்டனை உடனடியாகத் தொடர்பு கொண்டு எச்சரித்தார். அதோடு, அவர் நேராக லண்டனுக்கு வந்து, எகிப்து உடனடியாக இஸ்ரேலைத் தாக்கவிருந்தது என்று சமீரிடம் உறுதிபடக் கூறினார்.

ஆனால், ஸீராவைத் தடுத்து நிறுத்த முடியவில்லை. 2004 இல் அவருடைய புத்தகத்தின் புதிய பதிப்பு வெளியானது. அவர் ஒரு படி மேலே சென்று, ஏஞ்சல் யார் என்ற உண்மையைப் பொதுவெளியில் அம்பலப்படுத்திவிட்டார். அதைத் தொடர்ந்து அவர் தொலைக்காட்சி நிகழ்ச்சிகளுக்கு அளித்தப் பல பேட்டிகளில் ஏஞ்சலின் உண்மையான பெயரை வேண்டுமென்றே குறிப்பிட்டார்.

அஷ்ரஃப் மார்வன் என்ற பெயர்தான் அது.

எகிப்திய அரசியல் வட்டாரத்தில் அவருடைய பெயரைத் தெரிந்திருந்தவர்களை அது அதிரச் செய்தது. மார்வன் ஓர் இஸ்ரேலிய உளவாளியாக இருப்பார் என்று அவர்களில் எவராலும் நம்ப முடியவில்லை.

யார் இந்த அதிஉளவாளி? யார் இந்த அஷ்ரஃப் மார்வன்?

***

1965 இல், இனிமையான எகிப்திய வெகுளிப் பெண் ஒருத்தி, கம்பீரமான, வசீகரமான வாலிபர் ஒருவரை ஹெலியோபோலிஸ் டென்னிஸ் விளையாட்டு அரங்கில் சந்தித்தாள். அவளுடைய பெயர் மூனா. அவளுடைய பெற்றோருக்கு அவள் மூன்றாவது மகள். அறிவில் அவள் மிகவும் சராசரியானவள். அவளுடைய சகோதரி ஹூடாதான் புத்திசாலித்தனமும் சாதுரியமும் நிரம்பியவள். படிப்பில் அவள் ஒரு சூரப்புலி. அவளைத்தான் அவர்களுடைய தந்தைக்கு மிகவும் பிடிக்கும். மூனா சந்தித்திருந்த வாலிபர், ஒரு வசதியான குடும்பத்தைச் சேர்ந்தவர். அவர் வேதியியலில் இளநிலைப் பட்டப்படிப்பை முடித்துவிட்டு இராணுவத்தில் சேர்ந்திருந்தார். மூனா அவரைக் கண்மூடித்தனமாகக் காதலித்தாள்.

விரைவில் மூனா தன் காதலரைத் தன் குடும்பத்திற்கு அறிமுகம் செய்து வைத்தாள். அப்படித்தான் அந்த வாலிபர், மூனாவின் தந்தையான, எகிப்திய அதிபர் கமால் அப்தல் நாசரைச் சந்தித்தார்.

தன் மகள் சரியான நபரைத் தேர்ந்தெடுத்திருந்தாளா என்ற சந்தேகம் நாசருக்கு இருந்தது. ஆனால், இந்த விஷயத்தில், மூனா பிடிவாதமாக இருந்தாள். இறுதியில், தன்னை வந்து சந்திக்கும்படி அந்த வாலிபரின் தந்தைக்கு நாசர் அழைப்பு விடுத்தார். அதிபருக்குப் பாதுகாப்பு வழங்குகின்ற இராணுவப் பிரிவில் அவர் ஒரு மூத்த அதிகாரியாக இருந்தார். தங்களுடைய குழந்தைகள் இருவரும் மணமுடித்துக் கொள்ள அனுமதிக்க அவர்கள் இருவரும் முடிவு செய்தனர். ஓராண்டு கழித்து, 1966 ஜூலையில், அந்த இளம் ஜோடி மணமுடித்துக் கொண்டது. விரைவில் அந்த வாலிபர், எகிப்திய இராணுவத்தின் ஒரு பிரிவான, குடியரசுக் காவலர் படையின் வேதித் துறையில் சேர்த்துக் கொள்ளப்பட்டார். 1968 ஆம் ஆண்டின் இறுதியில், அதிபரின் அறிவியல் துறைக்கு அவர் மாற்றப்பட்டார்.

நாசரின் மருமகனின் பெயர்தான் அஷ்ரஃப் மார்வன். மார்வனுக்குத் தன்னுடைய புதிய வேலை பிடிக்கவில்லை. அதனால், லண்டனுக்குச் சென்று மேற்படிப்புப் படிக்க அவர்

நாசரிடம் அனுமதி கேட்டார். நாசர் அதற்குச் சம்மதித்தார். மார்வன் தனியாக லண்டனுக்குச் சென்று அங்குத் தங்கிப் படித்தார். அங்கிருந்த எகிப்தியத் தூதரகம் அவரை உன்னிப்பாகக் கண்காணித்து வந்தது.

ஆனால், அவர்களுடைய கண்காணிப்பு போதுமானதாக இருக்கவில்லை.

ஒரு செல்வச்செழிப்பான வாழ்க்கை மார்வனுக்கு மிகவும் பிடித்திருந்தது. 1960களில், கேளிக்கைகள், விருந்துகள், இரவுநேரக் களியாட்டங்கள் போன்றவற்றுக்கு லண்டனில் பஞ்சமிருக்கவில்லை. அதனால், தனக்குக் கொடுக்கப்பட்டிருந்த பணத்தைக் கரைக்க மார்வனுக்கு வெகுகாலம் பிடிக்கவில்லை. தன்னுடைய ஆடம்பரச் செலவுகளுக்குத் தேவையான பணத்தை மார்வன் வேறு வழிகளில் ஈட்ட வேண்டியிருந்தது. அந்த வழியை அவர் விரைவிலேயே கண்டுபிடித்தார்.

அவள் பெயர் சுவாத். அவள் குவைத்தைச் சேர்ந்த அப்துல்லா முபாரக் அல்–சபா என்ற ஷேக்கின் மனைவி. மார்வன் அவளை மயக்கினார். அவள் அவருக்காகத் தன் பர்ஸைத் தாராளமாகத் திறந்தாள். ஆனால், இந்த ஏற்பாடு வெகுநாட்கள் நீடிக்கவில்லை. ஒரு நாள் அவருடைய லீலை அம்பலமானது. அதைக் கேள்விப்பட்டுக் கடும் கோபமடைந்த நாசர், உடனடியாக நாடு திரும்பும்படி மார்வனுக்குக் கட்டளையிட்டார். வேலி தாண்டி மேய்ந்து கொண்டிருந்த மார்வனை விவாகரத்து செய்துவிடும்படி நாசர் தன் மகளைக் கேட்டுக் கொண்டார். ஆனால் மூனா அதற்குச் சம்மதிக்கவில்லை. அதனால், மார்வன் எகிப்திலேயே தங்கிக் கொண்டு, தேர்வு எழுதுவதற்கு மட்டும் லண்டனுக்குச் சென்று வருவதற்கு நாசர் அனுமதித்தார். சுவாத்திடம் கடன் வாங்கியிருந்த பெரும் பணத்தை மார்வன் திருப்பிக் கொடுக்க வேண்டியிருந்தது. அவருக்கு நாசரின் அலுவலகத்திலேயே ஒரு வேலை போட்டுக் கொடுக்கப்பட்டது. அவ்வப்போது அவருக்குச் சிறுசிறு வேலைகள் கொடுக்கப்பட்டு வந்தன.

1969 இல், மார்வன் தன்னுடைய கட்டுரையைத் தன்னுடைய பல்கலைக்கழகத்தில் சமர்ப்பிப்பதற்காக மீண்டும் லண்டனுக்கு வந்தார். அம்முறைதான். அவர் முதன்முதலாகத் தன் மாமனாருக்குத் துரோகம் இழைக்கின்ற முதலடியை எடுத்து வைத்தார். தன்னை எகிப்திற்குத் திரும்ப அழைத்து அவமானப்படுத்தியிருந்த தன் மாமனார்மீது மார்வன் கோபத்துடனும் மனக்கசப்புடனும் இருந்தார். அதனால், அவர் துணிந்து இஸ்ரேலியத் தூதரகத்தைத் தொலைபேசியில் தொடர்பு கொண்டு, அங்கிருந்த இராணுவ அதிகாரியுடன் தான் பேச வேண்டும் என்று கூறினார். மறுமுனையில் அந்த அதிகாரி

வந்தவுடன், மார்வன் நேரடியாக விஷயத்திற்கு வந்தார். அவர் அந்த அதிகாரியிடம் தன்னுடைய உண்மையான பெயரைக் கூறி, இஸ்ரேலுக்காக உளவு பார்க்கத் தான் தயாராக இருந்ததாகத் தெரிவித்தார். இதுபோன்ற விஷயங்களைக் கையாண்டு கொண்டிருந்த நபர்களிடம் தன்னுடைய விருப்பத்தைத் தெரிவிக்கும்படி மார்வன் அந்த அதிகாரியைக் கேட்டுக் கொண்டார். ஆனால், மார்வனின் விருப்பத்தை அந்த அதிகாரி அவ்வளவு தீவிரமாக எடுத்துக் கொள்ளவில்லை. அதனால், அதைப் பற்றி அவர் எவரிடமும் பேசவில்லை. மார்வன் விடுத்த இரண்டாவது அழைப்பும் அலட்சியப்படுத்தப்பட்டது. ஆனால், அக்கதை எப்படியோ மொசாடின் சில அதிகாரிகளின் காதுகளை எட்டியது. மூன்றாவது முறை மார்வன் அழைத்தபோது, மொசாடின் ஐரோப்பியப் பிரிவின் தலைவராக இருந்த ஷுமுவேல் கோரனுக்கு அது திருப்பிவிடப்பட்டது. மார்வன் யார் என்பதும், நாசருடனான அவருடைய உறவைப் பற்றியும் கோரனுக்குத் தெரியும். அதனால், இனியும் இஸ்ரேலியத் தூதரகத்தைத் தொடர்பு கொள்ள வேண்டாம் என்று மார்வனைக் கேட்டுக் கொண்ட கோரன், பதிவு செய்யப்பட்டிராத ஒரு தொலைபேசி எண்ணை அவரிடம் கொடுத்து, இனி அந்த எண்ணில் தன்னைத் தொடர்பு கொள்ளுமாறு அவரைக் கேட்டுக் கொண்டார். பிறகு, அவர் உடனடியாகத் தன்னுடைய மேலதிகாரிகளிடம் அதைப் பற்றிக் கூறினார்.

அதைத் தொடர்ந்து, கோரன் ஒரு இரகசிய அறிக்கையுடன் மொசாடின் தலைமையகத்திற்குச் சென்றார். அதை ஸூவி சமீரும், மொசாடில் புதிய உளவாளிகளைச் சேர்த்துக் கொள்கின்ற பிரிவின் தலைவராக இருந்த ரெஹாவியா வர்டியும் படித்தனர். மார்வனின் கோரிக்கையை முழுமையாகச் சோதிப்பதற்காக அவர்கள் இரண்டு ஏஜன்டுகளை நியமித்தனர். ஒரு புறம், மார்வனின் கோரிக்கை, இஸ்ரேலைப் பொறி வைத்துப் பிடிப்பதற்கான ஓர் ஏமாற்று நாடகத்திற்கான அனைத்து அம்சங்களையும் கொண்டிருந்தது: ஒரு நாட்டில் மிக உயர்ந்த நிலையில் இருக்கின்ற ஒருவர், எதிரி நாட்டுக்கு உளவு பார்ப்பதற்காகத் தானாகவே முன்வருகிறார். மேலோட்டமாகப் பார்த்தாலே அது சந்தேகத்திற்கு இடமான ஒன்றாக இருப்பதை ஒருவரால் அறிந்து கொள்ள முடியும். அந்த நபர் ஓர் இரட்டை உளவாளியாக இருக்கலாம். இஸ்ரேலுக்குத் தூண்டில் போடுவதற்காக அவர் எகிப்திய உளவு அமைப்பால் அனுப்பி வைக்கப்பட்டிருக்கலாம்.

மறுபுறம், மிக உயர்ந்த நிலையில் இருக்கின்ற ஒரு நபர், மற்ற எவராலும் கொடுக்க முடியாத அதிஇரகசிய ஆவணங்களையும் தகவல்களையும் அணுகக்கூடிய நிலையில் இருப்பார். ஒரு வேளை,

உலகிலுள்ள அனைத்து உளவு அமைப்புகளும் தங்களுக்கு அப்படி ஒருவர் கிடைக்க மாட்டாரா என்று ஏங்குகின்ற ஒரு கச்சிதமான உளவாளியாக அவர் இருக்கக்கூடும். அதோடு, வர்டியின் ஆட்கள் மார்வனைப் பற்றிய பல தகவல்களை அறிந்து வைத்திருந்தனர். பேராசைக் கனவுகளைக் கொண்டிருந்த, இன்பநுகர்ச்சியில் பேரார்வம் கொண்டிருந்த ஒரு நபர் மார்வன் என்பதை அவர்கள் அறிவர். அதனால், அவர் பணத்தைக் கொண்டாடினார். அவரை ஓர் உளவாளியாகச் சேர்த்துக் கொள்ள மொசாட் பெரும் ஆர்வம் காட்டியது.

கோரன் லண்டன் திரும்பியவுடன், தன்னை வந்து சந்திக்குமாறு அவர் மார்வனைக் கேட்டுக் கொண்டார். மார்வன் கோரனைச் சந்தித்தபோது, 1967 ஆம் ஆண்டு நிகழ்ந்த போரில் எகிப்து தோற்றது குறித்துத் தான் உண்மையிலேயே ஏமாற்றமடைந்ததாகவும், அதனால் வெற்றியாளர்களின் பக்கம் சேர்ந்து கொள்ளத் தான் தீர்மானித்திருந்ததாகவும் அவர் வெளிப்படையாகவே கூறினார். அவருடைய 'கருத்தியல்ரீதியான' காரணங்கள் ஒருபுறமிருக்க, இஸ்ரேலுக்காக உளவு பார்ப்பதற்கு அவர் பெரும் பணம் கேட்டார். தன்னைக் கையாள்பவர்களிடம் தான் கொடுக்கும் ஒவ்வோர் அறிக்கைக்கும் தனக்கு 1,00,000 டாலர்கள் பணம் தரப்பட வேண்டும் என்று அவர் கேட்டார்.

அது ஒரு பெரிய தொகையாக இருந்தபோதிலும், கோரன் அதற்கு உடன்படத் தயாராக இருந்தார். அவ்வளவு பெரிய தொகை அதற்கு முன்பு எந்தவொரு மொசாட் உளவாளிக்கும் கொடுக்கப்பட்டிருக்கவில்லை. ஆனால் முதலில், மார்வன் வெறும் வாய்ச்சொல் வீரனல்ல என்பதைக் கோரன் உறுதி செய்து கொள்ள விரும்பினார். அதை நிரூபித்துக் காட்டுமாறு அவர் மார்வனிடமே கேட்டார். "உங்களால் எந்த மாதிரியான இரகசிய ஆவணங்களை எங்களுக்குக் கொடுக்க முடியும் என்று நான் தெரிந்து கொள்ள விரும்புகிறேன். அத்தகைய ஆவணங்களில் ஏதேனும் ஒன்றை எங்களுக்குக் கொடுங்கள்," என்று கோரன் கூறினார். அப்படி மார்வன் மொசாடுக்குக் கொடுக்கின்ற இரகசிய ஆவணங்கள் அவரை மொசாடோடு பிணைத்துவிடும். மார்வன் ஒரு மொசாட் உளவாளியாக ஆகிவிட்டிருந்தார் என்பதற்கான அசைக்கப்பட முடியாத சான்றாக அது ஆகிவிடும். எகிப்தியர்களின் பார்வையில் அது மார்வனை ஒரு தேசத் துரோகியாகவும் எதிரி நாட்டின் உளவாளியாகவும் ஆக்கிவிடும்.

மார்வன் கோரனை நீண்டகாலம் காக்க வைக்கவில்லை. 1970 ஜனவரி 22 அன்று மாஸ்கோவில் நாசருக்கும் சோவியத் ஒன்றியத்தின் தலைவர்களுக்கும் இடையே நடைபெற்ற அதிகாரபூர்வமான சந்திப்புக்கூட்டத்தில் பேசப்பட்ட

விஷயங்களின் எழுத்துபூர்வமான பிரதியை அவர் கோரனிடம் சமர்ப்பித்தார். அந்தப் பேச்சுவார்த்தையின்போது, இஸ்ரேலுக்குள் ஆழமாகச் சென்று தாக்கக்கூடிய போர் விமானங்களையும் விமானங்களிலிருந்து போடப்படக்கூடிய வெடிகுண்டுகளையும் தங்களுக்குத் தருமாறு நாசர் சோவியத்திடம் கேட்டிருந்தார்.

அந்த ஆவணத்தைப் படித்த அனைவரும் பெரும் வியப்படைந்தனர். அப்படிப்பட்ட ஓர் ஆவணத்தை அவர்கள் அதற்கு முன்பு ஒருபோதும் பார்த்திருக்கவில்லை. அதன் நம்பகத்தன்மை கேள்விக்கு அப்பாற்பட்டதாக இருந்தது. தங்களுடைய கரங்களில் ஒரு சொக்கத் தங்கம் மாட்டியிருந்ததை மொசாட் தலைவர்கள் உணர்ந்தனர். மார்வனைக் கையாள்வதற்கு அவர்கள் துபியை நியமித்து, அவரை லண்டனுக்கு அனுப்பி வைத்தனர். அதோடு, லண்டனில் இதற்காக அவர்கள் ஒரு தனி வீட்டை வாடகைக்கு எடுத்தனர். அந்த வீட்டில், மறைவாகப் படம் பிடிப்பதற்கான மற்றும் ஒலிப்பதிவு செய்வதற்கான கருவிகளை அவர்கள் பொருத்தினர், அவ்வீட்டின் பாதுகாப்பை அவர்கள் உறுதி செய்தனர். ஒரு கதாநாயகனின் அந்தஸ்தில் இருந்த அவர்களுடைய உளவாளிக்குச் செலவு செய்வதற்காக அவர்கள் தனியாக நிதியும் ஒதுக்கினர். விளையாட்டு ஆரம்பமானது.

அந்தச் சந்திப்புகள் அனைத்திற்கும் மார்வன்தான் அச்சாரமிட்டார். அவர்கள் தங்களுக்கிடையே செய்து கொண்டிருந்த ஏற்பாட்டின்படி, மார்வன் ஏதேனும் முக்கியமான தகவல்களைக் கடத்த விரும்பியபோது, ஓர் இடையாள் மூலமாக அவர் துபியைத் தொடர்பு கொண்டார். மார்வன் அரசியல்ரீதியான மற்றும் இராணுவரீதியான எண்ணற்ற உயர்தர இரகசிய ஆவணங்களை மொசாடுக்கு வழங்கினார். மொசாடின் கணக்குப்படி, மார்வனுக்கு மூன்று மில்லியன் டாலர்களுக்கு மேல் கொடுக்கப்பட்டிருந்தது.

1970 செப்டம்பர் 28 அன்று நாசர் காலமானார். அவருடைய இடத்திற்கு அன்வர் சாதத் வந்தார். தலைசிறந்த எகிப்திய வரலாற்றியலாளரான பேராசிரியர் ஷிமோன் ஷமீர், மொசாடுக்காக அன்வர் சாதத்தின் குணாம்சத்தை அலசி, சாதத் ஒரு பலவீனமான, புத்திக்கூர்மையற்ற ஒரு நபர் என்றும், அவர் போரில் ஈடுபட மாட்டார் என்றும், ஆட்சியிலும் அவர் நீண்டகாலம் நிலைத்திருக்க மாட்டார் என்றும் தெரிவித்தார். பெரும்பாலான எகிப்தியத் தலைவர்களும் அதே அபிப்பிராயத்தையே கொண்டிருந்தனர். ஆனால், மார்வன், சாதத்திற்கு நிபந்தனையற்ற ஆதரவு தெரிவிக்கத் தீர்மானித்தார். அவர் தன் மனைவியிடமிருந்து தன் மாமனாரின் இரகசியப் பெட்டகத்தின் சாவியைப் பெற்று, அப்பெட்டகத்திலிருந்த

முக்கிய ஆவணங்கள் அனைத்தையும் கொண்டுவந்து அந்தப் புதிய அதிபரின் கைகளில் கொடுத்தார்.

1971 மே மாதம், சோவியத் ஆதரவு நிலைப்பாடு கொண்டிருந்த எகிப்தியத் தலைவர்கள் பலர் சேர்ந்து சாதத்தின் ஆட்சியைக் கவிழ்க்க ஒரு சதித்திட்டம் தீட்டியபோதும் மார்வன் சாதத்தின் பக்கம் இருந்தார். அந்தச் சதித்திட்டத்தைத் தீட்டியவர்களில், ஒரு முன்னாள் துணை அதிபர், பல முன்னாள் அமைச்சர்கள், நாடாளுமன்ற உறுப்பினர்கள் ஆகியோரும் இருந்தனர். சாதத் அலெக்சான்ட்ரியா பல்கலைக்கழகத்திற்கு வருகை தர இருந்தபோது அவரைத் தீர்த்துக்கட்டத் திட்டமிடப்பட்டிருந்தது. ஆனால் சாதத் முந்திக் கொண்டார். அவர் சதிகாரர்கள் அனைவரையும் கைது செய்து சிறைக்குள் தள்ளினார். அச்சமயத்தில் மார்வன் அவருக்கு உறுதுணையாக இருந்து அவருக்கு உதவினார்.

இதன் காரணமாக, எகிப்திய அரசியல் வட்டாரத்தில் மார்வனின் நிலை வெகுவாக மேம்பட்டது. அவர் எகிப்திய அதிபரின் சிறப்பு ஆலோசகர் மற்றும் தகவல் தொடர்புச் செயலாளராக நியமிக்கப்பட்டார். சாதத் அரபு நாடுகளுக்கு விஜயம் செய்தபோது, அவருடன் மார்வனும் சென்றார், அங்கு நடைபெற்ற உயர்மட்ட அரசியல் பேச்சுவார்த்தைகளில் கலந்து கொண்டார்.

மார்வனின் அரசியல் அந்தஸ்து உயர உயர, அவர் இஸ்ரேலுக்கு இரகசியமாக அளித்து வந்த அறிக்கைகளும் அதிகரிக்கத் துவங்கின. 1971 இல், சாதத் பல முறை மாஸ்கோவிற்குச் சென்றார். ஒரு முறை, சோவியத் அதிபர் பிரெஸ்னேவிடம், இஸ்ரேலைத் தாக்குவதற்குத் தனக்கு என்னென்ன ஆயுதங்கள் வேண்டும் என்று ஒரு பெரிய பட்டியலையே கொடுத்தார். அதில் மிக்–25 போர்விமானமும் இடம் பெற்றிருந்தது. மார்வன் அப்பட்டியலின் நகலை மொசாடிடம் கொடுத்தார். சாதத்திற்கும் பிரெஸ்னேவுக்கும் இடையே நடைபெற்ற உரையாடலின் எழுத்துப் பிரதியை மொசாட் கேட்டபோது, மார்வன் அதையும் கொண்டுவந்து கொடுத்தார். மார்வனின் அறிக்கைகளால் பெரிதும் கவரப்பட்ட ஸூவி சமீர் அவரை நேரில் சந்தித்தார். மார்வன் கொடுத்திருந்த அறிக்கைகள், சமீர், பிரதமர் கோல்டா மேயர், இராணுவ அமைச்சர் மோஷே தயான், கோல்டாவின் நம்பிக்கைக்குரிய அமைச்சர் இஸ்ரேல் கலிலி, இஸ்ரேலிய இராணுவத் தளபதி, உதவித் தளபதி, மொசாட் மற்றும் இஸ்ரேலிய இராணுவப் புலனாய்வு அமைப்பின் மூத்த அதிகாரிகள் ஆகியோரிடம் பகிர்ந்து கொள்ளப்பட்டன.

மார்வனின் அறிக்கைகளில் சில, வேறு பிற நாடுகளின் புலனாய்வு அமைப்புகளின் தலைவர்களின் கைகளையும்

சென்றடைந்தன. மார்வன் இத்தாலியின் இரகசியப் புலனாய்வு அமைப்பைத் தொடர்பு கொண்டு, அவர்களுக்கு எகிப்தின் இரகசியத் தகவல்களைத் தருவதாகக் கூறினார். அவர் பிரிட்டனின் புலனாய்வு நிறுவனமான எம்ஐ6 அமைப்புக்கும் வேலை பார்த்ததாக ஒரு தகவல் கூறுகிறது. அவர் சமீரைப் பார்ப்பதற்கு அக்டோபர் 5 அன்று வந்தபோது, வழியில் ரோமில் இறங்கி வந்ததற்கு அதுதான் காரணமாக இருந்திருக்க வேண்டும்.

அதற்கு முன்பே மார்வனின் அறிக்கை ஒன்று இத்தாலியர்களைச் சென்றடைந்திருந்தது. ஆனால் அதை அவர்களுக்கு மொசாடே கொடுத்திருந்தது. யோம் கிப்பூர் யுத்தத்திற்கு ஒரு மாதத்திற்கு முன்பு, லிபியா எகிப்தின் உதவியை நாடியிருந்தது. லிபியத் தலைவர் கர்னல் கடாஃபிக்கு ஆதரவாகச் செயல்பட்டுக் கொண்டிருந்த பாலஸ்தீனியத் தீவிரவாதிகள், இஸ்ரேலின் எல் அல் விமானம் ரோம் விமான நிலையத்திலிருந்து கிளம்பும்போது சுட்டுவீழ்த்தத் திட்டமிட்டிருந்தனர்.

1973 பிப்ரவரியில் இஸ்ரேலின் சினாய் பகுதியின் மேலாகப் பறந்து சென்ற ஒரு லிபிய நாட்டுப் பயணியர் விமானத்தை இஸ்ரேல் தவறுதலாகச் சுட்டு வீழ்த்தியதற்குப் பழி வாங்குவதற்கான நடவடிக்கையாக அது திட்டமிடப்பட்டிருந்தது. பாலஸ்தீனியத் தீவிரவாதிகள் ஒரு விமானத்தைக் கடத்தி, அதில் வெடிமருந்துப் பொருட்களை நிரப்பி, இஸ்ரேலின் பெருநகரம் ஒன்றில் அதை மோதத் திட்டமிட்டிருந்தது குறித்தச் சான்றுகள் மொசாடுக்குக் கிடைத்திருந்தன (இதைப் பற்றி நாம் ஏற்கனவே 12-வது அத்தியாயத்தில் பார்த்தோம்). லிபிய நாட்டுக் கொடியில் உள்ள நிறங்களைத் தாங்கிய ஒரு விமானம் சினாய் பகுதிக்கு மேலே பறந்தபோது, இஸ்ரேலுக்குச் சொந்தமான வான்வெளியைவிட்டு வெளியேறுமாறும், அந்த விமானம் குறித்தத் தகவலைக் கூறுமாறும் இஸ்ரேலிய விமானப் படையின் கட்டுப்பாட்டு அறை அதிகாரிகள் அந்த விமானத்தின் விமானியிடம் கேட்டுக் கொண்டனர். ஆனால், அந்த விமானத்திலிருந்து எந்தவிதமான பதிலும் வராததால், வெடிகுண்டுகளுடன் வரக்கூடும் என்று எதிர்பார்க்கப்பட்ட விமானம் அதுவாகத்தான் இருக்கும் என்று அந்த அதிகாரிகள் அனுமானித்துக் கொண்டு, இரண்டு போர் விமானங்களை அனுப்பி அதைச் சுட்டுவீழ்த்தினர். அது உண்மையில் லிபியாவைச் சேர்ந்த ஒரு பயணியர் விமானம். அது சினாய் பகுதியில் வீசிக் கொண்டிருந்த மணற்புயலின் காரணமாக வழி மாறி இஸ்ரேலின் எல்லைக்குள் தவறுதலாக நுழைந்திருந்தது. அந்த விமானம் விழுந்து கிடந்த இடத்திற்குச் சென்ற இஸ்ரேலிய மருத்துவர்கள் குழு, அந்த விமானத்தில் பயணித்திருந்த 108 பேரின் உடல்களை அங்குக் கண்டெடுத்தது.

அதில் பலியானவர்களுக்காக இஸ்ரேலைப் பழி வாங்க கடாஃபி முடிவெடுத்தார். அந்த ஆபரேஷன் ஐந்து ஃபட்டா தீவிரவாதிகளிடம் ஒப்படைக்கப்பட்டது. லிபியர்களுக்கு உதவத் தீர்மானித்த சாதத், இரஷ்யாவில் தயாரிக்கப்பட்டிருந்த ஸ்ட்ரேலா ஏவுகணைகள் இரண்டை அத்தீவிரவாதிகளுக்குக் கொடுக்குமாறு மார்வனைக் கேட்டுக் கொண்டார். தரையிலிருந்து வானுக்கு ஏவப்படுகின்ற அந்த ஏவுகணைகளை, தூதரகங்களுக்கு அனுப்பி வைக்கப்படுகின்ற, சுங்கச் சோதனைகளுக்கு உட்படுத்தப்படாத அஞ்சல் மூலம் மார்வன் ரோமுக்கு அனுப்பி வைத்தார். பின்னர் அவரே ரோமுக்குச் சென்று, அந்த ஏவுகணைகளை அந்தத் தூதரகத்திலிருந்து பெற்றுத் தன் காரில் ஏற்றிக் கொண்டு, தீவிரவாதிகளில் ஒருவரை ஒரு காலணி விற்பனைக் கடையில் சந்தித்தார். பிறகு அவர்கள் இருவரும், கம்பளங்களை விற்பனை செய்த ஒரு கடைக்குச் சென்று இரண்டு பெரிய கம்பளங்களை வாங்கி, அவற்றில் அந்த ஏவுகணைகளைச் சுருட்டி, பாலஸ்தீனியர்கள் தங்கியிருந்த வீட்டில் அவற்றைக் கொண்டுபோய் இறக்கினர். ஆனால், மார்வன் அது குறித்து ஏற்கனவே மொசாடுக்குத் தகவல் தெரிவித்துவிட்டிருந்தார் என்பதையும், மொசாட் இத்தாலியர்களை எச்சரித்துவிட்டிருந்தது என்பதையும் அறிந்திராத பாலஸ்தீனியர்கள், அந்த ஏவுகணைகளை ஏவுவதற்குத் தயாராகிக் கொண்டிருந்தனர். செப்டம்பர் 6 அன்று, இத்தாலியின் தீவிரவாதத் தடுப்புப் படையினர், பாலஸ்தீனியர்கள் தங்கியிருந்த வீட்டிற்குள் அதிரடியாக நுழைந்தனர். அவர்கள் அங்கிருந்த ஏவுகணைகளைக் கைப்பற்றி, அங்கிருந்தத் தீவிரவாதிகளைக் கைது செய்தனர். ஓர் ஓட்டலில் தங்கியிருந்த பிற தீவிரவாதிகளும் கைது செய்யப்பட்டனர். அந்த ஆபரேஷனுக்குப் பின்னால் மொசாட் இருந்தது என்று இத்தாலியப் பத்திரிகைகள் எழுதின. சில பத்திரிகைகள் இன்னும் பல படிகள் மேலே சென்று, ஸுவி சமீர் அப்போது ரோமில்தான் இருந்தார் என்றுகூட எழுதின.

ஒரு மாதத்திற்குப் பிறகு யோம் கிப்பூர் யுத்தம் வெடித்தது.

***

போருக்குப் பின்னர், மார்வன், சாதத்திற்காகப் பல முக்கியமான இரகசிய வேலைகளை முடித்துக் கொடுத்தார். அவர் சாதத்தின் தூதுவராக அரபு நாடுகளுக்குச் சென்றார். அமெரிக்க அரசுச் செயலாளர் ஹென்ரி கிசிஞ்சருக்கும் ஜோர்டனிய மன்னர் ஹுசைனுக்கும் இடையே நடைபெற்றப் பேச்சுவார்த்தையின்போது அவர் உடனிருந்தார். அது அமெரிக்க சிஐஏவுடன் உறவு ஏற்படுத்திக் கொள்ள மார்வனுக்கு ஒரு வாய்ப்பளித்தது. இஸ்ரேலுடன் எகிப்து இடைக்கால ஒப்பந்தங்களை மேற்கொண்ட

பிறகு, எகிப்தின் திட்டங்கள் குறித்த உயர்மட்டத் தகவல்களை அறிந்து கொள்ள அமெரிக்கா ஆர்வம் கொண்டிருந்தது. மார்வனுக்கும் சிஐஏவுக்கும் இடையேயான உறவு கிட்டத்தட்ட இருபத்தைந்து ஆண்டுகள் தொடர்ந்தது என்று அமெரிக்காவில் ஒரு கருத்து நிலவியது. மார்வன் மருத்துவச் சிகிச்சைக்காக அமெரிக்காவுக்குப் பல முறை சென்றிருந்தார். அதற்கான செலவுகள் அனைத்தையும் சிஐஏ ஏற்றுக் கொண்டு அவரை நன்றாகக் கவனித்துக் கொண்டது.

ஒரு கட்டத்தில் அவருக்குத் தன்னுடைய உயர் பதவிகளும் இரகசியச் செயல்பாடுகளும் அலுத்துப் போயின. அதனால், அவர் தொழிற்துறைக்குள் அடியெடுத்து வைத்தார். அவர் லண்டனில் ஆடம்பரமான அபார்ட்மென்ட் ஒன்றை வாங்கி, தன் பணத்தை வெவ்வேறு தொழில்களில் முதலீடு செய்தார். 1975 ஆம் ஆண்டு, அரபுத் தொழிற்துறை ஒன்றியம் என்ற அமைப்பின் தலைவராக அவர் நியமிக்கப்பட்டார். எகிப்து, சவதி அரேபியா மற்றும் வளைகுடா நாடுகள் சேர்ந்து அதை உருவாக்கியிருந்தன. மேற்கத்திய முறையைப் பயன்படுத்தி வழமையான போர் ஆயுதங்களை உற்பத்தி செய்வதுதான் அதன் நோக்கம். அத்திட்டம் தோல்வியில் முடிந்தபோதிலும், அரபுத் தொழிலுலகில் மதிப்புமிக்கத் தொடர்புகளை உருவாக்கிக் கொள்வதற்கு அது அவருக்கு உதவியாக இருந்தது. 1979 இல் அவர் பாரிஸுக்குக் குடிபெயர்ந்தார். இரண்டு ஆண்டுகளுக்குப் பின்னர், தீவிரவாதிகளால் அதிபர் சாதத் கொல்லப்பட்டதைத் தொடர்ந்து அவர் லண்டனுக்குத் திரும்பிச் சென்றார். அங்கு அவர் பல தொழில்களை வெற்றிகரமாக நடத்திப் பெரும் பணக்காரராக ஆனார். ஸ்பெயினின் ஒரு பகுதியான மல்லோர்கா தீவில் அவருக்குச் சொந்தமான ஒரு ஓட்டல் இருந்தது. அங்கு அவர் துபியை அழைத்துத் தங்க வைத்து, உளவு உலகிலிருந்து தான் ஓய்வு பெறுவதாக அறிவித்தார். 1970களிலேயே, மொசாடுடன் தான் கொண்டிருந்த தொடர்பு குறித்தத் தன்னுடைய குட்டு வெளிப்பட்டுவிடும் என்று சந்தேகித்து அவர் எகிப்திலிருந்து வெளியேறியதோடு, மொசாடிடமிருந்தும் விலகிவிட்டதாக ஒரு சிலர் கருதினர்.

அதற்குப் பிந்தைய ஆண்டுகளில், தொழில்கள் மூலம் அவர் தன் பணத்தை இன்னும் பெருக்கி, புத்திசாலித்தனமாக முதலீடு செய்து ஒரு பெரும் செல்வந்தராக ஆனார். அவர் தன்னுடைய இன்பநுகர்வு வாழ்க்கைமுறையை அப்படியே தொடர்ந்து கொண்டிருந்தார்.

1980களில் கடாஃபிக்கும் லெபனான் தீவிரவாதிகளுக்கும் ஆயுதங்கள் வாங்கிக் கொடுத்த விவகாரங்களில் அவருடைய

பெயர் அடிபட்டது. ஆனால் அது உண்மையல்ல. ஏனெனில், அப்படிச் செய்தால் அவர் நேரடியாக மொசாடோடு மோத வேண்டியிருக்கும். அது அவருடைய முகத்திரையைக் கிழித்துவிடும் என்பதையும், அது தனக்குத் தானே சவக்குழி வெட்டிக் கொள்வதாக அமைந்துவிடும் என்பதையும் அவர் நன்றாக அறிந்திருந்தார். அப்படியே அவர் லிபியாவுக்கோ அல்லது தீவிரவாதிகளுக்கோ உதவியிருந்தால் அது மொசாடின் ஆசிர்வாதத்தோடுதான் நடந்திருக்கும்.

பல ஆண்டுகள் உருண்டோடின. 2002 ஆம் ஆண்டில், இஸ்ரேலிய எழுத்தாளரான அஹ்ரோன் பிரெக்மேன், 'எ ஹிஸ்டரி ஆஃப் இஸ்ரேல்' என்ற நூலை எழுதினார். அதில் யோம் கிப்பூர் யுத்தம் துவங்குவதற்கு முன்பாகவே ஓர் உளவாளி அது குறித்து இஸ்ரேலை எச்சரித்திருந்தார் என்று எழுதியிருந்தார். அதில் அவர் மார்வனின் பெயரைக் குறிப்பிடவில்லை. வெறுமனே, 'மருமகன்' என்று மட்டும் அவர் குறிப்பிட்டிருந்தார். அதில் பிரெக்மேன், மார்வனை ஓர் இரட்டை உளவாளி என்றும், இஸ்ரேலுக்கு அவர் பல தவறான தகவல்களை அளித்திருந்தார் என்றும் குறிப்பிட்டிருந்தார்.

அப்புத்தகம் மார்வனின் பெயரைக் குறிப்பிடவில்லை என்றபோதிலும் அது மார்வனுக்குக் கோபம் ஏற்படுத்தியது. மார்வன் ஓர் எகிப்தியப் பத்திரிகைக்கு அளித்த ஒரு பேட்டியில், அவர் பிரெக்மேனின் புத்தகத்தை 'ஒரு முட்டாள்தனமான துப்பறியும் கதை' என்று எள்ளி நகையாடியிருந்தார்.

இதனால் அவமானமடைந்த பிரெக்மேன், அந்த 'மருமகன்' உண்மையில் மார்வன்தான் என்று ஒரு பேட்டியில் கூறிவிட்டார். அது ஒரு பயங்கரமான குற்றச்சாட்டு. ஆனால், அதை நிரூபிக்க பிரெக்மேனிடம் ஆதாரம் எதுவும் இருக்கவில்லை. அதனால் அது எடுபடவில்லை. ஆனால் எல்லி ஸீரா அந்த இரட்டை உளவாளி மார்வன்தான் என்று கூறிய பிறகு நிலைமை மாறியது.

இஸ்ரேலின் வரலாற்றில் அதற்கு முன்பு அப்படி எதுவும் நிகழ்ந்ததில்லை. முன்னாள் உளவாளிகள் எவருடைய பெயரும் அதுவரை வெளியிடப்பட்டதில்லை. சிலர் இறந்த பிறகும் அவர்களுடைய பெயர்கள் வெளியுலகிற்குத் தெரியாமல் இருந்தன. ஆனால் மார்வன் உயிரோடு இருந்தார். எகிப்திய இரகசிய உளவு நிறுவனத்தால் அவர் எளிதாகக் கொல்லப்படுகின்ற நிலையில் இருந்தார். ஸூவி சமீர் தன்னுடைய முப்பதாண்டுகால ஓய்விலிருந்து வெளியே வந்து மார்வனைத் தொடர்பு கொள்ள முயன்றார். ஆனால், அவரோடு பேச மார்வன் மறுத்துவிட்டார். "நான் அவரைப் போதுமான அளவு பாதுகாத்திருக்கவில்லை என்று மார்வன் கருதியதால், அவர் என்னோடு பேச

விரும்பவில்லை. நான் மார்வனைப் பாதுகாக்க என்னால் ஆன எல்லா முயற்சிகளையும் எடுத்தேன். ஆனால் அதில் நான் வெற்றி பெறவில்லை," என்று சமீர் பின்னர் ஏமாற்றத்துடன் தெரிவித்தார்.

சமீர் தனக்குத் தானே விதித்துக் கொண்டிருந்த மௌனத்தைக் கலைத்து, தேசிய இரகசியங்களை ஸீரா சந்திக்குக் கொண்டுவந்திருந்ததாக அவர்மீது குற்றம் சாட்டினார். பதிலுக்கு, ஸீரா, ஓர் இரட்டை உளவாளிக்கு ஒரு முன்னாள் மொசாட் தலைவர் தேவையில்லாமல் வக்காலத்து வாங்கியதாகச் சமீரைச் சாடினார்.

எகிப்தியத் தொலைக்காட்சியின் நேரடி ஒளிபரப்பு ஒன்றைப் பார்த்துக் கொண்டிருந்த இஸ்ரேலியப் பத்திரிகையாளர் ரோனன் பெர்க்மேன், அப்போதைய பிரதமராக இருந்த ஹோஸ்னி முபாரக் மார்வனின் கைகளை அன்போடு பிடித்துக் குலுக்கியதை அதில் கண்டார். நாசரின் கல்லறையில் ஒரு மலர்வளையம் வைக்க வந்திருந்த முபாரக்கோடு மார்வனும் வந்திருந்தார். அந்த ஒளிபரப்பு முடிந்ததும், மார்வன் உண்மையிலேயே ஓர் இரட்டை உளவாளிதான் என்று ரோனன் தன்னுடைய பத்திரிகையில் எழுதினார். ஆனால் முபாரக் மார்வனின் உதவிக்கு வந்தார். மார்வன் ஓர் இஸ்ரேலிய உளவாளி என்ற வதந்தியை அவர் முற்றிலுமாக நிராகரித்தார்.

குற்றச்சாட்டு, பதில் குற்றச்சாட்டு என்று மொத்த இஸ்ரேலே அல்லோலகல்லோலப்பட்டுக் கொண்டிருந்தது. மொசாடும் இஸ்ரேலிய இராணுவ உளவு அமைப்பும் தனித்தனியாக விசாரணைக் கமிஷன்களை நியமித்தன. இரண்டு கமிஷன்களும் ஒரே முடிவுக்குத்தான் வந்தன: மார்வன் ஓர் இரட்டை உளவாளி அல்லர்; அவர் இஸ்ரேலுக்கு எந்த இழப்பும் ஏற்படுத்தியிருக்கவில்லை. ஆனால், இதற்குப் பிறகும் ஸீரா தன் பிடிவாதத்தைத் தளர்த்திக் கொள்ளவில்லை. அவர் சமீர்மீது வழக்குத் தொடர்ந்தார். அதை விசாரித்த நீதிபதி, சமீர் கூறியதுதான் சரி என்று தீர்ப்பளித்தார்.

மார்வன் எகிப்திய அரசின் முன்னணிப் பிரமுகர்களில் ஒருவர், அவர் முன்னாள் அதிபர் நாசரின் மருமகன், அதற்குப் பின் வந்த அதிபர் சாதத்தின் நம்பிக்கைக்குரிய ஆலோசகர் போன்ற உண்மைகளை ஸீராவும் அவருடைய ஆதரவாளர்களும் வேண்டுமென்றே கணக்கில் எடுத்துக் கொள்ளாமல் விட்டுவிட்டனர். எகிப்தியத் தலைவர்களைப் பொறுத்தவரை, தங்களில் ஒருவர் ஒரு தேசத் துரோகி என்றோ அல்லது யூத நாட்டின் உளவாளி என்றோ அவர்கள் ஒப்புக் கொள்ள விரும்பவில்லை. அப்படி ஒப்புக் கொண்டுவிட்டால்,

அது எகிப்திய மக்கள் தங்கள் தலைவர்கள்மீது வைத்திருந்த நம்பிக்கையைச் சின்னாபின்னமாக்கிவிடும் என்பதை அவர்கள் உணர்ந்திருந்தனர். அதனால் அவர்கள் பொதுவெளியில் அவரைப் புகழ்ந்து பேசிவிட்டு, இரகசியமாக அவருக்கு ஒரு முடிவு கட்டுவதைத் தேர்ந்தெடுத்தனர்.

2007 ஜூன் 12 அன்று, ஸீரா சமீர்மீது தொடர்ந்திருந்த வழக்கில், சமீர் கூறியிருந்தபடி மார்வன் இஸ்ரேலுக்காக உளவு பார்த்திருந்தது உண்மைதான் என்று தீர்ப்பு வழங்கப்பட்டது. இரண்டு வாரங்கள் கழித்து, ஜூன் 27 அன்று, மார்வனின் வீட்டின் பால்கனிக்குக் கீழே நடைபாதையில் அவருடைய பிணம் கண்டெடுக்கப்பட்டது.

அவருடைய கொலைக்கு எகிப்தின் உளவு நிறுவனம்தான் காரணம் என்று இஸ்ரேலிய அவதானிப்பாளர்கள் குற்றம் சாட்டினர். தன்னுடைய வரம்பற்ற நடத்தையின் காரணமாக மார்வனின் கொலைக்கு ஸீராதான் காரணமாகியிருந்தார் என்று பலர் கருதினர். மார்வனின் மனைவி அதற்கு மொசாட்தான் காரணம் என்று கூறினார். மார்வன் இறப்பதற்குச் சில நிமிடங்களுக்கு முன்பு, மத்திய கிழக்குப் பகுதியைச் சேர்ந்தவர்களைப்போலத் தோற்றமளித்த நபர்கள் சிலருடன் அவர் தன்னுடைய வீட்டின் பால்கனியில் நின்று பேசிக் கொண்டிருந்ததாக நேரில் பார்த்த சாட்சிகள் தெரிவித்தன.

முதலில் அந்தக் கொலை பற்றிய விசாரணையை மூடிய ஸ்காட்லாந்து யார்டு, மீண்டும் அந்த விசாரணையைத் தொடங்கியது. ஆனால் இறுதியில், மார்வனைக் கொன்றவர்களைத் தங்களால் கண்டுபிடிக்க முடியவில்லை என்று அது கூறிவிட்டது. ஏஞ்சலைக் கொன்றவர்கள் இன்னும் பிடிபடாமல் எங்கோ சுதந்திரமாகச் சுற்றித் திரிந்து கொண்டிருக்கின்றனர்.

அத்தியாயம் 15

'தேன்-பொறியில்' சிக்கிய அணு உலை இரகசியத் திருடன்

மொர்டெசாய் வானுனு, "நான் ஓர் உளவாளி" என்ற வாசகம் அடங்கிய ஓர் அட்டையைத் தன் கழுத்தில் தொங்கவிட்டிருக்கவில்லை, அவ்வளவுதான். மற்றபடி, அவர் தன்னுடைய இரகசிய வாழ்க்கையைப் பகிரங்கமாக வெளிப்படுத்தக்கூடிய அனைத்தையும் செய்திருந்தார்.

இஸ்ரேலிலிருந்த மிக இரகசியமான டிமோனா அணு உலையில் அவர் ஒரு தொழில்நுட்பவியலாளராக வேலை பார்த்து வந்தார். அந்த அதிஇரகசிய இடத்தில் இஸ்ரேல் அணு ஆயுதங்களைத் தயாரித்துக் கொண்டிருந்ததாகவே வெளிநாட்டு ஊடகங்களும் பல அரசாங்கங்களும் நினைத்துக் கொண்டிருந்தன. அந்த இடத்தில் வேலை பார்ப்பதற்கு யாராவது விண்ணப்பித்தால், அவர்கள் ஒரு நீண்ட, கடினமான தேர்ந்தெடுப்பு முறைக்கு உட்பட வேண்டியிருக்கும். அவர்கள் குறுக்கு விசாரணைக்கு உட்படுத்தப்படுவர். இஸ்ரேலியப் புலனாய்வு அமைப்புகள் அவருடைய பின்புலத்தைத் தீர விசாரிக்கும். இவற்றில் வெற்றி பெற்றால்தான் அவர்களால் அந்த இரகசிய வளாகத்திற்குள் அடியெடுத்து வைக்க முடியும். அவர்கள் டிமோனாவில் வேலை செய்கின்ற காலகட்டம் முழுவதும் அவர்கள் எந்நேரமும் கண்காணிக்கப்பட்டுக் கொண்டே இருப்பார்கள்.

ஒரு தினசரியில் வெளிவந்திருந்த ஒரு விளம்பரத்தைப் பார்த்துவிட்டுத்தான் மொர்டெசாய் அந்த வேலைக்கு விண்ணப்பித்திருந்தார். அங்கு வழக்கமாக நடைபெற்றச் சோதனைகளில் அவர் தேறினார். எந்தப் பிரச்சனையும்

இல்லாமல் அந்த வேலை அவருக்குக் கிடைத்துவிட்டது.

அது எப்படிச் சாத்தியம்? அவர் இடதுசாரிப் போக்கைக் கொண்டவராயிற்றே? அவருடைய நண்பர்கள், யூத எதிர்ப்புச் சார்புடைய கம்யூனிசச் சிந்தாந்தத்தில் நம்பிக்கை வைத்திருந்த ரக்ஹா கட்சியில் உறுப்பினர்களாக இருந்த அரேபியர்கள். அவர்கள் சார்பாக மொர்டெசாய் ஆர்ப்பாட்டங்களில் கலந்து கொண்டிருந்தார். அவர் பாலஸ்தீன ஆதரவுப் பேரணிகளில் கலந்து கொண்டிருந்தது புகைப்படம் எடுக்கப்பட்டிருந்தது. அது மட்டுமல்லாமல், அவர் அவர்களை ஆதரித்துச் சொற்பொழிவாற்றியிருந்தார், பதாகைகளைப் பிடித்தவாறு ஊர்வலங்களில் கலந்து கொண்டிருந்தார், ஊடகங்களுக்குப் பேட்டியளித்திருந்தார்.

அதோடு, ரக்ஹா ஆயுதப் போராளிகளுக்கு அவர் தன் வீட்டில் விருந்தளித்திருந்தார். இஸ்ரேலிய அரசுக்கு வெளிப்படையாக எதிர்ப்பு தெரிவித்தப் புரட்சிகரமான அரேபிய இளைஞர்களை மட்டுமே உறுப்பினர்களாகக் கொண்ட அக்கட்சியின் பல்கலைக்கழகக் குழுவில் சேர்ந்து கொள்ளுமாறு அவர் கேட்டுக் கொள்ளப்பட்டிருந்தார். பென் குரியன் பல்கலைக்கழகத்தில் அவர் படித்துக் கொண்டிருந்தபோது, அவருடைய தீவிரமான கண்ணோட்டங்களை அங்கிருந்த அனைவரும் அறிந்திருந்தனர்.

மொர்டெசாய் இயற்கையாகவே ஒரு திறமைசாலியாக இருந்தார். ஆனால், அதே சமயத்தில், அவர் உறுதியான கருத்துகளைக் கொண்டிருக்கவில்லை. எல்லா விஷயங்களிலும் அவர் தடுமாற்றமான நிலைப்பாட்டைக் கொண்டிருந்தார். அவர் ரக்ஹா அமைப்பின் ஆதரவாளராக இருந்தார், ஆனால் வலதுசாரித் தீவிரவாதப் போக்கைக் கொண்டிருந்தார். இனவெறி கொண்டிருந்த யூத மதகுருவான கஹானேயின் அபிமானியாகவும் அவர் இருந்திருந்தார். பின்னர் ஹடேசியா என்ற தீவிர வலதுசாரிக் கட்சியை அவர் ஆதரித்திருந்தார். அதற்குப் பிறகு, அவர் லிகுட் கட்சிக்கு வாக்களித்தார். இறுதியில், அவர் தீவிர இடதுசாரி முகாமில் ஐக்கியமானார். 1982 இல் நடைபெற்றச் சர்ச்சைக்குரிய லெபனான் போர், தன்னுடைய அரசியல் நிலைப்பாட்டை மாற்றிக் கொள்ளத் தன்னைத் தூண்டியதாக அவர் கூறித் திரிந்தார். அவர் ஒரு தனியர். அவருக்குக் கிட்டத்தட்ட நண்பர்கள் எவரும் கிடையாது. அவர் மொராக்கோவைப் பூர்விகமாகக் கொண்டிருந்ததால் தான் பாரபட்சமாக நடத்தப்பட்டதாக அவர் உறுதியாக நம்பினார். அவர் இஸ்ரேலிய விமானப்படையின் பயிற்சி அகாடமி நுழைவுத் தேர்வில் தோல்வியுற்றபோது, அவருடைய இக்கருத்து மேலும் வலுவடைந்தது. பின்னர் இஸ்ரேலிய இராணுவத்தில் சேர்வதற்கு

அவர் விண்ணப்பித்தபோது, அதன் பொறியாளர் பிரிவில் அவர் சேர்த்துக் கொள்ளப்பட்டார். அவர் தன் இராணுவப் பணியை முடித்ததும் முதலில் டெல் அவீவில் பொறியியல் படிப்பில் சேர்ந்தார். சிறிது காலத்திலேயே அவர் தன் மனத்தை மாற்றிக் கொண்டு பொருளாதாரத்திற்கு மாறினார். அதிலிருந்து அவர் தத்துவவியலுக்குத் தாவினார். பிறகு அவர் சைவச் சாப்பாட்டுக்கு மாறினார். அதன் பின்னர், அவர் 'வீகன்' உணவு முறையை சுவீகரித்துக் கொண்டார்.

அவருடைய பணப் பித்தைக் கண்டு அவருடைய சக மாணவர்கள் பிரமித்தனர். வேலை செய்து சம்பாதிக்க வேண்டிய அவசியம் தனக்கு இல்லை என்று அவர் தம்பட்டமடித்துக் கொண்டார். பங்குச் சந்தையில் புத்திசாலித்தனமாக முதலீடு செய்தே பெரும் பணம் சம்பாதிக்க முடியும் என்று அவர் முழங்கினார். தன் நாட்குறிப்பில் பங்குச் சந்தைக்கு அவர் மிக உயர்ந்த முன்னுரிமை கொடுத்தார். அவர் ஆடையின்றிப் 'போஸ்' கொடுத்துப் பணம் சம்பாதித்தார். அவர் ஆடம்பரமான கார்களை ஓட்டினார்.

அவருடைய வாழ்க்கைமுறை அவருடைய தனிப்பட்ட விஷயம் என்பதில் மாற்றுக் கருத்து இருக்க முடியாது. ஆனால், அவர் ஒரு ரக்ஹா அனுதாபி, பாலஸ்தீன ஆதரவாளர் போன்ற விஷயங்கள் ஓராயிரம் எச்சரிக்கை மணிகளை ஒலிக்கச் செய்திருக்க வேண்டும். ஆனால், அதற்குப் பதிலாக, இஸ்ரேலிய இராணுவப் புலனாய்வு அமைப்பின் அதிகாரிகள் அவரைச் சந்தித்து, அவர் தன்னுடைய நடவடிக்கைகளை நிறுத்திக் கொள்ள வேண்டும் என்று அவரிடம் கேட்டுக் கொண்டனர். அவர் இது குறித்து எச்சரிக்கப்பட்டிருந்தார் என்பதை ஒப்புக் கொண்டு ஓர் ஆவணத்தில் கையெழுத்திடுமாறு அவர்கள் அவரிடம் கேட்டனர். ஆனால் அதற்கு மொர்டெசாய் ஒப்புக் கொள்ளவுமில்லை, தன்னுடைய நடவடிக்கைகளை மாற்றிக் கொள்ளவும் இல்லை.

இஸ்ரேலிய இராணுவப் புலனாய்வு அமைப்பின் அதிகாரிகள் மொர்டெசாயின் நடவடிக்கை குறித்த வழமையான அறிக்கை ஒன்றை இராணுவ அமைச்சகத்தின் பாதுகாப்பு இயக்குநருக்கு அனுப்பி வைத்தனர். அதை அவர் டிமோனா அணு உலை மையத்தின் பாதுகாப்பு இயக்குநருக்கு அனுப்பி வைத்தார். அவர் அதைப் படித்துவிட்டு ஒரு கோப்பில் போட்டு வைத்துவிட்டார். அதன்மீது எந்தவிதமான நடவடிக்கையும் எடுக்கப்படவில்லை. மொர்டெசாயைக் கண்காணிப்பதற்கு எந்த முயற்சியும் மேற்கொள்ளப்படவில்லை. மிக மோசமான அசட்டைத்தனம் அது. இஸ்ரேலிய இராணுவப் புலனாய்வு அமைப்பின்

உள்ளூர் அதிகாரிகள் மற்றும் தேசிய அதிகாரிகள், இராணுவ அமைச்சகத்தின் பாதுகாப்பு இயக்குநர்கள், டிமோனா அணு உலை மையப் பாதுகாப்பு அதிகாரிகள் ஆகிய அனைவரும் தங்களுடைய கடமையை ஒழுங்காகச் செய்யத் தவறியிருந்தனர்.

மொர்டெசாயை அதற்குப் பிறகு எவரும் தொந்தரவு செய்யவில்லை. அவர் தன் நடவடிக்கைகளைத் தொடர்ந்து கொண்டிருந்தார். 'இன்ஸ்டிடியூட் 2' என்று அழைக்கப்பட்ட, டிமோனா அணு உலை மையத்தில் இருந்த மிக இரகசியமான பிரிவில் அவர் ஓர் 'ஆபரேட்டராக' இருந்தார். டிமோனாவில் வேலை பார்த்த 2,700 ஊழியர்களில் வெறும் 150 பேர் மட்டுமே இன்ஸ்டிடியூட் 2க்குள் அனுமதிக்கப்பட்டனர். அவர்களில் மொர்டெசாயும் ஒருவர். அவரிடம் இரண்டு 'பேட்ஜுகள்' இருந்தன: ஒன்று டிமோனாவுக்குள் நுழைவதற்கு. மற்றொன்று இன்ஸ்டிடியூட் 2க்குள் நுழைவதற்கு.

இரண்டு தளங்களைக் கொண்டிருந்த இன்ஸ்டிடியூட் 2, வெளியிலிருந்து பார்ப்பதற்கு, பொருட்களைப் பாதுகாத்து வைக்கப் பயன்படுத்தப்படுவதற்கான ஓர் இடம்போலக் காட்சியளித்தது. ஆனால் அதை உன்னிப்பாகக் கவனிப்பவர்களால், அக்கட்டடத்தின் மொட்டை மாடியில் ஒரு மின்தூக்கி நிற்பதைக் காண முடியும். இரண்டே தளங்களைக் கொண்ட ஒரு கட்டடத்திற்கு எதற்கு ஒரு மின்தூக்கி என்ற கேள்வி அவர்களுடைய மனத்தில் எழாமல் இருக்காது. அதற்கு ஒரு இரகசியக் காரணம் இருந்தது. அந்த மின்தூக்கி மேலே செல்வதற்காக அமைக்கப்பட்டிருக்கவில்லை. அது கீழே செல்வதற்காக அமைக்கப்பட்டிருந்தது. அக்கட்டடத்திற்குக் கீழே பூமிக்கடியில் ஆறு தளங்கள் இருந்தன. அவை மிகச் சாதுரியமாக மறைக்கப்பட்டிருந்தன. மொர்டெசாய் இரவு ஷிஃப்ட் வேலை பார்த்து வந்ததால், அவர் அந்தக் கட்டடத்தை நன்றாக அறிந்து வைத்திருந்தார். முதல் தளத்தில் பல அலுவலக அறைகளும் ஓர் உணவகமும் இருந்தன. தரைத்தளத்தில் சில கதவுகள் இருந்தன. அவற்றின் வழியாகத்தான் அணு உலைக்கு யுரேனியம் கொண்டு செல்லப்பட்டது. அதே தளத்தில் வேறு சில அலுவலக அறைகளும் இருந்தன, சில பரிசோதனைச்சாலைகளும் இருந்தன. பூமிக்கடியிலிருந்த முதல் தளத்தில் குழாய்களும் வால்வுகளும் இருந்தன. பூமிக்கடியிலிருந்த இரண்டாவது தளத்தில், மத்திய கட்டுப்பாட்டு அறையும், ஒருவிதமான பால்கனியும் இருந்தன. அது 'கோல்டா பால்கனி' என்று அழைக்கப்பட்டது. வடிகட்டப்பட்டு அழைத்து வரப்படுகின்ற முக்கியமான விருந்தினர்கள் அந்தப் பால்கனியில் நின்று கொண்டு, கீழே இருந்த உற்பத்தி அறையைப் பார்வையிடலாம். பூமிக்கடியிலிருந்த

மூன்றாவது தளத்தில், மேலேயிருந்து இறக்கப்பட்ட யுரேனியக் கம்பிகளை அங்கிருந்த சில தொழில்நுட்பவியலாளர்கள் கையாண்டனர். பூமிக்கடியிலிருந்த நான்காவது தளம் மிகப் பெரியது. அது மட்டுமே ஒரு மூன்று மாடிக் கட்டடத்தின் உயரத்தை உள்ளடக்கியதாக இருந்தது. அதற்குள் ஓர் உற்பத்தித் தொழிற்கூடமும், பிரித்தெடுக்கும் இடம் ஒன்றும் இருந்தன. அணு உலையில் உற்பத்தி செய்யப்படும் புளூட்டோனியத்தை யுரேனியக் கம்பிகளிலிருந்து பிரித்தெடுக்கின்ற வேலைக்கான இடம் அது. ஐந்தாவது தளத்தில், உலோகவியல் பிரிவு ஒன்று இருந்தது. அதோடு, அணு ஆயுதங்களுக்குத் தேவையான உதிரிப் பாகங்களை உற்பத்தி செய்த ஒரு பரிசோதனைச்சாலையும் அங்கு இருந்தது. ஆறாவது தளத்தில், வேதிக்கழிவுப் பொருட்கள், அவற்றுக்கென்று பிரத்யேகமாகத் தயாரிக்கப்பட்டக் கொள்கலன்களில் அடைக்கப்பட்டன.

அணு உலை ஒரு சங்கிலித் தொடர்வினை மூலமாகப் புளூட்டோனியத்தை உற்பத்தி செய்யும் என்பதையும், அது யுரேனியக் கம்பிகளிலிருந்து பிரித்தெடுக்கப்பட்டு, நான்காவது மற்றும் ஐந்தாவது தளங்களுக்கு அனுப்பப்பட்டு, இஸ்ரேலின் அணு ஆயுதத் தயாரிப்புக்குப் பயன்படுத்தப்படும் என்பதையும் மொர்டெசாய் அறிந்திருந்தார்.

ஒரு நாள், மொர்டெசாய் வேலைக்கு வந்தபோது தன்னுடன் ஒரு கேமராவையும் கொண்டு வந்திருந்தார். காவல் அதிகாரிகள் அதைப் பற்றிக் கேட்டால், முந்தைய நாள் கடற்கரைக்குச் சென்றபோது தான் அதை எடுத்துச் சென்றிருந்ததாகவும், மறந்து போய் அப்படியே அதைத் தன் பையில் வைத்துவிட்டிருந்ததாகவும் கூற அவர் திட்டமிட்டிருந்தார். ஆனால், எவரும் அவருடைய பையைச் சோதனையிடவில்லை. அதனால், அவர் அந்தக் கேமராவைத் தன் அலுவலகத்திலேயே வைத்துக் கொண்டார். உணவு இடைவேளைகளின்போது, யாரும் இல்லாத நேரத்தில் அவர் கீழ்த் தளங்களுக்குச் சென்று, அங்கிருந்த சோதனைச்சாலைகள், கருவிகள், அலுவலக அறைகள் போன்றவற்றைப் புகைப்படங்கள் எடுத்தார். அவர் அவற்றை விலாவாரியாக வரைந்து வைத்து கொள்ளவும் செய்தார். இந்த வேலைகளில் அவர் ஈடுபட்டிருந்ததை எவரும் பார்க்கவுமில்லை, எவரும் அவரைச் சந்தேகிக்கவுமில்லை. அவருடைய ஆபத்தான பொழுதுபோக்கு குறித்து அவருடைய மேலதிகாரிகளுக்கு எதுவும் தெரிந்திருக்கவில்லை. மொர்டெசாயை ஓர் அமைதியான, தீவிரமான, அறிவார்ந்த தொழில்நுட்பவியலாளராக அவர்கள் எடைபோட்டு வைத்திருந்தனர்.

***

1985 ஆம் ஆண்டின் இறுதியில், மொர்டெசாய் டிமோனாவில் வேலைக்குச் சேர்ந்து ஒன்பது ஆண்டுகளுக்குப் பிறகு பணிநீக்கம் செய்யப்பட்டார். அவருடைய அரசியல் நடவடிக்கைகளின் காரணமாக அவர் பணிநீக்கம் செய்யப்பட்டிருக்கவில்லை. அத்திட்டத்திற்கு ஒதுக்கப்பட்டிருந்த நிதி குறைக்கப்பட்டதால், பலர் வேலையிலிருந்து நீக்கப்பட்டனர். அவர்களில் அவரும் ஒருவர், அவ்வளவுதான். அதற்கு நஷ்ட ஈடாக அவருக்கு எட்டு மாதச் சம்பளமும், 150 சதவீத வேலை நீக்க ஊதியமும் வழங்கப்பட்டன. இது குறித்து அவர் கோபமும் விரக்தியும் அடைந்தார். வெளிநாடுகளில் ஒரு நீண்ட விடுமுறைக்குச் செல்லவும், முடிந்தால் ஏதேனும் ஒரு நாட்டில் வேலை தேடிக் கொண்டு அங்குக் குடியேறிவிடவும் அவர் தீர்மானித்தார். அவர் தன்னுடைய வீட்டையும் காரையும் விற்றுப் பணமாக்கினார்.

அப்போது மொர்டெசாய்க்கு 31 வயது. அவர் தன் தோளில் ஒரு பையைத் தூக்கிப் போட்டுக் கொண்டு கிளம்பிவிட்டார். இதற்கு முன்பும் அவர் இரண்டு முறை வெளிநாடுகளுக்கு விடுமுறையில் சென்றிருந்தார். ஒரு முறை ஐரோப்பாவுக்கும், இன்னொரு முறை அமெரிக்காவுக்கும் அவர் சென்றிருந்தார். அதனால், இம்முறை தூரக் கிழக்கு நாடுகளுக்கு அவர் பயணப்பட்டார். அவருடைய பையில், அவர் டிமோனாவில் இருந்தபோது எடுத்திருந்த புகைப்படங்களை உள்ளடக்கிய இரண்டு ஃபிலிம் ரோல்கள் இருந்தன.

அவர் கிரீஸ், இரஷ்யா, தாய்லாந்து ஆகிய நாடுகளுக்குச் சென்றுவிட்டு இறுதியில் நேபாளத்தை அடைந்தார். காத்மாண்டுவில் அவர் ஓர் இஸ்ரேலியப் பெண்ணைச் சந்தித்தார், அவருடன் சில நாட்கள் சுற்றினார். பின்னர், அவர் அங்கிருந்த ஒரு புத்த விகாரத்திற்குச் சென்றார். புத்தமதத்திற்கு மாறிவிடலாமா என்றுகூட அவர் யோசித்தார்.

நேபாளத்திற்குப் பிறகு அவர் தூரக் கிழக்கு நாடுகளின் வழியாக ஆஸ்திரேலியாவுக்குப் போய்ச் சேர்ந்தார். ஒரு சில மாதங்கள், சிட்னியில் தனக்குக் கிடைத்த வேலைகளையெல்லாம் அவர் செய்தார். ஆனால், பெரும்பாலான நேரங்களில் அவர் தனிமையால் வாடினார், வருத்தமாகவே இருந்தார். ஒரு நாள், அந்நகரின் மிக மோசமான ஒரு பகுதி வழியாக அவர் சென்றார். போதை மருந்து விற்றவர்கள், சிறு திருட்டுகளில் ஈடுபட்டத் திருடர்கள், விலைமாதர்கள் போன்றவர்கள் நிரம்பிய ஒரு பகுதி அது. அங்கு அவர் ஒரு கிறித்தவத் தேவாலயத்தைக் கண்டார். அதன் பெயர் புனித ஜார்ஜ் தேவாலயம். வாழ்க்கையில் கடும் விரக்தி அடைந்தவர்களின் கடைசிப் புகலிடம் அது. அங்கு நுழைந்த மொர்டெசாய், ஜான் மெக்நைட் என்ற பாதிரியாரைச்

சந்தித்தார். அப்பாதிரியார் மொர்டெசாயைப் பார்த்தவுடனேயே அவர் தனிமையில் வாடிக் கொண்டிருந்ததை அறிந்து கொண்டார். மொர்டெசாயுடன் அவர் தொடர்பு ஏற்படுத்திக் கொண்டார். அடுத்த சில வாரங்களில் மொர்டெசாய் அவரிடம் மனம்விட்டுப் பேசினார். இறுதியில், 1986 ஆகஸ்ட் 17 அன்று, மொர்டெசாய் கிறித்தவ மதத்தைத் தழுவி, தன்னுடைய பெயரை ஜான் கிராஸ்மேன் என்று மாற்றிக் கொண்டார்.

யூத மதத்தில் பிறந்து யூதப் பள்ளிகளில் படித்த அவருக்கு அது ஒரு மாபெரும் மாற்றமாக இருந்தது. இடைப்பட்ட ஆண்டுகளில் அவருடைய மதப்பற்று தேய்ந்து போயிருந்தது உண்மைதான் என்றாலும், அவருடைய மத மாற்றத்திற்கு அவர் யூத மதத்தின்மீது நம்பிக்கை இழந்திருந்தார் என்பது காரணமல்ல. அவருடைய தடுமாற்றமான நிலைப்பாடுதான் அதற்குக் காரணம். அவர் அந்தக் கிறித்தவப் பாதிரியாரைச் சந்திக்காமல் இருந்திருந்தால், புத்த மதத்திற்கோ அல்லது வேறு ஏதாவது ஒரு மதத்திற்கோ அவர் மாறியிருந்திருப்பார். ஆனால், யூத மதத்திற்கு அவர் புறமுதுகு காட்டியதன் மூலம் அவர் இஸ்ரேலுக்கும் புறமுதுகு காட்டியிருந்தார். தன் சொந்த நாட்டின்மீது அவர் கொண்டிருந்த வெறுப்பு, மெதுவாக அவருடைய வருங்கால நடவடிக்கைகளுக்கான முக்கியக் காரணங்களில் ஒன்றாக மாறியது.

அந்தத் தேவாலயத்தில் நடைபெற்ற ஒரு சமூக நிகழ்வில், மொர்டெசாய் தன்னுடைய புதிய நண்பர்களிடம் தன் வேலையைப் பற்றியும் டிமோனாவில் இஸ்ரேல் அமைத்திருந்த அணு உலையைப் பற்றியும் கூறியதோடு, அங்கிருந்தபோது தான் எடுத்திருந்த புகைப்படங்களைக் காட்டவும் முன்வந்தார். அவர் பேசிக் கொண்டிருந்த விஷயம் அங்கிருந்தவர்களுக்கு முற்றிலும் அந்நியமாக இருந்தது. அக்கூட்டத்திலிருந்த ஒரு நபருக்கு மட்டும் அவருடைய பேச்சு ஆர்வத்தைக் கிளறியது. அவர் பெயர் ஆஸ்கர் குரேரோ. கொலம்பியாவைச் சேர்ந்த அவரும் ஓர் ஊர்சுற்றியாக இருந்து கொண்டிருந்தார். அதோடு, அவ்வப்போது பத்திரிகைகளிலும் அவர் எழுதி வந்தார். அவர்கள் இருவரும் சேர்ந்து அந்தத் தேவாலயத்தின் மதில் சுவருக்கு வெள்ளையடித்தனர், சில காலம் ஒரே அபார்ட்மெண்டில் தங்கியிருந்தனர். ஒரு பத்திரிகையாளர் என்ற முறையில், மொர்டெசாய் குறிப்பிட்டிருந்த புகைப்படங்களின் முக்கியத்துவத்தைக் குரேரோ புரிந்து கொண்டார். அவற்றை வெளியிட்டால் பணமும் புகழும் கிடைக்கும் என்று அவர் மொர்டெசாயிடம் ஆசையைத் தூண்டிவிட்டார்.

மொர்டெசாய்க்கு அவசரமாகப் பணம் தேவைப்பட்டது.

அதே நேரத்தில், தனக்குக் கிடைக்கக்கூடிய புகழை யூதர்களுக்கும் அரேபியர்களுக்கும் இடையே சமாதானத்தை உருவாக்குவதற்குப் பயன்படுத்தலாமே என்று அவர் கணக்குப் போட்டார். ஆனால் சமாதானத்தை உருவாக்குவது அவருடைய மூல நோக்கமாக இருக்கவில்லை. அவர் இஸ்ரேலைவிட்டு வெளியேறியதற்கும், தன்னுடைய பையில் அந்த இரண்டு ஃபிலிம் ரோல்களை தூக்கிக் கொண்டு பல மாதங்களாக உலகம் நெடுகிலும் சுற்றித் திரிந்ததற்குமான காரணம் அவ்விரு சாராருக்கும் இடையே சமாதானத்தை ஏற்படுத்துவது அல்ல. ஆனால், இஸ்ரேலின் அணுகுண்டிலிருந்து உலகைக் காப்பாற்றுவதும் அமைதியை உருவாக்குவதும் அவருடைய நடவடிக்கைகளுக்கு ஓர் உன்னதமான நோக்கத்தைக் கொடுத்தன. இஸ்ரேலின் அணு ஆயுதத் திட்டத்திற்கு எதிரான அவருடைய தனிப்பட்டப் போராட்டம் நாளுக்கு நாள் சூடு பிடித்ததோடு, அவர் டிமோனா புகைப்படங்களை வெளியிடுவதற்கான ஒரு முக்கியக் காரணமாகவும் மாறியது. தான் அப்புகைப்படங்களை வெளியிட்டால், அதற்கு மேல் தன்னால் இஸ்ரேலில் கால் வைக்க முடியாது என்பதையும் அவர் புரிந்து வைத்திருந்தார். அங்கு அவர் ஒரு தேசத் துரோகியாகவும் அரசாங்கத்தின் எதிரியாகவும் முத்திரை குத்தப்படுவார்.

ஆனால், மொர்டெசாயால் அந்த சபலத்தை உதறித் தள்ள முடியவில்லை. குரேரோவும் அவரும் சிட்னியிலிருந்த ஒரு ஸ்டுடியோவில் அந்தப் ஃபிலிம் ரோல்களைக் கழுவிப் புகைப்படங்களை அச்சிட்டனர். அந்த ஊரிலிருந்த அமெரிக்கப் பத்திரிகைகளையும் ஆஸ்திரேலியத் தொலைக்காட்சி நிலையங்களையும் அணுகி அவர்கள் அப்புகைப்படங்களை விற்க முயன்றனர். ஆனால் அவர்களில் எவருமே அதில் ஆர்வம் காட்டவில்லை. ஒன்று, அவ்விருவரும் ஏதோ விநோதப் பிறவிகளாகப் பார்க்கப்பட்டனர் அல்லது காசு பண்ணுவதற்காக ஏமாற்று வேலைகளில் ஈடுபட்ட நபர்களாகக் கருதப்பட்டனர். கூச்ச இயல்பு கொண்ட ஒரு நாடோடி இளைஞர், இஸ்ரேல் பரம இரகசியமாகப் பாதுகாத்து வந்திருந்த ஒரு விஷயத்தைத் தூக்கித் திரிந்து கொண்டிருந்தார் என்பதை எவரும் நம்பத் தயாராக இருக்கவில்லை.

இறுதியில், குரேரோ முதலில் ஸ்பெயினுக்கும் அடுத்து இங்கிலாந்துக்கும் சென்றார். இம்முறை அவருக்கு ஜாக்பாட் அடித்தது. லண்டனிலிருந்த 'சன்டே டைம்ஸ்' பத்திரிகையின் எடிட்டர்கள் அக்கதையைக் கேட்டபோது, இஸ்ரேலின் இரகசிய அணு உலையின் புகைப்படங்கள் மற்றும் வரைபடங்கள் அடங்கிய கட்டுரையை வெளியிட்டால் அது ஒரு பரபரப்பான செய்தியாக அமையும் என்பதைக் கண்டுகொண்டனர். ஆனாலும்

அவர்கள் மிகுந்த எச்சரிக்கையாகச் செயல்பட முடிவு செய்தனர். ஏனெனில், சிறிது காலத்திற்கு முன்பு அவர்கள் பிரசுரித்திருந்த 'ஹிட்லரின் நாட்குறிப்புகள்' உண்மையில் படுமோசமான போலி என்பது பின்னர் தெரிய வந்தது. அதனால், அவர்கள் இம்முறை, குரேரோ தன்னுடன் கொண்டு வந்திருந்த புகைப்படங்களைத் தீவிரமாக அலசி ஆராய முடிவெடுத்தனர்.

இதற்கிடையே, மொர்டெசாய் அணுகியிருந்த ஓர் ஆஸ்திரேலியத் தொலைக்காட்சி நிலையத்தைச் சேர்ந்த ஒருவர், கான்பெர்ராவிலிருந்த இஸ்ரேலியத் தூதரகத்தைத் தொடர்பு கொண்டு, தங்களை ஓர் இஸ்ரேலியர் டிமோனா அணு உலையின் புகைப்படங்களோடு அணுகியதாகத் தெரிவித்து, அவர் உண்மையிலேயே ஓர் இஸ்ரேலியரா என்பதைத் தான் அறிந்து கொள்ள விரும்பியதாக அவர்களிடம் கூறினார். இச்செய்தியை மோப்பம் பிடித்திருந்த ஓர் இஸ்ரேலியப் பத்திரிகையாளர், அதை டெல் அவீவில் இருந்த ஒரு பத்திரிகையின் கவனத்திற்குக் கொண்டு சென்றார்.

திடீரென்று, இஸ்ரேலின் இரகசியப் புலனாய்வு அமைப்பின்மீது ஒரு பேரிடி இறங்கியதுபோல அச்செய்தி இருந்தது. டிமோனாவின் இன்ஸ்டிடியூட் 2 இல் வேலை பார்த்து வந்த ஒரு முன்னாள் ஆபரேட்டர் இஸ்ரேலின் பரம இரகசியம் ஒன்றை விற்க முயன்று கொண்டிருந்தார் என்ற செய்தி அவர்களுடைய அடிவயிற்றைக் கலக்கியது. அப்போது இராணுவ அமைச்சகத்தின் இயக்குநராக இருந்த ஹயிம் கார்மன், "அமைப்புமுறை தோற்றுவிட்டது. உரிய நேரத்திற்குள் எங்களால் அவரைத் தடுத்து நிறுத்த முடியவில்லை," என்று ஒரு கையறு நிலையில் ஒப்புக் கொண்டார்.

அச்செய்தி உடனடியாகப் 'பிரதமர்களின் கிளப்பிற்கு' எடுத்துச் செல்லப்பட்டது. அதில் அப்போதைய இஸ்ரேலியப் பிரதமர் ஷிமோன் பெரெஸ், முன்னாள் பிரதமர்கள் யிட்சாக் ரபின், யிட்சாக் ஷமிர் ஆகியோரும் இருந்தனர். உடனடியாக மொர்டெசாயைக் கண்டுபிடித்து அவரை இஸ்ரேலுக்குக் கொண்டுவர வேண்டும் என்று அவர்கள் முடிவு செய்தனர். மொர்டெசாயைக் கொன்றுவிடுமாறு அவர்களுடைய ஆலோசகர்கள் பரிந்துரைத்தனர். ஆனால், அத்தலைவர்கள் அந்த யோசனையை ஏற்றுக் கொள்ளவில்லை. பிரதமர் ஷிமோன் பெரெஸ் உடனடியாக மொசாடின் தலைவரைத் தொலைபேசியில் அழைத்தார்.

***

1982 ஆம் ஆண்டில் மொசாடின் தலைவராக நஹூம் அட்மோனி பதவியேற்றிருந்தார். கிட்டத்தட்ட இருபது ஆண்டுகளுக்கும் மேலாக, இஸ்ரேலிய இராணுவ ஜெனரல்களே மொசாடின் தலைவர்களாக ஆக்கப்பட்டிருந்தனர். புதிதாக நியமிக்கப்பட்டிருந்த நஹூம் அட்மோனி, இஸ்ரேலின் உளவு அமைப்புகளுக்கு உள்ளேயிருந்து படிப்படியாக உயர்ந்தவர். ஜெருசலேமில் பிறந்த நஹூம், 'ஹகானா' அமைப்பின் உளவுத்துறைப் பிரிவான ஷாய் அமைப்பிலும், இஸ்ரேலிய இராணுவ உளவுப் பிரிவான அமன் அமைப்பிலும் வெகுகாலம் பணியாற்றியிருந்தார். யிட்சாக் ஹோஃபி மொசாடின் தலைவராக இருந்தபோது, நஹூம் அதன் உதவித் தலைவராகப் பணியாற்றியிருந்தார். ஹோஃபி 1982 இல் ஓய்வு பெற்றதும், அந்த இடத்திற்கு நஹூம் நியமிக்கப்பட்டார். அவர் ஏழு ஆண்டுகள் அப்பதவியில் இருந்தார். ஆனால், அந்த ஆண்டுகள் இஸ்ரேலிய உளவுத் துறைக்கு அவ்வளவு சிறப்பானவையாக இருக்கவில்லை. 1982க்கும் 1989க்கும் இடையே நிகழ்ந்த பல சம்பவங்கள் மொசாடுக்கு அவமானத்தை ஏற்படுத்திக் கொடுத்தன: 'போலார்டு விவகாரம்' என்று அழைக்கப்பட்ட, வாஷிங்டனில் உளவு பார்த்ததற்காக ஒரு யூத உளவு அதிகாரி கைது செய்யப்பட்டச் சம்பவம்; 'ஈரான்–கான்ட்ரா விவகாரம்' என்று அழைக்கப்பட்ட, அமெரிக்கா திருட்டுத்தனமாக ஈரானுக்கு ஆயுதங்கள் வழங்கிய விவகாரம்; அதில் இஸ்ரேல் சம்பந்தப்பட்டிருந்தது; கவனக்குறைவான பெருந்தவறுகளால் அந்நிய நாடுகளில் பல மொசாட் ஏஜென்டுகள் கைது செய்யப்பட்டனர்; ஆனால் எல்லாவற்றையும்விட மொசாடுக்குப் பெரும் தலைக்குனிவைக் கொண்டுவந்தது மொர்டெசாய் விவகாரம்தான். பிரதமர் ஷிமோன் பெரெஸ் நஹூமை அழைத்து உத்தரவிட்டவுடன், மொர்டெசாயைச் சிறைபிடிப்பதற்கான திட்டம் உடனடியாகச் செயல்படுத்தப்பட்டது. அதற்கு 'ஆபரேஷன் கனியுக்' என்று பெயரிடப்பட்டது.

***

மொர்டெசாயைக் கண்டுபிடிப்பதற்காக நஹூம் உடனடியாக மொசாடின் அதிரடிப் படை ஒன்றை ஆஸ்திரேலியாவுக்கு அனுப்பி வைத்தார். ஆனால் தாங்கள் மிகவும் தாமதமாக அங்கு வந்து சேர்ந்திருந்ததை அந்த ஏஜென்டுகள் உணர்ந்தனர். ஏனெனில், கூட்டைவிட்டுப் பறவை ஏற்கனவே லண்டனுக்குப் பறந்துவிட்டிருந்தது.

குரேரோவிடம் விரிவாகப் பேசிய பிறகு, 'சன்டே டைம்ஸ்' பத்திரிகையின் எடிட்டர், அப்புகைப்படங்களில் சிலவற்றை

பிரிட்டனின் அறிவியலறிஞர்கள் சிலரிடம் காட்டினார். அவற்றை ஆராய்ந்த அந்த அறிஞர்கள், அவை உண்மையான புகைப்படங்கள்தாம் என்று உறுதியளித்தனர். அதையடுத்து, மொர்டெசாயைச் சந்திப்பதற்காக, பீட்டர் ஹோனம் என்ற, அனுபவம் வாய்ந்த ஒரு நிருபர் ஆஸ்திரேலியாவுக்கு அனுப்பி வைக்கப்பட்டார். சிட்னியில் மொர்டெசாயைச் சந்தித்துப் பேசிய பிறகு, அவர் கூறிய கதை உண்மைதான் என்ற நம்பிக்கை பீட்டருக்குப் பிறந்தது. மொர்டெசாய் ஓர் அறிவியலறிஞர் என்று குரேரோ 'சன்டே டைம்ஸ்' எடிட்டரிடம் கூறியிருந்தார். ஆனால், பீட்டர் மொர்டெசாயை நேரில் சந்தித்தபோது, எடுத்த எடுப்பிலேயே, தான் டிமோனாவில் பணியாற்றிய ஓர் ஆபரேட்டர் என்று மொர்டெசாய் அவரிடம் தன்னை அறிமுகப்படுத்திக் கொண்டார். அது பீட்டரைக் கவர்ந்தது.

குரேரோவை விட்டுவிட்டு மொர்டெசாயை மட்டும் கையோடு கூட்டிக் கொண்டு பீட்டர் லண்டனுக்குச் சென்றார். 'சன்டே டைம்ஸ்' அதிகாரிகள் மொர்டெசாயைக் கேள்விகளால் துளைத்தெடுத்தனர். மொர்டெசாய் தனக்குத் தெரிந்த அனைத்தையும் கூறினார். அதோடு, இஸ்ரேல், நியூட்ரான் குண்டு ஒன்றைத் தயாரித்துக் கொண்டிருந்த விஷயத்தையும் அவர் அவர்களிடம் கூறினார். நியூட்ரான் குண்டுகள் போடப்பட்டால் உயிரினங்கள் மட்டுமே சாகும்; கட்டடங்கள் மற்றும் பிற கட்டமைப்புகளுக்கு எந்தவிதமான சேதமும் ஏற்படாது. டிமோனாவிலிருந்த இன்ஸ்டிடியூட் 2 இல் அணுகுண்டுகள் தயாரிக்கப்பட்ட விதத்தையும் மொர்டெசாய் விலாவாரியாக விளக்கினார். ஆனால், முதலிலிருந்தே அவர் பதற்றத்துடனும் கவலையுடனுமே இருந்தார். தான் இஸ்ரேலிய உளவுப் படையினரால் கடத்தப்படுவோம் அல்லது கொல்லப்படுவோம் என்று அவர் அஞ்சினார். 'சன்டே டைம்ஸ்' பத்திரிகையாளர்கள் அவரை அமைதிப்படுத்த முயன்றனர், அவரை வேறொரு ஓட்டலுக்கு மாற்றினர். எந்நேரமும் அப்பத்திரிகையின் ஆட்களில் யாராவது ஒருவர் அவருடனேயே இருந்தனர். அவர் தெருக்களில் தனியாக நடந்து செல்லக்கூடாது என்று அவரை அவர்கள் எச்சரித்தனர். ஆனால் அதை மொர்டெசாய் காது கொடுத்துக் கேட்கவில்லை.

அவருடைய கதை உண்மையானதுதான் என்று 'சன்டே டைம்ஸ்' பத்திரிகையாளர்களுக்குத் திருப்தி ஏற்பட்டவுடன், அக்கதைக்கும் அவர் கொடுத்திருந்த புகைப்படங்களும் சேர்த்து அவருக்கு 1,00,000 டாலர்கள் பணம் வழங்க அவர்கள் முன்வந்தனர். அது தவிர, தங்களுடைய பத்திரிகையின் விற்பனையில் 40 சதவீதத்தையும் அவருக்குக் கொடுக்க அவர்கள் தயாராக

இருந்தனர். அக்கதை ஒரு புத்தகமாக எழுதப்பட்டால், அதற்கு 25 சதவீத ராயல்டி கொடுக்கவும் அவர்கள் ஒப்புக் கொண்டனர். 'சன்டே டைம்ஸ்' பத்திரிகையின் முதலாளியான ரூபர்ட் மர்டாக், 'டுவென்டியத் செஞ்சுரி ஃபாக்ஸ்' என்ற ஹாலிவுட் திரைப்படத் தயாரிப்பு நிறுவனத்தின் சொந்தக்காரராகவும் இருந்ததால், மொர்டெசாயின் கதையை ஒரு திரைப்படமாக எடுக்கலாமா என்று அவர் யோசித்துக் கொண்டிருந்தார் என்ற தகவலையும் அப்பத்திரிகை மொர்டெசாயிடம் தெரிவித்தது. மொர்டெசாயின் பாத்திரத்தை ராபர்ட் டி நீரோ ஏற்று நடிக்கக்கூடும் என்ற ஒரு கூடுதல் செய்தியும் அவரிடம் பகிர்ந்து கொள்ளப்பட்டது.

'சன்டே டைம்ஸ்' பத்திரிகையாளர்கள் அவருக்கு அனைத்து விதங்களிலும் ஆசை காட்டினர். ஆனால் ஒன்றே ஒன்றை மட்டும் அவர்கள் விட்டுவிட்டிருந்தனர். ஒரு பெண்ணின் நெருக்கம்தான் அது. மொர்டெசாய் அதற்காக ஏங்கிக் கொண்டிருந்தார். அதை அவரால் பெற முடியவில்லை. அப்பத்திரிகையின் பெண் நிருபர்களில் ஒருவர் அவருடன் இணைந்து வேலை பார்த்தபோது, அவரிடம் மொர்டெசாய் தன் விருப்பத்தைத் தெரிவித்தார். ஆனால் அதற்கு அப்பெண் இணங்கவில்லை. உடல்ரீதியான தேவைதான் மொர்டெசாயின் அப்போதைய மிகப் பெரிய பலவீனமாக இருந்தது. ஆனால் 'சன்டே டைம்ஸ்' பத்திரிகையின் எடிட்டர்கள் அதைப் புரிந்து கொள்ளத் தவறியிருந்தனர்.

அதோடு, இஸ்ரேலியப் புலனாய் அமைப்பு குறித்து மொர்டெசாய் கொண்டிருந்த பயம் நியாயமானதுதான் என்பதையும் அவர்கள் புரிந்து கொள்ளத் தவறியிருந்தனர். தான் யார் என்று மொர்டெசாய் கூறிக் கொண்டிருந்தாரோ, அது உண்மைதானா என்பதைக் கண்டறிய 'சன்டே டைம்ஸ்' பத்திரிகை ஒரு நிருபரை இஸ்ரேலுக்கு அனுப்பியது. அவர் அங்குச் சென்று பலரிடம் விசாரித்தார். அவர்களில் ஒருவர் ஓர் இஸ்ரேலியப் பத்திரிகையாளர். அவர் உடனடியாக மொசாடை எச்சரித்துவிட்டார். ஒரு சில மணி நேரத்திற்குள்ளாகவே மொசாட் ஆபரேஷன் குழு ஒன்று லண்டனுக்குப் பறந்தது. மொசாடின் துணைத் தலைவர் ஷப்தாய் ஷாவிட் அக்குழுவிற்குத் தலைமை ஏற்றார். அக்குழுவின் களச் செயல்பாடுகளுக்கு மொசாடின் இரண்டாவது துணைத் தலைவர் பெனி ஸீவி தலைமை தாங்கினார்.

'சன்டே டைம்ஸ்' பத்திரிகையின் ஊழியர்கள் அதன் நிர்வாகத்தை எதிர்த்து அந்நிறுவனத்தின் அலுவலகத்தின் வாசலில் ஒரு போராட்டம் நடத்திக் கொண்டிருந்தனர். அவர்களைப் புகைப்படம் எடுக்கின்ற சாக்கில், இரண்டு மொசாட் ஏஜென்டுகள், பத்திரிகையாளர்கள் என்ற பெயரில் அங்குச் சென்று நின்று

கொண்டிருந்தனர். ஒரு சில நாட்களுக்குப் பிறகு, மொர்டெசாய் அந்த அலுவலகத்திற்கு வந்தபோது அந்த ஏஜென்டுகள் அவரைப் புகைப்படம் எடுத்தனர். அவர் திரும்பிச் சென்றபோது, அவர்கள் அவரைப் பின்தொடர்ந்து சென்றனர். ஒருவரை அவரறியாமல் பின்தொடர்ந்து செல்வதற்கு, ஸுவி மால்கின் என்ற மூத்த மொசாட் ஏஜென்ட் உருவாக்கி வைத்திருந்த 'கோம்ப்' என்ற ஒரு வழிமுறையை அவர்கள் பின்பற்றினர். அதன்படி, மொசாட் ஏஜென்டுகள் ஒருவரைப் பின்தொடர்ந்து செல்லும்போது, அவர் வசித்த இடத்திற்கு அருகே அவர் அடிக்கடி விஜயம் செய்த இடங்களையெல்லாம் அடையாளம் கண்டுகொள்வர்; பின் அந்த இடங்களில் தங்களுடைய ஏஜென்டுகளை அவர்கள் நிறுத்தி வைப்பர். செப்டம்பர் 24 அன்று, சுற்றுலாப் பயணியரின் மனங்கவர்ந்த லீசெஸ்டர் சதுக்கம் என்ற இடத்திற்கு மொர்டெசாய் வந்தார். அங்கே பத்திரிகைகளை விற்பனை செய்த ஒரு சிறிய கடையின் வாசலில் ஓர் அழகான பெண் நின்று கொண்டிருந்ததை அவர் பார்த்தார்.

மொர்டெசாய்க்கு அப்பெண் ஒரு தேவதைபோலத் தெரிந்தாள். அக்கடையின் முன்னால் ஒரு வரிசையில் நின்று கொண்டிருந்த அவளை அவர் ஏக்கத்துடன் பார்த்தார். அப்பெண்ணும் தன் தலையைத் திருப்பி அவரைப் பார்த்தாள். அதில் பல அர்த்தங்கள் புதைந்திருந்தன. ஒரு சில நொடிகள் அவர்களுடைய கண்கள் ஒன்றையொன்று கவ்விக் கொண்டன. தன்னுடைய முறை வந்தபோது, அப்பெண் ஒரு பத்திரிகையை வாங்கிக் கொண்டு தன் வழியில் சென்றுவிட்டாள். மொர்டெசாயும் வேறொரு திசையில் திரும்பி நடக்கத் துவங்கினார். பிறகு எப்படியோ துணிச்சலை வரவழைத்துக் கொண்டு, அவர் மீண்டும் திரும்பி அப்பெண்ணை நோக்கிச் சென்று, தான் அவளுடன் ஒரு சில நிமிடங்கள் பேசலாமா என்று அவளிடம் கேட்டார். அதற்கு அப்பெண் ஒரு புன்னகையுடன் சம்மதித்தாள். அவர்களுக்கிடையே ஒரு பொதுவான உரையாடல் நிகழத் துவங்கியது. தன் பெயர் சின்டி என்றும், தான் அமெரிக்காவில் வசித்து வந்த ஒரு யூதப் பெண் என்றும் அவள் தன்னை அறிமுகப்படுத்திக் கொண்டாள். தான் ஓர் ஒப்பனைக் கலைஞர் என்றும், தான் ஐரோப்பாவுக்குச் சுற்றுலா வந்திருந்ததாகவும் அவள் மேலும் தெரிவித்தாள்.

அதைக் கேட்டதும் மொர்டெசாய்க்குச் சந்தேகம் துளிர்விட்டது. கடந்த சில தினங்கள் அவருக்குப் பெரும் பதற்றத்தை உருவாக்கியிருந்தன. 'சன்டே டைம்ஸ்' எடிட்டர்கள், முடிவேயில்லாமல் தொடர்ந்து அவரைக் குடைந்து கொண்டிருந்தனர். அவருடைய செய்தியை வெளியிடுவதை அவர்கள் தொடர்ந்து தள்ளிப்போட்டுக் கொண்டே வந்தனர்.

அவர்கள் அக்கதை குறித்து லண்டனிலிருந்த இஸ்ரேலியத் தூதரகத்தின் அபிப்பிராயத்தைப் பெற விரும்பியதை மொர்டெசாய் தெரிந்து கொண்டதிலிருந்து, இஸ்ரேலிய உளவு நிறுவனங்கள் குறித்த அவருடைய பயம் மேலும் அதிகரித்திருந்தது. மதிப்பு வாய்ந்த பத்திரிகைகள் இப்படி எதிர்த்தரப்பு வாதத்தையும் கேட்பது நடைமுறை வழக்கம்தான் என்று அவர்கள் மொர்டெசாயிடம் அதற்கு விளக்கம் கொடுத்தனர். ஆனால், அதை அவரால் ஏற்றுக் கொள்ள முடியவில்லை. அவர் தனிமையாகவும் கோபமாகவும் உணர்ந்தார். அவர் பொறுமையிழந்திருந்தார்.

இப்போது திடீரென்று அவர் முன் சின்டி வந்து குதித்திருந்தாள்.

***

மொர்டெசாய் சின்டியிடம் பாதி விளையாட்டுத்தனமாக, “நீங்கள் மொசாடைச் சேர்ந்தவரா?” என்று கேட்டார்.

அதற்கு அப்பெண், “இல்லையில்லை,” என்று கூறிவிட்டு, “மொசாட் என்றால் என்ன?” என்று பதிலுக்குக் கேட்டாள். பிறகு, “உங்கள் பெயர் என்ன?” என்று அவள் கேட்டாள்.

“ஜார்ஜ்,” என்று மொர்டெசாய் கூறினார். அப்பெயரில்தான் அவர் தன் ஓட்டலில் அறையெடுத்திருந்தார்.

அதைக் கேட்டுப் புன்னகைத்த சின்டி, மொர்டெசாயிடம், “நீங்கள் பொய் சொல்கிறீர்கள்!” என்று கூறினாள்.

பின் அவர்கள் ஒரு சிற்றுண்டியகத்தில் அமர்ந்தபோது, மொர்டெசாய் தன்னுடைய உண்மையான பெயரை அவளிடம் கூறினார். பின்னர் தன் பிரச்சனையைப் பற்றியும், ‘சன்டே டைம்ஸ்’ பத்திரிகையைத் தான் அணுகியிருந்ததைப் பற்றியும் அவர் அவளிடம் விளக்கினார். சின்டி அவரிடம், “நீங்கள் என்னுடன் உடனடியாக நியூயார்க்குக்கு வாருங்கள். அங்கு நான் உங்களுக்குப் பெரிய பத்திரிகைகளை அறிமுகப்படுத்துகிறேன், சிறந்த வழக்கறிஞர்களையும் ஏற்பாடு செய்து கொடுக்கிறேன்,” என்று கூறினாள்.

ஆனால், சின்டி கூறிக் கொண்டிருந்த விஷயங்கள் மொர்டெசாயின் காதுகளில் விழவேயில்லை. அவர் சின்டியைப் பார்த்தக் கணத்திலேயே அவளிடம் தன் மனத்தைப் பறி கொடுத்திருந்தார். அடுத்தச் சில நாட்கள் அவர்கள் இருவரும் அடிக்கடிச் சந்தித்துக் கொண்டனர். அவரைப் பொறுத்தவரை, அவை அவருடைய வாழ்வின் மிகச் சிறந்த நாட்கள். அவர்கள் இருவரும் கைகோர்த்தபடி பூங்காக்களில் நடந்தனர், திரையரங்குகளுக்குச் சென்றனர், இசை நாடகங்களுக்குச் சென்றனர். கணக்குவழக்கின்றி முத்தங்களைப் பரிமாறிக்

கொண்டனர். அந்த அன்பான அரவணைப்பும் இனிய முத்தங்களும் அவரால் மறக்க முடியாதவையாக இருந்தன.

சின்டி அவருக்கு முத்தங்களை வாரி வாரி வழங்கினாலும், அதற்கு மேல் எல்லை தாண்ட அவள் மறுத்துவிட்டாள். தன்னுடன் இன்னொரு பெண்ணும் தங்கியிருந்ததால் மொர்டெசாயைத் தன்னுடைய அறைக்கு வரவழைக்க முடியாது என்று அவள் அவரிடம் கூறினாள். அதோடு, மொர்டெசாயின் ஓட்டல் அறைக்கு வருவதற்கும் அவள் மறுத்துவிட்டாள். "உங்கள் ஆசையும் அவசரமும் எனக்குப் புரிகிறது. ஆனால், அது லண்டனில் நடைபெறச் சாத்தியமேயில்லை," என்று அவள் அடிக்கடி அவரிடம் கூறினாள்.

பிறகு திடீரென்று ஒரு நாள் சின்டிக்கு ஒரு யோசனை உதித்தது. அவள் மொர்டெசாயிடம், "நீங்கள் ஏன் என்னுடன் ரோமுக்கு வரக்கூடாது? என் சகோதரி அங்கு இருக்கிறாள். அவளுடைய அபார்ட்மென்டை நாம் பயன்படுத்திக் கொள்ளலாம். நீங்களும் உங்களுடைய பிரச்சனைகளை மறந்து இருக்கலாம்," என்று கூறினாள்.

முதலில் மொர்டெசாய் அதை மறுத்துவிட்டார். ஆனால், சின்டி ரோமுக்குக் கிளம்பத் தயாரானாள். விமானத்தில் அவள் தனக்கு 'பிசினஸ்' வகுப்புப் பயணச்சீட்டு ஒன்றை வாங்கிக் கொண்டாள். பிறகு ஒருவழியாக அவள் மொர்டெசாயைத் தன்னுடன் ரோமுக்கு வர ஒப்புக் கொள்ள வைத்ததும், அவள் அவருக்கும் ஒரு பிசினஸ் வகுப்புப் பயணச்சீட்டை வாங்கினாள். "ஆனால், இந்தப் பயணச்சீட்டுக்கான பணத்தை நீங்கள் பின்னர் எனக்குத் திருப்பித் தந்துவிட வேண்டும்," என்று அவள் அவரிடம் கூறினாள்.

அவர் சபலத்திற்கு ஆளாகி, சின்டி விரித்திருந்த வலையில் விழுந்துவிட்டார்.

அவர் மட்டும் நிதானமாகச் சிந்திக்கின்ற, சற்று எச்சரிக்கையான நபராக இருந்திருந்தால், தான் ஒரு 'தேன்-பொறியில்' சிக்கியிருந்ததை அவர் உணர்ந்திருப்பார். எதிர்பாலினத்தாரைக் கொண்டு ஆசை காட்டி ஒருவரைத் தங்கள் வலையில் விழ வைக்கின்ற ஒரு தந்திரம்தான் அது. அதை உளவு நிறுவனங்கள் வழமையாகக் கையாண்டு வருகின்றன. மொர்டெசாய் ஒரு தெருவில் 'எதேச்சையாக' ஒரு பெண்ணைச் சந்திக்கிறார்; அப்பெண் அவர்மீது எல்லையில்லா காதல் கொள்கிறாள்; அவருக்காக பிசினஸ் வகுப்பில் பயணச்சீட்டு வாங்குவது, தன் சகோதரியின் வீட்டுக்கு அழைப்பது போன்ற பல விஷயங்களைச் செய்யத் தயாராக இருக்கிறாள்; தன்னால் லண்டனில் அவருடன் படுக்கையைப் பகிர்ந்து கொள்ள

முடியாது, ஆனால் ரோமில் அது முடியும் என்று கூறுகிறாள். எந்தவொரு விவேகமான நபரும் அதைச் சந்தேகித்திருந்திருப்பார். அது கேலிக்கூத்தாக இருப்பதையும் அவர் உணர்ந்திருப்பார். ஆனால், மொசாட் ஏஜென்டுகள் இம்முறை மிகச் சிறப்பாக வேலை செய்திருந்தனர். மொர்டெசாயின் தேவை என்ன என்பதை அவர்கள் துல்லியமாக அறிந்திருந்தனர். ஓர் அழகான, வசீகரமான பெண்ணின் முத்த மழையாலும், அதைத் தாண்டிய வாக்குறுதியாலும் மொர்டெசாய் மதிமயங்கித் தங்கள் வலையில் விழுவார் என்று அவர்கள் உறுதியாக நம்பினர்.

'சன்டே டைம்ஸ்' பத்திரிகையாளர் பீட்டர் ஒரு நிதானமான நபர். அவர் சின்டியைப் பற்றிக் கேள்விப்பட்டவுடனேயே, ஏதோ சரியில்லை என்பதை அவர் உணர்ந்தார். அதனால், சின்டியைச் சந்திக்காமல் இருக்கும்படி அவர் மொர்டெசாயைக் கேட்டுக் கொண்டார். ஆனால் மொர்டெசாய் அதற்குச் செவி சாய்க்கவில்லை. மொர்டெசாய் ஏற்கனவே தூண்டில் புழுவை விழுங்கியிருந்தார். இனி உலகிலுள்ள எந்த சக்தியாலும் அவருடைய மனத்தை மாற்ற முடியாது. ஒரு முறை, அவர் சின்டியைப் பார்க்கச் செல்லவிருந்தபோது, "நீங்கள் உங்களுடைய காரில் என்னை அங்கே இறக்கிவிட முடியுமா?" என்று அவர் பீட்டரிடம் கேட்டார். பீட்டர் அவரை இறக்கிவிட்டபோது சின்டியை அவர் தூரத்திலிருந்து பார்த்தார் (பின்னர் அதை நினைவு வைத்து, அவர் அப்பெண்ணின் முகத்தை ஓர் ஓவியமாக வரைய உதவினார்). தான் ஓரிரு நாட்கள் லண்டனைவிட்டுச் செல்லவிருந்ததாக மொர்டெசாய் பீட்டரிடம் கூறியபோது, பீட்டர் அவரிடம் வாதாடி அவரைத் தடுக்கப் பார்த்தார். ஆனால், அம்முயற்சி பலனளிக்கவில்லை.

சின்டி லண்டனை விடுத்து மொர்டெசாயுடன் ரோமில் ஜாலியாகப் பொழுதைக் கழிக்க முன்வந்ததற்கு வேறொரு காரணம் இருந்தது. இஸ்ரேல் மொர்டெசாயை பிரிட்டனிலிருந்து கடத்த விரும்பவில்லை. இஸ்ரேலியப் பிரதமர் ஷிமோன் பெரெஸ், பிரிட்டனின் இரும்புப் பெண்மணியும் அப்போதைய பிரதமருமான மார்கரெட் தாட்சரைத் தேவையில்லாமல் பகைத்துக் கொள்ள விரும்பவில்லை. மொசாடும் லண்டனில் சௌகரியமாக உணரவில்லை. ஒரு சில மாதங்களுக்கு முன்புதான், ஜெர்மானிய அதிகாரிகள், ஒரு ஜெர்மானிய நகரத்திலிருந்த ஒரு தொலைபேசி அழைப்பகத்தில் எட்டுப் போலி பிரிட்டிஷ் பாஸ்போர்ட்டுகள் இருந்த ஒரு பையைக் கண்டெடுத்திருந்தனர். துரதிர்ஷ்டவசமாக, அந்தப் பையில் அதன் உண்மையான சொந்தக்காரரின் பெயர் இருந்தது. அதோடு, அவர் இஸ்ரேலியத் தூதரகத்தில் வேலை பார்த்து வந்த தகவலும் அதில் இருந்தது.

அதைத் தெரிந்து கொண்டவுடன் பிரிட்டிஷ் அரசாங்கம் கடும் சீற்றமடைந்தது. மொசாட் இனி ஒருபோதும் பிரிட்டிஷ் மண்ணில் வாலாட்டக்கூடாது என்று எச்சரிக்கப்பட்டது.

அதனால்,மொசாட் இம்முறை ரோமைத்தேர்ந்தெடுத்திருந்தது. அது பல வழிகளில் அதற்குச் சாதகமாக இருந்தது. மொசாடுக்கும் இத்தாலிய உளவு நிறுவனத்திற்கும் இடையே ஒரு வலுவான நெருங்கிய உறவு நிலவியது. நஹூம் அட்மோனியும், இத்தாலிய உளவு அமைப்பின் தலைவர் அட்மிரல் ஃபுல்வியோ மார்ட்டினியும் நல்ல நண்பர்கள். இத்தாலியில் எப்போதும் ஏதாவது ஒரு சச்சரவு நிகழ்ந்து கொண்டிருந்ததால், தங்களுடைய மண்ணிலிருந்துதான் மொர்டெசாய் கடத்தப்பட்டார் என்று நிரூபிப்பது இத்தாலியர்களுக்குக் கடினமாக இருக்கும்.

***

1986 செப்டம்பர் 30 அன்று, சின்டியும் மொர்டெசாயும் கைகோர்த்தபடி, ரோமுக்குப் பறக்கவிருந்த பிரிட்டிஷ் ஏர்வேஸ் விமானம் பிஏ 504 இல் ஏறினர். இரவு ஒன்பது மணிக்கு அவர்கள் ரோமில் இறங்கியபோது, அவர்களை வரவேற்க, ஒரு ஜாலியான இத்தாலியர் ஒரு பூங்கொத்துடன் அங்குக் காத்துக் கொண்டிருந்தார். அவர் தன்னுடைய காரில் சின்டியின் சகோதரி வீட்டுக்கு அவர்களை அழைத்துச் சென்றார். கார் பயணம் நெடுகிலும் சின்டி மொர்டெசாயை முத்தத்தால் திணறடித்துக் கொண்டும் கொஞ்சிக் கொண்டும் இருந்தாள்.

அக்கார் ஒரு சிறிய வீட்டின் முன் நின்றது. அங்குத் தயாராக நின்று கொண்டிருந்த ஒரு பெண்மணி ஓடி வந்து அந்தக் காரின் கதவைத் திறந்தார். மொர்டெசாய்தான் முதலில் அந்த வீட்டுக்குள் நுழைந்தார். அவர் உள்ளே நுழைந்ததும் கதவு மூடப்பட்டது. உடனே, உள்ளேயிருந்த இரண்டு பேர் மொர்டெசாய்மீது பாய்ந்து அவரைக் கடுமையாகத் தாக்கித் தரையில் தள்ளினர். அவர்கள் அவருடைய கைகளையும் கால்களையும் கட்டிக் கொண்டிருந்தபோது, அவரை வரவேற்றிருந்த பெண், மொர்டெசாயின் கையில் ஓர் ஊசியைச் செருகினார். மறுகணம், மொர்டெசாய் ஓர் ஆழ்ந்த தூக்கத்தில் மூழ்கினார்.

மயங்கிக் கிடந்த மொர்டெசாயுடன் ஒரு வேன் இத்தாலியின் வடக்குப் பகுதியை நோக்கிச் சென்றது. அந்த வேன் பல மணி நேரம் பயணித்தது. அந்த வேனில் மொர்டெசாய்க்கு அருகே இரண்டு ஆண்களும் ஒரு பெண்ணும் அமர்ந்திருந்தனர். சின்டி மாயமாக மறைந்துவிட்டிருந்தாள். சில மணி நேரம் கழித்து மொர்டெசாய்க்கு இன்னொரு மயக்க மருந்து ஊசி போடப்பட்டது. அந்த வேன் லா ஸ்பெசியா துறைமுகத்தை

அடைந்தது. ஸ்ட்ரெச்சர் ஒன்றோடு பிணைக்கப்பட்டிருந்த, மயக்க நிலையிலிருந்த மொர்டெசாய், ஒரு விரைவுப் படகில் ஏற்றப்பட்டார். அப்படகு நடுக்கடலுக்கு விரைந்தது. அங்கு ஓர் இஸ்ரேலியச் சரக்குக் கப்பல் அவர்களுக்காகத் தயாராகக் காத்துக் கொண்டிருந்தது. அக்கப்பலில் இருந்த ஊழியர்கள் கப்பல் அறைக்குள் செல்லும்படி கேட்டுக் கொள்ளப்பட்டனர். ஆனால், அப்போது பணியில் இருந்தவர்கள், ஒரு விரைவுப் படகு தங்களுடைய கப்பலை வந்தடைந்ததைப் பார்த்தனர்: கப்பலிலிருந்து ஒரு கயிற்று ஏணி இறக்கப்பட்டது. இரண்டு ஆண்களும் ஒரு பெண்ணும் எச்சரிக்கையாக அதில் ஏறி, கப்பலின் மேற்தளத்தை அடைந்தனர். மயக்க நிலையிலிருந்த ஒருவரையும் அவர்கள் சுமந்து வந்தனர். அக்கப்பலின் மேற்தளப் பொறுப்பு அதிகாரியின் அறைக்குள் அவர்கள் அனைவரும் நுழைந்தனர். பிறகு அந்த அறையின் கதவு உட்புறமாகத் தாழிடப்பட்டது. அக்கப்பல் உடனடியாக இஸ்ரேலை நோக்கிப் பயணப்பட்டது.

மொர்டெசாய் அப்பயணம் முழுவதும் அந்த அறைக்குள் அடைக்கப்பட்டிருந்தார். அதற்குப் பிறகு அவர் ஒருபோதும் சின்டியைப் பார்க்கவில்லை. சின்டிக்கு என்னவாயிற்றோ என்று அவர் கவலைப்பட்டார். தன்னைக் கடத்தியிருந்த மொசாட் குழுவில் சின்டியும் ஒருவர் என்பதை அவர் உணரவில்லை. ரோமில் அந்த வீட்டில் மொர்டெசாயை இறக்கிவிட்டவுடன் சின்டி அங்கிருந்து கிளம்பிவிட்டாள். அன்று இரவே அவள் இத்தாலியைவிட்டு வெளியேறியிருந்திருக்க வேண்டும். அவர்களுடன் கப்பலில் வந்த பெண்மணி ஒரு மருத்துவர். அவர்தான் அவ்வப்போது மொர்டெசாய்க்கு மயக்க மருந்து செலுத்திக் கொண்டிருந்தார்.

அக்கப்பல் இஸ்ரேல் அருகே கடலில் நங்கூரமிட்டது. இஸ்ரேலியக் கடற்படையின் விரைவுப் படகு ஒன்று அக்கப்பலின் அருகே வந்தது. மொர்டெசாய் அதில் ஏற்றப்பட்டார். கரையில் தயாராகக் காத்திருந்த காவல்துறையினர் மொர்டெசாய்மீது ஒரு வழக்குப் பதிவு செய்து அவரை அஷ்கெலான் என்ற இடத்திலிருந்த ஷிக்மா சிறையில் அடைத்தனர்.

***

அவர் சிறையில் விசாரணைக்கு உட்படுத்தப்பட்டிருந்தபோது, அவருடைய கதையை 'சன்டே டைம்ஸ்' பத்திரிகை ஒரு தொடர் கட்டுரையாகப் பிரசுரிக்கத் துவங்கியிருந்தது அவருக்குத் தெரிய வந்தது. மொர்டெசாய் எடுத்திருந்த புகைப்படங்களும், அவர் வரைந்திருந்த வரைபடங்களும் அக்கதைக்கு ஆழம் சேர்த்தன. அக்கட்டுரையை உலகம் நெடுகிலும் பல பத்திரிகைகள்

மறுபிரசுரம் செய்தன. இஸ்ரேலின் அணு ஆயுத பலம் குறித்து அதுவரை உலகில் நிலவி வந்த அனைத்து அனுமானங்களும் தவறு என்பதை அக்கட்டுரை வெளிப்படுத்தியது. இஸ்ரேல் தன் வசம் 10 முதல் 20 பழமையான அணுகுண்டுகளை வைத்திருக்கலாம் என்று அதுவரை கருதப்பட்டு வந்திருந்தது. ஆனால், மொர்டெசாய் வெளிப்படுத்திய செய்தி, இஸ்ரேல் ஓர் அணு ஆயுத நாடாக ஆகியிருந்ததை வெட்ட வெளிச்சமாக்கியது. தற்போது இஸ்ரேலிடம் 150 முதல் 200 வரையிலான அதிநவீன அணுகுண்டுகள் இருக்கலாம் என்பது தெரிய வந்தது. அதோடு, ஹைட்ரஜன் மற்றும் நியூட்ரான் குண்டுகளைத் தயாரிக்கும் திறனும் இஸ்ரேலுக்கு இருந்தது வெளிப்பட்டது. இந்த வெளிப்பாடுகள் மொர்டெசாயை நடுங்க வைத்தன. இஸ்ரேலியர்கள் தன்னைக் கொன்றுவிடுவர் என்று அவர் நம்பினார். சின்டியையும் அவர்கள் தீர்த்துக்கட்டிவிடுவர் என்று அவர் நினைத்தார்.

மொர்டெசாய்க்கு என்ன நேர்ந்தது என்பதைக் கிட்டத்தட்ட நாற்பது நாட்களுக்கு இந்த உலகம் அறியவில்லை. உண்மைக்குப் புறம்பான பல பரப்பரப்பான கதைகளை ஊடகங்கள் அச்சடித்துத் தள்ளின. அவர் லண்டனிலிருந்து கடத்தப்பட்டு, தூதரகப் பெட்டி ஒன்றில் அடைக்கப்பட்டு இஸ்ரேலுக்குக் கொண்டுவரப்பட்டிருந்ததாக ஒரு பத்திரிகை விலாவாரியாக எழுதியது; ஓர் அழகான பெண்ணுடன் அவர் ஓர் உல்லாசப் படகில் ஏறினார் என்றும், அப்படகு இஸ்ரேலுக்கு அவரைக் கொண்டு சென்றது என்றும், அதை 'நேரில் கண்ட சாட்சிகள்' இருந்தனர் என்றும் மற்றொரு பத்திரிகை ஒரு கட்டுரை வெளியிட்டது. பிரிட்டன் நாடாளுமன்ற உறுப்பினர்கள், இது குறித்து ஒரு விரிவான விசாரணை மேற்கொள்ளப்பட வேண்டும் என்றும், இஸ்ரேல்மீது கடுமையான நடவடிக்கை எடுக்கப்பட வேண்டும் என்றும் கோரினர்.

மொர்டெசாய்மீது ஓர் அதிகாரபூர்வமான குற்றப்பத்திரிகை நவம்பர் மத்தியில் தாக்கல் செய்யப்பட்டது. அவர் பல முறை நீதிமன்றத்தில் ஆஜர்படுத்தப்பட்டார். மொர்டெசாய் சிறையதிகாரிகளைப் புத்திசாலித்தனமாக முறியடிக்கத் திட்டமிட்டார். தான் நீதிமன்றத்திற்கு கொண்டு செல்லப்பட்ட ஒவ்வொரு முறையும் பத்திரிகையாளர்கள் எங்குக் காத்திருந்தனர் என்பதை அவர் அறிந்து வைத்திருந்தார். ஒரு முறை அவர் அப்படி நீதிமன்றத்திற்குக் கொண்டுவரப்பட்டபோது, காவல்துறையின் காரின் பின்னிருக்கையிலிருந்து இறங்குவதற்கு முன்பாக, அவர் தன் உள்ளங்கையில் எழுதி வைத்திருந்த ஒரு வாசகத்தைப் பத்திரிகையாளர்கள் பார்க்கும் விதத்தில் காரின் சன்னல் வழியாகக் காட்டினார். அதில் இவ்வாறு எழுதப்பட்டிருந்தது:

பிஏ 504 என்ற விமானம் மூலம் 30.09.86 அன்று இரவு 9 மணிக்கு நான் ரோம் நகரை அடைந்தேன். பின்னர் நான் அங்கிருந்து கடத்தப்பட்டேன்.

அச்செய்தி உலகம் நெடுகிலும் பத்திரிகைகளில் வெளியானது. அதன் காரணமாக, இஸ்ரேல் பிரிட்டனின் கோபத்திற்கு ஆளாகாமல் தப்பித்தது. ஏனெனில், மொர்டெசாய் தானாகவே ரோமுக்குச் சென்றிருந்தார் என்பது அதன் மூலம் நிரூபிக்கப்பட்டது. ஆனால், அது இத்தாலிய உளவு நிறுவனத்தைக் கொதித்தெழச் செய்தது. ஆனால், இஸ்ரேலியர்கள் இத்தாலியர்களுடன் பேசி அது ஒரு பெரிய பிரச்சனையாக ஆகாமல் பார்த்துக் கொண்டனர்.

தேசத் துரோகம், நாட்டுக்கு எதிராக உளவு பார்த்தது ஆகிய குற்றச்சாட்டுகள் மொர்டெசாய்மீது வைக்கப்பட்டன. அவருக்குப் பதினெட்டு ஆண்டுகாலச் சிறைத்தண்டனை விதிக்கப்பட்டது. ஆனால், வெளிநாடுகளில் அவர் ஓர் உளவாளியாகவோ அல்லது தேசத் துரோகியாகவோ பார்க்கப்படவில்லை. அவர் ஓர் அமைதிக் காவலனாகவும், இஸ்ரேலின் அணு ஆயுதத் தயாரிப்பைத் தடுத்து நிறுத்துவதற்காகத் தன் உயிரையும் பணயம் வைக்க முன்வந்த ஒரு தியாகியாகவும் கொண்டாடப்பட்டார்.

ஆனால், உண்மையில் மொர்டெசாய் அப்படிப்பட்ட ஒரு நபரல்லர். குழப்பான, தடுமாற்றமான மனநிலையைக் கொண்டிருந்த ஒருவர் அவர். அவர் டிமோனாவில் வேலை செய்த காலம் முழுவதும் இஸ்ரேலின் அணு ஆயுதத் திட்டத்திற்கு எதிராக அவர் தன்னுடைய சுண்டுவிரலைக்கூட அசைத்திருக்கவில்லை. டிமோனாவில் ஆட்குறைப்பு நடவடிக்கை மேற்கொள்ளப்படாமல் இருந்திருந்தால், அன்றுவரை அவர் அங்கேதான் வேலை செய்து கொண்டிருந்திருப்பார். அவர் நாட்டைவிட்டு வெளியேறியபோதும், உடனடியாக இஸ்ரேலுக்கு எதிராக ஒரு புனிதப் போரைத் தொடங்கவில்லை. அவர் உலகில் பல நாடுகளில் சுற்றி அலைந்தார், மதம் மாறினார். அவர் மட்டும் குரேரோவைச் சந்தித்திருக்கவில்லை என்றால், அவர் எடுத்திருந்த டிமோனா புகைப்படங்கள் அவருடைய பயணப்பையிலேயே உறங்கிக் கொண்டிருந்திருக்கும்.

ஆனால் உலகெங்குமிருந்த மக்கள், இஸ்ரேலின் அணு ஆயுத முயற்சியால் ஏற்படக்கூடிய ஆபத்திற்கு எதிராக முஷ்டியை மடக்கிய ஒரு போராளியாகவே அவரைப் பார்த்தனர். அவருடைய பெற்றோர் உயிருடன் இருந்தபோதிலும், அமெரிக்காவில் ஒரு தம்பதியர் அவரைத் தங்களுடைய மகனாகத் தத்தெடுத்துக் கொண்டனர். கிறித்தவர்கள் குழு ஒன்று, அமைதிக்கான நோபல் பரிசுக்கு அவருடைய பெயரைப் பரிந்துரைத்தது.

பதினெட்டு ஆண்டுகளுக்குப் பிறகு அவர் சிறையிலிருந்து விடுதலையானதும், ஜெருசலேமில் இருந்த ஒரு கிறித்தவத் தேவாலயத்தில் அவர் வாழத் துவங்கினார். அவருக்கு இஸ்ரேல்மீது இருந்த வெறுப்பு இன்னும் குறைந்திருக்கவில்லை. அவர் ஹீப்ரு மொழியைப் பேச மறுத்தார். தன்னை ஜான் கிராஸ்மேன் என்று அவர் அழைத்துக் கொண்டார். தான் ஓர் அரேபிய அல்லது பாலஸ்தீனியப் பெண்ணைத் திருமணம் செய்து கொள்ள விரும்பியதாக அவர் 'பெண் கேட்டு' விளம்பரம் செய்தார்.

சின்டி என்னவானாள்? லண்டனில் மேற்கொள்ளப்பட்ட ஆபரேஷன் அவசர அவசரமாக மேற்கொள்ளப்பட்டதால், மொசாடால் சின்டிக்கு ஒரு வலுவான பின்புலத்தை உருவாக்க முடியவில்லை. அதனால் அவள் தன்னுடைய உண்மையான சகோதரியின் பெயரான 'சின்டி ஹனின்' என்ற பெயரையும் அவளுடைய பாஸ்போர்ட்டையும் பயன்படுத்தியிருந்தாள். அதன் காரணமாக, பிரிட்டிஷ் மற்றும் இஸ்ரேலியப் பத்திரிகையாளர்கள் அவளுடைய உண்மையான அடையாளத்தைக் கண்டுபிடித்துவிட்டனர். அவளுடைய உண்மையான பெயர் ஷெரில் பென்–டோவ். டயர் தொழிலில் பெரும் பணம் சம்பாதித்திருந்த ஓர் அமெரிக்கக் கோடீஸ்வரரின் மகளான அவள், யூத மதத்தின்மீது கொண்டிருந்த ஆர்வம் காரணமாக, தன்னுடைய பதினேழாவது வயதில் இஸ்ரேலுக்குக் குடிபெயர்ந்துவிட்டாள். இஸ்ரேலிய இராணுவத்தில் பணிபுரிந்த அவள், அதன் உளவுப் பிரிவு அதிகாரி ஒருவரை மணமுடித்தாள். பின்னர் அவள் மொசாடில் சேர்த்துக் கொள்ளப்பட்டாள். அவள் அறிவுக்கூர்மை மிக்கவள். அதோடு, அவளிடம் ஓர் அமெரிக்கப் பாஸ்போர்ட் இருந்தது. இவை இரண்டும் அவள் மொசாடில் சேர வெகுவாக உதவின. மொசாடில் சேர்த்துக் கொள்ளப்பட்டப் பிறகு அவளுக்கு இரண்டு ஆண்டுகள் கடுமையான பயிற்சிகள் வழங்கப்பட்டன. பின்னர் அவசர அவசரமாக, ஆபரேஷன் கனியுக்கிற்காக அவள் லண்டனுக்கு அழைத்துச் செல்லப்பட்டாள். அந்த ஆபரேஷனுக்குப் பிறகு அவளுடைய பெயர் எல்லோருக்கும் தெரிந்துவிட்டதால், உளவுத் தொழிலுக்கு அவள் முழுக்குப் போட வேண்டியதாயிற்று.

இன்று ஷெரிலும் அவளுடைய கணவரும் அமெரிக்காவில் ரியல் எஸ்டேட் தொழிலில் ஈடுபட்டுள்ளனர். அவர்கள் அமெரிக்க யூதக் குடும்பத்திற்கான ஒரு முன்னுதாரணமாகத் திகழ்கின்றனர். மொர்டெசாய் விவகாரத்தின் காரணமாக அவள் மொசாடைவிட்டு விலக நேர்ந்ததை அவளுடைய சக ஏஜென்டுகளில் பலரால் சீரணித்துக் கொள்ள முடியவில்லை. அழகும் அறிவும் பல்வேறு திறமைகளும் ஒருங்கே வாய்க்கப்

பெற்றிருந்த அந்தப் பெண்ணால் தங்களுடன் தொடர்ந்து பணியாற்ற முடியாமல் போனது குறித்த வருத்தம் அவர்களுக்கு இருந்தது. அவளால்தான் எந்தச் சட்டத்தையும் மீறாமல் மொசாடால் மொர்டெசாயை பிரிட்டனிலிருந்து இஸ்ரேலுக்குக் கொண்டுவர முடிந்தது.

இஸ்ரேல் பிரிட்டனில் எந்த அத்துமீறல்களிலும் ஈடுபடவில்லை என்பது தெளிவானதும், மார்கரெட் தாட்சர் தன்னுடைய பாராளுமன்ற உறுப்பினர்களுக்கு எளிதாகக் கடிவாளம் போட்டுவிட்டார்.

ஆனால், மொசாடால் வெகுகாலத்திற்குத் தன்னுடைய வாலைச் சுருட்டிக் கொண்டு உட்கார்ந்திருக்க முடியவில்லை. இரண்டு ஆண்டுகளுக்குப் பிறகு, ஆரி ரெகேவ், யாக்கோவ் பராட் ஆகிய இரண்டு மொசாட் ஏஜென்டுகள், ஒரு பாலஸ்தீனியரை ஓர் இரட்டை உளவாளியாக மாற்றி, அவரை லண்டனில் குடியமர்த்தினர். ஆனால் லண்டன் காவல்துறை அவரைக் கண்டுபிடித்துக் கைது செய்தது. அதைத் தொடர்ந்து, தாட்சர், மொசாடின் லண்டன் மையத்தை இழுத்து மூடியதோடு, ஆரியையும் யாக்கோவையும் நாடு கடத்தினார்.

தாங்கள் இனி நல்ல பிள்ளைகளாக நடந்து கொள்வதாக மொசாட் அமைப்பு தாட்சருக்கு வாக்குறுதியளித்தது. அது அந்த வாக்குறுதியைக் காப்பாற்றவும் செய்தது – மஹ்மூத் அல்–மபூஹ் விவகாரம் தொடங்கும்வரை!

அத்தியாயம் 16

சதாம் உசேனின் மகாபீரங்கிக் கனவு

1918 மார்ச் 23 அன்று முதலாம் உலகப் போர் உச்சகட்டத்தில் இருந்தபோது, பாரிஸின் மையத்திலிருந்த ஒரு சதுக்கத்தில் ஒரு பெரிய பீரங்கிக் குண்டு வந்து விழுந்து வெடித்தது. ஒரு மணி நேரத்திற்குப் பிறகு, பாரிஸின் மற்றோர் இடத்தில் இன்னொரு குண்டு விழுந்து வெடித்தது. அதில் எட்டுப் பேர் கொல்லப்பட்டனர். இந்த இரண்டு குண்டுவெடிப்புகளும் பாரிஸ் நகரவாசிகளை உலுக்கின. ஏனெனில், தாங்கள் போர்முனையிலிருந்து வெகுதூரத்தில் இருந்ததால் தாங்கள் பாதுகாப்பாக இருந்ததாக அவர்கள் அதுவரை நம்பிக் கொண்டிருந்தனர். பாரிஸைச் சுற்றியிருந்த காடுகளில் ஜெர்மானிய பீரங்கிப் படையினர் ஒளிந்து கொண்டிருக்கக்கூடும் என்று சந்தேகித்த அந்நகரின் கமான்டர், அக்காடுகளில் அவர்களைத் தேடுவதற்குப் பல குழுக்களை அனுப்பினார். ஆனால் அங்கு எவரும் இருக்கவில்லை. அதனால், அக்குண்டுகள் 'வான்கப்பல்' ஒன்றிலிருந்து போடப்பட்டிருக்கலாம் என்று அவர்கள் நினைத்துக் கொண்டனர். இவ்வளவுக்கும், வான்கப்பல் எதுவும் அப்போது பாரிஸுக்கு மேலாகப் பறந்து கொண்டிருக்கவில்லை. ஆறு நாட்கள் கழித்து மறுபடியும் ஒரு குண்டு பாரிஸின்மீது விழுந்து வெடித்தது. இம்முறை அது நேராக ஒரு கிறித்தவத் தேவாலயத்தின்மீது விழுந்தது. அதில் 91 பேர் கொல்லப்பட்டனர், 100 பேர் காயமடைந்தனர்.

பாரிஸ் நெடுகிலும் பீதி பரவியது. இராணுவம் அந்நகரைச் சல்லடை போட்டுத் தேடியும் அவர்களால் எதையும் கண்டுபிடிக்க முடியவில்லை. நகருக்கு அப்பால்

தொலைதூரத்திலிருந்து குண்டுவீசக்கூடிய பீரங்கிகளைப் பற்றி எவரும் அதுவரை கேள்விப்பட்டிருக்கவில்லை. பிரெஞ்சுப் புனைகதை எழுத்தாளரான ஜூல்ஸ் வெர்ன் எழுதிய 'ஃபிரம் எர்த் டு மூன்' கதையில் வருகின்ற, பூமியிலிருந்து நிலாவுக்கு விண்வெளிக் கப்பல்களையே வீசியெறிகின்ற மகாபீரங்கிகளோடு, பாரிஸில் விழுந்த குண்டுகளை வீசியெறிந்திருந்த பீரங்கிகளைப் பத்திரிகைகள் ஒப்பிட்டன.

யார் செய்திருந்த அதிர்ஷ்டமோ, முதலாம் உலகப் போர் அதே ஆண்டில் முடிவடைந்ததால் பிரான்ஸ் தப்பியது. இறுதியில் நேச நாடுகள் ஜெர்மனியைத் தோற்கடித்திருந்தன. பிரான்ஸின் தலைநகரைக் கதி கலங்க வைத்தப் பீரங்கி பற்றிய தகவல்கள் மெதுவாகக் கசியத் துவங்கின. சிலர் அதைப் 'பாரிஸ் பீரங்கி' என்று அழைத்தனர். வேறு சிலர், ஜெர்மானிய மாமன்னர் இரண்டாம் வில்ஹெமின் பெயரில் அதை 'வில்ஹெம் பீரங்கி' என்று அழைத்தனர். அந்த மர்மமான பீரங்கியை ஜெர்மனியைச் சேர்ந்த 'குருப் கனரக ஆயுத உற்பத்தி நிறுவனம்' உருவாக்கியிருந்தது. அவர்கள் அப்படிப்பட்ட மூன்று பீரங்கிகளைத் தயாரித்திருந்தனர். அவற்றால் 128 கிலோமீட்டர் தூரம்வரை குண்டுகளை எறிய முடியும் என்பது நம்பப்பட முடியாததாக இருந்தது. அவற்றில் பயன்படுத்தப்பட்ட நீள்வட்ட வடிவக் குண்டுகள் மூன்றடி நீளம் கொண்டவையாக இருந்தன. அக்குண்டுகள் வானில் 42 கிலோமீட்டர் உயரத்தை எட்டின. அது ஒரு சாதனை. இரண்டாம் உலகப் போரின்போது பயன்படுத்தப்பட்ட ஜெர்மானியத் தயாரிப்பான வி–2 ஏவுகணைகள் அச்சாதனையை முறியடித்தன. குருப் நிறுவனம் அந்த மூன்று பீரங்கிகளை மிகவும் இரகசியமாகத் தயாரித்திருந்தது. அவற்றை எடுத்துச் செல்வதற்கென்றே சிறப்பு இரயில்கள் வடிவமைக்கப்பட்டிருந்தன. அவை தினந்தோறும் அந்தப் பீரங்கிகளை ஓரிடத்திலிருந்து மற்றோர் இடத்திற்கு மாற்றிக் கொண்டிருந்தன. அவை ஒவ்வொன்றையும் எண்பது வீரர்கள் நிர்வகித்துக் கொண்டிருந்தனர். அவர்கள் வேறு எவருடனும் பேசுவதற்குத் தடை விதிக்கப்பட்டிருந்தது. அந்த ஆயுதங்களைப் பரம இரகசியமாக வைத்திருக்க வேண்டிய கட்டாயம் ஜெர்மனிக்கு இருந்தது.

போரின் முடிவு நெருங்கிக் கொண்டிருந்தபோது, அந்தப் பீரங்கிகளை இடம் மாற்றுவது ஒரு பெரும் பிரச்சனையாக உருவெடுத்தது. அவற்றைக் கண்டுபிடித்திருந்த பிரிட்டிஷ் போர்விமானங்கள் தொடர்ந்து அவற்றின்மீது குண்டு மழை பொழிந்தன. எல்லையில் இருந்த பிரெஞ்சுப் படையினரும் அவற்றைத் தாக்கத் துவங்கினர். ஆனால் அவர்களுடைய எந்த முயற்சியும் வெற்றி பெறவில்லை. ஒரே ஒரு பீரங்கி மட்டுமே

செயலிழந்தது. அதில் ஒரு குண்டு பற்ற வைக்கப்பட்டபோது அது வெடித்திருந்தது. அதில் ஐந்து ஜெர்மானிய வீரர்கள் கொல்லப்பட்டனர். மற்ற இரண்டு பீரங்கிகளும், இருந்த சுவடே தெரியாமல் மறைந்துவிட்டன. அவற்றுக்கு என்ன ஆயிற்று என்பது தொடர்ந்து மர்மமாகவே இருந்து வந்தது. அவைத் தனித்தனிப் பாகங்களாகக் கழற்றப்பட்டு எடுத்துச் செல்லப்பட்டிருக்கலாம்; அல்லது, ஏதாவது ஒரு குகையிலோ அல்லது கைவிடப்பட்ட ஒரு சுரங்கத்திலோ வைக்கப்பட்டிருக்கலாம் என்று கருதப்பட்டது.

கதாநாயகர்களின் அந்தஸ்தைப் பெற்றிருந்த அந்த மகாபீரங்கிகள் குறித்த மர்மம் ஒருபோதும் விலகாது என்றே பலரும் நினைத்திருந்தனர். ஆனால், 1965 ஆம் ஆண்டு, ஒரு மூத்த ஜெர்மானியப் பெண் கனடாவுக்கு வந்து ஜெரால்டு புல் என்ற முப்பத்தேழு வயது அறிவியலறிஞரைச் சந்தித்தார். ஜெரால்டு, மான்ட்ரியால் நகரத்திலிருந்த மெக்கில் பல்கலைக்கழகத்தில் பணியாற்றி வந்தார். அப்பெண், குருப் நிறுவனத்தின் வடிவமைப்புத் துறை இயக்குநராக இருந்த ஃபிரிட்ஸ் ரவுசன்பெர்கரின் உறவினர். ஃபிரிட்ஸ் அப்போது உயிருடன் இல்லை. தொலைந்து போய்விட்டதாகக் கருதப்பட்ட, அந்தப் பீரங்கிகளின் செயல்விளக்கக் கையேடு ஒன்றை அப்பெண் தன்னுடன் கொண்டு வந்திருந்தார். அதை அவர் தன் குடும்பத்திற்குச் சொந்தமான பழைய அலமாரி ஒன்றில் கண்டுபிடித்திருந்தார். ஜெர்மானிய மகாபீரங்கியைப் பற்றிய விபரங்களும், அது எப்படி இயங்கியது என்பது பற்றிய தகவல்களும் அதில் இடம் பெற்றிருந்தன.

அந்தக் கையேடு ஜெரால்டின் கற்பனையைத் தூண்டிவிட்டது. தன்னுடைய இருபத்து மூன்றாவது வயதிலேயே முனைவர் பட்டம் பெற்றிருந்த ஒரு மேதை அவர். கனடாவில் அதற்கு முன்பு எவரும் அந்த வயதில் முனைவர் பட்டம் பெற்றிருக்கவில்லை. பல நூறு மைல்களுக்கு அப்பால் குண்டுகளை எறிகின்ற மகாபீரங்கிகளைக் கண்டுபிடிக்க வேண்டும் என்று அவர் கனவு கண்டு வந்திருந்தார். விண்வெளிக்கு விண்கலன்களைச் செலுத்துவது குறித்தும் அவர் ஆர்வம் கொண்டிருந்தார். அந்தக் கையேட்டை அடிப்படையாகக் கொண்டு 'வில்ஹெம் பீரங்கிகள்' பற்றிய ஒரு புத்தகத்தை அவர் எழுதினார். மகாபீரங்கிகளைப் பற்றியும், வருங்கால அறிவியலறிஞர்களுக்கு அது திறந்துவிட்டிருந்த புதிய சாத்தியக்கூறுகளைப் பற்றியும் அவர் அப்புத்தகத்தில் குறிப்பிட்டிருந்தார்.

அதைத் தொடர்ந்து ஒரு மகாபீரங்கியை உற்பத்தி செய்ய அவர் தன் பல்கலைக்கழகத்திடமிருந்தும், கனேடிய மற்றும் அமெரிக்க அரசாங்கங்களிடமிருந்தும் பெரும் பணத்தை நிதியாகப் பெற்றார். பார்படோஸிலிருந்த ஒரு சோதனை மைதானத்தில்

அவர் தன்னுடைய சொந்த மகாபீரங்கியைப் பரிசோதித்தார். உலகில் அதுவரை உற்பத்தி செய்யப்பட்டிருந்த பீரங்கிகளிலேயே அதுதான் மிக நீளமான பீரங்கியாகத் திகழ்ந்தது. அதன் நீளம் 36 மீட்டர். அதன் குண்டின் காலிபர் 424 மில்லிமீட்டர். உள்ளூர் ஆட்கள் உட்பட, பல நூற்றுக்கணக்கான பொறியாளர்கள், தொழில்நுட்பவியலாளர்கள், தொழிலாளர்கள் ஆகியோர் அதன் உற்பத்தியிலும் பரிசோதனையிலும் பங்கு பெற்றனர்.

ஜெரால்டின் பீரங்கி புதிய உச்சங்களைத் தொட்டது. அதில் குண்டுகளைப் போடுவதற்குப் பதிலாக ஏவுகணைகளைப் போட்டால், அதனால் 250 கிலோமீட்டர் உயரத்தில் 4,000 கிலோமீட்டர் தூரத்திற்கு அவற்றை அனுப்பி வைக்க முடியும் என்று அவர் கூறினார்.

அந்த மகாபீரங்கி ஒரு மகா சாதனை. ஆனால், பல காரணங்களுக்காக, அமெரிக்க மற்றும் கனேடிய அரசாங்கங்கள் அத்திட்டத்திற்கான நிதியுதவியை நிறுத்த முடிவு செய்தன. 1968 ஆம் ஆண்டு, ஜெரால்டு பார்படோஸைவிட்டு வெளியேற வேண்டியதாயிற்று. அதனால் அவர் கடும் விரக்தி அடைந்திருந்தார். தன் திட்டத்தைப் பாதியில் நிறுத்திய அரசாங்க அதிகாரிகளை அவர் சரமாரியாக வசைபாடினார்.

சில காலத்திற்கு அவர் பீரங்கிக் குண்டுகள் தயாரிப்புத் தொழிலில் ஈடுபட்டிருந்தார். இஸ்ரேல் அமெரிக்காவிடமிருந்து பெற்றிருந்த பீரங்கிகளுக்காக அவர் 50,000 குண்டுகளைத் தயாரித்துக் கொடுத்தார். அவருக்கு அமெரிக்க கௌரவக் குடிமகன் அந்தஸ்து வழங்கப்பட்டது. அவர் ஒரு முன்கோபியாகவும் அதிகப்பிரசங்கியாகவும் இருந்தார். அவர் தான் சந்தித்த மூத்த அதிகாரிகளிடம் தேவையில்லாமல் வாய்ச்சண்டைக்குப் போனார். பார்படோஸ் திட்டம் நிறுத்தப்பட்டதைத் தனக்கு இழைக்கப்பட்ட அவமானமாக அவர் எடுத்துக் கொண்டார். தன்னுடைய மகாபீரங்கிகளை மீண்டும் தயாரிப்பதற்கு எதை வேண்டுமானாலும் செய்ய அவர் தயாராக இருந்தார். அது அவருக்குள் ஒரு வெறியாகவே மாறியிருந்தது.

அவர் முதலில் ஜிசி–45 என்ற மகாபீரங்கியைத் தயாரித்தார். அக்காலத்தில் அதுதான் மிகவும் நவீனமான பீரங்கியாக இருந்தது. அதன் வீச்சு எல்லை நாற்பது கிலோமீட்டராக இருந்தது. அதை வாங்கத் தயாராக இருந்த எவருக்கும் அதை விற்க அவர் தயாராக இருந்தார். ஐக்கிய நாடுகள் சபையின் தடையை மீறி அவர் தென்னாப்பிரிக்காவுக்கு அந்தப் பீரங்கியை விற்றார். அப்போது தனது அண்டை நாடான அங்கோலாவுடன் போரிட்டுக் கொண்டிருந்த தென்னாப்பிரிக்காவுக்கு அது தேவையாக இருந்தது. அதோடு, அந்தப் பீரங்கியைத் தென்னாப்பிரிக்காவில்

உற்பத்தி செய்வதற்கான உரிமத்தையும் ஜெரால்டு அவர்களுக்குக் கொடுத்தார்.

ஜெரால்டு மேற்கொண்ட சட்டத்திற்குப் புறம்பான நடவடிக்கைகளுக்கு சிஐஏவின் ஆசிர்வாதம் இருந்தது என்று சிலர் கருதினர். ஆனால், தென்னாப்பிரிக்க விவகாரம் வெளிச்சத்திற்கு வந்த உடனேயே, ஜெரால்டின் சிஐஏ நண்பர்கள் அவரை அம்போவென்று விட்டுவிட்டு ஓடிவிட்டனர். ஐக்கிய நாடுகளின் பார்வையில், அவர் திருட்டுத்தனமாக ஆயுதங்களை விற்ற, அவற்றைக் கடத்திய ஒருவராகவே தோன்றினார். அதனால், ஜெரால்டு அமெரிக்காவுக்குத் திரும்ப வேண்டியதாயிற்று. அங்கும் அவருக்கு ஓர் இனிமையற்ற ஆச்சரியம் காத்துக் கொண்டிருந்தது. அவர் சட்டத்திற்குப் புறம்பான ஆயுத விற்பனைத் தொழிலில் ஈடுபட்டிருந்ததற்காக, ஓர் அமெரிக்க நீதிமன்றம் அவருக்கு ஆறு மாதச் சிறைத்தண்டனை விதித்தது. தண்டனைக் காலம் முடிந்து அவர் விடுதலையாகிக் கனடாவுக்குச் சென்றபோது, வெந்த புண்ணில் வேலைப் பாய்ச்சுவதுபோல, கனேடிய அரசு அவருக்கு 55,000 டாலர்கள் அபராதம் விதித்தது. கடுங்கோபமும் விரக்தியும் அடைந்திருந்த ஜெரால்டு, பெல்ஜியத்திற்குக் குடிபெயர்ந்தார். அங்கு அவர் 'யுனைட்டெட் கன்பவுடர் ஓர்க்ஸ்' என்ற நிறுவனத்துடன் கூட்டுச் சேர்ந்து ஒரு புதிய நிறுவனத்தைத் தொடங்கினார்.

ஆனால் மகாபீரங்கிகள் குறித்து அவர் கொண்டிருந்த அதீதப் பிடிப்பு மட்டும் குறையவேயில்லை. மீண்டும் ஒரு மகாபீரங்கியைக் கண்டுபிடிக்க வேண்டும் என்று அவர் தொடர்ந்து கனவு கண்டு கொண்டிருந்தார். கோத்தா என்ற ஜெர்மானியக் கதாசிரியரின் உலகப் புகழ்பெற்ற 'ஃபவுஸ்ட்' நூலின் கதாநாயகன் தன் ஆன்மாவைச் சாத்தானிடம் அடகு வைத்ததைப்போல, தன் கனவை அடைவதற்காக ஜெரோல்டும் தன் ஆன்மாவை அடகு வைக்கத் துணிந்துவிட்டிருந்தார். அவர் உண்மையிலேயே ஒரு சாத்தானைக் கண்டுபிடித்தும் இருந்தார். அவர் வேறு யாருமல்லர்; ஈராக்கின் சர்வாதிகாரியான சதாம் உசேன்தான் அவர்.

1980களில், ஈராக், ஈரானுடன் ஒரு காட்டுமிராண்டித்தனமான போரில் ஈடுபட்டிருந்தது. 200 ஜிசி–45 மகாபீரங்கிகளை ஜெரால்டு ஈராக்கிடம் விற்றிருந்தார். ஆஸ்திரியாவில் தயாரிக்கப்பட்ட அவற்றை ஜோர்டனின் அகாபா துறைமுகம் வழியாக ஈராக்கிற்கு அவர் கடத்தியிருந்தார். ஆனால் அது வெறும் தொடக்கம் மட்டுமே.

ஈராக் இரகசியமாகக் கட்டிக் கொண்டிருந்த அணு உலையை இஸ்ரேல் குண்டு வீசித் தாக்கி அழித்திருந்ததால், சதாம் உசேனும்

ஜெரால்டைப்போலக் கடும் விரக்தியில் இருந்தார். ஈராக்கை ஓர் அணு ஆயுத நாடாக ஆக்க அவர் கண்டுகொண்டிருந்த கனவு தகர்க்கப்பட்டிருந்தது. அதோடு, இஸ்ரேல் செயற்கைக்கோள்களை விண்ணில் ஏவுவதற்குக் கிட்டத்தட்டத் தயாராக இருந்ததைக் கண்டு அவர் கடும் பொறாமை கொண்டார்.

சதாமுக்காக உலகிலேயே மிகப் பெரிய மகாபீரங்கியை உருவாக்கித் தர ஜெரால்டு முன்வந்தார். அந்தப் பீரங்கியால் 1,000 கிலோமீட்டர் தூரத்திற்குக் குண்டுகளை எறிய முடியும் என்றும், அதனால் விண்ணுக்குச் செயற்கைக்கோள்களையும் அனுப்பி வைக்க முடியும் என்றும் ஜெரால்டு வாக்குறுதி அளித்தார். அந்தக் கணக்குப்படிப் பார்த்தால், தான் இருந்த இடத்திலிருந்தே, இஸ்ரேலில் மக்கட்தொகை அதிகமாக இருந்த நகரங்களைத் தன்னால் தாக்கி அழிக்க முடியும் என்பதை சதாம் புரிந்து கொண்டார். அதனால், ஜெரால்டின் கோரிக்கையை அவர் உடனே ஏற்றுக் கொண்டார். ஜெரால்டு அதற்குப் 'புராஜெக்ட் பாபிலோன்' என்று பெயரிட்டார்.

ஜெரால்டு, பாபிலோன் பீரங்கியை இப்படி வடிவமைக்கத் திட்டமிட்டார்: அது 150 மீட்டர் நீளமும், 2,100 கிலோ எடையும், 1 மீட்டர் காலிபரும் கொண்டிருக்கும். அதைத் தயாரிப்பதற்கு முன்பு, பரிசோதனைக்காக அவர் ஒரு சிறிய பீரங்கியைத் தயாரிக்க முடிவு செய்தார். அதை அவர் 'பேபி பாபிலோன்' என்று அழைத்தார். ஆனால், அது அவர் அதுவரை தயாரித்திருந்த மகாபீரங்கிகளைவிடப் பெரிதாக இருந்தது. 45 மீட்டர் நீளமிருந்த அதன் செயற்திறனைப் பார்த்து ஈராக்கிய இராணுவத்தின் பீரங்கிப் பிரிவின் கமான்டர் ஆடிப் போய்விட்டார். ஆனால், ஈராக்கியப் பாலைவனத்தில் உருவாக்கப்பட்டுக் கொண்டிருந்த பீரங்கியின் முன் அது ஒன்றுமேயில்லை.

உலகிலேயே மிகவும் நீளமான, மிகவும் கனமான தன்னுடைய பீரங்கியை, மரங்களற்று இருந்த ஒரு குன்றின் சரிவில் வைக்க ஜெரால்டு முடிவு செய்தார். பிறகு, அதற்கான பாகங்களை ஐரோப்பாவிலிருந்த பல எஃகுத் தொழிற்சாலைகளிலிருந்து வாங்க அவர் தீர்மானித்தார். இங்கிலாந்து, ஸ்பெயின், ஹாலந்து, சுவிட்சர்லாந்து ஆகிய இடங்களிலிருந்த தொழிற்சாலைகளில் குழாய்களுக்கு அவர் ஆர்டர் கொடுத்தார். அந்த ஆர்டர்கள் எண்ணெய்க் குழாய்களுக்கான பாகங்கள் என்ற போர்வையில் கொடுக்கப்பட்டிருந்தன. முக்கியமான பொருட்களை வாங்குவதற்கு ஈராக்கிற்கு சர்வதேச அளவில் கடுமையான தடைகள் விதிக்கப்பட்டிருந்ததால், அந்த ஆர்டர்கள் அனைத்தும் அண்டை நாடான ஜோர்டனின் பெயரில் அனுப்பப்பட்டிருந்தன.

ஆர்டர் கொடுக்கப்பட்டிருந்த குழாய்கள் வரத் துவங்கின.

இதில் கவனிக்கப்பட வேண்டிய ஒரு முக்கியமான விஷயம் இருந்தது. இத்திட்டத்திற்காகக் குழாய்களை அனுப்பி வைத்திருந்த நிறுவனங்களும் நாடுகளும், அக்குழாய்கள் ஒரு பெரிய ஆயுதத் தயாரிப்புக்கான பாகங்கள் என்பதைத் தெள்ளத் தெளிவாக அறிந்திருந்தன; ஆனால் அவர்களுடைய பேராசை மற்றும் 'மத்திய கிழக்கில் எவன் எவனை அடித்துக் கொண்டு செத்தால் எனக்கென்ன' என்ற விட்டேத்தியான மனப்பான்மை காரணமாக, இத்திட்டத்திற்குத் தேவையான பாகங்களை அனுப்பி வைப்பதில் அவர்களுக்கு எந்தத் தயக்கமும் இருக்கவில்லை. அதனால் அந்தப் பொருட்கள் எந்தச் சிக்கலுமின்றி ஈராக்கிற்கு வந்து சேர்ந்தன.

ஜெரால்டின் பொறியாளர்கள் மற்றும் தொழில்நுட்பவியலாளர்கள் அடங்கிய ஒரு பெரிய குழு அந்தப் பாகங்களைத் தொகுத்து அந்தப் பீரங்கியை உருவாக்கும் வேலையில் இறங்கியது. அந்தப் பீரங்கி மேற்கு நோக்கி, அதாவது, இஸ்ரேலை நோக்கி வைக்கப்பட்டது. ஆனால், ஜெரால்டுக்கு இன்னும் திருப்தி ஏற்படவில்லை. சுயமாக இயங்கிய, அல்–மஜ்னூன், அல்–ஃபாவ் ஆகிய இரண்டு சிறிய ரகப் பீரங்கிகளையும் ஈராக்கிற்காக அவர் செய்து கொடுத்தார். அல்–மஜ்னூன் பீரங்கிகள் உடனடியாக ஈராக்கிய இராணுவத்தின் பீரங்கிப் பிரிவில் சேர்த்துக் கொள்ளப்பட்டன.

சதாம் வசமிருந்த ஸ்கட் ஏவுகணைகளை மேம்படுத்திக் கொடுப்பதற்கும் ஜெரால்டு ஒப்புக் கொண்டார். அவை சென்றடைந்த தூரத்தை அவர் அதிகப்படுத்தினார், அவற்றின் செயற்திறனை மேம்படுத்தினார். முதல் வளைகுடாப் போரின்போது அவை இஸ்ரேலுக்கு எதிராகப் பயன்படுத்தப்படவிருந்தன.

ஆனால், இக்கட்டத்தில் ஜெரால்டு எல்லை மீறியிருந்தார். ஜெரால்டின் மகனுடைய வாக்குமூலத்தின்படி, ஈராக்கிற்கு உதவும் போக்கை நிறுத்திக் கொள்ளுமாறு ஜெரால்டை இஸ்ரேலிய ஏஜெண்டுகள் எச்சரித்திருந்தனர். ஆனால், அதற்கு ஜெரால்டு செவி சாய்க்கவில்லை. அவரைத் தடுத்து நிறுத்தும் ஆசை இஸ்ரேலுக்கு மட்டும் இருக்கவில்லை. சிஐஏ மற்றும் எம்ஐ6 உளவு நிறுவனங்களும் ஜெரால்டின் நடவடிக்கைகளால் கவலையடைந்திருந்தன. ஜெரால்டு ஈராக்கியர்களுக்கு உதவிக் கொண்டிருந்ததை ஈரானியர்களும் இரசிக்கவில்லை. ஈரான்–ஈராக் போரின்போது, ஜெரால்டு தயாரித்துக் கொடுத்திருந்த பீரங்கிகளை ஈராக் தங்களுக்கு எதிராகப் பயன்படுத்தியிருந்ததை ஈரான் சாதாரணமாக எடுத்துக் கொள்ளவில்லை. அவர்கள் அனைவரும் ஜெரால்டின் திட்டங்களுக்கு ஒரு முடிவு கட்டத் தீர்மானித்தனர்.

ஏஜென்டுகளின் எச்சரிக்கைகளை ஜெரால்டு புறக்கணித்ததால், அவர்கள் தங்களுடைய நடவடிக்கைகளை முடுக்கிவிட்டனர்.

1990 ஆம் ஆண்டின் குளிர்காலத்தின்போது, பிரஸ்ஸல்ஸில் இருந்த ஜெரால்டின் அபார்ட்மென்டுக்குள், அடையாளம் கண்டுபிடிக்கப்பட முடியாத நபர்கள் பல முறை புகுந்தனர். ஆனால் அவர்கள் எதையும் திருடவில்லை. மாறாக, மேசை, நாற்காலிகள், அலமாரிகள் போன்ற அனைத்துப் பொருட்களையும் கலைத்துப் போட்டு, ஜெரால்டின் வீட்டை அவர்கள் அலங்கோலப்படுத்தினர், அவ்வளவுதான். இவையும் ஜெரால்டுக்குக் கொடுக்கப்பட்ட எச்சரிக்கைகள்தாம்: 'நாங்கள் இங்கு வந்துள்ளோம்; நாங்கள் எப்போது விரும்புகிறோமோ, அப்போதெல்லாம் இங்கு எங்களால் நுழைய முடியும்; இதற்கு மேலும் எங்களால் போக முடியும்.'

ஜெரால்டு அந்த எச்சரிக்கைகளை மீண்டும் உதாசீனப்படுத்தினார். அந்த மகாபீரங்கிக்குத் தேவையான பாகங்கள் தொடர்ந்து வந்து கொண்டிருந்தன. அவை அந்தப் பீரங்கியில் ஒவ்வொன்றாகப் பொருத்தப்பட்டுக் கொண்டிருந்தன. எதனாலும் புராஜெக்ட் பாபிலோனைத் தடுக்க முடியாது என்பதுபோல இருந்தது – ஒன்றே ஒன்றைத் தவிர!

1990 மார்ச் *22* அன்று, ஜெரால்டு, பிரஸ்ஸல்ஸிலிருந்த தன்னுடைய அபார்ட்மென்டுக்கு வந்தார். அவர் தன் வீட்டுக் கதவைத் திறக்க முயன்று கொண்டிருந்தபோது, இருண்ட தாழ்வாரத்திலிருந்து, சைலென்சர் பொருத்தப்பட்டிருந்த துப்பாக்கியுடன் ஒருவன் அங்குத் தோன்றினான். அவன் ஜெரால்டின் பின்னந்தலையில் ஐந்து முறை சுட்டான். 'மகாபீரங்களின் தந்தை' அப்படியே சுருண்டு விழுந்து மடிந்தார்.

***

அவரைக் கொன்றது யாராக இருக்கும் என்று உலக ஊடகங்கள் அனுமானிக்கத் தொடங்கின. அந்தக் கொலைகாரனை அனுப்பியது சிஐஏவாக இருக்கும் என்று சிலர் கூறினர். வேறு சிலர், எம்ஐ6மீது பழியைப் போட்டனர். அங்கோலா, ஈரான் ஆகிய நாடுகளின் பெயர்கள்கூட அடிபட்டன. ஆனால், அது மொசாடின் வேலையாகத்தான் இருக்கும் என்று பெரும்பாலான அவதானிப்பாளர்கள் கருதினர். பெல்ஜியக் காவல்துறையினர் இது குறித்து விசாரித்தனர். அவர்களால் எதையும் கண்டுபிடிக்க முடியவில்லை. ஜெரால்டைக் கொன்றவர்கள் யார் என்பது இன்றுவரை கண்டுபிடிக்கப்படாமல்தான் இருந்து வருகிறது.

ஜெரால்டின் மரணத்தோடு அந்த மகாபீரங்கித் தயாரிப்புக்கு முற்றுப்புள்ளி வைக்கப்பட்டது. அவருடைய உதவியாளர்கள்,

பொறியாளர்கள், ஆய்வாளர்கள், மற்றும் வாடிக்கையாளர்கள் உலகெங்கும் சிதறி ஓடிவிட்டனர். அத்திட்டத்தில் தொடர்பு கொண்டிருந்தவர்கள் அதில் தங்களுடைய பங்கு என்ன என்பதை மட்டுமே அறிந்திருந்தனர். அதன் 'மாஸ்டர் பிளான்' ஜெரால்டின் மூளைக்குள் புதைந்து கிடந்தது. வேலைகளை மேலே எப்படித் தொடர வேண்டும் என்பதை அவர் மட்டுமே அறிந்திருந்தார். ஜெரால்டின் மரணத்தோடு பாபிலோன் திட்டத்திற்கும் சாவுமணி அடிக்கப்பட்டிருந்தது.

ஜெரால்டு கொல்லப்பட்டு இரண்டு வாரங்களுக்குப் பிறகுதான், பிரிட்டிஷ் அதிகாரிகள் தங்களுடைய நீண்ட தூக்கத்திலிருந்து விழித்தெழுந்தனர். அவர்கள் டீஸ்போர்ட் என்ற துறைமுகத்திற்குச் சுங்க அதிகாரிகளை அனுப்பி, அங்கு ஏற்றுமதிக்காகக் காத்துக் கொண்டிருந்த எட்டுப் பெரிய குழாய்களைக் கைப்பற்றினர். அவற்றின்மீது 'எண்ணெய்க் குழாய்கள்' என்று எழுதப்பட்டிருந்தது. அதை ஒரு நகைச்சுவை நாடகம் என்றுதான் கூற வேண்டும். ஏனெனில், ஏற்கனவே அதே இடத்திலிருந்து அதே மாதிரியான குழாய்கள் 44 முறை அனுப்பப்பட்டிருந்தன. அந்த 'எண்ணெய்க் குழாய்கள்' ஏற்கனவே ஈராக்கிற்குப் போய்ச் சேர்ந்திருந்தன. அதற்கடுத்த சில வாரங்களில், ஏற்றுமதி செய்யப்படுவதற்காகக் காத்துக் கொண்டிருந்த பெரிய குழாய்கள் மேலும் ஐந்து ஐரோப்பிய நாடுகளிலிருந்து கைப்பற்றப்பட்டன.

2003 ஆம் ஆண்டு அமெரிக்க இராணுவம் ஈராக்கை வென்றபோது, பாக்தாத்திலிருந்து சுமார் முப்பது மைல்கள் தள்ளியிருந்த ஓரிடத்தில் ஏராளமான பெரும் குழாய்கள் துருப்பிடித்த நிலையில் கிடந்ததை அமெரிக்க வீரர்கள் கண்டனர். ஜெரால்டின் பிரம்மாண்டமான திட்டங்களின் எச்சங்களாக அவை மட்டுமே எஞ்சியிருந்தன.

***

மொசாட் அமைப்பின் குணாம்சத்தில் பெரும் மாற்றங்கள் ஏற்பட்டுக் கொண்டிருந்த ஒரு சமயத்தில்தான் ஜெரால்டின் படுகொலை நிகழ்ந்திருந்தது. 1989 ஆம் ஆண்டு, மூத்த மொசாட் ஏஜெண்டான ஷப்தய் ஷவிட் அதன் தலைவராக நியமிக்கப்பட்டபோது, அவருக்குப் பழக்கமாகியிருந்த மொசாடாக இல்லாமல் அது முற்றிலும் மாறிப் போயிருந்தது. முதலிலிருந்தே பல ஆபரேஷன்களில் பங்கு பெற்றிருந்த அவர், அந்த வேலைக்குப் பொருத்தமானவராகத் தோன்றினார். ஆனால், 1970களிலிருந்தே, மொசாடு முக்கியத்துவம் கொடுத்துக் கொண்டிருந்த விஷயங்கள் மாறத் துவங்கின. அதன் கவனம்,

புலனாய்வுத் தகவல் சேகரிப்பிலிருந்து விலகி, அதிரடிச் செயல்நடவடிக்கைகளுக்கு மாறியது. 1970களின் துவக்கத்தில் கருப்பு செப்டம்பர் அமைப்பின் தலைவர்கள் திட்டவட்டமான முறையில் தீர்த்துக்கட்டப்பட்டதிலிருந்து அது துவங்கியது. 1980களிலும் 1990களிலும் அந்த மாற்றம் மேலும் விரிவடைந்தது. மொசாட் படிப்படியாக, இஸ்ரேலிய அரசாங்கத்தை அச்சுறுத்திக் கொண்டிருந்த, இராணுவம் சாராத மற்றும் வழமைக்கு மாறான ஆபத்துகளுக்கு எதிரான நடவடிக்கைகளில் இறங்க வேண்டியதாயிற்று. வழமையான அரசாங்க அமைப்புகள், தீவிரவாத அச்சுறுத்தல்களைத் திறமையான முறையில் முறியடிக்க முடியாமல் திணறின. தீவிரவாத அமைப்புகளின் தலைவர்கள் அந்நிய நாடுகளில் மிகவும் பாதுகாப்பாக இருந்து கொண்டு, தங்களுடைய ஆட்களை ஏவிவிட்டு உலகெங்குமிருந்த அப்பாவி இஸ்ரேலியர்கள்மீது பயங்கரவாத நடவடிக்கைகளைக் கட்டவிழ்த்துவிட்டுக் கொண்டிருந்தனர். அவர்கள் யார் என்பதும், அவர்கள் எங்கு இருந்தார்கள் என்பதும், அவர்கள் எத்தகைய காரியங்களில் ஈடுபட்டுக் கொண்டிருந்தார்கள் என்பதும் மொசாடுக்குத் துல்லியமாகத் தெரிந்திருந்தபோதிலும், அவர்களைக் கைது செய்து நீதிமன்றக் கூண்டில் ஏற்ற அதனால் முடியாமல் இருந்தது. எனவே, அவர்களைக் கண்டுபிடித்துத் தீர்த்துக்கட்டுவதைத் தவிர மொசாடுக்கு வேறு வழி இருக்கவில்லை. இவை கொடூரமான முறையில் நடத்தப்பட வேண்டியிருந்தன. அப்படிப்பட்ட ஆபரேஷன்களில் சில, அவற்றில் ஈடுபட்டிருந்த ஏஜென்டுகளால் தாங்கிக் கொள்ள முடியாத அளவு கடினமானவையாக இருந்தன. தீவிரவாத அமைப்புகளின் தலைவர்கள் கொல்லப்பட்டதன் விளைவாக அந்த அமைப்புகள் முற்றிலுமாக அழிக்கப்பட்டபோது அல்லது பல ஆண்டுகளுக்கு முடக்கப்பட்டபோது, மொசாடின் நோக்கம் நிறைவேறியிருந்தது. கருப்பு செப்டம்பர் இயக்கத்தின் தலைவர்கள் ஒருவர் பின் ஒருவராகத் தீர்த்துக்கட்டப்பட்டது இதற்கான சிறந்ததோர் எடுத்துக்காட்டு. ஜெரால்டு புல்லின் கொலையும் அதே போன்ற விளைவை ஏற்படுத்தியது. ஜெரால்டைக் கொன்றவர்கள் ஒருபோதும் அடையாளம் காணப்படவில்லை எனினும், அவருடைய மரணத்தோடு, அவருடைய கொடுமையான திட்டங்களும் முடிவுக்கு வந்திருந்தன. வாடி ஹடாடு விஷயத்திலும் இதுதான் நிகழ்ந்தது.

***

அது ஒரு சாக்லெட் பாக்கெட்டிலிருந்து துவங்கியது.

பிஎஃப்எல்பி அமைப்பின் தலைவராக இருந்த வாடி ஹடாடு,

இஸ்ரேலின் மிகவும் ஆபத்தான எதிரிகளில் ஒருவராக இருந்தார். அவருடைய அடாவடித்தனமான நடவடிக்கைகளுக்குச் சிகரம்போல அமைந்தது, டெல் அவீவிலிருந்து புறப்பட்டுப் பாரிஸுக்குச் சென்று கொண்டிருந்த விமானத்தின் கடத்தல்தான். அது 1976 ஜூன் 27 அன்று நடைபெற்றது. அரபு நாடுகள், ஜெர்மனி, தென்னாப்பிரிக்கா ஆகிய நாடுகளைச் சேர்ந்த பல தீவிரவாதிகள், அந்த விமானத்தை உகான்டாவின் தலைநகரான என்டபிக்குக் கடத்தினர். அதிலிருந்த யூதர்களையும் இஸ்ரேலியர்களையும் அவர்கள் பணயக் கைதிகளாகப் பிடித்து வைத்துக் கொண்டனர். அவர்கள் விடுவிக்கப்பட வேண்டுமென்றால், உலகிலேயே மிகவும் பயங்கரமான பல தீவிரவாதிகள் விடுவிக்கப்பட வேண்டும் என்று அவர்கள் கோரிக்கை வைத்தனர். அந்தப் பணயக் கைதிகளை விடுவிப்பதற்கு இஸ்ரேலியக் கமான்டோக்கள் மேற்கொண்ட அதிசாகச நடவடிக்கைகள் உலகின் ஒட்டுமொத்தக் கவனத்தையும் ஈர்த்தன. அவர்கள் பல்லாயிரக்கணக்கான மைல்கள் பயணித்து என்டபியில் போய் இறங்கி, அந்தத் தீவிரவாதிகளைச் சுட்டுக் கொன்று, அவர்கள் பிடித்து வைத்திருந்த பயணிகளை விடுவித்தனர். அதைத் தொடர்ந்து, தன் உயிருக்கு ஆபத்து ஏற்படலாம் என்பதை உணர்ந்த ஹடாடு, தன் தலைமையகத்தை பாக்தாத்துக்கு மாற்றினார். ஈராக்கில் பாதுகாப்பாகப் பதுங்கிக் கொண்டு, ஹடாடு தொடர்ந்து இஸ்ரேல்மீது தீவிரவாதத் தாக்குதல்கள் நடத்தி வந்தார்.

அந்தப் பயங்கரமான தீவிரவாதியைக் கொன்றுவிட வேண்டும் என்று மொசாட் முனைப்பாக இருந்தது. ஆனால் எப்படி அதைச் செய்வது? அதனால், ஹடாடைப் பற்றிய அனைத்துத் தகவல்களையும், குறிப்பாக அவருடைய பலவீனங்கள் மற்றும் கெட்டப் பழக்கங்கள் குறித்தத் தகவல்களை அறிந்து கொள்ள ஒரு விரிவான நடவடிக்கை மேற்கொள்ளப்பட்டது.

என்டபி மீட்பு நடவடிக்கை முடிந்து ஓராண்டுக்குப் பிறகு, ஹடாடுக்குச் சாக்லெட் என்றால் கொள்ளைப் பிரியம் என்பதை மொசாட் கண்டுபிடித்தது. குறிப்பாக, பெல்ஜியச் சாக்லெட்டுகளை அவர் பெரிதும் விரும்பினார். ஹடாடின் பிஎஃப்எல்பி அமைப்பிற்குள் ஊடுருவியிருந்த, மொசாடின் நம்பிக்கைக்குரிய பாலஸ்தீனியர் ஒருவர் இத்தகவலை மொசாடுக்குக் கொடுத்திருந்தார்.

அப்போது மொசாடின் தலைவராக இருந்த யிட்சாக் ஹோஃபி, அப்போதைய இஸ்ரேலியப் பிரதமர் மெனஹெம் பெகினிடம் இத்தகவலைக் கொண்டு சென்றார். பெகின் உடனடியாக இத்திட்டத்திற்கு ஒப்புதல் கொடுத்தார். அதையடுத்து, ஹடாடின் நம்பிக்கைக்குரியவராகத் திகழ்ந்த உதவியாளர்களில்

ஒருவர் ஐரோப்பாவுக்கு வந்தபோது, மொசாட் அவரைத் தங்கள் பக்கம் வளைத்துப் போட்டது. அவர் ஐரோப்பாவிலிருந்து தன் நாட்டிற்குத் திரும்பிச் சென்றபோது, பார்த்தாலே நாக்கில் உமிழ்நீரைச் சுரக்கச் செய்கின்ற, உலகப் புகழ்பெற்ற 'கோடிவா' சாக்லெட் பாக்கெட் ஒன்றை அவர் தன் எஜமானருக்குப் பரிசளித்தார். அந்தச் சாக்லெட்டுகளில், மொசாட் ஏஜென்டுகள், ஒரு பயங்கரமான விஷத்தை ஊசி மூலம் செலுத்தியிருந்தனர். சாக்லெட் பிரியரான ஹடாடு, அதை எவருடனும் பகிர்ந்து கொள்ளாமல் தானே அனைத்தையும் தின்றுவிடுவார் என்று மொசாட் அனுமானித்திருந்தது.

அவர்களின் கணிப்புப் பொய்க்கவில்லை. அந்தச் சாக்லெட் பாக்கெட்டைப் பெற்றுக் கொண்ட ஹடாடு, அதிலிருந்த அனைத்துச் சாக்லெட்களையும் தானே தின்று தீர்த்தார். ஒரு சில வாரங்களில் அவருக்குப் பசியெடுப்பது குறையத் துவங்கியது. குண்டாக இருந்த அவர் மெலியத் துவங்கினார். அவருடைய உடல் எடை வேகமாகச் சரியத் துவங்கியது. அவருடைய மருத்துவர்கள் அவருக்கு இரத்தப் பரிசோதனை செய்தனர். அவருடைய நோயெதிர்ப்பு சக்திக் கணிசமாகக் குறைந்திருந்ததை அவர்கள் கண்டறிந்தனர். ஆனால், தங்களுடைய தலைவருக்கு என்ன நிகழ்ந்து கொண்டிருந்தது என்பதை பாக்தாத்திலிருந்த எவராலும் கண்டுபிடிக்க முடியவில்லை.

ஆனால், ஹடாடின் உடல்நிலை நாளுக்கு நாள் மோசமாகிக் கொண்டிருந்தது. ஒரு கட்டத்தில் அவர் மிகவும் பலவீனமாகி எலும்பும் தோலுமாக ஆனார். அவர் தன் படுக்கையே கதியென்று கிடந்தார். அவருடைய உடல்நிலை கவலைக்கிடமானபோது, கிழக்கு ஜெர்மனியிலிருந்த ஒரு மருத்துவமனைக்கு அவர் கொண்டு செல்லப்பட்டார். சோவியத் ஒன்றியத்தின் வளையத்திற்குள் இருந்த பிற நாடுகளைப்போலவே, கிழக்கு ஜெர்மனியும் பாலஸ்தீனியர்களுக்கு ஆயுதங்களை அள்ளி வழங்கியது, ஆயுதப் பயிற்சிகளைக் கொடுத்தது, அவர்களுக்கு ஆதரவும் புகலிடமும் கொடுத்தது. ஆனால், அவர்களுடைய வழக்கமான உயர்தர நிபுணத்துவம் இம்முறை பலனளிக்கவில்லை. கிழக்கு ஜெர்மானிய மருத்துவர்களால் ஹடாடைக் காப்பாற்ற முடியவில்லை. 1978 மார்ச் 30 அன்று ஹடாடு மரணமடைந்தார். அவருடைய இறப்புக்கான காரணத்தை அம்மருத்துவர்களால் கண்டுபிடிக்க முடியவில்லை. 48 வயதான அந்தத் தீவிரவாதி இறந்தபோது, பல மில்லியன் டாலர்கள் பணம் அவருடைய சகோதரிக்குப் போய்ச் சேர்ந்தது. பாலஸ்தீனியர்களுக்காகத் தீவிரமான போராட்டத்தை முன்னெடுத்து நடத்தியிருந்த அந்த தேசபக்தர், தன் அமைப்பிலிருந்து தன்னுடைய சொந்தக் கணக்கிற்குத்

திருப்பிவிட்டிருந்த பணம்தான் அது.

அவருடைய நோயெதிர்ப்பு சக்தியைத் தாக்கியிருந்த ஒரு நோயின் காரணமாகத்தான் ஹடாடு இறந்திருந்தார் என்பது கிழக்கு ஜெர்மானிய மருத்துவர்களின் முடிவாக இருந்தது. இதில் எவருமே மொசாடைச் சந்தேகிக்கவில்லை. ஹடாட் ஈராக்கிற்குச் சில அவமானங்களைக் கொண்டுவந்திருந்ததால், ஈராக்கியர்கள் அவருக்கு விஷம் வைத்துக் கொன்றிருக்க வேண்டும் என்று ஹடாடின் சகாக்கள் குற்றம் சாட்டினர். பல ஆண்டுகளுக்குப் பிறகுதான், ஹடாடின் இறப்புக்கு மொசாட்தான் காரணம் என்ற தகவல் இஸ்ரேலியப் பத்திரிகையாளர்களுடன் பகிர்ந்து கொள்ளப்பட்டது. முப்பது ஆண்டுகளுக்குப் பிறகு யாசர் அராஃபத் இறந்தபோது, அவருடைய இறப்புக்கு இஸ்ரேல்தான் காரணம் என்று அவருடைய சகாக்கள் குற்றம் சாட்டினர். ஆனால், அதை எவராலும் நிரூபிக்க முடியவில்லை. அராஃபத்தின் பிரெஞ்சு மருத்துவர்கள் பல்வேறு பரிசோதனைகளை மேற்கொண்டபோதிலும், அவர்களால் எதையும் கண்டுபிடிக்க முடியவில்லை.

ஹடாடின் மரணத்தோடு, அவருடைய அமைப்பு சீர்குலைந்து போயிற்று. அந்த அமைப்பு இஸ்ரேல்மீது மேற்கொண்டு வந்திருந்த தாக்குதல்கள், ஹடாடின் மரணத்திற்குப் பிறகு கிட்டத்தட்ட நின்று போயின. தங்களைக் கடுமையாக வெறுத்து வந்த ஓர் எதிரியுடன் இஸ்ரேல் நடத்தி வந்திருந்த ஒரு நீண்டகாலப் போராட்டம் அத்துடன் நிறைவுக்கு வந்தது.

ஜெரால்டு மற்றும் ஹடாடுக்குப் பிறகு, ஷாகாகியின் முறை வந்தது.

***

பத்தொன்பதாம் நூற்றாண்டின் மத்தியில் ஒட்டோமான் பேரரசின் சுல்தான், மத்திய தரைக்கடலிலிருந்த மால்டா தீவை வென்று வரும்படி, பெரிதும் மதிக்கப்பட்டத் தன்னுடைய கடற்படைத் தளபதியை அனுப்பினார். அவரும் மத்திய தரைக்கடலில் பல மாதங்கள் அலைந்து திரிந்தார்.

ஆனால் அவரால் மால்டாவைக் கண்டுபிடிக்க முடியவில்லை. வெறுங்கையோடு திரும்பி வந்த அந்தத் தளபதி, தன்னுடைய சுல்தானிடம், "மால்டா என்ற ஒரு தீவு இல்லவே இல்லை!" என்று கூறிவிட்டார்.

சம காலத்தில், ஒரு சிலர், மத்திய தரைக்கடலில் இருந்த ஒரு தீவு நாடான மால்டாவைக் கண்டுபிடித்திருந்ததோடு மட்டுமல்லாமல், மாறுவேடத்தில் மிகவும் இரகசியமாக அத்தீவுக்கு வந்து இறங்கியிருந்த ஒரு நபரையும் கண்டுபிடித்தனர்.

அவருடைய பெயர் ஃபதி ஷாகாகி. பாலஸ்தீனிய இஸ்லாமிய ஜிகாத் அமைப்பின் தலைவர் அவர்.

1995 அக்டோபர் 26 அன்று காலையில், மால்டாவிலுள்ள செல்மா நகரிலிருந்த ஒரு பெரிய ஓட்டலிலிருந்து ஷாகாகி வெளியே வந்தார். அவர் டமாஸ்கஸுக்குத் திரும்புவதற்கு முன்பாக அந்நகரில் சில பொருட்களை வாங்குவதற்காகக் கடைவீதிக்குச் செல்லத் திட்டமிட்டிருந்தார். கடந்த சில ஆண்டுகளாக அவர் டமாஸ்கஸில்தான் வசித்து வந்திருந்தார். மால்டாவிற்கு அவர் இப்ராஹிம் ஷாவுஷ் என்ற பெயரில் எடுக்கப்பட்டிருந்த ஒரு லிபியப் பாஸ்போர்ட்டுடன் வந்திருந்தார். அவர் தன் தலையில் ஒரு பொய்முடி அணிந்திருந்தார். அந்த அமைதியான நகரில் அவர் பாதுகாப்பாக உணர்ந்தார். ஆனால், அவரைப் பல மொசாட் ஏஜென்டுகள் பின்தொடர்ந்து கொண்டிருந்தது அவருக்குத் தெரியவில்லை. ஒரு வாரத்திற்கு முன்பு, லிபியாவில் நடைபெற்றத் 'தலைமறைவுப் பாலஸ்தீனிய இயக்கங்களின் கூட்டம்' ஒன்றில் கலந்து கொள்வதற்காக அவர் டமாஸ்கஸிலிருந்து மால்டா வழியாக லிபியாவுக்குச் சென்றதிலிருந்து மொசாட் அவரைப் பின்தொடர்ந்து கொண்டிருந்தது.

இதற்கு ஒன்பது மாதங்களுக்கு முன்பு, ஜனவரி 22 அன்று, ஷாகாகியின் பாலஸ்தீனிய இஸ்லாமிய ஜிகாத் அமைப்பைச் சேர்ந்த இரண்டு தற்கொலைப் படையினர், இஸ்ரேலிலுள்ள நேதன்யா என்ற ஊருக்கு அருகே இருந்த ஒரு பேருந்து நிறுத்தத்தில் தங்களை வெடித்துக் கொண்டனர். அதில் 21 பேர் கொல்லப்பட்டனர். அவர்களில் பெரும்பாலானோர் இராணுவத்தினர். அது தவிர 68 பேர் படுகாயமடைந்தனர். இஸ்ரேலின் வரலாற்றில் நடைபெற்றிருந்த இரத்தக்களறியான தீவிரவாதத் தாக்குதல்களிலேயே மிகவும் மோசமானது அதுதான். அந்த இடத்திற்கு விரைந்து சென்ற இஸ்ரேலியப் பிரதமர் யிட்சாக் ரபின், அந்தக் கோரக் காட்சியைக் கண்டு பெரும் அதிர்ச்சியடைந்தார். ஷாகாகி 'டைம்' பத்திரிகைக்கு அளித்த ஒரு பேட்டியில், "இஸ்ரேலுக்குள் நிகழ்த்தப்பட்டிருந்த மிகப் பெரிய தாக்குதல் இதுதான்," என்று மார்தட்டிக் கொண்டது ரபினை மேலும் கொதித்தெழச் செய்தது.

கடும் சீற்றத்திலிருந்த ரபின், உடனடியாக, மொசாடின் அப்போதைய தலைவரான ஷப்தய் ஷாவிட்டைக் கூப்பிட்டனுப்பி, ஷாகாகியைக் கொல்லும்படி உத்தரவிட்டார்.

ஷாவிட் நீண்டகாலமாகவே ஷாகாகியை அவதானித்து வந்திருந்தார்.

ஷாகாகியை டமாஸ்கஸிலிருந்த அவருடைய தலைமையகத்தில் வைத்துத் தீர்த்தக்கட்ட மொசாட் பரிந்துரைத்தது. ஆனால், ரபின்

அதற்கு ஒத்துக் கொள்ளவில்லை. ஏனெனில், அச்சமயத்தில், சிரியாவின் அதிபராக இருந்த ஹஃபீஸ் அல்–ஆசாத்துடன் அவர் இரகசியமாக ஓர் அமைதிப் பேச்சுவார்த்தை நடத்திக் கொண்டிருந்தார். மொசாட் டமாஸ்கஸுக்குச் சென்று தாக்குதலில் ஈடுபட்டால், அது தன்னுடைய முயற்சிக்கு இடைஞ்சலாக இருக்கும் என்று அவர் நினைத்தார். அதனால், ஷாகாகியைக் கொல்வதற்கு ஒரு மாற்று ஏற்பாட்டைச் செய்யுமாறு அவர் கேட்டுக் கொண்டார். மொசாட் தன்னைக் குறி வைத்திருந்ததை ஷாகாகி நன்றாகவே அறிவார் என்பதால், அவரைத் தீர்த்துக்கட்டுவது ஒரு சிக்கலான காரியம் என்று ஷாவிட் பிரதமரிடம் எடுத்துரைத்தார். அதனால்தான் ஷாகாகி வெகு அபூர்வமாகவே சிரியாவைவிட்டு வெளியே சென்றார். ஆனாலும் ரபின் அசைந்து கொடுக்கவில்லை. ஷாகாகியை டமாஸ்கஸில் வைத்துக் கொல்ல அனுமதிக்க அவர் ஒரேயடியாக மறுத்துவிட்டார். அது சிரிய எல்லைக்கு வெளியேதான் நடைபெற்றாக வேண்டும் என்று அவர் உறுதியாக உத்தரவிட்டுவிட்டார்.

அதை எங்கு நடத்துவது என்று தெரியாமல் மொசாட் குழம்பியது. சில காலம் மொசாட் தலைவர்கள் அதற்கு வழியின்றித் தவித்தனர். இறுதியில், அதிர்ஷ்டம் மொசாடுக்குக் கைகொடுத்தது. லிபியாவில் நடைபெற்றப் பாலஸ்தீனியத் தீவிரவாத அமைப்புகளின் கூட்டத்தில் கலந்து கொள்ள ஷாகாகி அழைக்கப்பட்டார். முதலில் அக்கூட்டத்தில் தன்னால் கலந்து கொள்ள முடியாது என்று ஷாகாகி கூறிவிட்டார். ஆனால் பிறகு, அவருடைய பரம எதிரியும் அபு முஸ்ஸா அமைப்பின் தலைவருமான சையது முஸ்ஸா அதில் கலந்து கொள்ளவிருந்தார் என்ற தகவல் ஷாகிக்குத் தெரிவிக்கப்பட்டது. அக்கூட்டத்தில் தன்னுடைய எதிரி முக்கியத்துவம் பெறுவதற்கு ஷாகாகி எக்காரணம் கொண்டும் அனுமதிக்க மாட்டார் என்றும், அதனால் அவர் அதில் நிச்சயமாகக் கலந்து கொள்வார் என்றும் மொசாட் கணக்குப் போட்டது. ஷாகாகி அதில் கலந்து கொள்ளத் தீர்மானித்திருந்த செய்தி மொசாடுக்குக் கிடைத்தது. ரபினும் அத்திட்டத்திற்குப் பச்சைக் கொடி காட்டிவிட்டார்.

ஷாகாகியைத் தீர்த்துக்கட்டுவதற்கான விரிவான திட்டமிடுதல்கள் துவங்கின. ஷாகாகி அதற்கு முன்பு பல முறை லிபியாவுக்குச் சென்றிருந்தார். அந்த விபரங்களை ஆராய்ந்தபோது, மொசாடின் ஆய்வாளர்கள் ஒரு முக்கியமான விஷயத்தைக் கண்டுபிடித்தனர். அவர் எப்போது லிபியாவுக்குச் சென்றாலும், மால்டா வழியாகவே சென்றார் என்ற தகவல்தான் அது. அதனால், அவரை லிபியாவில் எதிர்கொள்ளாமல்

மால்டாவிலேயே கொன்றுவிட ஷாவிட் முடிவு செய்தார். மால்டா லிபியாவைவிட அதிக சௌகரியமான இடம். அது ஓர் அமைதியான இடமும்கூட. ஷாகாகி லிபியாவுக்குச் செல்லும் வழியில் மால்டாவில் சிறிது நேரம் தங்கிச் செல்வார் என்று மொசாட் எதிர்பார்த்ததால், மொசாடின் ஏஜென்டுகள் மால்டாவின் தலைநகரான வல்லட்டாவிற்கு முதலிலேயே சென்றுவிட்டனர். ஷாகாகி வரவிருந்த நாளன்று வல்லட்டா விமான நிலையத்தில் அவர்கள் காத்திருந்தனர். டமாஸ்கஸிலிருந்து மால்டாவுக்கு வந்த மூன்றாவது விமானத்தில் வந்த ஷாகாகியை, அங்குக் காத்திருந்த மொசாட் ஏஜென்டுகள் கிட்டத்தட்டத் தவறவிட்டுவிட்டனர். அவர் திறமையாக மாறுவேடமிட்டு அங்கு வந்திருந்தார். ஷாகாகி அந்த விமான நிலையத்திலேயே சிறிது நேரம் பொழுதைக் கழித்துவிட்டு, அங்கிருந்து லிபியாவுக்குக் கிளம்பிச் சென்ற விமானத்தில் ஏறிவிட்டார்.

அக்டோபர் 26 அன்று அதிகாலையில் ஷாகாகி மீண்டும் மால்டாவுக்குத் திரும்பினார். செல்மாவில் இருந்த டிப்ளோமேட் ஓட்டலில் அவர் ஓர் அறையெடுத்துத் தங்கினார். இதற்கு முன்பு அவர் செல்மாவுக்கு வந்தபோதும் அவர் அந்த ஓட்டலில்தான் தங்கினார். தன் அறையில் தன்னுடைய பயணப்பெட்டியை வைத்துவிட்டு, அவர் உடனடியாக வெளியே வந்தார். அந்த ஓட்டலுக்கு வெளியே ஒரு மோட்டார் சைக்கிளில் காத்துக் கொண்டிருந்த இருவர், அவர் சென்ற இடங்களுக்கெல்லாம் அவரைப் பின்தொடர்ந்து சென்றனர். அவர் சுமார் இரண்டு மணி நேரம் பல கடைகளுக்குச் சென்றார். பிறகு அவர் தன் ஓட்டலை நோக்கிச் சென்று கொண்டிருந்தபோது, அவரைப் பின்தொடர்ந்து கொண்டிருந்த மோட்டார் சைக்கிள் அவருக்குப் பக்கத்தில் வந்து நின்றது. அதிலிருந்து ஒருவர் இறங்கி, சைலன்சர் பொருத்தப்பட்டிருந்த ஒரு துப்பாக்கியால் ஷாகாகியை ஆறு முறை சுட்டார். அந்த நபர் மத்திய கிழக்குப் பகுதியைச் சேர்ந்தவர்போலத் தோன்றியதாக மால்டாவைச் சேர்ந்த ஒருவர் பின்னர் தெரிவித்தார். ஷாகாகி அங்கேயே சுருண்டு விழுந்தார். அவரைச் சுட்டவர் உடனடியாக அங்கிருந்து ஓடிச் சென்று, அடுத்தச் சந்தில் தன்னுடைய மோட்டார் சைக்கிளில் காத்துக் கொண்டிருந்த தன்னுடைய சகாவை அடைந்தார். பிறகு அவர்கள் இருவரும் உடனடியாக அருகிலிருந்த கடற்கரைக்கு விரைந்து, அங்குக் காத்துக் கொண்டிருந்த ஒரு விரைவுப் படகில் ஏறினர். அப்படகு, நடுக்கடலில் காத்துக் கொண்டிருந்த ஒரு சரக்குக் கப்பலில் அவர்களைக் கொண்டுபோய் இறக்கியது. அந்தக் கப்பல் இஸ்ரேலியத் துறைமுகமான ஹய்ஃபாவிலிருந்து இத்தாலிக்கு சிமென்டு மூட்டைகளைக் கொண்டு சென்று

கொண்டிருந்தது. அதில் மொசாட் தலைவர் ஷாவிட்டும் இருந்தார். அக்கப்பலிலிருந்த ஓர் அறையை அவர் தற்காலிக ஆபரேஷன் மையமாக மாற்றி, அதிலிருந்து நடவடிக்கைகளை நேரடியாகக் கண்காணித்துக் கொண்டும் இயக்கிக் கொண்டும் இருந்தார். தப்பிச் செல்வதற்கான வழி ஏற்கனவே கனகச்சிதமாகத் திட்டமிடப்பட்டிருந்தது. அந்த மொசாட் ஏஜெண்டுகளை எவரும் பின்தொடரவில்லை. அவர்கள் பாதுகாப்பாக அந்தச் சரக்குக் கப்பலை அடைந்தனர்.

ஷாகாகியின் மரணத்திற்குப் பின்னர், பாலஸ்தீனிய இஸ்லாமிய ஜிகாத் அமைப்பிலிருந்த அவருடைய சகாக்கள், அவருடைய படுகொலையில் இடம் பெற்றிருந்த ஒரு மர்மத்தைக் கண்டுபிடிக்க முனைந்தனர்: ஷாகாகியின் இரகசியப் பயணத்தைப் பற்றிய தகவலை மொசாடுக்குக் கொடுத்தத் துரோகி யார்? ஷாகாகி துல்லியமாக எந்த நாளில் மால்டாவுக்குப் பயணப்பட்டார், எந்த விமானத்தில் செல்லவிருந்தார், எந்தப் போலிப் பெயரில் பயணிக்கவிருந்தார், மீண்டும் என்றைக்கு மால்டாவுக்குத் திரும்பி வரவிருந்தார் ஆகிய தகவல்கள் உட்பட, அனைத்து விபரங்களையும் கொலைகாரர்கள் அறிந்திருந்தனர். ஐந்து மாதகாலத் தீவிர விசாரணைக்குப் பிறகு, அந்த அமைப்பினர், ஷாகாகியின் உதவியாளராகச் செயல்பட்டுக் கொண்டிருந்த பாலஸ்தீனிய மாணவன் ஒருவனைக் கைது செய்து, அவனைத் துரோகி என்று குற்றம் சாட்டினர். அவர்கள் அவனைக் கடுமையாக விசாரித்தபோது, அவன் உண்மையை ஒப்புக் கொண்டான். அவன் பல்கேரியாவில் படித்துக் கொண்டிருந்தபோது மொசாடால் வளைத்துப் போடப்பட்டிருந்தான். அவனைக் கையாண்டு கொண்டிருந்த மொசாட் ஏஜெண்டுகள் அவனை டமாஸ்கஸ் செல்லும்படியும், அங்குச் சென்ற பிறகு ஷாகாகியின் அமைப்பில் சேர்ந்து கொள்ளும்படியும் அவனுக்கு அறிவுறுத்தியிருந்தனர். அப்படியே செய்த அந்த மாணவன், அடுத்த நான்கு ஆண்டுகளில் ஷாகாகியின் உதவியாளராகவும் அவருக்கு நெருக்கமான ஒருவராகவும் ஆனான்.

பாலஸ்தீனிய இஸ்லாமிய ஜிகாத் அமைப்பு, ஹமாஸ் மற்றும் ஹெஸ்புல்லா அமைப்புகளைப்போலன்றி, தங்களுடைய வளத்தில் ஒரு பெரும் பகுதியைச் சமூக நடவடிக்கைகளுக்குச் செலவிட்டுக் கொண்டிருக்கவில்லை. அதற்கு ஒரே ஒரு நோக்கம் மட்டுமே இருந்தது. பயங்கரவாதம்தான் அது. அது ஒரு சிறிய அமைப்பு. அதன் நடவடிக்கைகள் சிறு சிறு பகுதிகளாகப் பிரிக்கப்பட்டிருந்தன. ஒரு குழுவின் நடவடிக்கை மற்றொரு குழுவிற்குத் தெரியாதவாறு அதன் செயல்பாடுகள் வடிவமைக்கப்பட்டிருந்தன. இஸ்ரேலுக்கு எதிராகப் போராடுவதைத் தவிர வேறு எந்த நோக்கமும்

கொண்டிராத பாலஸ்தீனியர்களைக் கொண்டிருந்த ஓர் அமைப்பு அது. பாலஸ்தீனத்திற்கு வெளியேயிருந்த பாலஸ்தீனியச் சமூகம்கூட, ஷாகாகியைத் தற்கொலைத் தீவிரவாதத்தின் கருத்தியல்ரீதியான தந்தையாகவே பார்த்தது. தற்கொலைப் படை மூலம் எதிரிகளைக் கொல்வதை நியாயப்படுத்துவதற்கு இஸ்லாமின் புனித போதனைகளைப் பயன்படுத்திய முதல் நபர் அவர்தான்.

ஷாகாகியின் அமைப்பு நடத்தியிருந்த தீவிரவாதச் செயல்களின் பட்டியல் மிக நீளமானதாக இருந்தது. 1989 ஜூலை 6 அன்று, டெல் அவீவிலிருந்து ஜெருசலேம் சென்ற ஒரு பேருந்துமீது நடத்தப்பட்டத் தாக்குதலில் 16 பேர் கொல்லப்பட்டனர்; 1990 பிப்ரவரி 4 அன்று, கெய்ரோவுக்கு அருகே இஸ்ரேலியச் சுற்றுலாப் பயணிகள் சென்று கொண்டிருந்த ஒரு பேருந்துமீது நடைபெற்றத் தாக்குதலில் 9 பேர் கொல்லப்பட்டனர்; 2000 நவம்பர் 20 அன்று, தெற்கு இஸ்ரேலிலுள்ள ஒரு சிறு நகரத்தில் ஒரு பேருந்தின்மீது நடத்தப்பட்ட ஒரு குண்டுவீச்சுத் தாக்குதலில் 8 பேர் இறந்தனர்; 1994 நவம்பர் 11 அன்று, காசா பகுதியில் இஸ்ரேலிய இராணுவ வீரர்கள்மீது ஒரு தற்கொலைப் படையினர் நடத்திய தாக்குதலில் 3 வீரர்கள் கொல்லப்பட்டனர்; 1995 ஜனவரி 22 அன்று நடத்தப்பட்ட ஒரு பயங்கரமான குண்டுவீச்சுத் தாக்குதலில் 21 பேர் கொல்லப்பட்டனர். மால்டாவில் ஷாகாகிக்கு மொசாட் நிறைவேற்றியிருந்த மரண தண்டனைக்கு அவர் எல்லாவிதத்திலும் தகுதியானவராகவே இருந்திருந்தார். ஷாகாகியின் படுகொலையைத் தொடர்ந்து, அந்த அமைப்பு கிட்டத்தட்ட முடங்கிப் போனது. அது மீண்டெழுவதற்குப் பல ஆண்டுகள் பிடித்தன.

ஷாகாகியின் படுகொலைக்கு இஸ்ரேல் ஒருபோதும் பொறுப்பேற்றுக் கொள்ளவில்லை. யிட்சாக் ரபின் அதைப் பற்றி இவ்வாறு கருத்துத் தெரிவித்திருந்தார்: “எனக்கு அந்தப் படுகொலையைப் பற்றி எதுவும் தெரியாது. அது உண்மையாக இருக்கும்பட்சத்தில், அதற்காக நான் வருத்தப்பட மாட்டேன்.”

***

அதற்குச் சிறிது காலத்திற்குப் பிறகு யிட்சாக் ரபினே படுகொலை செய்யப்பட்டார். அவரைக் கொன்றது ஒரு பாலஸ்தீனியத் தீவிரவாதி அல்லன்; மாறாக, அவன் ஒரு யூத இனவெறியன்.

அத்தியாயம் 17

ஜோர்டனில் ஒரு குளறுபடி

காரிலிருந்து குதித்திறங்கிய அச்சிறுமி, "அப்பா! அப்பா!" என்று கத்திக் கொண்டே, தன் அப்பாவின் பின்னால் அவருடைய அலுவலகக் கட்டடத்தை நோக்கி ஓடினாள். அந்த உயரமான கட்டடம், ஜோர்டனின் தலைநகரான அமானில் இருந்தது.

"அப்பா!" என்ற அவளுடைய அழைப்புக் குரல், மொசாடின் வரலாற்றிலேயே மிக மோசமானதொரு குளறுபடியைத் தூண்டிவிட்டது.

***

அந்த ஆபரேஷன் மிகச் சிறப்பாகத் திட்டமிடப்பட்டிருந்தது. வெற்றியடைவதற்கான அனைத்து அம்சங்களும் அதில் இருந்தன. கலீத் மஷாலைக் கொல்வது அதன் நோக்கமாக இருந்தது. ஹமாஸ் அமைப்பின் அரசியல் பிரிவின் புதிய தலைவராக அவர் நியமிக்கப்பட்டிருந்தார். அந்த 41 வயது கணினிப் பொறியாளர் மிகவும் கண்ணியமான தோற்றம் கொண்டவராக இருந்தார். அவர் ஹமாஸ் அமைப்பில் வேகமாக வளர்ந்து கொண்டிருந்த ஒரு தலைவர். அதற்கு முந்தைய சில ஆண்டுகளில், ஹமாஸ், இஸ்ரேலின் மிக மோசமான எதிரிகளில் ஒன்றாக உருவாகியிருந்தது. 1993 செப்டம்பரில், யாசர் அராஃபத்தும் யிட்சாக் ரபினும் 'ஆஸ்லோ உடன்படிக்கை' என்று அழைக்கப்பட்ட ஓர் அமைதி ஒப்பந்தத்தில் கையெழுத்திட்டு அமைதிக்கு வித்திட்டனர். அதைத் தொடர்ந்து, அதுவரை பிஎல்ஓ அமைப்பு வகித்து வந்த இடத்தை இட்டு நிரப்ப ஹமாஸ் முனைந்தது. இஸ்ரேலுக்கு எதிரான கொடூரமான பயங்கரவாதத் தாக்குதல்களை மேற்கொண்ட ஒரு தீவிரவாத

இயக்கமாக அது உருவெடுத்தது. அதோடு, அது இஸ்லாமிய மதவெறியையும் தூண்டிவிட்டது. 1997 ஜூலை 30 அன்று ஜெருசலேமில் ஹமாஸ் அமைப்பின் தற்கொலைப் படையினர் நடத்திய ஒரு பயங்கரமான தாக்குதலைத் தொடர்ந்து, மஷால் கொல்லப்பட்டாக வேண்டும் என்று மொசாட் தலைவர்கள் முன்மொழிந்தனர். மக்கள் நெருக்கம் மிகுந்த ஒரு சந்தைப் பகுதியில் நடத்தப்பட்ட அத்தாக்குதலில் இரண்டு தீவிரவாதிகள் தங்களை வெடித்துக் கொண்டதில் 16 இஸ்ரேலியர்கள் கொல்லப்பட்டனர், 169 பேர் காயமடைந்தனர். இஸ்ரேலியப் பிரதமர் பெஞ்சமின் நெதன்யாஹூ, அமைச்சரவையின் அவசரக் கூட்டம் ஒன்றைக் கூட்டினார். அக்கூட்டத்தில், ஹமாஸ் தலைவர்களில் ஒருவர் உடனடியாகக் கொல்லப்பட்டாக வேண்டும் என்ற தீர்மானம் நிறைவேற்றப்பட்டது. அப்போது மொசாடின் தலைவராக இருந்த ஜெனரல் டேனி யடோமை அழைத்தப் பிரதமர், யார் கொல்லப்பட வேண்டும் என்பது குறித்தத் தேர்ந்தெடுப்பைத் தான் மொசாட் வசம் விட்டுவிடுவதாகத் தெரிவித்தார்.

டேனி யடோம் இஸ்ரேலிய இராணுவத்தில் நீண்டகாலம் பணியாற்றியவர். பிரதமர் யிட்சாக் ரபினின் வலது கரமாகத் திகழ்ந்த அவர், ரபினின் இராணுவச் செயலாளராகப் பணியாற்றினார். ரபினின் மரணத்திற்குப் பிறகு அவர் மொசாடின் தலைவராக நியமிக்கப்பட்டது பலருடைய புருவங்களை உயர்த்தியது. அவரைத் தெரிந்திருந்த அனைவரும் அவருடைய இராணுவ அனுபவத்தையும் செயற்திறனையும் பாராட்டினர். அதே சமயம், இரகசிய உளவு நிறுவனத்தின் தலைமைப் பொறுப்புக்குத் தேவையான குணாதிசயங்கள் எதுவும் அவரிடம் இருக்கவில்லை என்று அவர்கள் கருதினர். அவருடைய பணி நியமனம், முந்தைய பிரதமர் ரபினுக்குச் செலுத்தப்பட்ட ஓர் அஞ்சலியாகவே பார்க்கப்பட்டது. மொசாடின் தலைமைப் பொறுப்புக்குத் தகுதியான ஒருவராக அவர் இருந்தார் என்பதற்காக அது அவருக்கு வழங்கப்பட்டிருக்கவில்லை.

1997 ஆகஸ்ட் மாதத் துவக்கத்தில், டேனி யடோம், நெதன்யாஹூவைச் சந்தித்துவிட்டுத் திரும்பியதும், மொசாடின் தலைமையகத்தில் ஓர் அவசரக் கூட்டத்தைக் கூட்டினார். மொசாட் அமைப்பின் பல்வேறு பிரிவுகளின் தலைவர்கள் அக்கூட்டத்திற்கு அழைக்கப்பட்டிருந்தனர்.

முதலில் அந்த விவாதத்தில் எந்த முடிவும் எட்டப்படவில்லை. மொசாடிடம் ஹமாஸ் தலைவர்களின் முழுப் பட்டியல் இருக்கவில்லை. ஹமாஸின் தலைவர்களிலேயே மிகவும் பிரபலமானவராகத் திகழ்ந்தவர் மூசா முகமது அபு மார்சூக். ஆனால், அவர் ஓர் அமெரிக்கப் பாஸ்போர்ட் வைத்திருந்தார்.

அவரைத் தாக்கினால், அது அமெரிக்காவுடனான உறவில் சிக்கலை ஏற்படுத்தும். குறி வைக்கப்படுவதற்குக் கலீத் மஷால்தான் சரியான நபர் என்று எல்லோரும் ஒப்புக் கொண்டனர். ஆனால் அவருடைய அலுவலகம் அமானில் இருந்தது. 1994 ஆம் ஆண்டு, ரபின், ஜோர்டனுடன் ஓர் அமைதி ஒப்பந்தத்தில் கையெழுத்திட்டவுடன், அந்நாட்டுக்குள் மொசாட் நடவடிக்கைகள் எதுவும் நடைபெறக்கூடாது என்று தடை விதித்தார். யடோம், ரபினின் இராணுவச் செயலாளராக இருந்தவரை அந்த உத்தரவைத் துல்லியமாகக் கடைபிடித்து வந்தார். ஆனால், அவர் மொசாடின் தலைவராக நியமிக்கப்பட்டப் பிறகு, ரபினின் அறிவுறுத்தல்களைக் காற்றில் பறக்கவிட்டுவிட்டு, மஷாலின் பெயரை நெதன்யாஹுவுக்குப் பரிந்துரைத்தார். மிஷ்கா பென்–டேவிட் என்ற மொசாட் புலனாய்வு அதிகாரியும் அதற்கு ஆதரவளித்தார்.

அதை நெதன்யாஹு ஏற்றுக் கொண்டார். ஆனால், ஜோர்டனுடன் பிரச்சனை ஏதும் வந்துவிடக்கூடாது என்பதால் அந்த ஆபரேஷனைச் 'சத்தமின்றிச்' செய்து முடிக்க அவர் உத்தரவிட்டார். அதைச் செயல்படுத்த ஒரு குழு உருவாக்கப்பட்டது. மொசாடின் ஆராய்ச்சி மையத்தில் வேலை பார்த்து வந்த உயிர்வேதியியல் வல்லுநர், உயிர்க்கொல்லி விஷம் ஒன்றைப் பயன்படுத்தலாம் என்று பரிந்துரைத்தார். அது இஸ்ரேலிய நகரமான நெஸ் சியோனாவிலிருந்த உயிரியல் ஆராய்ச்சி நிறுவனத்தில் கண்டுபிடிக்கப்பட்டிருந்தது. அந்த விஷத்தில் ஒரு சில துளிகள் ஒருவரின் தோலில் பட்டுவிட்டாலே அவருக்கு மரணம் ஏற்பட்டுவிடும். அந்த விஷம் எந்தவிதமான சுவடையும் விட்டுச் செல்லாது. பிரேதப் பரிசோதனையில்கூட அதைக் கண்டுபிடிக்க முடியாது. ஹடாடின் சாக்லெட்டில் செலுத்தப்பட்டிருந்த விஷமும் இதைப் போன்ற ஒன்றுதான்.

பல ஆண்டுகளுக்குப் பிறகு, இஸ்ரேலியப் பத்திரிகையாளர் ஒருவர் மிஷ்கா பென்–டேவிட்டிடம், "இப்படி விஷம் மூலம் ஒருவரைக் கொல்வது உங்களைச் சங்கடப்படுத்தவில்லையா? சாவதற்கு என்னவொரு மோசமான வழி!" என்று கேட்டார்.

அவரிடம் மிஷ்கா, "தலைக்குள் ஒரு துப்பாக்கிக் குண்டைச் செலுத்துவது, ஒரு கார்மீது ஓர் ஏவுகணையை ஏவுவது போன்றவை இதைவிட அதிக மனிதாபிமானமிக்கவை என்று நீங்கள் கருதுகிறீர்களா?" என்று திருப்பிக் கேட்டார். தொடர்ந்து, "எவரையும் கொல்வதற்கான தேவை இல்லாதிருந்தால், அதுதான் எல்லாவற்றையும்விட மேம்பட்டதாக இருக்கும் என்பதில் மாற்றுக் கருத்து இருக்க முடியாது. ஆனால், தீவிரவாதத்திற்கு எதிரான போரில் இப்படிப்பட்டச் சாத்தியக்கூறு இல்லை.

ஜோர்டனுடனான உறவுக்கு அச்சுறுத்தல் ஏற்படாமல் இருப்பதற்காக, 'சத்தமின்றி' அவரைக் கொல்லும்படி நம் பிரதமர் இட்ட உத்தரவு, தர்க்கரீதியாகச் சரியானதொரு முடிவுதான்," என்று அவர் கூறினார்.

***

1997 ஆம் ஆண்டின் கோடைக்காலத்தில், டெல் அவீவில் ஒரு தெருவில் இரண்டு இளைஞர்கள் தங்கள் கைகளிலிருந்த கோகோ–கோலா கேன்களை நன்றாகக் குலுக்கிவிட்டு அவற்றைத் திறந்தபோது, கோகோ–கோலா பானம் பெரும் சத்தத்துடன் அந்தக் கேன்களிலிருந்து வெளியே சீறிப் பாய்ந்ததைக் கண்ட, அவ்வழியே சென்று கொண்டிருந்த மக்கள், அந்த இளைஞர்களை நோக்கி ஓர் எரிச்சலான பார்வையை வீசினர். அவ்விருவரும் மொசாட் ஏஜன்டுகள் என்பதையோ, அவர்கள் மஷாலைக் கொல்வதற்கு ஒத்திகை பார்த்துக் கொண்டிருந்தனர் என்பதையோ அம்மக்கள் அறிந்திருக்கவில்லை. அந்த இளைஞர்களில் ஒருவர் மஷாலின் பார்வையில் படும்படி இப்படி ஒரு கேனைத் திறந்து அவருடைய கவனத்தைச் சிதறடிப்பது என்றும், அச்சமயத்தில் இன்னொருவர் மஷாலின் பின்கழுத்தில் ஒரு சில துளிகள் விஷத்தைப் பீய்ச்சியடிப்பது என்றும் திட்டமிடப்பட்டிருந்தது.

அந்த ஆபரேஷன் துவங்குவதற்கு ஆறு வாரங்களுக்கு முன்பு மொசாடின் முதல் குழு ஜோர்டனில் வந்து இறங்கியது. அவர்கள் தங்களுடன் வெளிநாட்டுப் பாஸ்போர்ட்டுகளை வைத்திருந்தனர். அவர்கள் மஷாலைப் பின்தொடர்ந்து சென்று, அவர் தினமும் எப்போது தன்னுடைய வீட்டைவிட்டுக் கிளம்பினார், காலையில் அவருடைய காரில் வேறு யாரெல்லாம் சென்றனர், அவர் எந்த வழியாகச் சென்றார், எங்கே சென்றார், அவர் பயணித்த நேரத்தில் சாலைப் போக்குவரத்து எப்படி இருந்தது போன்றவற்றை நோட்டமிட்டனர். மஷால் தன் காரைவிட்டு இறங்கியதிலிருந்து தன்னுடைய அலுவலகத்திற்கு நடந்து செல்வதற்கு எவ்வளவு நேரம் எடுத்துக் கொண்டார், அதே கட்டடத்திற்குள் சென்று கொண்டிருந்த நபர்கள் எவரிடமாவது அவர் பேசினாரா என்பன போன்ற விபரங்களையும் அவர்கள் சேகரித்தனர். ஏனெனில், அப்படிப்பட்டச் சில்லறைத் தகவல்கள் ஆபரேஷனின் செயல்முறையின்மீது தாக்கம் விளைவிக்கக்கூடியவையாக மாறக்கூடும்.

அக்குழுவினர் இஸ்ரேலிலுள்ள மொசாட் தலைமையகத்திற்கு அனுப்பி வைத்திருந்த அறிக்கையில், மொசாடுக்குத் தேவைப்பட்ட அனைத்துத் தகவல்களும் இடம் பெற்றிருந்தன: மஷால் தினமும் காலையில் தன் வீட்டிலிருந்து கிளம்பியபோது அவருடைய

மெய்க்காவலர்கள் அவருடன் இருப்பதில்லை. அவர் பயணித்தக் காரை அவருடைய உதவியாளர்தான் ஓட்டினார். மஷால் தன் வீட்டிலிருந்து நேராக 'ஷாமியா சென்டர்' என்ற கட்டடத்திலிருந்த பாலஸ்தீனிய நிவாரண மையத்திற்குச் சென்றார். அவரை அந்த அலுவலகத்தில் இறக்கிவிட்டவுடன் அவருடைய ஓட்டுநர் அங்கிருந்து புறப்பட்டுச் சென்றுவிடுவார். மஷால் சிறிது தூரம் நடந்து சென்று அந்த அலுவலகத்திற்குள் நுழைந்தார். ஜோர்டனின் தலைநகரமான அமானிலிருந்த பாலஸ்தீனிய நிவாரண மையம் என்பது உண்மையில் ஹமாஸ் அமைப்பின் தலைமையகம்தான்.

அவர் காரிலிருந்து இறங்கி அந்த அலுவலகத்திற்குள் நுழைவதற்கு முன் அவர்மீது விஷத்தைப் பீய்ச்சுவதுதான் அவரைத் தாக்குவதற்கான சிறந்த வழி என்று அவரை வேவு பார்த்தக் குழு பரிந்துரைத்திருந்தது.

முன்தயாரிப்புகள் அந்தக் கோடைக்காலம் முழுவதும் நடைபெற்றன. வீடுகளை அமர்த்துவதற்கும் வாடகைக்குக் கார்களை எடுப்பதற்கும் வேறு குழுக்கள் அங்கு அனுப்பப்பட்டன. செப்டம்பர் 4 அன்று ஜெருசலேமில் மற்றொரு தாக்குதல் நடந்தது. அதில் மூன்று ஹமாஸ் தற்கொலைப் படையினர் தங்களை வெடித்துக் கொண்டனர். அதில் 5 இஸ்ரேலியர்கள் கொல்லப்பட்டனர், 181 பேர் காயமடைந்தனர். இஸ்ரேலால் இனியும் தாமதிக்க முடியாது. செயலில் இறங்குவதற்கான வேளை வந்துவிட்டிருந்தது.

***

1997 செப்டம்பர் 24. ஆபரேஷனைச் செயல்படுத்தத் திட்டமிட்டிருந்ததற்கு முதல் நாள். அமானிலிருந்த ஒரு பெரிய ஓட்டலின் நீச்சல்குளத்தின் அருகே, சுற்றுலாவுக்கு வந்திருந்த ஒரு ஜோடி சுற்றித் திரிந்து கொண்டிருந்தது. அந்த ஆண், வெள்ளை நிறத்தில் ஒரு நீண்ட அங்கி அணிந்திருந்தார். சமீபத்தில் தனக்கு மாரடைப்பு ஏற்பட்டிருந்ததாகவும், தான் அதிலிருந்து மீண்டு கொண்டிருந்ததாகவும் அந்த ஓட்டலின் பணியாளர்களிடம் அவர் கூறிக் கொண்டிருந்தார். அவர் சிறிது தள்ளாடியபடியே மெதுவாக நடந்து கொண்டிருந்தார். அவருடன் இருந்த பெண் ஒரு மருத்துவர். அந்த மருத்துவர் அவ்வப்போது அந்நபரின் நாடித்துடிப்பையும் இரத்த அழுத்தத்தையும் சோதித்துக் கொண்டிருந்தார். பெரும்பாலான நேரங்களில் அவர்கள் இருவரும் நீச்சல் குளத்தின் அருகிலேயே அமர்ந்து ஓய்வெடுத்துக் கொண்டிருந்தனர். மிஷ்கா பென்-டேவிட்தான் அந்த 'இதய நோயாளி.' இஸ்ரேலிலிருந்த மொசாடின் தலைமையகத்திற்கும், களத்திலிருந்த ஏஜென்டுகளுக்கும் இடையே அவர் ஒரு பாலமாகச்

செயல்பட்டுத் தகவல்களைப் பரிமாறிக் கொண்டிருந்தார். அப்பெண்மணியும் ஒரு மொசாட் ஏஜென்ட்தான். அவர் நிஜத்திலும் ஒரு மருத்துவர்தான். அவர் விஷமுறிவு மருந்தைத் தன்னுடன் கொண்டு வந்திருந்தார். அங்கு வந்திருந்த மொசாட் ஏஜென்டுகள்மீது தவறுதலாக அந்த விஷம் பட்டுவிட்டால் அவர்களைக் காப்பாற்றுவதற்குத்தான் அந்த ஏற்பாடு. அப்படி நேர்ந்துவிட்டால், உடனடியாக அந்த விஷ முறிமருந்தைச் செலுத்தினால் மட்டுமே அவர்களைச் சாவிலிருந்து காப்பாற்ற முடியும்.

அந்தப் போலி நோயாளியும் உண்மையான மருத்துவரும் நீச்சல் குளத்திற்கு அருகே காத்துக் கொண்டிருந்தபோது, மஷாலைத் தீர்த்துக்கட்டுவதற்கு வந்திருந்த இரண்டு பேர் கொண்ட குழு, கடைசி நேரத் தயாரிப்புகளில் மும்முரமாக இருந்தது. கனேடியச் சுற்றுலாப் பயணிகள் என்ற போர்வையில் அங்கு வந்திருந்த அந்த இருவரும், ஷான் கென்டால், பேரி பீட்ஸ் ஆகிய போலிப் பெயர்களில் இன்டர்கான்டினென்டல் என்ற ஒரு பெரிய ஓட்டலில் தங்கியிருந்தனர். இந்த ஆபரேஷன் குறித்துப் பின்னர் ஆய்வு செய்யப்பட்டபோது, அந்த இருவரைப் பற்றியும் அசௌகரியமான பல கேள்விகள் தொக்கி நின்றன. அவர்கள் அதுவரை அரபு நாடுகளில் எந்தவிதமான ஆபரேஷன்களிலும் பங்கெடுத்துக் கொண்டிருக்கவில்லை. அப்படி இருக்கும்போது, எதற்காக அவர்கள் இந்த ஆபரேஷனுக்குத் தேர்ந்தெடுக்கப்பட்டார்கள்? அவர்கள் ஏன் கனேடியப் பாஸ்போர்ட்டுகளுடன் வந்தனர்? மேலோட்டமாக ஆராய்ந்தாலே அக்குட்டு வெளிப்பட்டிருக்கும். அவர்களுடைய ஆங்கிலப் பேச்சிலும் உச்சரிப்பிலும் இஸ்ரேலிய வாடை அதிகமாக வீசியது. ஒரு தீவிரமான விசாரணை மேற்கொள்ளப்பட்டிருந்தால், அவர்களுடைய முகத்திரை கிழிந்து நார் நாராகியிருந்திருக்கும். ஆனால், கண்காணிப்புக் குழுவின் தவறுகளோடு ஒப்பிட்டால், இது ஒன்றுமேயில்லை. அது ஆபரேஷன் துவக்கப்பட்டவுடன்தான் தெரிய வந்தது.

மஷாலின் அலுவலகம் இருந்த ஷாமியா சென்டர் கட்டடத்தின் முகப்பில் வைத்துத்தான் அவரைக் கொல்லத் திட்டமிடப்பட்டிருந்தது. மஷாலுக்கும் மொசாட் ஏஜென்டுகளுக்கும் இடையேயான எதிர்கொள்ளல் கண்ணிமைக்கும் நேரத்தில் நடந்து முடிந்துவிட வேண்டும் என்று அந்த மொசாட் ஏஜென்டுகளிடம் கூறப்பட்டிருந்தது. அந்த ஏஜென்டுகள் இருவரும், மஷால் தன் காரைவிட்டு இறங்கி அக்கட்டடத்தை நோக்கி நடக்கத் துவங்கியதும் விரைவாக அவரை அணுகி, அவருடைய பின் கழுத்தில் விஷத்தைப் பீய்ச்சிவிட்டு, அங்குத் தயாராகக் காத்துக் கொண்டிருக்கும் காரில் ஏறிப் பறந்துவிட வேண்டும்

என்பது ஏற்பாடு. அந்த இரண்டு ஏஜென்டுகளும் டெல் அவீவ் தெருக்களில் பல முறை இதற்கு ஒத்திகை பார்த்திருந்ததால் அவர்கள் போதுமான அளவு முன்தயாரிப்புடன் இருந்ததாகக் கருதப்பட்டது. கோகோ–கோலா கேனைக் குலுக்கித் திறந்து, அதிலிருந்து பீறிட்டுத் தெறிக்கின்ற பானம் மஷாலின்மீது பட்டு அவருடைய கவனத்தைத் திசைதிருப்புகின்ற விதத்தில் ஷான் அந்தக் கேனை அவரை நோக்கி வைத்திருக்க வேண்டும். உடனே பேரி, தன் கையில் வைத்திருக்கின்ற விஷக் குப்பியில் இருக்கின்ற திரவத்தை மஷால்மீது பீய்ச்ச வேண்டும். மஷால் விரைவில் 'மாரடைப்பில்' காலமாகிவிடுவார்.

ஓர் ஆணும் ஒரு பெண்ணும் அடங்கிய மொசாடின் மற்றொரு குழு அக்கட்டடத்தின் உள்ளே காத்துக் கொண்டிருக்கும். கொலை செய்ய அனுப்பப்பட்டக் குழுவுக்குத் திடீரென்று உதவி தேவைப்பட்டால், அதை வழங்குவது அவர்கள் இருவரின் வேலை. எடுத்துக்காட்டாக, காரிலிருந்து இறங்கும்போது மஷால் வேகமாக நடந்து அக்கட்டடத்திற்குள் நுழைந்துவிட்டால், வெளியே இருக்கின்ற 'கனேடியர்களால்' அவரை நெருங்க முடியாமல் போய்விடும். அப்படி நடந்தால், உள்ளே இருக்கின்ற இருவரும் வேகமாக வந்து, எதிர்பாராத விதமாக மோதுவதுபோல மஷாலின்மீது மோதி அவருடைய முன்னேற்றத்தைத் தாமதப்படுத்துவர்.

இப்படிச் செயல்படுவதன் மூலம் அவர்கள் உள்ளூர் மக்களை எதிர்கொள்ள வேண்டியிருக்காது என்று அத்திட்டத்தைத் தீட்டியிருந்த மொசாட் தலைவர்கள் அனுமானித்திருந்தனர்.

இத்திட்டத்தின் வெற்றி, களத்தின் நிலையைப் பொறுத்திருந்தது. அவர்கள் தேர்ந்தெடுத்திருந்த இடத்தில், ஆபரேஷனை நிகழ்த்தும்போது மஷாலின் மெய்க்காவலர்கள், குடும்ப உறுப்பினர்கள், அவருக்குப் பரிச்சயமானவர்கள், உள்ளூர் காவல்துறை அதிகாரிகள், ஹமாஸ் தீவிரவாதிகள் மற்றும் அதைத் தடுத்து நிறுத்தக்கூடிய நிலையில் இருக்கும் பிறர் இருக்கக்கூடாது. இன்னும் சொல்லப் போனால், மஷாலைக் கொல்ல அனுப்பப்பட்டிருந்த எட்டு மொசாட் ஏஜென்டுகளுக்குத் தெள்ளத் தெளிவான உத்தரவுகள் வழங்கப்பட்டிருந்தன: மேலே குறிப்பிடப்பட்டுள்ளவர்கள் அங்கு இல்லாதிருந்தால் மட்டுமே திட்டம் நிறைவேற்றப்பட வேண்டும். தன் ஏஜென்டுகளிடம் தான் பின்வருமாறு கூறியிருந்ததாக டேனி யடோம் பின்னர் தெரிவித்தார்: "களத்தின் சூழ்நிலை நாம் திட்டமிட்டிருந்ததிலிருந்து வேறுபட்டு இருந்தால், பின்வாங்கிவிடுங்கள். நாம் பின்னொரு நாளில் நம் திட்டத்தை நிறைவேற்றிக் கொள்ளலாம்." எங்களுக்குத் தெரிந்தவரை, உண்மையில் அப்படித்தான் நடந்திருந்தது.

ஏஜென்டுகள் எதிர்பாராத சூழ்நிலைகளின் காரணமாக அந்த முயற்சியைப் பல முறை கைவிட்டிருந்தனர். ஜோர்டனியக் காவல்துறை அதிகாரிகள் அங்கு நின்று கொண்டிருந்தது, மெய்க்காவலர்கள் மஷாலுடன் வந்தது, கடைசி நேரத்தில் அன்று அலுவலகம் போக வேண்டாம் என்று மஷால் முடிவெடுத்திருந்தது போன்றவை அவற்றில் அடங்கும்.

***

1997 ஆம் ஆண்டு செப்டம்பர் 25. கெடுநாள்.

அத்திட்டத்தின் கமான்டர் அக்கட்டடத்தின் முன்பாக நின்று கொண்டிருந்தார். அலைபேசி அல்லது பிற மின்தகவல் பரிமாற்றக் கருவிகளைப் பயன்படுத்தக்கூடாது என்று முடிவு செய்யப்பட்டிருந்ததால், அவர்கள் சைகைகள் மூலம் தகவல் பரிமாறிக் கொள்ள வேண்டியிருந்தது. ஏதாவது காரணத்திற்காக அவர்கள் தங்களுடைய திட்டத்தைக் கைவிட வேண்டியிருந்தால், கமான்டர் தன்னுடைய தொப்பியைக் கழற்றுவார் என்று ஏற்பாடு செய்யப்பட்டிருந்தது. அந்த இரு 'கனேடியர்களும்' தப்பிச் செல்வதற்கான கார் அக்கட்டடத்தின் பின்புறம் நிறுத்தி வைக்கப்பட்டிருந்தது.

ஷானும் பேரியும் தங்களிடங்களில் தயாராகக் காத்துக் கொண்டிருந்தனர். அதேபோல, அக்கட்டடத்திற்கு உள்ளே வரவேற்பறையில் அந்த ஜோடி காத்துக் கொண்டிருந்தது.

அனைத்தும் தயாராக இருந்தன.

மஷாலின் வீட்டில் அன்று மற்றொரு வழக்கமான காலைப் பொழுதாக இருந்தது. ஆனால், கடைசி நிமிடத்தில் ஒரு சிறிய மாற்றம் நிகழ்ந்தது. பொதுவாக அவருடைய குழந்தைகளை மஷாலின் மனைவிதான் பள்ளிக்குக் கொண்டுவந்து விடுவார். ஆனால் அன்று, கடைசி நேரத்தில் அவர் அந்த வேலையைத் தன் கணவரிடத்தில் ஒப்படைத்தார். அதனால், மஷாலும் அவருடைய குழந்தைகளும் அவருடைய காரில் ஏறியிருந்தனர். மொசாடின் கண்காணிப்புக் குழுவினர் இதைக் கவனிக்கவில்லை. அதனால், மஷால் தன் ஓட்டுநருடன் தனியாகக் காரில் வந்து கொண்டிருந்ததாக, அவரைக் கொல்லத் தயாராக இருந்த குழுவினருக்கு அவர்கள் தகவல் அனுப்பிவிட்டனர். அந்தக் காரின் சன்னல்கள் கருப்பு நிறத்தில் இருந்ததால் உள்ளே இருந்தவர்களை வெளியே இருந்த ஏஜென்டுகளால் பார்க்க முடியாமல் போய்விட்டது.

மஷால் ஷாமியா சென்டருக்கு வந்து தன் காரிலிருந்து இறங்கி, நடைபாதை வழியாக நடந்து சென்று அக்கட்டடத்தின் படிகளில் ஏறிக் கொண்டிருந்தார். ஷானும் பேரியும் அவரை

நெருங்கிக் கொண்டிருந்தனர். பத்து மீட்டர், ஐந்து மீட்டர், மூன்று மீட்டர் என்று அவர்களுக்கு இடையேயிருந்த இடைவெளி குறைந்து கொண்டிருந்தது. அப்போது திடீரென்று, காரிலிருந்து குதித்த மஷாலின் குட்டிப் பெண், “அப்பா! அப்பா! என்று கத்திக் கொண்டே தன் அப்பாவை நோக்கி ஓடத் துவங்கினாள். அக்காரின் ஓட்டுநர் காரைவிட்டு இறங்கி அச்சிறுமியின் பின்னால் ஓடினார். தெருவின் மறுபுறம் நின்று கொண்டிருந்த அத்திட்டத்தின் கமான்டர் அச்சிறுமியைப் பார்த்துவிட்டார். அவர் உடனடியாகத் தன் தொப்பியைக் கழற்றி, பின்வாங்கிக் கொள்ளும்படி ஷானுக்கும் பேரிக்கும் சைகை செய்தார். சரியாக அக்கணத்தில், அவர்கள் இருவரும் அக்கட்டடத்தின் நுழைவில் இருந்த தூண்களில் ஒன்றின் பின்னால் சென்று கொண்டிருந்ததால், அவர்களால் தங்களுடைய கமான்டரைப் பார்க்க முடியாமல் போய்விட்டது. அதைவிட மோசம் என்னவென்றால், அவர்கள் அச்சிறுமியையும் அவளைத் துரத்தி வந்து கொண்டிருந்த அந்த ஓட்டுநரையும் கவனிக்கத் தவறிவிட்டிருந்தனர்.

அவர்கள் இருவரும் மஷாலை நெருங்கினர். ஷான் தன் கையிலிருந்த கோகோ–கோலா கேனைக் குலுக்கித் திறந்தார். ஆனால் அன்று, அந்தக் கேனின் பிடி அவருடைய கையோடு வந்துவிட்டது. அதனால் அந்தக் கேன் திறக்கவில்லை. அதனால், அவர்கள் திட்டமிட்டிருந்த கவனச்சிதறல் ஏற்பாடு பிசுபிசுத்துப் போய்விட்டிருந்தது. ஆனாலும், பேரி தன் கையிலிருந்த விஷத்தை மஷாலின் பின் கழுத்தில் பீய்ச்சுவதற்குத் தன் கையைத் தூக்கினார். ஆனால் மஷாலின் ஓட்டுநர், பேரி தன் கையை உயர்த்தியதைப் பார்த்துவிட்டு, தன் முதலாளியை பேரி ஒரு கத்தியால் குத்த முயன்றதாக நினைத்துவிட்டார். அதனால், அவர் கத்திக் கொண்டே பேரியை நோக்கிப் பாய்ந்து சென்று, தன் கையில் வைத்திருந்த செய்தித்தாளைக் கொண்டு அவரை அடிக்க முயன்றார். தன் ஓட்டுநரின் சத்தத்தைக் கேட்டு மஷால் திரும்பிப் பார்த்தார். அக்கணத்தில் பேரி தன் கையிலிருந்த விஷத்தை அவர்மீது பீய்ச்சினார். அதன் சில துளிகள் மஷாலின் காதுகளில் பட்டுவிட்டன. ஏதோ சிறிய பூச்சி ஒன்று கடித்ததைப்போல அவர் உணர்ந்தார். ஆனால், ஏதோ பிரச்சனை என்பதை உணர்ந்து அவர் அங்கிருந்து வேகமாக ஓடினார். இதற்கிடையே, ஷானும் பேரியும் தங்களுக்காகக் காத்துக் கொண்டிருந்த காரை நோக்கி ஓடினர்.

இந்தக் களேபர நாடக அரங்கிற்குள் இப்போது புதிதாக ஒருவர் நுழைந்தார். அவர் முஹம்மது அபு சேஃப். அவர் ஒரு ஹமாஸ் தீவிரவாதி. அவர் ஏதோ ஓர் ஆவணத்தை மஷாலிடம் கொடுப்பதற்காக வந்திருந்தார். மஷாலின் ஓட்டுநரின் கத்தல்

அவருடைய காதுகளில் விழுந்தது. தன்னுடைய தலைவருக்கும் வேறு இரண்டு பேருக்கும் இடையே ஏற்பட்ட உரசலை அவர் கவனித்துவிட்டார். மஷால் தன் உயிரைக் காப்பாற்றிக் கொள்ள வேகமாக ஓடிக் கொண்டிருந்தபோது, அபு சேஃப், ஷான் மற்றும் பேரியின் பின்னால் ஓடினார். ஷானும் பேரியும் தங்கள் காருக்குள் ஏறிக் கொண்டிருந்தனர். அப்போது அத்திட்டத்தின் மூன்றாவது துரதிர்ஷ்டம் அங்குத் தலைகாட்டியது. தன்மீது பாய்ந்த அல் சேஃபை, ஷான் தன் கையில் வைத்திருந்த கோகோ–கோலா கேனால் அடித்துவிட்டு எப்படியோ காருக்குள் ஏறிவிட்டார். இரண்டு ஏஜென்டுகளும் ஏறியதும் கார் வேகமாக அந்த இடத்திலிருந்து கிளம்பிச் சென்றுவிட்டது.

ஆனால், ஷானும் பேரியும் அந்த ஆபரேஷனின் மிக மோசமான தவறை அப்போது செய்தனர். அவர்களைத் துரத்தி வந்த அபு சேஃப், காரின் பதிவு எண்ணைக் குறித்துக் கொண்டதைத் தான் பார்த்ததாக அக்காரின் ஓட்டுநர் அவர்களிடம் தெரிவித்தார். எனவே, அந்த மொசாட் ஏஜென்டுகள் உடனடியாக அந்தக் காருக்கு முழுக்குப் போட முடிவெடுத்தனர். அபு சேஃப் காவல்துறையைத் தொலைபேசியில் அழைத்துப் பேசினால், அந்தக் காருடன் தாங்கள் தங்களுடைய ஓட்டலுக்குச் சென்றால், காவல்துறையினரிடம் தாங்கள் மாட்டிக் கொள்ள நேரிடும் என்று அவர்கள் சிந்தித்தனர். அதனால் அவர்கள் இருவரும் சிறிது தூரம் சென்றவுடன் காரை நிறுத்திவிட்டு அதிலிருந்து இறங்கிக் கொண்டனர். அந்தக் காரின் ஓட்டுநர், அக்காரை எங்காவது கொண்டு சென்று கைகழுவுவதற்காக அங்கிருந்து வேகமாகப் போய்விட்டார்.

ஆனால், அபு சேஃப், அனுபவம் வாய்ந்த ஒரு முஜாஹிதீன். அவர் ஆப்கானிஸ்தானில் போரிட்டிருந்தவர். ஷானும் பேரியும் காரில் ஏறிய பிறகும் அவர் தன் முயற்சியைக் கைவிடவில்லை. அவர் அக்காரைத் துரத்திக் கொண்டு அதன் பின்னாலேயே ஓடினார். அதை அவர்கள் இருவரும் கவனிக்கவில்லை. அவர்கள் அக்காரிலிருந்து இறங்கிய பிறகு, தெருவில் ஆளுக்கொரு புறமாக நடக்கத் துவங்கினர். அபு சேஃப் பேரிமீது பாய்ந்து அவருடைய சட்டையின் காலரைப் பிடித்துக் கொண்டு, அந்த மனிதன் மஷாலைக் கொல்ல முயன்றதாகக் கூச்சலிட்டார். சாலையின் மறுபுறமிருந்த ஷான், பேரியின் உதவிக்கு விரைந்தார். அவர் வந்த வேகத்தில் அபு சேஃப்மீது பாய்ந்தார். அது அபு சேஃபின் தலையில் லேசான காயம் ஏற்படுத்திவிட்டது. அவர் சாலையின் பக்கத்திலிருந்த ஒரு பள்ளத்தில் விழுந்துவிட்டார். அங்கு ஒரு குடுமிப்பிடிச் சண்டை தொடர்ந்தது. இதற்குள் அங்குக் கூடிவிட்டக் கும்பல், இரண்டு வெளிநாட்டவர்கள் ஓர் அரேபியரை

அடித்துக் கொண்டிருந்ததைப் பார்த்து அவர்களைச் சூழ்ந்து கொள்ளத் துவங்கினர். அப்போது அங்கு வந்த ஒரு காவல்துறை அதிகாரி, கலைந்து போகுமாறு கூட்டத்தினரைப் பணித்தார். பிறகு, வழியில் போய்க் கொண்டிருந்த ஒரு டாக்சியை நிறுத்தி, அந்த இரண்டு அந்நியர்களையும், கடுமையாக அடி வாங்கியிருந்த அபு சேஃபையும் அதில் ஏற்றிக் கொண்டு, அவர்களைக் காவல் நிலையத்திற்குக் அழைத்துச் சென்றார்.

காவல் நிலையத்தில், முதலில் அபு சேஃப்தான் அந்த வெளிநாட்டினரைத் தாக்கியிருந்தார் என்று காவலர்கள் முதலில் நினைத்தனர். ஆனால், சிறிது தெளிவடைந்த அபு சேஃப், அவர்கள் இருவரும் மஷாலைத் தாக்கியதாகக் குற்றம் சாட்டினார். ஷானையும் பேரியையும் சோதித்த ஒரு காவலர், அவர்கள் கனடாவைச் சேர்ந்தவர்கள் என்பதைத் தெரிந்து கொண்டு உடனடியாகக் கனேடியத் தூதரகத்தைத் தொடர்பு கொண்டார். கனேடியத் தூதரகப் பிரதிநிதி ஒருவர் ஷானிடமும் பேரியிடமும் ஒரு சில நிமிடங்கள் பேசிவிட்டு, அந்தக் காவல்துறை அதிகாரியிடம், “அவர்கள் யாரென்று எனக்குத் தெரியாது. ஆனால் ஒன்று மட்டும் எனக்கு உறுதியாகத் தெரியும். அவர்கள் கனடாவைச் சேர்ந்தவர்கள் அல்லர்,” என்று கூறிவிட்டார்.

அப்போதும், தங்கள் கையில் ஒரு பெரிய மீன் மாட்டியிருந்ததை அந்தக் காவல்துறை அதிகாரிகள் உணரவில்லை. அந்த இரண்டு அந்நியர்களையும் காவலில் வைப்பதென்று அவர்கள் முடிவு செய்தனர். ஒரே ஒரு தொலைபேசி அழைப்பு விடுப்பதற்கு அவர்கள் அந்த இருவரையும் அனுமதித்தனர். அந்த ஏஜென்டுகள் மொசாடின் ஐரோப்பியச் செயலகத்தைத் தொடர்பு கொண்டு, தாங்கள் காவலில் வைக்கப்பட்டிருந்த விபரத்தைத் தெரிவித்தனர். இதற்கிடையே, ஷாமியா சென்டருக்குள் இருந்த பெண் ஏஜென்ட், வெளியே நடந்து கொண்டிருந்த காட்சிகளைப் பார்த்ததும், அங்கு ஒரு பெரும் தவறு நடந்திருந்ததை உணர்ந்து மிஷ்காவை எச்சரிக்க முடிவு செய்தார். அதனால், அவர் உடனடியாகத் தன்னுடைய ஓட்டலுக்குத் திரும்பிச் சென்றார். அவரைப் பார்த்தவுடனேயே, மோசமான ஏதோ நிகழ்ந்துவிட்டிருந்ததை மிஷ்கா உணர்ந்து கொண்டார். அத்திட்டத்தில் பங்கு பெற்றிருந்த ஏஜென்டுகள் எக்காரணம் கொண்டும் அவரைத் தொடர்பு கொள்ளக்கூடாது என்று ஏற்கனவே உத்தரவிடப்பட்டிருந்தது. அதற்கு ஒரே ஒரு விதிவிலக்கு மட்டுமே கொடுக்கப்பட்டிருந்தது. ஆபரேஷன் தோல்வியில் முடிந்தால் அவர் அணுகப்படலாம். அப்படி நேர்கின்றபோது, அனைத்து ஏஜென்டுகளும் உடனடியாக நாட்டைவிட்டு வெளியேறிவிட வேண்டும். மிஷ்கா தன் அங்கியைத் தூக்கியெறிந்தார். வழமையான ஆடைகளை அணிந்து கொண்டு,

இப்படிப்பட்டச் சூழ்நிலை ஏற்பட்டால் அவர்கள் சந்தித்துக் கொள்வதற்கு முன்கூட்டியே ஏற்பாடு செய்யப்பட்டிருந்த ஓரிடத்திற்கு அவர் விரைந்தார். விரைவில் களத் தலைவரும் அங்கு வந்தார். திட்டம் தோல்வியடைந்திருந்ததை அவரும் அறிந்திருந்தார். ஆனால், அடுத்து நிகழவிருந்த களேபரங்களை அவர்கள் கனவிலும் நினைத்துப் பார்த்திருக்கவில்லை.

மிஷ்கா உடனடியாக ஓர் அறிக்கையை மொசாடின் தலைவருக்கு அனுப்பினார். யடோம் அது குறித்து மொசாடின் துறைத் தலைவர்களுடன் விவாதித்தார். அந்தக் கூட்டத்தில் எடுக்கப்பட்டிருந்த முடிவின்படி, அமானில் இருந்த ஏஜென்டுகள் அனைவரும், ஏற்கனவே திட்டமிடப்பட்டிருந்த முறைப்படி நாட்டைவிட்டு வெளியேறாமல், அந்நகரிலிருந்த இஸ்ரேலியத் தூதரகத்திற்குச் செல்லுமாறு கேட்டுக் கொள்ளப்பட்டனர். அதன்படி, அனைவரும் இஸ்ரேலியத் தூதரகத்தை நோக்கிச் சென்றனர். அந்த மருத்துவர் மட்டும் ஓட்டல் அறையில் இருந்தார்.

இதற்கிடையே, அமானின் வேறொரு பகுதியில், மஷாலின் உடலில் விஷம் தன் வேலையைக் காட்டத் தொடங்கியிருந்தது. சுருண்டு விழுந்த அவர் உடனடியாக மருத்துவமனைக்குக் கொண்டு செல்லப்பட்டார். மஷாலுக்கு உடனடியாக விஷ முறிமருந்து கொடுக்கப்படாவிட்டால், அவர் ஒரு சில மணி நேரத்தில் இறந்துவிடுவார் என்பதை இஸ்ரேலியர்கள் உணர்ந்திருந்தனர்.

நெதன்யாஹூ ஒரு யூதப் புத்தாண்டுக் கொண்டாட்டத்தில் பங்கேற்கச் சென்று கொண்டிருந்த வழியில் அவருக்கு அந்த மோசமான செய்தி தெரிவிக்கப்பட்டது. அந்தப் புத்தாண்டுக் கொண்டாட்டம் நடைபெறவிருந்த இடம் மொசாடின் தலைமையகம் என்பதை துரதிர்ஷ்டத்திலும் ஒரு நல்லதிர்ஷ்டம் என்றுதான் சொல்ல வேண்டும். நெதன்யாஹூ அங்குச் சென்றவுடன், மொசாடின் தலைவர், நிலைமையைச் சுருக்கமாக அவருக்கு விளக்கினார். நெதன்யாஹூ மலைத்துப் போனார். யடோம் உடனடியாக ஜோர்டனுக்குச் சென்று, மன்னர் ஹுசைனை நேரில் சந்தித்து, நடந்த அனைத்தையும் ஒளிவுமறைவின்றி உள்ளது உள்ளபடி கூறிவிட வேண்டும் என்று நெதன்யாஹூ தீர்மானித்தார். மொசாடின் தலைமையகத்திலிருந்தே, நெதன்யாஹூ ஜோர்டனிய மன்னர் ஹுசைனைத் தொலைபேசியில் அழைத்து, தான் மொசாடின் தலைவரை அங்கு அனுப்பி வைப்பதாகவும், அவர் நேரில் எல்லாவற்றையும் விபரமாகக் கூறுவார் என்றும் தெரிவித்தார். அந்தச் சந்திப்பு எதைப் பற்றியது என்பதை அறிந்திராதபோதிலும், ஹுசைன் அதற்கு உடனடியாக ஒப்புக் கொண்டார்.

அப்போது நெதன்யாஹு மிகவும் பதற்றத்திலும் கவலையிலும் இருந்ததாக அவருடைய சகாக்கள் பின்னர் தெரிவித்தனர். அவர் யடோமிடம், மொசாட் ஏஜெண்டுகளை இஸ்ரேலுக்குப் பத்திரமாக மீட்டுக் கொண்டுவருவதற்கு, மன்னர் ஹுசைன் எந்த நிபந்தனை விதித்தாலும் அதை ஏற்றுக் கொள்ளும்படி கூறினார். அதோடு, மஷாலின் உயிரைக் காப்பாற்ற அவருக்கு விஷ முறிமருந்தைக் கொடுக்கத் தாங்கள் தயாராக இருந்ததாகவும் ஹுசைனிடம் தெரிவிக்குமாறு நெதன்யாஹு கூறினார். ஷரோன் பின்னர் அது பற்றி இவ்வாறு கூறினார்: “மஷால் விவகாரத்தின்போது நான் நெதன்யாஹுவை அருகிலிருந்து பார்த்தேன். அவர் முற்றிலும் நொறுங்கிப் போயிருந்தார். அவர் கடும் அழுத்தத்தில் இருந்தார். அவர் எல்லாவற்றையும் விட்டுக்கொடுக்கத் தயாராக இருந்தார்.”

நடந்த விஷயங்களை யடோமிருந்து கேட்டுத் தெரிந்து கொண்ட ஜோர்டனிய மன்னர் ஹுசைன் கதிகலங்கிப் போனார். மஷாலின் நிலைமை எப்படி இருந்தது என்பதைத் தெரிந்து கொண்டு வரும்படி அவர் தன்னுடைய ஆட்களுக்கு உத்தரவிட்டார். மஷாலின் உடல்நிலை குறித்தத் துல்லியமான தகவல் அடுத்த சில நிமிடங்களிலேயே அவரை வந்தடைந்தது: மஷாலின் நிலைமை வேகமாக மோசமாகிக் கொண்டிருந்தது. அவரை உடனடியாக ராயல் மருத்துவமனைக்கு மாற்றும்படி மன்னர் ஹுசைன் உத்தரவிட்டார். மஷாலைக் காப்பாற்றுவதற்காக யடோம் விஷ முறிமருந்தைக் கொடுக்க முன்வந்ததை மன்னர் ஹுசைன் ஏற்றுக் கொண்டார். இஸ்ரேலும் ஜோர்டனும் தங்களுடைய பரம எதிரி ஒருவரின் உயிரைக் காப்பாற்ற நேரத்தோடு போராடிக் கொண்டிருந்தது இக்கதையில் நடந்த ஒரு விநோதமான திருப்பமாகும்.

மிஷ்கா தன் ஓட்டலுக்குத் திரும்பினார். அந்த விஷ முறிமருந்து அவருடைய பாக்கெட்டில் இருந்தது. அவர் பின்னர் அளித்த ஒரு பேட்டியில், “என்னுடைய ஆட்கள் எவரும் தவறுதலாக அந்த விஷத்தால் பாதிக்கப்பட்டிருக்கவில்லை என்பது தெரிந்தும், அந்த விஷ முறிமருந்தை, நான் சென்ற இடமெல்லாம் நான் தூக்கிக் கொண்டு திரிந்தேன். நாங்கள் தீர்த்துக்கட்டத் திட்டமிட்டிருந்த நபர்தான் கவலைக்கிடமான நிலையில் இருந்தார். அந்த மருந்தோடு நாங்கள் கையுங்களவுமாகப் பிடிபட்டுவிடக்கூடாது என்று எண்ணி அதை அழித்துவிட நான் தீர்மானித்தேன். அப்போதுதான் இஸ்ரேலிலிருந்த என்னுடைய பிரிவின் கமான்டரிமிருந்து எனக்கு ஓர் அழைப்பு வந்தது. எடுத்த எடுப்பிலேயே, அந்த விஷ முறிமருந்து இன்னும் என்னிடம் இருந்ததா என்று அவர் என்னிடம் கேட்டார். நான் ஆமாம் என்று கூறியவுடன், என்னை அந்த ஓட்டலின் வரவேற்பறைக்குச்

செல்லுமாறு அவர் கேட்டுக் கொண்டார். அங்கு, ஜோர்டனிய இராணுவத்தின் கேப்டன் ஒருவர் எனக்காகக் காத்துக் கொண்டிருப்பார் என்று கூறிய அவர், அந்த விஷ முறிமருந்தை எடுத்துக் கொண்டு அந்தக் கேப்டனோடு மருத்துவமனைக்கு உடனடியாக விரையுமாறு எனக்கு உத்தரவிட்டார்," என்று கூறியிருந்தார்.

இந்த நாடகத்தில் இருந்த திருப்பங்கள் போதாது என்பதுபோல, இறந்து கொண்டிருந்த மஷாலுக்கு விஷ முறிமருந்தைச் செலுத்த வேண்டியிருந்த மொசாட் பெண் மருத்துவர், யடோம் நேரில் வந்து தன்னிடம் கூறினாலொழிய அந்த முறிமருந்தைத் தான் செலுத்தப் போவதில்லை என்று அடம் பிடித்தார். மன்னரின் அரண்மனையிலிருந்து கிளம்பி இஸ்ரேலியத் தூதரகத்திற்குச் சென்று கொண்டிருந்த யடோம், அந்தப் பெண் மருத்துவரைத் தொலைபேசியில் அழைத்து, மிஷ்காவுடன் உடனே மருத்துவமனைக்குச் செல்லுமாறு உத்தரவிட்டார். ஆனால், மிஷ்காவும் அந்த மருத்துவரும் அந்த மருத்துவமனைக்குச் சென்றபோது, அங்கிருந்தவர்கள், மஷாலுக்கு ஓர் இஸ்ரேலிய மருத்துவர் விஷ முறிமருந்தைச் செலுத்துவதைத் தங்களால் அனுமதிக்க முடியாது என்று உறுதியாகக் கூறிவிட்டனர். மஷாலின் கதையை விரைவாக முடிக்கவே அந்த மருத்துவர் வந்திருந்ததாக அவர்கள் சந்தேகப்பட்டிருக்கலாம்.

மன்னரின் மருத்துவர் இந்தச் சிக்கலை ஓர் இடியாப்பச் சிக்கலாகமாற்றினார். மஷாலைக்காப்பாற்றும்பொறுப்பு அவரிடம் ஒப்படைக்கப்பட்டிருந்தது. அந்த முறிமருந்தில் இருந்த வேதிப் பொருட்களின் விபரங்களைத் தெரிந்து கொள்ளாமல் தன்னால் அந்த மருந்தை மஷாலுக்குச் செலுத்த முடியாது என்று அவர் அடம் பிடித்தார். ஒருவேளை இஸ்ரேலியர்கள் தன்னை ஏமாற்றி, மஷாலைக் கொல்வதற்குத் தன்னைப் பயன்படுத்திக் கொள்ளத் திட்டமிட்டிருந்தால், அது தன் தலையில் விடிந்துவிடக்கூடாது என்று அவர் பயந்தார். இப்போது ஒரு புதிய நெருக்கடி உருவாகியிருந்தது. இரண்டு பக்கங்களும் விட்டுக்கொடுக்கத் தயாராக இருக்கவில்லை. ஜோர்டனியர்கள் அந்த மருந்திலிருந்த வேதிப் பொருட்களின் விபரங்களைத் தெரிந்து கொண்டே ஆக வேண்டும் என்ற நிலைப்பாட்டில் உறுதியாக இருந்தனர். அந்த விபரங்களை எக்காரணம் கொண்டும் அவர்களுக்குக் கொடுக்கப் போவதில்லை என்று இஸ்ரேலியர்கள் பிடிவாதமாக இருந்தனர்.

மஷாலின் நிலை படுவேகமாக மோசமாகிக் கொண்டிருந்தது. அவருடைய சுவாசம் நின்றுவிட்டது. ஐசியூவில் வைக்கப்பட்டிருந்த அவர், செயற்கை சுவாசக் கருவியோடு பிணைக்கப்பட்டார். மஷால் மரணித்தால் தங்களுக்கிடையே நிலவி வந்த மெல்லிய

உறவும் அறுந்து போகும் என்பதை இஸ்ரேலியர்களும் ஜோர்டனியர்களும் அறிந்திருந்தனர். தன்னுடைய மண்ணில் வைத்து மஷாலைக் கொல்ல முயன்ற இஸ்ரேலியர்களின் அடாவடித்தனமான நடவடிக்கையால் பெரிதும் மனக்காயம் அடைந்திருந்த மன்னர் ஹுசைன், தன் இராணுவத்தை ஏவி, இஸ்ரேலியத் தூதரகத்தில் ஒளிந்து கொண்டிருந்த நான்கு மொசாட் ஏஜென்டுகளையும் தான் கைது செய்யவிருந்ததாக மிரட்டினார். அதோடு, இஸ்ரேலுடன் தன் நாடு கொண்டிருந்த அரசியல் மற்றும் இராணுவ ஒத்துழைப்பைத் தான் துண்டித்துக் கொள்ளவிருந்ததாகவும் அவர் அச்சுறுத்தினார்.

கடிகாரத்தின் முள் நகர நகர அங்கு அழுத்தம் அதிகரித்துக் கொண்டே இருந்தது. மஷால் இறந்துவிட்டால், சிறைக்காவலில் இருந்த இரண்டு மொசாட் ஏஜென்டுகளுக்கும் மரண தண்டனை விதிக்கப்படும் என்று மன்னர் ஹுசைன் அறிவித்தார். மேலும், அமெரிக்க அதிபர் பில் கிளின்டனை அவர் தொலைபேசியில் தொடர்பு கொண்டார்.

அந்த முறிமருந்தில் இருந்த வேதிப் பொருட்களின் விபரங்களை ஜோர்டனியர்களிடம் உடனடியாகக் கொடுத்துவிடும்படி அமெரிக்கா இஸ்ரேலுக்கு அழுத்தம் கொடுத்தது. நெதன்யாஹு தன்னுடைய அமைச்சர்களுடனும் அதிகாரிகளுடனும் மாற்றி மாற்றிக் கூட்டம் போட்டுக் கொண்டிருந்தார். இறுதியில், அந்த வேதிப் பொருட்களின் விபரங்களை ஜோர்டனியர்களுக்குக் கொடுக்க அவர் ஒப்புக் கொண்டார்.

ஜோர்டனிய மருத்துவர் அந்த முறிமருந்தை மஷாலுக்குச் செலுத்தினார். மலைப்பு ஏற்படுத்தும் விதத்தில் மறுகணமே அது வேலை செய்தது. மஷால் உடனடியாகத் தன் கண்களைத் திறந்தார்.

மஷாலின் உடல்நிலை தேறி வந்து கொண்டிருந்த செய்தி இஸ்ரேலை எட்டியதும், இஸ்ரேலில் இருந்தவர்கள் ஏதோ தங்களுடைய சொந்தச் சகோதரனின் உயிர் காப்பாற்றப்பட்டிருந்ததைப்போல ஆசுவாசமடைந்தனர்.

மிஷ்காவும் அந்தப் பெண் மருத்துவரும் உடனடியாக ஜோர்டனைவிட்டுக் கிளம்ப அனுமதிக்கப்பட்டனர். நான்கு மொசாட் ஏஜென்டுகள் இஸ்ரேலியத் தூதரகத்திலும், இருவர் காவல்துறையின் கட்டுப்பாட்டிலும் இருந்தனர்.

ஐசியூவில் இருந்த மஷாலின் நிலை வேகமாக முன்னேற்றமடைந்து கொண்டிருந்தது. பிரதமர் நெதன்யாஹு, வெளியுறவுத்துறை அமைச்சர் ஏரியல் ஷரோன், இராணுவ அமைச்சர் யிட்சாக் மொர்டெசாய் ஆகியோர் அடங்கிய ஓர் இஸ்ரேலிய உயர்மட்டக் குழு உடனடியாக ஜோர்டனுக்கு

விரைந்தது. ஆனால், மன்னர் ஹுசைன் அவர்களைச் சந்திக்க மறுத்துவிட்டார். அவர்களைச் சந்திக்கத் தனக்குப் பதிலாகத் தன் சகோதரரை அவர் அனுப்பி வைத்தார்.

இஸ்ரேலிய அமைச்சரவை, மொசாடின் முன்னாள் துணைத் தலைவர் எஃப்ரெயிம் ஹாலெவியைத் தொடர்பு கொண்டது. அவர் மன்னர் ஹுசைனின் நெருங்கிய நண்பர். தற்போது அவர் ஐரோப்பிய ஒன்றியத்திற்கான இஸ்ரேலியத் தூதராகப் பணியாற்றிக் கொண்டிருந்தார். அவர் உடனடியாக ஜோர்டன் சென்று மன்னர் ஹுசைனைச் சந்தித்தார். இஸ்ரேலியத் தூதரகத்தில் இருந்த நான்கு மொசாட் ஏஜெண்டுகளையும் விடுவிக்க ஜோர்டன் ஒப்புக் கொண்டால், பதிலுக்கு, இஸ்ரேலியச் சிறையில் அடைக்கப்பட்டிருந்த ஹமாஸ் தலைவர்களில் ஒருவரான ஷேக் அஹ்மது யாசினை விடுதலை செய்ய இஸ்ரேல் தயாராக இருந்ததாக அவர் மன்னரிடம் தெரிவித்தார். ஹுசைன் அதற்கு ஒப்புக் கொண்டார். ஹாலெவி அந்த நான்கு மொசாட் ஏஜெண்டுகளுடன் இஸ்ரேல் திரும்பினார்.

இறுதிப் பேச்சுவார்த்தைக்கான பொறுப்பு ஏரியல் ஷரோனிடம் ஒப்படைக்கப்பட்டது. ஏனெனில், அவர் மன்னர் ஹுசைனுடன் ஒரு நெருக்கமான உறவை வளர்த்துக் கொண்டிருந்தார்.

கடைசி இரண்டு மொசாட் ஏஜெண்டுகளை விடுவிப்பதற்குப் பதிலீடாக, இஸ்ரேலியச் சிறையில் இருந்த 20 ஜோர்டனியக் கைதிகள் விடுவிக்கப்பட வேண்டும் என்று ஜோர்டன் நிபந்தனை விதித்தது. அதற்கு ஷரோன் ஒப்புக் கொண்டார். ஆனால், கடைசி நிமிடத்தில், ஜோர்டனியர்கள் தங்களுடைய மனத்தை மாற்றிக் கொண்டனர். அவர்கள் இஸ்ரேலிடமிருந்து மேலும் அதிகமான சலுகைகளைப் பெற முனைந்தனர். இக்கட்டத்தில் ஷரோன் பொறுமையிழந்தார். மன்னர் ஹுசைனுடன் இருந்த அவர், அவரிடம், “நீங்கள் இப்படியே போய்க் கொண்டிருந்தால், எங்களுடைய இரண்டு ஏஜெண்டுகளையும் நீங்களே வைத்துக் கொள்ளுங்கள் என்று நாங்கள் விட்டுவிடுவோம்; உங்களுக்கு வந்து கொண்டிருக்கின்ற நீரைத் துண்டித்துவிடுவோம் (அப்போது இஸ்ரேல்தான் ஜோர்டனுக்கு நீரை வழங்கிக் கொண்டிருந்தது); மஷாலைக் கொல்ல மீண்டும் முயற்சிப்போம்,” என்று வெடித்துவிட்டார்.

ஷரோனின் கோபம் நன்றாக வேலை செய்தது. ஏற்கனவே ஒப்புக் கொண்டிருந்த உடன்பாடு ஏற்றுக் கொள்ளப்பட்டது. இரண்டு இஸ்ரேலிய ஹெலிகாப்டர்கள் ஜோர்டனில் வந்து இறங்கின. அவற்றில் ஒன்றில் ஷேக் யாசின் இருந்தார். மற்றொரு ஹெலிகாப்டரில் அந்த இரண்டு ஏஜெண்டுகளும் இஸ்ரேலுக்கு

அழைத்துச் செல்லப்பட்டனர்.

ஜோர்டனில் மொசாட் மேற்கொண்டிருந்த நடவடிக்கையை சர்வதேச ஊடகங்கள் எள்ளி நகையாடின. இஸ்ரேலிய ஊடகங்களும் அவர்களோடு சேர்ந்து கொண்டன. அந்த விவகாரத்தைக் கையாண்ட விதத்திற்காக நெதன்யாஹு கடுமையாக விமர்சிக்கப்பட்டார். வேறு வழியில்லாமல், ஜோர்டனில் ஏற்பட்டத் தோல்வி குறித்து அவர் ஒரு விசாரணைக் கமிஷனை அமைத்தார்.

அந்த விசாரணைக் கமிஷன், நெதன்யாஹுமீது எந்தக் குற்றமும் இல்லை என்று கூறிவிட்டது. ஆனால், துவக்கத்திலிருந்தே தோல்வியடைவதற்கான அனைத்துச் சாத்தியக்கூறுகளையும் கொண்டிருந்த ஒரு திட்டத்தை மொசாடின் தலைவர் நடைமுறைப்படுத்தியிருந்தார் என்று அக்கமிஷன் அவர்மீது குற்றம் சாட்டியது. ஆனாலும் அக்குழு, யடோம் தன் பதவியை இராஜினாமா செய்ய வேண்டும் என்று கோரவில்லை.

அமானில் நிகழ்ந்த இந்தக் குளறுபடியால், இஸ்ரேல் ஜோர்டனுடன் கொண்டிருந்த உறவு மிகவும் பலவீனமடைந்தது. அந்நிகழ்வின் காரணமாக ஹமாஸ் அமைப்புக்குள் மஷாலின் அந்தஸ்து உயர்ந்தது; அவர் அதன் முக்கியத் தலைவர்களில் ஒருவராக உருவெடுத்தார். ஷேக் யாசினின் மரணத்திற்குப் பிறகு, மஷால் ஹமாஸின் தலைவராக ஆனார். இஸ்ரேலிலும் சர்வதேச அளவிலும் மொசாடின் கௌரவத்திற்குப் பெரும் இழுக்கு ஏற்பட்டது. மொசாடின் ஏஜெண்டுகள் மற்றும் அதன் மூத்த அதிகாரிகள் மத்தியிலும் அதே மனோபாவம் நிலவியது. அவர்களில் பலர் டேனி யடோமை வெளிப்படையாகவே விமர்சித்தனர். மொசாடின் துணைத் தலைவராக இருந்த அலிசா மாகென், மொசாடின் தலைவராக இருப்பதற்கு யடோமுக்குத் தகுதியில்லை என்று அவருடைய முகத்திற்கு நேராகவே கூறினார்.

யடோமின்மீது இவ்வளவு விமர்சனங்கள் வைக்கப்பட்டபோதும், அவர் தன் பதவியை இராஜினாமா செய்யவில்லை. செயற்திட்டப் பிரிவின் தலைவர் மட்டும் நடந்த குளறுபடிகளுக்குப் பொறுப்பேற்றுக் கொண்டு உடனடியாகத் தன் பதவியை இராஜினாமா செய்தார். இறுதியில், யடோம் ஐந்து மாதங்கள் கழித்துத் தன் பதவியை இராஜினாமா செய்தார். அதுவும் சுவிட்சர்லாந்தில் நடந்த மற்றொரு குளறுபடிக்குப் பிறகுதான் அவர் அந்த நடவடிக்கையை மேற்கொண்டார். சுவிட்சர்லாந்தில் ஒரு மொசாட் ஏஜென்ட், ஹெஸ்புல்லா அமைப்பைச் சேர்ந்த ஒருவரின் தொலைபேசியை ஒட்டுக்கேட்க முயன்றபோது அந்நாட்டுக் காவல்துறையினரால் கைது செய்யப்பட்டார்.

அதைத் தொடர்ந்து, மஷால் விவகாரத்தில் மன்னர் ஹுசைனுடன் பேச்சுவார்த்தை நடத்தி நான்கு மொசாட் ஏஜென்டுகளை வெற்றிகரமாக மீட்டு வந்திருந்த எஃப்ரெயிம் ஹாலெவி மொசாடின் தலைவராக நியமிக்கப்பட்டார்.

அத்தியாயம் 18

பிரியங்களுடன்: வட கொரியா

2007 ஜூலை மாதத்தில் ஓர் அருமையான மாலைப் பொழுதில், லண்டனில் இருந்த கென்சிங்டன் ஓட்டலில் தங்கியிருந்த ஒருவர், தன் அறையிலிருந்து வெளியேறி ஒரு மின்தூக்கி மூலம் வரவேற்பறைக்கு வந்து, வாசலில் தனக்காகக் காத்துக் கொண்டிருந்த ஒரு காரில் ஏறினார். அவர் சிரியாவைச் சேர்ந்த ஒரு மூத்த அரசு அதிகாரி. அன்று மதியம்தான் அவர் டமாஸ்கஸிலிருந்து லண்டனுக்கு வந்திருந்தார். இப்போது ஒரு சந்திப்புக் கூட்டத்திற்காக அவர் கிளம்பிச் சென்று கொண்டிருந்தார்.

அவர் அந்தக் காரில் புறப்பட்டுச் சென்றவுடன், அந்த ஓட்டலின் வரவேற்பறையில் ஒரு மூலையில் அமர்ந்திருந்த இருவர் தங்களுடைய இருக்கைகளிலிருந்து எழுந்தனர். தாங்கள் எங்குச் செல்ல வேண்டும் என்பதை அவர்கள் துல்லியமாக அறிந்திருந்தனர். அவர்கள் அந்தச் சிரிய அதிகாரியின் அறையை அடைந்தவுடன், தங்களுடன் கொண்டுவந்திருந்த ஒரு சிறு மின்னணுக் கருவியின் உதவியுடன் அவர்கள் அந்த அறையின் கதவைச் சுலபமாகத் திறந்து உள்ளே சென்றனர். அந்த அறையை ஓர் ஒழுங்குமுறையுடன் விலாவாரியாகத் தேட அவர்கள் திட்டமிட்டிருந்தனர். ஆனால், அந்தச் சிரிய அதிகாரி அவர்களுடைய வேலையை எளிதாக்கியிருந்தார். அவருடைய மடிக்கணினி அந்த அறையிலிருந்த ஒரு மேசைமீது வைக்கப்பட்டிருந்தது. சில நிமிடங்களுக்குள் அவர்கள் மிகத் திறமையாக அந்தக் கணினிக்குள் அதிநவீன வைரஸ் ஒன்றை நிறுவினர். அந்தக் கணினிக்குள் சேமிக்கப்பட்டிருந்த அனைத்துக்

கோப்புகளையும் வெகுதொலைவிலிருந்தே கண்காணிக்கவும் பிரதியெடுக்கவும் அந்த மென்பொருள் அவர்களுக்கு உதவும். வந்த வேலை முடிந்ததும், அவர்கள் யார் கண்களிலும் படாமல் அந்த ஓட்டலைவிட்டு வெளியேறினர்.

டெல் அவீவில் இருந்தபடி அந்தக் கணினிக்குள் புகுந்து அதிலிருந்த கோப்புகளைப் படித்த மொசாட் ஆய்வாளர்கள், அதில் இடம் பெற்றிருந்த விஷயங்களைக் கண்டு ஆடிப் போய்விட்டனர். உடனடியாக மொசாடின் பல பிரிவுகளின் தலைவர்களின் கூட்டம் ஒன்று கூட்டப்பட்டது. அந்த மடிக்கணினியிலிருந்து தங்கள் மடியில் வந்து விழுந்திருந்த விலைமதிப்பிடப்பட முடியாத தகவல்களை அந்த ஆய்வாளர்கள் அத்தலைவர்களுடன் பகிர்ந்து கொண்டனர். அதில் இடம் பெற்றிருந்த கோப்புகள், புகைப்படங்கள், வரைபடங்கள் மற்றும் பிற ஆவணங்கள், முதன்முறையாக, சிரியாவின் இரகசிய அணு ஆயுதத் திட்டத்தை அம்பலப்படுத்தின. அதிலிருந்த தகவல்கள் மிகவும் முக்கியத்துவம் வாய்ந்தவையாக இருந்தன. குறிப்பாக, சிரியாவின் பாலைவனப் பகுதி ஒன்றில் அந்நாடு கட்டியெழுப்பிக் கொண்டிருந்த ஓர் அணு உலையின் கட்டுமானத் திட்டங்களின் வரைபடங்கள், வட கொரிய அரசின் உயரதிகாரிகளுக்கும் சிரிய அரசின் உயரதிகாரிகளுக்கும் இடையே நடைபெற்றத் தகவல் பரிமாற்றங்கள், ஒரு கான்கிரீட் கூடத்திற்குள் வைக்கப்பட்டிருந்த அணு உலையின் படம் ஆகியவை அவற்றில் அடங்கியிருந்தன. அதிலிருந்த மற்றொரு புகைப்படத்தில் இரண்டு பேர் இருந்தனர். அவர்களில் ஒருவர், வட கொரிய அணுசக்தித் திட்டத்தின் மூத்த அதிகாரி என்பது பின்னர் தெரிய வந்தது. மற்றொருவர், சிரிய அணுசக்தி ஆணையத்தின் தலைவரான இப்ராஹிம் ஓத்மேன்.

2006 மற்றும் 2007 ஆம் ஆண்டுகளில், அங்கொன்றும் இங்கொன்றுமாக இஸ்ரேலியப் புலனாய்வு அமைப்புகளுக்குக் கிடைத்திருந்த அறிக்கைகளை அத்தகவல்கள் உறுதிப்படுத்தின. சிரியாவின் வடகிழக்குப் பகுதியில் உள்ள திர் அல்–ஸூர் என்ற பாலைவனப் பகுதியில், சிரியா மிக இரகசியமாக ஓர் அணு உலையைக் கட்டிக் கொண்டிருந்ததாக அந்த அறிக்கைகள் தெரிவித்தன. அந்த இடம், ஈராக்கின் எல்லையிலிருந்து சில நூறு மைல்கள் தள்ளி இருந்தது. அந்த அறிக்கைகளில் இடம் பெற்றிருந்த தகவல்களிலேயே மிகவும் ஆச்சரியகரமான தகவல் இதுதான்: அந்தச் சிரிய அணுசக்திக் கூடத்தைத் திட்டமிட்டு அமைத்துக் கொடுத்து, அதை மேற்பார்வை பார்த்துக் கொண்டிருந்தவர்கள் வட கொரிய அணுசக்தி வல்லுநர்கள்; ஈரான் அதற்கு நிதியுதவி அளித்துக் கொண்டிருந்தது.

***

1990 ஆம் ஆண்டு, வட கொரியாவின் அதிபர் கிம் இல்–சங் சிரியாவுக்கு வருகை புரிந்ததைத் தொடர்ந்து, சிரியாவுக்கும் வட கொரியாவுக்கும் இடையேயான உறவில் நெருக்கம் அதிகரித்தது. அந்த வருகையின்போது, சிரிய அதிபர் ஹஃபீஸ் அல்–ஆசாத்தின் தூண்டுதலின் பேரில் அவ்விரு நாடுகளுக்கும் இடையே இராணுவரீதியான மற்றும் தொழில்நுட்பரீதியான ஒத்துழைப்புக்கான ஒப்பந்தங்கள் கையெழுத்தாயின. அந்நாடுகளின் தலைவர்களுக்கிடையே நடைபெற்றப் பேச்சுவார்த்தைகளின்போது அணுசக்தி பற்றி விவாதிக்கப்பட்டபோதிலும், அச்சமயத்தில் ஆசாத் அதற்கு அவ்வளவாக முக்கியத்துவம் கொடுக்கவில்லை. அவர் வேதியியல் மற்றும் உயிரியல்சார் ஆயுதங்களின் உற்பத்தியில்தான் குறியாக இருந்தார். அது மட்டுமல்லாமல், இரஷ்யாவிடமிருந்து அணு உலைகளை வாங்குவதற்குப் போடப்பட்டிருந்த திட்டங்களைக்கூட அவர் இரத்து செய்துவிட்டார். 1991 இல் நடைபெற்ற வளைகுடாப் போரின்போதுதான் வட கொரியாவிலிருந்து முதன்முதலாக ஸ்கட் ஏவுகணைகள் சிரியாவில் வந்திறங்கின. அது குறித்தத் தகவல்கள் இஸ்ரேலிய இராணுவ அமைச்சர் மோஷே எரென்ஸின் காதுகளை எட்டின. இஸ்ரேலிய இராணுவத் தலைவர்கள் பலர், அந்த ஸ்கட் ஏவுகணைகள் பயன்பாட்டுக்கு வருவதற்குள்ளாகவே ஒரு இராணுவ நடவடிக்கையின் மூலம் அவற்றைத் தாக்கி அழித்துவிடலாம் என்று யோசனை கூறினர். ஆனால், ஏரென்ஸ் அந்த யோசனையை நிராகரித்துவிட்டார். அப்பிராந்தியத்தில் மேலும் ஒரு கொந்தளிப்பை உருவாக்க அவர் விரும்பவில்லை.

2000 ஜூன் மாதம் சிரிய அதிபர் ஹஃபீஸ் அல்–ஆசாத்தின் இறுதிச் சடங்கு நடைபெற்றபோது, அவருக்கு அடுத்து அதிபர் பதவிக்கு வந்த அவருடைய மகன் பஷார் அல்–ஆசாத், வட கொரியப் பிரதிநிதிகளைச் சந்தித்தார். அப்போது, அவ்விரு நாடுகளைச் சேர்ந்தவர்களும் இரகசியமாகச் சந்தித்து, சிரியாவில் ஓர் அணு உலையைக் கட்டுவது தொடர்பாகப் பேசினர். அத்திட்டத்தைச் சிரிய அறிவியல் ஆய்வு நிறுவனம் மேற்பார்வை செய்யும் என்று முடிவு செய்யப்பட்டது. 2002 ஜூலையில் டமாஸ்கஸில் மற்றொரு இரகசியக் கூட்டம் போடப்பட்டது. அதில் சிரியா, வட கொரியா மற்றும் ஈரானைச் சேர்ந்த மூத்த அதிகாரிகள் பங்கு கொண்டனர். அதில் ஒரு முத்தரப்பு ஒப்பந்தம் கையெழுத்தாயிற்று. அதன்படி, வட கொரியா, சிரியாவில் ஓர் அணு உலையைக் கட்டிக் கொடுக்கும்; அதற்கு ஈரான் நிதியுதவி அளிக்கும். வரைபடத் தயாரிப்பிலிருந்து, அணு ஆயுதத்தில் பயன்படுத்தக்கூடிய தரம் வாய்ந்த புளூட்டோனியத்தை உற்பத்தி செய்வதுவரை, அத்திட்டத்திற்கு ஏறத்தாழ 2 பில்லியன் டாலர்கள்

செலவாகும் என்று கணிக்கப்பட்டது.

அவ்வப்போது கசிந்த சில்லறைச் செய்திகள் தவிர, சிரியா மேற்கொண்டிருந்த அணுசக்தித் திட்டம் குறித்து, சிஐஏவுக்கோ அல்லது மொசாடுக்கோ பெரிதாக எதுவும் தெரிந்திருக்கவில்லை. பல அபாய எச்சரிக்கை மணிகள் அவ்வப்போது ஒலித்தபோதிலும், அவை அலட்சியப்படுத்தப்பட்டன. தங்களுக்குக் கிடைத்திருந்த தகவல்களின் சரியான அர்த்தத்தைக் கிரகித்துக் கொள்ள சிஐஏ தவறிவிட்டிருந்தது. அணு ஆயுதங்களைத் தயாரிப்பதற்கான விருப்பமோ அல்லது சக்தியோ சிரியாவுக்குக் கிடையாது என்ற தவறான கணிப்பில் மொசாட் திளைத்துக் கொண்டிருந்தது. மொசாடின் அந்தத் தவறான கணிப்பைக் கேள்விக்கு உள்ளாக்க எவரும் முன்வரவில்லை. இவ்வளவுக்கும், அதற்கான சான்றுகளுக்குப் பஞ்சமிருக்கவில்லை: 2005 ஆம் ஆண்டில் ஒரு நாள், வட கொரியாவிலிருந்து சிரியாவுக்கு சிமெண்ட் ஏற்றிக் கொண்டு சென்று கொண்டிருந்த ‘அன்டோரா’ என்ற சரக்குக் கப்பல், இஸ்ரேலின் கடற்கரை நகரமான நகாரியாவுக்கு அருகே கரையோரம் மூழ்கியது; 2006 இல் ஒரு நாள், வட கொரியாவிலிருந்து சிமெண்டையும் நடமாடும் ரேடார் ஸ்டேஷன் ஒன்றையும் ஏற்றிக் கொண்டு வந்த ஒரு சரக்குக் கப்பலை சைப்ரஸ் தடுத்து நிறுத்தியது. இந்த இரண்டு விஷயங்களிலும், அக்கப்பல்களில் ‘சிமெண்ட்’ என்ற பெயரில் ஏற்றப்பட்டிருந்தவை உண்மையில் அணு உலையின் கட்டுமானத்திற்கான இயந்திரங்களே. 2006 இல், ஈரானிய அணுசக்தி வல்லுநர்கள், அந்த அணு உலையின் கட்டுமானப் பணிகளைச் சோதனையிடுவதற்காக சிரியாவுக்குச் சென்றனர். அவர்களுடைய பயணத்தைப் பற்றி அமெரிக்க மற்றும் இஸ்ரேலிய இரகசியப் புலனாய்வு அமைப்புகள் அறிந்திருந்தபோதிலும், அதை திர் அல்–ஸூர் திட்டத்தோடு முடிச்சுப் போட்டுப் பார்க்க அவர்கள் தவறிவிட்டிருந்தனர்.

சிரியர்கள் தங்களுடைய திட்டத்தை இரகசியமாக வைத்திருப்பதற்குத் தேவையான அனைத்து முன்னெச்சரிக்கை நடவடிக்கைகளையும் எடுத்தனர். அத்திட்டத்தில் வேலை பார்த்துக் கொண்டிருந்தவர்கள் வெளியுலகில் இருந்தவர்களோடு தொடர்பு கொள்வது முழுமையாகத் தடை செய்யப்பட்டது. அலைபேசிகள் மற்றும் செயற்கைக்கோள்களைப் பயன்படுத்தி இயங்குகின்ற கருவிகள் அங்கு அனுமதிக்கப்படவில்லை. அனைத்துத் தகவல் பரிமாற்றங்களும் ஆட்களைக் கொண்டு நடத்தப்பட்டன. அவர்கள் கடிதங்களையும் தகவல்களையும் ஓரிடத்திலிருந்து மற்றோர் இடத்திற்கு எடுத்துச் சென்று நேரில் கொடுத்தனர். அதனால், அமெரிக்க மற்றும் இஸ்ரேலியச் செயற்கைக்கோள்கள் அந்த இடங்களை விண்ணிலிருந்து

கண்காணித்துக் கொண்டிருந்தபோதிலும், இது போன்ற மனித நடமாட்டங்களை அவற்றால் அடையாளம் காண முடியவில்லை.

2007 பிப்ரவரி 7 அன்று, திடீரென்று ஒரு சம்பவம் நிகழ்ந்தது. அன்று, டமாஸ்கஸ் விமான நிலையத்திற்கு வந்து சேர்ந்த ஒரு விமானத்திலிருந்து இறங்கிய பயணிகளில் முக்கியமான ஒருவரும் இருந்தார். அவர் பெயர் ஜெனரல் அலி ரேசா அஸ்காரி. அவர் ஈரானின் முன்னாள் துணை இராணுவ அமைச்சராக இருந்தவர். அவர் ஈரானின் இஸ்லாமியப் புரட்சிகரக் காவல்படையின் தலைவர்களில் ஒருவர் (அவரை நாம் 2-வது அத்தியாயத்தில் ஏற்கனவே சந்தித்தது உங்களுக்கு நினைவிருக்கலாம்). தன்னுடைய குடும்பம் ஈரானைவிட்டுக் கிளம்பிவிட்டது என்ற தகவல் வந்து சேரும்வரை அவர் விமான நிலையத்திற்கு உள்ளேயே இருந்தார். பிறகு அவர் அங்கிருந்து துருக்கிக்குச் சென்றார். துருக்கியின் தலைநகரான இஸ்தான்புல்லைச் சென்றடைந்தவுடன் அவர் மாயமாக மறைந்துவிட்டார்.

ஒரு மாதத்திற்குப் பிறகுதான், அவர் ஒரு மேற்கத்திய நாட்டிற்குத் தப்பிச் சென்றுவிட்டிருந்தார் என்பது தெரிய வந்தது. அந்த ஆபரேஷனை சிஐஏவும் மொசாடும் சேர்ந்து வெற்றிகரமாகச் செய்து முடித்திருந்தன. ஜெர்மனியிலிருந்த அமெரிக்கத் தளத்தில் வைத்து அவர் விசாரிக்கப்பட்டார். அப்போதுதான், சிரியா, வட கொரியா மற்றும் ஈரானுக்கு இடையே போடப்பட்டிருந்த அணுசக்தித் திட்டம் குறித்தத் தகவல்களை அவர் கூறினார். திர் அல்-ஸூரில் கட்டப்பட்டுக் கொண்டிருந்த அணு உலைக்கு ஈரான் நிதியுதவி செய்ததோடு நிறுத்திக் கொள்ளாமல், அதை விரைவாகக் கட்டி முடிக்குமாறு சிரியாவுக்கு அழுத்தம் கொடுத்துக் கொண்டிருந்தது என்ற தகவலையும் அவர் தெரிவித்தார்.

அத்திட்டத்தின் முன்னேற்றம் குறித்து அவர் வண்டி வண்டியாகத் தகவல்களை சிஐஏவுக்கும் மொசாடுக்கும் கொடுத்தார். அதோடு, அத்திட்டத்தில் ஈடுபட்டிருந்த, சிரியாவையும் ஈரானையும் சேர்ந்த முக்கிய அதிகாரிகள் யார் யார் என்பதையும் அவர் அவர்களிடம் கூறினார்.

***

இப்புதிய தகவல்கள் இஸ்ரேலுக்கு அதிர்ச்சியைக் கொடுத்து, அதை உடனடியாகச் செயலில் இறங்கத் தூண்டின. 2002 ஆம் ஆண்டிலிருந்து மீர் டாகன்தான் மொசாடின் தலைவராக இருந்து வந்தார். அஸ்காரி கொடுத்திருந்த தகவல்களைச் சரிபார்க்கின்ற வேலையைத் தன்னுடைய ஏஜென்டுகளிடம் அவர் ஒப்படைத்தார். இராணுவத் தளபதிகள், இராணுவ அமைச்சக உயரதிகாரிகள்,

புலனாய்வு இயக்கத் தலைவர்கள் ஆகியோர் அடங்கிய ஒரு கூட்டத்தைப் பிரதமர் எஹுட் ஓல்மெர்ட் கூட்டினார். திர் அல்–ஸுர் அணுசக்தி வளாகத்தைப் பற்றிய துல்லியமான தகவல்களைச் சேகரிப்பதற்கான உடனடி நடவடிக்கையில் இறங்க வேண்டும் என்று அக்கூட்டத்தில் கலந்து கொண்டிருந்தவர்கள் அனைவரும் ஒருமனதாகக் கூறினர். எந்தவிதத்திலும் சரிகட்டப்பட முடியாத, இஸ்ரேலின் முரட்டுத்தனமான எதிரியாக விளங்கிய சிரியா, அணு ஆயுதங்களைத் தயாரிக்கின்ற ஒரு சக்தியாக உருவாவதை இஸ்ரேலால் ஒருக்காலும் சகித்துக் கொள்ள முடியாது என்று அக்கூட்டத்தில் முடிவு செய்யப்பட்டது.

அஸ்காரியின் தகவல் கிடைத்து ஐந்து மாதங்களுக்கு உள்ளாகவே, மொசாட் ஏஜென்டுகளுக்கு ஒரு முக்கியமான துப்புக் கிடைத்தது: சிரிய அதிகாரியின் மடிக்கணினிதான் அது. இஸ்ரேலிய அரசு தேடிக் கொண்டிருந்த உறுதியான சான்றைப் பிரதமர் ஓல்மெர்ட்டிற்குச் சமர்ப்பிக்கும் நிலையில் இப்போது மொசாட் இருந்தது.

இதைத் தொடர்ந்து டாகனுக்கு மற்றொரு ஜாக்பாட் அடித்தது. ஒரு துணிகர நடவடிக்கை மூலம், திர் அல்–ஸுர் அணு உலையில் வேலை பார்த்துக் கொண்டிருந்த அறிவியலறிஞர்களில் ஒருவரையே ஒரு மொசாட் அதிகாரி இஸ்ரேல் பக்கம் வளைத்திருந்தார். அந்த அறிவியலறிஞர் அந்த அணு உலையின் உட்பகுதியையும் வெளிப்பகுதியையும் புகைப்படங்கள் எடுத்து அனுப்பினார். அதன் கட்டுமானங்களையும் அதற்குள்ளிருந்த இயந்திரங்களையும் ஒரு வீடியோ படமாகக்கூட எடுத்து அவர் அனுப்பி வைத்தார். அந்த உலை தொடர்பாக மொசாடுக்குக் கிடைத்திருந்த முதல் புகைப்படங்கள் அவைதாம். ஒரு புகைப்படத்தில், ஓர் உருளையின் வடிவிலிருந்த ஒரு கட்டமைப்பு இடம் பெற்றிருந்தது. அதைச் சுற்றி மெல்லிய, உறுதியான மதிற்சுவர் ஒன்று இருந்தது. மற்றொரு புகைப்படத்தில், அந்தக் கட்டமைப்பின் வெளிப்புறத்தை வலுப்படுத்துவதற்காக, சாரக்கட்டு ஒன்று அமைக்கப்பட்டிருந்தது. அதற்கு அருகே இருந்த ஒரு சிறிய கட்டடத்தில் எண்ணெய் பம்புகள் போன்றவை இருந்தன. அதைச் சுற்றிப் பல லாரிகள் நிறுத்தப்பட்டிருந்தன. உயரமான நீர்த்தொட்டி ஒன்றும் இருந்தது. அது அணு உலைக்கான நீரை அளிப்பதற்காகக் கட்டப்பட்டிருந்தது என்பது வெளிப்படை.

***

ஒவ்வொரு கட்டத்திலும், அந்த அணு உலை தொடர்பான விஷயங்கள் அனைத்தையும் மொசாட் அமெரிக்காவுடன் பகிர்ந்து கொண்டிருந்தது. மொசாடுக்குக் கிடைத்திருந்த ஆவணங்கள்,

புகைப்படங்கள், செயற்கைக்கோள் புகைப்படங்கள், சிரியாவுக்கும் வட கொரியாவுக்கும் இடையே நடைபெற்றுக் கொண்டிருந்த தொலைபேசி உரையாடல்களின் உரை வடிவங்கள் போன்றவை அவற்றில் அடங்கும். இஸ்ரேலின் நச்சரிப்பு தாங்காமல், அமெரிக்கா தன்னுடைய செயற்கைக்கோள்களையும் அந்த அணு உலையை வேவு பார்க்கப் பயன்படுத்தியது. செயற்கைக்கோள்களிலிருந்து எடுக்கப்பட்டப் படங்களும் தொலைபேசி அழைப்புகளின் கண்காணிப்பும், சிரியா ஒரு பயங்கர வேகத்தில் அந்த அணு உலையைக் கட்டியெழுப்பிக் கொண்டிருந்ததைச் சுட்டிக்காட்டின.

2007 ஜூன் மாதத்தில், இஸ்ரேலியப் பிரதமர் ஓல்மெர்ட், சிரிய அணு உலை தொடர்பாகத் தன் நாடு சேகரித்து வைத்திருந்த அனைத்துத் தகவல்களுடன் அமெரிக்காவுக்குச் சென்றார். அங்கு அவர் அமெரிக்க அதிபர் புஷ்ஷைச் சந்தித்து, சிரிய அணு உலை அழிக்கப்பட்டாக வேண்டும் என்று இஸ்ரேல் விரும்பியதாகத் தெரிவித்தார். அமெரிக்கா வானிலிருந்து அந்த அணு உலையைத் தாக்கி அழிக்க வேண்டும் என்ற கோரிக்கையை அவர் முன்வைத்தார். ஆனால், புஷ் அதை ஏற்க மறுத்துவிட்டார். அமெரிக்க அரசுச் செயலாளர் காண்டலீசா ரைஸும், பாதுகாப்புச் செயலாளர் ராபர்ட் கேட்ஸும், சிரியாவைத் தாக்காமல் அதை எதிர்க்குமாறு இஸ்ரேலை வற்புறுத்தினர். சிரியாமீதான இராணுவத் தாக்குதலுக்குக் கொள்கை அளவில் தாங்கள் ஆதரவளித்ததாகக் கூறிய புஷ்ஷும், அமெரிக்க தேசியப் பாதுகாப்பு ஆலோசகர் ஸ்டீவ் ஹாட்லியும், இன்னும் தெளிவான தகவல்களைப் பெறுகின்றவரை தாக்குதலைத் தள்ளிப்போடுமாறு கேட்டுக் கொண்டனர்.

2007 ஜூலையில், இஸ்ரேலியர்கள், ஓஃபெக்–7 என்ற உளவுச் செயற்கைக்கோள் மூலமாகவும், மிக உயரத்தில் பறக்கக்கூடிய ஒரு விமானத்தின் மூலமாகவும் அந்த அணு உலையை நுணுக்கமாகப் படம் பிடித்தனர். அந்தப் படங்களை ஆராய்ந்த அமெரிக்க மற்றும் இஸ்ரேலிய வல்லுநர்கள், அந்த அணு உலை அச்சசலாக வட கொரியாவின் யோங்பியோன் அணு உலையைப்போலவே இருந்ததை உறுதிப்படுத்தினர். இஸ்ரேல் அமெரிக்காவிடம் சமர்ப்பித்த ஒரு வீடியோ இதை உறுதிப்படுத்தியது. அந்த உலைக்குள் வட கொரியப் பொறியாளர்கள் வேலை செய்து கொண்டிருந்ததை வேறு சில வீடியோக்கள் காட்டின. சிரியாவுக்கும் வட கொரியாவுக்கும் இடையே நடைபெற்றத் தொலைபேசி உரையாடல்களின் உரைகளும் இதை உறுதிப்படுத்தின.

இஸ்ரேல் இவை அனைத்தையும் அமெரிக்காவுடன் பகிர்ந்து கொண்டிருந்தபோதிலும், அது உண்மையிலேயே ஓர் அணு உலைதான் என்பதையும், அங்குக் கதிர்வீச்சுப் பொருட்கள்

சேர்த்துக் வைக்கப்பட்டிருந்ததையும் ஆணித்தரமாக நிரூபிக்கின்ற சான்றுகள் வேண்டும் என்று அமெரிக்கா மீண்டும் பழைய பல்லவியையே பாடியது. அதனால், அத்தகைய தகவல்களைத் தேடிக் கண்டுபிடிப்பதைத் தவிர இஸ்ரேலுக்கு வேறு வழியில்லாமல் போனது.

***

2007 ஆம் ஆகஸ்ட்டில், திர் அல்–ஸூரில் இருந்த வளாகம் உண்மையிலேயே ஓர் அணு உலைதான் என்பதற்கான அசைக்கப்பட முடியாத நிரூபணத்தை இஸ்ரேல் கொண்டுவந்தது. அதைச் சாதித்தவர்கள் இஸ்ரேலிய இராணுவத்தின் சிறப்பு அதிரடிப் படையினர். அந்த ஆபரேஷனுக்காக இஸ்ரேலிய இராணுவ வீரர்கள் பலர் தங்கள் உயிர்களைப் பணயம் வைத்திருந்தனர். அந்தக் கமான்டோக்கள் இரவில் இரண்டு ஹெலிகாப்டர்களில் சிரியாவுக்குள் நுழைந்தனர். அவர்கள் சிரிய இராணுவத்தினரின் சீருடைகளை அணிந்திருந்தனர். மக்கள் வசித்தப் பகுதிகள், இராணுவத் தளங்கள், ரேடார் நிலையங்கள் போன்றவற்றைச் சுற்றிக் கொண்டு, அவர்கள் யார் கண்களிலும் படாமல் திர் அல்–ஸுர் வளாகத்திற்கு அருகே போய் இறங்கினர். பின்னர் அவர்கள் அந்த அணு உலை வளாகத்தை நெருங்கி, அதைச் சுற்றி இருந்த பகுதிகளிலிருந்து மண் மாதிரிகளைச் சேகரித்தனர். அவை இஸ்ரேலுக்குக் கொண்டுவரப்பட்டு ஆராயப்பட்டன. அந்த மண் மாதிரிகளில் கதிர்வீச்சு அதிக அளவில் இருந்தது. அந்த வளாகத்தில் கதிர்வீச்சுப் பொருட்கள் இருந்தன என்பதை அவை சந்தேகத்திற்கு இடமில்லாமல் நிரூபித்தன.

இப்புதிய சான்றுகள் ஸ்டீவ் ஹாட்லியிடம் கொடுக்கப்பட்டது. அவருடைய வல்லுநர்கள் அவற்றைச் சோதித்து ஓர் அறிக்கையைச் சமர்ப்பித்தவுடன், நிலைமையின் தீவிரத்தை அவர் உணர்ந்து கொண்டார். அவர் தன் சகாக்களுடன் கலந்தாலோசித்தார். அதன் முடிவுகள் அதிபர் புஷ்ஷிடம் சமர்ப்பிக்கப்பட்டன. பிறகு ஹாட்லி டாகனோடு பேசினார். அதற்குப் பின், அந்த அணு உலை உண்மையிலேயே உடனடியான பெரும் ஆபத்தை உள்ளடக்கியிருந்ததை அவர் புரிந்து கொண்டார். அதைத் தொடர்ந்து, அந்த அணு உலை நிர்மூலமாக்கப்பட வேண்டும் என்பதை அமெரிக்கா ஏற்றுக் கொண்டது. அதற்கு ‘ஆபரேஷன் ஆர்ச்சர்டு’ என்று பெயரிடப்பட்டது. அமெரிக்காவே அந்த அணு உலையைத் தாக்கி அழித்தால் என்ன என்று தான் யோசித்ததாகவும், ஆனால் தான் தன்னுடைய தேசியப் பாதுகாப்புக் குழுவினருடன் கலந்தாலோசித்தப் பிறகு அந்த யோசனை கைவிடப்பட்டதாகவும் பின்னர் தான் எழுதிய சுயசரிதையில் புஷ் குறிப்பிட்டிருந்தார்.

எச்சரிக்கப்படாமலோ அல்லது முன்கூட்டியே நியாயமான காரணங்கள் அறிவிக்கப்படாமலோ ஒரு சுதந்திர நாட்டின்மீது குண்டு வீசுவது பிரச்சனைகளை உண்டாக்கும் என்று அவர் கருதினார். அமெரிக்க வீரர்களைக் கொண்டு இரகசியமாக அதை அழிக்கின்ற யோசனையையும் அவர் நிராகரித்துவிட்டார்.

ஆனாலும், ஓல்மெர்ட் புஷ்ஷைத் தொலைபேசியில் அழைத்து, அந்த அணு உலையை அழிக்குமாறு கேட்டுக் கொண்டார். புஷ் அப்போது வெள்ளை மாளிகையில் ஒரு சந்திப்புக் கூட்டத்தை நடத்திக் கொண்டிருந்தார். கான்டலீசா ரைஸ், துணை அதிபர் டிக் சேனி, ஸ்டீவ் ஹாட்லி மற்றும் சில முக்கியமான அதிகாரிகள் புஷ்ஷுடன் இருந்தனர். அதற்குச் சற்று முன் நடைபெற்றிருந்த விவாதத்தில், இஸ்ரேலின் கோரிக்கையை நிராகரித்துவிடும்படி ரைஸ் அக்குழுவினரிடம் அழுத்தம் திருத்தமாகக் கூறியிருந்தார்.

“ஜார்ஜ், அந்த வளாகத்தின்மீது குண்டுகளை வீசி அதை அழித்துவிடுமாறு நான் உங்களைக் கேட்டுக் கொள்கிறேன்,”என்று ஓல்பெர்ட் தொலைபேசியில் கேட்டுக் கொண்டார்.

“என்னுடைய புலனாய்வு அமைப்புகள், அங்கு நடந்து கொண்டிருப்பது அணு ஆயுதத் தயாரிப்பு என்று ஒருமித்தக் குரலில் கூறினாலொழிய, என்னால் ஒரு சுதந்திர நாட்டின்மீது குண்டுகள் வீசுவதை நியாயப்படுத்த முடியாது,” என்று அதற்குப் பதிலளித்த புஷ், தொடர்ந்து, “நீங்கள் இராஜங்கரீதியான வழிமுறைகளைத் தேர்ந்தெடுக்க வேண்டும்,” என்று பரிந்துரைத்தார்.

அதற்கு ஓல்பெர்ட், “உங்களுடைய அணுகுமுறை என்னை மிகவும் அசௌகரியப்படுத்துகிறது. இஸ்ரேலைப் பாதுகாப்பதற்கு என்ன செய்யப்பட வேண்டுமோ அதை நான் செய்யப் போகிறேன்,” என்று கூறினார்.

“இவருக்கு நெஞ்சுரம் அதிகம். அதனால்தான் எனக்கு அவரைப் பிடிக்கும்,” என்று புஷ் பின்னர் தெரிவித்தார்.

***

அதைத் தொடர்ந்து, இஸ்ரேலியப் பிரதமர் ஓல்பெர்ட், தன்னுடைய இராணுவ அமைச்சர் யுட் பராக்கையும் வெளியுறவுத் துறை அமைச்சர் ஸிப்பி லிவ்னியையும் சந்தித்தார். அவர்கள் மூவரும் மூத்த இராணுவ அதிகாரிகளிடமும் புலனாய்வு அதிகாரிகளிடமும் இப்புதிய சான்றைக் குறித்தும், இராணுவத் தாக்குதல் மேற்கொண்டால் அதன் பின்விளைவுகள் எப்படியிருக்கும் என்பதைக் குறித்தும் கலந்தாலோசித்தனர். இறுதியில், அந்த அணு உலை அழித்தொழிக்கப்பட வேண்டும் என்ற முடிவு எடுக்கப்பட்டது. எதிர்க்கட்சித் தலைவர் பெஞ்சமின் நெதன்யாஹுவை அழைத்து, ஓல்பெர்ட் தன்

முடிவை அவரிடம் பகிர்ந்து கொண்டார். அதற்கு நெதன்யாஹு தன் முழு ஆதரவையும் அளித்தார்.

அந்த அணு உலைக்குச் சமாதி கட்டுவதற்கு ஒரு முகூர்த்த நாளும் குறிக்கப்பட்டது: 2007 ஆம் ஆண்டு செப்டம்பர் 5, இரவு நேரம்.

அதற்கு முந்தைய நாள் மற்றொரு சிறப்பு அதிரடிப் படையினர் திர் அல்–ஸூர் பகுதியை அடைந்தனர். அவர்கள் கிட்டத்தட்ட ஒரு நாள் முழுவதும் அந்த அணு உலை வளாகத்திற்கு அருகே பதுங்கியிருந்தனர். மறுநாள் இரவு வரவிருந்த இஸ்ரேலியப் போர் விமானங்கள் அந்த அணு உலையைத் துல்லியமாகக் குறி வைப்பதற்கு வசதியாக, அதன்மீது லேசர் ஒளிக்கற்றைகளைப் பாய்ச்சுவதுதான் அவர்களுடைய பணியாகும். செப்டம்பர் 5 அன்று இரவு 11 மணிக்கு, இஸ்ரேலிலுள்ள ரமத் டேவிட் விமானப் படைத்தளத்திலிருந்து பத்து எஃப்–15 போர் விமானங்கள் கிளம்பி மத்திய தரைக்கடலின் வழியாக மேற்கு நோக்கிப் பறந்தன. முப்பது நிமிடங்களுக்குப் பிறகு, புறப்பட்ட இடத்திற்கேத் திரும்பி வந்துவிடும்படி அவற்றில் மூன்று விமானங்களுக்கு உத்தரவிடப்பட்டது. மற்ற ஏழு விமானங்களும் துருக்கி–சிரிய எல்லையை நோக்கிச் சென்று, பிறகு தெற்கு நோக்கித் திரும்பி திர் அல்–ஸூரை அடையும்படி கோரப்பட்டன. போகின்ற வழியில் அந்த விமானங்கள் ஒரு ரேடார் நிலையத்தின்மீது குண்டு வீசி அதைத் தகர்த்தன. அதன் மூலம், தன்னுடைய எல்லைக்குள் ஊடுருவும் அந்நிய விமானங்களை சிரியா கண்டறிவதற்கு ஊறு விளைவிக்கப்பட்டது. ஒரு சில நிமிடங்களில் அந்த விமானங்கள் திர் அல்–ஸூரை அடைந்தன. கவனமாகக் கணிக்கப்பட்டிருந்த ஒரு தூரத்திலிருந்த அந்த விமானங்கள், வானிலிருந்து நிலத்திற்குப் பாய்ந்து செல்கின்ற மேவரிக் ஏவுகணைகளை ஏவின. அரை டன் எடை கொண்ட வெடிகுண்டுகளைச் சுமந்து சென்ற அந்த ஏவுகணைகள் தம்முடைய இலக்கைத் துல்லியமாகத் தாக்கின. இஸ்ரேலை அழிப்பதற்காக அணுகுண்டுகளைத் தயாரிக்கும் நோக்கத்துடன் கட்டப்பட்டிருந்த அந்தச் சிரிய அணு உலை, ஒரு சில நொடிகளுக்குள் தரைமட்டமாக்கப்பட்டது.

சிரியா அதற்கு இராணுவரீதியாக எதிர்வினையாற்றுவதைத் தடுக்க வேண்டும் என்ற பதற்றத்திலிருந்த இஸ்ரேலியப் பிரதமர் ஓல்மெர்ட், துருக்கிப் பிரதமர் தாயிப் எர்டோகனை அவசரமாக அழைத்து, அதிபர் ஆசாத்திடம் ஒரு தகவலைத் தெரிவிக்குமாறு கேட்டுக் கொண்டார்: "சிரியாவுடன் ஒரு போருக்குச் செல்கின்ற உத்தேசம் இஸ்ரேலுக்கு இல்லை என்றாலும், தன் கொல்லைப்புறத்தில் அணு ஆயுதத்துடன்கூடிய ஒரு சிரியாவை அதனால் ஏற்றுக் கொள்ள முடியாது." ஆனால், ஓல்மெர்ட்டின்

உத்தரவாதத்திற்கு அங்குத் தேவையே ஏற்படவில்லை. ஏனெனில், மறுநாள் காலையில் சிரியா அதைப் பற்றி மூச்சே விடவில்லை. மதியம் மூன்று மணிக்குத்தான் சிரியாவின் செய்தி நிறுவனம் ஓர் அறிக்கையை வெளியிட்டது: "இன்று அதிகாலை ஒரு மணிக்கு, சில இஸ்ரேலியப் போர் விமானங்கள் சிரியாவின் எல்லைக்குள் ஊடுருவின. அவை நம்முடைய பாலைவனப் பகுதி ஒன்றில் சில குண்டுகளைப் போட்டன. அவ்விமானங்களை நம்முடைய விமானப்படையினர் பின்வாங்கச் செய்துவிட்டனர். அந்தக் குண்டுவெடிப்பில் கட்டடங்களுக்கோ அல்லது மக்களுக்கோ எந்தச் சேதமும் ஏற்படவில்லை."

சிரிய அணு உலை குறித்தப் புகைப்படங்களும் வீடியோக்களும் மொசாடின் கரங்களுக்கு எப்படி வந்தன என்பதைத் தெரிந்து கொள்ள உலக ஊடகங்கள் தவித்தன. இஸ்ரேலின் ஏஜென்ட் ஒருவர் அங்கு ஊடுருவியிருக்க வேண்டும், அல்லது அங்கு வேலை பார்த்துக் கொண்டிருந்த பொறியாளர்களில் ஒருவரை இஸ்ரேல் தன் பக்கம் வளைத்துப் போட்டிருக்க வேண்டும் என்று ஏபிசி தொலைக்காட்சி கூறியது.

சிரிய அணு உலை தகர்க்கப்பட்டதற்கு ஏழு மாதங்களுக்குப் பிறகு, 2008 ஏப்ரலில், அந்த அணு உலை வட கொரியாவின் ஆதரவுடன் கட்டப்பட்டது என்றும், அது அமைதிப் பயன்பாட்டுக்காக உருவாக்கப்பட்டிருக்கவில்லை என்றும் அமெரிக்க அரசு அறிவித்தது. 2006 இல் லெபனானுடன் நடைபெற்றப் போரில் இஸ்ரேல் சொதப்பியிருந்ததால் இஸ்ரேல்மீது ஜார்ஜ் புஷ் நம்பிக்கை இழந்திருந்தார். ஆனால் ஓல்மெர்ட்டின் இந்த நடவடிக்கை அந்த நம்பிக்கையை மீட்டெடுத்திருந்தது.

அமெரிக்கப் புலனாய்வு நிறுவனம், அமெரிக்கக் காங்கிரஸ் உறுப்பினர்களுக்கும் செனட்டர்களுக்கும் ஒரு 'ஸ்லைடு ஷோ' ஏற்பாடு செய்திருந்தது. சிரிய அணு உலைக்கும் வட கொரியாவின் யோங்பியோன் அணு உலைக்கும் இடையே இருந்த ஒற்றுமைகள் அவர்களுக்குச் சுட்டிக்காட்டப்பட்டன. அந்த அணு உலையின் புகைப்படங்கள், வரைபடங்கள், முக்கிய ஆவணங்கள் போன்றவை அதற்கான ஆதாரங்களாகக் காட்டப்பட்டன.

***

சிரிய அணு உலை தாக்குதல் தொடர்பான செய்தியை இஸ்ரேலால் இரண்டு வாரங்களுக்கு மட்டுமே இரகசியமாக வைத்திருக்க முடிந்தது. அந்த இடைப்பட்ட நேரத்தில், தான் அந்த அணு உலையைத் தாக்கவே இல்லை என்று அது மறுத்து வந்திருந்தது. பின்னர், எதிர்க்கட்சித் தலைவர் நெதன்யாஹு ஒரு தொலைக்காட்சியின் நேரடி ஒளிபரப்பின்போது அளித்த

ஒரு பேட்டியில், "இஸ்ரேலின் பாதுகாப்புக்காக அமைச்சரவை அத்தாக்குதலை நடத்தத் தீர்மானித்தபோது, அதற்கு நான் என்னுடைய முழு ஆதரவையும் கொடுத்தேன். இதில் நானும் முதலிலிருந்தே ஒரு பங்காளியாகச் செயல்பட்டேன்," என்று உண்மையைப் போட்டு உடைத்துவிட்டார்.

***

சிரிய அணு உலைத் தாக்குதல் தொடர்பான ஒரு கடைசிச் சம்பவம், அத்தாக்குதல் நடந்து பதினொரு மாதங்கள் கழித்து நடைபெற்றது. 2008 ஆகஸ்ட் 2 அன்று மாலையில், சிரியாவின் துறைமுக நகரமான டார்டஸில், கடற்கரையை ஒட்டியிருந்த, மாளிகை போன்ற ஒரு பெரிய வீட்டில் ஒரு விருந்து நடைபெற்றுக் கொண்டிருந்தது. கடலிலிருந்து வீசிய இதமான காற்று, அந்த நடுக்கோடைச் சூட்டைக் குறைக்க உதவியது. அவ்வீட்டின் தாழ்வாரத்தில் போடப்பட்டிருந்த ஒரு நீள்வட்ட மேசையைச் சுற்றி அமர்ந்திருந்தவர்கள், அந்த மாளிகையின் சொந்தக்காரரான ஜெனரல் முகம்மது சுலைமானின் விருந்தினர்கள். சுலைமான் அவர்களை அந்த வார இறுதி விடுமுறையை ஆசுவாசமாகக் கழிப்பதற்காக அங்கு அழைத்திருந்தார்.

சுலைமான், சிரிய அதிபர் ஆசாத்திற்கு இராணுவ விஷயங்களில் ஆலோசனை வழங்கி வந்தவர். அவர் திர் அல்–ஸூர் அணு உலையின் உருவாக்கத்தை மேற்பார்வை பார்த்து வந்ததோடு, அதன் பாதுகாப்பையும் நிர்வகித்து வந்தார். அவர் ஆசாத்தின் நிழல் என்று அரசின் உயர்மட்டங்களில் கிசுகிசுக்கப்பட்டது. அவருடைய அலுவலகம் ஆசாத்தின் அரண்மனையில் அவருடைய அலுவலகத்திற்கு அடுத்து இருந்தது. ஆனாலும், உள்ளூரிலும் சரி, வெளிநாடுகளிலும் சரி, ஒரு சிலருக்கு மட்டுமே அப்படிப்பட்ட ஒரு நபர் இருந்தது தெரிந்திருந்தது.

அவருடைய பெயர் ஒருபோதும் சிரியாவின் ஊடகங்களில் குறிப்பிடப்பட்டதில்லை. ஆனாலும், மொசாட் அவரை அறிந்து வைத்திருந்தது. அது அவருடைய நடவடிக்கைகளை உன்னிப்பாகக் கவனித்து வந்தது. 47 வயதான சுலைமான், டமாஸ்கஸ் பல்கலைக்கழகத்தில் பொறியியல் பட்டப்படிப்பைப் படித்திருந்தார். அவர் அங்குப் படித்துக் கொண்டிருந்தபோது, தன்னுடைய சக மாணவர் ஒருவருடன் ஒரு நெருக்கமான நட்பை வளர்த்துக் கொண்டிருந்தார். அந்த மாணவரின் பெயர் பஸ்ஸெல் அல் ஆசாத். அவர் அதிபர் ஹஃபீஸ் அல் ஆசாத்தின் மகன். தனக்குப் பின் பஸ்ஸெல்லை அதிபராக்க ஹஃபீஸ் திட்டமிட்டிருந்தார். 1994 இல் பஸ்ஸெல் ஒரு சாலை

விபத்தில் இறந்து போனதும், ஹஃபீஸ் தன்னுடைய இளைய மகனான பஷாருக்கு சுலைமானை அறிமுகம் செய்து வைத்தார். 2000 ஆம் ஆண்டு, ஹஃபீஸ் புற்றுநோயால் இறந்து போனதும், பஷார் அதிபரானார். அவர் சுலைமானைத் தன்னுடைய நம்பிக்கைக்குரிய தோழராகத் தன் அருகே வைத்துக் கொண்டார்.

***

வெகு விரைவில், சுலைமான் சிரியாவின் சக்திமிக்க ஆட்களில் ஒருவராக ஆனார். அதிபர் ஆசாத், சிக்கலான இராணுவ விஷயங்களைக் கையாளும் பொறுப்பை சுலைமானிடம் ஒப்படைத்தார். அதிபருக்கும் ஈரானியப் புலனாய்வு அமைப்புகளுக்கும் இடையேயான விவகாரங்களில், குறிப்பாக, மத்திய கிழக்கு நாடுகளில் இருந்த தீவிரவாத அமைப்புகளுக்கு இரகசியமான முறையில் ஒத்துழைப்பு கொடுப்பது போன்ற விஷயங்களில், அவர் ஒரு முக்கியப் பாத்திரம் வகித்தார். ஹெஸ்புல்லா அமைப்பின் முதன்மையான சிரியத் தொடர்பாளராக அவர் இருந்து வந்தார். அந்த அமைப்பின் இராணுவத் தலைவர் இமாத் முக்னியேவுடன் அவர் ஒரு நெருக்கமான தொடர்பு வைத்திருந்தார். தெற்கு லெபனானின் பாதுகாப்புப் பகுதியிலிருந்து இஸ்ரேல் வாபஸ் பெற்றுக் கொண்டதும், 2000 ஆம் ஆண்டு மே மாதம், சிரியா மற்றும் ஈரானிலிருந்து ஆயுதங்களை, குறிப்பாக நீண்டதூரம் சென்று தாக்குகின்ற திறன் கொண்ட ஏவுகணைகளை, ஹெஸ்புல்லாவுக்கு மடை மாற்றுவதற்கு அவர் பொறுப்பேற்றுக் கொண்டார். 2006 இல் நடைபெற்ற இரண்டாவது லெபனான் போரில், அந்த ஏவுகணைகளில் ஒன்று இஸ்ரேலிய நகரமான ஹய்ஃபாவில் வந்து விழுந்து எட்டுப் பேரைக் கொன்றது. பின்னர், தரையிலிருந்து வானுக்கு ஏவப்படுகின்ற சிரியத் தயாரிப்பு ஏவுகணைகளை சுலைமான் ஹெஸ்புல்லாவுக்குக் கொடுத்தார். அதனால், லெபனான்மீது வான்வழித் தாக்குதல் நடத்துவதற்கான இஸ்ரேலின் திறனுக்கு அது இடைஞ்சல் ஏற்படுத்தியது.

இது தவிர, சுலைமான் மற்றொரு அதிஇரகசியமான பொறுப்பையும் ஏற்றிருந்தார். நீண்ட தூரம் சென்று தாக்குகின்ற ஏவுகணைகள், வேதியியல் மற்றும் உயிரியல்சார் ஆயுதங்கள், அணுசக்தி ஆய்வு போன்றவற்றைக் கையாண்ட ஒரு சிரிய ஆய்வுக் குழுவின் மூத்த உறுப்பினராகவும் அவர் செயல்பட்டார். அவர் வட கொரியாவுடனான தொடர்புகளை மேற்பார்வையிட்டார். அங்கிருந்து சிரியாவுக்கு வந்து கொண்டிருந்த, அணு உலை தொடர்பான இயந்திரப் பாகங்களை அணு உலைக்கு அனுப்பி வைத்தல், அணு உலையின் கட்டுமானத்தில் ஈடுபட்டிருந்த வட

கொரியத் தொழில்நுட்பவியலாளர்களையும் பொறியாளர்களையும் தனியாகப் பிரித்து வைத்தல் போன்ற வேலைகளையும் அவர் செய்து வந்தார்.

அந்த அணு உலையை இஸ்ரேல் தகர்த்திருந்தது சுலைமானுக்கு ஒரு பேரிடியாக இருந்தது. அந்த அதிர்ச்சியிலிருந்து மீண்டவுடன், சுலைமான், அடுத்த அணு உலைக்கான திட்டமிடுதலைத் துவக்கியிருந்தார். அதன் இடம் அப்போது தீர்மானிக்கப்பட்டிருக்கவில்லை. ஆனால், அவருடைய வாழ்க்கை இப்போது கடினமானதாக ஆகியிருந்தது. அமெரிக்க மற்றும் இஸ்ரேலியப் புலனாய்வு நிறுவனங்கள் தன் உயிரைக் காவு வாங்கத் துடித்துக் கொண்டிருந்ததை அவர் அறிந்திருந்தார். அதனால், அடுத்தக் கட்ட நடவடிக்கைகளை மேற்கொள்வதற்கு முன்பாக அவர் தன் வேலைகளிலிருந்து ஒரு சில நாட்கள் விடுப்பு எடுத்துக் கொண்டு, அந்தக் கடலோர வீட்டில் ஓய்வெடுக்க வந்திருந்தார். நெருக்கமான நண்பர்களுடன் பொழுதைக் கழிப்பதும் சுவையான விருந்தும் தன்னுடைய மன அழுத்தத்தைச் சிறிது குறைக்க உதவும் என்று அவர் எண்ணினார்.

***

அந்தப் பெரிய உணவு மேசையைச் சுற்றி அமர்ந்திருந்தவர்களில் நடுநாயகமாக வீற்றிருந்த சுலைமான், கடலிலிருந்து அலைகள் வந்து கரையில் மோதியதைப் பார்த்துக் கொண்டிருந்தார். ஆனால், சுமார் 150 மீட்டர் தூரத்தில், குனிந்த நிலையில் நீரில் அசையாமல் நின்று கொண்டிருந்த இரண்டு உருவங்களை அவர் கவனிக்கத் தவறியிருந்தார். சுலைமானின் வீட்டிலிருந்து சுமார் ஒரு மைல் தூரத்தில், ஒரு படகு அவ்விருவரையும் கடலுக்குள் இறக்கிவிட்டிருந்தது. அங்கிருந்து அவர்கள் கரைவரை நீந்தி வந்திருந்தனர். அவர்கள் இருவரும் இஸ்ரேலியக் கடற்படைக் கமான்டோக்கள். குறி பார்த்துச் சுடுவதில் அவர்கள் வல்லவர்கள். அவர்கள் 'ஸ்கூபா' கருவிகளை அணிந்து கொண்டு, கடலுக்கு அடியில் நீந்தி வந்து அந்த வீட்டுக்கு நேர் எதிரே கரையை அடைந்திருந்தனர். அவர்களுடைய கால்கள் மணலைத் தொடுகின்ற அளவு ஆழம் குறைந்தவுடன் அவர்கள் இருவரும் எழுந்து நின்றனர். அங்கிருந்து சுலைமானின் வீட்டை அவர்கள் அவதானித்தனர். அங்கிருந்த தாழ்வாரத்தையும் அதில் அமர்ந்திருந்தவர்களையும் அவர்கள் நோட்டமிட்டனர். அவர்களுடைய இலக்கான ஜெனரல் சுலைமான், அங்கு நடுவில் அமர்ந்திருந்தார்.

இரவு 9 மணியளவில் அவ்விருவரின் துப்பாக்கிகளும் சுலைமானைக் குறி வைத்தன. அந்தத் தாழ்வாரம் கூட்டமாக

இருந்தது. அங்கு வந்திருந்த மற்றவர்களுக்குக் காயம் ஏற்படுத்தாமல் அவர்கள் அந்த ஜெனரலைத் தீர்த்துக்கட்ட விரும்பினர். அவர்கள் நீருக்குள்ளிருந்து வெளியே வந்து, சைலென்சர் பொருத்தப்பட்டிருந்த துப்பாக்கிகளின் வழியாக சுலைமானின் தலையைக் குறி வைத்தனர். அவர்களுடைய காதுகளில் பொருத்தப்பட்டிருந்த கருவிகளில் ஒரு சிறிய 'பீப்' சத்தம் கேட்டதும் அவர்கள் இருவரும் ஒரே சமயத்தில் சுட்டனர். அந்த இரு துப்பாக்கிக் குண்டுகளும் தம் இலக்கைத் துல்லியமாகத் தாக்கின. சுலைமானின் உடல் முன்பக்கமாகச் சரிந்து அந்த மேசைமீது சாய்ந்தது. என்ன நடந்தது என்பதை அந்த விருந்தினர்களால் உடனே கிரகிக்க முடியவில்லை. சுலைமானின் தலையிலிருந்து இரத்தம் வழியத் துவங்கியபோதுதான், அவர் சுடப்பட்டிருந்ததை அவர்கள் உணர்ந்தனர். உடனே அங்கே ஒரு பெரும் அமளி துமளி ஏற்பட்டது. சிலர் ஜெனரலுக்கு உதவ அவர் பக்கம் விரைந்தனர். சிலர் தங்கள் உயிருக்குப் பயந்து அங்கிருந்த பொருட்களுக்கு அடியில் பதுங்கினர். சிலர் என்ன செய்வதென்று தெரியாமல் கத்திக் கொண்டும் கூச்சலிட்டுக் கொண்டும் அங்குமிங்கும் ஓடினர். இந்தக் களேபரத்தில், சுலைமானைச் சுட்ட இருவரும் மாயமாய் மறைந்துவிட்டிருந்தனர்.

***

சுலைமான் கொல்லப்பட்டச் செய்தி சிரியத் தலைநகரை அடைந்தபோது, அது பயங்கர அதிர்ச்சி ஏற்படுத்தியது. ஆனால், அரசு அமைதி காத்தது. அதைப் பற்றி ஊடகங்கள் வெளியிட்டச் செய்திகளுக்கு அது எந்தவிதத்திலும் எதிர்வினையாற்றவில்லை. அச்சம்பவம் எப்படி நடந்திருக்கும் என்று சிரிய இராணுவம் தன் மண்டையைப் பியத்துக் கொண்டது. தாக்குதல் நடத்தியிருந்தவர்கள், டமாஸ்கஸிலிருந்து 140 மைல் தூரத்திலுள்ள டார்டஸுக்கு எப்படி வந்தனர்? அங்கிருந்து அவர்கள் எப்படித் தப்பினர்? அப்படியானால், சிரியத் தலைவர்களுக்கு சிரியாவில் பாதுகாப்பான இடம் எதுவுமே இல்லையா?

ஒரு சில நாட்கள் கழித்துத்தான், அரசு அதைப் பற்றி விசாரித்துக் கொண்டிருந்தது என்றும், அதைச் செய்திருந்தவர்கள் கண்டுபிடிக்கப்பட்டுத் தண்டிக்கப்படுவார்கள் என்றும் இரத்தினச் சுருக்கமான ஓர் அறிக்கையை சிரிய அரசு வெளியிட்டது. ஆனால், பிற அரபு நாடுகளிலிருந்த ஊடகங்கள் சிரிய அரசின் அதிகாரபூர்வமான அறிக்கைக்காகக் காத்துக் கொண்டிருக்கவில்லை. சுலைமான் கொல்லப்பட்டால் யாருக்குப் பயன் என்ற தர்க்கரீதியான வாதத்தின்படி, அதைச் செய்தது இஸ்ரேலாகத்தான் இருக்க வேண்டும் என்றும், திர் அல்–ஸூர்

அணு உலையில் சுலைமான் வகித்திருந்த பாத்திரத்திற்காக அவர் கொல்லப்பட்டிருக்க வேண்டும் என்றும் அவை வரிந்து கட்டிக் கொண்டு எழுதித் தள்ளின.

***

ஆனால், இது குறித்து மேற்கத்தியப் புலனாய்வு அமைப்புகளின் எதிர்வினை வேறு மாதிரியாக இருந்தது. சுலைமானின் படுகொலைக்காக எவரும் ஒரு சொட்டுக் கண்ணீர்கூடச் சிந்தவில்லை. 2010 ஜூன் மாதம் இஸ்ரேலியக் கடற்படையின் இரகசிய அதிரடிப் படையினருக்கு இஸ்ரேலின் இராணுவத் தளபதி பல பதக்கங்களை வழங்கினார். அவை பெயர் குறிப்பிடப்படாத பல சாதனைகளுக்காக வழங்கப்பட்டதாக மட்டுமே குறிப்பிடப்பட்டது. குறிப்பாக எந்தெந்த ஆபரேஷன்களுக்காக அவை அவர்களுக்கு வழங்கப்பட்டன என்பது கூறப்படவில்லை.

சுலைமானைத் தீர்த்துக்கட்டிய ஆபரேஷனும் அவற்றில் ஒன்றாக இருக்கலாம் என்று பலர் நம்பினர்.

அத்தியாயம் 19

காதலனாய் வந்தவனைக் கவ்விச் சென்ற காலன்

2008 பிப்ரவரி 12 அன்று, டமாஸ்கஸின் ஒரு தனித்துவமான புறநகர்ப் பகுதியில் இருந்த ஒரு அபார்ட்மென்ட்டைப் பலர் இரகசியமாகவும் பரவலாகவும் சூழ்ந்து நின்றனர். அந்த மாலைப் பொழுதில் அந்தக் கட்டடத்தின் அருகே ஒரு கார் நின்று கொண்டிருந்ததை அவர்கள் கண்டனர். ஒரு கருப்புக் கோட்டும் சூட்டும் அணிந்திருந்த ஒருவர் அந்தக் காரிலிருந்து இறங்கி வந்து அந்த வீட்டுக்குள் நுழைந்தார். அவருடன் மெய்க்காவலர்கள் எவரும் இருக்கவில்லை. அத்தெருவில் நிறுத்தப்பட்டிருந்த ஏஜென்டுகள், தங்களிடமிருந்த மிகச் சிறிய டிரான்ஸ்மிட்டர்கள் மூலம், 'அந்த நபர்' டமாஸ்கஸை அடைந்துவிட்டார் என்றும், அந்த அபார்ட்மென்ட்டுக்குள் நுழைந்து கொண்டிருந்தார் என்றும் கிசுகிசுத்தனர். அந்நபர், தனக்காக அந்த அபார்ட்மென்டில் காத்துக் கொண்டிருந்த, தன்னுடைய சிரிய நாட்டுக் காதலியைப் பார்க்கச் சென்று கொண்டிருந்தார் என்பதை அவர்கள் அறிவர். அந்த வாரம் தன்னுடைய முப்பதாவது பிறந்தநாளைக் கொண்டாடியிருந்த அவளுக்காக அவர் ஒரு பரிசுப் பொருளுடன் வந்திருந்தார்.

அவர்களுக்காகத் தற்காலிகமாக ஒதுக்கப்பட்டிருந்த அந்த ஆடம்பரமான வீட்டில் அக்காதலர்கள் ஒரு சில மணி நேரம் உல்லாசமாக இருந்தனர். அந்த வீட்டை அவர்களுக்காக ஒதுக்கியிருந்தவர் ராமி மக்லூஃப் என்ற வெற்றிகரமான தொழிலதிபர். அவர் சிரிய அதிபர் பஷார் அல்–ஆசாத்தின் நெருங்கிய உறவினர்.

பத்து மணிக்குச் சற்று முன்னதாக அந்த நபர் அக்கட்டடத்திலிருந்து வெளியே வந்து, தான் வந்திருந்த அதே காரில் ஏறினார். அந்நகரின் வேறொரு பகுதியிலிருந்த ஒரு இரகசிய வீட்டில் அவருக்காகக் காத்துக் கொண்டிருந்த ஈரானிய, சிரிய மற்றும் பாலஸ்தீனிய அதிகாரிகளைச் சந்திக்க அவர் திட்டமிட்டிருந்தார்.

அவரைப் பின்தொடர்ந்து கொண்டிருந்த ஏஜென்டுகள், தங்களுடைய அலைபேசியில் இருந்த அவருடைய சமீபத்திய புகைப்படத்தோடு அவரை ஒப்பிட்டுப் பார்த்து, தாங்கள் சரியான நபரைத்தான் பின்தொடர்ந்து கொண்டிருந்தோம் என்பதை உறுதி செய்து கொண்டனர். அவர்கள் அவருடைய ஒவ்வொரு நடவடிக்கையையும் கண்காணித்து, அத்தகவலை மொசாடின் தற்காலிக முகாமிற்கு அனுப்பிக் கொண்டிருந்தனர்.

அவர் அக்கட்டடத்திலிருந்து வெளியே வந்தபோது அவருடைய முகம் தெளிவாகத் தெரிந்ததால், அதைத் தங்களுடைய அலைபேசித் திரையில் தெரிந்த படத்தோடு ஒப்பிடுவதற்கு அவர்களுக்கு நல்லதொரு வாய்ப்புக் கிடைத்தது. அந்த நபரின் அடையாளம் உறுதிப்படுத்தப்பட்டு, அது டமாஸ்கஸில் இருந்த மொசாட் ஏஜென்டுகளுக்கும் டெல் அவீவிலிருந்த மொசாட் தலைமையகத்திற்கும் தெரியப்படுத்தப்பட்டது. அதைத் தொடர்ந்து, மொசாட் அமைப்பு நெடுகிலும் பெரும் பதற்றம் பரவியது. மொசாடின் பிற துறைத் தலைவர்கள், மொசாடின் தலைவர் மீர் டாகனின் அறைக்குள் குழுமினர். அங்கு அந்த ஆபரேஷனை நேரலையில் காண்பதற்கான அனைத்து ஏற்பாடுகளும் செய்யப்பட்டிருந்தன.

அந்த நபர் தன்னுடைய காரைக் கிளப்பினார்.

"அவர் கிளம்பிவிட்டார்," என்று ஒரு மொசாட் ஏஜென்ட் தன்னுடைய சிறிய மைக்கில் கிசுகிசுத்தார்.

அந்தக் காரில் இருந்தவர் இமாத் முக்னியே. அவர் பல ஆண்டுகளின் ஊடாக, இரத்தக்களறியான ஒரு தடத்தைத் தன் பின்னால் விட்டுச் சென்றிருந்தார்.

***

2001 ஆம் ஆண்டு, நவம்பர் 15.

அமெரிக்க இரட்டைக் கோபுரத் தாக்குதலைத் தொடர்ந்து, அது தொடர்பாகத் தேடப்பட்டு வந்த தீவிரவாதிகளின் பெயர்கள் அடங்கிய ஒரு பெரிய பட்டியலை எஃப்பிஐ வெளியிட்டிருந்தது.

அந்தப் பட்டியலில், எஃப்பிஐ, அமெரிக்க உள்துறை, அமெரிக்க நீதித்துறை ஆகிய மூன்றும் கையெழுத்திட்டிருந்தன.

அந்தப் பட்டியலில் 22 பேரின் புகைப்படங்களும்

அவர்களுடைய பெயர்களும் இடம் பெற்றிருந்தன.

அதில் இடம் பெற்றிருந்த முதல் பெயர்தான் இருப்பதிலேயே மிக ஆபத்தானதாக இருந்தது.

அவரைப் பிடித்துக் கொடுப்பவர்களுக்கு 5 மில்லியன் டாலர்கள் பரிசுத் தொகை அறிவிக்கப்பட்டிருந்தது.

அந்த இரட்டைக் கோபுரத் தாக்குதலுக்கு முன்புவரை, மற்ற எந்தவொரு தீவிரவாதியையும்விட அதிகமான எண்ணிக்கையில் அமெரிக்கர்களைக் கொன்றிருந்த தீவிரவாதி என்ற பெயர் அவருக்கு இருந்தது.

அவர் பெயர் இமாத் முக்னியே.

1983 ஆம் ஆண்டு, ஏப்ரல் 18 – பெய்ரூட்டிலிருந்த அமெரிக்கத் தூதரகத்தில் குண்டுவீச்சு – பலியானோர் எண்ணிக்கை 63.

1983 ஆம் ஆண்டு, அக்டோபர் 23 – பெய்ரூட்டிலிருந்த அமெரிக்கக் கடற்படைத் தளத்தின் தலைமையகத்தில் குண்டுவீச்சு – பலியானோர் எண்ணிக்கை 241.

1983 ஆம் ஆண்டு, அக்டோபர் 23 (அதே நாள்) – பெய்ரூட்டிலிருந்த பிரெஞ்சுப் பாராசூட் வீரர்களின் தலைமையகத்தில் குண்டுவீச்சு – பலியானோர் எண்ணிக்கை 58.

வில்லியம் பக்லி என்ற சிஐஏ அதிகாரி கடத்தப்பட்டுக் கொல்லப்பட்டது; குவைத்திலிருந்த அமெரிக்கத் தூதரகத்தின்மீது நடத்தப்பட்டப் பல தாக்குதல்கள்; டிடபிள்யூஏ என்ற அமெரிக்க ஏர்லைன்ஸ் விமானம் ஒன்று கடத்தப்பட்டது; இரண்டு குவைத் ஏர்லைன்ஸ் விமானங்கள் கடத்தப்பட்டது; தெற்கு லெபனானிலிருந்த ஐக்கிய நாடுகள் சபையின் கண்காணிப்பாளர் கர்னல் டபிள்யூ. ஆர். ஹிக்கின்ஸ் படுகொலை செய்யப்பட்டது; சவுதி அரேபியாவில் 20 அமெரிக்க வீரர்கள் படுகொலை செய்யப்பட்டது – இமாத் செய்த அட்டூழியங்களின் பட்டியல் நீண்டு கொண்டே போனது.

***

அந்தப் பட்டியல் இஸ்ரேலுக்கு அனுப்பி வைக்கப்பட்டபோது, மொசாட் தன் வசம் இருந்த தகவல்களை அப்பட்டியலில் சேர்த்தது:

1983 ஆம் ஆண்டு, நவம்பர் 4 – லெபனானின் டயர் என்ற இடத்திலிருந்த இஸ்ரேலிய இராணுவத் தலைமையகத்தின்மீது குண்டுவீச்சு – பலியானோர் எண்ணிக்கை 60.

1985 ஆம் ஆண்டு, மார்ச் 10 – இஸ்ரேல்–லெபனான் எல்லைப் பகுதியில் இஸ்ரேலியப் படையினர்மீது நடத்தப்பட்டத் தாக்குதல் – பலியானோர் எண்ணிக்கை 8.

1992 ஆம் ஆண்டு, மார்ச் 17 – அர்ஜென்டினாவில் இருந்த

இஸ்ரேலியத் தூதரகத்தின்மீது குண்டுவீச்சு – பலியானோர் எண்ணிக்கை 29.

1994 ஆம் ஆண்டு, ஜூலை 18 – புவெனஸ் ஐரிஸில் இஸ்ரேலியச் சமூகக்கூடத்தின்மீது குண்டுவீச்சு – பலியானோர் எண்ணிக்கை 86.

ஹர் டோவ் எல்லைப் பகுதியில் மூன்று இஸ்ரேலிய வீரர்கள் கடத்திக் கொல்லப்படுதல்; எல்ஹானன் டன்னே என்ற இஸ்ரேலியத் தொழிலதிபர் கடத்திக் கொல்லப்படுதல்; மட்ஸுபா என்ற இஸ்ரேலியக் கிப்புட்ஸின்மீது குண்டு வீசப்படுதல்; லெபனான் எல்லைப் பகுதியிலிருந்த இஸ்ரேலிய வீரர்கள் கடத்திக் கொல்லப்படுதல் (இரண்டாவது இஸ்ரேல்-லெபனான் யுத்தத்தைத் தூண்டிய நிகழ்வு இது) போன்றவையும் நடைபெற்றிருந்தன.

***

இந்த அனைத்து பயங்கரவாதச் செயல்களுக்கும் பின்னால் இருந்த இமாத் முக்னியே, எவர் கண்களிலும் படாமல் தன்னுடைய அட்டூழியங்களை நடத்திக் கொண்டிருந்தார். அவர் தொடர்ந்து மத்திய கிழக்கு நாடுகளின் தலைநகரங்களில் ஒன்றிலிருந்து மற்றொன்றுக்கு இடம் பெயர்ந்து கொண்டிருந்தார். அவர் புகைப்படக்காரர்களைத் தவிர்த்தார், பத்திரிகைகளுக்குப் பேட்டியளிக்க மறுத்தார். மேற்கத்தியப் புலனாய்வு நிறுவனங்கள் அவருடைய நடவடிக்கைகள் குறித்து ஏராளமான விஷயங்களைத் தெரிந்து வைத்திருந்தபோதிலும், அவர் எப்படி இருந்தார், அவருடைய பழக்கவழக்கங்கள் என்னென்ன, அவருடைய மறைவிடங்கள் எங்கிருந்தன போன்ற தகவல்கள் அவர்களில் எவரிடமும் இருக்கவில்லை. அவர் 1962 ஆம் ஆண்டில், தெற்கு வியட்நாமிலுள்ள ஒரு கிராமத்தில் பிறந்தார் என்பதை அவர்கள் அறிந்து வைத்திருந்தனர். அவருடைய பெற்றோர் தீவிர மதப்பற்று கொண்ட ஷியா இஸ்லாமியர்கள். அவர் பதின்ம வயதில் இருந்தபோது பெய்ரூட்டுக்குக் குடிபெயர்ந்தார். அங்கு அவர் ஏழைகள் வசித்து வந்த ஒரு பகுதியில் வளர்ந்தார். அப்பகுதியில் இருந்தவர்களில் பெரும்பாலானோர் பிஎல்ஓவின் ஆதரவாளர்களாக இருந்த பாலஸ்தீனியர்கள். அவர் உயர்நிலைப் பள்ளியில் படித்துக் கொண்டிருந்தபோது, படிப்பைப் பாதியில் நிறுத்திவிட்டு, பிஎல்ஓவின் தீவிரவாதப் பிரிவான ஃபட்டா அமைப்பில் சேர்ந்தார். பின்னர் அராஃபத்திற்கு அடுத்த நிலையிலிருந்த தலைவரான அபு ஆயாத்தின் மெய்க்காவலராக அவர் ஆனார். அதைத் தொடர்ந்து, அவர் ஃபோர்ஸ் 17 என்ற ஃபட்டா அமைப்பின் சிறப்புக் காவல் பிரிவின் உறுப்பினராக

ஆனார். ஃபோர்ஸ் 17 பிரிவு, 1970களின் மத்தியில், சிவப்பு இளவரசன் என்று அழைக்கப்பட்ட அலி ஹாசன் சலாமேவால் (இவரை நாம் 12–வது அத்தியாயத்தில் சந்தித்தோம்) துவக்கப்பட்டது. 1982 இல், இஸ்ரேல், 'கலிலீயின் அமைதிக்கான ஆபரேஷன்' என்று கூறிக் கொண்டு லெபனான்மீது படையெடுத்துச் சென்று பிஎல்ஓ அமைப்பை நசுக்கியது. அதில் தப்பிப் பிழைத்த பிஎல்ஓ உறுப்பினர்கள் அனைவரும் அராஃபத் தலைமையில் துனிசியாவுக்கு இடம் பெயர்ந்தனர். இமாத் முக்னியே லெபனானிலேயே தங்கிவிட முடிவு செய்தார். பின்னர், ஹெஸ்புல்லாவைத் தோற்றுவித்தவர்களின் குழுவில் அவர் சேர்ந்து கொண்டார்.

லெபனான்மீதான இஸ்ரேலின் படையெடுப்புக்குப் பதிலடி கொடுப்பதற்காக உருவாக்கப்பட்ட அமைப்புதான் ஹெஸ்புல்லா (அதற்குக் 'கடவுளின் கட்சி' என்று அர்த்தம்). 1982 ஆம் ஆண்டு துவங்கப்பட்ட அது, ஒரு ஷியா தீவிரவாத அமைப்பு. அதற்கு ஊக்கம் கொடுத்தவர் அயதுல்லா கொமேனி. அந்த அமைப்புக்கு ஈரானின் இஸ்லாமியப் புரட்சிகரக் காவல்படை பயிற்சியளித்ததோடு, ஆயுதங்களையும் கொடுத்தது. ஹெஸ்புல்லா இஸ்ரேலின் பரம வைரியாக மாறியது. "இஸ்ரேலை முதலில் லெபனானிலிருந்து வெளியேற்ற வேண்டும்; அடுத்து அதை முற்றிலுமாக அழிக்க வேண்டும்," என்பதே அதன் கொள்கையாக இருந்தது. அது துவக்கப்பட்ட நாளிலிருந்தே, இஸ்ரேலுக்கு எதிரான தீவிரவாத நடவடிக்கைகளில் அது ஈடுபட்டு வந்தது. புதிதாகப் பிறந்திருந்த அந்த அமைப்பில் சேர்ந்து கொள்வதற்குப் பொருத்தமான ஒரு நபராக முக்னியே இருந்தார்.

அவர் முதலிலிருந்தே திரைக்குப் பின்னாலிருந்து இரகசியமாகச் செயல்பட்டு வந்தார், பொதுவெளியில் தலைகாட்டுவதைத் தவிர்த்தார். அவரைப் பற்றிப் போதுமான தகவல்கள் எங்கும் கிடைக்கவில்லை. கிடைத்திருந்த தகவல்களும் ஒன்றோடொன்று முரண்பட்டன. ஹெஸ்புல்லாவின் ஆன்மிகக் குருவான ஷேக் ஃபத்லல்லாவின் மெய்க்காவலர் அவர் என்று ஒரு தகவல் கூறியது; ஹெஸ்புல்லா அமைப்பின் செயல்நடவடிக்கைக் குழுவின் தலைவர் அவர் என்று மற்றொன்று கூறியது; பெரும் இரத்தக்களறிகளில் முடிந்த ஆபத்தான பல ஆபரேஷன்களுக்குப் பின்னால் இருந்த மூளை அவர் என்று இன்னொரு தகவல் தெரிவித்தது. இப்போதுள்ள ஹெஸ்புல்லாவின் தலைவர் ஷேக் நஸ்ரல்லாபோல, முக்னியே, தொலைக்காட்சிகளில் பேட்டி எதுவும் கொடுக்கவில்லை, வெறுப்பைத் தூண்டும் பேச்சுகளை ஒருபோதும் வெளியிட்டதில்லை. ஆனால் உண்மையில், நாகரிகமாக நடந்து கொண்ட நஸ்ரல்லாவைவிட அவர் அதிக

ஆபத்தானவராக இருந்தார். வெகு விரைவில், உலகிலேயே அதிகச் செயற்திறன்மிக்க, எவரிடமும் மாட்டிக் கொள்ளாமல் நழுவும் திறன் படைத்தத் தீவிரவாதி என்ற பெயரை அவர் பெற்றார். அவருடைய காலத்தில் பிரபலமாக இருந்த கார்லோஸ் மற்றும் அவருடைய சகாவான ஒசாமா பின் லேடன் போன்றோருடன் அவர் ஒப்பிடப்பட்டார்.

முக்னியே ஒரு கொடூரமான, நூதனமான தீவிரவாதி. இஸ்ரேல் லெபனான்மீது படையெடுத்து முடித்தப் பிறகு, லெபனானில் அவர் திட்டமிட்டு வெற்றிகரமாக நிறைவேற்றிய பல படுகொலைகளைத் தொடர்ந்து அவர் திடீரென்று பிரபலமானார். 1983 அக்டோபரில், வெடிமருந்துகள் நிரப்பப்பட்ட லாரிகளை ஓட்டிச் சென்ற தற்கொலைப் படையினரைக் கொண்டு, பெய்ரூட்டிலிருந்த அமெரிக்கக் கடற்படை வீரர்களையும் பிரெஞ்சுப் பாராசூட் படையினரையும் அவர் கொன்று குவித்தார். அப்போது அவருக்கு வெறும் 21 வயதுதான். ஒரு சில நாட்களுக்குப் பிறகு, டயர் நகரத்திலிருந்த இஸ்ரேலியப் படையினரைத் தாக்கி, அதே காட்சியை அவர் மீண்டும் அரங்கேற்றினார். தன்னுடைய 22-வது வயதில், குவைத்திலிருந்த மிகவும் பாதுகாப்பான அமெரிக்கத் தூதரகத்தை அவர் தாக்கினார். அதற்கடுத்து, தன்னுடைய முதல் விமானக் கடத்தலை அவர் அங்கு அரங்கேற்றினார். இந்த ஆபரேஷன்கள் முடிந்தவுடன் அவர் மாயமாக மறைந்துவிட்டார். முக்னியே தன்னுடைய 23-வது வயதில், ஏதென்ஸிலிருந்து ரோமுக்குப் பறந்து கொண்டிருந்த ஓர் அமெரிக்க விமானத்தைக் கடத்தி, அதை பெய்ரூட்டில் கொண்டு வந்து இறக்கினார். சுமார் பதினேழு நாட்கள் நீடித்த அந்தக் கடத்தல் நிகழ்வின் முடிவில் முக்னியே தப்பிச் சென்றுவிட்டார். ஆனால் இம்முறை, புலனாய்வு நிறுவனங்களுக்கு அவர் ஒரு முக்கியமான தடயத்தை விட்டுச் சென்றிருந்தார்: விமானிகளின் அறையில் பதிவாகியிருந்த அவருடைய கைரேகைதான் அது.

அவருடைய தனிப்பட்ட வாழ்க்கையைப் பற்றிக் கிட்டத்தட்ட எதுவுமே தெரியாமல் இருந்தது. அவர் தன் நெருங்கிய உறவினரைத் திருமணம் செய்து கொண்டிருந்தார் என்பதும், அவருக்கு ஒரு மகனும் ஒரு மகளும் இருந்தனர் என்பதும் மட்டுமே வெளியே தெரிந்திருந்தது. மேற்கத்தியப் புலனாய்வு அமைப்புகள் தன்னைக் குறி வைத்திருந்ததை அவர் இளம் வயதிலிருந்தே அறிந்திருந்தார். அதனால் அவர் தன்னுடைய நிஜ அடையாளத்தை, தன்னால் முடிந்த அளவுக்கு மறைத்து வைக்க முயன்றார். லிபியாவில் ஒரு மேலோட்டமான 'பிளாஸ்டிக் அறுவை சிகிச்சை' செய்து அவர் தன்னுடைய முக அமைப்பை மாற்றிக் கொண்டார், தாடி வளர்த்துக் கொண்டார், ஊடக வெளிச்சம் தன் மேல் படாமல்

பார்த்துக் கொண்டார். அவருடைய ஒரே ஓர் உறுதியான புகைப்படம் மட்டுமே மேற்கத்திய உலகில் உலா வந்து கொண்டிருந்தது. அதில் அவர் குண்டாகவும் ஒரு தாடியுடனும் தோற்றமளித்தார், ஒரு மூக்குக்கண்ணாடியும் தன் தலையில் ஒரு தொப்பியும் அணிந்திருந்தார். அவரைப் பற்றிய வர்ணனைகளும் தவறாகவே இருந்தன. எஃப்பிஐ அவரை இவ்வாறு வர்ணித்தது: "அவர் லெபனானில் பிறந்தவர்; அரபி மொழி பேசுபவர்; அவருடைய தலைமுடியும் தாடியும் பழுப்பு நிறத்தில் இருக்கும்; அவருடைய உயரம் 5 அடி 8 அங்குலம், எடை 60 கிலோ." குண்டாக இருந்ததாகக் கருதப்பட்ட முக்னியே எப்படி 60 கிலோ எடையுள்ள ஓர் உடலுக்குள் தன்னைக் குறுக்கிக் கொண்டார்? அவர் தன்னை நன்றாகப் பாதுகாத்துக் கொண்டிருந்தார் என்பதையும், எதிரிகளை வேண்டுமென்றே தவறாக வழிநடத்திக் கொண்டிருந்தார் என்பதையுமே அவை காட்டின.

இப்படிப்பட்டக் குண்டுவெடிப்புகள், தாக்குதல்கள், கடத்தல்கள் போன்றவற்றை அவர் மேற்கொண்ட பிறகு, ஹெஸ்புல்லா அமைப்பில் பெரிதும் கொண்டாடப்பட்ட ஒரு கதாநாயகனாக அவர் உருவெடுத்தார். அவருடைய துணிச்சல், நவீனத்துவம், நுட்பமான ஆபரேஷன்களை வெற்றிகரமாக நடத்துகின்ற செயற்திறன் ஆகியவற்றின் காரணமாக, ஹெஸ்புல்லாவின் இந்தத் தீவிரவாதப் பிரிவு, உலகப் புலனாய்வு நிறுவனங்களுக்கு ஒரு சிம்ம சொப்பனமாகத் திகழ்ந்தது. அவருடைய சக்தி அதிகரிக்க அதிகரிக்க, இஸ்ரேல் மற்றும் மேற்கத்திய நாடுகள் அவரை அதிகமாகக் குறி வைத்தன. இதை முக்னியே அறிந்திருந்ததால், அவர் எல்லோரையும் சந்தேகக் கண்ணுடனேயே பார்த்தார்; அவர் அடிக்கடி இடம் மாறிக் கொண்டேயிருந்தார்; தன்னுடைய மெய்க்காப்பாளர்களை அடிக்கடி மாற்றினார்; தனக்கு நெருக்கமானவர்களாகத் தான் கருதிய நபர்களைக்கூட அவர் தொடர்ந்து நீண்ட நாட்கள் தன்னுடன் வைத்துக் கொள்ளாமல் இருந்தார்; அவர் தினமும் ஒரே இடத்தில் தூங்கவில்லை; பெய்ரூட், டமாஸ்கஸ் மற்றும் டெஹ்ரானுக்கு இடையே பயணங்கள் மேற்கொள்ள வேண்டியிருந்தபோது, அவற்றை அவர் மிகவும் இரகசியமாகச் செய்தார்.

மொசாட் மற்றும் பிற மேற்கத்தியப் புலனாய்வு அமைப்புகள் தொகுத்து வைத்திருந்த தகவல்களின்படி, அவர் ஒரு தனியர்; மிகவும் வசீகரமானவர்; தன்னிச்சையாகச் செயல்படுபவர்; நவீன மின்னணுக் கருவிகள் மற்றும் சாதனங்கள் குறித்து நன்கு அறிந்தவர்; எதிரிகளை எளிதில் ஏமாற்றுகின்ற விதத்தில் தன் தோற்றத்தையும் அடையாளத்தையும் மிகவும் தந்திரமாக மாற்றிக்

கொள்வதில் வல்லவர்.

அவரைப் பற்றிய தகவல்களைத் தொகுத்திருந்த இஸ்ரேலிய இராணுவப் புலனாய்வு அமைப்பின் உயரதிகாரியான டேவிட் பர்கய் ஒரு பேட்டியில் இவ்வாறு தெரிவித்திருந்தார்: “1980களின் இறுதியில் அவரைத் தீர்த்துக்கட்ட நாங்கள் பல முறை முயன்றோம். நாங்கள் அவரைப் பற்றிய தகவல்களைச் சேகரித்தோம். ஆனால், நாங்கள் அவரை எவ்வளவு அதிகமாக நெருங்கினோமோ, அவ்வளவு குறைவான தகவல்களே எங்களுக்குக் கிடைத்தன. அவருடைய பலவீனங்களையும் அவருடைய பெண் தொடர்புகளையும் எங்களால் கண்டுபிடிக்க முடியவில்லை. அவர் போதை மருந்துகளைப் பயன்படுத்தவில்லை, பணத்திற்கு ஆசைப்படவில்லை.”

***

முக்னியேவைத் தீர்த்துக்கட்டுவதற்கான வேட்டை பல ஆண்டுகள் தொடர்ந்தது. 1988 ஆம் ஆண்டில் அவருடைய விமானம் பாரிஸில் நின்றபோது, பிரெஞ்சு அதிகாரிகளிடம் அவர் கிட்டத்தட்ட மாட்டியிருந்தார். சிஐஏ அவருடைய புகைப்படத்தையும், அவர் தன்னுடைய பயணத்திற்குப் பயன்படுத்திய போலியான பாஸ்போர்ட் குறித்த விபரங்களையும் பிரெஞ்சு அதிகாரிகளிடம் கொடுத்திருந்தது. ஆனால், அவரைக் கைது செய்தால், அப்போது லெபனானில் பணயக் கைதிகளாக இருந்த பிரெஞ்சுக்காரர்கள் படுகொலை செய்யப்படக்கூடும் என்று அந்த அதிகாரிகள் அஞ்சினர். அதனால், அவர்கள் தெரிந்தே முக்னியேவைத் தப்பிக்க விட்டுவிட்டனர். ஆனால், அமெரிக்க இரகசியப் புலனாய்வு அமைப்புகள், 1986 இல் ஐரோப்பாவிலும், 1995 இல் சவுதி அரேபியாவிலும் அவரைப் பிடிக்க முயற்சித்தன. ஆனால் வழக்கம்போல அவர் அவர்களிடம் பிடிபடாமல் நழுவிவிட்டார்.

அக்காலகட்டத்தில், அர்ஜென்டினாவில் வாழ்ந்து கொண்டிருந்த யூதர்களைக் குறி வைத்துத் தாக்குதல் நடத்துவதில் முக்னியே தீவிரமாக இறங்கியிருந்தார். 1992 இல், புவெனஸ் ஐரிஸிலிருந்த இஸ்ரேலியத் தூதரகத்தின்மீது, வெடிமருந்து நிரப்பப்பட்ட ஒரு லாரியைத் தற்கொலைப் படையினரைக் கொண்டு மோதித் தாக்கினார். அதில் 26 பேர் கொல்லப்பட்டனர். தெற்கு லெபனானில் ஹெஸ்புல்லாவின் தலைவர்களில் ஒருவரான ஷேக் அபாஸ் அல்–முசாவி ஒரு ஹெலிகாப்டர் தாக்குதலில் கொல்லப்பட்டிருந்ததற்குப் பழி வாங்குவதற்காக நடத்தப்பட்ட நடவடிக்கையே அது என்று சில மொசாட் அதிகாரிகள் நம்பினர்.

இரண்டு ஆண்டுகள் கழித்து மீண்டும் புவெனஸ் ஐரிஸில் அவர் ஒரு தாக்குதலை மேற்கொண்டார். இம்முறை

ஒரு யூதச் சமுதாயக்கூடம் தாக்கப்பட்டது. அதில் 86 பேர் கொல்லப்பட்டனர். லெபனானில் ஹெஸ்புல்லாவின் மற்றொரு தலைவரான முஸ்தபா திரானி கொல்லப்பட்டதற்கு மேற்கொள்ளப்பட்டப் பழி வாங்கும் நடவடிக்கையாகவே இதைச் சில மொசாட் அதிகாரிகள் பார்த்தனர்.

புவெனஸ் ஐரிஸில் மேற்கொள்ளப்பட்ட வெடிகுண்டுத் தாக்குதல்களுக்குப் பிறகு அங்குச் சென்ற இஸ்ரேலிய மற்றும் அமெரிக்கப் புலனாய்வு அமைப்பு அதிகாரிகள், இரண்டையும் ஒரே நபர்தான் திட்டமிட்டு நடத்தியிருந்தார் என்ற முடிவுக்கு வந்தனர். அவை இரண்டிலும் ஒரே மாதிரியான முறைகள் கையாளப்பட்டிருந்தன. வெடிமருந்துகள் நிரப்பப்பட்ட லாரி ஒன்று தற்கொலைப் படையினரால் ஓட்டிச் செல்லப்பட்டுத் தாக்குதல் நடத்தப்பட்டிருந்தது. முக்னியே முன்பு இதே முறையைத்தான் பெய்ரூட்டிலும் டயரிலும் பின்பற்றியிருந்தார். இதில் ஈரானியப் புலனாய்வு அமைப்பும் தொடர்பு கொண்டிருந்தது என்பது கண்டுபிடிக்கப்பட்டது. அத்தாக்குதல்களில் பயன்படுத்தப்பட்ட லாரிகளில் ஒன்று, புவெனஸ் ஐரிஸிலிருந்த கார் விற்பனையாளர் ஒருவரால் விற்கப்பட்டிருந்தது. அது முக்னியேவின் ஈடுபாட்டைக் காட்டிக் கொடுத்துவிட்டது.

***

அக்காலகட்டத்தில், முக்னியே ஏராளமான நேரத்தை ஈரானில் செலவிட்டார். ஷேக் அல்–முசாவிக்கு அடுத்துத் தன்னைத் தீர்த்துக்கட்ட இஸ்ரேல் முனையும் என்று அவர் அஞ்சினார். டெஹ்ரானில், தீவிரவாத நடவடிக்கைகளைச் செயல்படுத்துவதற்கான ஒரு குழுவை அவர் உருவாக்கினார். அதில் ஹெஸ்புல்லா போராளிகளும் ஈரானியப் புலனாய்வு அதிகாரிகளும் இடம் பெற்றிருந்தனர். ஈரானின் இஸ்லாமியப் புரட்சிகரக் காவல்படையின் தளபதி மொஹ்சென் ரெசாயி, புலனாய்வுத் துறை அமைச்சர் அலி ஃபல்லாஹியன் ஆகிய இருவரும் அக்குழுவில் இடம் பெற்றிருந்தனர். இக்குழுதான் புவெனஸ் ஐரிஸில் நடைபெற்ற இரண்டு தற்கொலைப்படைத் தாக்குதல்களை நடத்தியிருந்தது. அந்தத் தாக்குதல்களின் காரணமாக ஓர் உடனடி விளைவு ஏற்பட்டது: முக்னியே இஸ்ரேலால் தேடப்பட்டு வந்த முதல் நபராக ஆனார். தன்னுடைய நடவடிக்கைகளின் மூலம் அவர் தனக்குத் தானே மரண தண்டனை விதித்துக் கொண்டார். ஆனால் அந்த மரண தண்டனை நிறைவேற்றப்படுவதற்கு இஸ்ரேல் வெகுகாலம் காத்திருக்க வேண்டியதாயிற்று.

1994 ஆம் ஆண்டு டிசம்பரில் முக்னியே பெய்ரூட்டில்

தலைகாட்டினார். அப்போது அவரைக் கொல்ல நடந்த முயற்சியில் அவர் தப்பிவிட்டார். லெபனான் காவல்துறை அது குறித்தத் தகவல்களை வெளியிட்டது: முக்னியேவின் சகோரதரர் ஃபுவாட்டின் கடைக்கு அருகே நிறுத்தப்பட்டிருந்த ஒரு காருக்கு அடியில் ஒரு வெடிகுண்டு பொருத்தப்பட்டிருந்தது. அந்தக் குண்டு வெடித்ததில், அவருடைய கடை முற்றிலும் நாசமானது, ஃபுவாட் கொல்லப்பட்டார். அக்கடையில் அந்த நேரத்தில் இருந்திருக்க வேண்டிய முக்னியே, கடைசி நேரத்தில் தன் மனத்தை மாற்றிக் கொண்டிருந்ததால் தப்பியிருந்தார்.

அக்குண்டுவெடிப்பு நடந்து சில வாரங்கள் கழித்து, அச்சம்பவத்திற்கு மொசாடுக்கு உதவியதாகக் கூறி, குடிமக்களில் பலரை லெபனான் அதிகாரிகள் ஹெஸ்புல்லா அமைப்பின் ஒத்துழைப்புடன் கைது செய்தனர். அதில் பிரதான இடம் வகித்தவரின் பெயர் அஹ்மத் ஹாலெக்.

லெபனான் காவல்துறையின் அதிகாரபூர்வமான அறிக்கை இவ்வாறு கூறியது: “ஹாலெக் தன் காரை ஃபுவாட்டின் கடைக்கு அருகே நிறுத்திவிட்டு, ஃபுவாட் கடையில் இருந்தாரா என்பதை உறுதி செய்து கொள்வதற்காகக் கடைக்கு உள்ளே சென்று அவருடன் கைகுலுக்கிவிட்டு, வெளியே வந்து தன் காரை வெடிக்கச் செய்திருந்தார்.” லெபனான் பத்திரிகை ஒன்று இவ்வாறு செய்தி வெளியிட்டது: “ஹாலெக் சமீபத்தில் மொசாடின் மூத்த அதிகாரிகளை சைப்ரஸில் சந்தித்திருந்தார். அந்தக் கார் வெடிகுண்டை எப்படி வெடிக்கச் செய்ய வேண்டும் என்பதை மொசாட் அவருக்குக் கற்றுக் கொடுத்து, அதற்காக அவருக்கு 1,00,000 டாலர்கள் பணத்தையும் கொடுத்திருந்தது.”

முக்னியே அம்முறை தப்பியிருந்தபோதிலும், மொசாட் தன் முயற்சிகளைக் கைவிடவில்லை. அவரைப் பற்றிக் கிடைத்தச் சிறு சிறு தகவல்களை அது சேகரித்தது. 2002 இல் பாலஸ்தீனியத் தீவிரவாதிகளுக்காக 50 டன் ஆயுதங்கள் கப்பல்கள் மூலம் அனுப்பப்பட்ட விவகாரத்திலும் முக்னியேவுக்கு தொடர்பு இருந்ததாக மொசாட் அறிந்தது. ஆனால், அதற்குப் பிறகு அவர் மீண்டும் மாயமாக மறைந்துவிட்டார். முக்னியே ஹெஸ்புல்லா அமைப்பின் இராணுவத் தளபதியாக நியமிக்கப்பட்டார் என்றும், ஷேக் நஸ்ரல்லாவுக்கு அடுத்து ஹெஸ்புல்லாவின் தலைவராக அவர் நியமிக்கப்படுவார் என்றும் வதந்திகள் உலா வந்தன. அவருடைய உயர்ந்த பதவி காரணமாக அவருடைய பாதுகாப்பு மேலும் பலப்படுத்தப்பட்டது. பிளாஸ்டிக் அறுவை சிகிச்சை மூலம் அவர் மீண்டும் தன் தோற்றத்தை மாற்றிக் கொண்டார் என்றும் சில வதந்திகள் நிலவின.

லெபனானுடன் இஸ்ரேல் நடத்திய இரண்டாவது

யுத்தத்திற்குப் பிறகு, லெபனானில் வாழ்ந்து கொண்டிருந்த, ஹெஸ்புல்லாவுக்கு எதிரான பாலஸ்தீனியர்களில் சிலரை மொசாட் வளைத்துப் போட்டிருந்தது. அவர்களில் ஒருவரின் நெருங்கிய உறவினர் பெண், முக்னியேவின் சொந்தக் கிராமத்தில் வசித்து வந்தார். முக்னியே ஐரோப்பாவுக்குச் சென்றுவிட்டு முற்றிலும் புதியதொரு முகத்துடன் லெபனானுக்குத் திரும்பியிருந்ததாக அப்பெண் மூலம் மொசாடுக்குத் தகவல் கிடைத்தது.

இப்போது மொசாட் முன் ஒரு புதிய சவால் முளைத்திருந்தது. ஐரோப்பா நெடுகிலும் இருந்த பிளாஸ்டிக் அறுவை சிகிச்சை மையங்களை உளவு பார்த்தல்தான் அது.

இது தொடர்பான விசாரணையை மேற்கொண்டிருந்த மொசாடிற்கு, பெர்லினில் ஒரு முக்கியத் தகவல் கிட்டியது. அங்கிருந்த மொசாட் ஏஜென்டுக்கு வழக்கமாக இரகசியத் தகவல்களை வழங்கிக் கொண்டிருந்த ஒரு ஜெர்மானியத் தகவலாளி, சமீபத்தில் முக்னியே தொடர்ச்சியாகப் பல பிளாஸ்டிக் அறுவை சிகிச்சைகளை மேற்கொண்டு தன் தோற்றத்தை அடியோடு மாற்றியிருந்ததாகத் தெரிவித்தார். அந்த அறுவை சிகிச்சை மையம், கிழக்கு ஜெர்மனியைச் சேர்ந்த முன்னாள் உளவாளி ஒருவருக்குச் சொந்தமானது. கிழக்கு ஜெர்மனி மற்றும் மேற்கு ஜெர்மனியின் இணைப்புக்கு முன்பு, கிழக்கு ஜெர்மனி, மேற்கத்திய நாடுகளில் உளவு பார்ப்பதற்குத் தன்னுடைய ஏஜென்டுகளை அனுப்புவதற்கு முன்பு அவர்களுடைய முகங்களை மாற்றியமைப்பதற்கு அந்த அறுவை சிகிச்சை மையத்தைத்தான் பயன்படுத்தியிருந்தது.

அந்த ஜெர்மானியத் தகவலாளியின் மூலமாகப் பேரம் பேசி, ஒரு பெரும் தொகையைக் கொடுத்து, அந்தக் கிளினிக்கிலிருந்து முக்னியேயின் புதிய முகத்தின் 34 புகைப்படங்களை மொசாட் பெற்றது.

அந்தப் புகைப்படங்களை மொசாட் வல்லுநர்கள் ஆராய்ந்தனர். அதன்படி, முக்னியேவின் கீழ் தாடை வெட்டியெடுக்கப்பட்டிருந்தது; அது அவருடைய முகத்தை ஒல்லியாகக் காட்டியது; அவருடைய முன்வரிசைப் பற்கள் சில பிடுங்கப்பட்டு, வேறு வடிவிலிருந்த செயற்கைப் பற்கள் பொருத்தப்பட்டிருந்தன. அவருடைய கண்களுக்கு அருகேயிருந்த தோல் இறுக்கப்பட்டிருந்தது. அவருடைய தலைமுடி சாம்பல் நிறத்திற்கு மாற்றப்பட்டிருந்தது. அவர் தன் மூக்குக்கண்ணாடியைத் துறந்துவிட்டுக் கான்டாக்ட் லென்ஸுக்கு மாறியிருந்தார். அவருடைய இப்புதிய தோற்றத்திற்கும், மேற்கத்திய நாடுகளிடமிருந்த அவருடைய பழைய புகைப்படங்களுக்கும் இடையே மலைக்கும் மடுவுக்கும் உள்ள வித்தியாசம் இருந்தது.

இதைத் தொடர்ந்து, முக்னியேவைத் தீர்த்துக்கட்டும் செயலில்

மொசாடு முழுமூச்சாக இறங்கியது. டாகன் தன் அமைப்பிலிருந்த மிகச் சிறந்த ஏஜென்டுகளை அந்த ஆபரேஷனுக்காகத் தேர்ந்தெடுத்தார். இஸ்லாமிய நாடுகளுக்கு வெளியே அவரைத் தீர்த்துக்கட்டுவது இயலாத காரியம் என்பது அவர்களுக்கு விரைவில் தெளிவாயிற்று. அவர் மிக அபூர்வமாகவே மேற்கத்திய நாடுகளுக்குச் சென்றார். அவர் சிரியா மற்றும் ஈரானில் இருந்தபோது பாதுகாப்பாக உணர்ந்தார். ஆனால் அங்கு வைத்து அவரைக் கொல்ல முயற்சிப்பது மிகவும் ஆபத்தானது என்பதை மொசாட் அறிந்திருந்தது. இதற்கு முன்பு இஸ்ரேல் அரபு நாடுகளில் பல ஆபரேஷன்களை நடத்தியிருந்தது என்பது உண்மைதான். அது துனிசியாவரைகூடச் சென்று அபு ஜிகாத் என்ற தீவிரவாதியைக் கொன்றிருந்தது. பெய்ரூட் மற்றும் துனிசோடு ஒப்பிடப்பட்டபோது, டெஹ்ரானிலும் டமாஸ்கஸிலும் பாதுகாப்பு ஏற்பாடுகள் பலமாக இருந்து வந்ததால், அவை அதிக ஆபத்தானவையாக இருந்தன. அதே நேரத்தில், டமாஸ்கஸில் இதுபோன்ற ஒரு ஆபரேஷனை வெற்றிகரமாக நிகழ்த்தினால், அது ஏற்படுத்தும் தாக்கம் அளவிடப்பட முடியாததாக இருக்கும் என்று டாகன் கணக்குப் போட்டார். உலகிலேயே மிகவும் பயங்கரமான தீவிரவாதி என்று பெயரெடுத்திருந்த ஒருவனை டமாஸ்கஸில் வைத்துத் தீர்த்துக்கட்டினால், மொசாடின் நீண்ட கரங்களிலிருந்து எவரும் தப்ப முடியாது என்ற பயத்தை அது அனைவருக்கும் கொடுக்கும் என்று அவர் நம்பினார். அதோடு, பிற தீவிரவாதத் தலைவர்களின் மனங்களில், தங்களுக்கு அடைக்கலம் கொடுக்கின்ற நாடுகளின் பாதுகாப்பு குறித்தச் சந்தேகம் உதிக்கும்; அது பயம், குழப்பம், பாதுகாப்பின்மை உணர்வு ஆகியவற்றை உருவாக்கும்.

2008 பிப்ரவரி 12 அன்று, முக்னியே இரகசியமாக டமாஸ்கஸ் வரவிருந்ததாக ஒரு செய்தி மொசாடுக்குக் கிடைத்தது. அன்று, ஈரானியப் புரட்சியின் ஆண்டுவிழாவைக் கொண்டாட வரவிருந்த ஈரானிய மற்றும் சிரிய அதிகாரிகளை அவர் சந்திக்கவிருந்தார்.

அவரை எப்படிக் கொல்லலாம் என்பது குறித்து விவாதிக்கப்பட்டபோது, அவருடைய காருக்கு அடியில் ஒரு வெடிகுண்டை வைத்து அதை வெடிக்கச் செய்வது என்று திட்டம் தீட்டப்பட்டது.

அதைத் தொடர்ந்து மொசாட் பரபரப்படைந்தது. எண்ணற்ற நடவடிக்கைகள் முடுக்கிவிடப்பட்டன. வெளிநாட்டுப் புலனாய்வு அமைப்புகள் உட்பட, பல மூலாதாரங்களிலிருந்தும் தகவல்கள் சேகரிக்கப்பட்டன. முக்னியே கண்டிப்பாக டமாஸ்கஸ் வருவாரா? அப்படி வந்தால், எந்தப் பெயரில் வருவார்? அவர் எங்கே தங்குவார்? எந்தக் காரைப் பயன்படுத்துவார்? அவருடன்

வேறு யாராவது வருவார்களா? சிரியா மற்றும் ஈரானின் பிரதிநிதிகள் கலந்து கொள்ளும் கூட்டத்திற்கு அவர் எத்தனை மணிக்கு வந்து சேர்வார்? அவருடைய வருகை சிரியாவின் அரசுக்குத் தெரிவிக்கப்படுமா? ஹெஸ்புல்லா தலைவர்களுக்கு அவருடைய இந்த விஜயம் பற்றித் தெரிவிக்கப்பட்டுள்ளதா?

நம்பத் தகுந்த ஓரிடத்திலிருந்து மொசாடுக்குக் கிடைத்த ஒரு தகவல், முக்னியேவின் வருகையை உறுதிப்படுத்தியது. அது வேறொரு வழியிலும் உறுதிப்படுத்தப்பட்டது.

மொசாட் ஏஜென்டுகள் பலர், பல்வேறு இடங்களிலிருந்து புறப்பட்டு, சுற்று வழியாக டமாஸ்கஸுக்கு வந்து சேர்ந்தனர். ஒரு சிறப்புக் குழுவினர், வெடிமருந்துப் பொருட்களை சிரியாவின் தலைநகருக்குள் கடத்திக் கொண்டு வந்தனர்.

கடைசி நேரத்தில், வெகுகாலமாக மொசாடுக்குத் தகவல்களைக் கொடுத்து வந்திருந்த ஒரு நபரிடமிருந்து மிக முக்கியமான ஒரு தகவல் மொசாடுக்குக் கிடைத்தது. முக்னியே டமாஸ்கஸ் வந்தபோதெல்லாம், அங்கிருந்த தன்னுடைய கள்ளக் காதலியைச் சந்திக்காமல் சென்றதில்லை என்பதுதான் அது. முக்னியே ஒரு கள்ளத் தொடர்பு வைத்திருந்த தகவல் மொசாடுக்கு அப்போதுதான் கிடைத்தது. அந்தப் பெண், அந்நகரிலிருந்த ஒரு இரகசியமான அபார்ட்மென்டில்தான் எப்போதும் முக்னியேவைச் சந்தித்தாள். முக்னியே என்றைக்கெல்லாம் டமாஸ்கஸுக்கு வரவிருந்தார் என்பதை அவள் முன்னதாகவே அறிந்திருந்தாள். முக்னியே அவளைச் சந்திக்கச் சென்றபோது, தன்னுடைய மெய்க்காப்பாளர்களையும் ஓட்டுநரையும் விட்டுவிட்டு, அவரே தன்னுடைய காரை அந்த அபார்ட்மென்டுக்கு ஓட்டிச் சென்றார்.

ஏற்கனவே டமாஸ்கஸை அடைந்து கண்காணிப்பில் ஈடுபட்டிருந்த மொசாட் ஏஜென்டுகளிடம் இப்புதிய தகவல் பகிர்ந்து கொள்ளப்பட்டது. முக்னியே இம்முறையும் தன் காதலியைப் பார்க்கப் போவாரா? அவர்கள் சந்தித்துக் கொள்ளவிருந்த வீட்டின் சொந்தக்காரருக்கு அவர் வரவிருந்த செய்தி முன்கூட்டியே தெரியுமா?

முக்னியேவைக் கொல்வதற்குக் குறிக்கப்பட்டிருந்த நாளுக்கு முந்தைய நாள், அவரைக் கொல்லவிருந்த குழு டமாஸ்கஸை அடைந்தது. அக்குழுவில் மூன்று பேர் இருந்தனர். அவர்களில் ஒருவர் பாரிஸிலிருந்தும், இரண்டாவர் மிலானிலிருந்தும், மூன்றாவது நபர் அமானிலிருந்தும் அங்கு வந்து சேர்ந்தனர். அவர்கள் மூவரும் போலியான பாஸ்போர்ட்டுகளை வைத்திருந்தனர். அவர்களில் இருவர், தாங்கள் கார் விற்பனையாளர்கள் என்று கூறிக் கொண்டனர். மூன்றாம் நபர், தன்னை ஒரு பயண முகவர் என்று கூறிக் கொண்டார்.

விமான நிலையத்தில், தாங்கள் ஒரு குறுகியகால விடுமுறைக்காக சிரியாவுக்கு வந்திருந்ததாக அவர்கள் தெரிவித்தனர். பிறகு, சுங்கச் சோதனையை எந்தப் பிரச்சனையுமின்றிக் கடந்து அவர்கள் சிரியாவுக்குள் நுழைந்தனர். அவர்கள் தனித்தனிக் கார்களில் டமாஸ்கஸின் மையத்தை அடைந்தனர். தங்களை எவரும் பின்தொடரவில்லை என்பதை உறுதி செய்து கொண்ட பிறகுதான் அவர்கள் ஒன்றாகச் சேர்ந்தனர். பின்னர், அவர்களுக்கு உதவுவதற்காக பெய்ரூட்டிலிருந்து வந்திருந்தவர்களை அவர்கள் சந்தித்தனர். அந்நபர்கள், அந்த மூவரையும், மறைவாக இருந்த ஒரு வாகனக்கூடத்திற்கு அழைத்துச் சென்றனர். வாடகைக்கு எடுக்கப்பட்டிருந்த ஒரு கார் அங்கு நின்று கொண்டிருந்தது. அதற்கு அருகே வெடிமருந்துப் பொருட்களும் அவற்றை வெடிக்க வைப்பதற்குத் தேவையான சாதனங்களும் இருந்தன.

அம்மூவரும் அந்த வாகனக்கூடத்தின் கதவை உட்புறமாகத் தாழிட்டுவிட்டு, ஒரு வெடிகுண்டைத் தயாரித்து, அதை அந்த வாடகைக் காரின் ரேடியோ கம்பார்ட்மென்டில் வைத்துவிட்டனர்.

மொசாட் கண்காணிப்பாளர்கள் அடங்கிய இன்னொரு குழு, பெய்ரூட்டிலிருந்து முக்னியே வருவதற்காகக் காத்துக் கொண்டிருந்தது. அக்குழுவினர், அவர் எங்குச் சென்றாலும் அவரைப் பின்தொடர்ந்து சென்று, அவர் தன் காதலியைச் சந்தித்துவிட்டு அந்த அபார்ட்மென்ட்டிலிருந்து வெளியே வந்தவுடன் அதைப் பற்றிப் பிற மொசாட் குழுவினருக்குத் தெரிவிக்க வேண்டும் என்று அவர்களுக்கு உத்தரவிடப்பட்டிருந்தது. பிறகு, முக்னியே எந்த இடத்தில் சிரிய அதிகாரிகளையும் ஈரானிய அதிகாரிகளையும் சந்திக்கவிருந்தாரோ, அந்த இடம்வரை அவர்கள் அவரைப் பின்தொடர வேண்டும். குறிப்பிட்ட அந்த நாளன்று, டமாஸ்கஸுக்குப் புதிதாக வந்திருந்த ஈரானியத் தூதரையும் ஜெனரல் முகம்மது சுலைமானையும் முக்னியே சந்திக்கவிருந்தார் (சுலைமானை 18–வது அத்தியாயத்தில் நாம் ஏற்கனவே சந்தித்தோம்). சுலைமானும் முக்னியேவும் ஒரு நெருங்கிய நட்புறவைக் கொண்டிருந்தனர். அதே நாளின் மாலையில், ஈரானியத் தூதரகம், ஈரானியக் கலாச்சார மையத்தில் ஈரானியப் புரட்சியின் ஆண்டு விழா நிகழ்ச்சி ஒன்றை ஏற்பாடு செய்திருந்தது. அந்த மையம், முக்னியேவும் பிறரும் சந்தித்துக் கொள்ளவிருந்த இரகசிய வீட்டுக்கு அருகேதான் இருந்தது. ஆனால், அந்த விழாவில் தான் கலந்து கொள்ளப் போவதில்லை என்று முக்னியே தீர்மானித்திருந்தார். சந்திப்புக் கூட்டம் நிறைவடைந்தவுடன் டமாஸ்கஸைவிட்டுச் சென்றுவிட அவர் முடிவு செய்திருந்தார்.

பிப்ரவரி 12 அன்று, மொசாட் குழுக்கள் தாங்கள்

திட்டமிட்டிருந்த இடங்களுக்குத் தனித்தனியாகப் போய்ச் சேர்ந்தன. அந்த அபார்ட்மென்டைக் கண்காணிக்க வேண்டிய பொறுப்பை ஏற்றுக் கொண்டிருந்தவர்கள் அதைக் கண்காணித்துக் கொண்டிருந்தனர். முக்னியே முதலில் அங்கேதான் வரவிருந்தார். பிற்பகலில் அவர் அந்த வீட்டை அடைந்துவிட்டார் என்ற செய்தியை அந்த ஏஜென்டுகள் பிற ஏஜென்டுகளுக்குத் தெரிவித்தனர். மாலையில் அவர் அந்த வீட்டிலிருந்து புறப்பட்டு சந்திப்புக்கூட்டத்திற்குச் சென்று கொண்டிருந்தார் என்ற தகவலும் அனுப்பப்பட்டது. அதுதான் அவர் இரண்டாவதாக போகத் திட்டமிட்டிருந்த இடம். அதுவே அவருடைய வாழ்வில் அவர் போய்ச் சேர்ந்த கடைசி இடமாக இருக்கும் என்று மொசாட் நம்பியது.

***

முக்னியே தன் காரில் ஏறி அமர்ந்து, சந்திப்புக்கூட்டம் நடைபெறவிருந்த வீட்டை நோக்கி அதை ஓட்டிச் சென்று கொண்டிருந்தார். அவரைக் கண்காணித்துக் கொண்டிருந்தவர்கள் அவரைப் பின்தொடர்ந்து சென்று, அவருடைய ஒவ்வோர் அசைவைப் பற்றிய செய்தியையும் ஒரு நேரலை வர்ணனைபோல அனுப்பிக் கொண்டிருந்தனர். முக்னியே எங்கே தன் வண்டியை நிறுத்துவாரோ, அந்த இடத்திற்கு, வெடிகுண்டு வைக்கப்பட்டிருந்த கார் கொண்டுவரப்பட்டிருந்தது. அந்த வெடிகுண்டை ஒரு மின்னணுக் கருவி மூலம் தொலைதூரத்திலிருந்து வெடிக்க வைக்கத் திட்டமிடப்பட்டிருந்தது. அந்தக் காரில் வெடிகுண்டைப் பொருத்தியிருந்த ஏஜென்டுகள் வெகுநேரத்திற்கு முன்பாகவே விமான நிலையத்திற்குப் போய்விட்டனர்.

முக்னியேவின் கார், குறிப்பிட்ட அந்த இடத்திற்கு வந்து சேர்ந்திருந்ததை, அந்தக் காரில் பொருத்தப்பட்டிருந்த மின்னணுக் கருவி வெளிப்படுத்திய சமிக்கைகள் தெரியப்படுத்தின. மொசாடுக்கு உதவிக் கொண்டிருந்த உள்ளூர் நபர் ஒருவர், அந்த வெடிகுண்டுக் காரை முக்னியேவின் காருக்கு அருகே கொண்டு வந்து நிறுத்திவிட்டு அதிலிருந்து இறங்கிச் சென்றுவிட்டார்.

இரவு பத்து மணிக்குச் சற்று முன்பாக ஒரு பெரும் சத்தம் அந்த ஒட்டுமொத்தப் பகுதியையும் உலுக்கியது. முக்னியே தன் காரிலிருந்து இறங்கிய மறுகணம், அருகிலிருந்த கார் வெடித்திருந்தது.

முக்னியே அதில் கொல்லப்பட்டார்.

அவருடைய படுகொலை ஹெஸ்புல்லாவை அடியோடு ஆட்டம் காணச் செய்தது. அது சிரிய அரசாங்கத்திற்கும் ஒரு பெரிய இடியாகத்தான் இறங்கியது. அதற்கு ஒரு சில

மாதங்களுக்கு முன்புதான் அந்நாட்டின் இரகசிய அணு உலை தரைமட்டமாக்கப்பட்டிருந்தது.

முக்னியே கொல்லப்பட்டு எட்டு மாதங்கள் கழித்து, 2008 நவம்பரில், மொசாட் அமைப்புக்காக இயங்கிக் கொண்டிருந்த உளவு வட்டம் ஒன்றைத் தாங்கள் கண்டுபிடித்திருந்ததாக லெபனான் அதிகாரிகள் அறிவித்தனர். கைது செய்யப்பட்டிருந்தவர்களில் ஒருவரான அலி ஜாரா, மாதந்தோறும் 7,000 டாலர்களைப் பெற்றுக் கொண்டு மொசாடுக்காக இருபது ஆண்டுகளாக உளவு பார்த்து வந்திருந்தார். அவர் அடிக்கடி மொசாடிற்காக சிரியாவுக்குச் சென்று வந்திருந்ததாக அவர்மீது குற்றம் சாட்டப்பட்டது. 2008 பிப்ரவரியில், முக்னியே கொல்லப்படுவதற்குச் சில நாட்களுக்கு முன், குறிப்பிட்ட அந்தப் பகுதிக்கு அவர் சென்று வந்திருந்தார். அவரைக் கைது செய்த அதிகாரிகள், அவருடைய காரில் சாதுரியமாக மறைத்து வைக்கப்பட்டிருந்த நவீனப் புகைப்படக் கேமராக்கள், ஒரு வீடியோ கேமரா, ஒரு ஜிபிஎஸ் கருவி ஆகியவற்றைக் கண்டுபிடித்தனர். விசாரணையின்போது, தான் முக்னியே கொல்லப்பட்டிருந்த இடத்திற்கும் அவருடைய காதலி வசித்து வந்த இடத்திற்கும் சென்று, அவை குறித்தத் தகவல்களைச் சேகரித்து, தேவையான புகைப்படங்களையும் எடுத்துத் தங்களுக்குத் தர வேண்டும் என்று மொசாட் தன்னிடம் கேட்டுக் கொண்டிருந்தது என்று அவர் உண்மையைக் கக்கிவிட்டார்.

முக்னியேவின் படுகொலைக்கும் தங்களுக்கும் எந்தவிதமான தொடர்பும் இல்லை என்று இஸ்ரேல் மறுத்தது. தியாகியாக மடிந்த தங்களுடைய மாவீரனைக் கொன்றது இஸ்ரேல்தான் என்று ஹெஸ்புல்லா அமைப்பு மீண்டும் மீண்டும் குற்றம் சாட்டிக் கொண்டிருந்தது.

அமெரிக்க அரசின் உள்துறை உயரதிகாரியான ஷான் மெக்கோர்மாக், முக்னியே குறித்து ஹெஸ்புல்லா கொண்டிருந்த பார்வையை ஏற்றுக் கொள்ளவில்லை. அவர், “முக்னியே ஒரு கொடூரமான கொலைகாரன், அப்பாவி மக்களைக் கொன்று குவித்தவன், எண்ணற்றோரின் உயிர்களைப் பறித்த ஒரு பயங்கரமான தீவிரவாதி,” என்று கூறினார்.

“அவர் இல்லாமல் இந்த உலகம் இப்போது ஒரு மேம்பட்ட இடமாக இருக்கிறது,” என்று அவர் கூறி முடித்தார்.

அத்தியாயம் 20

கேமரா ஓடத் தொடங்கிவிட்டது!

2010 ஜனவரி மாதத் தொடக்கத்தில், வடக்கு டெல் அவீவில் ஒரு சிறு குன்றின்மேல், கோட்டை போன்ற பாதுகாப்புடன் இருந்த ஒரு கட்டடத்திற்குள் இரண்டு கார்கள் வேகமாக நுழைந்தன. அக்கட்டடம் 'கல்லூரி' என்று அழைக்கப்பட்டது. அது உண்மையில் மொசாடின் தலைமையகம். இரண்டாவது காரில் வந்திறங்கிய இஸ்ரேலியப் பிரதமர் பெஞ்சமின் நெதன்யாஹுவை மொசாடின் தலைவர் மீர் டாகன் வரவேற்றார். சிறிது காலத்திற்கு முன்புதான், நெதன்யாஹு, டாகனின் பதவியை மேலும் ஓராண்டுக்கு நீட்டித்திருந்தார்.

சிரியாவின் அணு உலை தகர்ப்பு, சுலைமான் மற்றும் முக்னியேவின் களையெடுப்பு போன்ற, மொசாடின் சமீபத்திய ஆபரேஷன்களின் வெற்றிகளினால் டாகனும் மொசாடின் பிற உயரதிகாரிகளும் உற்சாகமாகவும் தன்னம்பிக்கையோடும் இருந்தனர். இப்போது அவர்கள் மற்றொரு முக்கியமான காரியத்தைச் செய்து முடிக்க வேண்டியிருந்தது. ஈரானுக்கும் தீவிரவாதிகளுக்கும் இடையே இருந்த மற்றொரு கண்ணியைத் துண்டிப்பது அதுதான். அக்கண்ணியின் பெயர் மஹ்மூத் அப்துல் ரவுஃப் அல்-மபூஹ். அல்-மபூஹைத் தீர்த்துக்கட்ட மொசாட் தீட்டியிருந்த திட்டத்தின் பெயர் 'ஆபரேஷன் பிளாஸ்மா ஸ்கிரீன்.'

அக்கூட்டத்தில், அல்-மபூஹைத் தீர்த்துக்கட்டுவதற்கான திட்டத்தை டாகன் எடுத்துரைத்தார். அல்-மபூஹ் ஹமாஸின் தலைவர்களில் ஒருவர். அவர் சூடான், எகிப்து மற்றும் சினாய் தீபகற்பம் வழியாக, ஈரானிலிருந்து ஆயுதங்களை காசா பகுதிக்குள்

கடத்தி வருவதில் ஒரு முக்கியப் பங்கு வகித்தார். அவர் துபாயில் வைத்துக் கொல்லப்படுவார் என்று டாகன் தெரிவித்தார்.

நெதன்யாஹு அத்திட்டத்திற்கு உடனே ஒப்புதலளித்தார். அதற்கான தயாரிப்பு வேலைகள் உடனடியாகத் துவங்கிவிட்டன. அல்–மபூஹை துபாயில் இருந்த ஓர் ஓட்டலில் வைத்துக் கொல்லத் திட்டம் தீட்டப்பட்டது. அத்திட்டத்திற்கான ஒத்திகையை, மொசாட், டெல் அவீவில் இருந்த ஒரு ஓட்டலில், அதன் நிர்வாகத்திடம் முன்கூட்டியே தெரிவிக்காமல் நடத்தியிருந்ததாக, பின்னர் லண்டனின் 'சன்டே டைம்ஸ்' பத்திரிகை ஒரு செய்தி வெளியிட்டது.

அல்–மபூஹ், காசா பகுதியிலிருந்த ஜபாலியா அகதிகள் முகாமில் 1960 ஆம் ஆண்டு பிறந்தார். 1970களின் பிற்பகுதியில் அவர் 'முஸ்லிம் பிரதர்ஹுட்' அமைப்பில் சேர்ந்தார். ஒரு தீவிர இஸ்லாமியராக இருந்த அவர், சூதாட்டம் நடைபெற்றுக் கொண்டிருந்த அரேபிய ஓட்டல்களைத் தாக்குவதில் பங்கு பெற்றார். 1986 ஆம் ஆண்டு, ஒரு ஏகே–47 துப்பாக்கி வைத்திருந்ததற்காக இஸ்ரேலிய இராணுவத்தால் அவர் கைது செய்யப்பட்டார். பின்னர் ஓராண்டுக்குள் அவர் விடுவிக்கப்பட்டார். அதைத் தொடர்ந்து, ஹமாஸின் இராணுவக் கரமான இஸ் அட்–தின் அல்–காசம் என்ற அமைப்பில் அவர் சேர்ந்தார்.

அல்–மபூஹின் கமான்டர், அவருக்கும் பிற ஹமாஸ் தீவிரவாதிகளுக்கும் ஒரு பிரத்யேகமான பணியை வழங்கினார். இஸ்ரேலிய இராணுவ வீரர்களைக் கடத்தி வந்து கொல்வதுதான் அது. 1989 பிப்ரவரி 16 அன்று, அல்–மபூஹும் ஹமாஸின் உறுப்பினர்கள் சிலரும் ஒரு காரைத் திருடி, வைதிக யூதர்களைப்போல வேடமிட்டுக் கொண்டு, சாலையில் சென்று கொண்டிருந்த இஸ்ரேலிய இராணுவ வீரர் ஒருவருக்கு 'லிஃப்ட்' கொடுக்க முன்வந்தனர். அந்த இராணுவ வீரர் அக்காருக்குள் நுழைந்தபோது, அல்–மபூஹ் அவரை முகத்தில் சுட்டுக் கொன்றார். பின் அவருடைய உடலுக்கு அருகே நின்று அவர் ஒரு புகைப்படமும் எடுத்துக் கொண்டார். பின்னர், அவர்கள் அந்த வீரரின் உடலைப் புதைத்துவிட்டனர். மூன்று மாதங்களுக்குப் பிறகு, அல்–மபூஹும் அவருடைய குழுவினரும் இதேபோல மற்றோர் இஸ்ரேலிய வீரருக்கு 'லிஃப்ட்' கொடுப்பதுபோல நடித்து அவரையும் சுட்டுக் கொன்றனர். பின்னர் அவர் அல்–ஜசீரா ஊடகத்திற்கு அளித்தப் பேட்டியில், அந்த வீரர்களைக் கொன்று புதைத்ததில் தனக்கும் பங்குண்டு என்று ஒப்புக் கொண்டார்.

இரண்டாவது வீரரின் கொலைக்குப் பிறகு, அல்–மபூஹ், முதலில் எகிப்திற்கும், பின்னர் அங்கிருந்து ஜோர்டனுக்கும்

தப்பிச் சென்றார். அங்குச் சென்ற பிறகும் அவர் தன்னுடைய பயங்கரவாத நடவடிக்கைகளைத் தொடர்ந்தார். அவர் காசா பகுதிக்குள் ஆயுதங்களையும் வெடிகுண்டுகளையும் கடத்திக் கொண்டிருந்தார். அவர் எகிப்திற்குத் திரும்பியபோது அந்நாட்டுக் காவல்துறையினரால் கைது செய்யப்பட்டார். 2003 ஆம் ஆண்டு முழுவதையும் அவர் ஓர் எகிப்தியச் சிறையில் கழித்தார். விடுதலையானதும் அவர் சிரியாவுக்குத் தப்பிச் சென்றார். இப்போது அவர் எகிப்து, ஜோர்டன், இஸ்ரேல் ஆகிய மூன்று நாடுகளின் காவல்துறையினராலும் தேடப்பட்ட ஒரு குற்றவாளியாக ஆகியிருந்தார். திட்டங்களை மிகச் சிறப்பாகச் செயல்படுத்திக் கொடுக்கும் திறன் அவரிடம் இயல்பாகவே இருந்ததாக ஹமாஸின் தலைவர்கள் கருதினர். அவர் ஹமாஸ் அமைப்புக்குள் வேகமாக மேல்தட்டுக்கு உயர்ந்தார். அவர் பெரும்பாலும், ஈரானிலிருந்து ஆயுதங்களைக் காசா பகுதிக்குள் கடத்தி வருவதில் கவனம் செலுத்தினார்.

இஸ்ரேல் தன்னை வலை வீசித் தேடிக் கொண்டிருந்ததை அல்–மபூஹ் நன்றாகவே அறிந்திருந்தார். அதோடு, தன்னுடைய வீரர்களைக் கொன்றவனை இஸ்ரேல் ஒருபோதும் மன்னிக்கவோ அல்லது மறக்கவோ செய்யாது என்பதையும் அவர் உணர்ந்திருந்தார். அதனால், அவர் ஏராளமான முன்னெச்சரிக்கை நடவடிக்கைகளை மேற்கொண்டார். அவர் தன் அடையாளத்தை அவ்வப்போது மாற்றிக் கொண்டார். அவர் மத்திய கிழக்கு நாடுகளுக்கு இடையே பயணித்தபோது, தன்னை ஒரு தொழிலதிபர்போலக் காட்டிக் கொண்டார். ஒரு முறை, அவர் தன்னுடைய நண்பர் ஒருவரிடம், "நான் ஓட்டல்களில் தங்கும்போது, என்னுடைய அறைக் கதவுக்கு அருகே நாற்காலிகளால் ஒரு தடுப்பை உருவாக்கிக் கொள்வேன்," என்று கூறினார்.

ஒரு முறை, அவர் அபூர்வமாக அல்–ஜசிரா தொலைக்காட்சிக்கு ஒரு பேட்டியளித்தார். அப்பேட்டியில் பங்கேற்றபோது அவர் தன் தலையை ஒரு கருப்புத் துணியால் மறைத்திருந்தார். அப்பேட்டியில், "இஸ்ரேலியர்கள் மூன்று முறை என்னைக் கொல்ல முயன்றனர். அதில் அவர்கள் கிட்டத்தட்ட வெற்றி பெற்றிருந்தனர். முதல் முறை அவர்கள் துபாயில் முயன்றனர். ஆறு மாதங்களுக்கு முன்பு, இரண்டாம் முறையாக லெபனானில் முயன்றனர். இமாத் முக்னியே கொல்லப்பட்டதற்குப் பிறகு, இரண்டு மாதங்களுக்கு முன்பு, மூன்றாவது முறையாக சிரியாவில் அவர்கள் என்னைக் கொல்ல முயன்றனர். இஸ்ரேலை எதிர்த்துப் போராடுவதற்கு ஒருவர் கொடுத்தாக வேண்டிய விலை இது," என்று அவர் கூறினார்.

இதில் வேடிக்கை என்னவென்றால், அல்–மபூஹ் இந்தப் பேட்டியைக்கூடக் கட்டாயத்தின் பேரில்தான் கொடுத்திருந்தார். அது வீணாக வம்பை விலைக்கு வாங்குகின்ற காரியம் என்று அவர் கருதினார். ஆனால், ஹமாஸின் தலைமை கொடுத்த உத்தரவுக்கு அவர் கீழ்ப்படிந்தாக வேண்டியிருந்தது. அவரைக் கண்டுபிடிக்க மொசாடுக்கு அந்தப் பேட்டி உபயோகமாக இருந்ததாகப் பின்னர் பலர் கருத்துத் தெரிவித்தனர். இறுதியில், அல்–மபூஹ் அத்தொலைக்காட்சி நிலையத்திற்கு ஒரு நிபந்தனை விதித்தார். பேட்டியின்போது தன்னுடைய முகம் வெளியே தெரியாத விதத்தில் தொழில்நுட்பத்தைப் பயன்படுத்தி அதை மறைக்க அவர்கள் ஒப்புக் கொண்டால்தான் தன்னால் பேட்டியளிக்க முடியும் என்று அவர் அவர்களிடம் கூறிவிட்டார். அவருடைய பேட்டியை ஒளிப்பதிவு செய்த தொலைக்காட்சி நிறுவனம், அல்–மபூஹ் கேட்டுக் கொண்டபடி அவருடைய முகத்தைத் தொழில்நுட்பத்தைப் பயன்படுத்தி மறைத்து, அந்தப் பிரதி ஒன்றை ஹமாஸ் தலைமைக்கு அனுப்பி வைத்தது. ஆனால், அவருடைய முகத்தை மறைக்கப் பயன்படுத்தப்பட்டிருந்த தொழில்நுட்பம் சரியாக வேலை செய்யாததால், ஹமாஸ் தலைமை அதை நிராகரித்துவிட்டது. மீண்டும் ஒரு முறை அப்பேட்டியைக் கொடுக்குமாறு அல்–மபூஹ் கேட்டுக் கொள்ளப்பட்டார். ஆனால், இப்புதிய பேட்டியின் ஒளிபரப்பு தள்ளிப்போடப்பட்டது (சரியாகச் சொல்ல வேண்டுமென்றால், அது அவர் கொல்லப்பட்டப் பிறகே ஒளிபரப்பானது). தான் அளித்திருந்த முதல் பேட்டியின் வீடியோ பதிவு என்னவாயிற்று என்று அவர் கேட்டபோது, அது ஹமாஸ் தலைமையகத்தின் பெட்டகத்தில் இருந்ததாக அவரிடம் தெரிவிக்கப்பட்டது. ஆனால் அந்த வீடியோ, அவரைத் தேடிக் கொண்டிருந்த மொசாட் ஏஜெண்டுகளின் கைகளுக்குப் போய்விட்டதாகச் சிலர் சந்தேகித்தனர்.

இரண்டாவது முறையாக அப்பேட்டி ஒளிப்பதிவு செய்யப்பட்டதைத் தொடர்ந்து, சில வாரங்களுக்குப் பிறகு, ஹமாஸின் மூத்தத் தலைவர் ஒருவருக்கு ஓர் அரேபியரிடமிருந்து ஒரு தொலைபேசி அழைப்பு வந்தது. அந்த நபர், ஆயுதக் கடத்தல் மற்றும் பணச்சலவை செய்த ஒரு குழுவோடு தனக்குத் தொடர்பு இருந்ததாகக் கூறினார். எப்போதும் ஆயுதப் பசியோடு இருந்த ஹமாஸ் அமைப்பால் மறுதலிக்க முடியாத சில ஆயுதங்களை அவர்களுக்கு ஏற்பாடு செய்து தருவதாக அந்த நபர் வாக்களித்தார். அது குறித்துப் பேசுவதற்காக அல்–மபூஹை துபாய்க்கு வரும்படி அவர் கேட்டுக் கொண்டார். அவர்கள் சந்தித்துக் கொள்வதற்கு அந்த நபர் துபாயைத் தேர்ந்தெடுத்தது

விநோதமாக இருந்தது. ஏனெனில், பொதுவாக அங்கேதான் அல்–மபூஹ் ஈரானியர்களைச் சந்தித்துக் கொண்டிருந்தார். இந்த மர்மமான தொலைபேசி அழைப்பு ஒருவேளை அல்–மபூஹுக்குக் காலதேவன் விடுத்திருந்த அழைப்பாக இருக்கலாம்.

***

பின்னர், எதிர்பாராத விதமாக, இரகசிய உளவுப் போர் வரலாற்றில் அதுவரை நிகழ்ந்திராத ஒன்று நிகழ்ந்தது. அந்த 'ஆபரேஷன் பிளாஸ்மா ஸ்கிரீன்' முழுவதும் வீடியோவில் பதிவு செய்யப்பட்டது. உபயம்: விமான நிலையத்தின் கவுன்டர்களில் தொடங்கி, அனைத்துச் சாலைகள், ஓட்டல் வரவேற்பறைகள், மின்தூக்கிகள், தாழ்வாரங்கள் ஆகியவைவரை துபாய் நெடுகிலும் பொருத்தப்பட்டிருந்த எண்ணற்ற சிசிடிவி கேமராக்கள்.

அந்த ஆபரேஷன் எவ்வாறு செயல்படுத்தப்பட்டது என்பதிலிருந்து, அதற்குப் பிறகு நிகழ்ந்த சம்பவங்கள்வரை அனைத்தும் அவற்றில் பதிவாகியிருந்தன. உலகின் பல பகுதிகளிலிருந்த இலட்சக்கணக்கான மக்கள், ஒரு தீவிரவாதியைத் தீர்த்துக்கட்டுவதற்காக அனுப்பப்பட்டிருந்த ஒரு குழுவின் இரகசிய நடவடிக்கைகள் அனைத்தையும் தங்களுடைய வீடுகளிலும் அலுவலகங்களிலும் வசதியாக உட்கார்ந்து வேடிக்கை பார்த்துக் கொண்டிருந்தனர்.

***

2010 ஆம் ஆண்டு, ஜனவரி 18, திங்கட்கிழமை.

மொசாட் ஏஜென்டுகள் பலர் துபாய்க்கு வந்து சேர்கின்றனர். அடுத்த இருபத்து நான்கு மணி நேரத்திற்குள் ஒருவர் பின் ஒருவராகப் பல திசைகளிலிருந்து அங்கு வந்திறங்கவிருந்த 27 மொசாட் ஏஜென்டுகளின் முன்னணிக் குழுவினர் அவர்கள். மொத்த ஏஜென்டுகளில் 12 பேர் பிரிட்டிஷ் பாஸ்போர்ட்டுகளையும், 6 பேர் அயர்லாந்துப் பாஸ்போர்ட்டுகளையும், 4 பேர் பிரெஞ்சுப் பாஸ்போர்ட்டுகளையும், 4 பேர் ஆஸ்திரேலியப் பாஸ்போர்ட்டுகளையும், ஒருவர் ஜெர்மானியப் பாஸ்போர்ட்டையும் வைத்திருக்கின்றனர்.

அந்த ஏஜென்டுகள் வெவ்வேறு ஓட்டல்களில் தங்குகின்றனர்.

***

2010 ஆம் ஆண்டு, ஜனவரி 19, செவ்வாய்க்கிழமை.

நள்ளிரவு 12.09 மணி: ஒரு ஜெர்மானியப் பாஸ்போர்ட்டை வைத்திருந்த மைக்கேல் போடன்ஹைமர், ஒரு பிரிட்டிஷ்

பாஸ்போர்ட்டை வைத்திருந்த ஜேம்ஸ் லியோனார்டு ஆகிய இரண்டு மொசாட் ஏஜென்டுகள் துபாயில் வந்திறங்குகின்றனர். உள்ளூர் காவல்துறையினரின் கருத்துப்படி, அல்–மபூஹைக் கொல்வதற்காக வந்துள்ள முன்னணிக் குழுவைச் சேர்ந்தவர்கள் அவர்கள்.

நள்ளிரவு 12.30 மணி: அந்த ஆபரேஷனின் கமான்டர் கெவின் தேவ்ரான், பாரிஸிலிருந்து கிளம்பியிருந்த விமானத்தில் வந்திறங்குகிறார். அவருடன் துணை கமான்டர் கெயில் ஃபோலியார்டும் வருகிறார். அவர்கள் இருவரும் அயர்லாந்துப் பாஸ்போர்ட்டுகளை வைத்திருக்கின்றனர்.

அதிகாலை 1.21 மணி: கெயில் ஃபோலியார்டு, ஜுமெரியா என்ற ஓட்டலுக்குச் சென்று அந்த ஓட்டலிலுள்ள 11–வது மாடியில் ஓர் அறையெடுத்துத் தங்குகிறார். அந்த ஓட்டலின் வரவேற்பாளர் அவருடைய முகவரியைக் கேட்கும்போது, அப்பெண் கொஞ்சம்கூடத் தயங்காமல் அயர்லாந்திலுள்ள ஒரு முகவரியைக் கொடுக்கிறார். அது ஒரு போலி முகவரி என்பது பின்னர் தெரிய வருகிறது.

அதிகாலை 1.31 மணி: கமான்டர் கெவின் தேவ்ரான் அதே ஜுமெரியா ஓட்டலுக்கு வருகிறார். அவருக்கு 3308 என்ற எண் கொண்ட அறை ஒதுக்கப்படுகிறது.

அதிகாலை 2.29 மணி: அந்த ஆபரேஷனின் ஒருங்கிணைப்பாளரான பீட்டர் எல்விங்கர் ஒரு பிரெஞ்சுப் பாஸ்போர்ட்டுடன் வந்திறங்குகிறார். காவல்துறையின் கருத்துப்படி, சந்தேகத்திற்கு இடமான ஒரு பெட்டியை அவர் தன்னுடன் வைத்திருக்கிறார்.

அதிகாலை 2.36 மணி: மற்றொரு ஏஜென்டுக்காக விமான நிலையத்திலேயே காத்திருந்த பீட்டர், அவர் வந்திறங்கியதும், அவருடன் சேர்ந்து நகரத்திலுள்ள ஓர் ஓட்டலை நோக்கிக் கிளம்புகிறார்.

காலை 10.15 மணி: அல்–மபூஹ் டமாஸ்கஸிலிருந்து எமிரேட்ஸ் ஏர்லைன்ஸில் துபாய்க்குக் கிளம்புகிறார். அவர் துபாயை அடைந்ததும், காசாவுக்கு ஒரு பெரும் எண்ணிக்கையில் ஆயுதங்களைக் கடத்துவது தொடர்பாக அவர் ஓர் ஈரானியருடன் பேச்சுவார்த்தை நடத்தவிருந்தார்.

காலை 10.30 மணி: அந்த ஆபரேஷனின் ஒருங்கிணைப்பாளர் பீட்டர், தன் ஓட்டலிருந்து வெளியேறி, அல்–மபூஹைத் தீர்த்துக்கட்ட நியமிக்கப்பட்டிருக்கும் குழுவை ஒரு வணிக வளாகத்தில் சந்திக்கிறார்.

காலை 10.50 மணி: கெவினும் கெயிலும் அந்த வணிக வளாகத்தில் நடக்கின்ற சந்திப்புக்கூட்டத்தில் கலந்து கொள்கின்றனர். அப்போது கெவின் தன் தோற்றத்தைச் சிறிது மாற்றியிருக்கிறார். விமான நிலையத்தில் வந்திறங்கியபோது அவருடைய உதட்டுக்கு மேலேயிருந்த மீசை இப்போது காணாமல் போயிருந்தது. அதேபோல, அப்போது அவர் அணிந்திருந்த மூக்குக்கண்ணாடியை இப்போது அவர் அணிந்திருக்கவில்லை.

மதியம் 12.18 மணி: சந்திப்புக்கூட்டம் நிறைவடைகிறது, அக்குழுவினர் பிரிந்து செல்கின்றனர். தான் தங்கியிருக்கும் ஜுமெரியா ஓட்டலுக்குத் திரும்பி வரும் கெவின், தன் அறையைக் காலி செய்துவிட்டு அந்த ஓட்டலைவிட்டுக் கிளம்புகிறார். அவர் வேறொரு ஓட்டலில் ஓர் அறையெடுத்துத் தங்குவதை அங்கிருக்கும் சிசிடிவி கேமராக்கள் படம் பிடிக்கின்றன. அப்போது அவர் மீண்டும் தன்னுடைய மூக்குக்கண்ணாடியையும் மீசையையும் அணிந்திருக்கிறார்.

மதியம் 2.12 மணி: டென்னிஸ் விளையாட்டுக்குரிய ஆடை அணிந்துள்ள இரண்டு ஏஜென்டுகள், அல்-பஸ்டன் ரோட்டானா என்ற ஓட்டலுக்குள் நுழைகின்றனர். அவர்கள் அல்-மபூஹைக் கண்காணிக்க வந்திருப்பவர்கள். அல்-மபூஹ் இன்னும் ஒரு மணி நேரத்தில் அந்த ஓட்டலில் தங்குவதற்காக வரவிருக்கிறார்.

மதியம் 3.12 மணி: கெயிலும் ஜுமெரியா ஓட்டலைவிட்டுக் கிளம்புகிறார். அவர் அங்கு ஒரு நாள் தங்கியிருந்ததற்கான கட்டணமான *400* டாலர்களைச் செலுத்துகிறார்.

மதியம் 3.15 மணி: அல்-மபூஹ் துபாய்க்கு வந்து சேர்கிறார். ஓர் ஈராக்கியப் பாஸ்போர்ட்டை வைத்திருக்கின்ற அவர், தான் ஆடைகள் ஏற்றுமதித் தொழிலில் ஈடுபட்டுள்ளதாகத் தெரிவிக்கிறார்.

மதியம் 3.25 மணி: கெயில் வேறொரு ஓட்டலுக்குச் சென்று தங்குகிறார். அங்கே அவர் தன்னுடைய ஒப்பனையை மாற்றிக் கொள்கிறார், தன் தலையின் மேல் ஒரு பொய்முடி அணிந்து கொள்கிறார்.

மதியம் 3.28 மணி: அல்-மபூஹ் அல்-பஸ்டன் ரோட்டானா ஓட்டலுக்கு வந்து சேர்கிறார். ஓட்டல் வரவேற்பாளரிடம், பால்கனி இல்லாத, சன்னல்கள் மூடப்பட்டுள்ள ஓர் அறை தனக்கு வேண்டும் என்று அவர் கேட்கிறார். அவருக்கு இரண்டாவது தளத்தில் *230*-ஆம் எண் அறை ஒதுக்கப்படுகிறது. அங்குச்

செல்வதற்கு அவர் அங்கிருக்கும் மின்தூக்கியில் ஏறுகிறார். டென்னிஸ் விளையாட்டுச் சீருடை அணிந்து கொண்டு தன்னுடன் பயணிக்கின்ற இருவர் மொசாட் ஏஜென்டுகள் என்பதை அவர் அறியவில்லை.

மதியம் 3.30 மணி: அந்த மொசாட் ஏஜென்டுகள், அல்–மபூஹ் தன்னுடைய ஓட்டலுக்கு வந்துவிட்டார் என்றும், அவர் தங்கியிருக்கின்ற அறைக்கு நேரெதிரே இருக்கும் அறையின் எண் 237 என்றும் ஒரு பிரத்யேகமான டிரான்ஸ்மிட்டர் மூலம் செய்தி அனுப்புகின்றனர்.

மதியம் 3.53 மணி: ஒருங்கிணைப்பாளர் பீட்டர், அல்–மபூஹ் தங்கியிருக்கின்ற ஓட்டலை அடைந்து, அங்கு இருக்கின்ற பிசினஸ் சென்டரை (தங்கியிருப்பவர்களின் பயன்பாட்டுக்காக உள்ள அறை. அதில் கணினிகள், பிரின்டர்கள், ஃபேக்ஸ் இயந்திரங்கள் போன்றவை இருக்கும்) அடைகிறார். பிறகு, அவர் அந்த ஓட்டலின் வரவேற்பாளரிடம், 237 என்ற எண் கொண்ட அறையைத் தனக்கு ஒதுக்கித் தரும்படி கேட்கிறார்.

மாலை 4.03 மணி: புதிய கண்காணிப்பாளர்கள் அந்த ஓட்டலுக்குள் நுழைந்து, அங்கு ஏற்கனவே இருக்கும் கண்காணிப்பாளர்களின் பணியை ஏற்றுக் கொள்கின்றனர். பிறகு, அல்–மபூஹ் தன் அறையிலிருந்து வெளியேறுவதற்காக அவர்கள் காத்திருக்கின்றனர்.

மாலை 4.14 மணி: அவரைத் தீர்த்துக்கட்ட நியமிக்கப்பட்டிருக்கும் ஏஜென்டுகள் அனைவரும் இப்போது அந்த ஓட்டலில் இருக்கின்றனர்.

மாலை 4.23 மணி: தன் அறையைவிட்டு வெளியே வருகின்ற அல்–மபூஹ், அந்த இடம் ஆளரவமற்று இருக்கிறதா என்பதை உறுதி செய்து கொண்டு அந்த ஓட்டலைவிட்டு வெளியேறுகிறார். அவரைக் கண்காணித்துக் கொண்டிருந்தவர்கள் இப்போது அவரைப் பின்தொடர்கின்றனர்.

மாலை 4.24 மணி: அவரைப் பின் தொடர்ந்து சென்றவர்கள், அல்–மபூஹ் அந்த ஓட்டலிலிருந்து எந்தக் காரில் கிளம்பினார் என்ற தகவலை டிரான்ஸ்மிட்டர் மூலம் தங்கள் கமான்டருக்குத் தெரிவிக்கின்றனர்.

மாலை 4.27 மணி: அந்த ஓட்டலின் வரவேற்பறையை அடைகின்ற பீட்டர், தன் கையிலிருக்கும் பெட்டியைக் கெவினிடம் கொடுக்கிறார். அல்–மபூஹைக் கொல்வதற்குத் தேவையான பொருட்கள் அதற்குள் இருந்திருக்கலாம்.

*மாலை **4.33** மணி:* பீட்டர் தன் ஓட்டலின் வரவேற்பறைக்குச் சென்று, அல்–மபூஹ் தங்கியிருக்கும் அறைக்கு நேர் எதிரே இருக்கின்ற, 237 என்ற எண் கொண்ட அறைக்கான சாவியைப் பெற்றுக் கொள்கிறார்.

*மாலை **4.40** மணி:* பீட்டர் அந்தச் சாவியைக் கெவினிடம் கொடுத்துவிட்டு அந்த ஓட்டலைவிட்டு வெளியேறுகிறார். அவர் எங்கே செல்கிறார் என்பது தெரியவில்லை.

*மாலை **4.44** மணி:* கெவின் 237–ஆம் எண் அறைக்குள் நுழைகிறார். அவர் அந்த அறையைச் சோதித்துவிட்டு, அதன் கதவில் இருக்கின்ற சிறிய கண்ணாடித் துவாரம் வழியாகப் பார்க்கிறார். அதன் வழியாக, அல்–மபூஹ் தங்கியிருக்கின்ற அறையின் கதவை அவரால் பார்க்க முடிகிறது. இப்போது, அல்–மபூஹ் அந்த அறைக்குள் நுழைகின்றபோது கெவினால் தன் அறையிலிருந்து பார்க்க முடியும்.

*மாலை **5.06** மணி:* இப்போது கெயிலும் கெவினின் அறைக்குச் செல்கிறார். அல்–மபூஹ் அந்நகரில் எங்கெல்லாம் சென்று கொண்டிருக்கிறார் என்ற தகவல் அவர்களுக்குத் தொடர்ந்து தெரிவிக்கப்பட்டுக் கொண்டிருக்கிறது.

*மாலை **5.36** மணி:* கண்காணிப்பாளர்களில் ஒருவர் தன் தலையில் ஒரு தொப்பியுடன் அந்த ஓட்டலுக்குள் நுழைகிறார். ஆளரவமற்ற ஒரு தாழ்வாரத்திற்குள் நுழைந்தவுடன், அவர் அத்தொப்பியைக் கழற்றிவிட்டுத் தன் தலையில் ஒரு பொய்முடியை அணிந்து கொள்கிறார்.

*மாலை **6.21** மணி:* கெயில் 237–ஆம் எண் அறையைவிட்டுக் கிளம்புகிறார். பீட்டர் அவரிடம் கொடுத்திருந்த பெட்டி அவர் கையில் இருக்கிறது. அதை, அந்த ஓட்டலின் கார் நிறுத்துமிடத்தில் காத்துக் கொண்டிருக்கும் மற்றொரு ஏஜென்டிடம் அவர் கொடுக்கிறார்.

*மாலை **6.32** மணி:* அல்–மபூஹுபைத் தீர்த்துக்கட்டுவதற்காகத் தேர்ந்தெடுக்கப்பட்டுள்ள குழுவின் முதல் உப–குழுவினர் அந்த ஓட்டலின் வரவேற்பறையை அடைகின்றனர்.

*மாலை மணி **6.34**:* அல்–மபூஹுபைத் தீர்த்துக்கட்டுவதற்காகத் தேர்ந்தெடுக்கப்பட்டுள்ள குழுவின் இரண்டாவது உப–குழுவினர் அந்த ஓட்டலின் வரவேற்பறைக்குள் நுழைந்து, முதல் குழுவினரிடமிருந்து விலகி மற்றொரு மூலையில் உள்ள ஆடம்பரமான சோபாக்களில் அமர்கின்றனர்.

மாலை 6.43 மணி: டென்னிஸ் உடையிலிருக்கும் முதல் கண்காணிப்பாளர்கள் குழு அந்த ஓட்டலைவிட்டு வெளியேறுகிறது.

மாலை 7.30 மணி: மேற்பார்வையாளர் பீட்டர், ஒரு விமானத்தின் மூலம் துபாயிலிருந்து ஜெர்மனியிலுள்ள மியூனிக்கிற்குப் புறப்பட்டு செல்கிறார்.

இரவு 8.00 மணி: இரண்டாவது தளத்தைச் சுத்தம் செய்து கொண்டிருக்கும் ஓட்டல் பணியாளர் ஒருவர் அந்த வேலையை முடித்துவிட்டு அங்கிருந்து செல்கிறார். மொசாட் ஏஜென்டுகள் அல்–மபூஹின் அறைக்குள் நுழைய முயற்சிக்கின்றனர்.

இரவு 8.04 மணி: யாராவது அந்தத் தளத்திற்குள் நுழைகிறார்களா என்பதைக் கவனிப்பதற்காக மின்தூக்கிகளுக்கு அருகே நின்று கொண்டிருக்கும் கெவின், அந்த ஏஜென்டுகளை நோக்கிச் சைகை செய்கிறார். ஏனெனில், அந்தத் தளத்தில் வந்து நின்ற மின்தூக்கியிலிருந்து, அங்குத் தங்கியிருக்கின்ற ஒருவர் வெளியே வருகிறார். அந்த ஏஜென்டுகள் அங்கிருந்து அகல்கின்றனர். அறை எண் 230க்குள் யாரோ திருட்டுத்தனமாக நுழைய முயல்வதை அந்த ஓட்டலில் நிறுவப்பட்டிருக்கின்ற மின்னணுக் கட்டுப்பாட்டு அமைப்பு பதிவு செய்து கொள்கிறது.

இரவு 8.20 மணி: அல்–மபூஹ் தன் ஓட்டலுக்குத் திரும்பி வருகிறார். வரவேற்பறையில் அவரைக் கண்காணித்துக் கொண்டிருக்கின்ற நபர்கள், அவர் மின்தூக்கியை நோக்கிப் போய்க் கொண்டிருக்கின்ற தகவலைக் கெவினுக்குத் தெரிவிக்கின்றனர்.

இரவு 8.27 மணி: அல்–மபூஹ் தன் அறைக்குள் நுழைகிறார். கெவினும் கெயிலும் மின்தூக்கியின் அருகே காவலுக்கு நின்று கொள்கின்றனர். அறை எண் 203க்குள் கொலை நடந்தேறுகிறது.

இரவு 8.46 மணி: தீர்த்துக்கட்ட வந்திருந்த குழுவினரில் நான்கு பேர் அந்த ஓட்டலைவிட்டு வெளியேறுகின்றனர்.

இரவு 8.47 மணி: கெயிலும் மற்றொரு ஏஜென்டும் அந்த ஓட்டலைவிட்டு வெளியேறுகின்றனர்.

இரவு 8.51 மணி: கெவின் அல்–மபூஹின் அறைக் கதவின் வெளியே 'தொந்தரவு செய்யாதீர்கள்' என்ற வாசகம் தாங்கிய ஓர் அட்டையைத் தொங்கவிடுகிறார்.

இரவு 8.52 மணி: கண்காணிப்பாளர்கள் குழு அந்த ஓட்டலைவிட்டு வெளியேறுகிறது.

இரவு 10.30 மணி: கெவினும் கெயிலும் துபாயிலிருந்து பாரிஸ் செல்கின்ற விமானத்தில் ஏறுகின்றனர். தோராயமாக அதே நேரத்தில் அக்குழுவின் அனைத்து உறுப்பினர்களும் வெவ்வேறு நாடுகளுக்குப் புறப்பட்டுச் செல்கின்றனர்.

***

அன்று இரவு சுமார் 10 மணிக்கு, அல்–மபூஹின் மனைவி தன் கணவரை அவருடைய அலைபேசியில் அழைத்தார். ஆனால் மறுமுனையிலிருந்து பதில் எதுவும் வராததால், அவர் மீண்டும் மீண்டும் அழைத்தார். ஆனாலும், அல்–மபூஹிடமிருந்து எந்த பதிலும் வரவில்லை. அல்–மபூஹின் நண்பர் ஒருவரும் அவரைத் தொடர்பு கொள்ள முயன்று தோற்றுப் போனார். அல்–மபூஹிற்கு அனுப்பப்பட்டக் குறுஞ்செய்திகளுக்கும் பதில் வரவில்லை. நேரம் ஓடிக் கொண்டிருந்தது. அதனால் பயந்து போன அவருடைய மனைவி, ஹமாஸ் தலைவர்களைத் தொடர்பு கொண்டார். ஹமாஸ் தலைவர்கள், துபாயிலிருந்த ஹமாஸ் அமைப்பின் உறுப்பினர் ஒருவரைத் தொடர்பு கொண்டு, அல்–மபூஹ் தங்கியிருந்த ஓட்டலுக்கு நேரில் சென்று பார்க்குமாறு அவரைக் கேட்டுக் கொண்டனர். அந்நபர் அந்த ஓட்டலின் வரவேற்பாளரை அணுகி, 230–ஆம் எண் அறையைத் தொடர்பு கொள்ள முயற்சித்தார். ஆனால், எவரும் அதற்குப் பதிலளிக்கவில்லை.

இறுதியில், நள்ளிரவுக்குப் பின்னர், அந்த ஓட்டல் பணியாளர்கள் தங்களுடைய சாவியைக் கொண்டு அல்–மபூஹின் அறைக் கதவைத் திறந்தனர். அங்கு அவர்கள் அல்–மபூஹின் உடலைக் கண்டனர். ஒரு மருத்துவர் உடனடியாக அங்கு வரவழைக்கப்பட்டார். அவர் அல்–மபூஹின் சடலத்தைச் சோதித்துப் பார்த்துவிட்டு, அவர் மாரடைப்பால் மரணமடைந்திருந்ததாகத் தெரிவித்தார்.

***

அல்–மபூஹ் ஏதோ நோயின் காரணமாக மரணமடைந்ததாக ஹமாஸ் அதிகாரபூர்வமாக அறிவித்தது. ஆனால் அவருடைய குடும்பத்தார் அதை ஏற்றுக் கொள்ளத் தயாராக இல்லை. அவர் மொசாடால் கொல்லப்பட்டிருந்ததாக அவர்கள் வாதிட்டனர். அவருடைய உடல் பிரேதப் பரிசோதனைக்கு அனுப்பப்பட்டது. அவருடைய உடலிலிருந்து எடுக்கப்பட்ட இரத்தம், சோதனைக்காக பிரான்ஸுக்கு அனுப்பப்பட்டது. பிரான்ஸ் பரிசோதனை நிலையத்தின் அறிக்கை ஒன்பது நாட்கள் கழித்து

வந்தது. அதன் அடிப்படையில், அல்–மபூஹை மொசாட்தான் கொன்றிருந்தது என்று ஹமாஸ் ஓர் அறிக்கையை வெளியிட்டது. அல்–மபூஹுக்கு முதலில் ஒரு மின்னணுக் கருவி மூலம் மின் அதிர்ச்சி அளிக்கப்பட்டிருந்தது. அதையடுத்து, அவர் ஒரு தலையணையால் மூச்சுத் திணற வைக்கப்பட்டிருந்தார். அதே நேரத்தில், அவருடைய உடலில் விஷம் எதுவும் இருக்கவில்லை என்று துபாய் காவல்துறை அறிவித்தது. ஆனாலும், தங்களுடைய பேட்டைக்குள் நுழைந்து மொசாட்தான் அவரைக் கொன்றிருக்க வேண்டும் என்ற முடிவுக்கு துபாய் காவல்துறையினர் வந்திருந்தனர். அல்–மபூஹ் கொல்லப்பட்டுப் பன்னிரண்டு நாட்கள் கழித்து, ஜனவரி 31 அன்று, லண்டன் 'சன்டே டைம்ஸ்' பத்திரிகை, மொசாட் அவருக்கு விஷம் வைத்துக் கொன்றிருந்தது என்ற ஒரு செய்தியை வெளியிட்டது. மொசாட் ஏஜென்டுகள் அவருடைய அறைக்குள் புகுந்து ஒரு விஷ மருந்தை ஊசி மூலம் அவருடைய உடலில் ஏற்றியிருந்தனர் என்றும், அது அவருக்கு மாரடைப்பு ஏற்படுத்தியிருந்தது என்றும், பின்னர், அவர் கொண்டு வந்திருந்த அனைத்து ஆவணங்களையும் மொசாட் ஏஜென்டுகள் புகைப்படம் எடுத்துவிட்டு அவருடைய அறையிலிருந்து வெளியேறி, அறையின் வாசலில் 'தொந்தரவு செய்யாதீர்கள்' என்ற அட்டையைத் தொங்கவிட்டுவிட்டுச் சென்றுவிட்டனர் என்றும் அந்தக் கட்டுரையில் குறிப்பிடப்பட்டிருந்தது.

பிப்ரவரி 28 அன்று, துபாய் காவல்துறையின் உதவித் தலைவர் பத்திரிகையாளர்களைச் சந்தித்தார். அப்போது, பிரான்ஸின் பரிசோதனைச் சாலை அளித்திருந்த அறிக்கையில், அல்–மபூஹின் உடலில், அறுவை சிகிச்சைகளின்போது பயன்படுத்தப்படுகின்ற ஹைட்ரோகுளோரைடு மயக்க மருந்து கலந்திருந்ததற்கான அறிகுறி இருந்ததென்று குறிப்பிடப்பட்டிருந்ததாகத் தெரிவித்தார். அந்த மருந்தின் மூலம் அவரைக் கொன்றவர்கள் அவரைப் பிரக்ஞை இழக்க வைத்து, பின்னர் அவருக்கு மூச்சுத் திணறலை ஏற்படுத்தியிருக்க வேண்டும் என்று அவர் கூறினார்.

லண்டன் 'டெலிகிராஃப்' பத்திரிகையில் ஒரு கட்டுரை வெளியானது. மொசாட் கடந்தகாலத்தில் மேற்கொண்டிருந்த படுகொலைகளுக்கும் அல்–மபூஹின் கொலைக்கும் ஏகப்பட்ட ஒற்றுமைகள் இருந்ததாக அதில் குறிப்பிடப்பட்டிருந்தது. ஹாரெட்ஸ் என்ற இஸ்ரேலியப் பத்திரிகையும், சிசிடிவி கேமரா பதிவுகள் மற்றும் பிற கண்டுபிடிப்புகளின் அடிப்படையில், இது மொசாடின் பிற ஆபரேஷன்களைப்போலவே இருந்ததாக ஒரு கட்டுரையில் குறிப்பிட்டது. ஏஜென்டுகள் உலகின் பல பகுதிகளிலிருந்து தனித்தனியாக ஓரிடத்திற்கு வந்து அங்கு ஒன்று சேர்வது; வெவ்வேறு ஓட்டல்களில் தங்குவது; அடையாளம்

கண்டுகொள்வதற்குக் கடினமான விதங்களில் உடையணிவது; சுற்றுலாப் பயணிகள் அல்லது தொழிலதிபர்கள்போல நடித்து ஒரு நாட்டுக்குள் புகுவது போன்றவற்றை, அக்கொலையை மொசாட்தான் செய்திருக்கும் என்பதற்கான ஆதாரங்களாக அப்பத்திரிகை முன்வைத்தது. ஆனால், பிற வல்லுநர்கள் அதை ஒதுக்கித் தள்ளினர். அப்பத்திரிகையில் குறிப்பிடப்பட்டிருந்த வழிமுறைகளை மொசாட் மட்டும் கடைபிடிப்பதில்லை, பெரும்பாலான மேற்கத்தியப் புலனாய்வு அமைப்புகளும் அவற்றைக் கடைபிடித்து வருகின்றன என்பதால், அந்தப் படுகொலையை யார் செய்திருந்தார்கள் என்று அனுமானிப்பது கடினம் என்று அவர்கள் வாதிட்டனர்.

'டெர் ஸ்பீகல்' என்ற ஜெர்மானியப் பத்திரிகை வெளியிட்டிருந்த ஒரு கட்டுரையில், அல்–மபூஹைக் கொன்றது மொசாட்தான் என்று ஜெர்மானியப் புலனாய்வு அமைப்பு ஜெர்மானிய நாடாளுமன்ற உறுப்பினர்களிடம் கூறியதாகக் குறிப்பிடப்பட்டிருந்தது. இஸ்ரேலில் பிறந்த மைக்கேல் போடன்ஹைமர், தன்னுடைய தந்தை ஜெர்மனியில் பிறந்திருந்ததால் தனக்கு ஒரு ஜெர்மானிய பாஸ்போர்ட் வேண்டும் என்று விண்ணப்பித்து அதைப் பெற்றிருந்தார். அந்தப் பாஸ்போர்ட்டைப் பயன்படுத்தி, அவர் 2009 நவம்பர் 8 அன்று, ஃபிராங்க்ஃபர்ட்டிலிருந்து துபாய்க்குச் சென்றுவிட்டு, அங்கிருந்து ஹாங்காங்கிற்குச் சென்றார். அல்–மபூஹின் கொலை நடந்த நாளன்றும் அவர் அதே வழியில் பயணப்பட்டிருந்தார். அதே 2009 நவம்பர் 8 அன்று, பல்வேறு ஐரோப்பிய நகரங்களிலிருந்து 8 ஏஜென்டுகள் துபாய்க்குச் சென்றிருந்தனர். அப்பயணங்கள், 2010 ஆம் ஆண்டு நடத்தப்பட்டக் கொலைக்கான வெள்ளோட்டமாக அமைந்திருந்ததாக அப்பத்திரிகை குறிப்பிட்டிருந்தது.

துபாய் காவல்துறையின் தலைவர் தாஹி கல்பான் தமீம் ஒரு செய்தித்தாளுக்கு அளித்திருந்த ஒரு பேட்டியில், மொசாட்தான் அக்கொலையைச் செய்திருக்க வேண்டும் என்று தான் நம்பியதற்கான காரணங்களைத் தெரிவித்திருந்தார்: "சில டிஎன்ஏ மாதிரிகளும் கைரேகைகளும் எங்களுக்குக் கிடைத்துள்ளன. இக்கொலையில் தொடர்பு கொண்டிருந்த அனைவரும் உண்மையான பாஸ்போர்ட்டுகளைப் பயன்படுத்தியிருந்தனர். ஆனால் அவற்றில் இடம் பெற்றிருந்த தகவல்கள் மட்டும் போலியானவையாக இருந்தன. அந்தப் பாஸ்போர்ட்டுகளை வைத்திருந்தவர்கள் உண்மையில் இஸ்ரேலைச் சேர்ந்தவர்கள் என்பது கண்டுபிடிக்கப்பட்டது. இப்படி இருக்கும்போது, அவரை ஏதோ ஓர் அமைதி இயக்கமா கொன்றிருக்கும்? நூறு சதவீதம் அது மொசாடின் கைவண்ணம்தான்!"

அதற்குப் பிறகு, தமீம், ஊடகக் கதாநாயகனாக ஆகிவிட்டிருந்தார். அவர் சர்வதேசத் தொலைக்காட்சிக் கேமராக்களின் முன்னால் பல மணி நேரத்தைச் செலவிட்டுக் கொண்டிருந்தார். அவர் கூறியதைக் காது கொடுத்துக் கேட்க எவர் தயாராக இருந்தாலும், அவர் அவருக்குப் பேட்டியளித்தார். துபாயின் சிசிடிவி கேமராக்களின் உதவியால் அவர் தொலைக்காட்சி நிருபர்களுக்குப் பிடித்தமானவராக ஆகியிருந்தார். அவர் பத்திரிகையாளர்களுக்கு ஒரு வீடியோவைப் போட்டுக் காட்டினார். துபாய் நெடுகிலும் நீக்கமற நிறைந்திருந்த சிசிடிவி கேமராக்களில் பதிவாகியிருந்தவற்றைத் தொகுத்து அப்படத்தை அவர் உருவாக்கியிருந்தார். அல்–மபூஹைக் கொன்றவர்கள் துபாய்க்குள் எவ்வாறு புகுந்தனர், எவ்வாறு துபாயைவிட்டு வெளியேறினர், துபாயில் எங்கெல்லாம் சென்றனர், வணிக வளாகத்தில் எப்படி ஒன்றுகூடினர், அந்த ஓட்டலுக்குள் எப்படிப் பிரவேசித்தனர், அங்கிருந்து எவ்வாறு வெளியேறினர், அவ்வப்போது தங்களுடைய அடையாளங்களை எவ்வாறு மாற்றிக் கொண்டனர் போன்ற அனைத்தையும் அவர் அந்த வீடியோவின் வாயிலாகத் திறமையாக எடுத்துரைத்தார்.

தமீமின் கருத்துப்படி அந்த ஆபரேஷன் இவ்வாறு நடைபெற்றிருந்தது: “நேரடியாக அந்தக் கொலைச் செயலில் ஈடுபட்டிருந்த குழுவில் 11 பேர் இடம் பெற்றிருந்தனர். அவர்களில் மூவர் அயர்லாந்துக்காரர்கள், ஆறு பேர் பிரித்தானியர்கள், ஒருவர் பிரெஞ்சுக்காரர், ஒருவர் ஜெர்மானியர். அவர்கள் பல்வேறு ஐரோப்பிய நகரங்களிலிருந்து துபாய்க்கு வந்தனர். அவர்களில் சிலர், முதல் நாள் இரவே துபாய்க்கு வந்துவிட்டிருந்தனர். மற்றவர்கள், அல்–மபூஹ் துபாய்க்கு வந்து சேர்ந்த நேரத்தையொட்டி அங்கு வந்து சேர்ந்தனர். 648 மணி நேரம் ஓடக்கூடிய சிசிடிவி வீடியோ பதிவுகள், அல்–மபூஹின் கொலைகாரர்களை அடையாளம் கண்டுகொள்ள துபாய் காவல்துறைக்கு உதவின.”

அந்த சிசிடிவி வீடியோ காட்சிகளையும், விமான நிலையத்தில் எடுக்கப்பட்டிருந்த புகைப்படங்களையும் வைத்து, அந்த ஆபரேஷனுக்காக துபாய்க்குள் நுழைந்திருந்த மொசாட் ஏஜென்டுகளின் எண்ணிக்கை 11 பேருக்கும் அதிகமாக இருக்கும் என்ற முடிவுக்குத் தமீம் வந்திருந்தார். அவர் அதிகாரபூர்வமாக அறிவித்திருந்த எண்ணிக்கை 27. பின்னர், அந்தப் பட்டியலில், சந்தேகத்திற்கிடமான மேலும் சிலரை அவர் சேர்த்துக் கொண்டார்.

ஆனால், அவருடைய முடிவுகள் பல கேள்விகளை எழுப்பின: துபாய் நெடுகிலும் சிசிடிவி கேமராக்கள் பொருத்தப்பட்டிருந்ததை

மொசாட் அறியாமலா இருந்திருக்கும்? தமீமின் கூற்றுப்படி, மொசாட் ஏஜென்டுகள் அந்த ஆபரேஷனின் தயாரிப்புக்காகப் பல முறை துபாய்க்கு வந்து சென்றிருந்தனர். அப்போது அவர்கள் சிசிடிவி கேமராக்களைப் பார்க்கவில்லையா? அப்படி அவர்கள் பார்த்திருந்தால், ஏஜென்டுகள் ஓட்டலுக்கு உள்ளே போனதும் வெளியே வந்ததும், ஆடைகளை மாற்றிக் கொண்டதும், போலி மீசைகளை வைத்துக் கொண்டதும், பொய்முடி அணிந்து கொண்டதும் இந்த சிசிடிவி கேமராக்களுக்காக அரங்கேற்றப்பட்ட நாடகங்களா? இந்த ஆபரேஷனில் இடம் பெறாத நபர்களையும் அதே நேரத்தில் துபாய்க்குள் நடமாடவிட்டிருந்ததும், சிசிடிவி கேமராக்களை ஆய்வு செய்பவர்களைத் திசைதிருப்புவதற்காகத் திட்டமிட்டே நடத்தப்பட்ட ஒன்றா?

மற்றொரு முக்கியமான விஷயம்: துபாய்க்குள் நுழைந்திருந்த அனைத்து ஏஜென்டுகளும் விமான நிலையத்தில் படம்பிடிக்கப்பட்டிருந்தனர் என்று தமீம் தம்பட்டம் அடித்துக் கொண்டிருந்தார். அதுதான் துபாயில் வழக்கமாகக் கடைபிடிக்கப்படுகின்ற முறை என்பதைக்கூட மொசாட் அறியாமல் இருந்ததா? அப்படித் தெரிந்திருந்தால், தங்களுடைய முக அடையாளங்களை மாற்றியிருக்கக்கூடிய மாறுவேடங்களில் அவர்கள் துபாய்க்குள் நுழைந்திருந்திருப்பார்கள், இல்லையா?

மூன்றாவது கேள்வி: அந்த ஏஜென்டுகளின் ஒவ்வோர் அசைவையும் நொடிக்கு நொடி படம்பிடித்திருந்த அந்த சிசிடிவி கேமராக்கள், எப்படி அந்த ஏஜென்டுகள் அல்–மபூஹின் அறைக்குள் நுழைந்ததையும் வெளியேறியதையும் மட்டும் தவறவிட்டிருந்தன?

அந்தக் கொலைப் படையினர், தங்களுடைய தகவல் பரிமாற்றத்திற்காக ஆஸ்திரியாவில் இருந்த ஒரு தொலைபேசி எண்ணைப் பயன்படுத்தியிருந்ததாகத் தமீம் தெரிவித்தார். அந்தத் தொலைபேசிப் பதிவுகளை ஆராய்ந்தபோது, அந்தத் தொலைபேசி எண்ணைப் பயன்படுத்தியிருந்த வெளிநாட்டவர்களைத் தன்னால் அடையாளம் கண்டுகொள்ள முடிந்தது என்றும், அவர்கள் மொசாட் ஏஜென்டுகளாகத்தான் இருக்க வேண்டும் என்றும் அவர் கூறினார். அதோடு, துபாயில் இருந்தபோது, அந்த ஏஜென்டுகள் தங்களுடைய செலவுகளை மாஸ்டர் கார்டின் ரீசார்ஜபிள் கிரெடிட் கார்டுகளை வழங்குகின்ற, 'பேயோனீர்' என்ற, சர்வதேசப் பணம் செலுத்துகின்ற நிறுவனத்தின் மூலமாகச் செய்திருந்தனர். அந்த அமெரிக்க நிறுவனத்தின் ஆராய்ச்சி வளர்ச்சி மையம் இஸ்ரேலில் இருந்தது.

துபாய் நடத்தியிருந்த விசாரணையில் மிகவும் விநோதமாக இருந்த ஒரு விஷயம் இதுதான்: அந்தக் கொலைப் படையில்

இடம் பெற்றிருந்தவர்களில் பெரும்பாலானோர், இரட்டைக் குடியுரிமை பெற்றிருந்த உண்மையான இஸ்ரேலியக் குடிமக்களின் பாஸ்போர்ட்டுகளைப் பயன்படுத்தியிருந்தனர். வெகு சிலரிடம் மட்டுமே போலியான பாஸ்போர்ட்டுகள் இருந்தன. கண்டிப்பாக இதற்கு ஒரு வலுவான காரணம் இருந்திருக்க வேண்டும் என்பது வெளிப்படை. அக்குழுவினர், எதிரிப் பகுதி என்று சொல்லப்படக்கூடிய ஓர் அரேபிய நாட்டில் அந்த ஆபரேஷனை மேற்கொண்டிருந்தனர். தப்பித் தவறி அந்தக் கொலைப் படையினர் பிடிபட்டிருந்தால், அவர்கள் உடனடியாக துபாயிலுள்ள தங்களுடைய நாட்டின் தூதரகங்களைத் தொடர்பு கொண்டிருந்திருப்பர். அந்தத் தூதரகங்கள் தங்களுடைய கணினிகளில் தேடியிருந்தால், அவர்கள் உண்மையிலேயே தங்களுடைய நாட்டுக் குடிமக்கள் என்பதை அறிந்து அவர்களுக்கு உதவ முன்வந்திருக்கும். மாறாக, அந்த ஏஜென்டுகள் அனைவரும் போலியான பாஸ்போர்ட்டுகளைப் பயன்படுத்தியிருந்தால், அவர்களுடைய குட்டு உடனடியாக வெளிப்பட்டிருக்கும், அவர்கள் எந்தவிதமான பாதுகாப்பும் இல்லாமல் எதிரி நாட்டுக்குள் மாட்டிக் கொண்டிருந்திருப்பர்.

***

இவை அனைத்தும் வெட்ட வெளிச்சமானபோது, எந்த நாடுகளின் பாஸ்போர்ட்டுகள் அந்த துபாய் ஆபரேஷனில் பயன்படுத்தப்பட்டிருந்தனவோ அந்த நாடுகள் இஸ்ரேலைக் கடுமையாக விமர்சித்தன. பிரிட்டன், ஆஸ்திரேலியா, அயர்லாந்து ஆகிய நாடுகள், தங்கள் மண்ணில் தங்கியிருந்த மொசாடு பிரதிநிதிகளை வெளியேற்றின. போலந்து, யூரி பிராட்ஸ்கி என்ற நபரை வார்சாவில் கைது செய்து அவரை ஜெர்மனியிடம் ஒப்படைத்தது. மைக்கேல் போடன்ஹைமர் ஒரு ஜெர்மானியப் பாஸ்போர்ட்டைப் பெறுவதற்கு பிராட்ஸ்கி உதவியிருந்தார் என்ற குற்றச்சாட்டு அவர்மீது வைக்கப்பட்டது. (பிராட்ஸ்கி 60,000 யூரோக்கள் அபராதம் செலுத்திய பிறகு விடுவிக்கப்பட்டார். அதற்குப் பிறகு, மைக்கேல் போடன்ஹைமரைக் கண்டுபிடிக்க முடியவில்லை.) வேறு சில நாடுகளும் இஸ்ரேல்மீது தாங்கள் கொண்டிருந்த கோபத்தை வெளிப்படுத்தின. இவை வெறும் கண்துடைப்புதான். ஏனெனில், போலியான பாஸ்போர்ட்டுகளையும் திருத்தப்பட்டப் பாஸ்போர்ட்டுகளையும் ஏஜென்டுகள் பயன்படுத்துவது அனைத்து இரகசியப் புலனாய்வு அமைப்புகளும் வழக்கமாக மேற்கொள்கின்ற ஒரு நடவடிக்கைதான். இஸ்ரேலைக் கண்டித்திருந்த நாடுகளும், மொசாடைப்போலவே போலியான பாஸ்போர்ட்டுகளையும்

திருத்தப்பட்டப் பாஸ்போர்ட்டுகளையும் சர்வசாதாரணமாகப் பயன்படுத்திக் கொண்டிருந்தன. ஆனாலும், 2010 ஆம் ஆண்டின் பிற்பகுதியில், அமெரிக்காவில் செயல்பட்டுக் கொண்டிருந்த இரஷ்ய உளவாளிகள் பலர் பிடிபட்டபோது, அவர்கள் போலியான அமெரிக்கப் பாஸ்போர்ட்டுகளையும் பிரிட்டிஷ் பாஸ்போர்ட்டுகளையும் பயன்படுத்திக் கொண்டிருந்தது குறித்து எந்தவிதமான கண்டனமும் தெரிவிக்கப்படவில்லை.

துபாய் ஆபரேஷன் வெற்றிகரமாக நிறைவேற்றப்பட்டிருந்தபோதிலும், மொசாட் ஒரு பயங்கரமான தவறு செய்திருந்ததைப் போன்ற ஒரு பிம்பத்தை சர்வதேச ஊடகங்கள் ஏற்படுத்தியிருந்தன: துபாயையும், அந்த ஆபரேஷனில் தாங்கள் ஈடுபடுத்தியிருந்த மேற்கத்திய நாடுகளையும் இஸ்ரேல் குறைத்து மதிப்பிட்டுவிட்டிருந்தது என்பதுதான் அது. அது இஸ்ரேலின் சர்வதேசப் பிம்பத்திற்கு ஒரு பலமான அடிதான் என்றாலும், அதனுடைய இரகசிய நடவடிக்கைகளை அது எள்ளளவும் பாதிக்கவில்லை. அந்த மேற்கத்திய நாடுகளிலிருந்து வெளியேற்றப்பட்டிருந்த மொசாட் பிரதிநிதிகளுக்குப் பதிலாக, மொசாடைச் சேர்ந்த வேறு நபர்கள் அந்நாடுகளுக்குள் நுழைய அனுமதிக்கப்பட்டனர். மொசாட் கொலைப் படையினரின் அடையாளம் இப்போது உலகிற்கே தெரிந்துவிட்டிருந்ததால், அவர்கள் கைது செய்யப்படுவார்கள் என்று துபாய் மார்தட்டிக் கொண்டிருந்தாலும், அது நடைமுறையில் நிகழவில்லை. அந்த துபாய் ஆபரேஷனில் பங்கு பெற்ற ஏஜென்டுகளில் ஒருவர்கூட எந்தவொரு நாட்டினாலும் கைது செய்யப்படவில்லை.

ஆனால், முற்றிலுமாக உருமாறியுள்ள இந்த நவீன உலகில், சர்வதேச இரகசியப் புலனாய்வு அமைப்புகள் எதிர்கொண்டுள்ள புதிய சவால்களுக்கான குறியீடாக துபாய் சம்பவம் அமைந்தது. தீவிரவாதிகளை இரகசியமாகப் பின்தொடர்ந்து சென்று அவர்களைச் சுட்டுக் கொல்கின்ற அல்லது சிறையெடுக்கின்ற காலம் மலையேறிவிட்டது. சிசிடிவி கேமராக்கள், நாடுகளுக்குள் நுழைகின்றபோது எடுக்கப்படுகின்ற புகைப்படங்கள், பெறப்படுகின்ற கைரேகைகள், கணினிகள் மூலமாகப் படுவிரைவாகப் பாஸ்போர்ட்டுகள் சரிபார்க்கப்படுகின்ற முறை, டிஎன்ஏ ஒப்பீடுகள் போன்றவை இப்போது நடைமுறை எதார்த்தமாக ஆகியுள்ளதால், தீவிரவாதிகளைப் பிடிப்பதற்கு இரகசியப் புலனாய்வு அமைப்புகளுக்கு இன்னும் அதிகப் புத்திசாலித்தனமான, அதிநவீன அணுகுமுறைகளும் திட்டங்களும் தேவை.

***

2011 ஏப்ரல் 7 அன்று, சூடான் துறைமுகத்திற்குத் தெற்கே சுமார் 15 கிலோமீட்டர் தொலைவில் ஒரு சாலையில் சென்று கொண்டிருந்த ஒரு காரின்மீது, அடையாளம் தெரியாத ஒரு விமானத்திலிருந்து ஓர் ஏவுகணை ஏவப்பட்டது. விமானியில்லா வான்கலம் ஒன்றிலிருந்து அது ஏவப்பட்டிருந்தது. ஷோவல் என்ற நிறுவனத்தின் தயாரிப்பான அந்த விமானியில்லா வான்கலத்தில் ஒரு முறை எரிபொருள் நிரப்பப்பட்டுவிட்டால், ஒரு டன் எடையைத் தூக்கிக் கொண்டு 4,000 கிலோமீட்டர் தூரம்வரை அதனால் பயணிக்க முடியும். இப்போதெல்லாம், இஸ்ரேல், எல்லை தாண்டி மேற்கொள்ளப்பட வேண்டிய ஆபத்தான ஆபரேஷன்களுக்கு, இத்தகைய ஷோவல் விமானியில்லா வான்கலங்களையே பயன்படுத்துகிறது. இஸ்ரேலில் தயாரிக்கப்படுகின்ற விமானியில்லா வான்கலங்கள், உலகின் தலைசிறந்த வான்கலங்களில் சில. அவை மத்திய கிழக்குப் பகுதிகளில் அதிகமாகப் பயன்படுத்தப்பட்டு வருகின்றன.

சூடானில் மேற்கொள்ளப்பட்டக் கார் தாக்குதலில் கொல்லப்பட்டிருந்த இருவரில் ஹமாஸ் தலைவரும் ஒருவர். ஈரானிலிருந்து காசா பகுதிக்கு ஆயுதங்களைக் கடத்தி வருவதற்கு ஹமாஸ் சூடானைப் பயன்படுத்திக் கொண்டிருந்தது. ஆயுதங்கள் ஈரானிலிருந்து பெரிய படகுகள் மூலமாக சூடான் துறைமுகத்திற்குக் கொண்டுவரப்பட்டு, லாரிகளில் ஏற்றப்பட்டு, எகிப்து, சினாய் தீபகற்பம் ஆகியவற்றின் வழியாக காசா பகுதிக்குக் கொண்டு செல்லப்பட்டுக் கொண்டிருந்தன. அந்த லாரி ஓட்டுநர்கள், இலஞ்சம் கொடுத்து நாட்டு எல்லைகளையும் சோதனைச் சாவடிகளையும் கடந்து சென்றனர்.

அந்தக் கார் தாக்குதலுக்கு இஸ்ரேல்தான் காரணம் என்று சூடான் உடனடியாகக் குற்றம் சாட்டியது.

2009 ஜனவரியில், ஆயுதங்களைக் கடத்திக் கொண்டு அணிவகுத்துச் சென்று கொண்டிருந்த பல லாரிகள்மீது நடத்தப்பட்ட மர்மமான தாக்குதல்களுக்கும் இஸ்ரேல்மீது குற்றம் சுமத்தப்பட்டிருந்தது. ஆயுதங்கள், ஏவுகணைகள், வெடிமருந்துப் பொருட்கள் போன்றவற்றை எடுத்துச் சென்று கொண்டிருந்த அந்த லாரிகள் அழித்து நாசமாக்கப்பட்டன. அந்த லாரிகளை ஓட்டிச் சென்ற 40 பேர் அதில் கொல்லப்பட்டனர்.

அதில் கொல்லப்பட்டிருந்த நபர்களில் ஒருவர், ஈரானிலிருந்து காசாவுக்கு ஆயுதங்களைக் கடத்தி வருவதற்குப் பொறுப்பேற்றிருந்த ஒரு ஹமாஸ் தலைவராவார்.

அத்தியாயம் 21

ஷீபா இராணியின் பூமியிலிருந்து

வெள்ளை நிற ஆடைகள் அணிந்திருந்த கருப்பு நிற எத்தியோப்பியச் சிறுவர்களும் சிறுமியரும் ஜெருசலேமில் இருந்த ஒரு பெரிய அரங்கத்தின் மேடையில் நின்று கொண்டிருந்தனர். ஆர்வமும் பெருமையும் கொப்பளித்துக் கொண்டிருந்த தங்களுடைய பெரிய விழிகளால் அவர்கள் பார்வையாளர்களைப் பார்த்துக் கொண்டிருந்தனர். மிகப் பிரபலமான இஸ்ரேலிய இசையமைப்பாளரான ஷுலோமோ குரோனிச் தன்னுடைய பியானோவின் அருகே அமர்ந்திருந்தார். அதிலிருந்து வெளிப்பட்ட இசை, பார்வையாளர்களை மென்மையாக வருடிச் சென்றது. மேடைமீது நின்று கொண்டிருந்த குழந்தைகள் ஓர் அழகான, சோகமான பாடலைப் பாடத் துவங்கினர்.

மேலேயிருந்து எட்டிப் பார்க்கிறது நிலா
என் முதுகின்மீது கொலுவேறியிருக்கிறது ஓர் உணவு மூட்டை
எங்கள் காலடியில் படர்ந்திருக்கிறது எல்லையில்லா பாலைவனம்
என் குட்டிச் சகோதரர்களிடம் அம்மா அளித்தாள் இப்படி ஒரு வாக்குறுதி:
"இன்னும் கொஞ்ச தூரம்தான், இன்னும் கொஞ்ச தூரம்தான்,
காலை எட்டி வையுங்கள் ஜெருசலேமை நோக்கி."

***

ஹைம் இடிசிஸ் என்ற இஸ்ரேலியக் கவிஞர், 'பயணக் கவிதை' என்ற தலைப்பில் எழுதியிருந்த ஒரு கவிதை அது. புண்ணிய பூமியை நோக்கி எத்தியோப்பிய யூதர்கள் மேற்கொண்ட புராதனகாலப் பயணத்தை வர்ணித்தக் கவிதை அது. அதைக் கேட்டுக் கொண்டிருந்த பார்வையாளர்கள் கை தட்டி ஆர்ப்பரித்தனர். ஆனால், அந்தக் கவிஞனின் நோக்கம் அதுவல்ல. உற்சாகத்தில் மூழ்கியிருந்த அந்தப் பார்வையாளர்கள், அடுத்து அந்தச் சிறார்கள், நெஞ்சை நெகிழ வைக்கின்ற வரிகளைப் பாடிக் கொண்டிருந்ததைக் கவனிக்காமல் இருந்திருக்கலாம். ஆனால், எத்தியோப்பிய யூதர்கள் தங்களுடைய பிதாக்களின் பூமியில் குடியேறும் கனவோடு மேற்கொண்டிருந்த கொடும் பயணத்தை அவை விவரித்தன.

தொடர்ந்து வந்து கொண்டிருந்தது நிலா வெளிச்சம்
தொலைந்து போயிருந்தன எங்களுடைய உணவு மூட்டைகள்
கத்திகளோடும் வாட்களோடும் தாக்கினர் கொள்ளையர்கள் இரவுகளில்
பாலைவனத்தை நனைத்தது எங்கள் அன்னையரின் குருதி
என்னுடைய ஒரே சாட்சியாய் நின்று கொண்டிருந்தது நிலா
என் குட்டிச் சகோதரர்களிடம் நான் அளித்தேன் இப்படி ஒரு வாக்குறுதி:
"இன்னும் கொஞ்ச தூரம்தான், இன்னும் கொஞ்ச தூரம்தான்,
நம் கனவு நனவாகிவிடும்,
விரைவில் அடைவோம் நாம் இஸ்ரேலின் மடியை."

***

இஸ்ரேலை நோக்கிய பயணத்தில் எத்தியோப்பிய யூதர்கள் எதிர்கொண்டிருந்த அளவுக்கு வேறு எந்த இஸ்ரேலியச் சமூகமும் துயரத்திற்கு ஆளாகியிருந்திருக்குமா என்பது சந்தேகம்தான்.

அவர்களுடைய கதை நவீனகாலப் புராணக் கதையாக உருவானது.

அதன் வெறும் இருத்தலே ஒரு கதைப் புத்தகத்திலிருந்து கடன் வாங்கப்பட்டிருந்ததுபோலத் தோன்றியது. வெளியுலகிலிருந்து முற்றிலுமாகத் துண்டிக்கப்பட்டு, ஆப்பிரிக்காவின் இதயத்திற்குள் வேரூன்றி, எத்தியோப்பிய மலைகளுக்குள்ளும் பள்ளத்தாக்குகளுக்குள்ளும், இராணி ஷீபாவின் பூமியில் ஒரு யூதப் பழங்குடியினர் வசித்து வந்தனர். ஆயிரக்கணக்கான ஆண்டுகளாக, அவர்கள் பிடிவாதமாகத் தங்களுடைய மத நம்பிக்கையை இறுகப் பற்றிக் கொண்டிருந்தனர். அது ஒரு தூய்மையான, கள்ளங்கபடமற்ற பைபிள்கால மதம்.

ஆனால் அந்த அமைதியான, கூச்ச சுபாவமுடைய பழங்குடியினர், வரலாற்றின் பக்கங்களில் காணாமல் போயிருந்தனர். 'கெஸ்ஸிம்' என்று அழைக்கப்பட்ட அந்தப் பழங்குடியினரின் மதகுருமார்கள், தங்களுடைய மக்களுக்கு யூத மதத்தின் புராதனமான விதிமுறைகளை விளக்கி, நவீன வாழ்க்கைமுறையின் ஊடாக அவர்கள் பயணப்படவும் வழிகாட்டினர். அக்குழுவினர் சில சமயங்களில் அமைதியாகவும், தங்களுடைய அண்டைச் சமூகத்தினரோடு இணக்கமாகவும் வாழ்ந்து வந்தனர். வேறு சமயங்களில், அண்டைச் சமூகத்தை ஆண்ட கொடூரமான ஆட்சியாளர்களால் அவர்கள் துன்புறுத்தப்பட்டனர். அது மட்டுமல்லாமல், வெளியுலகிலிருந்த யூத மதகுருக்கள் மற்றும் யூத மத இறையியல் வல்லுநர்களால் மோசமான முறையில் அவமானப்படுத்தப்படுவதையும் அவர்கள் சகித்துக் கொள்ள வேண்டியிருந்தது. ஃபலாஷா என்று அழைக்கப்பட்ட அந்த எத்தியோப்பிய யூதர்கள் உண்மையில் யூதர்களே அல்லர் என்று அந்த யூத மதகுருக்களும் இறையியல் வல்லுநர்களும் தீர்மானித்தனர்.

ஆனாலும், இவற்றால் எத்தியோப்பிய யூதர்கள் தளர்ந்து போய்விடவில்லை. தலைமுறை தலைமுறையாக, தந்தையரிடமிருந்து தனயன்களுக்கு, அன்னையரிடமிருந்து மகள்களுக்கு, அவர்களுடைய பாரம்பரியம் கடத்தப்பட்டுக் கொண்டிருந்தது. என்றாவது ஒரு நாள் தாங்கள் இஸ்ரேலிய மண்ணை நோக்கிப் புறப்படுவோம் என்று அவர்கள் கனவு கண்டுகொண்டிருந்தனர்.

இஸ்ரேல் என்ற நாடு உருவாகிய பிறகு, முதல் 30 ஆண்டுகளில், குறைந்த எண்ணிக்கையிலான எத்தியோப்பிய யூதர்களே இஸ்ரேலுக்குக் குடிபெயர்ந்தனர். எத்தியோப்பியாவை ஆண்டு கொண்டிருந்த பேரரசர் ஹெய்லி செலாசி, இஸ்ரேலுடன் நல்லுறவைக் கொண்டிருந்தபோதிலும், ஏனோ எத்தியோப்பிய யூதர்களை இஸ்ரேலில் குடியமர்த்துவதற்கு எந்த முயற்சியும் மேற்கொள்ளவில்லை. 1973 இல் நிலைமை வெகுவாக மாறத் துவங்கியது. இஸ்ரேலின் தலைமை யூத மதகுருவான ஓவாடியா யோசப், தங்களை 'பீட்டா இஸ்ரேல்' என்று அழைத்துக் கொண்ட எத்தியோப்பிய யூதர்கள் முழுமையான யூதர்கள்தாம் என்று சந்தேகத்திற்கு இடமின்றிப் பிரகடனம் செய்தார். இரண்டு ஆண்டுகளுக்குப் பிறகு, உலகிலுள்ள எந்த யூதர்களும் இஸ்ரேலுக்கு வந்து அங்குக் குடியுரிமை பெறுவதற்கான சட்டத்தின்கீழ் எத்தியோப்பிய யூதர்களைக் கொண்டுவர இஸ்ரேலிய அரசு தீர்மானித்தது. 1977 ஆம் ஆண்டு மெனஹெம் பெகின் இஸ்ரேலியப் பிரதமரானதும், அப்போது மொசாடின்

தலைவராக இருந்த ஜெனரல் யிட்சாக் ஹோஃபியை அவர் கூப்பிட்டனுப்பினார்.

"எத்தியோப்பிய யூதர்களை நம் நாட்டுக்கு அழைத்து வாருங்கள்!" என்று பெகின் அவரிடம் கூறினார்.

மொசாடின் அமைப்பிற்குள் 'பிட்ஸுர்' என்ற ஒரு பிரிவு இருந்தது. பின்னர் அதன் பெயர் 'ஸாஃப்ரிரிம்' என்று மாற்றப்பட்டது. எதிரி நாடுகளில் இருந்த யூதர்களைப் பாதுகாப்பதும், அவர்கள் இஸ்ரேலுக்குள் வருவதற்குத் தேவையான ஏற்பாடுகளைச் செய்து தருவதும்தான் அப்பிரிவின் வேலை. பிட்ஸுர் பிரிவு உடனடியாகச் செயலில் குதித்தது.

டேவிட் கிம்ஹி, எத்தியோப்பியாவின் தலைநகரான அடிஸ் அபாபாவில் போய் இறங்கினார். கிம்ஹி மொசாடின் துணைத் தலைவர். அதோடு, இரகசிய சர்வதேச உறவுகளைக் கையாண்டு கொண்டிருந்த 'டெவல்' என்ற பிரிவின் தலைவராகவும் அவர் பணியாற்றினார். எத்தியோப்பியாவை ஆண்டு கொண்டிருந்த மெங்கிஸ்டு ஹைலே மரியமைச் சந்திக்க அவர் வந்திருந்தார். அப்போது எத்தியோப்பிய யூதர்கள் அந்நாட்டிலிருந்து வெளியேற அனுமதிக்கப்படவில்லை. எத்தியோப்பியா உள்நாட்டுப் போரால் சின்னாபின்னமாகிக் கொண்டிருந்தது. எத்தியோப்பியப் புரட்சியாளர்களுக்கு எதிராகப் போரிடுவதற்கு மெங்கிஸ்டு இஸ்ரேலின் உதவியை நாடியிருந்தார். மெங்கிஸ்டு சார்பாக எத்தியோப்பியப் புரட்சியாளர்களை எதிர்த்துச் சண்டையிட இஸ்ரேல் மறுத்துவிட்டது. ஆனால் அவருக்குத் தேவையான ஆயுதங்களை வழங்க அது முன்வந்தது. அதற்கு இஸ்ரேல் ஒரு நிபந்தனையும் விதித்தது: எத்தியோப்பியாவில் இருந்த யூதர்கள் இஸ்ரேலுக்குச் செல்ல அனுமதிக்கப்பட வேண்டும். "ஆயுதங்களுடன் உங்கள் நாட்டுத் தலைநகரில் வந்து இறங்குகின்ற இஸ்ரேலிய விமானங்கள் திரும்பிச் செல்லும்போது, அவை எத்தியோப்பிய யூதர்களை ஏற்றிச் செல்லும்," என்று கிம்ஹி தெரிவித்தார். அதற்கு மெங்கிஸ்டு சம்மதித்தார். எத்தியோப்பியாவிலிருந்து பெரும் எண்ணிக்கையில் யூதர்கள் வெளியேறத் தொடங்கினர்.

இந்த ஏற்பாடு ஆறு மாதங்களுக்குத் தொடர்ந்தது. ஆனால், அப்போது இஸ்ரேலின் வெளியுறவுத் துறை அமைச்சராக இருந்த மோஷே தயான், 1978 பிப்ரவரியில் அளித்த ஒரு பேட்டியில் 'வாய் தவறி உளறியதால்' அந்த ஏற்பாடு முடிவுக்கு வந்தது. தயான் சுவிட்சர்லாந்துப் பத்திரிகை ஒன்றுக்கு அளித்த அந்தப் பேட்டியில், இஸ்ரேல் மெங்கிஸ்டுவின் இராணுவத்திற்கு ஆயுத உதவி அளித்துக் கொண்டிருந்தது என்று கூறிவிட்டார். மெங்கிஸ்டுவின் மார்க்சிசவாத, இரஷ்ய ஆதரவு அரசுக்கு

இஸ்ரேல் ஆயுத உதவி அளிப்பதில் தயானுக்கு உடன்பாடு இருக்கவில்லை என்பதால் அவர் வேண்டுமென்றே அத்தகவலைக் கசியவிட்டதாகச் சிலர் கருதினர்.

இதைப் படித்த மெங்கிஸ்டு கடும் சீற்றம் கொண்டார். இஸ்ரேலுடன் தான் ஒரு இரகசியத் தொடர்பு வைத்திருந்ததை அவரால் பொதுவெளியில் ஒத்துக் கொள்ள முடியாது என்பதால், அவர் மொசாடுடன் போட்டிருந்த ஒப்பந்தத்தை உடனடியாக இரத்து செய்துவிட்டார். எத்தியோப்பிய யூதர்களை அதிகாரபூர்வமாக அழைத்து வருவது நின்றுவிட்டிருந்தபோதிலும், பெகின், ஹோஃபிக்குக் கொடுத்திருந்த உத்தரவில் மாற்றம் எதுவும் ஏற்பட்டிருக்கவில்லை.

யூதர்களுக்காகத் திறந்துவிடப்பட்டிருந்த எத்தியோப்பியக் கதவுகள் மூடப்பட்டன. ஆனால், எத்தியோப்பியாவின் அண்டை நாடான சூடானின் தலைநகரிலிருந்து மொசாடுக்கு ஒரு கடிதம் வந்தது. சூடான் வழியாக எத்தியோப்பிய யூதர்கள் தப்பிச் செல்லத் தாங்கள் உதவத் தயாராக இருந்ததாக அக்கடிதத்தில் குறிப்பிடப்பட்டிருந்தது.

அக்கடிதத்தை எழுதியிருந்தவர் ஃபெரடா அக்லும். எத்தியோப்பிய யூதரான அவர் ஓர் ஆசிரியர். அவர் எத்தியோப்பியாவிலிருந்து சூடானுக்கு வெற்றிகரமாகத் தப்பிச் சென்றிருந்தார். இஸ்ரேலைப் பொறுத்தவரை, சூடான் ஓர் எதிரி நாடு. அந்நாட்டில் பஞ்சமும் பட்டினியும் தலைவிரித்தாடிக் கொண்டிருந்தன. அங்கிருந்த பழங்குடிக் குழுக்களுக்கு இடையேயும் மதக் குழுக்களுக்கு இடையேயும் கடும் சண்டை நடைபெற்றுக் கொண்டிருந்தது. அந்நாட்டின் பல பகுதிகளிலிருந்தும் எத்தியோப்பியாவிலிருந்தும் வந்திருந்த அகதிகள், பரிதாபகரமான முகாம்களில் கூடாரங்களில் தங்க வைக்கப்பட்டிருந்தனர். அக்லும், எத்தியோப்பிய யூதர்களை எப்படியாவது அங்கிருந்து மீட்பதற்காக, இஸ்ரேலுக்கும் சர்வதேச நிவாரண அமைப்புகளுக்கும் பல கடிதங்கள் எழுதினார். அக்கடிதங்களில் ஒன்று, மொசாடின் ஒரு மூத்த அதிகாரியின் கைகளுக்கு வந்து சேர்ந்தது. "நான் சூடானில் இருக்கிறேன். எனக்கு ஒரு விமானப் பயணச்சீட்டு அனுப்புங்கள்," என்று அக்கடிதத்தில் அக்லும் கேட்டிருந்தார். அவருக்கு ஒரு விமானப் பயணச்சீட்டை அனுப்பி வைப்பதற்குப் பதிலாக, மொசாட் தன் ஏஜென்டுகளில் ஒருவரை அங்கு அனுப்பி வைத்தது. அக்லுமைச் சந்திக்கச் சென்ற அந்த மொசாட் ஏஜென்டின் பெயர் டேனி லிமோர்.

அவர்கள் இருவரும் சந்தித்துக் கொண்டபோது, சூடானிலிருந்த அகதிகள் முகாம்களில் இருந்த யூதர்களை

அடையாளம் கண்டுகொள்ள அக்லும் முயற்சிக்க வேண்டும் என்று ஏற்பாடானது. தான் ஒப்புக் கொண்டபடியே, ஒரு சில மாதங்களுக்குள், அந்த முகாம்களில் 30 யூதர்கள் இருந்ததை அக்லும் கண்டுபிடித்துவிட்டார். மொசாட் அவர்களை இரகசியமாக இஸ்ரேலுக்குக் கொண்டுவந்துவிட்டது. அதற்கு ஒரு மாதம் கழித்து, சூடானின் தலைநகரான கார்ட்டூமில் யூதர்கள் யாராவது இருந்தார்களா என்பதைக் கண்டுபிடிக்கின்ற வேலையை மொசாட் அக்லுமிடம் ஒப்படைத்தது. கார்ட்டூமில் அவரால் எந்த யூதரையும் கண்டுபிடிக்க முடியவில்லை. அதனால், லிமோர் இஸ்ரேலுக்குத் திரும்ப முடிவு செய்தார். அக்லுமையும் தன்னோடு இஸ்ரேலுக்கு வந்துவிடும்படி அவர் கேட்டுக் கொண்டார். ஆனால், அக்லும் இன்னும் சில நாட்கள் அங்குத் தங்கியிருந்து சூடானின் வேறு பகுதிகளில் யூதர்கள் யாராவது இருந்தார்களா என்று தான் பார்க்க விரும்பியதாகக் கூறினார். ஆனால், லிமோர் அதை ஏற்றுக் கொள்ளவில்லை. அக்லும் தன் நடவடிக்கைகள் அனைத்தையும் நிறுத்திவிட்டு ஒரு வாரத்திற்குள் அங்கிருந்து கிளம்பி இஸ்ரேலுக்கு வர வேண்டும் என்று அவர் உத்தரவிட்டார்.

ஆனால், அக்லும் அந்த உத்தரவை மீறினார். அவர் சூடானிலிருந்த ஒவ்வொரு நகரத்திற்கும் சென்று, அங்கிருந்த அகதிகள் முகாம்களில் யூதர்கள் யாரேனும் இருந்தார்களா என்று தேடினார். ஆனால் எங்கும் ஒரு யூதரைக்கூட அவரால் கண்டுபிடிக்க முடியவில்லை. ஆனால், தான் உடனடியாக இஸ்ரேலுக்குக் கிளம்பினால், சூடான் வழியாக இஸ்ரேலுக்குத் தப்பிக்க முயற்சிக்கும் எத்தியோப்பிய யூதர்களுக்கு உதவ எவரும் இருக்க மாட்டார்கள் என்று அவர் நினைத்தார். எனவே, பொய்யான அறிக்கை ஒன்றை அவர் மொசாடுக்கு அனுப்பினார். தான் சூடானில் கண்டுபிடித்திருந்ததாகக் கூறி, பல எத்தியோப்பிய யூதர்களின் பெயர்களை அவர் அந்த அறிக்கையில் குறிப்பிட்டார். அவர்களைக் 'கவனித்துக் கொள்வதற்காக' தான் சூடானிலேயே தங்கியிருக்க உத்தேசித்திருந்ததாக அவர் தெரிவித்தார்.

அக்லும் அனுப்பிய பட்டியலில் குறிப்பிடப்பட்டிருந்த யூதர்கள் உண்மையிலேயே இருந்தனர், ஆனால் அவர்கள் சூடானில் இருக்கவில்லை. அவர்கள் எத்தியோப்பியாவில் தங்களுடைய கிராமங்களில் இருந்தனர். மறுபடியும் எத்தியோப்பியாவுக்குள் சென்ற அக்லும், ஒற்றை ஏஜென்டாகச் செயல்பட்டார். அவர் எத்தியோப்பியாவில் யூதர்கள் வசித்து வந்த கிராமங்களுக்குச் சென்று, இஸ்ரேலுக்குக் குடிபெயர்வதற்கு அவர்களை ஒப்புக் கொள்ள வைக்க முயற்சித்தார். ஜெருசலேமைச் சென்றடைய ஒரு இரகசிய வழி கண்டுபிடிக்கப்பட்டிருந்த செய்தி எத்தியோப்பிய

யூதர்களிடையே காட்டுத்தீயாகப் பரவியது. முதலில் சில ஆண்களும், பிறகு சில குடும்பங்களும், அதன் பிறகு ஒட்டுமொத்தக் கிராமங்களும் இஸ்ரேலுக்குக் குடிபெயர்வதற்குச் சம்மதித்தனர். அவர்கள் தங்களிடமிருந்த சொற்பத் தட்டுமுட்டுச் சாமான்களைத் தூக்கிக் கொண்டு கிளம்பிவிட்டனர். வயதானவர்கள், பெண்கள், குழந்தைகள் ஆகியோர் உட்பட, ஆயிரக்கணக்கானவர்கள் இரகசியமாக எத்தியோப்பியாவைவிட்டுக் கிளம்பினர். பாலாறும் தேனாறும் ஓடிய பூமிக்கு அவர்கள் வந்து சேர்வர் என்ற பைபிள் வாக்குறுதிக் கனவு அவர்களுக்கு ஊக்கமளித்தது.

அவர்கள் தங்களுக்குத் தேவையான உணவைத் தயாரித்துக் கொண்டு, தண்ணீரை நிரப்பிக் கொண்டு, எத்தியோப்பியாவின் எல்லையைக் கடந்து, பாலைவனத்தின் ஊடாக, கடும் சோர்வு ஏற்படுத்தக்கூடிய ஆபத்தான பயணத்தைத் துவக்கினர். அவர்கள் இரவில் மட்டும் நடந்தனர், பகலில் குகைகளிலும் பாறை இடுக்குகளிலும் தங்கிக் கொண்டனர். பலர் நோய்வாய்ப்பட்டு இறந்தனர். குழந்தைகள் நீரிழப்பின் காரணமாகத் தங்களுடைய தாயார்களின் மடிகளிலேயே உயிரிழந்தனர். அந்தக் கொடும் பயணத்தில் ஒரு தந்தை தன் நான்கு குழந்தைகளையும் இழந்தார். பலர் பாம்புகளாலும் தேள்களாலும் கடிக்கப்பட்டு மாண்டனர். வேறு பலர் தொற்றுநோய்களால் இறந்தனர். அவர்கள் கொண்டு வந்திருந்த உணவும் நீரும் போதுமானதாக இருக்கவில்லை. சில சமயங்களில் கொள்ளையர்கள் அவர்களைத் தாக்கி, அவர்களிடம் இருந்த அனைத்தையும் பிடுங்கிக் கொண்டனர். கொள்ளையர்கள் திரும்பிச் சென்றபோது பல இடங்களில் சடலங்கள் மட்டுமே மிச்சமிருந்தன. பல ஆண்டுகளுக்குப் பின்னர், மெஹரேட்டா பருஷ் என்ற வெற்றிகரமான நாடக நடிகை அந்தப் பயணத்தின் கொடூரங்களைப் பகிர்ந்து கொண்டார்: "ஒவ்வொரு நாள் காலையிலும் நாங்கள் எங்களுடைய நண்பர்களின் சடலங்களை எண்ணினோம். சில நேரங்களில் 10, சில நேரங்களில் 15 பேர் இறந்திருப்பர். அப்பயணத்தில் ஈடுபட்டிருந்த குடும்பங்கள், குறைந்தபட்சம் தங்களுடைய குழந்தைகளில் ஒருவரையாவது இழந்திருந்தன."

1981 ஆம் ஆண்டின் கோடைக்காலத்தில், லிமோரும் அவருடைய குழுவினரும் இரகசியமாக மீண்டும் சூடானுக்கு வந்தனர். சூடான் நெடுகிலும் இருந்த யூதர்களோடு தொடர்பு ஏற்படுத்திக் கொள்வது அவர்களுடைய இலக்காக இருந்தது.

தாங்கள் மேற்கொண்ட கொடும் பயணத்தில் தப்பிப் பிழைத்திருந்த எத்தியோப்பிய யூதர்கள், சூடானிலிருந்த மொசாடுடன் தொடர்பு ஏற்படுத்திக் கொள்ள முயன்றபோது, அவர்கள் வேறு சில பிரச்சனைகளை எதிர்கொண்டனர்.

கார்ட்டூமிலிருந்த அகதிகள் முகாம்களை அடைந்தவர்கள்கூட மனமுடைந்து போயினர். அங்கு அவர்கள் தாங்கள் யூத மதத்தினர் என்பதை மறைத்துக் கொள்ள வேண்டியிருந்தது, யூத முறைப்படி சமைக்கப்படாத உணவை உட்கொள்ள வேண்டியிருந்தது. அந்த முகாம்களுக்கு உள்ளேயே குழந்தைகள் கடத்தப்பட்டனர், பெண்கள் பாலியல்ரீதியான கொடுமைகளுக்கு ஆளாயினர். அந்த முகாம்கள் உண்மையில் குற்றவாளிகள் மற்றும் ரவுடிகளின் கட்டுப்பாட்டில்தான் இருந்தன. அங்கிருந்த நூறு பெண்கள் கடத்தப்பட்டு மாயமாக மறைந்தனர். அவர்களுடைய உறவினர்கள் அதைப் பற்றி விசாரித்தபோது, அப்பெண்கள் கொத்தடிமைகளாக சவுதி அரேபியாவில் விற்கப்பட்டிருந்ததை அவர்கள் அறிந்து கொண்டனர். சவுதி அரேபியாவில் மட்டும் 1,20,000 பெண்கள் கொத்தடிமைகளாக இருந்தனர். முகாம்களிலிருந்த மற்றவர்கள் அங்கிருந்த யூதர்களைக் காட்டிக் கொடுத்தனர். அவர்கள் சூடான் காவல்துறையினரால் கைது செய்யப்பட்டுச் சித்திரவதை செய்யப்பட்டனர். இவ்வளவு கொடுமைகளுக்கு இடையில், எண்ணற்ற யூதர்கள் அந்த முகாம்களிலிருந்து மீட்கப்பட்டு இஸ்ரேலுக்கு அழைத்துச் செல்லப்படுவதற்கு முன், பல மாதங்களை, சிலர் பல ஆண்டுகளை, அந்த முகாம்களில் கழிக்க வேண்டியிருந்தது.

இஸ்ரேலுக்குப் போய்ச் சேர வேண்டும் என்ற தங்களுடைய கனவை நனவாக்குவதற்கு எத்தியோப்பிய யூதர்கள் மிகக் கடுமையான விலையைக் கொடுத்தனர். அவர்களுடைய பயணங்களில் மொத்தம் 4,000 யூதர்கள் உயிரிழந்தனர். அந்த அகதிகள் முகாம்களில் தன்னார்வத் தொண்டராக வேலை பார்த்து வந்த, கனடாவைச் சேர்ந்த ஒரு யூதரான ஹென்ரி கோல்டு, அங்கிருந்த யூதர்களை இஸ்ரேலுக்கு அழைத்துச் செல்வதற்கு மொசாட் போதுமான அளவு முயற்சி செய்யவில்லை என்று குறைபட்டுக் கொண்டார்.

ஆனால், மொசாட் சும்மா இருக்கவில்லை. அந்த யூதர்களை இஸ்ரேலுக்குப் பாதுகாப்பாகக் கடத்திச் செல்வதற்கு ஏற்ற ஒரு வழியைக் கண்டுபிடிக்க அது முயற்சி செய்து கொண்டிருந்தது. முதலில், அங்கிருந்த யூதர்களுக்குப் போலியான பாஸ்போர்ட்டுகளை வழங்கி, வழக்கமான விமானங்களின் மூலம் அது அவர்களை இஸ்ரேலுக்குக் கூட்டிச் சென்று கொண்டிருந்தது. விரைவிலேயே, அவர்களைக் கடல் வழியாகக் கூட்டிச் செல்ல அது முடிவு செய்தது. படகுகளில் அவர்களைச் செங்கடல் வழியாக அழைத்துச் சென்று, திரான் ஜலசந்தியைக் கடந்து, இஸ்ரேலியத் துறைமுகமான இலாட்டை அடைய மொசாட் திட்டமிட்டது.

தங்களுடைய திட்டத்தை நிறைவேற்றுவதற்காக, ஐரோப்பாவில் சுற்றுலா மற்றும் பயணத் தொழில் தொடர்பான ஒரு போலி நிறுவனத்தை மொசாட் உருவாக்கியது. அத்திட்டத்தின் தலைவர்களில் ஒருவரான ஏஜென்ட் யோனத்தன் ஷீஃபா இவ்வாறு கூறினார்: "இப்பகுதியில் நீங்கள் இயங்க வேண்டுமென்றால், உங்களுக்கு ஒரு 'போர்வை' தேவைப்படும். அப்படி இல்லையெனில், ஒரு வாரத்திற்குப் பிறகு, 'நீங்கள் இங்கு என்ன செய்து கொண்டிருக்கிறீர்கள்?' என்ற கேள்வி எழும். 'நான் ஒரு சுற்றுலாப் பயணி,' என்று நீங்கள் பதிலளித்தால், 'இங்குச் சுற்றிப் பார்ப்பதற்கு என்ன இருக்கிறது?' என்று கேட்பார்கள்." அதனால் மொசாடின் போலி நிறுவனம், சூடான் துறைமுகத்திற்கு அருகே கைவிடப்பட்ட நிலையில் இருந்த, 'அரோஸ்' என்ற 'பீச் ரிசார்ட்' ஒன்றைக் குத்தகைக்கு எடுத்தது. பிறகு, செங்கடல் பகுதியில் கடல்சார் நீர் விளையாட்டுகளை வளர்த்தெடுப்பதற்கு அது சூடான் அரசுடன் ஓர் ஒப்பந்தம் செய்து கொண்டது. சூடான் அரசுடன் நிகழ்த்தப்பட வேண்டிய பேச்சுவார்த்தைகள் போன்ற அனைத்து விவகாரங்களும் யஹுடா கில் என்ற மொசாட் ஏஜென்ட் வசம் ஒப்படைக்கப்பட்டன. அவர் ஒரு தலைசிறந்த மொசாட் அதிகாரி என்று பெயரெடுத்தவர். அவர் கார்ட்டூம் வந்து சூடான் அரசாங்க அதிகாரிகளைச் சந்தித்தார். அவர் எதற்காக வந்திருந்தாரோ, அதைத் தன்னுடைய வக்கணையான பேச்சாலும் தாராளமான இலஞ்சத்தாலும் சாதித்தார். அரோஸ் ரிசார்ட்டை நடத்துவதற்குத் தேவையான அனைத்து உரிமங்களையும் அவர் பெற்றுவிட்டார். ரிசார்ட்டை ஒழுங்குபடுத்தி நிர்வகிக்கின்ற பொறுப்பு யோனத்தன் ஷீஃபாவிடம் ஒப்படைக்கப்பட்டது. அவர் ஏற்கனவே பல மொசாட் ஆபரேஷன்களில் பங்கேற்றிருந்தார். அந்த ரிசார்ட் ஒரு கிராமத்தைப்போல வடிவமைக்கப்பட்டிருந்தது. அதில் தனித்தனியாகப் பல மாளிகைகள் இருந்தன, ஒரு சில பொதுவிடங்களும் இருந்தன. போலியான பாஸ்போர்ட்டுகளுடன் மொசாட் ஏஜென்டுகள் பலர் அந்த ரிசார்ட்டுக்கு அனுப்பப்பட்டனர். அவர்கள் அதன் ஊழியர்களாகவும், நீர் விளையாட்டுப் பயிற்றுவிப்பாளர்களாகவும் நியமிக்கப்பட்டனர். நீர்மூழ்கிச் சாதனங்கள், 'ஸ்கூபா டைவிங்' உபகரணங்கள், நீரில் இருக்கும்போது அணியப்படுகின்ற முகமூடிகள், நீந்துவதற்கு உதவுகின்ற காலணிகள், ஸ்னார்க்கெல் சாதனங்கள் போன்றவற்றை மொசாட் அந்த ரிசார்ட்டில் குவித்து வைத்தது. அதன் ஓர் அறையில் மறைவாக ஒரு டிரான்ஸ்மிட்டர் நிறுவப்பட்டிருந்தது. அது எப்போதும் மொசாடின் தலைமையகத்தோடு தொடர்பில் இருந்தது. அந்த ரிசார்ட் வெகு விரைவில் பொதுமக்களுக்குத் திறந்துவிடப்பட்டது. அதைப் பற்றிய சுவரொட்டிகள்

ஐரோப்பிய டிராவல் ஏஜென்சிகளின் வரவேற்பறைச் சுவர்களை அலங்கரித்தன.

பல சுற்றுலாப் பயணிகள் அந்த ரிசார்ட்டுக்கு வந்து தங்கினர். அதனால் சூடான் அரசைப் பொறுத்தவரை, அந்த ரிசார்ட் ஒரு வெற்றிகரமான திட்டமாக அமைந்திருந்தது. பகலில் அந்தச் சுற்றுலாப் பயணிகள் கடலுக்குள் குதித்தனர், நீர் விளையாட்டுகளில் ஈடுபட்டுக் களித்தனர், செங்கடலின் கடற்கரைமீது ஆசுவாசமாக ஓய்ந்திருந்தனர். ஆனால், ஒவ்வோர் இரவிலும், எத்தியோப்பிய யூதர்களை அழைத்து வருவதற்காக மொசாட் ஏஜென்டுகள் அகதிகள் முகாம்களுக்குச் சென்றனர். அந்த ரிசார்ட்டில் உள்ளூர் சூடானிய ஊழியர்களும் வேலை செய்தனர். அவர்களிடம் அந்த மொசாட் ஏஜென்டுகள், “கஸ்ஸாலாவிலுள்ள செஞ்சிலுவைச் சங்க மருத்துவமனையில் வேலை பார்த்துக் கொண்டிருக்கின்ற, சுவிட்சர்லாந்தைச் சேர்ந்த செவிலியரைப் பார்க்க நாங்கள் போய்க் கொண்டிருக்கிறோம்,” என்று கதையளந்தனர். ஆனால், அந்த ரிசார்ட்டுக்குக் கொண்டுவரப்பட்ட எத்தியோப்பிய யூதர்கள் பின்னர் படகுகளில் ஏற்றி அனுப்பி வைக்கப்படுவது அதிகரித்தபோது, அங்கு இடக்குமடக்காக ஏதோ நிகழ்ந்து கொண்டிருந்தது என்ற சந்தேகம் உள்ளூர் ஊழியர்களுக்கு ஏற்பட்டது. ஆனால், அவர்களுக்குக் கொழுத்தப் பணம் சம்பளமாகக் கிடைத்துக் கொண்டிருந்ததால், அவர்கள் பாராமுகமாக இருக்க முடிவு செய்தனர்.

இரவுப் பயணங்களுக்கு நான்கு பழைய லாரிகள் பயன்படுத்தப்பட்டன. லிமோரின் தலைமையில் நான்கு மொசாட் ஏஜென்டுகள் அந்த லாரிகளை அகதிகள் முகாம்களுக்கு அருகே ஓட்டிச் சென்றனர். ‘கமிட்டி’ என்று அழைக்கப்பட்ட, எத்தியோப்பிய இரகசிய அமைப்பைச் சேர்ந்த இளைஞர்கள், அந்த முகாம்களில் இருந்த எத்தியோப்பிய யூதர்களை அழைத்து வந்து அந்த லாரிகளில் ஏற்றினர்.

ஆனால், அது அவ்வளவு சுலபமானதாக இருக்கவில்லை. மொசாட் ஏஜென்டுகள் பல அபாயங்களுக்குத் தங்களை உட்படுத்திக் கொண்டிருந்தனர். டேவிட் பென்–உசியேல் என்ற ஏஜென்ட் பின்னர் அது பற்றிப் பேசியபோது, “அந்த முகாம்களுக்கு அருகே லாரிகளைக் கொண்டு செல்வதுதான் மிகவும் ஆபத்தான காரியமாக இருந்தது. ஏனெனில், நாங்கள் பிடிபடக்கூடும். எனவே, அதை எங்களால் முடிந்த அளவு விரைவாகச் செய்து முடிக்க நாங்கள் முயற்சித்தோம்,” என்று குறிப்பிட்டார்.

முகாம்களில் இருந்த யூதர்களை அடையாளம் காண்பதற்குக் ‘கமிட்டி’ உறுப்பினர்கள் பெரும் முயற்சிகள் மேற்கொண்டனர்.

ஆனால், அந்த முகாம்களில் இருந்த யூதர்களில் பலர், சூடானியக் காவல்துறையினருக்குப் பயந்து தங்களை வெளிப்படுத்திக் கொள்ள விரும்பவில்லை. எத்தியோப்பியாவின் மலைப்பகுதிக் கிராமங்களிலிருந்து வந்திருந்த யூதர்கள், அதற்கு முன்பு வெள்ளைக்காரர்கள் எவரையும் பார்த்திருக்கவில்லை. வெள்ளை நிற யூதர்கள் இருந்தனர் என்பதை அவர்கள் அறியாமல் இருந்ததால், தங்களைக் காப்பாற்றுவதற்காக அவர்கள் இஸ்ரேலிலிருந்து வந்திருந்ததாகக் கூறப்பட்டதை அந்தக் கருப்பின யூதர்கள் நம்பவில்லை. ஆனால், லிமோர் அவர்களுடன் சேர்ந்து பிரார்த்திக்க முன்வந்தபோதுதான், இஸ்ரேலியர்களும் யூதர்கள்தாம் என்ற நம்பிக்கை அவர்களிடம் பிறந்தது. அவர் பிரார்த்தனை செய்த விதம் வித்தியாசமாக இருந்தபோதிலும், அவரும் யூதர்தான் என்பதை அவர்கள் கண்டுகொண்டனர்.

விஷயம் வெளியே கசிந்துவிடக்கூடாது என்பதற்காக, மொசாட் ஏஜென்டுகள், முகாம்களிலிருந்த எத்தியோப்பிய யூதர்களிடம் உண்மையைச் சொல்லவில்லை. அவர்கள் அங்கிருந்து வெளியேறுவதற்கு எக்கணமும் தயாராக இருக்க வேண்டும் என்றும், அவர்கள் தொடர்பு கொள்ளப்பட்டவுடன் அவர்கள் எல்லாவற்றையும் விட்டுவிட்டு உடனே புறப்பட்டுவிட வேண்டும் என்றும் கமிட்டி உறுப்பினர்கள் அந்த முகாம்வாசிகளிடம் கூறியிருந்தனர். அதனால், தினமும் இரவில், அந்த எத்தியோப்பிய யூதர்கள் தங்களுடைய முகாம்களிலிருந்து இரகசியமாக வெளியேற்றப்பட்டு, மொசாட் ஏஜென்டுகள் தங்களுடைய லாரிகளில் காத்திருந்த இடத்திற்கு அழைத்துச் செல்லப்பட்டனர்.

நான்கு லாரிகள் அடங்கிய பரிவாரம் நூற்றுக்கணக்கான மைல்கள் பயணித்து, செங்கடல் கடற்கரையில் ஒரு குறிப்பிட்ட இடத்தை அடையும். வழியில், பல காவல்துறைச் சோதனைச் சாவடிகளையும் இராணுவச் சோதனைச் சாவடிகளையும் அவர்கள் கடக்க வேண்டியிருக்கும். லிமோர் அவர்களுக்கு இலஞ்சம் கொடுப்பார். லாரிகள் சோதனைக்கு உட்படுத்தப்படாமல் அங்கிருந்து செல்ல அனுமதிக்கப்படும். அவர்கள் சென்றடைகின்ற இடத்தில், இஸ்ரேலியக் கடற்படையின் பெரிய படகு ஒன்று, கடலுக்குள் சிறிது தொலைவில் காத்துக் கொண்டிருக்கும்.

அப்படகிலிருந்து, கமான்டோக்கள் மிதவைப் படகுகளில் கரைக்கு வந்து, எத்தியோப்பிய யூதர்களை அவற்றில் அழைத்துச் சென்று அந்தப் பெரிய படகில் ஏற்றிவிடுவர். அந்த முக்கியப் படகின் பெயர் பாட்–கலீம். அது வாரத்திற்கு ஒரு முறை அந்த இடத்திற்கு வந்து கொண்டிருந்தது. அந்த ஆபரேஷனில் பங்கு பெற்றிருந்த மொசாட் ஏஜென்டுகளுக்கும் இஸ்ரேலியக் கடற்படைக் கமான்டோக்களுக்கும், பல இன்னல்களைக் கடந்து

வந்து இஸ்ரேலை நோக்கிப் பயணித்துக் கொண்டிருந்த அந்த எத்தியோப்பியச் சகோரதர சகோதரிகளுக்கும் இடையேயான உணர்ச்சிகரமான சந்திப்பு, அவர்களுடைய வாழ்நாள் முழுவதும் மறக்க முடியாததாக இருந்தது. அந்த எத்தியோப்பிய யூதர்கள் அந்த இஸ்ரேலியப் படகில் ஏற்றப்பட்ட நிகழ்வை மொசாட் ஏஜென்ட் டேவிட் பென்–உசியேல் ஒரு வர்ணனைபோல ஒரு டேப் ரெக்கார்டரில் பதிவு செய்திருந்தார். அதில் அவர் இவ்வாறு கூறியிருந்தார்: "கடல் கொந்தளிப்பாக இருந்தது. அவர்கள் கடலில் விழுந்து மூழ்கிவிடக்கூடாது என்பதற்காக, நாங்கள் எங்களுடைய அந்தச் சகோதரர்களையும் சகோதரிகளையும் எங்களுடைய கைகளில் தூக்கிக் கொண்டிருந்தோம். நாங்கள் பெரிதும் உணர்ச்சிவசப்பட்டிருந்தோம். அக்காட்சி, பல ஆண்டுகளுக்கு முன்பு சட்டத்திற்குப் புறம்பாக இஸ்ரேலுக்கு வந்த தங்களுடைய பெற்றோர்களை நினைவுபடுத்தியதாக எங்களுடைய ஏஜென்டுகளில் சிலர் கூறினர். எத்தியோப்பிய யூதர்கள் எங்கள் படகில் ஏறியதைக் கண்டபோது அவர்களுடைய கண்கள் குளமாயின."

அந்த இஸ்ரேலியப் படகின் கமான்டர் அதை இவ்வாறு விவரித்தார்: "அவர்கள் மௌனமாக எங்களுடைய படகுக்குள் வந்து சேர்ந்தனர். அவர்களில், முதியவர்கள், கைக்குழந்தைகளுடன் இருந்த பெண்கள் என்று சகலரும் இருந்தனர். நாங்கள் உடனடியாகப் படகைக் கிளப்பினோம். அவர்கள் ஓர் ஓரமாகப் போய் அமர்ந்து கொண்டனர். அவர்கள் ஒரு வார்த்தைகூடப் பேசவில்லை." அந்தப் படகு அவர்களை இஸ்ரேலின் இலாட் துறைமுகத்திற்கு அழைத்துச் சென்றது.

ஒரு நாள், அந்தக் கனேடியத் தன்னார்வத் தொண்டர் ஹென்ரி கோல்டு அந்த ரிசார்ட்டுக்கு வந்தார். அவர் அகதிகள் முகாம்களில் வேலை செய்து மிகவும் களைத்துப் போயிருந்தார். ஓரிரு நாட்கள் விடுமுறை எடுத்துக் கொண்டு அந்த ரிசார்ட்டுக்குச் சென்று ஓய்வெடுத்துவிட்டு வரும்படி அவருடைய நண்பர்கள் அவருக்குப் பரிந்துரைத்திருந்தனர். ஆனால், அந்த ரிசார்ட்டில் இரகசிய நடவடிக்கைகள் நடைபெற்றுக் கொண்டிருந்ததை அவர் அறிந்திருக்கவில்லை. ஆனால், அவர் அந்த ரிசார்ட்டைச் சுற்றிப் பார்த்தபோது, அங்கு ஏதோ விநோதமாக இருந்ததாக அவருக்குத் தோன்றியது. தான் அங்கு மொசாட் ஏஜென்டுகளால் சூழப்பட்டிருந்தது போன்ற ஓர் உணர்வு அவருக்கு ஏற்பட்டது. அதைப் பற்றிப் பின்னர் அவர் இவ்வாறு கூறினார்: "அங்கு வேலை செய்து கொண்டிருந்த 'சுவிட்சர்லாந்துப்' பெண், அந்த நாட்டு உச்சரிப்பில் பேசவில்லை; அதேபோல, அங்கு வேலை பார்த்துக் கொண்டிருந்த ஈரானியர், ஈரானிய உச்சரிப்புடன்

பேசவில்லை. அன்றிரவு உணவு பரிமாறப்பட்டபோது, அங்கு வைக்கப்பட்டிருந்த சாலட்டில் இடம் பெற்றிருந்த பச்சைக் காய்கறிகள் மிகவும் மெலிதாக நறுக்கப்பட்டிருந்தன. நான் பல நாடுகளுக்குப் பயணித்திருக்கிறேன். இஸ்ரேலில் மட்டும்தான் காய்களை அப்படி நறுக்குவர். மறுநாள் காலையில், எனக்கு நீர் விளையாட்டு ஒன்றைக் கற்றுக் கொடுக்க வந்த பயிற்றுவிப்பாளரிடம், ஹீப்ரு மொழியில், 'நீங்களெல்லாம் யார்?' என்று நான் நேரடியாகவே கேட்டுவிட்டேன். அதைக் கேட்டு வியப்படைந்த அவர், 'நீங்கள் யார்?' என்று ஹீப்ருவில் என்னிடம் கேட்டார். அன்றே ஒரு மூத்த மொசாட் அதிகாரி என்னைத் தனியாக அழைத்துப் பேசினார். அகதிகள் முகாம்களில் யூத அகதிகள் மோசமாக நடத்தப்பட்டுக் கொண்டிருந்ததைப் பற்றி நான் அவரிடம் குமுறினேன்."

1982 மார்ச் மாதம் இன்னும் சில எத்தியோப்பிய யூதர்கள் இஸ்ரேலியக் கடற்படைப் படகுக்குக் கொண்டு செல்லப்பட்டுக் கொண்டிருந்தபோது ஒரு சம்பவம் நடைபெற்றது. பல மிதவைப் படகுகள், கும்மிருட்டில், கடலின் உள்ளே சற்றுத் தள்ளி நின்று கொண்டிருந்த பெரிய படகுக்கு அகதிகளைக் கொண்டு சென்று கொண்டிருந்தன. அவற்றில் ஒரு மிதவைப் படகு, கரையோரமிருந்த பாறைகளுக்கு நடுவே மாட்டிக் கொண்டுவிட்டது. துரதிர்ஷ்டவசமாக, அக்கணத்தில், கைகளில் ஏகே–*47* துப்பாக்கிகளுடன் வந்த சூடானிய இராணுவ வீரர்கள் அந்தச் சிறிய படகை நோக்கித் தங்களுடைய துப்பாக்கிகளைத் திருப்பினர்.

அந்தப் படகில் இருந்த லிமோர், துணிச்சலை வரவழைத்துக் கொண்டு அப்படகிலிருந்து குதித்து, அந்த வீரர்களை நோக்கி வேகமாக வந்தார். பிறகு, அவர் அவர்களின் கமான்டரைப் பார்த்து, ஆங்கிலத்தில், "உங்களுக்குப் பைத்தியம் பிடித்திருக்கிறதா? சுற்றுலாப் பயணிகளை நோக்கித் துப்பாக்கிகளை நீட்டுகிறீர்களே?" என்று கத்தினார். பிறகு, அரோஸ் ரிசார்ட்டுக்கு வந்திருந்த சுற்றுலாப் பயணிகளைப் பற்றியும், அந்த ரிசார்ட் சூடானின் சுற்றுலாத் துறைக்கு அளித்துக் கொண்டிருந்த பங்களிப்புகள் பற்றியும் அந்த வீரர்களிடம் ஓர் உரத்தக் குரலில் எடுத்துரைத்தார். மேலும், அந்தப் படையினரைப் பற்றிக் கார்ட்டூமில் இருந்த அதிகாரிகளிடம் தான் புகார் அளிக்கவிருந்ததாக அவர் மிரட்டினார். அவருடைய பேச்சைக் கேட்டு அதிர்ச்சியடைந்த அந்தக் கமான்டர், மிதவைப் படகில் இருந்தவர்கள் கடத்தல்காரர்கள் என்று தான் தவறாக நினைத்துவிட்டதாகக் கூறி மன்னிப்புக் கேட்டுவிட்டுத் தன் வீரர்களுடன் அங்கிருந்து சென்றுவிட்டார்.

அம்முறை அந்த மொசாட் ஏஜென்டுகள் பாதுகாப்பாகத் தப்பிவிட்டனர். ஆனால், இனி கடல்வழியாக அகதிகளைக் கொண்டு செல்வது சாத்தியமற்றதாக ஆகிவிட்டிருந்தது. அதனால், அகதிகள் முகாம்களில் இருந்தவர்களை இஸ்ரேலுக்குக் கொண்டு செல்ல வேறொரு வழியைக் கண்டுபிடித்தாக வேண்டியிருந்தது. ஒரு நாள் காலையில், அரோஸ் ரிசார்ட்டில் தங்கியிருந்த சுற்றுலாப் பயணிகள், அங்கிருந்த வெளிநாட்டு ஊழியர்கள் மொத்தமாகக் காணாமல் போயிருந்ததைக் கண்டு திகைத்தனர். அவர்களுக்குக் காலை உணவு தயாரிப்பதற்காக ஒரு சில உள்ளூர்க்காரர்கள் மட்டுமே அந்த ரிசார்ட்டில் இருந்தனர். அங்கிருந்த மொசாட் ஏஜென்டுகள் முந்தைய இரவே அங்கிருந்து சென்றுவிட்டிருந்தனர். பண நெருக்கடி காரணமாக ரிசார்ட் மூடப்படுவதாகவும், சுற்றுலாப் பயணிகள் செலுத்தியிருந்த முழுத் தொகையும் அவர்களுக்குத் திருப்பித் தரப்படும் என்றும் ஒரு குறிப்பை அவர்கள் அந்த ரிசார்ட்டில் விட்டுச் சென்றிருந்தனர். அதன்படி, அடுத்தச் சில வாரங்களில, அந்தச் சுற்றுலாப் பயணிகளுக்கு அவர்களுடைய பணம் திருப்பிக் கொடுக்கப்பட்டது.

அடுத்து என்ன செய்யலாம் என்பது பற்றி மொசாடின் தலைமையகத்தில் ஒரு நீண்ட விவாதம் நடைபெற்றது. எத்தியோப்பிய அகதிகளை வான்வழியாக மீட்டெடுப்பதென்று மொசாடின் தலைவர் தீர்மானித்தார். இஸ்ரேலிய விமானப் படையிலிருந்த ஹெர்குலிஸ் சி–130 என்ற பிரம்மாண்டமான சரக்கு விமானத்தை அதற்காகப் பயன்படுத்த அவர் தீர்மானித்தார். சூடானின் வான் எல்லைக்குள் நுழைந்து, ஓர் எதிரி நாட்டுக்குள் மீண்டும் மீண்டும் இஸ்ரேலிய வீரர்களை இறக்குவது ஆபத்தான ஒரு காரியம்தான் என்பதை அவர் அறிந்திருந்தார். ஆனால் அதைவிட்டால் அவர்களுக்கு வேறு வழி இருக்கவில்லை. அவர்கள் எப்பாடுபட்டாவது அந்த எத்தியோப்பிய யூதர்களை இஸ்ரேலுக்குக் கொண்டு வந்தாக வேண்டியிருந்தது.

1982 மே மாதம், மொசாட் ஏஜென்டுகள் மீண்டும் சூடானுக்கு வந்தனர். அவர்களுடைய முதல் பணி, சூடான் துறைமுகத்திற்குத் தெற்கே அந்தப் பெரிய சரக்கு விமானம் இறங்குவதற்கு வசதியான ஓரிடத்தைக் கண்டுபிடிப்பதுதான். கைவிடப்பட்டிருந்த முன்னாள் பிரிட்டிஷ் விமானத் தளம் ஒன்றை அவர்கள் கண்டுபிடித்தனர். பிறகு, அந்தக் கனமான விமானம் இறங்குவதற்கு ஏற்ற விதத்தில் அந்த விமானத் தளத்தின் ஓடுபாதையை அவர்கள் சரி செய்தனர். பின்னர் அந்த இடத்திற்கு, அகதிகள் முகாம்களிலிருந்து முதல் குழுவினர் அழைத்து வரப்பட்டனர். விமானிக்கு ஓடுபாதையைக் காட்டுவதற்கு, அதன் இருபுறமும், சக்தி வாய்ந்த டார்ச்

லைட்டுகள் பயன்படுத்தப்பட்டன. அந்தப் பிரம்மாண்டமான விமானம் தரையிறங்கியபோது, அதுவரை விமானங்கள் எதையும் பார்த்திராத அந்த யூத அகதிகள் பயத்தால் உறைந்து போயினர். வானில் பறந்து வந்த அந்தப் பெரிய உலோகப் பறவை பெரும் சத்தத்துடன் புழுதியைக் கிளப்பியவாறு நேராகத் தங்களை நோக்கி வந்ததைக் கண்ட அவர்கள் அரண்டு போயினர். அவர்களில் பலர் அங்கிருந்து ஓடிப் போய்விட்டனர். அவர்களைத் தாஜா செய்து விமானத்தில் ஏற்ற மொசாட் ஏஜென்டுகள் அரும்பாடுபட வேண்டியிருந்தது. பலர் என்ன சொல்லியும் கேளாமல் அந்தப் பெரிய பறவையின் அடிவயிற்றுக்குள் போக மறுத்துவிட்டனர். உடனடியாக கிளம்ப வேண்டிய விமானம் இறுதியில் ஒரு மணி நேரம் தாமதமாக, 213 எத்தியோப்பிய யூதர்களை ஏற்றிக் கொண்டு அங்கிருந்து கிளம்பியது.

அந்த ஏஜென்டுகளின் முயற்சியைப் பாராட்டி அவர்களுக்குத் தலைமையகத்திலிருந்து ஒரு பாராட்டுத் தந்தி அனுப்பப்பட்டது. ஆனால், அந்த ஏஜென்டுகள், அந்த மீட்பு நடவடிக்கையிலிருந்து ஒரு முக்கியமான படிப்பினையைக் கற்றுக் கொண்டனர். அதன்படி, அடுத்தச் சுற்று அகதிகளை மீட்பதற்கான நடவடிக்கையின்போது, அவர்கள் அந்தச் சரக்கு விமானம் தரையிறங்கும்வரை காத்திருந்து, அதன் திறந்த வாய்வரை லாரிகளை ஓட்டிச் சென்று நிறுத்தி, அவற்றிலிருந்து அந்த அகதிகளை இறக்கி, அவர்களை நேராக அந்த விமானத்திற்குள் கொண்டு சென்றனர்.

இப்புதிய முயற்சி மிகப் பெரிய வெற்றியாக அமைந்தது. ஆனால், அது நீண்டகாலம் நீடிக்கவில்லை. கைவிடப்பட்டிருந்த ஒரு விமானத் தளத்தில் ஒரு விநோதமான போக்குவரத்து நடைபெற்றுக் கொண்டிருந்ததை சூடான் அதிகாரிகள் கண்டுபிடித்தனர். அதனால், மொசாட் வேறொரு விமானத் தளத்தைக் கண்டுபிடித்தாக வேண்டியிருந்தது. அது விரைவிலேயே நடந்தது. அது சூடான் துறைமுகத்திலிருந்து தென்மேற்கே 46 கிலோமீட்டர் தொலைவில் இருந்தது. இம்முறை மொசாட் ஒரு பிரம்மாண்டமான மீட்பு நடவடிக்கையை மேற்கொள்ளத் திட்டம் தீட்டியது. அதற்கு 'ஆபரேஷன் பிரதர்ஸ்' என்று பெயரிடப்பட்டது. ஒரே நேரத்தில் 7 ஹெர்குலிஸ் சி–130 விமானங்களை இதில் ஈடுபடுத்த மொசாட் முடிவு செய்தது. ஒவ்வொரு விமானத்திலும் சுமார் 200 யூதர்கள் பயணிக்கவிருந்தனர்.

ஆபரேஷன் பிரதர்ஸ், மொசாடின் தலைவர் ஹோஃப்பி மற்றும் பாராசூட் படையின் கமான்டர் அமோஸ் யரோனின் நேரடி மேற்பார்வையில் நடந்தது. இத்திட்டத்தின் கீழ், அடுத்த இரண்டு ஆண்டுகளில், 1982 ஆம் ஆண்டின் மத்தியிலிருந்து 1984 ஆம் ஆண்டு மத்திவரை, சுமார் 1,500 யூதர்கள் இஸ்ரேலுக்கு

மீட்டுக் கொண்டு வரப்பட்டனர்.

அந்த வெற்றிகரமான ஆபரேஷன் கிட்டத்தட்டத் தோல்வியில் முடிவடைந்தது. அகதிகள் முகாம்களில் மொசாடின் தொடர்பாளராக இருந்த நபரை ஒரு சூடானிய 'எட்டப்பன்' காட்டிக் கொடுத்துவிட்டான். அந்த எத்தியோப்பிய யூதரின் பெயர் அடிஸ் சாலமன். அந்தத் தொடர்பாளர் சூடானியர்களால் கைது செய்யப்பட்டு, 42 நாட்கள் சித்திரவதைகளுக்கு உட்படுத்தப்பட்டார். அவருடன் தொடர்பில் இருந்த மொசாட் ஏஜென்டின் பெயர், அவர்கள் சந்தித்துக் கொண்ட இடம் போன்றவற்றை அந்த சூடானிய அதிகாரிகள் அவரிடமிருந்து பெற முயன்றனர். ஆனால், கடைசிவரை சாலமனை அவர்களால் பணிய வைக்க முடியவில்லை. அவர் தன் இரகசியத்தை வெளிப்படுத்தவே இல்லை.

1984 ஆம் ஆண்டுவாக்கில் அகதிகள் முகாம்களின் நிலை படுமோசமாயிற்று. பஞ்சமும் தொற்றுநோய்களும் ஏராளமான எத்தியோப்பியர்களின் உயிர்களைக் காவு வாங்கின. சூடானில் உள்நாட்டுப் போர் உக்கிரமாக நடைபெற்றுக் கொண்டிருந்தது. அப்போது சூடானை ஆண்டு கொண்டிருந்த ஜாபர் நிமேரி என்ற சர்வாதிகாரியின் ஆட்சி ஆட்டம் கண்டு கொண்டிருந்தது. அமெரிக்காவிலிருந்து பெரும் நிதியும் உணவும் கிடைத்தால் மட்டுமே அவருடைய ஆட்சி தப்பும் என்ற நிலை நிலவியது.

சூடானிலிருந்த எத்தியோப்பிய யூதர்களை வான்வழியாக மீட்கின்ற நடவடிக்கை தொடர்வதற்கு சூடான் ஒப்புக் கொண்டால் அந்த அரசு கேட்ட உதவிகளைச் செய்யுமாறு இஸ்ரேல் அமெரிக்காவைக் கேட்டுக் கொண்டது. அதற்கு அமெரிக்க அரசும் ஒப்புக் கொண்டது. இது தொடர்பாக சூடானிய ஆட்சியாளர்களிடம் அமெரிக்கா பேச்சுவார்த்தை நடத்தியது. ஆனால் இஸ்ரேலின் கோரிக்கைகள் அப்படியே ஏற்றுக் கொள்ளப்படவில்லை. மாறாக, ஒருவிதமான சமரச உடன்பாடு எட்டப்பட்டது. அதன்படி, சூடானில் இருந்த யூதர்கள் நேரடியாக இஸ்ரேலுக்கு அழைத்துச் செல்லப்படாமல், ஒரு மூன்றாவது நாட்டின் வழியாக அழைத்துச் செல்லப்பட வேண்டும். அதோடு, இஸ்ரேல் அந்த ஆபரேஷனில் நேரடியாக ஈடுபடக்கூடாது. அந்த உபகாரத்திற்கான பதிலீடாக, சூடானுக்கு உணவும் எரிபொருட்களும் வழங்கப்படும்.

கார்ட்டூமிலிருந்த அமெரிக்கத் தூதரகம் வாஷிங்டனுக்கு ஒரு செய்தி அனுப்பியது. சூடானில் இருந்த யூதர்கள் இன்னும் ஐந்து அல்லது ஆறு வாரங்களில் சூடானிலிருந்து வெளியேற அனுமதிக்கப்படுவார்கள் என்பதுதான் அது.

அப்படித்தான் 'ஆபரேஷன் மோசஸ்' பிறந்தது.

இதற்கிடையே, மொசாடின் தலைவர் ஹோஃப்பியின் பதவிக் காலம் முடிவடைந்ததைத் தொடர்ந்து, துணைத் தலைவராக இருந்த நஹூம் அட்மோனி மொசாடின் தலைவராக நியமிக்கப்பட்டார். சூடானிலிருந்த யூதர்களை பெல்ஜியத்தின் வழியாக அழைத்து வரும்படி அட்மோனி தன்னுடைய ஏஜென்டுகளுக்கு உத்தரவிட்டார். பெல்ஜியத்தில் விமானங்களை வாடகைக்கு விடுகின்ற தொழிலில் ஈடுபட்டிருந்த ஒரு யூதத் தொழிலதிபர், இந்த ஆபரேஷனுக்காகத் தன்னுடைய நிறுவனத்தின் விமானங்களை மொசாட் பயன்படுத்திக் கொள்வதற்கு ஒப்புக் கொண்டார்.

அதனால், 1984 நவம்பர் 18 அன்று அதிகாலை 1.20 மணிக்கு, முதலாவது பெல்ஜிய விமானம் சூடானில் தரையிறங்கியது. கடுமையாகச் சோர்வடைந்திருந்த, பட்டினியால் வாடிக் கொண்டிருந்த, மிகவும் பயந்து போயிருந்த 250 அகதிகள் அந்த விமானத்தில் ஏற்றப்பட்டனர். ஆனால், அந்த விமானத்தில் 210 'ஆக்சிஜன் மாஸ்க்குகள்' மட்டுமே இருந்ததால் அந்த விமானத்தைக் கிளப்ப அதன் பெல்ஜிய விமானி மறுத்துவிட்டார். அந்த ஆபரேஷனுக்குப் பொறுப்பாக இருந்த மொசாட் ஏஜென்ட், அந்த விமானியைத் தனியாக அழைத்துச் சென்று, அவர் காதில் மெதுவாகவும் உறுதியாகவும், "பயணிகளில் யார் உயிர் பிழைக்கப் போகிறார்கள், யார் சாகப் போகிறார்கள் என்பதை தயவு செய்து நீங்களே முடிவு செய்து கொள்ளுங்கள்," என்று கூறினார். பிறகு, அவர் தன்னுடைய குரலை லேசாக உயர்த்தி, "இப்போது நீங்கள் உங்களுடைய இருக்கைக்குச் சென்று விமானத்தைக் கிளப்பாவிட்டால், நான் உங்களை இந்த விமானத்திலிருந்து தூக்கியெறிந்துவிட்டு, வேறொரு விமானியை உங்கள் இருக்கையில் அமர்த்தி வைத்துவிடுவேன்," என்று திட்டவட்டமாகக் கூறினார்.

அதற்கு மேல் அந்த விமானி எதுவும் பேசவில்லை. அவர் நேராகச் சென்று தன் இருக்கையில் அமர்ந்து விமானத்தைக் கிளப்பினார். இப்படியாக, ஆபரேஷன் மோசஸின் முதல் விமானம் அதிகாலை 2.40 மணிக்கு சூடானிலிருந்து கிளம்பியது. அது பிரஸ்ஸல்ஸில் தரையிறங்கிச் சிறிது நேரம் இருந்துவிட்டு மீண்டும் கிளம்பி இஸ்ரேலை அடைந்தது. அடுத்த 47 நாட்களில், அந்த விமானங்கள் 36 முறை பயணித்து, சூடானிலிருந்து 7,800 எத்தியோப்பிய யூதர்களை மீட்டுக் கொண்டுவந்தன.

இந்த ஆபரேஷனைப் பற்றிய செய்தி வெளியே கசிந்துவிடாமல் இருப்பதற்கு இஸ்ரேலிய இராணுவத் தணிக்கை அமைப்பு தன்னால் முடிந்தவரை முயற்சி செய்தது. இஸ்ரேலிய யூத ஏஜென்சியின் தலைவர் ஏரி டுல்ஸின், "ஒரு யூதப் பழங்குடியினர் வெகு விரைவில் தாயகம் திரும்ப இருக்கின்றனர்," என்ற அறிக்கையை வெளியிடுகின்றவரையே அந்த இரகசியம் நீடித்தது.

அதைத் தொடர்ந்து, 'நியூயார்க் ஜூயிஷ் பிரெஸ்' அந்த ஆபரேஷன் பற்றிய விரிவான விபரங்களை வெளியிட்டது. அடுத்து, 'லாஸ் ஏஞ்சலீஸ் டைம்ஸ்' ஒரு கட்டுரையை வெளியிட்டது.

மூன்று நாட்கள் கழித்து, இஸ்ரேலியப் பிரதமர் ஷிமோன் பெரெஸ், கெனெசெட் அவையிடம் இவ்வாறு தெரிவித்தார்: "இஸ்ரேல் தன் சக்திக்கு உட்பட்டவரையிலும், அதை மீறிய விதத்திலும், கடைசி எத்தியோப்பிய யூதர் தாயகம் திரும்பும்வரை இந்த மீட்பு நடவடிக்கையைத் தொடர்ந்து செயல்படுத்திக் கொண்டிருக்கும்." அதே நாள், சூடானிய அரசு, அந்நாட்டுக்கு வந்து கொண்டிருந்த பெல்ஜிய விமானங்களுக்குக் கொடுத்திருந்த அனுமதியை இரத்து செய்தது. அதனால் அந்த ஆபரேஷன் முடிவுக்கு வந்தது. சூடானிய அரசு, பத்திரிகைகளில் வெளிவந்திருந்த செய்திகளால் சீற்றம் அடைந்திருக்கவில்லை; மாறாக, அச்செய்திகளை இஸ்ரேலியப் பிரதமர் உறுதி செய்திருந்ததற்காக அது இஸ்ரேல்மீது கடுமையான காட்டத்தில் இருந்தது. "இஸ்ரேலியர்கள் மட்டும் இன்னும் ஒரு மாதத்திற்குத் தங்கள் வாய்களை மூடிக் கொண்டு சும்மா இருந்திருந்தால், எத்தியோப்பிய யூதர்கள் அனைவரும் காப்பாற்றப்பட்டிருப்பர்," என்று வாஷிங்டனில் இருந்த அமெரிக்க அதிகாரி ஒருவர் கருத்துத் தெரிவித்தார்.

அப்போது துணை அதிபராக இருந்த ஜார்ஜ் எச். டபிள்யூ. புஷ், மொசாட் அவ்வளவு ஆபத்துகளுக்கு இடையிலும் எத்தியோப்பிய யூதர்களைத் தங்கள் நாட்டுக்கு கொண்டு வருவதற்காக மேற்கொண்டிருந்த ஆபரேஷன் மோசஸ் திட்டத்தினால் பெரிதும் கவரப்பட்டிருந்தார். அதனால், அவர் இதில் நேரடியாகத் தலையிட முடிவு செய்தார். ஆபரேஷன் மோசஸ் திட்டம் இரத்து செய்யப்பட்டுச் சில வாரங்களுக்குப் பிறகு, அமெரிக்க விமானப் படையைச் சேர்ந்த ஏழு ஹெர்குலிஸ் சரக்கு விமானங்கள் சூடானின் அல்–கதாரிஃப் விமானத் தளத்தில் தரையிறங்கின. அந்த விமானங்களில் ஏராளமான சிஐஏ ஏஜெண்டுகள் இருந்தனர். 'குயின் ஆஃப் ஷீபா' என்ற ஆபரேஷன் செயல்படுத்தப்பட்டது. சூடானில் மீதமிருந்த 500 எத்தியோப்பிய யூதர்களை ஏற்றிக் கொண்டு அந்த விமானங்கள் சூடானைவிட்டுக் கிளம்பி, நேராக இஸ்ரேலின் விமானப்படைத் தளமான மிட்ஸ்பே ரமோனை வந்தடைந்தன.

இரண்டு மாதங்களுக்குப் பிறகு, சூடானில் ஜாபர் நிமேரி சில இராணுவ அதிகாரிகளால் பதவியிலிருந்து தூக்கியெறியப்பட்டார். உடனடியாக அங்கு லிபியாவின் புலனாய்வுப் படையினர் வந்து, கார்ட்டூமில் மொசாட் ஏஜெண்டுகள் யாரேனும் எஞ்சியிருந்தனரா என்று தேடினர். அங்கிருந்த மூன்று மொசாட் ஏஜெண்டுகள் அவர்களால் கண்டுபிடிக்கப்பட்டனர். ஆனால்,

கடைசி நேரத்தில் அவர்கள் தங்களுடைய மறைவிடத்திலிருந்து தப்பி, அமெரிக்க சிஐஏ ஏஜென்ட் ஒருவரின் வீட்டில் தஞ்சமடைந்தனர். அந்த சிஐஏ ஏஜென்ட் அவர்களைத் தன் வீட்டில் ஒளித்து வைத்துவிட்டு, பின்னர் பெரிய மரப் பெட்டிகளில் அவர்களை மறைத்து வைத்து, கென்யாவின் தலைநகரான நைரோபிக்கு அவர்களைக் கடத்திவிட்டார். சூடானில் இருந்த மொசாட் அதிகாரிகளிலேயே மிகவும் மூத்தவரான டேவிட் மோலட், அந்நாட்டிலிருந்து மெதுவாக நழுவிவிட்டார். அதுதான் அவர் பங்கேற்றக் கடைசி ஆபரேஷன். சிறிது காலத்திலேயே அவர் தன் வேலையிலிருந்து ஓய்வு பெற்றுவிட்டார்.

***

ஆபரேஷன் மோசஸ், ஆபரேஷன் குயின் ஆஃப் ஷீபா ஆகிய இரண்டிலுமே, அமெரிக்க--இஸ்ரேலிய ஒத்துழைப்பு கனகச்சிதமாக இருந்திருந்தது. துரதிர்ஷ்டவசமாக, இவற்றைத் தொடர்ந்து வாஷிங்டனில் போலார்டு விவகாரம் என்ற ஒரு பிரச்சனை வெடித்து, இரு நாடுகளுக்கு இடையே நிலவிய நல்லுறவைத் தடம் புரள வைத்துவிட்டது. சிஐஏவின் ஊழியரான ஜோனத்தன் போலார்டு என்ற யூதர், இஸ்ரேலுக்காக அந்த அமைப்புக்குள் உளவு பார்த்ததற்காகக் கைது செய்யப்பட்டார். அதைக் கண்டு அமெரிக்க அரசாங்கம் அதிர்ந்து போனது. தாங்கள் யாருக்கு உதவிக் கரம் நீட்டியிருந்தோமோ, அவர்கள் தங்களுடைய முதுகில் குத்தியிருந்ததை சிஐஏ தலைவர்களால் சீரணித்துக் கொள்ள முடியவில்லை.

இஸ்ரேலிய அரசு அமெரிக்க அரசின் பாதங்களில் விழுந்து மன்னிப்புக் கேட்டது, போலார்டு திருடியிருந்த ஆவணங்களைத் திருப்பிக் கொடுத்தது. ஆனால், இஸ்ரேலியப் புலனாய்வு அமைப்புகளுக்கும் அமெரிக்கப் புலனாய்வு அமைப்புகளுக்கும் இடையேயான உறவில் ஒரு பெரிய விரிசல் விழுந்தது. போலார்டைக் கையாண்டு கொண்டிருந்த நபர் வேறு யாருமல்லர்; மிகப் பிரபலமான மொசாட் ஏஜென்டான ரஃபி ஈத்தன்தான் அவர். அப்போது அவர் இராணுவ அமைச்சகத்தில் ஒரு சிறிய புலனாய்வுப் பிரிவின் தலைவராக இருந்தார். இஸ்ரேல் உடனடியாக அப்பிரிவைக் கலைத்துவிட்டது. அமெரிக்க அரசு ரஃபிக்கு எதிராக அமெரிக்க நீதிமன்றத்தில் ஒரு வழக்கு தொடர்ந்தது. அதன் காரணமாக, தான் அமெரிக்காவுக்குச் சென்றால் தான் கைது செய்யப்படுவோம் என்ற பயத்தால், ரஃபி ஈத்தன் இன்றுவரை அமெரிக்காவுக்குப் போகாமல் இருக்கிறார்.

***

ஆபரேஷன் மோசஸ் கிட்டத்தட்ட 4,000 உயிர்களைக் காவு வாங்கியிருந்ததால், எத்தியோப்பிய யூதர்கள் அத்திட்டத்தைக் கடுமையாக விமர்சித்தனர். மொசாட் அமைப்புக்குள்ளிருந்தும் விமர்சனங்கள் எழுந்தன. மொசாடின் மூத்த அதிகாரியான ஷப்தய் ஷாவிட், பிட்ஸூர் பிரிவு அதைச் சரியாகத் திட்டமிட்டுச் செயல்படுத்தியிருக்கவில்லை என்று விமர்சித்தார். பிட்ஸூர் பிரிவு மிகச் சிறியது என்றும், ஆபரேஷன் மோசஸ் போன்ற பிரம்மாண்டமான திட்டங்களைக் கையாள்வதற்கான தகுதி அதற்கு இல்லை என்றும் ஷாவிட் குற்றம் சாட்டினார். தொடர்ந்து மாறிக் கொண்டிருந்த நிலைமைக்கு ஏற்ப அந்த ஆபரேஷன் தன்னுடைய நடவடிக்கைகளை மேம்படுத்திக் கொண்டே இருந்ததால்தான் அத்திட்டம் வெற்றி பெற்றது என்று பிட்ஸூர் பிரிவு பதிலடி கொடுத்தது. அதோடு, ஆபரேஷன் மோசஸ் திட்டத்தின் ஒவ்வொரு கட்டத்திலும் மொசாடின் மிகச் சிறந்த ஏஜென்டுகள் பயன்படுத்தப்பட்டிருந்ததையும் பிட்ஸூர் சுட்டிக்காட்டியது.

மொசாடின் வெவ்வேறு பிரிவுகளுக்குள் குடுமிப்பிடிச் சண்டைகள் நிகழ்ந்திருந்தபோதிலும், ஆயிரக்கணக்கான யூதர்கள் இஸ்ரேலுக்குத் திரும்பி வருவதற்கு அந்த ஆபரேஷன் உதவியிருந்தது என்ற உண்மையை அவற்றால் மறைத்துவிட முடியாது. ஆனால், அந்த இரண்டு ஆபரேஷன்களுக்குப் பிறகும், பல்லாயிரக்கணக்கான யூதர்கள் எத்தியோப்பியாவில் இன்னும் வசித்துக் கொண்டிருந்தனர். அவர்களும் இஸ்ரேலில் குடிபுக ஆர்வமாக இருந்தனர். ஆனால், வாசற்கதவு இறுக்கமாகப் பூட்டப்பட்டிருந்தது. அவர்களையும் தாயகத்திற்குக் கொண்டு வந்தே ஆக வேண்டும் என்ற கட்டாயம் இஸ்ரேலுக்கு இருந்தது. அதற்கு மதரீதியான மற்றும் கருத்தியல்ரீதியான காரணங்கள் முதன்மையாக இருந்தாலும், அவற்றைத் தாண்டி மற்றொரு காரணமும் இருந்தது: மனிதாபிமானம்! இஸ்ரேலுக்கு வந்து சேர்ந்திருந்த யூதர்கள், தங்களுடைய குடும்பங்களிலிருந்து பிரிக்கப்பட்ட நிலையில் வந்து சேர்ந்திருந்தனர். பெற்றோர்கள் இல்லாமல் குழந்தைகள் மட்டும் வந்திருந்தனர்; குழந்தைகள் இல்லாமல் பெற்றோர்கள் மட்டும் வந்திருந்தனர்; கணவன்மார்கள் இல்லாமல் மனைவியர் வந்திருந்தனர்; மனைவிமார்கள் இல்லாமல் கணவன்மார்கள் வந்திருந்தனர். இவை பல பிரச்சனைகளுக்கும் புதிய சோகங்களுக்கும் வழி வகுத்தன. புதிய எதார்த்தங்களை இரத்த உறவுகளின் துணையின்றித் தனியாகச் சமாளிக்க முடியாமல் திணறிய இளம் தலைமுறையினர் பலர் தற்கொலை செய்து கொண்டனர். எத்தியோப்பியாவில் இயங்கிக் கொண்டிருந்த யூத அமைப்புகள், அங்கிருந்த ஆயிரக்கணக்கான

யூதர்களை, அடிஸ் அபாபாவில் அமைக்கப்பட்டிருந்த பல முகாம்களில் குடியமர்த்தின. ஏதாவது ஓர் அற்புதம் நிகழ்ந்து தாங்கள் இஸ்ரேலிய மண்ணை மிதிக்க வேண்டும் என்று அந்த முகாம்களிலிருந்த எத்தியோப்பிய யூதர்கள் பிரார்த்தனை செய்து கொண்டிருந்தனர்.

உண்மையிலேயே அப்படிப்பட்ட ஓர் அற்புதம் நிகழ்ந்தது.

ஆபரேஷன் மோசஸ் நிறைவேற்றப்பட்டு ஆறு ஆண்டுகள் கழித்து, *1991* மே மாதம், 'ஆபரேஷன் சாலமன்' துவக்கப்பட்டது. அப்போது எத்தியோப்பிய உள்நாட்டுக் கலகம் உச்சகட்டத்தில் இருந்தது. உள்நாட்டுக் கிளர்ச்சியாளர்கள் எட்டுத் திசைகளிலிருந்தும் அடிஸ் அபாபாவை நெருங்கிக் கொண்டிருந்தனர். கடைசி நேரத்தில், எத்தியோப்பிய யூதர்களின் மீட்பு தொடர்பாக, அப்போது தன்னுடைய கடைசி நாட்களை எண்ணிக் கொண்டிருந்த மெங்கிஸ்டு அரசுக்கும் இஸ்ரேலுக்கும் இடையே ஓர் ஒப்பந்தத்தை அமெரிக்கா ஏற்படுத்திக் கொடுத்தது.

அந்த ஒப்பந்தத்தின் உருவாக்கத்தில், இஸ்ரேலின் 'மர்ம மனிதர்' என்று அழைக்கப்பட்ட லுப்ரானி ஒரு முக்கியப் பாத்திரம் வகித்தார். கடந்தகாலங்களில், அவர் இஸ்ரேலிய அரசின் சிறப்புத் தூதராக லெபனானுக்கும் ஈரானுக்கும் சென்று சில காரியங்களைச் சாதித்திருந்தார். இப்போது அவர் இஸ்ரேலியப் பிரதமர் யிட்சாக் ஷமிரின் வேண்டுகோளுக்கு இணங்க எத்தியோப்பியாவுக்குச் சென்றார். யூதர்கள் எத்தியோப்பியாவைவிட்டு வெளியேற அனுமதிப்பதற்கு அந்நாட்டுக்கு *35* மில்லியன் டாலர்கள் கொடுப்பதற்கு இஸ்ரேல் ஒப்புக் கொண்டது. அமெரிக்க அரசு தன் பங்குக்கு, மெங்கிஸ்டு அரசில் இடம் பெற்றிருந்த முக்கியப் புள்ளிகளுக்குத் தன் நாட்டில் புகலிடம் வழங்குவதாக வாக்குறுதி அளித்தது. மேலும், யூத அகதிகளை இஸ்ரேல் எத்தியோப்பியாவிலிருந்து வெளியே கொண்டு செல்லும்வரை சிறிது காலத்திற்குப் போரை நிறுத்தி வைப்பது குறித்து எத்தியோப்பியப் புரட்சியாளர்களோடும் அமெரிக்கா பேச்சுவார்த்தை நடத்தி அவர்களைச் சரிக்கட்டியது. ஆபரேஷன் சாலமனை நிறைவேற்றுவதற்கு இஸ்ரேல் எடுத்துக் கொண்டது வெறும் *36* மணிநேரம் மட்டுமே.

ஆபரேஷன் சாலமனை நிறைவேற்றுவதற்கான பொறுப்பு இஸ்ரேலிய இராணுவத்திடம் ஒப்படைக்கப்பட்டது. துணைத் தளபதி ஜெனரல் அம்னான் லிப்கின்–ஷகாக் அதன் செயல்நடவடிக்கைக்குப் பொறுப்பேற்றுக் கொண்டார். அவருடைய உத்தரவின் பேரில், "இஸ்ரேலில் பறக்கக்கூடிய நிலையில் இருந்த அனைத்தும்" அடிஸ் அபாபாவிற்கு அனுப்பப்பட்டன. எல் அல் ஏர்லைன்ஸ் *30* விமானங்களை

அனுப்பியது; விமானப்படை ஏராளமான விமானங்களை அனுப்பியது. சிறப்புக் கமான்டோக்கள் அடிஸ் அபாபாவிற்குக் கூட்டி வரப்பட்டனர். ஒரு சில ஆண்டுகளுக்கு முன்பு சிறுவர்களாக இஸ்ரேலுக்கு வந்து சேர்ந்திருந்த, எத்தியோப்பியாவைச் சேர்ந்த நூற்றுக்கணக்கான இஸ்ரேலிய இராணுவ வீரர்களும் பாராசூட் படைவீரர்களும் அவர்களோடு வந்தனர். விமான நிலையத்தில் நிறுத்தப்பட்டிருந்த அவர்கள், எத்தியோப்பிய யூதர்கள் விமானத்திற்குள் ஏறுவதற்கு உதவினர். 34 மணிநேரத்தில் 14,400 யூதர்கள் அந்த விமான நிலையத்திற்கு அழைத்து வரப்பட்டிருந்தனர். அவர்கள் மின்னல் வேகத்தில் விமானங்களில் ஏற்றப்பட்டு இஸ்ரேலுக்கு அனுப்பி வைக்கப்பட்டுக் கொண்டிருந்தனர். அந்த ஆபரேஷனின்போது, ஓர் உலகச் சாதனை முறியடிக்கப்பட்டது. அடிஸ் அபாபாவிலிருந்து 1,087 நபர்களோடு கிளம்பிய எல் அல் போயிங் 747 விமானம் ஒன்று, இஸ்ரேலில் தரையிறங்கியபோது அதில் 1,088 பேர் இருந்தனர். பயணத்தின்போது, விமானத்திலேயே ஒரு பிரசவமும் நடந்திருந்தது.

தங்களுடைய சொந்தபந்தங்களை மீட்பதற்காக இஸ்ரேலிலிருந்து பறந்து வந்திருந்த அந்த இளம் எத்தியோப்பிய வீரர்களைக் கண்டபோது, அங்கிருந்து கிளம்பிக் கொண்டிருந்தவர்களிடம் உணர்ச்சி வெள்ளம் பொங்கி வழிந்தது. இஸ்ரேலிய இராணுவச் சீருடையிலிருந்த, உரம் வாய்ந்த அந்த இளம் எத்தியோப்பியப் பாராசூட் வீரர்களாலேயே தங்களுடைய கண்களிலிருந்து பீறிட்டுக் கிளம்பிய கண்ணீரைக் கட்டுப்படுத்த முடியவில்லை.

***

ஆபரேஷன் சாலமன் முடிவடைந்து சில பத்தாண்டுகளுக்குப் பிறகு, இன்றும் எத்தியோப்பியாவில் பல யூதர்கள் வசித்து வருகின்றனர். அவர்களை இஸ்ரேலுக்கு அழைத்து வருவதற்கான முயற்சிகள் தொடர்ந்து நடைபெற்றுக் கொண்டிருக்கின்றன. ஆனால், அவர்களை இஸ்ரேலியச் சமூகத்திற்குள் பிணைக்கின்ற காரியம் அவ்வளவு எளிதாக இருக்கவில்லை. ஓர் ஆப்பிரிக்கப் பழங்குடிச் சமுதாயத்திற்கும் நவீன மேற்கத்தியச் சமுதாயத்திற்கும் இடையே இருந்த மிக அகலமான இடைவெளி அதற்கு ஒரு முக்கியக் காரணமாக இருந்தது. அதோடு, எத்தியோப்பிய யூதர்கள் உண்மையான யூதர்கள் அல்லர் என்ற, யூத மதத் தலைவர்கள் சிலரின் கேவலமான கூற்றுகளும் அதில் முக்கியப் பாத்திரம் வகித்தன.

'பயணக் கவிதையின்' கடைசிப் பத்தி இவ்வாறு அமைந்திருந்தது:

நிலாவிலிருந்து உற்று நோக்கிக் கொண்டிருக்கிறது
என் அம்மாவின் பிம்பம்.
ஐயோ, அம்மா, மறைந்துவிடாதே!
அவள் மட்டும் இன்று என் அருகே இருந்திருந்தால்
அவளால் அவர்களை நம்ப வைத்திருக்க முடியும்
நானும் ஒரு யூதன்தான் என்று!

முடிவுரை

ஈரானுடன் போரா?

1976 ஆம் ஆண்டு, ஜூலை 4.
என்டபி விமான நிலையம், உகான்டா.

அந்தக் கரிய இருளில், இஸ்ரேலிய இராணுவத்தைச் சேர்ந்த நான்கு பிரம்மாண்டமான ஹெர்குலிஸ் விமானங்கள், உகான்டாவின் ரேடாரில் மாட்டாமல் என்டபி விமான நிலையத்தில் இரகசியமாகத் தரையிறங்கின. இஸ்ரேலிலிருந்து 2,500 மைல்கள் பறந்து வந்திருந்த அந்த விமானங்கள், இஸ்ரேலிய இராணுவத்தின் அதிரடிப் படைக் கமான்டோக்களையும், பிற சிறப்புப் படை வீரர்களையும் அங்குக் கொண்டு வந்து இறக்கியிருந்தன. ஒரு வாரத்திற்கு முன்பு, அரேபிய மற்றும் ஜெர்மானியத் தீவிரவாதிகள், டெல் அவீவிலிருந்து பாரிஸுக்குச் சென்று கொண்டிருந்த ஒரு ஏர் பிரான்ஸ் விமானத்தைக் கடத்தி, அதை என்டபியில் கொண்டுவந்து இறக்கியிருந்தனர். அந்தத் தீவிரவாதிகளுக்கு உகான்டாவின் சர்வாதிகாரியான இடி அமீன் பாதுகாப்பும் ஆதரவும் அளித்தார். அவர்கள் 95 இஸ்ரேலியர்களைப் பணயக் கைதிகளாகப் பிடித்து வைத்திருந்தனர். ஆப்பிரிக்காவின் நடுவிலிருந்த அந்த நாட்டுக்குள் புகுந்து தன் நாட்டுக் குடிமக்களை அதிரடியாக மீட்டெடுக்க இஸ்ரேல் தீர்மானித்தது.

அந்த இஸ்ரேலிய விமானங்கள் என்டபி விமான நிலையத்தில் தரையிறங்கிய ஒரு சில நிமிடங்களுக்குள் இஸ்ரேலியக் கமான்டோக்கள் அந்த விமான நிலையமெங்கும் பரவிவிட்டனர். யோனத்தன் நெதன்யாஹூ அந்தக் கமான்டோக்களுக்குத்

தலைமை வகித்தார். பணயக் கைதிகள் வைக்கப்பட்டிருந்த இடத்திற்கு யோனத்தன் தன் வீரர்களை வழி நடத்திச் சென்றார். அருகே நெருங்கியதும் கடுமையான துப்பாக்கிச் சண்டை துவங்கியது. சண்டையின்போது எங்கிருந்தோ பறந்து வந்த ஒரு துப்பாக்கிக் குண்டால் தாக்கப்பட்டு யோனத்தன் சுருண்டு விழுந்தார். அதை அருகிலிருந்து பார்த்த இன்னொரு கமான்டோ அதிகாரியான தமீர் பார்டோ, உடனே தன் டிரான்ஸ்மிட்டரில், “யோனத்தனுக்கு அடிபட்டுவிட்டது. மோஷே, நீங்கள் தலைமை ஏற்றுக் கொள்ளுங்கள்!” என்று தெரிவித்தார். அந்த ஆபரேஷனின் துணைத் தலைவராக இருந்த மோஷே பெட்ஸெர் தலைமைப் பொறுப்பை ஏற்றுக் கொண்டு ஆபரேஷனைத் தொடர்ந்தார். ஒரு சில நிமிடங்களில் அந்த ஆபரேஷன் முடிந்துவிட்டது. அனைத்துத் தீவிரவாதிகளும் கொல்லப்பட்டனர், பணயக் கைதிகள் விடுவிக்கப்பட்டனர். அந்தப் பிரம்மாண்டமான ஹெர்குலிஸ் விமானங்கள் அங்கிருந்து கிளம்பி இஸ்ரேலை நோக்கிப் பறந்தன.

வெகுதூரத்திலிருந்த வேறொரு நாட்டில் பணயக் கைதிகளாகப் பிடித்து வைக்கப்பட்டிருந்த தங்கள் நாட்டைச் சேர்ந்த மக்களை, இஸ்ரேலியர்கள் அங்குச் சென்று அதிரடியாக மீட்டுக் கொண்டுவந்தது பற்றிய கதை ஒரு பெருங்கதையாகப் பல காலம் பேசப்பட்டது. ஆனால், அதற்கு நான்கு உயிர்கள் விலையாகக் கொடுக்கப்பட்டிருந்தன. தீவிரவாதிகளுடனான துப்பாக்கிச் சண்டையில் மூன்று பணயக் கைதிகளும் அந்த ஆபரேஷனின் தலைவர் யோனத்தனும் உயிரிழந்திருந்தனர். யோனத்தன், வருங்காலப் பிரதமர் பெஞ்சமின் நெதன்யாஹுவின் அண்ணன். மொத்த இஸ்ரேலும் அவருடைய மறைவுக்குத் துக்கம் அனுசரித்தது. அன்று இரவு, தமீர் பார்டோ, ஜெருசலேமிலிருந்த யோனத்தன் நெதன்யாஹுவின் குடும்பத்தாரின் வீட்டுக் கதவைத் தட்டினார். யோனத்தனின் மரணச் செய்தியையும் அவர் எந்தச் சந்தர்ப்பத்தில் இறந்தார் என்பதையும் அவர்களுடைய குடும்பத்தினரிடம் தெரிவிக்கின்ற பொறுப்பு தமீர் பார்டோவுக்குக் கொடுக்கப்பட்டிருந்தது. யோனத்தனின் கடைசித் தருணத்தில் அவருடன் இருந்த தமீருக்கும் நெதன்யாஹுவின் குடும்பத்தாருக்கும் இடையே ஒரு நெருங்கிய உறவு அன்று மலரத் தொடங்கியது.

35 ஆண்டுகளுக்குப் பிறகு, தன்னுடைய 57–வது வயதில், மீர் டாகனுக்குப் பிறகு தமீர் பார்டோ மொசாடின் தலைவராக நியமிக்கப்பட்டார்.

***

துருக்கி மற்றும் செர்பியாவைச் சேர்ந்த பெற்றோருக்கு டெல் அவீவில் பிறந்த தமீர், தன்னுடைய 18–வது வயதில் இஸ்ரேலிய இராணுவத்தின் பாராசூட் படைப்பிரிவில் சேர விண்ணப்பித்தார். அவர் இராணுவப் பயிற்சிக் கல்லூரியில் படித்து ஓர் அதிகாரியாக ஆனார். பின்னர், அவர் இஸ்ரேலிய இராணுவத்தின் பல பிரிவுகளில் ஒரு கமான்டோவாகப் பணியாற்றினார். என்டபி ஆபரேஷனுக்கு நான்கு ஆண்டுகளுக்குப் பிறகு அவர் மொசாடில் சேர்ந்தார். பெயர் குறிப்பிடப்படாத ஏகப்பட்ட ஆபரேஷன்களில் அவர் பங்கேற்றார். அவருக்கு இஸ்ரேலிய இராணுவப் பரிசு மூன்று முறை வழங்கப்பட்டது. வெளிநாடுகளில் மின்னணுக் கருவிகள் மூலம் உளவு சேகரிக்கின்ற மொசாட் பிரிவின் தலைவராக அவர் நியமிக்கப்பட்டார். அதைத் தொடர்ந்து, அவர் புதிய தொழில்நுட்பங்களில் கைதேர்ந்தவராக ஆனார். 2002 ஆம் ஆண்டில் டாகன் மொசாடின் தலைவராக நியமிக்கப்பட்டபோது, அவரின் கீழ் நியமிக்கப்பட்ட இரண்டு துணைத் தலைவர்களில் தமீரும் ஒருவர். அடுத்த நான்கு ஆண்டுகளுக்கு, அவர் கள நடவடிக்கைகளுக்கான மொசாட் பிரிவைத் தலைமையேற்று நடத்தினார். 2006 இல், ஓராண்டுக்கு, இஸ்ரேலிய இராணுவம் அவரைச் சிறப்பு நடவடிக்கைகளுக்கான ஆலோசகராக அழைத்துக் கொண்டது. 2006 இல் நடைபெற்ற இரண்டாவது லெபனான்–இஸ்ரேல் போரின்போது, அவர் பல துணிகரமான திட்டங்களை இராணுவத்திற்காக வகுத்துக் கொடுத்தார். 2007 இல் டாகன் அவரை மீண்டும் மொசாடுக்கு வரவழைத்துக் கொண்டார். டாகனின் பதவிக் காலம் 2009 இல் முடிவடைகின்றபோது, தான் மொசாடின் தலைவராக ஆக்கப்படுவோம் என்று தமீர் எதிர்பார்த்திருந்தார். ஆனால், டாகனின் சாதனைகளால் கவரப்பட்டிருந்த இஸ்ரேலிய அமைச்சரவை அவருடைய தலைமைப் பதவியை ஓராண்டுக்கு நீட்டித்தது. இதனால் ஏமாற்றமடைந்த தமீர், மொசாடிலிருந்து இராஜினாமா செய்துவிட்டு, மருத்துவச் சேவை வழங்கிய ஒரு நிறுவனத்துடன் சேர்ந்து ஒரு தொழிலைத் தொடங்கினார். ஆனால், அது நீண்டகாலம் நீடிக்கவில்லை. 2010 நவம்பர் 29 அன்று, பிரதமர் பெஞ்சமின் நெதன்யாஹு அவரை மொசாடின் தலைவராக நியமித்தார். தமீர் 2011 ஜனவரியில் மொசாடின் தலைவராகப் பதவியேற்றுக் கொண்டார்.

தமீர், பல வழிகளில், தனக்கு முன்பு அப்பதவியிலிருந்த டாகனின் அடிச்சுவடுகளையே பின்பற்றினார். ஈரானுக்கு எதிரான கொடூரமான இரகசியப் போர் தொடர்ந்தது. 2011 ஆம் ஆண்டு, நவம்பர் மற்றும் டிசம்பர் மாதங்களில், ஈரானின் ஷெகாப் ஏவுகணைகள் சோதிக்கப்பட்டுக் கொண்டிருந்த

தளத்தில் பல குண்டுகள் வெடித்தன. இஸ்ஃபஹான் பகுதியில், வாயு வடிவிலிருந்த யுரேனியம் திடப் பொருளாக மாற்றப்பட்டுக் கொண்டிருந்த இடத்திலும் குண்டுகள் வெடித்தன. பின்னர், நடான்ஸ் வளாகத்தின் துணை இயக்குநராகப் பணியாற்றி வந்த அறிவியலறிஞர் முஸ்தபா அஹ்மதி–ரோஷன், டெஹரான் சாலை ஒன்றில் தன் காரில் பயணித்துக் கொண்டிருந்தபோது கொல்லப்பட்டார். இதற்கு முன்பு நடத்தப்பட்டிருந்த படுகொலைகளைப்போலவே இந்தப் படுகொலையும் இருந்தது.

இவற்றுக்கு இஸ்ரேல்தான் பொறுப்பு என்று ஈரான் குற்றம் சாட்டி அதற்குத் தக்க முறையில் பழிவாங்கப்படும் என்று கறுவியது. முதன்முறையாக, ஈரான், ஆசியப் பகுதியில் இஸ்ரேலியர்கள்மீது தாக்குதல் நடத்த முயன்றது. புதுதில்லியில் நடத்தப்பட்டக் கார் குண்டுவெடிப்பில், ஓர் இஸ்ரேலிய அதிகாரியின் மனைவி படுகாயம் அடைந்தார். ஜார்ஜியாவில் இதைப் போன்ற ஒரு முயற்சி மேற்கொள்ளப்பட்டு, அது தோல்வியில் முடிந்தது. பாங்காக்கில் இஸ்ரேலியரைக் குறி வைத்துப் பல தாக்குதல்கள் மேற்கொள்ளப்பட்டன. அவற்றில் ஒன்றில் ஈரானியக் குடிமகன் ஒருவரே காலியானது ஒரு தனிக் கதை. சூயஸ் கால்வாய் வழியாகப் பயணித்த இஸ்ரேலியக் கப்பல் ஒன்றைத் தகர்க்க ஈரான் போட்டிருந்த திட்டத்தை எகிப்தியப் புலனாய்வு நிறுவனம் முறியடித்தது. இஸ்ரேலுக்கும் ஈரானுக்கும் இடையே நிகழ்ந்து கொண்டிருந்த திரைமறைவுப் போர் இப்போது வெளிச்சத்துக்கு வந்து கொண்டிருந்தது. புதுதில்லி, பாங்காக், கெய்ரோ ஆகிய இடங்களில் நடைபெற்றக் காவல்துறை விசாரணைகள், அவற்றில் ஈரானின் உளவு அமைப்புக்குத் தொடர்பு இருந்ததை வெளிப்படுத்தின. ஈரான் அந்நிய மண்ணில் இஸ்ரேலின் ஏஜெண்டுகளைக் குறி வைத்து நடத்திய சொதப்பல் ஆபரேஷன்களை சர்வதேச ஊடகங்கள் விலாவாரியாக விவரித்து, ஈரானை நார்நாராகக் கிழித்துத் தொங்கவிட்டன.

அதேபோல, ஈரானுக்குள் இஸ்ரேல் மேற்கொண்டிருந்த ஆபரேஷன்களும் வெளிச்சத்திற்கு வரத் தொடங்கின. ஈரானின் எல்லையையொட்டி அசர்பைஜானிலும் குர்திஸ்தானிலும் இஸ்ரேல் இரகசிய முகாம்களை அமைத்திருந்ததாக மேற்கத்திய ஊடகங்கள் செய்தி வெளியிட்டன. தங்களுடைய ஏஜெண்டுகளுக்குப் பயிற்சியளிக்கவும், அவர்களை ஈரானுக்குள் அனுப்பவும் இஸ்ரேல் அத்தளங்களைப் பயன்படுத்திக் கொண்டிருந்ததாக அவை தெரிவித்தன. ஈரானுக்குள் இயங்கிக் கொண்டிருந்த மொசாட் ஏஜன்டுகள், உண்மையில், ஈரானின் அரசை எதிர்த்துக் கொண்டிருந்த எம்இகே என்ற குழுவின்

உறுப்பினர்களே என்று அதே ஊடகங்கள் கூறின. எம்இகே உறுப்பினர்கள் ஈரானிய இஸ்லாமியர் ஆவர். அவர்களால் ஓர் இஸ்ரேலிய எஜென்டைவிட அதிக எளிதாக ஈரானுக்குள் நடமாட முடியும் என்று அவை கருத்துத் தெரிவித்தன. எம்இகே உறுப்பினர்களுக்கு இஸ்ரேலில் இரகசியப் பயிற்சி அளிக்கப்பட்டதாகவும் செய்திகள் வெளியாயின.

சில சமயங்களில், ஈரானிய எதிர்ப்பாளர்கள் வேறு வழிகளில் அணுகப்பட்டனர். இஸ்ரேலிய ஏஜென்டுகள் தங்களை சிஐஏவின் ஏஜென்டுகள் என்று கூறிக் கொண்டு, பாகிஸ்தானைச் சேர்ந்த ஜுன்டல்லா என்ற தீவிரவாத அமைப்பின் உறுப்பினர்களை அணுகி, அவர்களை உளவு வேலைக்குச் சேர்த்துக் கொண்டு, ஈரானில் படுகொலைகளையும் பிற தாக்குதல்களையும் நிகழ்த்துவதற்காக அவர்களை அனுப்பி வைத்ததாக சிஐஏவின் அமைப்புக்குள் பகிர்ந்து கொள்ளப்பட்டச் சுற்றறிக்கைகள் தெரிவித்தன. யூத நாடான இஸ்ரேலுக்கு வேலை பார்ப்பதற்கு, தீவிர மதப்பற்றுள்ள இஸ்லாமியர்கள் முன்வர மாட்டார்கள் என்பதால், இஸ்ரேலிய ஏஜென்டுகள் தங்களை சிஐஏ என்று கூறிக் கொண்டதாக சிஐஏவின் அந்தச் சுற்றறிக்கை மேலும் தெரிவித்தது.

2012 ஆம் ஆண்டின் வசந்தகாலத்தின்போது, ஈரானின் அணுசக்தித் திட்டம் முடியும் தருவாயில் இருந்ததாக சர்வதேச அவதானிப்பாளர்கள் கவலையுடன் கருத்துத் தெரிவித்தனர். ஈரான் 109 கிலோ செறிவூட்டப்பட்ட யுரேனியத்தை ஏற்கனவே தயாரித்து வைத்திருந்ததாக சர்வதேச அணுசக்தி நிறுவனம் தெரிவித்தது. அந்த அளவு யுரேனியத்தைக் கொண்டு எளிதாக நான்கு அணுகுண்டுகளைத் தயாரிக்க முடியும். ஈரானின் அணுசக்தி மையங்கள் அனைத்தின்மீதும் இஸ்ரேல் தாக்குதல்கள் நிகழ்த்தினால், இஸ்ரேல் அதுவரை நடத்திக் கொண்டிருந்த இரகசியப் போர் பொதுவெளிக்கு வந்துவிடும்.

ஈரான்மீது இராணுவ நடவடிக்கை மேற்கொள்வதற்கு இஸ்ரேல் மட்டும் ஆசைப்பட்டுக் கொண்டிருக்கவில்லை. அமெரிக்காவும் அதைச் செய்வது பற்றி யோசித்துக் கொண்டிருந்தது. ஆனால், ஈரானைத் தாக்குவது தொடர்பான முக்கியமான ஒரு விஷயத்தில் அமெரிக்காவுக்கும் இஸ்ரேலுக்கும் இடையே கருத்து வேறுபாடு ஏற்பட்டது. தாக்குதலை எப்போது நடத்த வேண்டும் என்பதுதான் அது. தற்போது ஈரான் வசமிருந்த செறிவூட்டப்பட்ட யுரேனியத்தைக் கொண்டு அதனால் அணுகுண்டைத் தயாரிக்க முடியாது என்று அமெரிக்கா கருதியது. அணுகுண்டு தயாரிப்பதற்கு யுரேனியம் 97 சதவீதம் செறிவூட்டப்பட்டிருக்க வேண்டும். 80 சதவீதச்

செறிவூட்டல் நிலையை அடைந்துவிட்டால், அதற்குப் பிறகு 97 சதவீதத்தை அடைவது எளிது. அதனால், ஈரான் இப்போது மேற்கொண்டிருக்கும் யுரேனியச் செறிவூட்டலின் அளவு 80 சதவீதத்தை அடைந்தவுடன் அதைத் தாக்கலாம் என்று அமெரிக்கா கூறியது.

ஆனால், உடனடியாகச் செயலில் இறங்க வேண்டும் என்று இஸ்ரேல் வாதிட்டது. களத்திலிருந்தும் செயற்கைக்கோள் மூலமாகவும் பெறப்பட்டிருந்த தகவல்களின் அடிப்படையில் இஸ்ரேல் இந்த நிலைப்பாட்டை எடுத்தது. பூமிக்கு அடியில் 80 மீட்டர் அல்லது அதற்கு அதிகமான ஆழத்தில், செறிவூட்டப்பட்ட யுரேனியத்தை வைப்பதற்கான வளாகங்களையும் பரிசோதனைச்சாலைகளையும் ஈரான் கட்டிக் கொண்டிருந்ததை எம்இகே உறுப்பினர்கள் மூலமாக இஸ்ரேல் தெரிந்து கொண்டது. அதோடு, ஃபார்டோ என்ற இடத்திற்கு அருகே ஈரான் புதிய நிலத்தடி வளாகம் ஒன்றைக் கட்டிக் கொண்டிருந்தது. இதிலும் மற்ற இடங்களில் இருந்த வளாகங்களிலும் யுரேனியச் செறிவூட்டல் வேலைக்குத் தேவையான இயந்திரங்களை நிறுவும் பணி படுவேகமாக நடந்து கொண்டிருந்தது. அந்த இயந்திரங்கள் நிறுவப்படுவதற்கு முன்பாகவே அந்த நிலத்தடி வளாகங்களைத் தாக்கி அழிப்பதுதான் சரியாக இருக்கும் என்றும், அணு ஆயுதங்களைத் தயாரிப்பதற்கு தேவையான யுரேனியச் செறிவூட்டல் அளவை ஈரானியர்கள் அடைகின்றவரை காத்திருப்பது ஆபத்தானது என்றும் இஸ்ரேல் அமெரிக்கர்களிடம் எடுத்துரைத்தது. அதனால், 2012 ஆம் ஆண்டின் வசந்தகாலத்தில் அவை தகர்க்கப்பட்டாக வேண்டும் என்று இஸ்ரேல் வலியுறுத்தியது.

ஆனால், அமெரிக்கா இதற்கு ஒப்புக் கொள்ளவில்லை. ஈரானைத் தாக்குவதற்குப் பதிலாக, அதன்மீது பொருளாதாரத் தடைகள் விதிக்கின்ற முயற்சியில் இறங்கலாம் என்று அது கருதியது. ஆனால், பொருளாதாரத் தடைகள் ஈரானின் அணுசக்தித் திட்டத்தைத் தாமதப்படுத்தும் என்று இஸ்ரேல் நம்பவில்லை. 2012 ஆம் ஆண்டு வசந்தகாலத்தின் துவக்கத்தில் வாஷிங்டனில் ஒபாமாவும் நெதன்யாஹுவும் சந்தித்துக் கொண்டபோது, தங்களுடைய நாடுகளுக்கு இடையே நிலவிய வலுமான உறவைப் பற்றிக் குறிப்பிட்டனர். ஆனால், ஈரானின் அணுசக்தித் திட்டம் குறித்து அவர்களுக்கிடையே ஒத்தக் கருத்து ஏற்படவில்லை. ஒரு புறம், ஈரான் அணுவாயுதத் தயாரிப்பில் இரகசியமாக மூழ்கியிருந்தது. மறுபுறம், அதன் தலைவர்கள், இஸ்ரேலை முற்றிலுமாக ஒழித்துக்கட்டுவதுதான் தங்களுடைய ஒரே நோக்கம் என்று ஓயாமல் பிரகடனம் செய்து

கொண்டிருந்தனர். ஈரானியர்களின் கைகளில் அணுவாயுதங்கள் இருக்கின்ற நிலையை இஸ்ரேலால் யோசித்துக்கூடப் பார்க்க முடியவில்லை. அக்கட்டத்தில், யூத போதனை நூலான தல்மூத்தில் இடம் பெற்றிருந்த இந்தப் பழமொழியை இஸ்ரேல் தனக்குத் தானே நினைவுபடுத்திக் கொண்டது: "உன்னைக் கொல்ல ஒருவன் வந்தால், வீறுகொண்டெழுந்து முதலில் அவனைக் கொன்றுவிடு!"

தான் மீண்டும் தன்னந்தனியாக விடப்பட்டிருந்ததாக இஸ்ரேல் உணர்ந்தது. இஸ்ரேல் உதயமான 1948 ஆம் ஆண்டிலும், ஆறு–நாள் யுத்தம் நடைபெற்ற 1967 ஆம் ஆண்டிலும் எப்படித் தன் இருத்தலுக்கே ஆபத்து வந்திருந்ததாக இஸ்ரேல் உணர்ந்ததோ, அதே போன்ற உணர்வு 2012 ஆம் ஆண்டிலும் அதற்கு ஏற்பட்டது.

சூடானில் ஓர் ஒத்திகை

2012 அக்டோபர் 24 அன்று, சூடானின் தலைநகரான கார்ட்டூமுக்கு அருகேயிருந்த ஒரு இராணுவ ஆயுதக் கிடங்கில் ஒரு மர்மமான வெடிவிபத்து நிகழ்ந்தது. அந்த வளாகத்தின் கணிசமான பகுதி முற்றிலுமாகச் சேதமடைந்தது. ஒரு சில நாட்களுக்கு முன்பு, மேற்கத்திய உளவுச் செயற்கைக்கோள்கள் அந்த இடத்தைப் படம் பிடித்திருந்தபோது அந்த வளாகத்தின் ஒரு பகுதியில் 40 கன்டெய்னர்கள் நிறுத்தப்பட்டிருந்தன. ஆனால், அந்த வெடிவிபத்திற்குப் பிறகு, சுமார் 16 மீட்டர் அகலம் கொண்ட பெருங்குழிகள் மட்டுமே அங்கு மிச்சமிருந்தன. எரிமலை வாய்கள்போல இருந்த அந்தப் பள்ளங்கள், வானிலிருந்து குண்டுகள் போடப்பட்டிருந்தால் மட்டுமே உருவாகியிருந்திருக்கும் என்று வல்லுநர்கள் கருத்துத் தெரிவித்திருந்தனர்.

சூடானிய அரசு உடனடியாக அதற்கு இஸ்ரேல்மீது பழிபோட்டது. அதற்கு எந்தவிதமான நிரூபணங்களும் இல்லாதிருந்தபோதும், அந்நாட்டின் தகவல் தொடர்பு அமைச்சர் தாம்தூம் என்று குதித்தார். லண்டனிலிருந்து வெளிவரும் 'சன்டே டைம்ஸ்' பத்திரிகை இப்படி ஒரு செய்திக் கட்டுரையை வெளியிட்டிருந்தது: "நான்கு எஃப்15ஐ போர் விமானங்கள் வானிலிருந்து ஒரு டன் எடை கொண்ட குண்டுகளைப் போட்டிருந்தன; ஒருவேளை சூடானின் போர் விமானங்கள் அவர்களைத் தடுக்க முனைந்தால், அவற்றைச் சமாளிப்பதற்காக மேலும் நான்கு போர் விமானங்கள் உடன் வந்திருந்தன. தப்பித்தவறி அவர்களுடைய போர் விமானங்கள் தாக்கப்பட்டு, அவற்றின் விமானிகள் தங்களுடைய விமானங்களிலிருந்து

பாராசூட்டுகள் மூலம் குதிக்க நேரிட்டால், அவர்களை உடனடியாக மீட்டெடுப்பதற்காக இரண்டு இராணுவ ஹெலிகாப்டர்கள் அங்கு வட்டமிட்டுக் கொண்டிருந்தன. அந்த விமானங்கள் திரும்பி வருவதற்குத் தேவைப்பட்ட எரிபொருளை நடுவானிலேயே அவற்றில் நிரப்புவதற்கு வசதியாக, விமான எரிபொருளை ஏற்றிச் சென்ற விமானம் ஒன்றும் அந்தப் படையுடன் கூடவே சென்றிருந்தது. முத்தாய்ப்பாக, மின்னணுப் போரை நிகழ்த்துவதற்கு ஏற்ற விதத்தில் வடிவமைக்கப்பட்டிருந்த விமானம் ஒன்றும் அவற்றுடன் சென்றது. எகிப்து, சூடான், ஜிபூத்தி ஆகிய நாடுகளின் ரேடார் நிலையங்களை இஸ்ரேலியர்கள் செயலிழக்கச் செய்திருந்தனர். அதன் காரணமாக, இஸ்ரேலின் இச்சிறிய வான் படை, யார் கண்களிலும் படாமல் சென்று தன்னுடைய இலக்கைத் தாக்கிவிட்டு திரும்பியது." அத்தாக்குதல் இஸ்ரேலின் மிகப் பெரிய 'எய்தன் விமானியில்லா வான்கலங்கள்' மூலமாக நிறைவேற்றப்பட்டிருந்ததாக, பிரசுரிக்கப்படாத இன்னொரு தகவல் தெரிவித்தது. எய்தன் விமானியில்லா வான்கலம் ஒரு எஃப்15ஐ போர்விமானத்தைவிடப் பெரியது. அதனால் பெரும் எடைகளைத் தூக்கிக் கொண்டு இருபது மணிநேரத்திற்கு மேல் வானில் இருக்க முடியும்.

2010 ஜனவரி 19 அன்று துபாயில் மஹ்மூத் அல்–மபூஹ் கொல்லப்பட்டதற்கும் சூடான்மீதான தாக்குதலுக்கும் ஒரு தொடர்பு இருந்ததாகச் சிலர் கருதினர். மபூஹ் கொல்லப்பட்டபோது அவருடைய ஓட்டல் அறையிலிருந்து இஸ்ரேல் கைப்பற்றியிருந்த ஆவணங்கள், ஹமாஸ் அமைப்புக்கும் ஈரானியர்களுக்கும் சூடானியர்களுக்கும் இடையேயிருந்த தொடர்பை உறுதிப்படுத்தின. 2011 ஏப்ரல் 7 அன்று, சூடானியத் துறைமுகத்திற்குத் தெற்கே சுமார் 15 கிலோமீட்டர் தொலைவில் ஒரு சாலையில் சென்று கொண்டிருந்த ஒரு காரின்மீது, அடையாளம் தெரியாத ஒரு விமானத்திலிருந்து ஏவப்பட்ட ஓர் ஏவுகணைத் தாக்குதலில் அல்–மபூஹுக்கு அடுத்து அப்பதவிக்கு வந்திருந்த ஹமாஸ் தலைவர் கொல்லப்பட்டார்.

சூடானின் ஆயுதக் கிடங்கில் நடத்தப்பட்டத் தாக்குதல், காசா தீவிரவாதிகளுக்கு அனுப்பப்படுவதற்காக அங்குக் குவித்து வைக்கப்பட்டிருந்த ஆயுதங்களை அழிப்பதற்காக நடத்தப்பட்டது என்பது வெளிப்படை. ஆனால் அதற்கு அப்பாலும் அத்தாக்குதலுக்கு ஒரு காரணம் இருந்தது. வருங்காலத்தில் ஈரானின் அணுசக்தி வளாகங்களின்மீது இஸ்ரேல் நடத்த விரும்பிய தாக்குதலுக்கான ஒத்திகை அது. சூடான்மீதான தாக்குதலின்போது, இஸ்ரேலியப் போர் விமானங்களும் குண்டுவீச்சு விமானங்களும் விமானியில்லா வான்கலங்களும் 2,800 கிலோமீட்டர் பயணித்து

அத்தாக்குதலை நடத்தியிருந்தன. ஆனால் ஈரானின் அணுசக்தி மையங்கள், இஸ்ரேலிலிருந்து அவ்வளவு தூரத்தில் இருக்கவில்லை. இரண்டாவது, இஸ்ரேலியர்கள், எதிரி நாடுகளின் ரேடார்களை வெற்றிகரமாகச் செயலிழக்கச் செய்து அவர்களுடைய கண்களில் மண்ணைத் தூவிவிட்டு சூடான்வரை சென்று திரும்பியிருந்தனர்.

சூடான்மீதான ஒரு தாக்குதலுக்கும், ஒரு பெரும் இராணுவ பலத்துடன் எப்போதும் தயார் நிலையில் இருக்கின்ற ஈரான்மீதான ஒரு வான்வழித் தாக்குதலுக்கும் இடையே பெரும் வேறுபாடுகள் இருப்பது உண்மைதான். ஆனாலும், கார்ட்டூம் தாக்குதல் குறித்துத் தூக்கத்தைத் தொலைக்க வேண்டியவர்கள் டெஹ்ரானில் உள்ள அயதொல்லாக்கள்தாம்.

நன்றியுரை

இந்நூலின் முந்தைய பதிப்பு 2010 ஆம் ஆண்டில் இஸ்ரேலில் வெளியானபோது, மிகச் சிறப்பாக விற்பனையாகின்ற நூல்களின் பட்டியலில் அது 70 வாரங்கள் தொடர்ந்து இடம் பெற்று, பல விற்பனைச் சாதனைகளை முறியடித்து, தங்கப் பதக்கம், பிளாட்டினம் பதக்கம் மற்றும் வைரப் பதக்கத்தை வென்றது. இந்நூலை வெளியிட்ட எடியோத் அஹ்ரோனாத் பப்ளிஷிங் ஹவுஸின் நிர்வாகியான டோவ் ஐச்சென்வால்டுக்கு முதலில் நாங்கள் எங்களுடைய நன்றியைத் தெரிவித்துக் கொள்ள விரும்புகிறோம். இந்த யோசனை அவருடையதுதான். அதற்குப் பின்பு, இது ஒரு நூலாக வெளியாகின்றவரை அவர் எங்களுக்குப் பெரும் ஒத்துழைப்பைக் கொடுத்து வந்தார்.

புலனாய்வுச் சமூகத்தின் முன்னாள் இயக்குநர்கள் மற்றும் ஏஜென்டுகளுக்கு நாங்கள் எங்களுடைய ஆழ்ந்த நன்றியைத் தெரிவித்துக் கொள்கிறோம். அவர்களில் ஒரு சிலரை மட்டுமே, அதாவது, எங்களுக்குத் தகவல் மற்றும் அறிவுரைகளை வழங்கியவர்களை மட்டுமே எங்களால் இங்குக் குறிப்பிட முடிந்துள்ளது.

எங்களுடைய ஆய்வாளர்கள் ஓரியானா அல்மாசியும் நில்லி ஓவ்னாட்டும் இத்திட்டத்தை வெற்றிகரமாகச் செயல்படுத்தக் கடுமையாக உழைத்தனர். இந்நூலின் திருத்தப்பட்ட ஆங்கிலப் பதிப்பிலும் நில்லி ஓவ்னாட் எங்களுக்குப் பெரும் உதவியாக இருந்தார்.

அமெரிக்காவில் இதை வெளியிட்ட ஹார்ப்பர்காலின்ஸ் குழுமத்தைச் சேர்ந்த எக்கோ பிரெஸ் பதிப்பகத்தின் நிறுவனர் டேன் ஹால்பெர்ன் அவர்களுக்கும், எடிட்டர்கள் அபிகாயில் ஹோல்ஸ்டீன், கரேன் மைனே ஆகியோருக்கும் எங்களுடைய நன்றி. இதைக் கழுகுக் கண்களுடன் திருத்திக் கொடுத்த எங்களுடைய காப்பி எடிட்டர் ஓல்கா கார்ட்னருக்கும் நன்றி.

இப்புத்தகம் ஒரே நேரத்தில் இருபதுக்கும் மேற்பட்ட மொழிகளில் வெளியாகிறது. அதற்குக் காரணமாக இருந்த எங்களுடைய இலக்கிய முகவர் அமைப்பான ரைட்டர்ஸ் ஹவுஸ் ஆஃப் நியூயார்க்கிற்கும், குறிப்பாக, அல் சக்கர்மேனுக்கும், சர்வதேச மொழிபெயர்ப்பு உரிமைகளைக் கையாள்கின்ற மாஜா நிக்கோலிக்கிற்கும் நன்றி.

இறுதியாக, எங்களுக்கு அறிவுரைகளும் ஆலோசனைகளும் பரிந்துரைகளும் வழங்கியதற்காகவும், தேவையான நேரங்களில் எங்களோடு விவாதிக்கவும் செய்து எங்களுக்கு உள்நோக்குகளை வழங்கியதற்காகவும், எங்கள்மீதான நம்பிக்கையை இன்னும் இழக்காமல் இருப்பதற்காகவும் எங்களுடைய வாழ்க்கைத்துணைவியரான காலியா பார்–ஜோகருக்கும் ஏமி கோர்மனுக்கும் நாங்கள் நன்றி கூறக் கடமைப்பட்டுள்ளோம்.

- மைக்கேல் பார்&ஜோகர் & நிசிம் மிஷால்

PSV குமாரசாமி

மொழிபெயர்ப்பாளர்

இவர் ஒரு கவிஞர். மொழிபெயர்ப்பாளர். சுற்றுச்சூழல் ஆர்வலர். மலையேற்றப் பயிற்சியாளர். புகைப்படம் எடுப்பதில் அலாதி ஆர்வம் உடையவர். ஊர் சுற்றுவதில் ஏக விருப்பமுடையவர்.

இவரது முப்பதாண்டுகால மொழிபெயர்ப்பு அனுபவத்தில் எண்பதுக்கும் மேற்பட்ட நூல்கள், எண்ணற்றக் கட்டுரைகள் மற்றும் கவிதைகள் வெளிவந்துள்ளன. இலக்கியம், சுயமுன்னேற்றம், சுற்றுச்சூழல், பொருளாதாரம், அறிவியல் போன்ற பல்வேறு துறைகள் தொடர்பான நூல்கள் அவற்றில் அடங்கும்.

ரோன்டா பைர்னின் உலகப் புகழ்பெற்ற நூலான 'இரகசியம்', டோனி ஜோசஃபின் 'ஆதி இந்தியர்கள்', ஸ்டீபன் ஹாக்கிங்கின் 'ஆழமான கேள்விகள் அறிவார்ந்த பதில்கள்' போன்றவை இவருடைய மொழியாக்கத்தில் வெளிவந்துள்ள நூல்களில் குறிப்பிடத்தக்கவை.

இவர் தன் மனைவி திருமதி நாகலட்சுமி சண்முகம் அவர்களுடனும் தன் மகன்கள் இருவருடனும் தற்போது மும்பையில் வசித்து வருகிறார். நாகலட்சுமியும் ஒரு சிறந்த மொழிபெயர்ப்பாளர். அவர் கிட்டத்தட்ட 100 தலைசிறந்த ஆங்கில நூல்களைத் தமிழில் மொழிபெயர்த்துள்ளார்.